English–Malayalam Dictionary

മലയാളം - ഇംഗ്ലീഷ്

HarperCollins Publishers
Westerhill Road
Bishopbriggs
Glasgow
G64 2QT

First Edition 2011

Reprint 10 9 8 7 6 5 4 3 2 1 0

ISBN 978-0-00-738714-4

Collins® is a registered trademark of HarperCollins Publishers Limited

www.collinslanguage.com

A catalogue record for this book is available from the British Library

Typeset in India by Aptara

Printed in India by Gopsons Papers Ltd

Acknowledgements

We would like to thank those authors and publishers who kindly gave permission for copyright material to be used in the Collins Word Web. We would also like to thank Times Newspapers Ltd for providing valuable data.

CONTENTS

Abbreviations v
English Pronunciation vi
MALAYALAM-ENGLISH 1–164
ENGLISH-MALAYALAM 165–436

ഉള്ളടക്കം

സംഗ്രഹിതരൂപങ്ങൾ v
ഇംഗ്ലീഷ് ഉച്ചാരണം vi
മലയാളം-ഇംഗ്ലീഷ് 1–164
ഇംഗ്ലീഷ്-മലയാളം 165–436

Editorial Consultant — എഡിറ്റോറിയൽ കൺസൾട്ടന്റ്

Dr Geethakumary

National Translation Mission,
Central Institute of Indian Languages

Translation co-ordination — വിവർത്തന ഏകോപനം

Ajit Shirodkar

Translators — വിവർത്തകർ

Sreenivasan Anthikkad
Pinarayi Vijayan

Computing Support — കമ്പ്യൂട്ടിംഗ് സഹായം

Thomas Callan

Editors — സംശോധകർ

Gerry Breslin
Freddy Chick
Lucy Cooper
Kerry Ferguson
Paige Weber

Editor-in-Chief — പ്രധാന സംശോധകൻ

Dr Elaine Higgleton

ABBREVIATIONS സംഗ്രഹിതരൂപങ്ങൾ

abbreviation	*abbr*	സംഗ്രഹിതരൂപം
adjective	*adj*	നാമവിശേഷണം
adverb	*adv*	ക്രിയാവിശേഷണം
conjunction	*conj*	അവ്യയം
determiner	*det*	ഛേദകം
exclamation	*excl*	ആശ്ചര്യസൂചകം
noun	*n*	നാമം
noun plural	*npl*	ബഹുവചന നാമം
number	*num*	വചനം
particle	*part*	ഘടകം
preposition	*prep*	ഉപസർഗ്ഗം
pronoun	*pron*	സർവ്വനാമം
verb	*v*	ക്രിയ
intransitive verb	*vi*	അകർമ്മക ക്രിയ
transitive verb	*vt*	സകർമ്മക ക്രിയ

ENGLISH PRONUNCIATION
ഇംഗ്ലീഷ് ഉച്ചാരണം

The International Phonetic Alphabet is used to show how English words are pronounced in this dictionary.

ഈ നിഘണ്ടുവിൽ ഇംഗ്ലീഷ് വാക്കുകളുടെ ഉച്ചാരണം സൂചിപ്പിക്കുന്നതിനായി അന്താരാഷ്ട്ര സ്വനലിപി ഉപയോഗിച്ചിരിക്കുന്നു.

Stress ഊന്നൽ

The mark (') in the phonetics field indicates a primary stress and the mark (,) indicates a secondary stress.

സ്വനമണ്ഡലത്തിൽ (') അടയാളം പ്രാഥമികമായ ഊന്നലിനെയും (,) അടയാളം ദ്വിതീയമായ ഊന്നലിനെയും സൂചിപ്പിക്കുന്നു.

Vowels സ്വരാക്ഷരങ്ങൾ

	English Example ഇംഗ്ലീഷ് ഉദാഹരണം	Explanation വിശദീകരണം
[ɑː]	*father*	ആന എന്ന വാക്കിലെ "ആ" യുടെ ഉച്ചാരണം
[ʌ]	*but, come*	കട എന്ന വാക്കിലെ "അ" യുടെ ഉച്ചാരണം
[æ]	*man, cat*	പൈസ എന്ന വാക്കിലെ "ൈ" യുടെ ഉച്ചാരണം

[ə]	*father, ago*	വാക്ക് എന്ന വാക്കിലെ “്” യുടെ ഉച്ചാരണംപോലെ
[ə]	*bird, heard*	വിവേകം എന്ന വാക്കിലെ “േ” യുടെ ഉച്ചാരണം
[ɛ]	*get, bed*	വെള്ളം എന്ന വാക്കിലെ “എ” യുടെ ഉച്ചാരണം
[i]	*it, big*	തിന്നു എന്ന വാക്കിലെ “ഇ” യുടെ ഉച്ചാരണം
[i]	*tea, see*	കീടം എന്ന വാക്കിലെ “ഈ” യുടെ ഉച്ചാരണം
[ɔ]	*hot, wash*	തൊപ്പി എന്ന വാക്കിലെ “ഒ” യുടെ ഉച്ചാരണം പോലെ
[ɔ]	*saw, all*	കൊടി എന്ന വാക്കിലെ “ഒ” യുടെ ഉച്ചാരണം പോലെ
[u]	*put, book*	കുടം എന്ന വാക്കിലെ “ഉ” വിന്റെ ഉച്ചാരണം
[u]	*too, you*	കൂട എന്ന വാക്കിലെ “ഊ” വിന്റെ ഉച്ചാരണം

Diphthongs സംയുക്തസ്വരങ്ങൾ

	English Example ഇംഗ്ലീഷ് ഉദാഹരണം	Explanation വിശദീകരണം
[ai]	*fly, high*	പൈസ എന്ന വാക്കിലെ "ഐ" യുടെ ഉച്ചാരണം
[au]	*how, house*	ഔഷധം എന്ന വാക്കിലെ "ഔ" വിന്റെ ഉച്ചാരണം
[ɛə]	*there, bear*	കയർ എന്ന വാക്കിലെ "യ" യുടെ ഉച്ചാരണം
[ei]	*day, obey*	ഡെയ്സി എന്ന വാക്കിലെ "യെ" യുടെ ഉച്ചാരണം പോലെ
[iə]	*here, hear*	വിയർപ്പ് എന്ന വാക്കിലെ "ിയ" യുടെ ഉച്ചാരണം പോലെ
[əu]	*go, note*	കൊടി എന്ന വാക്കിലെ "ഒ" യുടെ ഉച്ചാരണം പോലെ
[əi]	*boy, oil*	പൊയ്ക എന്ന വാക്കിലെ "ോയ" യുടെ ഉച്ചാരണം പോലെ
[uə]	*poor, sure*	ചുവർ എന്ന വാക്കിലെ "ുവ" യുടെ ഉച്ചാരണം പോലെ

Consonants വ്യഞ്ജനാക്ഷരങ്ങൾ

	English Example ഇംഗ്ലീഷ് ഉദാഹരണം	Explanation വിശദീകരണം
[b]	*big, lobby*	തബല എന്ന വാക്കിലെ "ബ" യുടെ ഉച്ചാരണം
[d]	*mended*	കടല എന്ന വാക്കിലെ "ട" യുടെ ഉച്ചാരണം
[g]	*go, get, big*	മഗധ എന്ന വാക്കിലെ "ഗ" യുടെ ഉച്ചാരണം
[ʤ]	*gin, judge*	ജഡ്ജി എന്ന വാക്കിലെ "ഡ്ജ" യുടെ ഉച്ചാരണം
[ŋ]	*sing*	മങ്ങൽ എന്ന വാക്കിലെ "ങ്ങ" യുടെ ഉച്ചാരണം
[h]	*house, he*	കലഹം എന്ന വാക്കിലെ "ഹ" യുടെ ഉച്ചാരണം
[j]	*young, yes*	കയർ എന്ന വാക്കിലെ "യ" യുടെ ഉച്ചാരണം
[k]	*come, mock*	മികവ് എന്ന വാക്കിലെ "ക" യുടെ ഉച്ചാരണം
[r]	*red, tread*	കുറവ് എന്ന വാക്കിലെ "റ" യുടെ ഉച്ചാരണം
[s]	*sand, yes*	സമയം എന്ന വാക്കിലെ "സ" യുടെ ഉച്ചാരണം
[z]	*rose, zebra*	സൂ എന്ന വാക്കിലെ "സ" യുടെ ഉച്ചാരണം പോലെ

Consonants (continued) വ്യഞ്ജനാക്ഷരങ്ങൾ

	English Example ഇംഗ്ലീഷ് ഉദാഹരണം	**Explanation** വിശദീകരണം
[ʃ]	*she, machine*	വിഷയം എന്ന വാക്കിലെ "ഷ" യുടെ ഉച്ചാരണം
[tʃ]	*chin, rich*	വിച്ഛിന്നം എന്ന വാക്കിലെ "ച്ഛ" യുടെ ഉച്ചാരണം പോലെ
[v]	*valley*	വര എന്ന വാക്കിലെ "വ" യുടെ ഉച്ചാരണം
[w]	*water, which*	വോൾട്ടേജ് എന്ന വാക്കിലെ "വ" യുടെ ഉച്ചാരണം
[ʒ]	*vision*	വിഷയം എന്ന വാക്കിലെ "ഷ" യുടെ ഉച്ചാരണം പോലെ
[θ]	*think, myth*	ധൈര്യം എന്ന വാക്കിലെ "ധ" യുടെ ഉച്ചാരണം പോലെ
[ð]	*this, the*	ദഹനം എന്ന വാക്കിലെ "ദ" യുടെ ഉച്ചാരണം പോലെ

മലയാളം–ഇംഗ്ലീഷ്

MALAYALAM-ENGLISH

അ

അംഗം *n* member; part
അംഗത്വം *n* membership
അംഗമാകുക *v* join
അംഗരക്ഷകൻ *n* bodyguard
അംഗാരകം, കാർബൺ *n* carbon
അംഗീകരിക്കുക *vi* approve
അംഗീകാരം *n* approval
അംഗോള *n* Angola
അംഗോളൻ *n* Angolan
അംഗോളയെ സംബന്ധിച്ച *adj* Angolan
അംബരചുംബി *n* skyscraper
അംബരം *n* sky
അകം, ഉൾഭാഗം *n* inside
അകം കാണാവുന്ന, *adj* see-through
അകത്തേക്കുള്ള വഴി *n* way in
അകത്ത് *prep* in, within ▷ *adv* inside
അകത്ത്, ഉള്ളിൽ *prep* inside
അകന്നു പോകുക, ദൂരെ പോകുക *vi* go away
അകലം *n* distance
അകലെ *adv* apart
അകലെ, ദൂരെ *adv* away, far
അകലെയുള്ള *adj* distant
അകലെയുള്ള, ദൂരെയുള്ള *adj* far
അകാലത്തുള്ള *adj* premature
അകാലപക്വമായ *adj* premature
അക്കം *n* number
അക്കാദമി *n* academy
അക്കാദമിക്ക് *adj* academic
അക്കാരണത്താൽ, അതനുസരിച്ച് *adv* accordingly
അക്കൌണ്ട് നമ്പർ *n* account number
അക്രമി *n* vandal
അക്രമം *n* violence
അക്രമസ്വഭാവമുള്ള *adj* aggressive
അക്രമാസക്തമായ *adj* violent
അക്ഷമ *n* impatience
അക്ഷമനായ *adj* impatient
അക്ഷരം *n* letter
അക്ഷരങ്ങൾ പിരിച്ചെഴുതുക *vt* spell
അക്ഷരമാല *n* alphabet
അക്ഷരലോപചിഹ്നം *n* apostrophe
അക്ഷരാർത്ഥം *n* literal meaning
അക്ഷരാർത്ഥത്തിൽ *adv* literally

അഗർത്തല *n* Agartala
അഗാധം *n* abyss, chasm
അഗാധമായി, ഗാഢമായി *adv* deeply
അഗ്നി *n* fire
അഗ്നിപരീക്ഷ *n* ordeal
അഗ്നിപർവ്വതം *n* volcano
അഗ്നിശമന സേന *n* fire brigade
അഗ്നിശമന സേനാനി *n* fireman
അഗ്രം *n* tip
അങ്കിൾ *n* uncle
അങ്ങനെ *adv* so
അങ്ങിനെയാണെങ്കിൽ *conj* provided
അങ്ങിങ്ങ് *adv* here and there
അങ്ങേയറ്റം *adv* awfully; extremely
അങ്ങേയറ്റത്തെ *adj* extreme
അങ്ങേയറ്റത്ത് *adv* at the extreme end
അങ്ങ് *adj* there ▷ *pron* you
അച്ചടക്കം *n* discipline
അച്ചടി *n* print
അച്ചടിക്കുക *v* print
അച്ചടിയന്ത്രം *n* printer
അച്ചടിയിൽ വരുന്ന പിശക് *n* misprint
അച്ചടിവിദ്യ *n* typography
അച്ഛൻ *n* dad, father
അജ്ഞത *n* ignorance
അജ്ഞാത *adj* unknown
അജ്ഞാതനായ *adj* anonymous
അജ്ഞാനി *n* ignorant
അഞ്ചാമത് *adj* fifth
അഞ്ചാമത്തെ *adj* fifth
അഞ്ച് *num* five
അടക്കമുള്ള, നിശ്ശബ്ദമായ *adj* quiet
അടച്ചിടുക *v* shut down
അടപ്പ് *n* lid, cover
അടയാളം *n* mark, signal
അടയാളം കാണിക്കുക *v* signal
അടയാളപ്പെടുത്തുക *vt* mark
അടയ്ക്കുക *vt* close
അടയ്ക്കുക *v* shut
അടയ്ക്കുന്ന സമയം *n* closing time
അടിഅളവ് *n* yard
അടിക്കുക *vt* beat, slap
അടിച്ചുവാരുക *vt* sweep
അടി, തല്ല് *n* blow
അടിത്തട്ട്, ചോട് *n* bottom
അടിത്തറ *n* foundation
അടിപ്പാവാട *n* underskirt
അടിഭാഗം, പാദഭാഗം *n* base
അടിമ *n* slave
അടിയന്തരാവസ്ഥ *n* emergency
അടിയറവുപറയുക *vi* yield
അടിയിൽ *adv* underneath
അടിവരയിടുക *vt* underline

അടിവസ്ത്രം *n* underwear
അടിസ്ഥാനം, ആധാരം *n* basis
അടിസ്ഥാനഘടകങ്ങൾ *npl* basics
അടിസ്ഥാനപരമായ *adj* basic
അടിസ്ഥാനപരമായി *adv* basically
അടിസ്ഥാനമാക്കിയ, ആധാരമാക്കിയ *adj* based
അടിസ്ഥാനസൌകര്യം *n* infrastructure
അടുക്കള *n* kitchen
അടുക്കി വയ്ക്കുക *vt* set
അടുക്കിവയ്ക്കുക, ക്രമീകരിക്കുക *vt* arrange
അടുക്കി വൃത്തിയാക്കുക *vt* clear up
അടുക്കും ചിട്ടയുമില്ലാതെ വലിച്ചുവാരിയിട്ടിരിക്കുന്ന സാധനങ്ങൾ *n* clutter
അടുക്ക്, അട്ടി *n* stack
അടുത്ത *adj* next
അടുത്തകാലത്തുള്ള *adj* recent
അടുത്തകാലത്ത് *adv* lately
അടുത്ത ബന്ധു *n* next of kin
അടുത്തിടെ *adv* recently
അടുത്ത് *prep* around, next to ▷ *adj* near
അടുത്ത്, സമീപം *adj* close
അടുത്ത്, സമീപത്ത് *adj* close by
അടുപ്പം *n* proximity
അടുപ്പമുള്ള *adj* familiar
അടുപ്പ്, നെരിപ്പോട് *n* fireplace
അട്ട *n* leech
അട്ടം, അടുപ്പിനു മുകളിലുള്ള തട്ട് *n* mantelpiece
അട്ടി *n* pile
അട്ടിമറി *n* sabotage
അട്ടിമറിക്കുക *vt* sabotage
അഡ്രിയാട്ടിക് കടൽ *n* Adriatic Sea
അണ *n* dam
അണയുക *vi* blow out
അണയ്ക്കുക *vt* extinguish
അണപ്പല്ല് *n* wisdom tooth
അണലി *n* viper
അണിഞ്ഞൊരുങ്ങുക *v* dress up
അണിയുക *vt* wear
അണു *n* atom
അണുനാശിനി *n* antiseptic
അണുബോംബ് *n* atom bomb
അണുവിമുക്തമാക്കിയ *adj* pasteurized
അണുവിമുക്തമാക്കുക *vt* sterilize
അണുവിമുക്തമായ *adj* sterile

അണ്ഡാശയം *n* ovary
അണ്ണാൻ *n* squirrel
അതായത് *abbr* i.e.
അതിക്രമിക്കുക *v* invade
അതിക്രമിച്ച് അകത്ത് കടക്കുക *v* break in
അതിഗംഭീരമായ *adj* magnificent
അതിജീവനം *n* survival
അതിജീവിക്കുക *v* survive
അതിജീവിച്ചയാള് *n* survivor
അതിനാൽ, അതുകൊണ്ട് *conj* because
അതിനിടയ്ക്ക് *adv* meantime
അതിനുപുറമേ *adv* also
അതിനുശേഷം *conj* after
അതിനിടയ്ക്ക്, അതുവരെ *adv* meanwhile
അതിന്റെ *det* its
അതിപ്രധാനമായ *adj* momentous
അതിബൃഹത്തായ *adj* mammoth
അതിബൃഹത്തായ, ഭീമാകാരമായ *adj* gigantic
അതിരടയാളം *n* landmark
അതിര് *n* boundary
അതിർത്തി *n* border
അതിലൂടെ *adv* through
അതിലേക്ക് *prep* into
അതിശയം, അത്ഭുതം *n* surprise
അതിശയം തോന്നുന്ന, അത്ഭുതം തോന്നുന്ന *adj* surprised
അതിശയകരമായ *adj* wonderful
അതിശയകരമായി, അത്ഭുതകരമായി *adv* surprisingly
അതിശയപ്പെടുക *vt* wonder
അതിശയിപ്പിക്കുന്ന, അത്ഭുതകരമായ *adj* surprising
അതിഥി *n* guest
അതിഥി മന്ദിരം *n* guest house
അതീവഗുരുതരമായി *adv* terminally
അതീവരഹസ്യമായ *adj* top-secret
അതീവശ്രദ്ധ വേണ്ടുന്ന *adj* demanding
അതുകൊണ്ട് *conj* so ▷ *adv* therefore
അതുപോലെ *prep* like
അതുപോലെ, അത്രയും *adv* as ... as
അതുമൂലം *prep* due to
അതു വരെ *conj* till
അതുവരെ *conj* until ▷ *adv* until
അതെ! *excl* yes!
അതെ *n* yes
അതേ സമയത്ത് *prep* during

അത് *pron* it
അത്തരം *det* such
അത്താഴം *n* supper
അത്താഴം ഒഴികെ പ്രാതലും സായാഹ്ന ഭക്ഷണവും മാത്രം വാടകയിൽ ഉൾപ്പെടുത്തിക്കൊണ്ടുള്ള ഹോട്ടൽ താമസം *n* half board
അത്തിപ്പഴം *n* fig
അത്ഭുതകരമായ *adj* marvellous
അത്ഭുതപ്പെടുത്തുന്ന, അമ്പരപ്പിക്കുന്ന *adj* astonishing
അത്ഭുതപ്പെട്ട, അമ്പരന്ന *adj* astonished
അത്ഭുത സംഭവം *n* miracle
അത്ഭുതം *n* surprise
അത്യധികം, ഏറ്റവും അധികം *adv* most
അത്യാഗ്രഹം *n* greed
അത്യാഗ്രഹി *n* greedy person
അത്യാഗ്രഹിയായ *adj* greedy
അത്യാർത്തിയുള്ള *adj* ravenous
അത്യാവശ്യം *n* urgency
അത്യാവശ്യം *adj* urgent
അത്യാവശ്യമായ *adj* essential
അത്യാവശ്യമായി *adv* urgently
അത്യാഹിത വിഭാഗം *n* casualty
അത്യുത്തമമായ, അങ്ങേയറ്റം തൃപ്തികരമായ *adj* ideal
അത്രയ്ക്ക് *det* that much
അഥവാ *conj* or
അദൃശ്യമാകുക, അപ്രത്യക്ഷമാകുക *vi* disappear
അദൃശ്യമായ *adj* invisible
അദ്ധ്വാനം *n* labour
അധികം *adj* (വേണ്ടുന്നതിലധികം) extra; (ഭൂരിഭാഗം) most ▷ *prep* (സങ്കലനം) plus ▷ *n* (വേണ്ടുവോളം) surplus
അധികം, കൂടുതൽ *det* more
അധിക ആവശ്യത്തിനു കരുതി വയ്ക്കുന്ന *adj* spare
അധികതീരുവ *n* surcharge
അധികനേരം ഉറങ്ങുക *vi* oversleep
അധികഭാരമുള്ള *adj* overweight
അധികമായി *adv* extra
അധികമുള്ള *adj* surplus
അധിക സമയം *n* overtim
അധികാരം *n* power
അധികാരപത്രം *n* licenc
അധികാരപ്പെടുത്തുക v authorize

അധികാരഭാവത്തോടെ നിയന്ത്രിക്കുക *vt* **boss around**
അധിവർഷം *n* **leap year**
അധ്യയന വർഷം *n* **academic year**
അധ്യയന വർഷത്തിന്റെ മധ്യത്തിൽ വരുന്ന ഹ്രസ്വമായ അവധിക്കാലം *n* **half-term**
അധ്യാപകൻ *n* **teacher**
അധ്യാപനം *n* **teaching**
അധ്യാപിക *n* **female teacher**
അധ്യായം *n* **chapter**
അനങ്ങുക *vi* **move**
അനങ്ങാത്ത, ചലിക്കാത്ത *adj* **still**
അനധികൃതമായി വേട്ടയാടിയ *adj* **poached**
അനന്തരഫലമായി *adv* **consequently**
അനന്തരാവകാശമായി ലഭിക്കുക, പരമ്പരാഗതമായി ലഭിക്കുക *vt* **inherit**
ൗനന്തരാവകാശി *n* **heir**
ൻന്തിരവൻ *n* **nephew** **ther's/sister's son)**
ിരവൾ *n* **niece** **r's daughter)**
ത *n* **eternity**
യ *adj* **eternal**
orphan
അനായാസമായി *adv* **easily**
അനാരോഗ്യം *n* **ill health**
അനാരോഗ്യമുള്ള *adj* **unhealthy**
അനാവശ്യമായ *adj* **unnecessary**
അനാവശ്യമായ പരിഭ്രമം *n* **fuss**
അനാവശ്യ മെയിൽ *n* **junk mail, spam**
അനിയത്തി *n* **younger sister**
അനിയൻ *n* **younger brother**
അനിയന്ത്രിതമായ *adj* **uncontrollable**
അനിവാര്യത *n* **inevitability**
അനിവാര്യമായ *adj* **necessary**
അനിവാര്യമായ, അത്യന്താപേക്ഷിതമായ *adj* **inevitable**
അനിവാര്യമായി *adv* **necessarily**
അനിശ്ചിതത്വം *n* **uncertainty**
അനിശ്ചിതമായ *adj* **uncertain**
അനിഷ്ടകരമായ, കോപജനകമായ *adj* **offensive**
അനിഷ്ടസംഭവം, അപകടം *n* **mishap**
അനീതി *n* **injustice**
അനുകമ്പ *n* **sympathy**

അനുകമ്പ കാണിക്കുക *vi* sympathize
അനുകമ്പയുള്ള *adj* sympathetic
അനുകരണം *n* imitation
അനുകരിക്കുക *vt* imitate
അനുകരിക്കുന്ന *adj* mock
അനുക്രമമായ *adj* consecutive
അനുഗമിക്കുക *vt* escort
അനുഗുണമായ *adj* compatible
അനുഗ്രഹം *n* blessing
അനുഗ്രഹിക്കുക *vt* bless
അനുഗ്രഹീതനായ *adj* gifted
അനുഗ്രഹീതയായ *adj* gifted
അനുഗ്രഹീതരായ *adj* gifted
അനുഗ്രഹീതമായ, മനോഹരമായ *adj* graceful
അനുപാതം *n* proportion, ratio
അനുപാതമായ *adj* proportional
അനുബന്ധം *n* supplement
അനുബന്ധസ്ഥാപനം *n* subsidiary
അനുഭവം *n* experience
അനുഭവജ്ഞാനമില്ലാത്ത *adj* inexperienced
അനുഭവപ്പെടുക *vt* feel, have
അനുഭവസമ്പത്ത് *n* experience
അനുഭവസമ്പത്തുള്ള *adj* experienced
അനുമതി, അനുവാദം *n* permission
അനുയായി, പിന്തുണയ്ക്കുന്നയാൾ *n* supporter
അനുയോജ്യം *n* suitability
അനുയോജ്യനല്ലാത്ത *adj* unfit
അനുയോജ്യമല്ലാത്ത *adj* unsuitable
അനുയോജ്യമാകുക *v* fit
അനുയോജ്യമായ *adj* suitable
അനുരാഗം *n* affection
അനുവദിക്കുക *vt* allow, let
അനുവാദം *n* permission
അനുവാദമില്ലാതെ അകത്തു കടക്കുന്ന ആൾ *n* intruder
അനുഷ്ഠാനം *n* ritual
അനുസരണ *n* obedience
അനുസരണയില്ലാത്ത *adj* disobedient
അനുസരണയുള്ള *adj* obedient
അനുസരിക്കാതിരിക്കുക *v* disobey
അനുസരിക്കുക *v* obey
അനുസരിച്ച് *prep* according to

അനൌദ്യോഗിക *adj* unofficial
അനൌപചാരികമായ *adj* informal
അനേകം *adj* numerous
അനൈച്ഛിക ചേഷ്ട *n* reflex action
അൻഡോറ *n* Andorra
അന്തർജ്ഞാനം, ഉൾക്കാഴ്ച *n* intuition
അന്തർദേശീയമായ *adj* international
അന്തർദ്ധാനം, അദൃശ്യമാകൽ *n* disappearance
അന്തർവാഹിനി *n* submarine
അന്തസ് *n* dignity
അന്തസ്സായി *adv* in a dignified manner
അന്തസ്സുള്ള, ബഹുമാനം അർഹിക്കുന്ന *adj* respectable
അന്തിമ *adj* ultimate
അന്തിമമായ *adj* final
അന്തിമമായി *adv* ultimately
അന്തേവാസി *n* inmate
അന്ത്യം, സമാപനം *n* ending
അന്ത്യശാസനം *n* ultimatum
അന്ധൻ *n* blind man
അന്ധ *n* blind woman
അന്ധനായ *adj* blind
അന്ധയായ *adj* blind
അന്ധരായ *adj* blind
അന്ധവിശ്വാസം *n* superstition
അന്ധവിശ്വാസമുള്ള *adj* superstitious
അന്ധാളിച്ച *adj* bewildered
അന്നജം *n* starch
അന്നനാളം, കുടൽ *n* gut
അൻപത് *num* fifty
അന്യോന്യം *adv* mutually
അന്യോന്യമുള്ള *adj* mutual
അന്റാർട്ടിക്ക *n* Antarctica
അന്വേഷണം *n* enquiry, investigation
അന്വേഷണ ഡെസ്ക് *n* inquiry desk
അന്വേഷണ സംഘം *n* search party
അന്വേഷിക്കുക *v* enquire, look for
അപകടം *n* (സംഭവം) accident; (സാധ്യത) danger
അപകട ഇൻഷ്വറൻസ് *n* accident insurance
അപകടകരമായ *adj* dangerous
അപകടപ്പെടുത്തുക *vt* endanger
അപകടവും അത്യാഹിതവും *n* accident and emergency
അപകടസാധ്യത *n* risk
അപകടസാധ്യതയുള്ള, സാഹസികമായ *adj* risky

അപക്വമായ *adj* immature
അപഗ്രഥനം *n* analysis
അപഗ്രഥിക്കുക *vt* analyse
അപമാനം, അധിക്ഷേപം *n* insult
അപമാനകരമായ, ലജ്ജാവഹമായ *adj* disgraceful
അപമാനിക്കുക, അധിക്ഷേപിക്കുക *vt* insult
അപരാധം *n* offence
അപരാധി *n* culprit
അപരിചിതൻ *n* stranger
അപരിഷ്കൃതമായ *adj* crude
അപര്യാപ്തത *n* shortage
അപര്യാപ്തമായ *adj* (തൃപ്തികരമല്ലാത്ത) inadequate; (മതിയാവോളം ഇല്ലാത്ത) insufficient
അപവാദം *n* exception
അപൂർണക്രിയ *n* infinitive
അപൂർണ്ണ വിരാമം *n* colon
അപൂർവ്വമായ *adj* rare
അപൂർവ്വമായി *adv* seldom
അപൂർവ്വമായി *adv* rarely
അപേക്ഷ *n* (ആധികാരികം) application; (ഔപചാരികം) request
അപേക്ഷകൻ *n* applicant
അപേക്ഷ നൽകുക *v* apply
അപേക്ഷാ ഫോറം *n* application form
അപേക്ഷിക്കുക *vt* request
അപ്പുറം *prep* beyond
അപ്പുറത്ത് *prep* past
അപ്പൂപ്പനും അമ്മൂമ്മയും *npl* grandparents
അപ്പൂപ്പൻ *n* grandfather
അപ്പോൾ *adv* then ▷ *conj* while
അപ്രതീക്ഷിതമായ *adj* accidental
അപ്രതീക്ഷിതമായി *adv* accidentally, unexpectedly
അപ്രത്യക്ഷമാകുക *vi* vanish
അപ്രധാന *adj* unimportant
അഫ്ഗാനിസ്ഥാൻ *n* Afghanistan
അഫ്ഗാൻ *adj* Afghan ▷ *n* Afghan
അഫ്രിക്കൻ *n* African
അബദ്ധത്തിലുള്ള തട്ടലോ കൂട്ടിയിടിയോ *n* bump
അബുദാബി *n* Abu Dhabi
അബോധമായ *adj* unconscious
അഭയം *n* shelter
അഭയാർത്ഥി *n* asylum seeker, refugee
അഭാവം *n* shortage
അഭിനന്ദനം *n* compliment
അഭിനന്ദനങ്ങൾ *npl* congratulations
അഭിനന്ദനപരമായ *adj* complimentary

അഭിനന്ദിക്കുക *vt* (ഔപചാരികം) **appreciate**; (സമ്മാനത്തോടൊപ്പം (അനൌപചാരികം) **compliment**; (അനൌപചാരികം) **congratulate**
അഭിനയം *n* **acting**
അഭിനയം, കളി *n* **game**
അഭിനയിക്കുക *vi* **act**
അഭിപ്രായം *n* (ഔപചാരികം) **comment**; (അനൌപചാരികം) **opinion**
അഭിപ്രായം, ധാരണ *n* **impression**
അഭിപ്രായപ്പെടുക *v* **remark**
അഭിപ്രായപ്പെടുക *v* **comment**
അഭിപ്രായവോട്ടെടുപ്പ് *n* **poll**
അഭിപ്രായ വ്യത്യാസം *n* **scrap**
അഭിപ്രായ വ്യത്യാസം, തർക്കം *n* **conflict**
അഭിമാനം *n* **prestige, pride**
അഭിമാനമുള്ള *adj* **prestigious, proud**
അഭിമുഖം *n* **interview**
അഭിമുഖം നടത്തുക *vt* **interview**
അഭിമുഖം നടത്തുന്നയാൾ *n* **interviewer**
അഭിമുഖമായിരിക്കുക *vi* **sit face to face**
അഭിവാദനം *n* **greeting**
അഭിവാദനം ചെയ്യുക *vt* **greet**
അഭിവൃദ്ധി *n* **prosperity**
അഭിവൃദ്ധിപ്പെടുത്തുക *vt* **boost**
അഭിസംബോധന ചെയ്യൽ *n* **address**
അഭീഷ്ടം *n* **ambition**
അഭ്യർത്ഥന *n* **appeal**
അഭ്യർത്ഥിക്കുക *vi* **appeal**
അമരപ്പയറ് *n* **broad bean**
അമർത്തുക *vt* **press**
അമിതപ്രശംസ *n* **rave**
അമിത *adj* **excess**
അമിത ബാഗേജ് *n* **excess baggage**
അമിതമായ *adj* **excessive**
അമിതമായ ഭയം *n* **phobia**
അമിതമായി *adv* **excessively**
അമിതവില ഈടാക്കുക *vt* **overcharge**
അമിതവേഗത *n* **speeding**
അമൂർത്തമായ *adj* **abstract**
അമേരിക്ക *n* **America, USA**
അമേരിക്കൻ *adj* **American** ▷ *n* **American**
അമേരിക്കൻ ഫുട്ബോൾ *n* **American football**
അമ്പടയാളം *n* **arrow**
അമ്പയർ *n* **umpire**
അമ്പരന്ന *adj* **amazed**
അമ്പരപ്പ് *n* **embarrassment**
അമ്പരപ്പിക്കുക *vt* **astonish**
അമ്പരപ്പിക്കുന്ന *adj* **stunned**

അമ്പരപ്പുണ്ടാക്കുന്ന, പരിഭ്രമിപ്പിക്കുന്ന *adj* embarrassing
അമ്പലം *n* temple
അമ്മ, മാതാവ് *n* mother
അമ്മായിയച്ഛൻ, അമ്മാവൻ *n* father-in-law
അമ്മായിയമ്മ *n* mother-in-law
അമ്മാവൻ *n* uncle
അമ്മാവന്റെ കുട്ടി *n* cousin
അമ്മൂമ്മ *n* grandmother, granny
അമൃത്സർ *n* Amritsar
അമ്ലം, ആസിഡ് *n* acid
അമ്ലത *n* acidity
അമ്ല മഴ *n* acid rain
അയഞ്ഞ *adj* slack
അയഞ്ഞ, ഇളകിയ *adj* loose
അയഞ്ഞ മേൽക്കുപ്പായം *npl* overalls
അയഞ്ഞു തൂങ്ങിയ *adj* flabby
അയഥാർത്ഥ *adj* unreal
അയമോദകച്ചെടി *n* parsley
അയയ്ക്കുക *vt* send ▷ *v* unscrew
അയയ്ക്കുന്ന വ്യക്തി *n* sender
അയർലണ്ടിൽ നിന്നുള്ള *adj* Irish
അയർലണ്ട് *n* Ireland
അയല മീൻ *n* mackerel
അയൽക്കാരൻ *n* neighbour
അയൽക്കാരി *n* female neighbour
അയൽപക്കം *n* neighbourhood
അയഞ്ഞ *adj* loose
അയയുക *vi* loosen
അയവില്ലാത്ത *adj* inflexible
അയവുള്ള *adj* loose
അയോഗ്യത *n* disqualification
അയോഗ്യമാക്കുക *vt* disqualify
അരം *n* file
അര കിലോ *n* half kilo
അരക്കെട്ട് *n* waist
അരക്കൈ *adj* short-sleeve
അരക്കൈയുള്ള *adj* short-sleeved
അരപ്പട്ടയിൽ ബന്ധിക്കുന്ന ചെറിയ ബാഗ് *n* bum bag
അര മണിക്കൂർ *n* half-hour
അരയന്നം *n* swan
അരയാൽ *n* sacred fig
അരി *n* rice
അരികത്തുള്ള, സമീപത്തുള്ള *adj* near
അരികെ *prep* beside
അരികെ, അടുത്ത് *prep* near
അരികെ, സമീപം *adv* close
അരിക്കുക *vt* filter
അരിക്, വക്ക് *n* rim
അരിക്, സീമ *n* margin

അരിപ്പ *n* (ഭക്ഷണ സാധനങ്ങളിലെ ജലാംശം വാർത്തു കളയാനായി ഉപയോഗിക്കുന്ന പാത്രം) colander; (ദ്രാവകങ്ങളിൽനിന്നും ഖരപദാർത്ഥങ്ങൾ വേർതിരിക്കുന്നത്) filter; (വലിയ തരികളെ ചെറിയ തരികളിൽ നിന്നും വേർതിരിക്കുന്നത്) sieve
അരിമ്പാറ *n* wart
അരുവി *n* stream
അരുണാചൽ പ്രദേശ് *n* Arunachal Pradesh
അരോചകം *n* revolt
അരോചകമായ *adj* revolting
അർജന്റീന *n* Argentina
അർജന്റീനയെ സംബന്ധിച്ച *adj* Argentinian
അർജന്റീനിയൻ *n* Argentinian
അർത്ഥം *n* meaning
അർത്ഥമാക്കുക, സൂചിപ്പിക്കുക *vt* mean
അർത്ഥമില്ലാത്ത *adj* pointless
അർദ്ധം *n* half
അർദ്ധകായ പ്രതിമ *n* bust
അർദ്ധരാത്രി *n* midnight
അർദ്ധവിരാമം *n* semicolon
അർദ്ധവൃത്തം *n* semicircle
അർദ്ധസഹോദരൻ *n* stepbrother
അർദ്ധസഹോദരി *n* stepsister
അർപ്പണബോധമുള്ള, വിശ്വസ്തനായ *adj* devoted
അർബുദം *n* cancer
അർമേനിയ *n* Armenia
അർമേനിയൻ *n* Armenian
അർമേനിയൻ ഭാഷ *n* Armenian
അർമേനിയയെ സംബന്ധിച്ച *adj* Armenian
അർഹത *n* qualification
അർഹിക്കുക *vt* deserve
അറക്കപ്പൊടി *n* sawdust
അറക്കവാൾ *n* saw
അറപ്പ് *n* contempt
അറപ്പുളവാക്കുന്ന *adj* repulsive
അറബികളെയോ അറബിരാജ്യത്തെയോ സംബന്ധിച്ച *adj* Arab
അറബികൾ *n* Arab
അറബിഭാഷ *n* Arabic
അറബിഭാഷയിലുള്ള *adj* Arabic
അറയ്ക്കത്തക്ക *adj* lousy
അറസ്റ്റ് *n* arrest
അറസ്റ്റ് ചെയ്യുക *vt* arrest
അറിയപ്പെടുന്ന *adj* known
അറിയാതെ *adv* mistakenly
അറിയാത്ത *adj* unknown

അ

അറിയിക്കുക *vt* (ഔപചാരികം) inform; (അനൌപചാരികം) tell
അറിയിപ്പു നൽകുക *v* warn
അറിയിപ്പ് *n* notice
അറിയിപ്പ് നൽകുക *vt* notify
അറിയുക *vt* know
അറിവില്ലാത്ത *adj* ignorant
അറിവുള്ള *adj* knowledgeable
അറിവ് *n* knowledge
അറുപത് *num* sixty
അറേബ്യൻ കടൽ *n* Arabian Sea
അറ്റം *n* edge
അറ്റ്ലാന്റിക്ക് *n* Atlantic Ocean
അലക്കുകാരം *n* bleach
അലക്കുകാരൻ *n* washer man
അലങ്കരിക്കുക *vt* decorate
അലങ്കരിക്കുന്നയാൾ *n* decorator
അലങ്കാരം *n* decoration
അലങ്കാര ബട്ടൺ *n* stud
അലങ്കോലം *n* mess
അലമാര *n* cupboard
അലർച്ച *n* scream
അലർജി *n* allergy
അലർജിയുള്ള *adj* allergic
അലറുക *vi* scream
അലസത *n* laziness
അലസനായ *adj* lazy
അലസമായ *adj* casual
അലസമായി *adv* casually
അലസരായ, മടിയരായ *adj* idle
അലിഞ്ഞുചേരുക *v* dissolve
അലുമിനിയം *n* aluminium
താഴ്ന്ന പദവിയിലുള്ള *adj* associate
അല്പം പോലും *pron* any
അല്പമെങ്കിലും *adj* any
അൽപ്പം *adv* bit ▷ *adj* little
അൽബേനിയ *n* Albania
അൽബേനിയ ദേശത്തെ സംബന്ധിച്ച *adj* Albanian
അൽബേനിയൻ *n* Albanian
അൽബേനിയൻ ഭാഷ *n* Albanian
അല്ല, ഇല്ല *det* no ▷ *adv* not
അല്ലാത്തപക്ഷം *conj* otherwise ▷ *adv* otherwise
അല്ലാഹു *n* Allah
അല്ലെങ്കിൽ *adv* otherwise ▷ *conj* unless
അൽഷിമേഴ്സ് രോഗം, മറവിരോഗം *n* Alzheimer's disease
അളക്കുക *vt* measure
അളക്കുക, നിർണയിക്കുക *vt* gauge
അളവുകൾ *npl* measurements
അളവ് *n* quantity
അളിയൻ, സഹോദരിയുടെ ഭർത്താവ് *n* brother-in-law

അൾജീരിയ *n* Algeria
അൾജീരിയ ദേശത്തെ സംബന്ധിച്ച *adj* Algerian
അൾജീരിയൻ *n* Algerian
അൾത്താര, ബലിക്കല്ല് *n* altar
അഴിക്കുക *v* unroll ▷ *vt* unwrap
അഴിച്ചെടുക്കുക *vt* take apart
അഴിമതി *n* corruption
അഴിമതിക്കാരനായ *adj* corrupt
അഴുകുക *vi* decay
അഴുക്കിന്റെ പാട് *n* mark
അഴുക്കുചാൽ *n* sewer
അഴുക്കുനിറഞ്ഞ *adj* dirty
അഴുക്കുപുരണ്ട *adj* filthy
അഴുക്ക് *n* dirt
അവ *det* those ▷ *pron* those
അവകാശപത്രം *n* claim form
അവഗണന *n* neglect
അവഗണിക്കപ്പെട്ട *adj* neglected
അവഗണിക്കുക *vt* neglect
അവജ്ഞ *n* contempt
അവതരണം *n* (എന്തിന്റെയെങ്കിലും സംക്ഷിപ്ത വിവരണം നൽകുന്നത്) introduction; (ലേഖനങ്ങൾ, വസ്തുതകൾ തുടങ്ങിയവയുടെ അവതരണം) presentation
അവതാരകൻ *n* compere, presenter
അവധി *n* (ഹാജരല്ലാത്തത്) leave; (കാലാവധി) time off
അവധി, ഒഴിവ് *n* holiday
അവൻ *pron* he
അവന് *pron* him
അവന്റെ *det* his
അവന്റേത് *pron* his
അവയവം *n* organ
അവരുടെ *det* their ▷ *pron* theirs
അവർ *pron* they
അവർക്ക് *pron* them
അവർ തന്നെ *pron* themselves
അവലംബിക്കുക *vt* resort to
അവളുടെ *det* her
അവളുടേത് *pron* hers
അവൾ *pron* she
അവൾതന്നെ *pron* herself
അവശിഷ്ടങ്ങൾ *npl* remains
അവശേഷിച്ച *adj* left
അവസരം *n* chance, opportunity
അവസരം, സന്ദർഭം *n* occasion
അവസാനം *n* end
അവസാനം *adv* finally
അവസാനം, അന്ത്യം *n* finish
അവസാനത്തെ *adj* last
അവസാനമായി *adv* lastly
അവസാനമില്ലാത്ത *adj* endless
അവസാനിപ്പിക്കുക *vt* end
അവസ്ഥ *n* condition

അവസ്ഥ, സാഹചര്യം *n* case
അവാർഡ്, പുരസ്കാരം *n* award
അവിച്ച *adj* boiled
അവിടം *adv* there
അവിടെ *adv* there
അവിടേക്ക് *prep* towards
അവിരാമമായി *adv* non-stop
അവിവാഹിതൻ *n* bachelor
അവിവാഹിതയായ പ്രായം ചെന്ന സ്ത്രീ *n* spinster
അവിശ്വസനീയമായ *adj* unbelievable
അവ്യക്തം *adj* unclear
അവ്യക്തമായ *adj* vague
അശ്രദ്ധ *n* carelessness
അശ്രദ്ധ കൊണ്ടുണ്ടാകുന്ന തെറ്റ് *n* slip up
അശ്രദ്ധമായ *adj* sloppy
അശ്രദ്ധമായി *adv* inadvertently
അശ്രദ്ധമായി, ശ്രദ്ധയില്ലാതെ *adj* careless
അസംതൃപ്തമായ *adj* dissatisfied
അസംതൃപ്തികരമായ *adj* unsatisfactory
അസംബന്ധം *n* nonsense
അസംബന്ധമായ *adj* absurd
അസംസ്കൃതമായ *adj* raw
അസന്തുഷ്ടൻ *adj* unhappy
അസഹിഷ്ണുതയുള്ള *adj* intolerant
അസാം *n* Assam
അസാധാരണമായ *adj* extraordinary; (ക) unusual
അസാധു *n* invalid
അസാധുവായ *adj* void
അസാധ്യം *n* impossible
അസാധ്യമായ *adj* impossible
അസാന്നിധ്യം, അഭാവം *n* absence
അസാമാന്യ വലിപ്പമുള്ള *adj* outsize
അസിസ്റ്റന്റ് ഡയറക്ടർ *n* assistant director
അസുഖം *n* illness, sickness
അസുഖ അവധി *n* sick leave
അസുഖകാല വേതനം *n* sick pay
അസുഖമുള്ള *adj* ill, sick
അസൂയ *n* envy
അസൂയതോന്നുക *vt* envy
അസൂയയുള്ള *adj* envious
അസൂയാലുവായ, അസൂയയുള്ള *adj* jealous
അസെർബൈജാനി *n* Azerbaijani
അസെർബൈജാനിനെ സംബന്ധിച്ച *adj* Azerbaijani
അസെർബൈജാൻ *n* Azerbaijan
അസൌകര്യം *adj* uncomfortable

അസൌകര്യം *n* inconvenience
അസൌകര്യമുള്ള *adj* inconvenient
അസ്ത്രം, അമ്പ് *n* arrow
അസ്ഥാനത്ത് വയ്ക്കുക *vt* mislay
അസ്ഥി, എല്ല് *n* bone
അസ്ഥികൂടം *n* skeleton
അസ്ഥിരത *n* instability
അസ്ഥിരമായ *adj* unstable
അസ്വസ്ഥൻ *adj* shaky
അസ്വസ്ഥമാക്കുക *vt* upset
അസ്വസ്ഥമായ *adj* (ക്ഷീണമുള്ള) restless; (സ്വാഭാവിക സ്ഥിതിയിലില്ലാത്ത) upset
അസ്വാഭാവികമായ *adj* weird
അഹങ്കാരിയായ *adj* arrogant

ആംഗ്യം *n* gesture
ആംഗ്ലോ-ഇന്ത്യൻ *n* Anglo-Indian
ആകർഷകത്വമുള്ള, സൌന്ദര്യമുള്ള *adj* good-looking
ആകർഷകമല്ലാത്ത, വിരസമായ *adj* drab
ആകർഷകമായ *adj* attractive
ആകർഷകമായ, അതിരമണീയമായ *adj* gorgeous
ആകർഷകമായ, മെലിഞ്ഞു നീണ്ട *adj* delicate
ആകർഷകമായ, വശ്യതയുള്ള *adj* charming
ആകർഷണം *n* attraction
ആകർഷണശക്തി, വശ്യത *n* charm
ആകർഷണീയമായ *adj* exotic
ആകർഷിക്കുക *vt* attract
ആകസ്മികമായി കണ്ടുമുട്ടുക *vt* bump into
ആകസ്മികസംഭവം, യാദൃച്ഛികം *n* accident
ആകാശം *n* sky
ആകാശവലയം, രാശിസ്ഥാനം *n* zodiac
ആകെ *n* total
ആകെ, മൊത്തത്തിൽ *adv* altogether
ആകെയുള്ള *adj* total
ആക്രമണം *n* attack
ആക്രമിക്കുക *v* attack, strike
ആക്രമിച്ച് നശിപ്പിക്കുക *v* vandalize

ആക്രോശം *n* shout
ആക്രോശിക്കുക *v* shout, yell
ആക്സിൽ *n* axle
ആഗമനം, വരവ് *n* advent
ആഗസ്റ്റ് *n* August
ആഗോളപരമായ *adj* global
ആഗോളീകരണം, ആഗോളവൽക്കരണം *n* globalization
ആഗ്രഹം *n* desire
ആഗ്രഹിക്കുക *vt* wish ▷ *v* long
ആഘാതം *n* shock
ആഘോഷം *n* celebration
ആഘോഷിക്കുക *v* celebrate
ആചാരം *n* ceremony, custom
ആചാരവിരുദ്ധം *n* taboo
ആചാരസംബന്ധമായ *adj* ritual
ആജ്ഞ *n* command
ആജ്ഞാപിക്കുക *vt* order
ആടുക *v* swing
ആട് *n* goat
ആട്ടം *n* swing
ആട്ടിടയൻ *n* shepherd
ആട്ടിൻകുട്ടി *n* lamb
ആട്ടിൻതോൽ *n* sheepskin
ആട്ടിറച്ചി *n* mutton
ആട്ടോറിക്ഷ *n* auto rickshaw
ആഡംബരം *n* luxury
ആഡംബരം കാട്ടുക *v* show off
ആഡംബരമുള്ള *adj* luxurious
ആണായ *adj* male
ആണി *n* nail
ആൺകുട്ടി *n* boy
ആൺ ചെമ്മരിയാട് *n* ram
ആതിഥേയൻ *n* host
ആതിഥ്യമര്യാദ *n* hospitality
ആതുരശാല, വൈദ്യശാല *n* infirmary
ആത്മകഥ *n* autobiography
ആത്മനിയന്ത്രണം *n* self-control
ആത്മനിഷ്ഠമായ *adj* self-centred
ആത്മവിശ്വാസം *n* confidence ▷ *adj* self-assured
ആത്മവിശ്വാസമുള്ള *adj* confident
ആത്മവീര്യം *n* morale
ആത്മശിക്ഷണം *n* self-discipline
ആത്മഹത്യ *n* suicide
ആത്മാർത്ഥതയില്ലാത്ത *adj* insincere
ആത്മാർത്ഥതയുള്ള *adj* sincere
ആത്മാർത്ഥമായി *adv* sincerely
ആത്മാവ് *n* soul
ആത്മീയത *n* spirituality

ആത്മീയമായ *adj* spiritual
ആദായം *n* return; gain
ആദ്യം *n* first
ആദ്യത്തെ *adj* first
ആദ്യ നാമം *n* first name
ആദ്യപകർപ്പ് *n* proof
ആദ്യമായി *adv* first
ആധാരമാക്കുക, അടിസ്ഥാനമാക്കുക *vt* ground
ആധുനികം *adj* modern
ആധുനിക ഭാഷകൾ *npl* modern languages
ആധുനികമായ *adj* modern
ആധുനികവൽക്കരിക്കുക *vt* modernize
ആന *n* elephant
ആനക്കൊമ്പ്, ദന്തം *n* ivory
ആനന്ദം *n* joy
ആനന്ദകരമായ *adj* merry
ആനന്ദിക്കുക *vt* enjoy
ആനന്ദിപ്പിക്കുക, രസിപ്പിക്കുക *vt* amuse
ആനുകൂല്യം *n* concession
ആൻഡീസ് പർവ്വതം *npl* Andes
ആന്തരികമായ *adj* internal
ആന്ത്രവീക്കം, കുടൽവീക്കം *n* hernia
ആന്ധ്രപ്രദേശ് *n* Andhra Pradesh
ആന്റി *n* aunty
ആന്റിബയോട്ടിക്, രോഗാണുനാശിനി *n* antibiotic
ആന്റിബോഡി *n* antibody
ആഫ്രിക്ക *n* Africa
ആഫ്രിക്കൻ *adj* African
ആഫ്രിക്കൻസ് *n* Afrikaans
ആഭരണം *n* ornament
ആഭരണക്കട *n* jeweller
ആഭരണവ്യാപാരി *n* jeweller
ആഭാസം *n* vulgarity
ആഭാസമായ *adj* vulgar
ആഭ്യന്തര *adj* internal
ആഭ്യന്തരമായ *adj* domestic
ആഭ്യന്തരയുദ്ധം *n* civil war
ആമ *n* tortoise, turtle
ആയാസം *n* strain
ആയാസമുണ്ടാക്കുക *vt* strain
ആയിത്തീരുക *v* become, get
ആയിരം *num* thousand
ആയിരാമത്തെ *adj* thousandth
ആയുധം *n* weapon
ആയുധം ധരിച്ച, സായുധരായ *adj* armed
ആരംഭം *n* start
ആരംഭം, തുടക്കം *n* outset
ആരംഭത്തിൽ *adv* initially

ആരംഭത്തിൽ, തുടക്കത്തിൽ *adv* originally
ആരംഭിക്കുക, തുടങ്ങുക *vt* begin ▷ *v* start
ആരക്കാൽ *n* spoke
ആരാധകൻ *n* fan
ആരാധന *n* admiration
ആരാധിക്കുക *vt* admire; adore ▷ *v* worship
ആരും *n* nobody ▷ *pron* none
ആരുടെ *det* whose ▷ *pron* whose
ആരെ *pron* whom
ആരെങ്കിലും *pron* anybody
ആരോ *pron* somebody
ആരോഗ്യം *n* health
ആരോഗ്യകരമായ *adj* healthy
ആരോഗ്യപ്രദമായ *adj* healthy
ആരോടും *pron* anyone
ആരോടെങ്കിലും ഇഷ്ടം തോന്നുക *vt* fall for
ആരോപണം *n* allegation
ആരോപിക്കപ്പെട്ട *adj* alleged
ആര് *pron* who
ആർക്കും *pron* no one
ആർട്ടിക് സമുദ്രം *n* Arctic Ocean
ആർട്ടിക് സർക്കിൾ *n* Arctic Circle
ആർത്തനാദം, ഞരക്കം *vi* groan
ആർത്തവം *n* menstruation
ആർത്തവവിരാമം *n* menopause
ആർത്തി, അടങ്ങാത്ത വിശപ്പ് *n* bulimia
ആർപ്പുവിളി *n* cheer
ആർപ്പുവിളിക്കുക *v* cheer
ആറാമത്തെ *adj* sixth
ആറ് *num* six
ആലിപ്പഴം *n* hailstone
ആൽപ്സ് *npl* Alps
ആൽമരം *n* banyan tree
ആൾക്കുരങ്ങ് *n* chimpanzee
ആൾത്താമസമില്ലാത്ത *adj* uninhabited
ആഴം *n* depth
ആഴംകുറഞ്ഞ *adj* shallow
ആഴക്കടൽ, ഉൾക്കടൽ *n* bay
ആഴത്തിലുള്ള *adj* deep
ആഴ്ച *n* week
ആഴ്ചദിവസം *n* weekday
ആവരണം *n* cover
ആവരണങ്ങൾ *npl* brackets
ആവർത്തനം *n* repeat
ആവർത്തനം, ആവൃത്തി *n* frequency
ആവർത്തിക്കുക *vt* repeat
ആവർത്തിച്ചുള്ള *adj* repetitive
ആവർത്തിച്ച് *adv* repeatedly

ആവശ്യം *n* demand, need ▷ *vt* want
ആവശ്യം വരുക *vt* need
ആവശ്യകത *n* necessity; requirement
ആവശ്യത്തിലധികം ഉണ്ടാവുക *vt* spare
ആവശ്യത്തിലധികമാകൽ, ഉപരിപ്ലവത *n* redundancy
ആവശ്യപ്പെടുക *vt* ask for; demand
ആവശ്യമാകുക *v* must
ആവശ്യമാവുക *vt* require
ആവി *n* steam
ആവിഷ്കർത്താവ്, ഉപജ്ഞാതാവ് *n* inventor
ആവേശം *n* thrill
ആവേശഭരിതമായ *adj* exciting; thrilled
ആവേശമുള്ള *adj* excited
ആശംസാകാർഡ് *n* greetings card
ആശങ്ക *n* concern
ആശങ്കയുള്ള *adj* concerned
ആശങ്കയുള്ള, ആശങ്കാകുലരായ *adj* apprehensive
ആശങ്ക, സംശയം *n* reservation
ആശയം *n* idea
ആശയക്കുഴപ്പം *n* confusion, mix-up
ആശയക്കുഴപ്പമുണ്ടാകുക *vt* confuse
ആശയക്കുഴപ്പമുള്ള *adj* confused
ആശയവിനിമയം *n* communication
ആശയവിനിമയം നടത്തുക *vi* communicate
ആശയ്ക്കുവകയില്ലാത്ത, നിരാശാജനകമായ *adj* hopeless
ആശാരി, മരപ്പണിക്കാരൻ *n* carpenter, joiner
ആശാവാദിയായ *adj* positive
ആശുപത്രി *n* hospital
ആശ്ചര്യം *n* wonder
ആശ്ചര്യചിഹ്നം *n* exclamation mark
ആശ്രയിക്കുക *vt* count on, rely on ▷ *vi* depend
ആശ്ലേഷം *n* cuddle
ആശ്ലേഷം, ആലിംഗനം *n* hug
ആശ്ലേഷിക്കുക *vt* cuddle
ആശ്ലേഷിക്കുക, ആലിംഗനം ചെയ്യുക *vt* hug
ആശ്വാസം *n* relief
ആഷ്ട്രേ *n* ashtray
ആസൂത്രണം ചെയ്യൽ *n* planning
ആസൂത്രണം ചെയ്യുക *vt* devise ▷ *v* plan
ആസ്ട്രലേഷ്യ *n* Australasia

ആസ്ട്രിയ *n* Austria
ആസ്ട്രിയൻ *n* Austrian
ആസ്ട്രിയയെ സംബന്ധിച്ച *adj* Austrian
ആസ്ട്രേലിയ *n* Australia
ആസ്ട്രേലിയൻ *n* Australian
ആസ്ട്രേലിയയെ സംബന്ധിച്ച *adj* Australian
ആസ്ഥാനം *n* head office
ആസ്ഥാന മന്ദിരം *n* headquarters
ആസ്വദിക്കുക *vt* enjoy
ആസ്വാദ്യമായ *adj* enjoyable
ആഹാരം *n* food
ആഹാരസമയം *n* meal
ആഹ്ലാദം *n* delight, joy
ആഹ്ലാദകരമായ, സന്തുഷ്ടമായ *adj* delightful
ആഹ്ലാദിപ്പിക്കുന്ന *adj* delighted

ഇംഗ്ലണ്ടിനെ സംബന്ധിച്ച *adj* English
ഇംഗ്ലണ്ട് *n* England
ഇംഗ്ലീഷുകാരൻ *n* Englishman
ഇംഗ്ലീഷുകാരി *n* Englishwoman
ഇംഗ്ലീഷ് *n* English
ഇംഗ്ലീഷ് ഭാഷയിലെ വലിയ അക്ഷരം *n* capital
ഇംഫാൽ *n* Imphal
ഇക്കാലത്ത് *adv* nowadays
ഇക്കിളിയിടുക *vt* tickle
ഇക്കിളിയുളവാക്കുന്ന *adj* ticklish
ഇക്കിൾ *npl* hiccups
ഇക്വഡോർ *n* Ecuador
ഇഗ്നിഷൻ *n* ignition
ഇച്ഛ *n* will
ഇഞ്ചി *n* ginger
ഇഞ്ചുറി ടൈം *n* injury time
ഇഞ്ച് *n* inch
ഇടം *n* space
ഇടങ്കൈയ്യനായ *adj* left-handed
ഇടത് *n* left
ഇടതുപക്ഷത്തുള്ള *adj* left-wing
ഇടതുവശത്തുള്ള *adj* left-hand
ഇടത്തരം *adj* medium
ഇടത്തുവശം *n* left side
ഇടത്തേയ്ക്ക് *adv* towards the left
ഇടനാഴി *n* corridor, passage
ഇടനിലക്കാരൻ, ദല്ലാൾ *n* broker
ഇടപാടുകാരൻ *n* client
ഇടപാട് *n* deal, transaction

ഇടപെടുക, കൈകാര്യം ചെയ്യുക *vt* deal with
ഇടയ്ക്കിടെ *adv* occasionally
ഇടയ്ക്കുള്ള *adj* intermediate
ഇടയ്ക്ക് *prep* between
ഇടവഴി *n* lane
ഇടവേള *n* interval
ഇടി *n* (കൈയോ മറ്റെന്തിങ്കിലുമോ കൊണ്ടുള്ളത്) hit; (മിന്നലിനു ശേഷമുണ്ടാകുന്ന ശബ്ദം) thunder
ഇടിക്കുക *v* thump
ഇടിച്ചിടുക *vt* run over
ഇടിച്ചു നിരത്തുക *vt* knock down, pull down
ഇടിമിന്നലോടു കൂടിയ *adj* thundery
ഇടിമിന്നൽ *n* thunderstorm
ഇടുക, വയ്ക്കുക *vt* lay
ഇടുങ്ങിയ *adj* narrow
ഇടുപ്പ് *n* hip
ഇട്ടു നോക്കുക *vt* try on
ഇണങ്ങിച്ചേരുക *v* adjust
ഇണങ്ങുക, യോജിക്കുക *v* match
ഇണ, ജോടി *n* mate
ഇതിനായി *prep* for
ഇതുവരെ *adv* yet
ഇത് *det* this ▷ *pron* this
ഇത്താനഗർ *n* Itanagar
ഇനം, തരം *n* type
ഇനാമൽ *n* enamel
ഇന്തോചൈന *n* Indochina
ഇന്തോനേഷ്യ *n* Indonesia
ഇന്തോനേഷ്യൻ *n* Indonesian
ഇന്തോനേഷ്യയെ സംബന്ധിച്ച *adj* Indonesian
ഇന്ത്യോ–പാക് *n* Indo-Pak
ഇന്ത്യൻ, ഭാരതീയർ *n* Indian
ഇന്ത്യൻ മഹാസമുദ്രം *n* Indian Ocean
ഇന്ത്യ, ഭാരതം *n* India
ഇന്ദ്രജാലം *n* magic
ഇന്ദ്രിയം, വിവേകം *n* sense
ഇന്ദ്രിയസുഖം നൽകുന്ന *adj* sensuous
ഇന്ധനം *n* fuel
ഇന്നലെ *adv* yesterday
ഇന്നു രാത്രി *adv* tonight
ഇന്ന് *adv* today
ഇൻവോയിസ് *n* invoice
ഇൻവോയിസ് അയയ്ക്കുക *vt* invoice
ഇൻസുലേഷൻ *n* insulation
ഇപ്പോൾ *adv* just, now
ഇപ്പോൾ, വർത്തമാനകാലം *n* present
ഇപ്പോഴും *adv* still
ഇമെയിൽ *n* email
ഇയു *n* EU

ഇര *n* (ഇരയായ ജീവി) prey; (ഏതെങ്കിവും അപകടത്തിന് ഇരയായത്) victim
ഇരട്ട *adj* even ▷ *n* twin
ഇരട്ടക്കട്ടിൽ *npl* twin beds
ഇരട്ടഗ്ലാസ് *n* double glazing
ഇരട്ടപ്പേര് *n* nickname
ഇരട്ടയായ *adj* double
ഇരട്ടിക്കുക *v* double
ഇരിക്കുക *vi* sit
ഇരിക്കൂ *v* sit down
ഇരുട്ടറ *n* dungeon
ഇരുട്ട് *n* dark, darkness
ഇരുണ്ട നിറമുള്ള *adj* tanned
ഇരുണ്ട, വെളിച്ചമില്ലാത്ത *adj* dark
ഇരുപതാമത് *adj* twentieth
ഇരുപത് *num* twenty
ഇരുമ്പുപെട്ടി *n* trunk
ഇരുമ്പ് *n* iron
ഈർപ്പമുള്ള *adj* humid
ഇറക്കം *n* descent
ഇറക്കുമതി *n* import
ഇറക്കുമതി ചെയ്യുക *vt* import
ഇറാക്കുമായി ബന്ധപ്പെട്ട *adj* Iraqi
ഇറാക്ക് *n* Iraq
ഇറാഖി *n* Iraqi
ഇറാനിയൻ *n* Iranian
ഇറാനുമായി ബന്ധപ്പെട്ട *adj* Iranian
ഇറാൻ *n* Iran
ഇറുക്കം *n* tightness
ഇറുകിയ *adj* tight
ഇറ്റലി *n* Italy
ഇറ്റലിയെ സംബന്ധിക്കുന്ന *adj* Italian
ഇറ്റാലിയൻ *n* Italian
ഇറ്റാലിയൻ ഭാഷ *n* Italian
ഇറ്റുവീഴുക *vi* drip
ഇല *n* leaf
ഇലക്ട്രിക്കൽ *adj* electrical
ഇലക്ട്രിക് കേബിൾ *n* flex
ഇലക്ട്രോണിക് *adj* electronic
ഇൽ *prep* at
–ഇൽ (എന്തെങ്കിലും ഏതു സമയത്തു സംഭവിച്ചു എന്നതിനെ സൂചിപ്പിക്കുന്നു) *prep* in
ഇല്ല *excl* no!
ഇളം *adj* light
ഇളം ചുവപ്പുള്ള *adj* pink
ഇളം ചൂടുള്ള *adj* warm
ഇളം നീലനിറമുള്ള *adj* mauve
ഇളകുക *v* rock
ഇളക്കുക *vt* stir
ഇളങ്കാറ്റ് *n* breeze
ഇളയവൾ *n* young girl
ഇളവ്, കിഴിവ് *n* discount
ഇഴയുക *vi* (മനുഷ്യർ, ജന്തുക്കൾ തുടങ്ങിയവ) crawl; (മനുഷ്യേതരരും, സസ്യങ്ങളും) creep
ഇവ *det* these

ഇവിടെ *adv* here
ഇഷ്ടം *n* like
ഇഷ്ടക്കേടുള്ള *adj* resentful
ഇഷ്ടപ്പെടാതിരിക്കുക *vt* dislike
ഇഷ്ടപ്പെടുക *vt* (പൊതുവായത്) like; (പ്രത്യേകമായത്) love
ഇസ്തിരിപ്പെട്ടി *n* iron box
ഇസ്തിരി മേശ *n* ironing board
ഇസ്തിരിയിടൽ *n* ironing
ഇസ്തിരിയിടുക *v* iron
ഇസ്രയേലി *n* Israeli
ഇസ്രയേലിനെ സംബന്ധിക്കുന്ന *adj* Israeli
ഇസ്രയേൽ *n* Israel
ഇസ്ലാംമതം *n* Islam
ഇസ്ലാംമതത്തെ സംബന്ധിച്ച *adj* Islamic

ഈടുകൊടുക്കുക *vt* mortgage
ഈണം *n* tune
ഈ തീയതിയ്ക്കു മുൻപ് – മികച്ചത് *n* best-before date
ഈദ് *n* Muslim holiday marking the end of Ramadan
ഈദ്–ഉൽ–ഫിത്ര് *n* Muslim holiday marking the end of Ramadan
ഈയം *n* lead
ഈയമില്ലാത്ത *adj* lead-free
ഈയാം പാറ്റ, നിശാശലഭം *n* moth
ഈർപ്പം *n* humidity, moisture
ഈർപ്പമുള്ള *adj* moist
ഈറൻ *n* wet
ഈറനുള്ള *adj* damp
ഈസ്റ്റർ എഗ്ഗ് *n* Easter egg

ഈ

ഈ *pron* these
ഈച്ച *n* fly
ഈജിപ്തിനെ സംബന്ധിച്ച *adj* Egyptian
ഈജിപ്ത് *n* Egypt
ഈജിപ്ത്യൻ *n* Egyptian

ഉക്രേനിയൻ *n* (രാജ്യം) Ukraine; (ഭാഷ) Ukrainian ▷ *adj* (ജനങ്ങളെ സംബന്ധിച്ച) Ukrainian
ഉഗാണ്ട *n* Uganda

ഉഗാണ്ടൻ *adj* Ugandan ⊳ *n* Ugandan
ഉഗ്രമായ, ഘോരമായ *adj* grim
ഉചിതമായ *adj* appropriate
ഉചിതമായ, യോഗ്യമായ *adj* fit
ഉച്ച *n* noon
ഉച്ചകോടി *n* summit
ഉച്ചതിരിഞ്ഞുള്ള സമയം *n* afternoon
ഉച്ചത്തിലുള്ള *adj* loud
ഉച്ചത്തിൽ *adv* loudly
ഉച്ചത്തിൽ സംസാരിക്കുക *vi* speak up
ഉച്ചഭക്ഷണം *n* lunch
ഉച്ചഭക്ഷണ ഇടവേള *n* lunch break
ഉച്ചഭക്ഷണ സമയം *n* lunch time
ഉച്ചഭാഷിണി *n* loudspeaker
ഉച്ചരിക്കുക *vt* pronounce
ഉച്ചസ്ഥായി സ്വരമുള്ള ഗായകനോ ഗായികയോ *n* soprano
ഉച്ചാരണം *n* pronunciation
ഉച്ചസ്ഥായിയിൽ പാടുന്നയാൾ *n* tenor
ഉച്ഛ്വസിക്കുക, ശ്വാസം പുറത്തേയ്ക്ക് വിടുക *v* breathe out
ഉജ്ജ്വലമായ *adj* excellent
ഉടനെ. തത്ക്ഷണം *adv* immediately
ഉടനെ, പെട്ടെന്ന് *adv* soon
ഉടൻ *adv* shortly
ഉടമസ്ഥത *n* possession
ഉടമസ്ഥനായിരിക്കുക, കൈവശം ഉണ്ടായിരിക്കുക *vt* possess
ഉടമസ്ഥൻ *n* owner
ഉടമ്പടി *n* treaty
ഉടയാട *n* costume
ഉടയുക, പൊട്ടുക *v* break
ഉടുതുണി അഴിക്കുക *v* strip
ഉടുപ്പ് *n* dress
ഉണക്കമീൻ *n* kipper
ഉണക്കമുന്തിരി *n* raisin
ഉണങ്ങ് *vi* dry
ഉണക്ക് *vt* dry
ഉണങ്ങിയ, ജലാംശമില്ലാത്ത *adj* dried
ഉണരുക *vi* wake up
ഉണർത്തുക *vt* awake
ഉണർന്നിരിക്കുന്ന *adj* awake
ഉണ്ട, ചെറിയ ഉരുള *n* pellet
ഉണ്ടാകുക *vt* have
ഉണ്ടാക്കുക *vt* make
ഉണ്ടാക്കുക, കാരണമാവുക *vt* cause
ഉണ്ടാക്കുക,സൃഷ്ടിക്കുക *vt* create
ഉണ്ടായിരിക്കുക *prep* on
ഉണ്ട് *v* be
ഉത്കണ്ഠ *n* anxiety
ഉത്കണ്ഠയുള്ള, ഉത്തേജകമായ *adj* sensational

ഉത്കൃഷ്ടം *adj* excellent
ഉത്കൃഷ്ടകലാസൃഷ്ടി *n* masterpiece
ഉത്തമം *n* best
ഉത്തമകലാസൃഷ്ടി *n* classic
ഉത്തമമായ *adj* classic
ഉത്തമമായ, ഏറ്റവും നല്ല *adj* best
ഉത്തരം *n* answer
ഉത്തരം പറയുക *v* answer
ഉത്തരധ്രുവം *n* Arctic, North Pole
ഉത്തരവാദിത്തം *n* responsibility
ഉത്തരവാദിത്തമില്ലാത്ത *adj* irresponsible
ഉത്തരവാദിത്തമുള്ള *adj* responsible
ഉത്തരവാദിയായ, വിശദീകരണം നൽകേണ്ട *adj* accountable
ഉത്തർപ്രദേശ് *n* Uttar Pradesh
ഉത്തരാഖണ്ഡ് *n* Uttarakhand
ഉത്തോലകം *n* lever
ഉത്ഭവം *n* origin
ഉത്സവം *n* festival
ഉത്സവം, ഘോഷയാത്ര *n* carnival
ഉത്സാഹം *n* enthusiasm ▷ *npl* spirits
ഉത്സാഹഭരിതനായ *adj* cheerful
ഉത്സാഹമുള്ള, ചുറുചുറുക്കുള്ള *adj* lively
ഉത്സാഹിയായ *adj* enthusiastic
ഉദരം *n* abdomen
ഉദാരത *n* generosity
ഉദാരമായ *adj* generous
ഉദാസീനനായ *adj* easy-going
ഉദാഹരണം *n* example, instance
ഉദാഹരണമായി *abbr* e.g.
ഉദാഹരണസഹിതമുള്ള വിശദീകരണം *n* demonstration
ഉദ്ദിഷ്ടസ്ഥാനം *n* destination
ഉദ്ദേശം *n* approximate
ഉദ്ദേശപൂർവ്വം ചെയ്യുക *vt* mean
ഉദ്ദേശിക്കുക *v* intend
ഉദ്ദേശ്യം *n* cause
ഉദ്ധരണി *n* quotation, quote
ഉദ്ധരണി ചിഹ്നങ്ങൾ *npl* quotation marks
ഉദ്ധരിക്കുക *vt* quote
ഉദ്യമം *n* initiative
ഉദ്യോഗം *n* profession
ഉദ്യോഗപ്രഭുത്വം *n* bureaucracy
ഉദ്യോഗസംബന്ധമായ *adj* professional
ഉദ്യോഗസംബന്ധമായി *adv* professionally
ഉദ്യോഗസ്ഥൻ *n* officer

ഉദ്യോഗസ്ഥർ *npl* personnel
ഉന്നം നോക്കി എറിയുക *vt* pitch
ഉന്നം പിഴയ്ക്കുക *v* miss
ഉന്നത പദവിയിലുള്ള *adj* senior
ഉന്നത വിദ്യാഭ്യാസം *n* higher education
ഉന്നയിക്കുക, മുന്നോട്ടുവയ്ക്കുക *vt* put forward
ഉന്മത്തൻ *n* maniac
ഉന്മൂലനം, നാശം *n* destruction
ഉന്മേഷം *n* cheerfulness
ഉന്മേഷദായകമായ *adj* refreshing
ഉപകരണം *n* (വൈദ്യുതികൊണ്ടുള്ളതോ, യാന്ത്രികമായതോ) device; (ഔദ്യോഗികമായത്) equipment; (ശാസ്ത്രീയമായത്) instrument; (യാന്ത്രികമായത്) tool
ഉപകരണങ്ങൾ *npl* apparatus
ഉപഗ്രഹം *n* satellite
ഉപജീവനം *n* living
ഉപദേശം *n* advice
ഉപദേശം തേടുക *v* consult
ഉപദേശിക്കുക *vt* advise
ഉപദേഷ്ടാവ്, ഡോക്ടർ *n* consultant
ഉപദ്രവിക്കുക, ഹാനിവരുത്തുക *vt* harm
ഉപദ്വീപ് *n* peninsula
ഉപന്യാസം *n* essay
ഉപഭോക്താവ് *n* (സാധനങ്ങൾ വാങ്ങുന്ന ആൾ) consumer; (സേവനങ്ങൾ ഉപയോഗപ്പെടുത്തുന്ന ആൾ) customer
ഉപമേധാവി *n* deputy head
ഉപയോക്താവ് *n* user
ഉപയോഗം *n* use
ഉപയോഗപ്പെടുത്തൽ *n* exploitation
ഉപയോഗപ്പെടുത്തുക *vt* exploit
ഉപയോഗപ്രദമായ *adj* handy, useful
ഉപയോഗമില്ലാത്ത *adj* useless
ഉപയോഗശൂന്യമായ വസ്തുക്കൾ, അനാവശ്യവസ്തുക്കൾ *n* junk
ഉപയോഗിക്കുക *vt* use
ഉപയോഗിച്ച *adj* used
ഉപവാക്യം *n* clause
ഉപശീർഷകം *n* subheading
ഉപശീർഷകങ്ങളുള്ള *adj* subtitled
ഉപാധി *n* condition
ഉപാധികളില്ലാത്ത *adj* unconditional

ഉപാന്ത്യത്തിലുള്ള *adj* penultimate
ഉപേക്ഷിക്കുക *vt* abandon, quit
ഉപ്പുവെള്ളം *adj* saltwater
ഉപ്പൂറ്റി *n* heel
ഉപ്പേരി, വറ്റൽ *npl* chips
ഉപ്പ് *n* salt
ഉമിനീര് *n* saliva
ഉമ്മവയ്ക്കുക, മുത്തം നൽകുക, ചുംബിക്കുക *v* kiss
ഉയരം, ഔന്നത്യം *n* altitude
ഉയരം കൂടിയ *adj* tall
ഉയരം, പൊക്കം *n* height
ഉയരത്തിൽ *adv* high
ഉയരുക *v* go up ▹ *vi* rise
ഉയർച്ച *n* rise
ഉയർച്ച, വർദ്ധനവ് *n* increase
ഉയർത്തുക *vt* lift, raise
ഉയർന്ന *adj* high ▹ *n* top
ഉയർന്ന, പൊക്കമുള്ള *adj* high
ഉയർന്ന ശബ്ദം *n* loud noise
ഉരഗം *n* reptile
ഉരയ്ക്കുക *vt* scrub ▹ *v* speak
ഉരുകുക *vi* melt
ഉരുകുന്ന മഞ്ഞ് *n* slush
ഉരുക്കുക *vt* melt
ഉരുട്ടുക *vt* roll
ഉരുണ്ട പിടി, ഉരുണ്ട ബട്ടൺ *n* knob
ഉരുളക്കിഴങ്ങ് *n* potato
ഉറക്കം *n* sleep
ഉറക്കെ *adv* aloud
ഉറങ്ങുക *vi* sleep
ഉറങ്ങുവാൻ പോകുന്ന സമയം *n* bedtime
ഉറച്ചുപോയ *adj* stuck
ഉറപ്പാക്കുക *vt* ensure
ഉറപ്പായ, നിർണായക *adj* decisive
ഉറപ്പായ, നിശ്ചയമുള്ള *adj* sure
ഉറപ്പിച്ച് ശരിയാക്കുക *vt* fix
ഉറപ്പില്ലാത്ത *adj* unsure
ഉറപ്പുകൊടുക്കുക *vt* guarantee
ഉറപ്പുനൽകുക *vt* assure
ഉറപ്പുള്ള, കട്ടിയുള്ള *adj* firm
ഉറപ്പ് *n* guarantee
ഉറ, മൂടി *n* cover
ഉറുഗ്വായൻ *adj* Uruguayan ▹ *n* Uruguayan
ഉറുഗ്വേ *n* Uruguay
ഉറുദു *n* Urdu
ഉറുമ്പ് *n* ant
ഉറ്റ *adj* intimate
ഉറ്റബന്ധം *n* attachment
ഉറ്റബന്ധമുള്ള *adj* attached
ഉറ്റുനോക്കുക *vi* gaze
ഉലാത്തുക *n* stroll
ഉൽപന്നം *n* product
ഉൽപാദകൻ *n* producer

ഉൽപാദനം *n* production
ഉൽപാദനക്ഷമത *n* productivity
ഉൽപാദിപ്പിക്കുക *vt* produce
ഉൽപ്പാദകർ *n* manufacturer
ഉൽപ്പാദിപ്പിക്കുക *vt* manufacture
ഉല്ലാസയാത്ര *n* picnic
ഉളുക്കുക *vt* sprain
ഉളുക്ക് *n* (പേശികൾക്ക് ഉണ്ടാകുന്നത്) spasm; (ശരീരഭാഗത്ത് എവിടെയെങ്കിലും ഉണ്ടാകുന്നത്) sprain
ഉൾക്കൊള്ളാൻ *vt* accommodate
ഉൾക്കൊള്ളുക *vt* contain
ഉൾപ്പെടുക *vt* include; involve
ഉൾപ്പെടുക *vt* consist of
ഉൾപ്പെടുന്ന, അടങ്ങിയ *adj* inclusive
ഉൾപ്പെടെ *prep* including
ഉൾപ്പെട്ട *adj* included
ഉൾഭാഗം *n* core; interior
ഉള്ള *prep* with
ഉള്ളം കൈ *n* palm
ഉള്ളടക്കം *n* content
ഉള്ളറ *n* cellar
ഉള്ളിലുള്ളവ *npl* contents
ഉള്ളിലൂടെ *prep* through
ഉള്ളിലെ *adj* inner
ഉള്ളിലെ കുഴൽ *n* inner tube
ഉഴുക *vt* plough
ഉഷ്ണമേഖലാ *adj* tropical
ഉസ്ബക്കിസ്ഥാൻ *n* Uzbekistan

ഊ

ഊഞ്ഞാൽക്കിടക്ക *n* hammock
ഊടുവഴി *n* alley
ഊണു മുറി *n* dining room
ഊതുക *vt* blow
ഊന്നൽ കൊടുക്കൽ *n* stress
ഊന്നിപ്പറയുക *vt* stress
ഊന്നിപ്പറയുക, എടുത്തുപറയുക *vt* emphasize
ഊന്നുവടി *n* walking stick
ഊർജ്ജം *n* energy
ഊർജ്ജസ്വലരായ, ചുറുചുറുക്കുള്ള *adj* energetic
ഊഹം *n* guess
ഊഹിക്കുക *v* guess, speculate ▷ *vt* presume
ഊഹിച്ചെടുക്കുക *vt* assume

ഋ

ഋതു *n* season

എ

എംഎസ് *n* MS
എംപി3 പ്ലെയർ *n* MP3 player
എംപി4 പ്ലെയർ *n* MP4 player
എംപിഎച്ച് *abbr* mph
എംബസി *n* embassy
എക്സ് റേ *n* X-ray
എക്സ്റ്റെൻഷൻ കേബിൾ *n* extension cable
എങ്കിലും *conj* although, though
എങ്കിൽ *conj* if
എങ്കിൽ, എന്നുവരികിൽ *conj* supposing
എങ്കിൽ കൂടി, എങ്കിൽ പോലും *adv* even
എങ്ങനെ *adv* how
എങ്ങനെയോ *adv* somehow
എങ്ങിനെയെങ്കിലും *adv* anyhow
എച്ചിൽ *npl* leftovers
എഞ്ചിനീയർ *n* engineer
എഞ്ചിനീയറിംഗ് *n* engineering
എടുക്കുക *vt* take
എടുത്തുകാണിക്കുക *vi* stand out
എടുത്തുകൊണ്ടുവരുക *vt* get
എടുത്തുമാറ്റുക *v* take off
എട്ടാമത്തെ *adj* eighth
എട്ടിലൊന്ന് *n* eighth
എട്ട് *num* eight
എണ്ണ *n* oil
എണ്ണക്കിണർ *n* oil well
എണ്ണ പുരട്ടുക *vt* oil
എണ്ണ ശുദ്ധീകരണശാല *n* oil refinery
എണ്ണിത്തിട്ടപ്പെടുത്തുക *vt* count
എണ്ണുക *vi* count
എൺപത് *num* eighty
എതിരായി *prep* against, versus
എതിരാളി *n* competitor; opponent
എതിരെ *prep* against
എതിരെയായി *adv* opposite
എതിരെയുള്ള *adj* opposite
എതിർക്കുക *vt* oppose
എതിർക്കുന്ന *adj* opposing
എതിർത്ത *adj* opposed

എതിർപ്പുള്ള, വിരോധമുള്ള *adj* hostile
എതിർപ്പ് *n* objection, opposition
എതിർവശത്ത്, എതിരെ *n* opposite side
എത്തിച്ചുകൊടുക്കൽ *n* delivery
എത്തിച്ചുകൊടുക്കുക *vt* deliver
എത്തിച്ചേരൽ *n* arrival
എത്തിച്ചേരാതിരിക്കുക *v* turn up
എത്തിച്ചേരുക *vi* arrive ▷ *vt* reach
എത്തിപ്പിടിക്കുക *vi* reach
എത്യോപ്യ *n* Ethiopia
എത്യോപ്യൻ *n* Ethiopian
എത്യോപ്യയെ സംബന്ധിച്ച *adj* Ethiopian
എത്ര *adv* how
എത്രയും പെട്ടെന്ന് *abbr* asap
എൻജിൻ *n* engine
എന്തിനും തുനിഞ്ഞ *adj* desperate
എന്തുകൊണ്ട് *adv* why
എന്തുതന്നെയായാലും *conj* whatever
എന്തോ *pron* something
എന്ത് *det* what ▷ *pron* what
എന്നതിനേക്കാൾ *prep* than
എന്നന്നേയ്ക്കും *adv* forever
എന്നാലും *adv* though
എന്നിരുന്നാലും *adv* however
എന്നിരുന്നാലും, എന്നിട്ടും *adv* nevertheless
എന്നോട്, എന്നെ *pron* me
എൻബി *abbr* NB
എന്റെ *det* my
എന്റേത് *pron* mine
എപ്പോൾ *adv* when ▷ *conj* when
എപ്പോഴും *adv* always
എപ്പോഴെങ്കിലും *adv* sometime
എയ്ഡ്സ് *n* AIDS
എരിവുള്ള *adj* hot
എറിഞ്ഞു പൊന്തിക്കുക *v* bounce
എറിയുക *vt* throw
എലി *n* rat
എല്ലാ *adj* every
എല്ലാം *pron* all, everything
എല്ലായിടത്തും *adv* everywhere
എല്ലായ്പ്പോഴും, സദാ *adv* always
എല്ലാവരും *pron* everybody
എവറസ്റ്റ് *n* Everest
എളുപ്പം *adv* easily
എളുപ്പത്തിൽ വളയുന്ന *adj* flexible
എളുപ്പമുള്ള *adj* easy
എഴുതിയെടുക്കുക *vt* note down, write down

എ

എഴുതുക *v* write
എഴുതുന്ന പേപ്പർ *n* writing paper
എഴുത്തുകാരൻ *n* writer
എഴുത്തുമേശ, ഡെസ്ക് *n* desk
എഴുത്ത് *n* writing
എഴുന്നേൽക്കുക *v* get up
എഴുപത് *num* seventy
എവിടെ *adv* where ▷ *conj* where
എവിടെങ്കിലും *adv* someplace
എവിടെയെങ്കിലും *adv* somewhere
എവിടെയും *adv* anywhere
എസ്തോണിയ *n* Estonia
എസ്തോണിയൻ *n* Estonian
എസ്തോണിയയെ സംബന്ധിച്ച *adj* Estonian

ഏകദേശം *adv* almost, nearly
ഏകദേശമായ, ഏകദേശം *adj* approximate
ഏകദേശമായി *adv* approximately
ഏകവചനം *n* singular
ഏകാംഗകലാരൂപം *n* solo
ഏകാംഗ പ്രകടനം നടത്തുന്നയാൾ *n* soloist
ഏകാകി *n* solitary person
ഏകാകിയായ, ഏകാന്തമായ *adj* lonesome
ഏകാഗ്രത *n* concentration
ഏകാധിപത്യം *n* monopoly
ഏകാധിപത്യമുള്ള *adj* autonomous
ഏകാന്തത *n* loneliness
ഏകാന്തമായ, ഒറ്റയ്ക്കുള്ള *adj* lonely
ഏക്കർ *n* acre
ഏജൻസി *n* agency
ഏടുത്തുമാറ്റുക *vt* take away
ഏണി *n* ladder
ഏണിപ്പടി *n* stave
ഏതാണ്ട്, ഏകദേശം *adv* about
ഏതിന്റെയെങ്കിലും ഭാഗമായതിനെ സൂചിപ്പിക്കുന്നു. *prep* of
ഏതെങ്കിലും *det* any
ഏതെങ്കിലും ദുശ്ശീലത്തിന് അടിമയായ *adj* addicted
ഏതെങ്കിലും ദുശ്ശീലത്തിന് അടിമയായ ആൾ *n* addict
ഏതെങ്കിലും പ്രത്യേക ആവശ്യത്തിന് ഉപകരിക്കുന്ന സാധനങ്ങൾ അടക്കം ചെയ്തിരിക്കുന്ന പെട്ടി *n* kit

ഏതെങ്കിലും വിധത്തിൽ *adv* anyway
ഏത് *det* which ▷ *pron* which
ഏത്തപ്പഴം *n* banana
ഏപ്രിൽ മാസം *n* April
ഏമ്പക്കം *n* burp
ഏമ്പക്കം വിടുക *vi* burp
ഏർപ്പാടുചെയ്യുക *v* arrange
ഏർപ്പാട് *n* arrangement
ഏർപ്പെടുക, ഭാഗഭാക്കാകുക *vt* get into
ഏറെ *pron* more
ഏറെക്കുറെ *adv* largely, rather
ഏറെക്കുറെ, സാമാന്യം *adv* fairly, pretty
ഏറ്റക്കുറച്ചിലുണ്ടാകുക *vi* range
ഏറ്റവും അവസാനം *n* dead end
ഏറ്റവും ഇളയതായ *adj* youngest
ഏറ്റവും ഒടുവിലായി *adv* last
ഏറ്റവും കുറഞ്ഞ *adj* minimal
ഏറ്റവും കുറഞ്ഞ അളവ് *n* minimum
ഏറ്റവും കുറഞ്ഞത് *adv* at least
ഏറ്റവും കൂടിയ *adj* maximum
ഏറ്റവും കൂടുതൽ വിറ്റഴിയുന്ന പുസ്തകം *n* bestseller
ഏറ്റവും ചെറിയ *adj* least
ഏറ്റവും നന്നായി *adv* best
ഏറ്റവും മോശമായ *adj* worst
ഏറ്റുമുട്ടൽ, യുദ്ധം *n* battle, fighting
ഏറ്റുമുട്ടുക *vi* clash
ഏറ്റെടുക്കുക *v* take over ▷ *n* takeover
ഏൽപ്പിക്കപ്പെട്ട ചുമതല *n* assignment
ഏഴാമത്തെ *adj* seventh
ഏഴിലൊന്ന് *n* seventh
ഏഴ് *num* seven
ഏഷ്യ *n* Asia
ഏഷ്യൻ *n* Asian
ഏഷ്യയെ സംബന്ധിച്ച *adj* Asian

ഐക്യം *n* league
ഐക്യകണ്ഠമായുള്ള *adj* unanimous
ഐക്യരാഷ്ട്രസഭ *n* United Nations
ഐച്ഛികമായ *adj* optional
ഐടി *n* IT
ഐഡി കാർഡ് *n* ID card
ഐതിഹ്യം *n* legend

ഐറിഷുകാരൻ *n* Irishman
ഐറിഷുകാരി *n* Irishwoman
ഐറിഷ് *n* Irish
ഐസ് *n* ice
ഐസ് ക്യൂബ് *n* ice cube
ഐസ് ക്രീം *n* ice cream
ഐസ് മിഠായി *n* ice lolly
ഐസ്‌ലാന്റിക്ക് ഭാഷ *n* Icelandic
ഐസ്‌ലാന്റിനെ സംബന്ധിച്ച *adj* Icelandic
ഐസ്‌ലാന്റ് *n* Iceland
ഐസ്‌വാൾ *n* Aizawl
ഐസ് ഹോക്കി *n* ice hockey

63

ഒക്കച്ചങ്ങാതി, വിവാഹവേളയിൽ വരന്റെ സുഹൃത്ത് *n* best man
ഒച്ച, ഇരമ്പൽ *n* din
ഒച്ചയുണ്ടാക്കുന്ന *adj* noisy
ഒച്ച് *n* slug, snail
ഒട്ടകപക്ഷി *n* ostrich
ഒട്ടിക്കുക *vt* paste, stick
ഒട്ടിച്ചു ചേർക്കുക *vt* fix
ഒട്ടുന്ന *adj* sticky
ഒതുക്കം *n* modesty
ഒതുക്കമുള്ള *adj* compact, modest
ഒത്തുകൂടുക *vi* meet up
ഒത്തുചേരുക *v* get together
ഒത്തുചേരുക, ഒത്തുകൂടുക *v* gather
ഒത്തുതീർപ്പാകുക *vi* compromise
ഒത്തുതീർപ്പാക്കുക *vt* settle
ഒത്തുതീർപ്പ് *n* compromise
ഒത്തൊരുമിച്ചു പോകുക, സുഹൃദ്ബന്ധത്തിൽ കഴിയുക *v* get on
ഒന്നിച്ചു ചേരുക *v* club together
ഒന്നിച്ചുചേർക്കുക, ഒന്നിച്ചു കൊണ്ടുവരുക *v* round up
ഒന്നിച്ചുള്ള *adj* collective
ഒന്നിച്ചുള്ള, സംയുക്തമായ *adj* joint
ഒന്നിച്ച് പ്രവർത്തിക്കുക *vi* collaborate
ഒന്നിടവിട്ട, ഇടവിട്ടുള്ള *adj* alternate
ഒന്നിനു മുകളിൽ മറ്റൊന്ന് എന്ന രീതിയിൽ ഉറപ്പിച്ചിട്ടുള്ള രണ്ടു കിടക്കകൾ *npl* bunk beds
ഒന്നിൽ നിന്ന് മറ്റൊന്നിലേക്ക് മാറുക *vi* switch
ഒന്നും, എന്തും, എന്തെങ്കിലും *pron* anything
ഒന്നുമില്ല *n* nothing

ഒന്ന് *num* one
ഒന്നോ രണ്ടോ *n* one or two
ഒൻപത് *num* nine
ഒൻപതാമത്തെ *adj* ninth
ഒൻപതിൽ ഒന്ന് *n* ninth
ഒപ്പം *prep* with
ഒപ്പത്തിനെത്തുക *vt* equal
ഒപ്പമെത്തുക *vi* catch up
ഒപ്പിടുക *vt* initial ▷ *v* sign
ഒപ്പു കടലാസ് *n* tracing paper
ഒപ്പ് *n* signature
ഒമാൻ *n* Oman
ഒമ്പത് *num* nine
ഒരാളുടേതോ ഒരു സ്ഥലത്തിന്റേതോ ആകുക *vi* belong
ഒരാൾ *n* one person
വരി, ക്യൂ *n* queue
ഒരാൾക്ക് ഒപ്പം ഓടി എത്താൻ ശ്രമിക്കുക *v* keep up
ഒരിക്കലും *adv* never
ഒരിക്കൽ *adv* once
ഒരിടത്തുമില്ല *adv* nowhere
ഒരിനം ഇറാൽമീൻ *n* crayfish
ഒരിനം കക്ക *n* scallop
ഒരിനം ചുവന്ന വീഞ്ഞ് *n* port
ഒരിനം മദ്യം *n* punch
ഒരിനം മലക്കറിച്ചെടി *n* artichoke
ഒരിനം വലിയ തേനീച്ച *n* bumblebee
ഒരിനം വള്ളിച്ചെടി *n* ivy
ഒരു *det* a, an ▷ *adj* single
ഒരു ഉപരിതലത്തിലെ വ്യത്യസ്ത നിറമുള്ള ഭാഗം *n* patch
ഒരു കുഴൽവാദ്യം *n* oboe
ഒരു തരം കാട്ടുചെടി *n* dandelion
ഒരു തരം ചീട്ടുകളി, പോക്കർ *n* poker
ഒരുതരം പലഹാരം *n* pie
ഒരുതരം പഴം *n* plum
ഒരു തരം മലക്കറി *n* swede
ഒരു തരം മുട്ടക്കറി *n* mayonnaise
ഒരുതരം വേദനാ സംഹാരി, മോർഫിൻ *n* morphine
ഒരു തരം സൂപ്പ് *n* broth
ഒരു നിത്യഹരിത സസ്യം, കാരമുൾച്ചെടി *n* holly
ഒരുപക്ഷേ *adv* perhaps, probably
ഒരു പലഹാരം *n* flan
ഒരുപാട് *pron* much
ഒരുപോലെ *adj* same
ഒരുപോലെയുള്ള *adj* identical
ഒരുമിച്ച *adv* together
ഒരുമിച്ചയയ്ക്കുക *v* send out
ഒരുമിച്ച് *prep* along
ഒരു വർണ്ണധ്വനി, ഒരു സ്വരം മാത്രമുള്ള ഉച്ചാരണം *n* syllable

ഒ

ഒരേ നിറത്തിലുള്ളതും ചിത്രപ്പണികളില്ലാത്തതുമായ *adj* plain
ഒരേനിലയിൽ തുടരുക, നിലനിർത്തുക *v* keep
ഒരേ മുറിയിൽ ഒപ്പം താമസിക്കുന്ന ആൾ *n* roommate
ഒരേയൊരു *adj* only
ഒരേ സമയത്തുള്ള *adj* simultaneous
ഒരേ സമയത്ത് *adv* simultaneously
ഒറിയ *n* Oriya
ഒറീസ *n* Orissa
ഒറ്റ *adj* only
ഒറ്റക്കാലിൽ ചാടുക *vi* hop
ഒറ്റനോട്ടം *n* glance
ഒറ്റപ്പെട്ട *adj* isolated
ഒറ്റപ്പെട്ട വീട് *n* detached house
ഒറ്റസംഖ്യ *adj* odd
ഒലീവ് *n* olive
ഒലീവ് ഓയിൽ *n* olive oil
ഒലീവ് മരം *n* olive
ഒളിക്കുക, മറച്ചുവയ്ക്കുക *vt* hide
ഒളിച്ചുകളി *n* hide-and-seek
ഒളിച്ചു കളിക്കുക *vi* play hide and seek
ഒളിഞ്ഞിരിക്കുക, മറഞ്ഞിരിക്കുക *vi* hide
ഒഴികെ *prep* except
ഒഴിക്കുക *vt* pour
ഒഴിച്ചുകൂടാനാവാത്ത *adj* indispensable
ഒഴിഞ്ഞ *adj* bare, clear
ഒഴിഞ്ഞ സ്ഥലം *n* room
ഒഴിഞ്ഞുമാറി നടക്കുക, അകന്നു മാറി നടക്കുക *vi* keep
ഒഴിഞ്ഞുമാറുക *vi* dodge
ഒഴിപ്പിക്കുക *v* evacuate
ഒഴിയാബാധയായ, മനസ്സിനെ അലട്ടിക്കൊണ്ടിരിക്കുന്ന *adj* obsessed
ഒഴിവാക്കാനാവാത്ത *adj* unavoidable
ഒഴിവാക്കുക *vt* avoid ▷ *v* keep out
ഒഴിവുകഴിവ് *n* excuse
ഒഴിവു സമയം *n* spare time
ഒഴിവ് *n* vacancy
ഒഴുകിപ്പോവുക *v* drain
ഒഴുകുക *vi* flow

ഓ

ഓംലെറ്റ് *n* omelette
ഓക്കാനം, മനംപിരട്ടൽ *n* nausea
ഓക്കുമരം *n* oak
ഓക്സിജൻ *n* oxygen
ഓട, അഴുക്കുചാൽ *n* drain

ഓടക്കുഴൽ *n* flute
ഓടിക്കയറുക *v* pull out
ഓടിക്കുക *vt* run
ഓടിപ്പോവുക *vi* run away
ഓടുക *vi* run
ഓട്ടം *n* run
ഓട്ടക്കാരൻ *n* runner, sprinter
ഓട്ടമത്സരം *n* race
ഓട്ടമത്സരം *n* sprint
ഓട്സ് *npl* oats
ഓട്സ് മാവ് *n* oatmeal
ഓണം *n* Harvest festival of Kerala
ഓണാക്കുക *adv* on
ഓൺ ചെയ്യുക *v* switch on, turn on
ഓൺലൈനായി *adv* online
ഓൺലൈനിലുള്ള *adj* online
ഓപ്പറേറ്റിംഗ് തീയേറ്റർ *n* operating theatre
ഓഫീസ് *n* office
ഓഫ് ചെയ്യുക *v* switch off
ഓഫ്സൈഡ് *adj* offside
ഓയിൽ റിഗ് *n* oil rig
ഓരിയിടുക *vi* howl
ഓരോ *det* each
ഓരോരുത്തരും *pron* everyone
ഓരോരുത്തർക്കും *pron* each
ഓർഗൻ *n* organ
ഓർഡർ ഫോം *n* order form
ഓർമക്കുറിപ്പ് *n* reminder
ഓർമിക്കുക *v* remember
ഓർമിപ്പിക്കുക *vt* remind
ഓർമ്മ *n* memory
ഓർമ്മശക്തി *n* memory
ഓർമ്മിക്കുക *vt* memorize
ഓറഞ്ച് ജാം *n* marmalade
ഓവൻ *n* oven
ഓവൻപ്രൂഫ് *adj* ovenproof
ഓഷ്യാനിയ *n* Oceania
ഓസോൺ *n* ozone
ഓസോൺ പാളി *n* ozone layer
ഓഹരി *n* stock; share
ഓഹരിക്കമ്പോളം *n* stock market
ഓഹരിദല്ലാൾ *n* stockbroker
ഓഹരി, ഭാഗം *n* quota
ഓഹരിയുടമ *n* shareholder
ഓഹരിവിപണി *n* stock exchange

ഔ

ഔചിത്യം *n* consistency
ഔചിത്യമില്ലാത്ത *adj* inconsistent
ഔൺസ് *n* ounce
ഔദ്യോഗികജീവിതം *n* career
ഔദ്യോഗികമായ *adj* official

ഔപചാരികത *n* formality
ഔപചാരികത കാട്ടുന്ന, പഴഞ്ചനായ *adj* stuffy
ഔപചാരികമായ *adj* formal
ഔഷധ ചായ *n* herbal tea
ഔഷധച്ചെടികൾ *npl* herbs
ഔഷധശാല *n* pharmacy

കംഗാരു *n* kangaroo
കംബോഡിയ *n* Cambodia
കംബോഡിയയെ സംബന്ധിച്ച *adj* Cambodian
കക്കൂസ് *n* lavatory
കക്ഷം *n* armpit
കഞ്ഞി പോലുള്ള ആഹാരം *n* porridge
കട *n* shop, store
കടം *n* (അവസ്ഥ) debt; (ക്രമം) loan
കടംകൊടുക്കുക *vt* lend
കടം വാങ്ങുക *vt* borrow
കടം വീട്ടുക *vt* pay back
കടന്നൽ *n* wasp
കടന്നു പോകുക *v* go by ▷ *vt* undergo ▷ *v* go through ▷ *vt* pass
കടപ്പെട്ടിരിക്കുക *vt* owe
കടയുടമ *n* shopkeeper
കടൽ *n* sea
കടൽക്കര *n* seaside
കടൽക്കാക്ക *n* seagull
കടൽക്കൊള്ളക്കാർ *n* pirate
കടൽജ്വരം *adj* seasick
കടൽ ഞണ്ട് *n* lobster
കടൽത്തീരം *n* beach; seashore; coast
കടൽത്തീര വിഹാരവീഥി *n* promenade
കടൽപ്പന്നി *n* walrus
കടൽപ്പായൽ *n* seaweed
കടൽപ്പാലം *n* pier
കടി *n* bite
കടിക്കുക *v* bite
കടിഞ്ഞാൺ *npl* reins
കടുക് *n* mustard
കടും ചുവപ്പ് *n* deep red
കടും നീല *n* indigo
കടുത്ത *adj* bitter
കടുത്ത, ഇരുണ്ട *adj* dark
കടുത്ത ചുമയും ശ്വാസനാളത്തിന് വീക്കവും ഉണ്ടാകുന്ന അസുഖം *n* bronchitis
കടുത്ത നീലനിറം *adj* navy
കടുത്ത, സമർത്ഥമായ *adj* drastic
കടുവ *n* tiger
കട്ട *n* block
കട്ടകളുടെ നിര, കീബോർഡ് *n* keyboard

കട്ടൻ കാപ്പി *n* black coffee
കട്ടി *n* hardness
കട്ടിക്കണ്ണട *npl* goggles
കട്ടിയായ *adj* solid
കട്ടിയുള്ള *adj* hard
കട്ടിയുള്ള പരുത്തിത്തുണി *n* corduroy; (സാധാരണയായി നീലനിറത്തിലുള്ളത്) denim
കട്ടിയുള്ള പുറന്തോട് *n* shell
കട്‌ലെറ്റ് *n* cutlet
കഠിനനിഷ്ഠ *n* austerity
കഠിനമായ *adj* tough
കഠിനമായ, തീക്ഷ്ണമായ *adj* intense
കഠിനാധ്വാനമുള്ള *adv* hard
കണക്കാക്കുക, വിലയിരുത്തുക *vt* rate
കണക്കിലേറെ വിലമതിക്കുക *vt* overestimate
കണക്കിൽ കൂടുതൽ പണം പിൻവലിക്കൽ *n* overdraft
കണക്കിൽ കൂടുതൽ പണം പിൻവലിച്ച *adj* overdrawn
കണക്കെഴുത്തുകാരൻ *n* accountant
കണക്കെഴുത്ത് *n* accountancy
കണക്ക് *n* figure
കണങ്കാൽ *n* ankle; shin
കണവ *n* squid
കണ്ടീഷണർ *n* conditioner
കണ്ടുകെട്ടുക *vt* confiscate
കണ്ടുപിടിത്തം *n* invention
കണ്ടുമുട്ടുക *vt* meet, see
കണ്ടെത്തുക *vt* discover, find
കണ്ഠനാളം *n* throat
കണ്ഠാഭരണം *n* necklace
കണ്ണട *npl* glasses
കണ്ണടകൾ *npl* spectacles
കണ്ണാടി *n* mirror
കണ്ണിറുക്കുക *vi* wink
കണ്ണിലെ കൃഷ്ണമണിക്കു ചുറ്റുമുള്ള നിറമുള്ള ഭാഗം *n* iris
കണ്ണീർ *n* tear
കണ്ണീർ വാതകം *n* tear gas
കണ്ണുകൾ മൂടികെട്ടുക *vt* blindfold
കണ്ണു പാതിയടച്ചു നോക്കുക *vi* squint
കണ്ണുമൂടിക്കെട്ടാന് ഉപയോഗിക്കുന്ന തുണിക്കഷണം *n* blindfold
കണ്ണോടിക്കുക *vi* glance
കണ്ണ് *n* eye
കൺ പീലി *n* eyelash
കൺപോള *n* eyelid
കൺമഷി, മസ്കാര *n* mascara
കത്തി *n* knife
കത്തിക്കുക *vt* light
കത്തിടപാട് *n* correspondence
കത്തിടാനുള്ള ബോക്സ് *n* letterbox

കത്തിനശിക്കുക, കത്തിച്ചുകളയുക *vt* burn
കത്തി, മുള്ള്, സ്പൂൺ മുതലായവ *n* cutlery
കത്തിയമരുക *v* burn down
കത്തുക *vi* burn
കത്ത് *n* letter
കത്രിക *npl* clippers, scissors
കഥ *n* story, tale
കഥാപാത്രം *n* character
കനം *n* thickness
കന്നഡ *n* Kannada
കന്നുകാലികൾ *npl* cattle
കന്യക *n* virgin
കപടനാമം *n* pseudonym
കപടന്യായം *n* pretext
കപടവേഷം *n* disguise
കപടവേഷംധരിക്കുക, വേഷപ്രച്ഛന്നനാകുക *vt* disguise
കപ്പലണ്ടി *n* peanut
കപ്പലണ്ടിയോടുള്ള അലർജി *n* peanut allergy
കപ്പലിന്റെ ഉടൽഭാഗം *n* hull
കപ്പലിലെ ചുവരിനോട് ചേർത്തുണ്ടാക്കിയിട്ടുള്ള കിടക്ക *n* bunk
കപ്പൽ *n* ship
കപ്പൽക്കൂട്ടം *n* fleet
കപ്പൽഛേദം *n* shipwreck
കപ്പൽത്തുറ *n* quay
കപ്പൽ നിർമ്മാണം *n* shipbuilding
കപ്പൽപ്പട, നാവികസേന *n* navy
കപ്പൽപ്പായ് *n* sail
കപ്പൽ വിനോദയാത്ര നടത്തുക *n* cruise
കപ്പൽ നിർമാണശാല *n* shipyard
കപ്പ് *n* cup
കബളിപ്പിക്കുക *v* bluff
കബളിപ്പിക്കുക, ചതിക്കുക *vt* deceive
കബാബ് *n* kebab
കമനീയമായ *adj* spectacular
കമഴ്ന്ന് നീന്തൽ *n* breaststroke
കമാനം *n* arch
കമ്പനി *n* company
കമ്പനി കാർ *n* company car
കമ്പനിയുടെ വാങ്ങൽ *n* buyout
കമ്പി, അഴി *n* bar
കമ്പിളി *n* wool ▷ *adj* woollen
കമ്പിളിക്കുപ്പായം, ജമ്പർ *n* jumper
കമ്പിളി വസ്ത്രങ്ങൾ *npl* woollens
കമ്പോഡിയക്കാരൻ *n* Cambodian
കമ്പോളം, അങ്ങാടി *n* marketplace
കമ്പ്, കോല് *n* pole
കമ്പ്യൂട്ടർ *n* computer
കമ്പ്യൂട്ടർ കളി *n* computer game

കമ്പ്യൂട്ടർ സയൻസ് *n* computer science
കമ്പ്യൂട്ടർ സെർവ്വർ *n* server
കമ്പ്, വടി *n* stick
കമ്മൽ *n* earring
കമ്മി വേതനം ലഭിക്കുന്ന *adj* underpaid
കമ്മ്യൂണിസം *n* communism
കമ്യൂണിസ്റ്റായ *adj* communist
കമ്യൂണിസ്റ്റുകാരൻ *n* communist
കയർ *n* rope
കയറുക *v* climb
കയറ്റുമതി *n* export
കയ്പുള്ള *adj* bitter
കയ്യക്ഷരം *n* handwriting
കയ്യടക്കം *n* tackle
കയ്യടിക്കുക *v* clap
കയ്യാമം, വിലങ്ങ് *npl* handcuffs
കയ്യുറ *n* glove
കയ്യെഴുത്തുപ്രതി *n* manuscript
കയ്യൊപ്പ്, ഓട്ടോഗ്രാഫ് *n* autograph
കരഘോഷം, കയ്യടി *n* applause
കരച്ചിൽ *n* cry
കരടി *n* bear
കരടിപ്പൂച്ച, പാന്റ *n* panda
കരട് *n* draft
കരയുക *vi* cry
കരൾ *n* liver
കരൾവീക്കം *n* hepatitis
കരാട്ടേ *n* karate
കരാർ *n* contract
കരി *n* soot
കരിക്കട്ട *n* charcoal
കരിങ്കല്ല് *n* granite
കരിഞ്ചീരകം *n* nigella seeds
കരീബിയൻ *adj* Caribbean
കരീബിയൻ കടൽ *n* Caribbean
കരുകരുപ്പുള്ള *adj* crisp, crispy
കരുണയില്ലാത്ത *adj* ruthless
കരുതൽ ശേഖരം *n* reserve
കരുതിക്കൂട്ടിയുള്ള *adj* intentional
കരുതിയിരുന്ന, വിചാരിച്ചിരുന്ന *adv* supposedly
കരുതി വയ്ക്കുക *v* provide ▷ *vt* save
കരുതിവയ്ക്കുക *vt* reserve
കരുതുക *vt* suppose
കരുത്ത് *n* stamina
കരുവാളിപ്പ് *n* tan
കർട്ടൻ *n* curtain
കർണാടക *n* Karnataka
കർണ്ണരേഖീയമായ *adj* diagonal
കർപ്പൂര തുളസി *n* mint
കർപ്പൂരത്തുളസി *n* peppermint

കർപ്പൂരവള്ളി *n* lavender
കർമ്മം *n* duty
കർശനമായ *adj* strict
കർശനമായി *adv* strictly
കറ *n* stain
കറ നാശിനി *n* stain remover
കറന്റ് അക്കൌണ്ട് *n* current account
കറൻസി *n* currency
കറയുണ്ടാക്കുക *vt* stain
കറിമസാല *n* curry powder
കറിവേപ്പ് *n* marjoram
കറുത്ത *adj* black
കറുത്തപക്ഷി *n* blackbird
കറുത്തവാവ് *n* new moon
കറുപ്പ് *n* black
കറുപ്പുചെടി *n* poppy
കറുവാപ്പട്ട *n* cinnamon
കല *n* art
കലണ്ടർ *n* calendar
കലപ്പ *n* plough
കലർത്ത് *v* mix
കലർപ്പ് *n* mixture
കലർപ്പില്ലാത്ത ഭക്ഷണം *npl* wholefoods
കലവറ *n* larder
കലഹം, വഴക്ക് *n* quarrel
കലഹിക്കുക, വഴക്കിടുക *vi* quarrel
കലാപം *n* riot
കലാവാസനയുള്ള *adj* artistic
കലാസൃഷ്ടി *n* work of art
കലോറി *n* calorie
കൽക്കത്ത *n* Kolkata
കൽക്കരി *n* coal
കൽക്കരി ഖനി *n* colliery
കല്പിതകഥ *n* fiction
കൽപ്പണിക്കാരൻ *n* bricklayer
കല്യാണ രാത്രി *n* wedding night
കല്യാണ വള *n* marriage bangle
കല്ലുളി *n* chisel
കല്ല് *n* stone
കള *n* weed
കളനാശിനി *n* weedkiller
കളയുക *vt* throw away
കളർ പെൻസിൽ *n* crayon
കള്ളൻ *n* thief
കളി *n* game, sport
കളിക്കാനുള്ള സമയം *n* playtime
കളിക്കാരൻ *n* player
കളിക്കുക *vi* play
കളിക്കുന്നതിനുള്ള ചീട്ട് *n* playing card
കളിക്കുന്നതിനുള്ള മൈതാനം *n* playing field
കളിച്ചീട്ട് *n* card
കളിപ്പാട്ടം *n* toy
കളിപ്പിക്കുക *vt* trick
കളിമണ്ണുകൊണ്ടുള്ള *adj* ceramic
കളിമണ്ണ് *n* clay
കളിമൺപാത്ര നിർമാണം *n* pottery

കളി മൈതാനം *n* playground
കളിയാക്കിച്ചിരിക്കുക *vi* snigger
കളിയാക്കുക *vi* scoff ▷ *vt* tease
കളിയിലെ ഇടവേള *n* half-time
കളിയുടെ തുടക്കത്തിൽ പന്തോ ഷട്ടിൽകോക്കോ അടിക്കുന്ന ആൾ *n* server
കളിയോടം, ചെറുതോണി *n* dinghy
കളിവള്ളം *n* yacht
കള്ള് *n* narcotic drink
കള്ളക്കടത്തുകാരൻ *n* smuggler
കള്ളക്കടത്തു നടത്തുക *vt* smuggle
കള്ളക്കടത്ത് *n* smuggling
കള്ളം *n* lie
കള്ളൻ *n* thug
കള്ളിച്ചെടി *n* cactus
കഴിക്കുക *v* eat
കഴിഞ്ഞ, തൊട്ട് മുമ്പിലത്തെ *adj* last
കഴിഞ്ഞ് *prep* past
കഴിയുക, പറ്റുക *v* can
കഴിവില്ലാത്ത *adj* unskilled
കഴിവില്ലായ്മ, വൈകല്യം *n* disability
കഴിവുകൾ വികസിക്കുക *vi* blossom
കഴിവുറ്റ *adj* competent
കഴിവുള്ള *adj* (ജന്മസിദ്ധമായ) able; (ആർജ്ജിച്ച) capable
കഴിവ് *n* (ജന്മസിദ്ധമായത്) ability; (ആർജ്ജിച്ചത്) capacity
കഴുകൻ *n* vulture
കഴുകൽ *n* rinse
കഴുകിയ/കഴുകാനുള്ള തുണി *n* washing
കഴുകുക *vt* wash ▷ *v* wash up
കഴുത *n* donkey
കഴുത്തു ഞെരിക്കുക *vt* strangle
കഴുത്ത് *n* neck
കഴ്സർ *n* cursor
കവചം *n* shield
കവർ *n* envelope
കവരത്തി *n* Kavaratti
കവർച്ചയ്ക്കായി നടത്തുന്ന ആക്രമണം *n* hold-up
കവല *n* crossroads, junction
കവാടം *n* entrance
കവാടം, ഗേറ്റ് *n* gate
കവി *n* poet
കവിത, കാവ്യം *n* poetry
കവിളിലെ ചുവപ്പു നിറം, തുടുപ്പ് *n* flush
കവിളെല്ല് *n* cheekbone
കവിൾത്തടം *n* cheek
കശ്മീർ *n* Kashmir
കശാപ്പുകാരൻ, ഇറച്ചിക്കടക്കാരൻ *n* butcher

ക

കശാപ്പുശാല, ഇറച്ചിക്കട *n* butcher
കഷണം *n* piece
കഷണമാക്കുക *vt* slice
കഷണ്ടി *n* baldness
കഷണ്ടിയായ *adj* bald
കഷ്ടപ്പെടുക *v* suffer
കഷ്ടിച്ച് *adv* barely, hardly
കസേര *n* chair
കസ്റ്റംസ് ഉദ്യോഗസ്ഥൻ *n* customs officer
കാക്ക *n* crow
കാട *n* quail
കാട് *n* forest
കാട്ടിലുള്ള *adj* wild
കാട്ടുകോഴി, കുളക്കോഴി *n* grouse
കാണപ്പെടുക *vt* appear ▷ *v* look, seem
കാണി *n* spectator, viewer
കാണികൾ *npl* audience
കാണിക്കുക *v* show
കാണിച്ചുകൊടുക്കുക, കാണിച്ചുതരുക *vt* show
കാണുക *v* see, watch
കാതടപ്പിക്കുന്ന *adj* deafening
കാത്തിരിക്കുക *vi* hang on, wait up
കാത്സ്യം *n* calcium
കാനഡ *n* Canada
കാനഡക്കാരൻ *n* Canadian
കാനഡയെ സംബന്ധിച്ച *adj* Canadian
കാനറി പക്ഷി *n* canary
കാന്തം *n* magnet
കാന്തശക്തിയുള്ള *adj* magnetic
കാപ്പി *n* coffee
കാബേജ് പോലുള്ള ഒരു തരം പച്ചക്കറി *npl* sprouts
കാമറൂൺ *n* Cameroon
കാമുകി, പെൺസുഹൃത്ത് *n* girlfriend
കായം *n* asafoetida
കായികതാരം *n* sportsman
കായികാഭ്യാസം *npl* athletics
കായികാഭ്യാസ സംബന്ധിയായ *adj* athletic
കായികാഭ്യാസി *n* (കളികളിൽ പൊതുവായി) athlete; (പ്രത്യേകിച്ചും ജിംനാസ്റ്റിക്സിൽ) acrobat
കായ്, കുരു *n* nut
കാരണം *n* cause, reason
കാരണത്താൽ *prep* owing to
കാരണമാവുക, ഇടയാക്കുക *vi* result
കാർട്ടൂൺ *n* cartoon
കാർട്ടൂൺ സിനിമ *n* cartoon
കാർഡ് *n* card
കാർഡ്ബോർഡ് *n* cardboard
കാർബുറേറ്റർ *n* carburettor
കാര്യം *n* stuff

കാര്യക്ഷമത *n* efficiency
കാര്യക്ഷമമായി *adv* efficiently
കാര്യപ്രാപ്തിയുള്ള *adj* efficient
കാര്യമാക്കുക, വകവയ്ക്കുക *vt* mind
കാര്യമായി പറയുക *vt* mean
കാര്യസ്ഥൻ *n* undertaker
കാർഷികമായ *adj* agricultural
കാറോടിക്കുന്നയാൾ *n* motorist
കാറോട്ട മത്സരം *n* motor racing
കാറ്റ് *n* wind
കാറ്റടിക്കുക *vt* wind
കാറ്റടിക്കുക, കാറ്റുനിറയ്ക്കുക *vt* pump up
കാറ്റാടിയന്ത്രം *n* windmill
കാറ്റുനിറയ്ക്കാവുന്ന *adj* inflatable
കാറ്റുള്ള *adj* windy
കാറ്റ് *n* air, wind
കാലം *n* time
കാലചക്രം *n* cycle
കാലടി *n* footstep
കാലപരിധിയുള്ള *adj* due
കാലയളവ് *n* duration, spell
കാലവർഷം *n* monsoon
കാലഹരണ തീയതി *n* expiry date
കാലാൾപ്പട *n* infantry
കാലാവധികഴിഞ്ഞ *adj* expire
കാലാവസ്ഥ *n* climate; weather
കാലാവസ്ഥയ്ക്കനുസരിച്ച് *adj* seasonal
കാലാവസ്ഥ വ്യതിയാനം *n* climate change
കാലാവസ്ഥാ പ്രവചനം *n* weather forecast
കാലിയാക്കുക *vt* empty
കാലിയായ *adj* vacant
കാലിഴച്ചു നടക്കുക *vi* shuffle
കാലുതട്ടി വീഴാൻ പോവുക *vi* stumble
കാലോചിതമല്ലാത്ത, കാലഹരണപ്പെട്ട *adj* obsolete
കാൽ *n* leg
കാൽ കിലോ *n* quarter kilo
കാൽനട *n* tramp
കാൽനടക്കാർക്ക് മാത്രമായുള്ള വഴി *n* pedestrian precinct
കാൽനടയാത്രക്കാരൻ *n* pedestrian
കാൽപനികത *n* romanticism
കാൽപനികമായ *adj* romantic
കാൽ പെരുവിരൽ വീക്കം *n* bunion
കാൽപ്പന്തുകളി, ഫുട്ബോൾ കളി *n* football

കാൽപ്പാദം *n* foot
കാൽമുട്ട് *n* knee
കാൽവണ്ണ *n* calf
കാൽവിരൽ *n* toe
കാള *n* bull
കാളവണ്ടി *n* bullock cart
കാഴ്ച *n* sight, view
കാഴ്ചകൾ കാണൽ *n* sightseeing
കാഴ്ചബംഗ്ലാവ് *n* museum
കാഴ്ചശക്തി *n* eyesight
കാഴ്ചാപരിധി *n* vicinity
കാവൽ *n* watch
കാവൽക്കാരൻ *n* watchman; guard; janitor
കാവൽനിൽക്കുക *vt* guard
കിംവദന്തി *n* rumour
കിടക്ക *n* bed
കിടക്കവിരി *n* quilt
കിടക്കുക *vi* lie
കിടപ്പുമുറി *n* bedroom
കിടപ്പുമുറിയിലെ മേശ *n* bedside table
കിണഞ്ഞു പരിശ്രമിക്കുന്ന *adv* desperately
കിണർ *n* well
കിരീടം *n* crown
കിർഗിസ്ഥാൻ *n* Kyrgyzstan
കിലോ *n* kilo
കിലോമീറ്റർ *n* kilometre
കിലോമീറ്റർ പെർ അവർ എന്നതിന്റെ ചുരുക്കെഴുത്ത് രൂപം *abbr* km/h
കിഴക്കൻപ്രദേശത്തുള്ള *adj* eastern
കിഴക്കുള്ള *adj* eastbound
കിഴക്കേ, കിഴക്കുള്ള *adj* east
കിഴക്കോട്ട്, കിഴക്കുദിശയിലേക്ക് *adv* east
കിഴക്ക് *n* east, Orient
കീടം *n* insect
കീടനാശിനി *n* pesticide
കീർത്തനം *n* musical prayer
കീർത്തിമുദ്ര, പതക്കം *n* medal
കീറത്തുണി *n* rag
കീറൽ *n* tear
കീറിക്കളയുക *v* rip up
കീറുക *vt* tear
കീഴടക്കുക, തരണം ചെയ്യുക *vt* overcome
കീഴടക്കൽ *n* conquest
കീഴടങ്ങുക *vi* surrender
കീഴടങ്ങൽ *n* surrender
കീഴിൽ *prep* under
കീഴെ *prep* beneath
കീഴെയുള്ള, അടിയിലുള്ള *adj* lower
കുംഭരാശി *n* Aquarius
കുങ്കുമം *n* saffron
കുഞ്ഞ് *n* child
കുഞ്ഞ്, ശിശു *n* baby
കുഞ്ഞമ്മ *n* aunt (father's younger brother's wife)
കുഞ്ഞമ്മ/വലിയമ്മ *n* aunt (mother's sister)

കുട *n* umbrella
കുടൽ *npl* bowels
കുടൽസംബന്ധമായ ഒരു രോഗം *n* appendicitis
കുടിക്കുക *v* drink
കുടിയനായ *adj* drunk
കുടിയൻ *n* drunk
കുടിയേറിപ്പാർത്ത ആൾ *n* migrant
കുടിയേറുക *vi* emigrate
കുടിയേറ്റം *n* immigration
കുടിയേറ്റക്കാരൻ *n* immigrant
കുടിൽ *n* hut
കുടിവെള്ളം *n* drinking water
കുടിശിക *npl* arrears
കുടുംബം *n* family
കുടുംബപ്പേര് *n* surname
കുടുംബാംഗങ്ങൾ, വീട്ടുകാർ *n* household
കുട്ടി *n* kid
കുട്ടികൾക്ക് ഊർന്നിറങ്ങിക്കളിക്കാനുള്ള ചരിഞ്ഞ പ്രതലം *n* slide
കുട്ടികൾക്ക് കളിക്കാനുള്ള മണൽ നിറച്ച പെട്ടി *n* sandpit
കുട്ടിയും കോലും *n* primitive form of cricket
കുണ്ടും കുഴിയുമുള്ള *adj* bumpy
കുതിക്കുക *vi* leap
കുതിക്കുക, പാഞ്ഞുപോവുക *vi* dash
കുതിച്ചോടുക *vi* gallop
കുതിര *n* horse
കുതിരക്കുട്ടി *n* foal, pony
കുതിരക്കുട്ടിയുടെ പുറത്തുള്ള സവാരി *n* pony trekking
കുതിര പന്തയം *n* horse racing
കുതിരലായം *n* stable
കുതിരവണ്ടി *n* horse carriage
കുതിരവാൽ പോലെ തലമുടി പിന്നിയിടുന്ന കേശാലങ്കാര രീതി *n* ponytail
കുതിരസവാരി *n* horse riding, riding
കുതിർക്കുക *vt* drench ▷ *v* soak
കുതിർന്ന *adj* soaked
കുത്തിക്കുറിക്കുക *v* scribble
കുത്തിക്കെടുത്തുക *vt* stub out
കുത്തിനിറച്ച *adj* crammed
കുത്തിവയ്ക്കുക *vt* inject
കുത്തിവയ്പ്പ് *n* injection
കുത്തുക *vt* (വിരലോ മൂർച്ചയുള്ള മറ്റ് ഉപകരണങ്ങൾകൊണ്ടോ) poke; (കത്തികൊണ്ട്) stab
കുത്ത് *n* (അടയാളം) dot ▷ *v* (എന്തെങ്കിലും ഉപയോഗിച്ചുള്ള തള്ളൽ) jab

കു

കുനിഞ്ഞ് മുന്നോട്ടായുക *v* bend over
കുനിയുക *vi* bend
കുനിയ്ക്കുക, വളയ്ക്കുക *v* bend down
കുന്നിനു മുകളിൽ *adv* uphill
കുന്നുകൂടുക *vi* mount up
കുന്ന് *n* hill
കുപ്പായം *n* coat
കുപ്പായക്കഴുത്ത്, കോളർ *n* collar
കുപ്പായക്കൈ *n* sleeve
കുപ്പായക്കൈയില്ലാത്ത *adj* sleeveless
കുപ്പി *n* bottle
കുമാരി *n* Miss, Ms
കുമിള *n* bubble
കുമ്മായക്കരണ്ടി *n* trowel
കുമ്മായക്കൂട്ട് *n* mortar
കുയിൽ *n* cuckoo
കുരങ്ങ് *n* monkey
കുരയ്ക്കുക *vi* bark
കുരിശടയാളം *n* cross
കുരുക്ക് *n* knot
കുരുമുളക് *n* pepper
കുരുമുളക് പൊടി *n* paprika
കുരുവി *n* sparrow
കുർബാന *n* Mass
കുലുങ്ങിച്ചിരിക്കുക *vi* giggle
കുറച്ചധികം സമയത്തേക്ക് *adv* longer
കുറച്ച് *det* few, some ▷ *pron* less
കുറഞ്ഞ *adv* less ▷ *adj* less
കുറഞ്ഞ, താഴ്ന്ന *adj* low
കുറഞ്ഞുവരിക, മന്ദമാകുക *v* diminish
കുറയുക *v* decrease
കുറയ്ക്കുക *vt* deduct
കുറയ്ക്കുക, വ്യവകലനം ചെയ്യുക *vt* subtract
കുറവുകൾ *n* shortcoming
കുറവ് *n* (അളവിൽ കുറവുള്ളത്) decrease; (ധനസംബന്ധമായത്) deficit
കുറവ്, അഭാവം *n* lack
കുറവ്, ക്ഷാമം *n* shortfall
കുറിച്ചെടുക്കുക *vt* jot down
കുറിച്ച്, പറ്റി *prep* about
കുറിപ്പടി *n* prescription
കുറിപ്പ് *n* note
കുറുകെ *prep* across
കുറുകെ വരയ്ക്കുക *vt* cross out
കുറുക്കൻ, നരി *n* fox
കുറുക്കുവഴി *n* shortcut
കുറുങ്ങുക, മുരളുക *vi* purr
കുറുവടി *n* staff
കുറുവടി, ലാത്തി *n* club
കുറെ *pron* some
കുറ്റം, അപവാദം *n* blame
കുറ്റം കണ്ടെത്തുക *vt* pick on
കുറ്റം ചുമത്തൽ *n* charge
കുറ്റം ചുമത്തുക *vt* charge
കുറ്റം ചെയ്യുക *vt* commit
കുറ്റകൃത്യം *n* crime

കുറ്റകൃത്യത്തിൽ സഹായിക്കുന്നയാൾ *n* accomplice
കുറ്റപ്പെടുത്തുക *vt* accuse
കുറ്റബോധം *n* guilt
കുറ്റബോധമുള്ള *adj* guilty
കുറ്റവാളി *n* criminal
കുറ്റവാളിയായ *adj* criminal
കുറ്റവാളി സംഘത്തലവൻ *n* Godfather
കുറ്റസമ്മതം നടത്തുക *v* confess
കുറ്റസമ്മതപത്രം *n* confession
കുറ്റാന്വേഷകൻ *n* detective
കുറ്റാരോപണം *n* accusation
കുറ്റാരോപിതൻ *n* defendant
കുറ്റി *n* peg, stub
കുറ്റിക്കാട് *n* bush
കുറ്റിച്ചെടി *n* bush, shrub
കുല *n* vase
കുലുക്കുക *vt* shake
കുളം *n* pond, pool
കുളിമുറി *n* bathroom
കുളിര് *n* cold
കുളിരുള്ള *adj* chilly
കുള്ളൻ *n* dwarf
കുഴങ്ങിയ *adj* puzzled
കുഴച്ച മാവ് *n* dough
കുഴപ്പം, ആശയക്കുഴപ്പം *n* muddle
കുഴമ്പ്, ലേപനവസ്തു *n* ointment
കുഴയ്ക്കുന്ന *adj* confusing, puzzling
കുഴൽ *n* tube
കുഴൽ, പൈപ്പ് *n* pipe
കുഴൽ വാദ്യം *n* horn
കുഴി *n* trench
കുഴിക്കുക *v* dig
കുഴിച്ചിടുക *vt* bury
കുഴിഞ്ഞ പാടുണ്ടാക്കുക *vt* dent
കുഴിഞ്ഞ പാട് *n* dent
കുവൈറ്റിനെ സംബന്ധിച്ച *adj* Kuwaiti
കുവൈറ്റ് *n* Kuwait
കുവൈറ്റ്കാരൻ *n* Kuwaiti
കുസൃതി *n* prank
കുസൃതിത്തരമുള്ള *adj* mischievous
കൂട, ബാസ്കറ്റ് *n* basket
കൂടാതെ *adv* besides
കൂടാതെ, ഇല്ലാതെ *prep* without
കൂടാത്ത *adv* non accumulating
കൂടി *adv* too
കൂടിച്ചേരുക *v* unite
കൂടിയാലോചനകൾ *npl* negotiations
കൂടിയാലോചന നടത്തുക *v* negotiate
കൂടുതലായ *adj* additional
കൂടുതലായി *adv* further, more

കൂടുതലുള്ള, തുടർന്നുള്ള *adj* further
കൂടുതൽ നല്ലതായി *adv* better
കൂടുതൽ മെച്ചപ്പെട്ട *adj* better
കൂടെ *conj* and
കൂടെ, ഒപ്പം *adv* along
കൂടെപ്പോവുക *vt* accompany
കൂട് *n* nest
കൂട്ടം *n* host, mass
കൂട്ടം, സമൂഹം *n* bunch
കൂട്ടക്കൊല *n* massacre
കൂട്ടത്തിൽ *prep* among
കൂട്ടാളി *n* companion
കൂട്ടിഇടിക്കുക *vt* crash
കൂട്ടിഇടിക്കുക *vi* crash
കൂട്ടിക്കലർത്തുക *v* mix up
കൂട്ടിച്ചേർക്കുക *vt* attach
കൂട്ടിയിടി *n* crash
കൂട്ടിയിടിക്കൽ *n* collision
കൂട്ടിയിടിക്കുക *vi* collide ▷ *vt* ram
കൂട്ടുക *vt* add ▷ *v* add up
കൂട്ടുകാരൻ *n* boyfriend
കൂട്ടുകാരി *n* girlfriend
കൂൺ *n* mushroom
കൂത്താടി *n* tadpole
കൂനിക്കൂടുക *vi* crouch down
കൂമ്പാരം *n* heap, pile
കൂർക്കം വലി *n* snore
കൂർക്കം വലിക്കുക *vi* snore
കൂർത്ത അഗ്രം *n* point
കൂറ് *n* loyalty
കൃത്യത, സത്യസന്ധത *n* accuracy
കൃത്യമല്ലാത്ത, ശരിയല്ലാത്ത *adj* inaccurate
കൃത്യമായ *adj* exact, precise
കൃത്യമായ, സത്യസന്ധമായ *adj* accurate
കൃത്യമായി *adv* exactly, precisely
കൃത്യസമയം *n* correct time
കൃത്രിമം *n* that which is artificial
കൃത്രിമമായ *adj* artificial
കൃഷി *n* farming
കൃഷിക്കാരൻ *n* farmer
കൃഷിപ്പണി, കൃഷി *n* agriculture
കൃഷിഭൂമി, വയൽ (കൃഷി ചെയ്യുന്നതിന്), തൊഴുത്ത് (കന്നുകാലികൾക്ക് വേണ്ടി) *n* farm
കൃഷ്ണമണി *n* pupil
കെട്ടഴിക്കുക *v* unpack ▷ *vt* untie
കെട്ടിടം *n* building
കെട്ടിടത്തിനകത്തുള്ള *adj* indoor
കെട്ടിടത്തിനകത്ത് *adv* indoors
കെട്ടിടത്തിനു വെളിയിൽ *adv* out-of-doors
കെട്ടിടത്തിന്റെ ഒരു നില *n* floor

കെട്ടിടനിർമാണ തൊഴിലാളി *n* builder
കെട്ടിട നിർമ്മാണ സ്ഥലം *n* building site
കെട്ടിതൂക്കുക *vt* hang
കെട്ടിയിടുക *v* tie up
കെട്ടിവലിക്കുക *vt* tow away
കെട്ടുക *vt* tie
കെട്ട്, പാക്കറ്റ് *n* pack
കെണി *n* trap
കെനിയ *n* Kenya
കെനിയൻ *n* Kenyan
കെനിയയെ സംബന്ധിച്ച *adj* Kenyan
കേന്ദ്രഭരണപ്രദേശം *n* union territory
കേരളം *n* Kerala
കൊക്ക, മലയിടുക്ക് *n* ravine
കൊക്ക് *n* heron
കൊടിൽ, ചവണ *npl* pliers
കൊടുങ്കാറ്റും മഴയുമുള്ള *adj* stormy
കൊടുങ്കാറ്റ് *n* storm
കൊട്ടാരം *n* mansion, palace
കൊട്ടിയമ്പലം, നടവാതിൽ *n* porch
കൊട്ടുവാദ്യം *n* percussion
കൊണ്ടുവരിക *vt* bring, fetch
കൊതുക് *n* mosquito
കൊത്തമല്ലി *n* coriander
കൊത്തിയുണ്ടാക്കുക *v* carve
കൊത്തിവയ്ക്കുക *vt* engrave
കൊമ്പൻസ്രാവ്, വാൾമീൻ *n* swordfish
കൊമ്പ് *n* sting
കൊറിയ *n* Korea
കൊറിയക്കാരൻ *n* Korean
കൊറിയൻ ഭാഷ *n* Korean
കൊറിയയെ സംബന്ധിച്ച *adj* Korean
കൊറിയർ *n* courier
കൊറ്റി, കൊക്ക് *n* crane
കൊല ചെയ്യുക *vt* murder
കൊലപാതകം *n* murder
കൊലപാതകി *n* murderer
കൊലയാളി *n* killer
കൊല്ലുക *v* kill
കൊഹിമ *n* Kohima
കൊളംബിയ *n* Colombia
കൊളംബിയക്കാരൻ *n* Colombian
കൊളംബിയയെ സംബന്ധിച്ച *adj* Colombian
കൊളസ്ട്രോൾ *n* cholesterol
കൊളുത്ത് *n* clasp, hook
കൊള്ള *n* robbery
കൊള്ളക്കാരൻ *n* robber
കൊള്ളയടി *n* burglary
കൊള്ളയടിക്കുക *vt* rob
കൊള്ളരുതാത്ത *adj* rubbish
കൊഴുത്ത, കട്ടിയുള്ള *adj* thick
കൊഴുത്ത, തടിച്ച *adj* plump

കൊഴുത്തുരുണ്ട, കൊഴുത്ത *adj* chubby
കൊഴുപ്പുള്ള *adj* fat
കൊഴുപ്പ് *n* fat
കൊഴുപ്പ് കുറഞ്ഞ *adj* low-fat
കൊസവോ *n* Kosovo
കൌണ്ടർ *n* counter
കൌൺസിലർ *n* councillor
കൌൺസിൽ *n* council
കൌമാരം *n* adolescence
കൌമാരപ്രായക്കാരൻ/ കൌമാരപ്രായക്കാരി *n* teenager
കൌമാരപ്രായക്കാർ *npl* teens
കൌമാരപ്രായക്കാർ *n* adolescent
കൌമാരമായ *adj* young
കൌശലത്തോടെ കൈകാര്യം ചെയ്യുക *vt* manipulate
കേടാകുക *v* break down
കേടുപറ്റാത്ത, ഭദ്രമായ *adj* intact
കേടുപാട്, നാശനഷ്ടം, ക്ഷതം *n* damage
കേടുവന്ന *adj* broken down
കേട്ടെഴുത്ത് *n* dictation
കേണൽ *n* colonel
കേന്ദ്രഭാഗമായ *adj* nuclear
കേന്ദ്രീകരിക്കുക *v* focus
കേബിൾ ടെലിവിഷൻ *n* cable television
കേൾക്കുക *v* hear ▷ *vi* listen
കേൾവിക്കുറവുള്ള, ബധിരതയുള്ള *adj* deaf
കേൾവിശക്തി, ശ്രവണശക്തി *n* hearing
കേൾവി സഹായി *npl* earphones
കേവലമായ *adj* mere
കേശാലങ്കാരം നടത്തുന്ന ആൾ *n* hairdresser
കേശാലങ്കാര ശൈലി *n* hairdo
കേസ് കൊടുക്കുക *v* sue
കോംപ്ലക്സ് *n* complex
കോച്ച് *n* carriage, coach
കോടതി *n* court
കോടാലി *n* axe
കോടി *n* crore
കോട്ട *n* castle, fort
കോട്ടുവായിടുക *vi* yawn
കോണിപ്പടികളുടെ മേലറ്റം *n* landing
കോൺ *n* angle
കോണ്ടം *n* condom
കോൺഫ്ലവർ *n* cornflour
കോപം *n* temper
കോപം, ദേഷ്യം *n* anger
കോപാകുലനായ, ക്രുദ്ധനായ *adj* furious
കോപിപ്പിക്കുക, പ്രകോപിക്കുക *vt* offend
കോപിഷ്ടനായ, മുഖം വീർപ്പിച്ച *adj* grumpy

കോമ, അർദ്ധവിരാമം *n* comma
കോമയിലുള്ള അവസ്ഥ, നിദ്രാമയക്കം *n* coma
കോമാളി *n* clown
കോർക്ക് *n* cork
കോലം *n* scarecrow
കോലാഹലം *n* racket
കോൽ *n* rod
കോളിഫ്ലവർ *n* cauliflower
കോളേജ് അധ്യാപകൻ *n* lecturer
കോളേജ്, കലാശാല *n* college
കോഴി *n* chicken
കോഴിയിറച്ചി *n* chicken
കോവർകഴുത *n* mule
കോശം *n* cell
കോഷർ *adj* kosher
കൈ *n* arm
കൈകാര്യം ചെയ്യുക *vt* tackle
കൈക്കൂലി *n* bribe
കൈക്കൂലികൊടുക്കൽ *n* bribery
കൈക്കൂലി കൊടുക്കുക *vt* bribe
കൈതച്ചക്ക *n* pineapple
കൈത്തൂവാല *n* handkerchief, hankie
കൈത്തോക്ക് *n* pistol
കൈപ്പിടി *n* handle, rail
കൈപ്പിടിയിലാക്കുക. *vt* grasp
കൈമണി, സംഗീതോപകരണം *npl* cymbals
കൈമാറുക *vt* exchange, pass
കൈമുട്ട് *n* elbow
കൈയടിച്ച് പ്രശംസിക്കുക *v* applaud
കൈയിൽ പിടിക്കുന്ന ഹെയർ ഡ്രയറുപയോഗിച്ച് മുടിയുണക്കിക്കൊണ്ട് നടത്തുന്ന ഹെയർ സ്റ്റൈൽ *n* blow-dry
കൈവശപ്പെടുത്തുക *vt* occupy
കൈവശപ്പെടുത്തുക, കൈക്കലാക്കുക *vt* take
കൈവശാവകാശം *n* custody
കൈവീശൽ *n* wave
ക്യാപ്റ്റൻ, മേധാവി *n* captain
ക്യാമറ ഫോൺ *n* camera phone
ക്യാരറ്റ്, മുള്ളങ്കി *n* carrot
ക്യൂബ *n* Cuba
ക്യൂബൻ നിവാസി *n* Cuban
ക്യൂബയെ സംബന്ധിക്കുന്ന *adj* Cuban
ക്യൂബ് *n* cube
ക്രമം *n* order, pattern
ക്രമമല്ലാത്ത *adj* irregular
ക്രമമായ *adj* steady
ക്രമീകരണം *n* adjustment

ക്രമീകരിക്കാവുന്ന *adj* adjustable
ക്രിക്കറ്റ് *n* cricket
ക്രിയ *n* verb
ക്രിയാവിശേഷണം *n* adverb
ക്രിസ്തീയമായ *adj* Christian
ക്രിസ്തു *n* Christ
ക്രിസ്തുമതം *n* Christianity
ക്രിസ്തുമസ്സ് *n* Christmas
ക്രിസ്ത്യാനി *n* Christian
ക്രിസ്മസ് *n* Christmas
ക്രീം *n* cream
ക്രീംനിറമുള്ള *adj* cream
ക്രൂരത *n* cruelty
ക്രൂരൻ *n* cruel person
ക്രൂരനായ *adj* vicious
ക്രൂരം *n* cruelty
ക്രൂരമായ *adj* brutal, cruel
ക്രൂശിത രൂപം *n* crucifix
ക്രൊയേഷ്യ *n* Croatia
ക്രൊയേഷ്യൻ *n* Croatian
ക്രൊയേഷ്യൻ ഭാഷ *n* Croatian
ക്രൊയേഷ്യയെ സംബന്ധിച്ച *adj* Croatian
ക്രൌര്യം *n* cruelty
ക്രൌര്യമുള്ള *adj* fierce
ക്രോധം *n* rage
ക്ലബ് *n* club
ക്ലാസിൽ നിന്നും ഒളിച്ചോടുക *vi* play truant
ക്ലാസ്സ് മുറി *n* classroom
ക്ലിപ്പ് *n* clip
ക്ലോറിൻ വാതകം *n* chlorine
ക്വാർട്ടർ ഫൈനൽ *n* quarter final
ക്ഷണം *n* invitation
ക്ഷണിക്കുക *vt* invite
ക്ഷതം *n* injury
ക്ഷതമേൽപ്പിക്കുക, ഹാനിയുണ്ടാക്കുക *vt* damage
ക്ഷമ *n* patience
ക്ഷമയില്ലാതെ *adv* impatiently
ക്ഷമയില്ലാത്ത *adj* impatient
ക്ഷമയുള്ള *adj* patient
ക്ഷമാപണം *n* apology
ക്ഷമിക്കണം! *excl* sorry!
ക്ഷമിക്കുക *excl* pardon!
ക്ഷമിക്കുക, മാപ്പ് നൽകുക *vt* forgive
ക്ഷയം *n* TB, tuberculosis
ക്ഷാമം *n* famine
ക്ഷീണം *n* weakness
ക്ഷീണിച്ച *adj* tired, weak
ക്ഷീണിപ്പിക്കുന്ന *adj* tiring
ക്ഷീരോല്പന്നകേന്ദ്രം *n* dairy
ക്ഷീരോൽപ്പന്നം *n* dairy produce
ക്ഷീരോൽപ്പന്നങ്ങൾ *npl* dairy products
ക്ഷുരകൻ *n* barber
ക്ഷൌരം ചെയ്യുക *v* shave

ഖ

ഖജാൻജി *n* treasurer
ഖണ്ഡിക *n* paragraph
ഖത്തർ *n* Qatar
ഖനനം *n* mining
ഖനി *n* mine
ഖനി തൊഴിലാളി *n* miner
ഖരരൂപത്തിലുള്ള *adj* solid
ഖസാക്കിസ്ഥാൻ *n* Kazakhstan
ഖുറാൻ *n* Koran
ഖേദം *n* regret
ഖേദകരമായ *excl* sorry!
ഖൈബർപാസ് *n* Khyber Pass

ഗ

ഗണനം, കണക്കു കൂട്ടൽ *n* calculation
ഗണിക്കുക, കണക്കു കൂട്ടുക *vt* calculate
ഗണിതശാസ്ത്രസംബന്ധിയായ *adj* mathematical
ഗണിതശാസ്ത്രം *n* mathematics
ഗണിതം *n* maths
ഗതാഗതക്കുരുക്ക് *n* traffic jam
ഗതാഗതത്തിരക്ക് *n* traffic
ഗതാഗതം *n* transport
ഗന്ധമുണ്ടാവുക *vi* smell
ഗന്ധം *n* odour, smell
ഗർഭനിരോധന മാർഗം *n* contraception
ഗർഭനിരോധനോപാധി *n* contraceptive
ഗർഭമലസൽ *n* miscarriage
ഗർഭസ്ഥശിശു *n* foetus
ഗർഭാവസ്ഥ *n* pregnancy
ഗർഭിണിയായ *adj* pregnant
ഗർവ്വുള്ള, ധിക്കാരിയായ *adj* cheeky
ഗവേഷണം *n* research
ഗസൽ *n* gazal
ഗാങ്ടോക്ക് *n* Gangtok
ഗാഢനിദ്രയിലായ *adj* asleep
ഗാനരചയിതാവ് *n* composer
ഗാനം, ശ്ലോകം *n* anthem
ഗാന്ധിനഗർ *n* Gandhinagar
ഗായകൻ *n* singer
ഗായകൻ, സംഗീതജ്ഞൻ *n* musician
ഗായകസംഘം *n* choir
ഗിനിപ്പന്നി *n* guinea pig
ഗിനിയ *n* Guinea

ഗുജറാത്തി *n* Gujarati
ഗുജറാത്ത് *n* Gujarat
ഗുണനം *n* multiplication
ഗുണമേന്മയുള്ള ഇനത്തിൽപ്പെട്ട *adj* pedigree
ഗുണിക്കുക *v* multiply
ഗുണം *n* quality
ഗുണം, പ്രയോജനം *n* advantage
ഗുരു *n* teacher
ഗുരു നാനാക്ക് ജയന്തി *n* Guru Nanak's birth anniversary
ഗുരു ഹർഗോവിന്ദ് ജയന്തി *n* Guru Hargovind's birth anniversary
ഗുരുതരമായ *adj* serious
ഗുരുതരമായി *adv* seriously
ഗുരുപൂർണിമ *n* Sikh celebration
ഗുലാബ് ജാമൂൻ *n* Indian sweet
ഗുളിക *n* pill, tablet
ഗുസ്തി *n* wrestling
ഗുസ്തിക്കാരൻ *n* wrestler
ഗുഹ *n* cave
ഗൂഢാലോചന *n* conspiracy
ഗൂഢ ശ്രവണോപാധി സ്ഥാപിക്കുക *adj* bugged
ഗൂഢാലോചന നടത്തുക *n* plot
ഗൃഹപാഠം *n* homework
ഗോഡൌൺ *n* warehouse
ഗോതമ്പ് *n* wheat
ഗോതമ്പ് അലർജി *n* wheat intolerance
ഗോത്രം *n* tribe
ഗോപുരത്തിന്റേയും മറ്റും കൂർത്ത ശിഖരം *n* spire
ഗോപുരം *n* tower
ഗോവ *n* Goa
ഗൌരവമായ *adj* major
ഗംഗ *n* Ganges
ഗ്യാരേജ്, വാഹനങ്ങൾ ശരിയാക്കി കൊടുക്കുന്ന സ്ഥലം *n* garage
ഗ്രന്ഥപ്പുര *n* archive
ഗ്രന്ഥശാല, ലൈബ്രറി *n* library
ഗ്രന്ഥശാലാപരിപാലകൻ, ലൈബ്രേറിയൻ *n* librarian
ഗ്രന്ഥി *n* gland
ഗ്രഹണശേഷി *n* comprehension
ഗ്രഹം *n* planet
ഗ്രാമീണമായ, നാട്ടിൻപുറത്തുള്ള *adj* rural
ഗ്രാമം *n* village
ഗ്രാമ്പൂ *n* clove
ഗ്രാം *n* gram
ഗ്ലാസ് *n* glass
ഗ്വാട്ടിമാല *n* Guatemala

ഘ

ഘടകം *n* component, ingredient
ഘടന *n* structure
ഘടികാരം *n* clock
ഘട്ടം *n* stage
ഘോഷയാത്ര *n* procession

ച

ചക്രവർത്തി *n* emperor, monarch
ചക്രവാളം *n* horizon
ചക്രം *n* wheel
ചങ്ങല *n* chain
ചങ്ങാടം *n* raft
ചങ്ങാതി *n* pal
ചങ്ങാതി, സുഹൃത്ത് *n* pal
ചട്ട, ഫ്രെയിം *n* frame
ചട്ടം *n* code
ചട്ടം, നിയമം *n* rule
ചണ്ഡിഗഢ് *n* Chandigarh
ചതയുക *vi* squash
ചതയ്ക്കുക *vt* crush
ചതിക്കുക *vi* cheat
ചതിയൻ *n* cheat
ചതുപ്പുനിലം *n* marsh, bog
ചതുരാകൃതിയിലുള്ള *adj* square
ചതുരം *n* square
ചതുരംഗം *n* chess
ഛത്തീസ്ഗട്ട് *n* Chhattisgarh
ചന്ത *n* market
ചന്ദ്രൻ *n* moon
ചപ്പാത്തി *n* bread
ചപ്പുചവറുകൾ *npl* litter
ചപ്പുചവറ്, മാലിന്യം *n* refuse
ചമയമിടൽ *n* makeover
ചരക്ക് *n* cargo, freight
▷ *npl* goods
ചരട് *n* string
ചരൽക്കല്ല് *n* gravel
ചരിഞ്ഞ *adj* slanting
ചരിത്രകാരൻ *n* historian
ചരിത്രപരമായ *adj* historical
ചരിത്രാതീത കാലത്തെ സംബന്ധിച്ച *adj* prehistoric
ചരിത്രം *n* history
ചരിയുക, ചായുക *vi* lean
ചരിവ് *n* ramp, slope
ചർച്ച *n* discussion
ചർച്ച ചെയ്യുക *vt* discuss
ചർമ്മത്തിന് ഈർപ്പം പകരുന്ന ക്രീം *n* moisturizer
ചർമ്മം *n* skin
ചലച്ചിത്രഗാനങ്ങൾ *npl* film songs
ചലനം *n* movement
ചവയ്ക്കുക *v* chew

ച

ചവയ്ക്കുന്ന മിഠായി, ച്യൂയിംഗ് ഗം *n* chewing gum
ചവറിടുന്നസ്ഥലം, ചവറുകൂന *n* dump
ചവറ് *n* waste
ചവറ്റുകുട്ട *n* bin, dustbin
ചാക്ക് *n* sack
ചാടിക്കടക്കുക *vi* skip
ചാടുക *vi* hop ▷ *v* jump
ചാട്ട *n* whip
ചാട്ടുളി *n* dart
ചാമ്പ്യൻ *n* champion
ചായ *n* tea
ചായക്കപ്പ് *n* teacup
ചായം കലർത്തി നിർമ്മിച്ച കണ്ണാടിച്ചില്ല് *n* stained glass
ചായം പൂശുക *vt* dye
ചാരത്തലമുടിയുള്ള *adj* grey-haired
ചാരനിറത്തിലുള്ള *adj* grey
ചാരൻ *n* spy
ചാരപ്രവർത്തി *n* espionage
ചാരവൃത്തി *n* spying
ചാരവൃത്തി ചെയ്യുക *vi* spy
ചാരുകസേര *n* armchair, easy chair
ചാറ് *n* gravy
ചാറ്റൽമഴ *n* drizzle, shower
ചാൽ *n* ditch
ചികിത്സ *n* (രോഗങ്ങൾക്ക് പൊതുവായുള്ളത്) treatment; (ഒരു പ്രത്യേക രോഗത്തിനുള്ളത്) therapy
ചികിത്സാലയം *n* clinic
ചിട്ടയോടെ *adj* systematic
ചിത്രകാരൻ *n* artist
ചിത്രത്തിന്റെ ഫ്രെയിം *n* picture frame
ചിത്രപ്പണി *n* embroidery
ചിത്രശലഭപ്പുഴു *n* caterpillar
ചിത്രശലഭം *n* butterfly
ചിത്രോപമമായ, മിഴിവുറ്റ *adj* picturesque
ചിത്രം *n* drawing, picture
ചിത്രം വരയ്ക്കുക *v* paint
ചിത്രം, രൂപം *n* image
ചിന്ത *n* thought
ചിന്തയില്ലാത്ത *adj* thoughtless
ചിന്താക്കുഴപ്പത്തിലായ *adj* baffled
ചിന്താവിഷ്ടനായ/ ചിന്താവിഷ്ടയായ *adj* thoughtful
ചിന്തിക്കുക *vi* think
ചിപ്പി *n* oyster
ചിപ്പ് *n* chip
ചിമ്മുക *v* blink
ചിയേർസ് *excl* cheers!
ചിരവുക *vt* grate
ചിരി *n* grin, laugh
ചിരിക്കുക *vi* grin, laugh
ചിരിയുടെ ശബ്ദം, പൊട്ടിച്ചിരി *n* laughter
ചിറ്റപ്പൻ *n* uncle (father's younger brother)

ചിലന്തി *n* spider
ചിലന്തി വല *n* web
ചിലന്തിവല *n* cobweb
ചിലപ്പോൾ *adv* sometimes
ചിലമ്പൽ *n* rattle
ചിലർ *pron* few, several
ചിലി *n* Chile
ചില്ലറ *n* change
ചില്ലുമുറി *n* conservatory
ചില്ല് പാത്രം *n* carafe
ചിഹ്നന വ്യവസ്ഥ *n* punctuation
ചിഹ്നം *n* sign
ചീകുന്ന ഒരുതരം ഉളി *n* plane
ചീഞ്ഞ, ജീർണിച്ച *adj* rotten
ചീഞ്ഞ, മലിനമായ *adj* foul
ചീത്ത, മോശക്കാരായ *adj* bad
ചീത്തയായ *adj* bad
ചീപ്പിന്റെയോ അരിവാളിന്റെയോ പല്ല് *n* tooth
ചീയുക, ജീർണിക്കുക *v* rot
ചീര *n* spinach
ചീള് *n* chip
ചീവീട് *n* cricket
ചുങ്കം *n* toll
ചുടുകട്ട, ഇഷ്ടിക *n* brick
ചുട്ടുപൊള്ളുന്ന *adj* stifling
ചുട്ടുപൊള്ളുന്ന, കൊടുംചൂടുള്ള *adj* sweltering
ചുണ്ടെലി *n* mouse
ചുണ്ട്, അധരം *n* lip
ചുണ്ണാമ്പുകല്ല് *n* limestone
ചുണ്ണാമ്പ്, കുമ്മായം *n* lime
ചുമ *n* cough
ചുമക്കുക *vt* bear
ചുമട്ട് തൊഴിലാളി *n* porter
ചുമതല *n* duty
ചുമയ്ക്കുക *vi* cough
ചുമയ്ക്കുള്ള മരുന്ന് *n* cough mixture
ചുരയ്ക്ക *n* gourd
ചുരുക്കപ്പേര് *npl* initials
ചുരുങ്ങിയ *adj* shrunken
ചുരുങ്ങുക *v* shrink
ചുരുട്ട് *n* cigar
ചുരുണ്ട *adj* curly
ചുരം *n* pass
ചുറുചുറുക്കുള്ള, ഉത്സാഹമുള്ള *adj* active
ചുറുചുറുക്ക് *n* spirit
ചുറ്റപ്പെട്ട് *adv* around
ചുറ്റിക *n* hammer
ചുറ്റിക്കാണുക *v* look round
ചുറ്റിമുറുക്കുക *vt* wind
ചുറ്റിസഞ്ചാരം, ചംക്രമണം *n* circulation
ചുറ്റുപാടുകൾ *npl* premises
ചുറ്റുപാട് *n* surroundings
ചുറ്റും *prep* around
ചുളിഞ്ഞ *adj* creased, wrinkled
ചുളിവ് *n* crease, wrinkle
ചുഴലിക്കാറ്റ് *n* cyclone
ചുവട് *n* step

ചുവന്ന, ചുവപ്പുനിറമുള്ള *adj* red
ചുവന്നു തടിച്ച *adj* inflamed
ചുവപ്പിനും മഞ്ഞയ്ക്കും ഇടയിലുള്ള നിറം, ഓറഞ്ചുനിറം *n* orange
ചുവരെഴുത്ത് *npl* graffiti
ചൂടാക്കൽ *n* heating
ചൂടാക്കുക *vt* heat ▷ *v* heat up, warm up
ചൂടുള്ള *adj* hot
ചൂടുള്ള പാത്രങ്ങൾ പിടിക്കാനുള്ള കൈയുറ *n* oven glove
ചൂട് *n* heat
ചൂണ്ടിക്കാട്ടുക *vi* point
ചൂണ്ടിക്കാണിക്കുക *v* point out
ചൂണ്ടുവിരൽ *n* index finger
ചൂതാട്ട കേന്ദ്രം *n* casino
ചൂതുകളി *n* gambling
ചൂതുകളിക്കുക *v* gamble
ചൂതുകളിക്കുന്നയാൾ *n* gambler
ചൂല്, തുറപ്പ *n* broom
ചെകുത്താൻ *n* Devil
ചെക്കുകാരൻ *n* Czech
ചെക്ക് ബുക്ക് *n* chequebook
ചെക്ക് ഭാഷ *n* Czech
ചെക്ക് റിപ്പബ്ലിക്ക് *n* Czech Republic
ചെങ്കടൽ *n* Red Sea
ചെങ്കുത്തായ *adj* steep
ചെഞ്ചുവപ്പ് *adj* scarlet
ചെടി *n* plant
ചെടിച്ചട്ടി *n* plant pot
ചെടിച്ചട്ടിയിൽ വളരുന്ന ചെടി *n* pot plant
ചെണ്ട *n* small drum
ചെതുമ്പൽ *n* scale
ചെന്നായ *n* wolf
ചെന്നൈ *n* Chennai
ചെപ്പടിവിദ്യക്കാരൻ *n* juggler
ചെമ്പ് *n* copper
ചെമ്മീൻ *n* shrimp
ചെയർ ലിഫ്റ്റ് *n* chairlift
ചെയ്യട്ടെ, ചെയ്യാമോ *v* may
ചെയ്യണം *v* should
ചെയ്യാൻ സാധ്യതയുണ്ടാവുക *vi* tend
ചെയ്യിക്കാനേൽപ്പിച്ച ജോലി *n* commission
ചെയ്യുക *vt* do
ചെയ്യേണ്ടതുണ്ട് എന്നതിനെ സൂചിപ്പിക്കുന്നു *v* have to
ചെരിപ്പു കട *n* shoe shop
ചെരുപ്പ് *n* sandal, slipper
ചെറിപ്പഴം *n* cherry
ചെറിയ *adj* small, tiny
ചെറിയ ഒരു തരം ഉണങ്ങിയ മുന്തിരിങ്ങ *n* sultana
ചെറിയ ഡിസ്ക്, സി. ഡി. *n* compact disc
ചെറിയ തെരുവ് *n* side street
ചെറിയ ദൂരം അതിവേഗത്തിൽ ഓടുക *vi* sprint

ചെറിയ പീരങ്കി *n* mortar
ചെറു ചതുരങ്ങളുള്ള *adj* checked
ചെറു വീട്, കുടിൽ *n* cottage
ചെറുകഥ *n* short story
ചെറുകുപ്പായം *n* jacket
ചെറുക്കൻ, കൊച്ചൻ *n* brat
ചെറുക്കുക *vt* resist
ചെറുഗോവണി. *n* stepladder
ചെറുചൂടുള്ള *adj* lukewarm
ചെറുതാക്കുക *v* cut down ▷ *vt* trim
ചെറുതും ഇറുകിയതുമായ അടിവസ്ത്രങ്ങൾ *npl* briefs
ചെറുത്തുനിൽക്കുക *v* resist
ചെറുത്തുനിൽപ്പ് *n* resistance
ചെറുനാരങ്ങ *n* lemon
ചെറുപള്ളി *n* chapel
ചെറുപ്പമായ *adj* younger
ചെറുപ്പം *n* young
ചെലവഴിക്കുക *vt* spend
ചെലവിടുക *vt* spend
ചെലവിടുന്നു *v* put in
ചെലവുകൾ *npl* expenses, overheads
ചെലവുകുറഞ്ഞ താമസസൌകര്യം *n* council house
ചെലവുവഹിക്കാൻ കഴിയുന്ന *adj* affordable
ചെലവുവഹിക്കാൻ കഴിവുണ്ടായിരിക്കുക *vt* afford
ചെലവേറിയ *adj* dear, expensive
ചെലവ് *n* expenditure
ചെലവ് നടത്തുക *v* live on
ചെളി *n* mud
ചെളി പറ്റിയ *adj* muddy
ചെളിവെള്ളം നിറഞ്ഞ കുഴി *n* puddle
ചെള്ള് *n* flea
ചെവി *n* ear
ചെവി വേദന *n* earache
ചെവിക്കല്ല് *n* eardrum
ചേച്ചി *n* elder sister
ചേട്ടൻ *n* elder brother
ചേരി *n* slum
ചേരുക *v* sign on
ചേരുന്ന, ഇണങ്ങുന്ന *vt* suit
ചേർക്കുക *vt* add
ചേർച്ചയുള്ള *adj* matching
ചൈന *n* China
ചൈനക്കാർ *n* Chinese
ചൈനീസ് ഭാഷ *n* Chinese
ചൊടിപ്പിക്കുന്ന, ശുണ്ഠിപിടിപ്പിക്കുന്ന *adj* annoying
ചൊറി *n* eczema
ചൊറിച്ചിലുള്ള *n* itchy
ചൊറിച്ചിൽ *n* itching
ചൊറിയണം, കൊടിത്തൂവ *n* nettle

ച

ചൊറിയുക *vi* itch ▷ *v* scratch
ചൊവ്വ *n* Tuesday
ചോക്കലേറ്റ് *n* chocolate
ചോക്ക് *n* chalk
ചോദിക്കുക *vt* ask, question
ചോദ്യചിഹ്നം *n* question mark
ചോദ്യപരമ്പര *n* quiz
ചോദ്യാവലി *n* questionnaire
ചോദ്യം *n* question
ചോദ്യം ചെയ്യുക *vt* interrogate
ചോപ്പ് സ്റ്റിക്ക് *npl* chopsticks
ചോര ഒലിക്കുക *vi* bleed
ചോരുക *vi* leak
ചോർച്ച *n* leak
ചോളപ്പൊരി *n* popcorn
ചോളം *n* maize

ഛർദ്ദി *n* vomiting
ഛർദ്ദിക്കുക *v* throw up ▷ *vi* vomit
ഛായ *n* image, shadow
ഛായാഗ്രാഹകൻ *n* camera man
ഛായാചിത്രം *n* portrait

ജ

ജട്ടി *n* landing pier, wharf
ജനക്കൂട്ടം *n* crowd
ജനങ്ങൾ *npl* people
ജനത്തിരക്കുള്ള *adj* crowded
ജനന നിരക്ക് *n* birth rate
ജനന സർട്ടിഫിക്കറ്റ് *n* birth certificate
ജനന സ്ഥലം *n* birth place
ജനനസ്ഥലം *n* birth place
ജനനം, പ്രസവം *n* birth
ജനപ്രിയത *n* popularity
ജനപ്രിയമായ *adj* popular
ജനറൽ സെക്രട്ടറി *n* secretary general
ജനൽ *n* window
ജനൽ പാളി *n* window pane
ജനസാന്ദ്രത *n* population density
ജനസംഖ്യ *n* population
ജനസംഖ്യാ കണക്കെടുപ്പ് *n* census
ജനാധിപത്യപരമായ *adj* democratic
ജനാധിപത്യം *n* democracy
ജനിതക ശാസ്ത്രം *n* genetics
ജനിതകപരമായ *adj* genetic
ജനുവരി *n* January

ജന്തുശാസ്ത്രം *n* zoology
ജന്മദിനം *n* birthday
ജന്മനാടിനെ സംബന്ധിച്ച *adj* native
ജന്മനായുള്ള *adj* born
ജന്മാഷ്ടമി *n* celebration to mark birth of Hindu god Lord Krishna
ജന്മം *n* birth
ജപ്പാനീസ് ഭാഷ *n* Japanese
ജപ്പാനെ സംബന്ധിച്ച *adj* Japanese
ജപ്പാൻ *n* Japan
ജപ്പാൻകാരൻ *n* Japanese
ജമന്തി *n* chrysanthemum
ജമൈക്കൻ *n* Jamaican
ജമൈക്കയെ സംബന്ധിച്ച *adj* Jamaican
ജമ്മു *n* Jammu
ജമ്ശേദ് നവരോശ് *n* Parsi New Year
ജയിലിലടയ്ക്കുക *vt* jail
ജയിൽ *n* jail, prison
ജയിൽ ഉദ്യോഗസ്ഥൻ *n* prison officer
ജയ്പൂർ *n* Jaipur
ജലക്കുഴൽപ്പണി *n* plumbing
ജലദോഷം *n* catarrh, cold
ജലധാര *n* fountain
ജലനിരോധിത *adj* waterproof
ജലാംശമില്ലാത്ത *adj* dehydrated
ജലം *n* water
ജാഗ്രതയുള്ള *adj* cautious
ജാഗ്രതയോടെ *adv* cautiously
ജാതകം *n* horoscope
ജാതിക്ക *n* nutmeg
ജാമ്യത്തുക *n* bail amount
ജാമ്യം *n* bail
ജാർ *n* jar
ജാവലിൻ ,ചാട്ടുളി *n* javelin
ജിജ്ഞാസ *n* curiosity
ജിജ്ഞാസ കൂടുതലുള്ള *adj* nosy
ജിജ്ഞാസയുള്ള *adj* curious
ജിജ്ഞാസുവായ *adj* inquisitive
ജിമിക്കി *n* earring
ജിലേബി *n* Indian sweet
ജില്ല *n* district
ജില്ലാ പരിഷത്ത് *n* district council
ജീനി *n* saddle
ജീനിസഞ്ചി *n* saddlebag
ജീരകം *n* cumin
ജീവചരിത്രം *n* biography
ജീവനക്കാരൻ *n* employee
ജീവനക്കാരി *n* employee
ജീവനക്കാർ *npl* staff
ജീവനുള്ള *adj* live
ജീവൻ *n* life
ജീവൻ രക്ഷിക്കുന്ന *adj* life-saving
ജീവശാസ്ത്രപരമായ *adj* biological

ജീവശാസ്ത്രം *n* biology
ജീവി *n* creature
ജീവിച്ചിരിക്കുക *vi* live
ജീവിതചക്രം *n* lifestyle
ജീവിതച്ചെലവ് *n* cost of living
ജീവിതനിലവാരം *n* standard of living
ജീവിതവീക്ഷണം *n* outlook
ജീവിതാഭിലാഷം *n* ambition
ജീവിതം *n* life
ജീവിവർഗങ്ങൾ *n* species
ജൂൺ *n* June
ജൂതപ്പള്ളി *n* synagogue
ജൂനിയർ *adj* junior
ജൂറി *n* jury
ജൂലൈ *n* July
ജെട്ടി *n* jetty
ജൈവികമായ *adj* organic
ജോക്കി *n* jockey
ജോടി *det* couple
ജോടിയല്ലാത്ത *adj* odd
ജോഡി *n* pair
ജോഡി, ഇണ *n* couple
ജോയിന്റ് സെക്രട്ടറി *n* joint secretary
ജോർദാനിയൻ *n* Jordanian
ജോർദാനെ സംബന്ധിച്ച *adj* Jordanian
ജോർദാൻ *n* Jordan
ജോലി *n* job, work
ജോലി, തൊഴിൽ *n* employment
ജോലിക്കാരൻ *n* worker; (പ്രത്യേകിച്ചും ഏതെങ്കിലും വ്യക്തിയുടെ കീഴിൽ ജോലിചെയ്യുന്ന ആൾ) servant
ജോലിചെയ്യുക *vi* work
ജോലിത്തിരക്കുള്ള *adj* busy
ജോലിസ്ഥലം *n* workplace
ജ്ഞാനി *n* wiseman
ജ്യോതിശാസ്ത്രം *n* astronomy
ജ്യോതിഷ ശാസ്ത്രം *n* astrology
ജ്വലിക്കുന്ന *adj* bright

ഝ

ഝാർക്കണ്ഡ് *n* Jharkhand

ഞ

ഞങ്ങളുടെ, നമ്മുടെ *det* our
ഞങ്ങളെത്തന്നെ *pron* ourselves
ഞങ്ങൾ, നമ്മൾ *pron* ours
ഞണ്ട് *n* crab
ഞരങ്ങുക *vi* moan
ഞരമ്പ് *n* vein

ഞരമ്പ്, സിര *n* nerve
ഞാൻ *pron* I
ഞായറാഴ്ച *n* Sunday
ഞാറപ്പക്ഷി *n* pelican
ഞാവൽപ്പഴം *n* jambul
ഞെങ്ങിഞ്ഞെരുങ്ങുക *v* squeeze in
ഞെട്ടിക്കുക *vt* shock
ഞെട്ടിക്കുന്ന *adj* shocking
ഞെട്ടിക്കുന്ന, ലജ്ജാവഹമായ *adj* outrageous
ഞെരിക്കുക *vt* crush

S

ടയർ *n* tyre
ടയറിലെ ദ്വാരം *n* puncture
ടർക്കി *n* Turkey
ടർക്കിക്കാരൻ *n* Turk
ടർക്കിഷ് *adj* Turkish
ടർക്കിഷ് *n* Turkish
ടവൽ *n* serviette
ടാക്ക *n* taka
ടാഗ് *n* tag
ടാങ്കർ *n* tanker
ടാങ്ക് *n* tank
ടാൻസാനിയ *n* Tanzania
ടാൻസാനിയൻ *adj* Tanzanian ▷ *n* Tanzanian
ടാപ്പ് *n* tap
ടാൽക്കം പൌഡർ *n* talcum powder
ടാസ്മാനിയ *n* Tasmania
ടിന്നിലടച്ച *adj* tinned
ടിബറ്റൻ *adj* Tibetan ▷ *n* Tibetan
ടിബറ്റ് *n* Tibet
ടുണീഷ്യ *n* Tunisia
ടുണീഷ്യൻ *adj* Tunisian ▷ *n* Tunisian
ടൌൺ ഹാൾ *n* town hall
ടെന്നീസ് *n* tennis
ടെന്നീസ് കളിക്കുന്നയാൾ *n* tennis player
ടെർമിനൽ *n* terminal
ടെലഗ്രാം *n* telegram
ടെലിഫോൺ *n* telephone
ടെലിവിഷൻ *n* television
ടേക്ക്എവേ *n* takeaway
ടേപ്പ് *n* tape, tape measure
ടേപ്പ് റെക്കോർഡർ *n* tape recorder
ടേബിൾ ടെന്നീസ് *n* table tennis
ടേബിൾ വൈൻ *n* table wine
ടേബിൾസ്പൂൺ *n* tablespoon
ടേം *n* term
ടൈപ്പ് ചെയ്യുക *v* type
ടൊയ്‌ലറ്റ് അനുബന്ധങ്ങൾ *npl* toiletries
ടോഗോ *n* Togo
ടോർച്ച് *n* torch

ട്യൂബ് *n* tube
ട്രോഫി *n* trophy
ട്രൗട്ട്/ഒരുതരം മത്സ്യം *n* trout

ഡച്ചുകാരൻ *n* Dutchman
ഡച്ചുകാരി *n* Dutchwoman
ഡയറക്ടർ *n* director
ഡൽഹി *n* Delhi
ഡൽഹിക്കാർ *npl* people from Delhi
ഡാഡി *n* daddy
ഡാനിഷ് *n* Danish
ഡാമൻ *n* Daman
ഡാം *n* dam
ഡിന്നർ പാർട്ടി *n* dinner party
ഡിപ്ലോമ *n* diploma
ഡിസംബർ *n* December
ഡെക്ക്, ബസിലെയോ കപ്പലിലെയോ തട്ട് *n* deck
ഡെൻമാർക്കിനെ സംബന്ധിച്ച *adj* Danish
ഡെന്മാർക്കുകാരൻ *n* Dane
ഡെയ്സി *n* daisy
ഡെറാഡൂൺ *n* Dehradun
ഡോക്ടർ *n* doctor
ഡോൾഫിൻ *n* dolphin
ഡ്രൈവർ *n* driver

തകരപ്പാത്രം *n* tin
തകരപ്പാത്രം, ടിന്ന് *n* can
തകരാറുള്ള *adj* faulty
തകരുക *vt* wreck
തകർക്കുക *vt* demolish
തകർച്ച *n* wreckage
തകർന്ന കപ്പലിൽ നിന്നും രക്ഷപ്പെട്ട *adj* shipwrecked
തകർന്നുവീഴുക *vi* collapse
തക്കാളി *n* tomato
തക്കാളി സോസ് *n* tomato sauce
തങ്ങുക, താമസിക്കുക *vi* stay
തജികിസ്താൻ *n* Tajikistan
തടങ്കൽ, തടഞ്ഞു വയ്ക്കൽ *n* detention
തടഞ്ഞ, നിരോധിച്ച *adj* prohibited
തടയൽ *n* prevention
തടയുക *vt* prevent
തടവുക *vt* stroke
തടവുകാരൻ *n* prisoner
തടവുശിക്ഷ *n* sentence
തടസപ്പെടുത്തുക *vt* disrupt ▷ *v* interrupt
തടസം *n* interruption
തടസ്സപ്പെടുത്തുക *vt* block
തടസ്സപ്പെട്ട *adj* blocked

തടസ്സം *n* block, blockage
തടാകം *n* lake
തടി *n* timber, wood
തടിക്കഷണം *n* log
തടിച്ച *adj* obese, fat
തടിപ്പ് *n* rash
തട്ടൽ, മുട്ടൽ *n* knock
തട്ടിക്കൊണ്ടു പോകുക, റാഞ്ചുക *vt* hijack
തട്ടിക്കൊണ്ടുപോകുക *vt* abduct, kidnap
തട്ടിപ്പറിക്കുക, ബലാൽക്കാരമായി പിടിക്കുക *vt* grab
തട്ടിപ്പ്, വഞ്ചന *n* fraud
തട്ടുക, മുട്ടുക *vi* knock
തണുത്ത് മരവിക്കുക *vi* freeze
തണൽ *n* shade
തണുത്ത *adj* cold
തണുത്തു വിറങ്ങലിച്ച *adj* icy
തണുപ്പിക്കുക *v* chill
തണുപ്പിച്ച് സൂക്ഷിക്കുക *vt* freeze
തണുപ്പുള്ള *adj* cold, cool
തണുപ്പ് *n* cold
തണുപ്പുകാലം *n* winter
തണ്ണിമത്തങ്ങ *n* melon
തണ്ണിമത്തൻ *n* watermelon
തത്ക്ഷണം, ഉടൻ *adv* instantly
തത്ത *n* parrot
തത്വശാസ്ത്രം *n* philosophy
തദ്ദേശവാസി *n* inhabitant
തനതായ *adj* unique
തനിച്ചുള്ള, ഒറ്റയ്ക്കുള്ള *adj* alone
തനിയെ *pron* itself
തന്ത്രം *npl* tactics ▷ *n* trick
തന്മാത്ര *n* molecule
തപാലിലയക്കുക *vt* post
തപാലിലയയ്ക്കുക *vt* mail
തപാൽ *n* mail, post
തപാൽ കോഡ് *n* postcode
തപാൽ പെട്ടി *n* postbox
തപാൽ മുദ്ര *n* postmark
തപാൽക്കൂലി *n* postage
തപ്പുക *vi* grope
തബല *n* small tambourine
തമാശ *n* joke
തമാശ പറയുക *vi* joke
തമാശ, നേരംപോക്ക് *n* comedy
തമാശയായ *adj* playful
തമാശയായി പറയുക *vi* kid
തമാശയ്ക്കു വകനൽകുന്ന *adj* funny
തമിഴ് *n* Tamil
തമിഴ്നാട് *n* Tamil Nadu
തമിഴ്നാട്ടുകാരൻ *n* person from Madras (Chennai)
തമ്മിൽ കാണുക *vi* meet
തയ്യൽക്കാരൻ *n* tailor
തയ്യാറായ *adj* willing
തയ്യാറെടുക്കുക *vt* prepare
തയ്യാറെടുത്ത *adj* prepared
തയ്യാറെടുപ്പ് *n* preparation
തരി *n* grain

തരം *n* kind, sort
തരം, ഇനം *n* grade
തരംഗദൈർഘ്യം *n* wavelength
തരംതിരിക്കുക *vt* sort out
തർക്കമില്ലാത്ത *adj* undisputed
തർക്കവിഷയം *n* opinion poll
തർക്കിക്കുക *vi* argue
തർക്കം *n* argument
തറ, നിലം *n* floor
തറയോട് *n* tile
തറയോട് പാകിയ *adj* tiled
തല *n* head
തലകറക്കമുള്ള, തലച്ചുറ്റുള്ള *adj* dizzy
തലകീഴായി *adv* upside down
തലകുലുക്കുക *vi* nod
തലക്കനമുള്ള *adj* bigheaded
തലക്കനമുള്ള, തണ്ടനായ *adj* stuck-up
തലക്കെട്ട് *n* title
തലക്കെട്ട്, ശീർഷകം *n* caption, headline
തലച്ചോറിനുണ്ടാകുന്ന ക്ഷതം *n* concussion
തലച്ചോറ്, മസ്തിഷ്കം *n* brain
തലതിരിച്ച്, സാധാരണരീതിയ്ക്ക് വിപരീതമായ വിധത്തിൽ *adv* backwards
തലതിരിഞ്ഞ്, കീഴ്മേൽമറിഞ്ഞ് *adj* upside down
തലമുടി *n* hair
തലമുടിയ്ക്കുള്ള മൈലാഞ്ചി *n* henna for hair
തലമുറ *n* generation
തലയിണ *n* pillow
തലയിണയുറ, തലയിണക്കവർ *n* pillowcase
തലയോട്ടി *n* skull
തലവൻ *n* head
തലവേദന *n* headache
തലസ്ഥാനം *n* capital
തലേദിവസം *n* eve
തൽക്കാല വിരാമം *n* pause
തൽക്ഷണമുള്ള *adj* spontaneous
തല്ലുകൂടുക *vi* squabble
തളർവാതം, പോളിയോ *n* polio
തള്ളവിരൽ *n* thumb
തളിക്കുക *v* spray
തള്ളിക്കയറ്റുക *v* cram
തള്ളിക്കളയുക *vt* dismiss, reject; rule out
തള്ളുക *v* push
തവണ *n* instalment
തവണ, പ്രാവശ്യം *n* round
തവള *n* frog
തവി *n* ladle
തവിടുകളയാത്ത അരി *n* brown rice

തവിട് *n* bran
തവിട്ടു നിറത്തിലുള്ള *adj* brown
തവിട്ട് നിറമായ *adj* auburn
തസ്തിക *n* post
തഹീതി *n* Tahiti
താക്കോൽ *n* key
താക്കോൽ വളയം *n* keyring
താജ്മഹൽ *n* Taj Mahal
താടി *n* chin
താടിയുള്ള, താടിക്കാരനായ *adj* bearded
താടിയെല്ല് *n* jaw
താടിരോമം *n* beard
താത്ക്കാലിക മേൽവിലാസം *n* temporary address
താത്ക്കാലികമായ, തൽക്കാലത്തേയ്ക്കുള്ള *adj* temporary
താത്ക്കാലികമായി നിർത്തിവയ്ക്കുക *vt* suspend
താത്പര്യമുള്ള, ആകാംഷയുള്ള *adj* keen
താപനില *n* temperature
താമര *n* lotus
താമസസൌകര്യം *n* accommodation
താമസിക്കുക *vi* live
താമസിപ്പിക്കുക *vt* put off
താമസിപ്പിക്കുക, വൈകിക്കുക *vt* delay
താമസം *n* stay
താമസം മാറ്റുക *v* move in
തായ് *adj* Thai ▷ *n* Thai
തായ്ത്തടി *n* trunk
തായ്‌ലാന്റ് *n* Thailand
തായ്‌വാനീസ് *adj* Taiwanese ▷ *n* Taiwanese
തായ്‌വാൻ *n* Taiwan
താരതമ്യപ്പെടുത്താവുന്ന *adj* comparable
താരതമ്യേന *adv* comparatively, relatively
താരതമ്യം *n* comparison
താരതമ്യം ചെയ്യുക *vt* compare
താരൻ *n* dandruff
താരാട്ടുപാട്ട് *n* lullaby
താരം *n* star
താറാവ് *n* duck
താറുമാറാക്കുക *v* mess up
താറുമാറായ, അലങ്കോലപ്പെട്ട *adj* chaotic
താറുമാറായ, കുഴഞ്ഞു മറിഞ്ഞ *adj* messy
താറുമാറ്, അലങ്കോലം *n* chaos
താൽക്കാലികമായ *adj* provisional, temporary
താൽക്കാലികം *n* temp
താൽപര്യമുള്ള *adj* interested
താൽപര്യം *n* interest
താൽപര്യം ജനിപ്പിക്കുക *vt* interest
താളം *n* rhythm

താഴത്തെ നില *n* ground floor
താഴത്തെ നിലയിലുള്ള *adj* downstairs
താഴത്തെ നിലയിലേക്ക് *adv* downstairs
താഴുക *v* drop, go down
താഴെ *adv* below ▷ *prep* below
താഴെ വീഴുക *v* fall down
താഴെയായി *adv* low
താഴെയുള്ള *adj* bottom
താഴേക്കിടയിലുള്ളവർ, കീഴിലുള്ളയാൾ *n* inferior
താഴേക്ക് വരുക *v* come down
താഴേക്ക്, താഴെ *adv* down
താഴോട്ടിറങ്ങുക *v* descend
താഴ്, പൂട്ട് *n* padlock
താഴ്ത്തുക *vt* lower
താഴ്ന്ന *adj* low
താഴ്‌വര *n* valley
താവളമടിക്കുക *n* camping ▷ *vi* camp
താവളം *n* camp
തികച്ചും *adv* quite
തിങ്കളാഴ്ച *n* Monday
തിങ്ങിനിറഞ്ഞ *n* congestion ▷ *adj* jammed
തിടുക്കം, തിരക്ക് *n* hurry, rush
തിണ്ണമിടുക്കുള്ള *adj* streetwise
തിത്തിരിപ്പക്ഷി *n* partridge
തിമിംഗലം *n* whale
തിരക്കുകൂട്ടുക, തിടുക്കം കാട്ടുക *vi* hurry
തിരക്കുള്ള സമയം *npl* peak hours
തിരക്കുള്ള, തിരക്കുപിടിച്ച *adj* busy
തിരച്ചിൽ *n* search
തിരഞ്ഞെടുക്കൽ *n* choice, selection
തിരഞ്ഞെടുക്കുക *v* choose, tick off ▷ *vt* elect, select
തിരഞ്ഞെടുത്ത *adj* chosen
തിരഞ്ഞെടുപ്പ് *n* election
തിരമാല *n* wave
തിരയുക *vi* hunt ▷ *vt* scan ▷ *v* search
തിരശ്ചീനമായ *adj* horizontal
തിരികെ കൊണ്ടുവരിക *vt* bring back
തിരിക്കുക *vt* twist
തിരിച്ചടയ്ക്കൽ *n* repayment
തിരിച്ചടയ്ക്കുക *vt* repay
തിരിച്ചടി *n* setback
തിരിച്ചടിക്കുക *vi* backfire
തിരിച്ചയയ്ക്കുക *vt* send back
തിരിച്ചറിയൽ *n* identification
തിരിച്ചറിയൽ കാർഡ് *n* identity card
തിരിച്ചറിയാനാകാത്ത *adj* unidentified

തിരിച്ചറിയാവുന്ന *adj* recognizable
തിരിച്ചറിയുക *vt* identify, recognize
തിരിച്ചു കിട്ടുക, വീണ്ടെടുക്കുക *v* get back
തിരിച്ചു നൽകുക, തിരികെ കൊടുക്കുക *vt* give back
തിരിച്ചു വരുക *vi* come back
തിരിച്ചുവരവ് *n* return
തിരിച്ചും *adv* vice versa
തിരിച്ചെടുക്കുക *vt* take back
തിരിച്ച് ഫോൺ ചെയ്യുക *v* phone back
തിരിച്ച് വിളിക്കുക *v* call back
തിരിയുക *v* turn, turn around
തിരിവ് *n* turn, turning
തിരുപ്പൻ *n* toupee
തിരുമ്മി തുടയ്ക്കുക *vt* rub
തിരുവനന്തപുരം *n* Thiruvananthapuram
തിലകം *n* small vermilion dot on the forehead
തിളക്കമുള്ള, തിളങ്ങുന്ന *adj* bright
തിളക്കൽ *n* boil
തിളച്ചു പൊങ്ങുക *vi* boil over
തിളപ്പിക്കുക *vi* boil
തിളയ്ക്കുന്ന *adj* boiling
തീ *n* fire
തീജ്വാല *n* flame
തീപിടിക്കുന്ന *adj* flammable
തീപ്പെട്ടിക്കോൽ *n* match
തീപ്പൊരി *n* spark
തീയതി *n* date
തീയേറ്റർ *n* theatre
തീരസംരക്ഷകൻ *n* coastguard
തീരുമാനിക്കാത്ത *adj* undecided
തീരുമാനിക്കുക *vt* decide
തീരുമാനം *n* decision
തീരെ മോശമായ *adj* awful
തീരം *n* shore
തീർച്ചയായും *adv* definitely
തീർച്ചയായും, നിശ്ചയമായും *adv* surely
തീർച്ചയില്ലാത്ത *adj* dubious
തീർത്ഥാടകൻ *n* pilgrim
തീർത്ഥാടനയാത്ര *n* pilgrimage
തീർന്നുപോവുക *vi* run out
തീറ്റുക, ആഹാരം കൊടുക്കുക *vt* feed
തീവണ്ടി *n* train
തീവണ്ടിയിലെ ലഘുഭക്ഷണമുറി *n* buffet car
തീവയ്പ്പ് *n* arson
തീവ്ര പരിചരണ വിഭാഗം *n* intensive care unit
തീവ്രത *n* density
തീവ്രമായ *adj* intensive
തീവ്രവാദി *n* extremist
തീവ്രവാദം *n* extremism
തുക *n* sum

തുക, അളവ് *n* amount
തുകൽ *n* leather
തുട *n* thigh
തുടക്കക്കാരൻ *n* beginner
തുടക്കത്തിൽ വിളമ്പുന്ന ഭക്ഷണം *n* starter
തുടക്കം കുറിക്കുക *v* start off
തുടക്കം, ആരംഭം *n* beginning
തുടങ്ങുക *vt* start
തുടച്ച് വൃത്തിയാക്കുക *v* wipe up
തുടയ്ക്കുക *v* mop up ▷ *vt* wipe
തുടരുക *v* carry on, go on ▷ *vt* continue, keep ▷ *vi* stay
തുടരുക, പുനരാരംഭിക്കുക *v* resume
തുടരെ തുടരെയുള്ള, അടിക്കടിയുള്ള *adj* frequent
തുടർച്ച *n* sequel
തുടർച്ചയായ *adj* continual
തുടർച്ചയായി *adv* continually
തുടർച്ചയായുള്ള *adj* continuous, successive
തുടർന്നുള്ള വിദ്യാഭ്യാസം *n* further education
തുടർന്ന് *conj* then
തുണി *n* textile
തുണി അലക്കൽ *n* laundry
തുണിക്കഷണം *n* cloth
തുണിത്തരം *n* fabric
തുണ്ടു കടലാസ് *n* slip
തുന്നൽ *n* sewing, stitch
തുന്നൽ മെഷീൻ *n* sewing machine
തുന്നൽ സൂചി *n* knitting needle
തുന്നിച്ചേർക്കുക *vt* sew up
തുന്നുക *v* sew, stitch
തുപ്പൽ *n* spit
തുപ്പുക *v* spit
തുമ്പി *n* dragonfly
തുമ്പിക്കൈ *n* trunk
തുമ്മുക *vi* sneeze
തുരങ്കം *n* tunnel
തുരുമ്പുപിടിച്ച *adj* rusty
തുരുമ്പ് *n* rust
തുറക്കുക *v* open ▷ *vt* unlock
തുറന്ന *adj* open
തുറന്നടിക്കുന്ന *adj* blunt
തുറന്നമനസ്സുള്ള *adj* liberal
തുറന്നമനസ്സോടെ *adv* frankly
തുറന്നിരിക്കുക *v* open
തുറന്നു പ്രവർത്തിക്കുന്ന സമയം *npl* opening hours
തുറമുഖം *n* harbour, port
തുറിച്ചുനോക്കുക *vi* glare, stare
തുലാരാശി *n* Libra
തുല്യതയുള്ള *adj* level
തുല്യമായ *adj* equal

തുല്യമായി, സമമായി *adv* fifty-fifty
തുളച്ച *adj* pierced
തുളയ്ക്കൽ *n* drill
തുളയ്ക്കുക *vt* drill
തുളസി *n* basil
തുള്ളി *n* drip
തുഴച്ചിൽ *n* sailing
തുഴയൽ *n* rowing
തുഴയുക *vt* paddle ▷ *v* row; sail
തൂങ്ങുക *vi* hang
തൂൺ *n* pillar
തൂപ്പുകാരൻ *n* sweeper
തൂപ്പുകാരി *n* sweeper
തൂമ്പ *n* shovel, spade
തൂലികാ സുഹൃത്ത് *n* penfriend
തൂവൽ *n* feather
തൂവാല *n* nappy; handkerchief
തൂവിപ്പോവുക *v* spill
തൃപ്തികരമായ *adj* satisfactory
തെക്കൻ *adj* southern
തെക്കുകിഴക്ക് *n* southeast
തെക്കുപടിഞ്ഞാറ് *n* southwest
തെക്കുള്ള *adj* south
തെക്കോട്ടുള്ള *adj* southbound
തെക്കോട്ട് *adv* south
തെക്ക് *n* south
തെണ്ടി *n* tramp
തെന്നി നീങ്ങുക *v* slide
തെന്നുക *vi* skid, slip
തെരഞ്ഞുപിടിക്കുക *vt* pick out
തെരഞ്ഞെടുക്കുക *vt* pick
തെരഞ്ഞെടുപ്പ് *n* pick
തെരുവു മൃഗം *n* stray
തെരുവ് വിളക്ക് *n* streetlamp
തെറ്റായ *adj* false, wrong
തെറ്റായ, അസത്യമായ *adj* incorrect
തെറ്റായി വിലയിരുത്തുക *vt* misjudge
തെറ്റിദ്ധരിക്കപ്പെട്ട *adj* mistaken
തെറ്റിദ്ധരിക്കുക *vt* mistake ▷ *v* misunderstand
തെറ്റിദ്ധരിപ്പിക്കുന്ന *adj* misleading
തെറ്റിദ്ധാരണ *n* misunderstanding
തെറ്റുതിരുത്തൽ *n* correction
തെറ്റ് *adj* wrong
തെറ്റ്, തകരാറ് *n* fault
തെലുങ്ക് *n* Telugu
തെളിഞ്ഞ *adj* clear
തെളിഞ്ഞ, സൂര്യപ്രകാശമുള്ള *adj* sunny
തെളിയിക്കുക *v* prove
തെളിവ് *n* evidence, proof
തേങ്ങ *n* coconut
തേങ്ങവെള്ളം *n* coconut water

തേങ്ങിക്കരയുക *vi* sob
തേങ്ങുക *vi* weep
തേടുക *vt* seek
തേനീച്ച *n* bee
തേൻ *n* honey
തേയില ടവൽ *n* tea towel
തേയില ബാഗ് *n* tea bag
തേള് *n* scorpion
തൈര് *n* yoghurt
തൈം *n* thyme
തൊങ്ങൽ *n* fringe
തൊടുക *vt* touch
തൊട്ടടുത്ത *adj* adjacent
തൊട്ടടുത്തുള്ള *adj* nearby
തൊട്ടടുത്ത് *adv* nearby
തൊട്ടി *n* trough
തൊട്ടിൽ *n* cradle
തൊണ്ട, കണ്ഠം *n* throat
തൊണ്ണൂറ് *num* ninety
തൊപ്പി *n* cap, hat
തൊലി *n* peel, skin
തൊലിയുരിയുക *vt* peel
തൊഴി *n* kick
തൊഴിക്കുക *v* kick
തൊഴിലാളി *n* labourer, workman
തൊഴിലാളി വർഗ്ഗം *adj* working-class
തൊഴിലില്ലാത്ത *adj* jobless, unemployed
തൊഴിലില്ലായ്മ *n* unemployment
തൊഴിലില്ലായ്മാവേതനം *n* dole
തൊഴിലുടമ, തൊഴിൽസ്ഥാപനം *n* employer
തൊഴിൽ *n* profession
തൊഴിൽ ഒഴിവിനെക്കുറിച്ചുള്ള വിവരങ്ങൾ ലഭിക്കുന്ന കേന്ദ്രം *n* job centre
തൊഴിൽ നൽകുക, ജോലിനൽകുക *vt* employ
തൊഴിൽ പരിചയം *n* work experience
തൊഴിൽപരമായ *adj* vocational
തൊഴിൽശേഷി *n* workforce
തോക്ക് *n* gun
തോട്ടക്കാരൻ, ഉദ്യാനപാലകൻ *n* gardener
തോണി, വള്ളം *n* canoe
തോത് *n* scale
തോന്നൽ *n* feeling
തോർത്ത് *n* bath towel
തോറും *prep* per
തോറ്റുപോകുക, പരാജയപ്പെടുക *v* fail
തോളിലിടുന്ന സഞ്ചി *n* satchel
തോളെല്ല് *n* collarbone, shoulder blade
തോൾ *n* shoulder
തോൾ വെട്ടിക്കുക *vi* shrug
തോൾസഞ്ചി *n* rucksack
തംബുരു *n* tamburu
ത്രസിപ്പിക്കുന്ന *adj* thrilling

ത്രികോണം *n* triangle
ത്രിപുര *n* Tripura
ത്രിമാന *adj* three-dimensional
ത്രില്ലർ *n* thriller
ത്രിവർണപതാക *n* Indian flag
ത്വരിതപ്പെടുത്തൽ, വേഗം കൂട്ടൽ *n* acceleration
ത്വരിതപ്പെടുത്തുക, വേഗം കൂട്ടുക *v* accelerate

ദ

ദക്ഷിണ അമേരിക്ക *n* South America
ദക്ഷിണ അമേരിക്കക്കാരൻ *n* South American
ദക്ഷിണ അമേരിക്കയെ സംബന്ധിച്ച *adj* South American
ദക്ഷിണ കൊറിയ *n* South Korea
ദക്ഷിണ ധ്രുവം *n* South Pole; Antarctic
ദക്ഷിണാഫ്രിക്ക *n* South Africa
ദക്ഷിണാഫ്രിക്കക്കാരൻ *n* South African
ദക്ഷിണാഫ്രിക്കയെ സംബന്ധിച്ച *adj* South African
ദത്തെടുക്കപ്പെട്ട *adj* adopted
ദത്തെടുക്കൽ *n* adoption
ദത്തെടുക്കുക *vt* adopt
ദന്ത സംബന്ധമായ *adj* dental
ദന്തവൈദ്യൻ *n* dentist
ദന്താശുപത്രി *n* dentist's surgery
ദയ *n* mercy, pity
ദയ തോന്നുക *vt* pity
ദയയില്ലാത്ത, പരുക്കനായ *adj* mean
ദയയുള്ള *adj* kind
ദയവായി *adv* kindly
ദയവായി! *excl* please!
ദരിദ്രനായ *adj* broke
ദശാബ്ദം *n* decade
ദശാംശം *adj* decimal
ദസറ *n* Indian festival
ദഹനക്കേട് *n* indigestion
ദഹനം *n* digestion
ദഹിക്കുക *v* digest
ദാതാവ് *n* donor
ദാനം ചെയ്യുക *vt* donate
ദാരിദ്ര്യം *n* poverty
ദാരുശില്പം *n* woodwork
ദാഹിക്കുന്ന *adj* thirsty
ദാഹം *n* thirst
ദിവസേന, ദിവസംതോറും *adv* daily
ദിവസേനയുള്ള, ദിവസംതോറുമുള്ള *adj* daily

ദിവസം *n* day
ദിശ *n* direction
ദിസ്പുർ *n* Dispur
ദീപാവലി *n* Hindu religious festival
ദീർഘചതുരമായ *adj* oblong
ദീർഘനിശ്വാസം *n* sigh
ദുഃസ്വപ്നം *n* nightmare
ദുരന്തപൂർണ്ണമായ *adj* disastrous
ദുരന്തമായ *adj* traumatic
ദുരന്തം *n* disaster, tragedy
ദുരിതപൂർണമായ *adj* miserable
ദുരിതം *n* misery
ദുർഗന്ധം, നാറ്റം *n* stink
ദുർഗ്ഗന്ധനാശിനി *n* antiperspirant
ദുർഗ്ഗമസ്ഥലം *n* maze
ദുർഗ്ഗാപൂജ *n* annual Hindu festival
ദുർബലമായ *adj* fragile, tender
ദുർമന്ത്രവാദി *n* sorcerer
ദുർമന്ത്രവാദിനി *n* witch
ദുർവ്യയം ചെയ്യുക *vt* squander
ദുശ്ശാഠ്യം *n* tantrum
ദൃക്സാക്ഷി വിവരണം *n* commentary
ദൃഢനിശ്ചയമുള്ള *adj* determined
ദൃഢനിശ്ചയം *n* determination
ദൃശ്യപരമായ *adj* visual
ദൃശ്യവ്യക്തത *n* visibility
ദൃശ്യം *n* scene
ദൌത്യം *n* task
ദൌർബല്യം *n* vice
ദേവദാരു വൃക്ഷം *n* fir tree
ദേവനാഗരി *n* Devanagari
ദേശസാൽക്കരിക്കുക *vt* nationalize
ദേശീയ ഉദ്യാനം *n* national park
ദേശീയ വാദി *n* nationalist
ദേശീയഗാനം *n* national anthem
ദേശീയത *n* nationalism
ദേശീയമായ *adj* national
ദേഷ്യമുള്ള *adj* cross
ദേഷ്യമുള്ള, കോപമുള്ള *adj* angry
ദേഷ്യമുള്ള, പെട്ടെന്നു ദേഷ്യം വരുന്ന *adj* bad-tempered
ദൈനംദിനഭക്ഷണം *n* staple
ദൈവശാസ്ത്രം *n* theology
ദൈവം *n* God
ദോശ *n* Indian savoury pancake
ദോശപോലെ ചുട്ട അപ്പം, ഓട്ടട *n* pancake
ദോഷകരം *adj* wicked
ദൌർഭാഗ്യം *n* misfortune
ദ്രവശില, ലാവ *n* lava
ദ്രാവകം *n* liquid
ദ്രുതഗതിയിലുള്ള *adj* quick

ദ്രുതഗതിയിൽ *adv* quickly
ദ്രോഹിക്കുന്ന *adj* sinister
ദ്വാരം *n* hole
ദ്വാരം, വിടവ് *n* aperture
ദ്വിഭാഷി *n* interpreter
ദ്വിഭാഷിയായ *adj* bilingual
ദ്വീപ് *n* island

ധ

ധനപരമായ *adj* monetary
ധനമുള്ള *adj* wealthy
ധനസഹായം, സാമ്പത്തികസഹായം *n* finance
ധനം *npl* means ▷ *n* wealth
ധമനി *n* artery
ധരിക്കുക *vt* wear
ധർമ്മസങ്കടം *n* dilemma
ധർമ്മസേവാസ്ഥാപനം *n* charity shop
ധർമ്മസ്ഥാപനം *n* charity
ധാതു *n* mineral
ധാതുവിനെ സംബന്ധിച്ച *adj* mineral
ധാന്യങ്ങൾ *npl* pulses
ധാന്യച്ചെടി *n* cereal
ധാന്യപ്പൊടി *n* flour
ധാന്യസമ്പൂർണ്മായ *adj* wholemeal
ധാന്യം *n* grain
ധാന്യം പൊടിക്കുന്ന സ്ഥലം, മില്ല് *n* mill
ധാരാളം *n* plenty
ധാരാളം രോമമുള്ള നായ *n* poodle
ധാരാളം, അനേകം *pron* many
ധാർമികത *npl* morals
ധീരത *n* bravery
ധൈര്യപ്പെടുക *vt* dare
ധൈര്യമുള്ള *adj* brave
ധൈര്യശാലിയായ *adj* courageous
ധൈര്യം *n* courage, nerve
ധ്യാനം *n* meditation
ധ്രുവക്കരടി *n* polar bear
ധ്രുവപ്രദേശത്തുള്ള *adj* polar

നക്കുക *vt* lick
നക്ഷത്രം *n* star
നഖം *n* nail
നഗരപ്രാന്തത്തിലുള്ള *adj* suburban
നഗരപ്രാന്തം *n* countryside, suburb
നഗരഹൃദയം *n* town centre

നഗരാദ്ധ്യക്ഷൻ, മേയർ *n* mayor
നഗരാസൂത്രണം *n* town planning
നഗരം *n* city, town
നഗ്നചിത്രം *n* nude picture
നഗ്നപാദനായ *adj* barefoot
നഗ്നപാദനായി *adv* barefoot
നഗ്നമായ *adj* naked, nude
നങ്കൂരമിടുക *v* moor
നങ്കൂരം *n* anchor
നടക്കുക *vi* walk
നടത്തുക *vt* conduct
നടത്തുക, നിർവ്വഹിക്കുക *vt* perform
നടത്തുന്നയാൾ, നിയന്ത്രകൻ *n* conductor
നടത്തം *n* walk, walking
നടൻ *n* actor
നടപടി *n* action, process
നടപ്പാത *n* footpath, pavement
നടപ്പിൽ വരുത്തുക *vt* carry out
നടി *n* actress
നടുക *vt* plant
നടുക്കം, ഭയം *n* fright
നടുമുറ്റം *n* patio
നട്ടെല്ല് *n* backbone, spine
നട്ട് *n* nut
നദി *n* river
നദീതീരം *n* bank
നനഞ്ഞ *adj* wet
നനയ്ക്കുക *vt* water
നന്ദി പറയുക *vt* thank
നന്ദി! *excl* thanks!
നന്ദിയില്ലാത്ത *adj* ungrateful
നന്ദിയുള്ള *adj* grateful
നന്നാക്കൽ *n* repair
നന്നാക്കുക *vt* mend, repair
നന്നായി *adv* well
നന്നായി ചെയ്തു! *excl* well done!
നന്നായി പെരുമാറുന്ന *adj* well-behaved
നപുംസകമായ *adj* eunuch
നപുംസകം *n* neuter
നമ്പർ പ്ലേറ്റ് *n* number plate
നമ്മൾ *pron* we
നയതന്ത്രജ്ഞൻ, സ്ഥാനപതി *n* diplomat
നയതന്ത്രപരമായ *adj* diplomatic
നയപരതയില്ലാത്ത *adj* tactless
നയപരമായ *adj* strategic, tactful
നയിക്കുക *vt* lead
നയം *n* strategy, tact
നരകചതുർദ്ദശി *n* celebration on last day of Diwali festival
നരകം *n* hell
നരപ്പിക്കുക, വെളുപ്പിക്കുക *adj* bleached
നരവംശശാസ്ത്രം, നരവിജ്ഞാനീയം *n* anthropology

നർത്തകൻ, നർത്തകി *n* dancer
നർമോക്തി *n* wit
നർമ്മബോധം *n* sense of humour
നൽകുക *vt* provide; give
നല്ല *adj* fine, good
നല്ല പെരുമാറ്റമുള്ള *adj* good
നല്ല ശമ്പളമുള്ള *adj* well-paid
നല്ല സ്ഥിതിയിലുള്ള *adj* well-off
നഴ്സറി, ശിശുപരിപാലനകേന്ദ്രം *n* nursery
നഴ്സിംഗ് ഹോം *n* nursing home
നഴ്സ് *n* nurse
നവജാതമായ *adj* newborn
നവരാത്രി *n* festival to honour the Hindu goddess Durga
നവാഗത *n* newcomer
നവാഗതൻ *n* newcomer
നവീകരിക്കുക, പരിഷ്കരിക്കുക *v* revive
നവംബർ *n* November
നശിപ്പിക്കാവുന്നത് *adj* disposable
നശിപ്പിക്കുക *vt* destroy, ruin
നഷ്ടപരിഹാരം *n* compensation
നഷ്ടപരിഹാരം നൽകുക *vt* compensate
നഷ്ടപ്പെടുക *vt* lose
നഷ്ടപ്പെടുക, ശ്രദ്ധിക്കാതിരിക്കുക *vt* miss
നഷ്ടപ്പെട്ട *adj* missing
നഷ്ടബോധം തോന്നുക *vt* miss
നഷ്ടം *n* loss, waste
നാക്ക് *n* tongue
നാഗരികത *n* civilization
നാഗാലാന്റ് *n* Nagaland
നാട *n* band
നാടകകൃത്ത് *n* playwright
നാടകീയമായ *adj* dramatic
നാടകം *n* drama, play
നാടുകടത്തപ്പെടുക *vt* deport
നാടുകടത്തുക *n* exile
നാടോടിരൂപം, ഭാഷാഭേദം *n* dialect
നാട്ടിൻപുറം *n* country
നാഡീസ്പന്ദനം, പൾസ് *n* pulse
നാണയ ശാല, കമ്മട്ടം *n* mint
നാണയം *n* coin
നാത്തൂൻ *n* sister-in-law (brother's wife)
നാഥൻ *n* (ഭക്തിപരമായത്) lord; (സാഹിത്യത്തിൽ) husband
നാൻ *n* nan bread
നാഭി, പൊക്കിൾ *n* navel
നാമനിർദ്ദേശം *n* nomination

നാമനിർദ്ദേശം ചെയ്യുക *vt* nominate
നാമവിശേഷണം, വിശേഷണം *n* adjective
നാമാവലി, വിവരപ്പട്ടിക *n* catalogue
നാമാവശേഷമായ *adj* extinct
നാമം *n* noun
നായകൻ *n* hero, veteran
നായിക *n* heroine
നായ്, പട്ടി *n* dog
നായ്ക്കൂട്, പട്ടിക്കൂട് *n* kennel
നാരങ്ങാനീര് *n* zest
നാരങ്ങാവെള്ളം *n* lemonade
നാര് *n* fibre
നാറുക, ദുർഗന്ധം വമിക്കുക *vi* stink
നാറ്റമുള്ള *adj* smelly
നാറ്റോ, ഒരു അന്താരാഷ്ട്രസംഘടന *n* NATO
നാലാമത്തെ *adj* fourth
നാലിലൊന്ന് *n* quarter
നാല് *num* four
നാൽപ്പത് *num* forty
നാളെ *adv* tomorrow
നാവികൻ *n* sailor, seaman
നാവികസേനയെ സംബന്ധിച്ച *adj* naval
നാശം *n* ruin
നാസാദ്വാരം *n* nostril
നികുതി *n* tax
നികുതി റിട്ടേൺ *n* tax return
നികുതി/താരിഫ് *n* tariff
നികുതിദാതാവ് *n* taxpayer
നിക്കർ *npl* knickers
നിക്കാരാഗ്വ *n* Nicaragua
നിക്കാരാഗ്വൻ *n* Nicaraguan
നിക്കാരാഗ്വയെ സംബന്ധിച്ച *adj* Nicaraguan
നിക്ഷേപകൻ *n* investor
നിക്ഷേപിക്കുക *v* invest
നിക്ഷേപം *n* deposit
നിഗമനത്തിലെത്തുക *vt* conclude
നിഗമനം, ഉപസംഹാരം *n* conclusion
നിഗൂഢത *n* mystery
നിഗൂഢമായ *adj* mysterious
നിഘണ്ടു *n* dictionary
നിങ്ങളുടെ *det* your
നിങ്ങളുടേത് *pron* yours
നിങ്ങളെത്തന്നെ *pron* yourselves
നിങ്ങൾ *pron* you
നിങ്ങൾ തന്നെ *pron* yourself
നിതംബം *npl* buttocks
നിധി *n* treasure
നിന്നുപോകുക, തടസ്സപ്പെടുക *n* halt
നിബിഡമായ *adj* dense
നിമിഷം *n* moment, second
നിയന്ത്രണം *n* control, curb
നിയന്ത്രണം ഏർപ്പെടുത്തുക *vt* restrict

നിയന്ത്രിക്കാവുന്ന *adj* **manageable**
നിയന്ത്രിക്കുക *vt* **control, manage**
നിയമ നടപടികൾ എടുക്കുക *v* **prosecute**
നിയമനിർമാണ സഭ, പാർലമെന്റ് *n* **parliament**
നിയമനം *n* **appointment**
നിയമപരമായ *adj* **legal**
നിയമരൂപീകരണം, നിയമനിർമാണം *n* **legislation**
നിയമവ്യവഹാരം *npl* **proceedings**
നിയമാനുസരണമുള്ള നിയന്ത്രണം *n* **regulation**
നിയമാനുസൃതമല്ലാത്ത *adj* **illegal**
നിയമിക്കുക *vt* **appoint**
നിയമം *n* **law**
നിയോജകമണ്ഡലം *n* **constituency**
നിര *n* **range, rank**
നിരക്ക് *n* (യാത്രാക്കൂലി) **fare;** (പൊതുവായത്) **rate**
നിരക്ഷരനായ *adj* **illiterate**
നിരത്ത് *n* **street**
നിരന്തരമായ, സ്ഥിരമായ *adj* **constant**
നിരന്തരമായി, സ്ഥിരമായി *adv* **constantly**
നിരന്തരം കുറ്റപ്പെടുത്തുക *v* **nag**
നിരപരാധിയായ *adj* **innocent**
നിരപ്പായ *adj* **even**
നിരപ്പ് *n* **level**
നിരവധി *det* **several** ▷ *adj* **various**
നിരവധി, അനേകം *det* **many** ▷ *adj* **several**
നിരസിക്കുക *vt* **deny, turn down**
നിരാകരണം *n* **refusal**
നിരാശ *n* **despair, disappointment**
നിരാശപ്പെടാതിരിക്കുക, ധൈര്യത്തോടിരിക്കുക *v* **bear up**
നിരാശപ്പെടുത്തുക *vt* **disappoint, let down**
നിരാശപ്പെടുത്തുന്ന *adj* **disappointing**
നിരാശയുള്ള, നിരാശതോന്നിയ *adj* **disappointed**
നിരാശാജനകമായ *adj* **dismal**
നിരാശാവാദി *n* **pessimist**
നിരീക്ഷകൻ *n* **observer**
നിരീക്ഷണാലയം *n* **observatory**
നിരീക്ഷിക്കുക *vt* **observe**
നിരീശ്വരവാദി *n* **atheist**
നിരുത്സാഹപ്പെടുത്തുക *vt* **discourage**
നിരോധനമേർപ്പെടുത്തുക *vt* **prohibit**

ന

നിരോധനാജ്ഞ *n* curfew
നിരോധനം *n* ban; restraint
നിരോധനം, നിർത്തലാക്കൽ *n* abolition
നിരോധിക്കുക *vt* ban
നിരോധിക്കുക, നിർത്തലാക്കുക *vt* abolish
നിരോധിച്ച *adj* banned
നിർണായകമായ *adj* vital
നിർണ്ണായകമായ *adj* critical, crucial
നിർത്തൽ *n* stop
നിർത്തുക *v* stop
നിർത്തുക, നിൽക്കുക *v* pull up
നിർദ്ദിഷ്ട *adj* specific
നിർദ്ദിഷ്ടമായി *adv* specifically
നിർദ്ദേശങ്ങൾ *npl* directions
നിർദ്ദേശങ്ങൾ *npl* instructions
നിർദ്ദേശിക്കുക *vt* prescribe, propose; suggest
നിർദ്ദേശം *n* proposal; suggestion, tip
നിർബന്ധിതമായ *adj* compulsory
നിർബന്ധിക്കുക *vt* persuade
നിർബന്ധിച്ചു ചെയ്യിക്കുക *vt* make
നിർബന്ധം പിടിക്കുക *v* insist
നിർഭാഗ്യവശാൽ *adv* unfortunately
നിർമിക്കുക *v* put up
നിർമ്മാണപരമായ *adj* constructive
നിർമ്മാണം *n* construction
നിർമ്മാതാവ് *n* maker
നിർമ്മിക്കുക *vt* construct
നിർമ്മിക്കുക, കെട്ടുക *vt* build
നിർവ്വചനം *n* definition
നിർവ്വചിക്കുക *vt* define
നിർവ്വഹണാധികാരി, മാനേജർ *n* manager
നിർവ്വഹണം *n* management
നിർവ്വികാരമായ *adj* insensitive
നിറയെ *adj* full
നിറയ്ക്കുക *v* fill up
നിറയ്ക്കുക, നിറയുക *v* fill
നിറവേറ്റുക *vt* fulfil
നിറം *n* colour
നിറം നൽകൽ *n* colouring
നിറം മങ്ങുക *v* fade
നിലകൊള്ളുക *v* remain
നിലത്തിറങ്ങുക *v* land
നിലനിർത്തുക *vt* maintain ▷ *vi* exist
നിലയ്ക്കുക *vi* stop
നിലവാരമില്ലാത്ത *adj* inferior
നിലവാരം *n* standard
നിലവിലുള്ള *adj* current
നിലവിൽ *adv* currently, presently
നിലവിളിക്കുക *vi* shriek
നിലം തുടയ്ക്കാനുള്ള ഉപകരണം *n* mop

നിലം, തറ *n* ground
നിൽക്കുക *vi* stand ▷ *v* stand up
നിവാസി *n* resident
നിശബ്ദത *n* silence
നിശബ്ദനായ *adj* speechless
നിശബ്ദമായ, മിണ്ടാത്ത *adj* silent
നിശാ പാഠശാല *n* night school
നിശാക്ലബ് *n* nightclub
നിശാജീവിതം *n* nightlife
നിശ്ചയമായും *adv* certainly
നിശ്ചലമായ *adj* motionless
നിശ്ശബ്ദമായി *adv* quietly
നിഷേധാത്മകമായ *adj* rebellious
നിഷേധിക്കാനാവാത്ത *adj* undeniable
നിഷ്കളങ്കരായ *adj* naive
നിഷ്ക്രിയമായ *adj* passive
നിഷ്പക്ഷമായ *adj* neutral
നിസ്സഹായാവസ്ഥയിലാകുക *adj* stranded
നിസ്സാര *adj* trivial
നിസ്സാരകാര്യം *n* trifle
നീക്കിവയ്ക്കുക *vt* put aside
നീക്കുക *vt* remove
നീക്കുക, സ്ഥാനം മാറ്റുക *vt* move
നീക്കം *n* move
നീക്കം ചെയ്യുക *vt* delete
നീഗ്രോ *n* Niger
നീട്ടിവയ്ക്കുക *vt* put back
നീണ്ട കാലത്തേയ്ക്ക് *adv* long
നീണ്ട, ദൈർഘ്യമുള്ള *adj* long
നീണ്ടുനിൽക്കുക *v* last
നീണ്ടുനിവരുക *vi* stretch
നീണ്ടുമെലിഞ്ഞ *adj* lanky
നീതി, ന്യായം *n* justice
നീതിപതി, മജിസ്ട്രേറ്റ് *n* magistrate
നീതിയുക്തമല്ലാത്ത *adj* unfair
നീന്തൽ വസ്ത്രം *n* bathing suit, swimming costume
നീന്തൽകുളം *n* swimming pool
നീന്തൽക്കാരൻ *n* swimmer
നീന്തിത്തുടിക്കുക *vi* bathe
നീന്തുക *vi* swim
നീന്തൽ *n* swimming
നീരാളി, കിനാവള്ളി *n* octopus
നീർക്കുതിര *n* hippopotamus
നീർച്ചാൽ, കനാൽ *n* canal
നീർനായ *n* seal
നീർനായ് *n* otter
നീലനിറമുള്ള *adj* blue
നീലപ്പൊന്മാൻ *n* kingfisher
നീളമുള്ള, നീണ്ട *adj* long
നീളം *n* length
നീളം കുറഞ്ഞ *adj* skimpy
നീളം കുറഞ്ഞ, പൊക്കം കുറഞ്ഞ *adj* short
നുണ. കള്ളം *n* lie

നുണയൻ *n* liar
നുരഞ്ഞുപൊങ്ങുന്ന *adj* fizzy
നുരയോടു കൂടിയ ഉഗ്രൻതിര *n* surf
നുറുക്കുക *n* mince ▷ *v* tear up
നുള്ളുക *vt* pinch
നൂതനശൈലിയിലുള്ള *adj* fashionable
നൂറാം വാർഷികം *n* centenary
നൂറ് *num* hundred
നൂല് *n* thread
നൃത്തം *n* dance
നൃത്തം ചെയ്യൽ *n* dancing
നൃത്തം ചെയ്യുക *vi* dance
നെഞ്ചെരിച്ചിൽ *n* heartburn
നെഞ്ച്, മാറ് *n* chest
നെടുവീർപ്പിടുക *vi* sigh
നെതർലാന്റ് *npl* Netherlands
നെയ്യപ്പം *n* doughnut
നെയ്യ് *n* ghee
നെറ്റി *n* forehead
നെറ്റിചുളിക്കുക *vi* frown
നെല്ലിക്ക *n* gooseberry
നേടുക *vt* achieve, gain
നേടുക, കിട്ടുക *vt* obtain
നേട്ടമുണ്ടാകുക *v* benefit
നേട്ടം *n* achievement
നേതാവ് *n* leader
നേത്രപരിശോധകൻ *n* optician
നേത്രം *n* eye
നേപ്പാളി *n* Nepali
നേപ്പാൾ *n* Nepal
നേരത്തെ *adv* earlier ▷ *adj* early
നേരത്തേ തന്നെ, മുമ്പുതന്നെ *adv* already
നേരിട്ടുള്ള *adj* direct
നേരിട്ട് *adv* directly
നേരിയ *adj* slight
നേരിയ ജലകണങ്ങൾ *n* spray
നേരെ *adv* straight on
നേരെനിൽക്കാത്ത *adj* unsteady
നേരെയുള്ള *adj* straight
നേരെയുള്ള വഴിയിലൂടെ അല്ലാതെ വളഞ്ഞവഴിയിലൂടെ പോകുക, വഴിമാറിപ്പോകുക *n* detour
നേരേ വരിക *v* come up
നേരം വൈകിയും ഉറങ്ങാതെ ഉണർന്നിരിക്കുക *v* stay up
നേർത്ത *adj* faint, light
നേർത്ത തുണി *n* flannel
നേർത്ത, കട്ടികുറഞ്ഞ *adj* thin
നേർത്ത, കനം കുറഞ്ഞ *adj* fine
നേർപ്പിക്കുക *v* dilute
നേർപ്പിച്ച *adj* dilute
നൈജീരിയ *n* Nigeria
നൈജീരിയൻ *n* Nigerian

നൈജീരിയയെ സംബന്ധിച്ച *adj* Nigerian
നൈട്രജൻ വാതകം *n* nitrogen
നൈതികമായ *adj* ethical
നൈമിഷികമായ *adj* momentary
നൈമിഷികമായി *adv* momentarily
നൈലോൺ *n* nylon
നൊടിയിട *n* while
നോക്കികണ്ടെത്തുക *v* look up
നോക്കുക *v* look, look at
നോട്ടപ്പിഴ, നോട്ടപ്പിശക് *n* oversight
നോട്ടീസ് ബോർഡ് *n* notice board
നോട്ടം *n* look
നോമ്പുകാലം *n* Lent
നോർവീജിയൻ *n* Norwegian
നോർവീജിയൻ ഭാഷ *n* Norwegian
നോർവെയെ സംബന്ധിച്ച *adj* Norwegian
നോർവേ *n* Norway
നോവലെഴുത്തുകാരൻ, ആഖ്യായികാകാരൻ *n* novelist
നോവൽ *n* novel
നൌക, കടത്തുതോണി *n* ferry
ന്യായാധിപതി, ജഡ്ജി *n* judge
ന്യായീകരിക്കുക *vt* justify
ന്യൂമോണിയ *n* pneumonia
ന്യൂഡൽഹി *n* New Delhi
ന്യൂനത *n* defect, flaw
ന്യൂനപക്ഷം *n* minority
ന്യൂനം *prep* minus
ന്യൂസിലന്റുകാരൻ *n* New Zealander
ന്യൂസിലാന്റ് *n* New Zealand

പ

പകയുള്ള, വൈരമുള്ള *adj* malicious
പകരമാക്കുക *vt* replace
പകരമായി *adv* alternatively, instead
പകരമുള്ള *adj* alternative
പകരുന്ന *adj* contagious, infectious
പകരം *n* alternative, substitute ▷ *prep* instead of
പകരം നിൽക്കുക *v* substitute
പകർച്ച *n* transfusion
പകർച്ചപ്പനി *n* flu
പകർച്ചപ്പനി, ഇൻഫ്ലൂവൻസ *n* influenza
പകർച്ചവ്യാധി *n* epidemic

പകർച്ചവ്യാധി, സാംക്രമികരോഗം *n* infection
പകർത്തൽ *n* copy
പകർത്തി ഒട്ടിക്കുക *vt* paste
പകർത്തുക *vt* copy
പകർപ്പവകാശം *n* copyright
പകർപ്പ് *n* copy, replica
പകൽ *n* day
പകൽസമയം *n* daytime
പകുതി *n* half
പകുതി വിലയുള്ള *adj* half-price
പകുതി വിലയ്ക്ക് *adv* half-price
പകുതി, പകുതിയായ *adj* half
പകുതി, പാതി *adv* half
പകുതി-പകുതി *adj* fifty-fifty
പക്വതയുള്ള *adj* mature
പക്ഷപാതമില്ലാത്ത *adj* impartial
പക്ഷപാതമുള്ള *adj* biased
പക്ഷാഘാതം *n* stroke
പക്ഷാഘാതം ബാധിച്ച, തളർവാതം പിടിച്ച *adj* paralysed
പക്ഷി *n* bird
പക്ഷിക്കുഞ്ഞ് *n* chick
പക്ഷിക്കൂട് *n* cage
പക്ഷിക്കൂട്ടം *n* flock
പക്ഷിനിരീക്ഷണം *n* birdwatching
പക്ഷിപ്പനി *n* bird flu
പക്ഷിയുടെ കൊക്ക് *n* beak
പക്ഷെ, എന്നാൽ *conj* but
പക്ഷം *n* side
പങ്കായം *n* oar
പങ്കായം, തുഴ *n* paddle
പങ്കാളി *n* partner
പങ്കിടുക *vt* share
പങ്കു കച്ചവടം *n* collective
പങ്കുകൊള്ളുക *v* attend
പങ്കെടുക്കാത്ത *adj* unattended
പങ്കെടുക്കുക *vi* participate
പങ്ക് *n* role, share
പച്ചക്കറി *n* vegetable
പച്ചടികീര *n* lettuce
പച്ചനിറമുള്ള *adj* green
പച്ചമുളക് *npl* green chillies
പഞ്ചസാര *n* sugar
പഞ്ചാബി *n* Punjabi
പഞ്ചാബ് *n* Punjab
പഞ്ചാബ് സംസ്ഥാനങ്ങൾ *npl* Punjab States
പടക്കപ്പൽ, യുദ്ധക്കപ്പൽ *n* battleship
പടക്കം, കരിമരുന്നു പ്രയോഗം *npl* fireworks
പടച്ചട്ട, കവചം *n* armour
പടർത്തുക *vt* spread
പടവുകൾ *npl* stairs
പടി *n* step
പടിഞ്ഞാറൻ *adj* western
പടിഞ്ഞാറുള്ള *adj* west
പടിഞ്ഞാറോട്ടുള്ള *adj* westbound

പടിഞ്ഞാറോട്ട് *adv* west
പടിഞ്ഞാറ് *n* west
പടിപടിയായി *adv* gradually
പടിപടിയായുള്ള *adj* gradual
പട്ടാളക്കാരൻ *n* soldier
പട്ടാളത്തെ സംബന്ധിച്ച *adj* military
പട്ടിക *n* list, table
പട്ടിക, ചാർട്ട് *n* chart
പട്ടികയിലാക്കുക *vt* list
പട്ടിണി കിടക്കുക *vi* starve
പട്ടിയുടെയോപൂച്ചയുടെയോ കഴുത്തിലിടുന്ന പട്ട *n* collar
പട്ടം *n* kite
പട്ട് *n* silk
പഠിക്കുക *v* learn, study
പഠിക്കുന്നയാൾ *n* learner
പഠിപ്പിക്കൽ/അധ്യയനം *n* teaching
പഠിപ്പിക്കുക *vt* teach
പണയമെടുക്കുന്നയാൾ *n* pawnbroker
പണിമുടക്കുന്ന ആൾ *n* striker
പണം *n* cash, money
പണം അടയ്ക്കൽ *n* payment
പണം അടയ്ക്കേണ്ട അവധി കഴിഞ്ഞ *adj* overdue
പണം ഈടാക്കുക *v* charge
പണം നൽകാത്ത *adj* unpaid
പണ്ടുകാലം *n* past
പണ്ഡിതൻ *n* learned person
പതക്കം *n* medallion
പതാക, കൊടി *n* flag
പതിനഞ്ചാമത്തെ *adj* fifteenth
പതിനഞ്ച് *num* fifteen
പതിനാറാമത്തെ *adj* sixteenth
പതിനാറ് *num* sixteen
പതിനാലാമത്തെ *adj* fourteenth
പതിനാല് *num* fourteen
പതിനെട്ടാമത്തെ *adj* eighteenth
പതിനെട്ട് *num* eighteen
പതിനേഴാമത്തെ *adj* seventeenth
പതിനേഴ് *num* seventeen
പതിനൊന്നാമത്തെ *adj* eleventh
പതിനൊന്ന് *num* eleven
പതിപ്പ് *n* edition, version
പതിമൂന്നാമത് *adj* thirteenth
പതിമൂന്ന് *num* thirteen
പതിവിനുവിപരീതമായ *adj* taboo
പതുങ്ങിക്കയറുക *vi* creep
പത്താമത് *adj* tenth
പത്തായപ്പുര (ധാന്യം സൂക്ഷിക്കുന്നതിന്), തൊഴുത്ത് (മൃഗങ്ങളെ കെട്ടാൻ) *n* barn
പത്തിലൊന്ന് *n* tenth
പത്തുലക്ഷം *num* million

പ

പത്തേമാരി, കെട്ടുവള്ളം *n* barge
പത്തൊൻപതാമത്തെ *adj* nineteenth
പത്തൊൻപത് *num* nineteen
പത്ത് *num* ten
പത്രപ്രവർത്തകൻ *n* journalist
പത്രവിതരണം *n* paper round
പത്രാധിപർ *n* editor
പദസമുച്ചയം *n* phrase
പദസമ്പത്ത് *n* vocabulary
പദം *n* term
പദ്ധതി *n* plan; project
പദ്യം *n* poem
പന *n* palm
പനാജി *n* Panaji
പനാമ *n* Panama
പനി *n* fever
പന്തയക്കുതിര *n* racehorse
പന്തയം *n* bet
പന്തയം കെട്ടുക *v* bet
പന്ത് *n* ball
പന്ത്രണ്ടാമത് *adj* twelfth
പന്ത്രണ്ട് *num* twelve
പന്നയിറച്ചിയും റൊട്ടിയും കൊണ്ടുണ്ടാക്കുന്ന ഒരു പലഹാരം *n* hamburger
പന്നി *n* pig
പബ്ലിക് സ്കൂൾ *n* public school
പമ്പുചെയ്യുക *vt* pump
പമ്പ് *n* pump
പയർ *npl* peas
പരക്കുക, വ്യാപിക്കുക *vi* spread
പരദൂഷണം *n* gossip
പരദൂഷണം പറയുക *vi* gossip
പരദേശി *n* alien
പരന്ന *adj* flat
പരന്ന സ്ക്രീനുള്ള *adj* flat-screen
പരന്നു കുഴിഞ്ഞ പാത്രം *n* bowl
പരന്നുകിടക്കുക *vi* stretch
പരമാണുസംബന്ധമായ *adj* atomic
പരമാവധി *n* maximum
പരമ്പര *n* serial
പരമ്പര, ശൃംഖല *n* series
പരമ്പരാഗത *adj* traditional
പരമ്പരാഗതമായ *adj* conventional
പരവതാനി *n* carpet
പരസ്പരം കൈമാറുക, വച്ചുമാറുക *v* swap
പരസ്യ ഇടവേള *n* commercial break
പരസ്യവിപണി *n* advertising
പരസ്യം *n* advertisement
പരസ്യം ചെയ്യുക *v* advertise
പരാഗ്വേ *n* Paraguay
പരാഗ്വേയെ സംബന്ധിച്ച *adj* Paraguayan

പരാജയപ്പെടൽ *n* breakdown
പരാജയപ്പെടുക *v* lose
പരാജയപ്പെടുത്തുക *vt* beat
പരാജയപ്പെടുത്തുക, തോൽപ്പിക്കുക *vt* defeat
പരാജയപ്പെട്ട *adj* unsuccessful
പരാജയപ്പെട്ടവർ, പരാജിതർ *n* loser
പരാജയം *n* failure, flop
പരാജയം, തോൽവി *n* defeat
പരാതി *n* complaint
പരാതി പറയുക *vi* complain
പരാമർശിക്കുക *vi* refer
പരാമർശം *n* reference
പരിഗണിക്കുക *vt* consider
പരിഗണിച്ച് *prep* considering
പരിചയപ്പെടുത്തുക *vt* introduce
പരിചയമില്ലാത്ത *adj* unfamiliar
പരിചയമുണ്ടായിരിക്കുക *vt* know
പരിചരണം *n* care
പരിചിതമായ *adj* familiar
പരിണമിക്കുക *vi* turn
പരിണാമം *n* evolution
പരിതാപകരമായ *adj* tragic
പരിധി *n* limit
പരിപാടി *n* programme
പരിപാലനം, സംരക്ഷണം *n* maintenance
പരിപാലിക്കുക, പരിചരിക്കുക *vi* care
പരിപൂരകമായ *adj* complementary
പരിപൂർണത *n* perfection
പരിപൂർണമായ *adj* perfect
പരിപൂർണമായി *adv* perfectly
പരിപൂർണ്ണമായ *adj* sheer
പരിപ്പ് *n* lentil dish, dhal
പരിഭാഷ *n* translation
പരിഭാഷകൻ *n* translator
പരിഭാഷപ്പെടുത്തുക *vt* translate, interpret
പരിഭ്രമമുള്ള *adj* edgy
പരിഭ്രമിക്കുക, പരിഭ്രാന്തരാവുക *v* panic
പരിഭ്രമം, പരിഭ്രാന്തി *n* panic
പരിമാണം, മോഡ്യൂൾ *n* module
പരിരക്ഷ *n* protection
പരിരക്ഷിക്കുക *vt* protect
പരിവർത്തനം *n* transition
പരിവർത്തനം ചെയ്യാവുന്ന *adj* convertible
പരിവർത്തനം ചെയ്യുക *v* convert
പരിശീലകൻ *n* coach, trainer
പരിശീലകർ *npl* trainers
പരിശീലന കോഴ്സ് *n* training course
പരിശീലനം *n* practice, training
പരിശീലനം ചെയ്യുക *vt* practise

പരിശീലനം ലഭിച്ച *adj* trained
പരിശീലനം, അഭ്യാസം *n* exercise
പരിശീലിക്കുക *v* rehearse
പരിശീലിപ്പിക്കുക *vt* instruct, train
പരിശീലിപ്പിക്കുന്നയാൾ *n* instructor
പരിശോധകൻ *n* inspector
പരിശോധിക്കുക *v* check
പരിശോധിക്കുക *vt* examine, test
പരിശ്രമം *n* effort
പരിഷ്കരിക്കൽ *n* modification
പരിഷ്കരിക്കുക *vt* modify
പരിഷ്കാരിയായ *adj* cool
പരിസ്ഥിതി *n* environment
പരിസ്ഥിതി വിജ്ഞാനം *n* ecology
പരിസ്ഥിതിയെ സംബന്ധിച്ച *adj* ecological
പരിസ്ഥിതിസംബന്ധമായ *adj* environmental
പരിഹരിക്കുക *vt* figure out; solve
പരിഹരിക്കുക, ശരിയാക്കുക *vt* rectify
പരിഹസിക്കുക *vt* mock
പരിഹാരം *n* remedy, solution
പരിഹാസാത്മകമായ *adj* sarcastic
പരിഹാസ്യമായ *adj* ridiculous
പരീക്ഷ *n* examination, test
പരീക്ഷകൻ *n* examiner
പരീക്ഷണ മൃഗം *n* guinea pig
പരീക്ഷണശാല *n* laboratory
പരീക്ഷണം *n* experiment
പരീക്ഷിക്കുക *v* try out
പരീക്ഷിച്ചുനോക്കുക *vt* try
പരുക്കനായ *adj* rude
പരുത്തിത്തുണി *n* cotton
പരുത്തിനൂൽ *n* cotton
പരുപരുത്ത *adj* coarse
പരുഷമായ *adj* rough
പരുഷമായി *adv* roughly
പരേഡ്, പ്രകടനം *n* parade
പരോക്ഷമായ *adj* indirect
പര്യവേക്ഷണം *n* expedition
പർവ്വതങ്ങളുള്ള *adj* mountainous
പർവ്വതാരോഹകൻ *n* mountaineer
പർവ്വതാരോഹണം *n* mountaineering
പർവ്വതം *n* mountain
പറക്കുക *vi* fly
പറന്നുപോവുക *vi* fly away
പറയുക *vt* say, tell
പറിച്ചെടുക്കുക *vt* pick
പലകത്തട്ട് *n* scaffolding
പലചരക്കുകട *n* grocer
പലചരക്കുവ്യാപാരി *n* grocer
പലചരക്കുസാധനങ്ങൾ *npl* groceries

പലചരക്ക് *n* stationery
പലപ്പോഴും *adv* often
പലവകയായ *adj* miscellaneous
പലിശ *n* interest
പലിശ നിരക്ക് *n* interest rate
പല്ലി *n* lizard
പല്ലുവേദന *n* toothache
പല്ല് *n* tooth
പള്ളി *n* church
പഴകിക്കീറിയ *adj* worn
പഴകിയ *adj* stale
പഴക്കം ചെന്ന *adj* chronic
പഴച്ചാറ് *n* fruit juice
പഴഞ്ചൊല്ല് *n* proverb, saying
പഴത്തോട്ടം *n* orchard
പഴയ *adj* old
പഴയ മാതൃകയിലുള്ള *adj* old-fashioned
പഴരസം *n* juice
പഴിക്കുക, കുറ്റപ്പെടുത്തുക *vt* blame, condemn
പഴുത്ത, വിളഞ്ഞ *adj* ripe
പഴുപ്പ് നിറഞ്ഞ പരു *n* abscess
പഴം *n* fruit
പവർ കട്ട് *n* power cut
പവിത്രമായ, വിശുദ്ധമായ *adj* holy
പവിഴപ്പുറ്റ് *n* coral
പശ *n* glue
പശു *n* cow
പശുക്കുട്ടി *n* calf
പശുപാലകൻ *n* cowboy
പശ്ചാത്തപിക്കുക *vt* regret
പശ്ചാത്തലം *n* background
പശ്ചാത്താപം *n* regret, remorse
പശ്ചിമബംഗാൾ *n* West Bengal
പസഫിക് സമുദ്രം *n* Pacific Ocean
പാകിസ്ഥാനി *n* Pakistani
പാകിസ്ഥാനെ സംബന്ധിച്ച *adj* Pakistani
പാകിസ്ഥാൻ *n* Pakistan
പാചക പുസ്തകം *n* cookery book
പാചകക്കാരൻ *n* cook
പാചകക്കുറിപ്പ് *n* recipe
പാചകത്തിനു മുൻപ് ഭക്ഷ്യസാധനങ്ങൾ വിനാഗിരിയിലോ എണ്ണയിലോ മുക്കൽ *n* marinade
പാചകത്തിനു മുൻപ് ഭക്ഷ്യസാധനങ്ങൾ വിനാഗിരിയിലോ എണ്ണയിലോ മുക്കുക *v* marinade
പാചകത്തിന് ഉപയോഗിക്കുന്ന ഒരു ഔഷധച്ചെടി *n* oregano
പാചകം ചെയ്യൽ *n* cooking
പാചകം ചെയ്യുക *v* cook
പാടുക *v* sing
പാടുകൾ *npl* scars

പാട്ടിന്റെ വരികൾ *npl* lyrics
പാട്ടു പാടൽ *n* singing
പാട്ട് *n* song
പാഠപുസ്തകം *n* textbook
പാഠം *n* lesson
പാഠ്യപദ്ധതി *n* curriculum
പാഠ്യപദ്ധതി, പാഠ്യക്രമം *n* syllabus
പാത്രം *n* (പൊതുവായത്) vessel; (പ്രത്യേകമായത്) container
പാത്രം കഴുകൽ *n* washing-up
പാത്രം കഴുകുന്നവൾ *n* dishwasher woman
പാത്രം, കലം *n* pot
പാദമുദ്ര *n* footprint
പാദരോഗ ചികിത്സകൻ *n* chiropodist
പാദം *npl* feet
പാന്റ്സ് *npl* pants
പാപിയായ *adj* evil
പാപ്പരായ *adj* bankrupt
പാമരം *n* mast
പാമ്പ് *n* snake
പായൽ *n* moss
പായ്, തടുക്ക് *n* mat
പാരഗ്വേൻ *n* Paraguayan
പാരച്യൂട്ട് *n* parachute
പാരഫിൻ *n* paraffin
പാരമ്പര്യവിരുദ്ധമായ *adj* unconventional
പാരമ്പര്യസ്വത്ത് *n* inheritance
പാരമ്പര്യസ്വഭാവം കാണിക്കുക *vt* take after
പാരമ്പര്യം *n* tradition
പാർക്ക് ചെയ്യൽ *n* parking
പാർട്ടി *n* party
പാർട്ട്–ടൈം *adj* part-time
പാർപ്പിടത്തിനുള്ള *adj* residential
പാർപ്പിടം *n* residence
പാർശ്വഫലം *n* side effect
പാറ *n* rock
പാറക്കഷണം *n* rock
പാറമട, പാറമട *n* quarry
പാറ്റ *n* cockroach
പാറ്റ്ന *n* Patna
പാലസ്തീനിയൻ *n* Palestinian
പാലസ്തീനെ സംബന്ധിച്ച *adj* Palestinian
പാലസ്തീൻ *n* Palestine
പാലുകറക്കുക *vt* milk
പാലുചേർത്ത് പ്രാതലിന് കഴിക്കുന്ന ഭക്ഷണധാന്യം *n* cereal
പാലം *n* bridge
പാൽ *n* milk
പാൽക്കട്ടി *n* cheese
പാൽക്കുപ്പി *n* baby's bottle
പാളി *n* layer
പാഴായ *adj* vain
പാഴ്നിലം *n* moor
പാഴ്വസ്തുക്കൾ, ചപ്പുചവറുകൾ *n* rubbish
പാഴ്സൽ *n* parcel

പാവ *n* doll
പാവപ്പെട്ട, ദരിദ്രമായ *adj* poor
പാവാട *n* skirt
പാസ് *n* pass
പിഎ *n* PA
പിക്സൽ *n* pixel
പിടക്കോഴി *n* hen
പിടിഓ *abbr* PTO
പിടിക്കുക *vt* catch
പിടിച്ചടക്കുക, കീഴടക്കുക *vt* capture, conquer
പിടിച്ചു നിറുത്തുക *v* hold up
പിടിച്ചുതിരിക്കുക *vt* wrench
പിടിച്ചുപറി *n* mugging
പിടിച്ചുപറിക്കാരൻ *n* mugger
പിടിച്ചുവാങ്ങുക *v* snatch
പിടിപെടുക *vt* catch
പിടിവാദമുള്ള *adj* obstinate
പിടിവാശിയുള്ള *adj* stubborn
പിത്താശയക്കല്ല് *n* gallstone
പിത്താശയം *n* gall bladder
പിൻ *n* PIN
പിന്തുടരൽ *n* chase
പിന്തുടരുക *vt* chase ▷ *v* follow
പിന്തുടരുന്ന *adj* following
പിന്തുടർച്ചക്കാരൻ *n* successor
പിന്തുണ *n* support
പിന്തുണ നൽകുക *vt* support
പിന്തുണയ്ക്കുക *v* back up
പിന്നൽ *n* plait
പിന്നൽത്തലമുടി *n* pigtail
പിന്നാലെ പോകുക *v* go after
പിന്നാലെ, അടുത്തതായി *adv* next
പിന്നിലാവുക *vi* lag behind
പിന്നിലെ *adj* rear
പിന്നിലേക്കെടുക്കൽ *n* reverse
പിന്നിലേക്കെടുക്കുക *vt* reverse
പിന്നിലേക്ക് നീങ്ങുക *v* move back
പിന്നിൽ *adv* behind
പിന്നിൽ, പുറകിൽ *prep* behind
പിന്നീട് *adv* afterwards
പിന്നീട്, കഴിഞ്ഞ് *adv* later
പിൻഭാഗം *n* backside, behind; rear
പിൻഭാഗം, പുറകുവശം *n* back
പിൻവലിക്കുക *vt* withdraw
പിൻവശത്തായിരിക്കുക *vi* back
പിൻവശത്തെ *adj* back
പിൻവാങ്ങൽ *n* withdrawal
പിൻവാങ്ങുക, പിൻമാറുക *v* back out
പിയർ പഴം *n* pear
പിയാനോ *n* piano
പിരമിഡ് *n* pyramid
പിരിച്ചുവിടൽ *n* sack

പിരിച്ചുവിടുക *vt* sack
പിരിമുറുക്കമുള്ള *adj* tense
പിരിമുറുക്കം *n* tense
പിറുപിറുക്കുക *v* mutter
പിളരുക *v* split
പിഴ *n* fine, penalty
പിശക് *n* error, mistake
പിശുക്കനായ *adj* stingy
പിശുക്കൻ *n* miser
പിസ *n* pizza
പിസി *n* PC
പീച്ചുപഴം *n* peach
പീഡനം *n* torture
പീഡിപ്പിക്കുക *vt* persecute, torture
പുക *n* fumes; smoke
പുകക്കുഴൽ *n* chimney
പുകയില *n* tobacco
പുകയിലയിൽ അടങ്ങിയിരിക്കുന്ന വിഷാംശം, നിക്കോട്ടിൻ *n* nicotine
പുകയുക *vi* smoke
പുകഴ്ത്തുക *vt* praise
പുകവലി *n* smoking
പുകവലിക്കാത്ത *adj* non-smoking
പുകവലിക്കാത്തവൻ *n* non-smoker
പുകവലിക്കാരൻ *n* smoker
പുഞ്ചിരി *n* smile
പുഞ്ചിരിക്കുക *vi* smile
പുഞ്ചിരിക്കുന്ന *n* smiley
പുഡിംഗ് *n* pudding
പുതപ്പ്, കമ്പിളി *n* blanket
പുതപ്പ്, കിടക്കവിരി *n* sheet
പുതിയ *adj* new
പുതിയ ആശയങ്ങൾ സ്വീകരിക്കാത്ത *adj* closed
പുതിയ ബ്രാൻഡ് *adj* brand-new
പുതിയ, നവീനമായ *adj* new
പുതിയതായി കണ്ടുപിടിക്കുക *vt* invent
പുതുക്കാവുന്ന *adj* renewable
പുതുക്കുക *vt* renew
പുതുപ്രവണതയിലുള്ള *adj* trendy
പുതുമ *n* innovation
പുതുമയുള്ള *adj* innovative
പുതുവർഷം *n* New Year
പുതുശ്ശേരി *n* Puducherry
പുത്തനായ *adj* fresh
പുനരലങ്കരിക്കുക *v* redecorate
പുനരവലോകനം *n* review
പുനരാവൃത്തി *n* relapse
പുനരുദ്ധരിക്കുക *vt* renovate
പുനരുപയോഗിക്കുക *vt* reuse
പുനരുൽപാദനം *n* reproduction
പുനർനിർമിക്കുക *vt* rebuild
പുനസംഘടിപ്പിക്കുക *vt* reorganize
പുനസ്ഥാപിക്കുക *vt* undo
പുനഃപരിശോധന *n* revision

പുനഃപരിശോധന നടത്തുക *vt* revise
പുനഃസമാഗമം *n* reunion
പുനഃസംഘടിപ്പിക്കുക *vt* restructure
പുനഃസ്ഥാപിക്കുക *vt* restore
പുരാണേതിഹാസങ്ങൾ, പൌരാണികശാസ്ത്രം *n* mythology
പുരാണം, പഴങ്കഥ *n* myth
പുരാതനമായ വസ്തുക്കൾ വിൽക്കുന്ന കട *n* antique shop
പുരാവസ്തു ശാസ്ത്രജ്ഞൻ *n* archaeologist
പുരാവസ്തു ശാസ്ത്രം *n* archaeology
പുരികം *n* eyebrow
പുരുഷൻ *n* man
പുരുഷൻമാരുടെ നീന്തൽ വസ്ത്രം *npl* swimming trunks
പുരുഷൻമാർ *n* male
പുരുഷമേധാവിത്വവാദി *n* chauvinist
പുരോഗതി *n* improvement, progress
പുറകിലാക്കുക *v* go past
പുറകിലേക്ക്, പുറകോട്ട് *adv* back
പുറകെ *prep* after
പുറകോട്ട് *adv* backwards
പുറത്താക്കി വീടുപൂട്ടുക *vt* lock out
പുറത്താക്കുക *vt* expel
പുറത്തിറങ്ങാതിരിക്കുക *v* stay in
പുറത്തുകടക്കുക *n* exit ▷ *v* get out
പുറത്തുകാട്ടുക *vt* bare
പുറത്തുപോകൽ *n* outing
പുറത്തുപോകുക *prep* out
പുറത്തുവരുക *v* come out
പുറത്തേക്കുള്ള വഴി *n* way out
പുറത്തേക്ക് ചായുക *v* lean out
പുറത്തേക്ക് തള്ളുക *v* stick out
പുറത്തേക്ക് പോകുന്ന *adj* outgoing
പുറത്ത് *adv* out ▷ *prep* outside
പുറത്ത് കളയുക *vt* throw out
പുറന്തോട് *n* shell
പുറപ്പെടൽ *n* departure
പുറപ്പെടുക *vi* depart
പുറപ്പെടുവിക്കുക *vt* issue
പുറമെ, വെളിയിൽ *adv* outside
പുറമെയുള്ള, വെളിയിലുള്ള *adj* outside
പുറമേ *prep* despite
പുറമേ, കൂടാതെ *prep* besides
പുറമേയുള്ള *adj* exterior

പുറം വേദന *n* backache, back pain
പുറംഭാഗം, വെളിവശം *n* outside
പുലരി *n* dawn
പുലർകാലം *n* early morning
പുലർച്ച, പ്രഭാതം *n* dawn
പുൽച്ചാടി *n* grasshopper
പുൽത്തകിടി *n* lawn; meadow
പുല്ലിംഗമായ *adj* masculine
പുല്ല് *n* grass
പുളി *n* tamarind
പുളിപ്പുള്ള *adj* sour
പുളിപ്പ് *n* sour taste
പുള്ളി *n* spot
പുള്ളിപ്പുലി *n* leopard
പുള്ളിമാൻ *n* deer
പുഴു, ലാർവ്വ *n* maggot
പുഴുങ്ങിയ മുട്ട *n* boiled egg
പുഷ്പസഞ്ചയം *n* blossom
പുഷ്യരാഗം *n* sapphire
പുസ്തക ശാല *n* bookshop
പുസ്തകം *n* book
പൂക്കടക്കാരൻ *n* florist
പൂക്കുക *vi* flower
പൂച്ച *n* cat
പൂച്ചക്കുട്ടി *n* kitten
പൂജാരി *n* (Hindu) priest
പൂജ്യം *n* nought
പൂജ്യം ഡിഗ്രി *n* zero
പൂജ്യം, ശൂന്യം *n* nil
പൂട്ടുക *vt* lock
പൂട്ട് *n* lock
പൂന്തോട്ടനിർമാണം *n* gardening
പൂന്തോട്ടം *n* garden
പൂപ്പ് *n* mould
പൂപ്പ് പിടിച്ച *adj* mouldy
പൂമുഖ താൾ *n* home page
പൂമ്പൊടി *n* pollen
പൂരിപ്പിക്കുക *v* fill in
പൂർണമല്ലാത്ത, പൂർണമാകാത്ത *adj* incomplete
പൂർണമായും, പൂർണമായി *adv* absolutely
പൂർണ്ണമായ, തികച്ചും *adj* complete
പൂർണ്ണമായി, പൂർണ്ണമായും *adv* fully
പൂർണ്ണമായും *adv* completely; entirely
പൂർണ്ണരൂപം നൽകുക *vt* finalize
പൂർത്തിയാകുക, കഴിയുക *adj* over
പൂർത്തിയാക്കിയ *adj* finished
പൂർത്തിയാക്കിയ, പൂർണമായ *adj* done
പൂർത്തിയാക്കുക *vt* finish
പൂർവ്വാധികാരി *n* predecessor
പൂർവ്വികർ *n* ancestor
പൂവൻകോഴി *n* cock
പൂവൻകോഴിക്കുഞ്ഞ് *n* cockerel

പൂവരശ്, വെൺചന്ദനം *n* birch
പൂവ് *n* flower
പൃഷ്ഠഭാഗം *n* bottom
പെട്ടി *n* box
പെട്ടെന്നുള്ള *adj* instant, prompt
പെട്ടെന്നുള്ള, തത്ക്ഷണമായ *adj* immediate
പെട്ടെന്ന് *adv* promptly
പെട്രോൾ *n* petrol
പെട്രോൾ ടാങ്ക് *n* petrol tank
പെട്രോൾ സ്റ്റേഷൻ *n* petrol station
പെഡൽ *n* pedal
പെൺ ചെമ്മരിയാട് *n* ewe
പെൺ, സ്ത്രീ *adj* female
പെൺകുട്ടി *n* girl
പെൺകുതിര *n* mare
പെൺപട്ടി *n* bitch
പെൺസിംഹം *n* lioness
പെനിസിലിൻ *n* penicillin
പെൻഗ്വിൻ *n* penguin
പെന്റാത്ത്‌ലോൺ *n* pentathlon
പെൻഷൻ *n* pension
പെൻഷൻ വാങ്ങുന്നയാൾ *n* pensioner
പെൻസിൽ *n* pencil
പെൻസിൽ പെട്ടി *n* pencil case
പെയിന്റർ *n* painter
പെയിന്റ് ചെയ്യൽ *n* painting
പെയിന്റ് ചെയ്യുക, ചായം തേക്കുക *v* paint
പെയിന്റ് ബ്രഷ് *n* paintbrush
പെയിന്റ്, ചായം *n* paint
പെരുച്ചാഴി *n* mole
പെരുമഴ *n* downpour
പെരുമാറുക *vi* behave ▷ *vt* treat
പെരുമാറ്റം *n* behaviour ▷ *npl* manners
പെരുംജീരകം *n* aniseed
പെറു *n* Peru
പെറുക്കിയെടുക്കുക *v* pick up
പെറുവിനെ സംബന്ധിച്ച *adj* Peruvian
പെറുവിയൻ *n* Peruvian
പെറോട്ട *n* Indian bread
പെറ്റിക്കോട്ട് *n* petticoat
പെസഹ പെരുന്നാൾ *n* Passover
പേജർ *n* pager
പേജ് *n* page
പേജ് ചെയ്യുക *v* page
പേടി, ഭയം *n* fear
പേടിക്കുക, ഭയപ്പെടുക *vt* fear
പേടിച്ചരണ്ട *adj* petrified
പേടിച്ചു വിറയ്ക്കുക *vi* shudder
പേടിപ്പിക്കുക *vt* startle
പേടിപ്പിക്കുക, ഭയപ്പെടുത്തുക *vt* frighten

പേടിപ്പെടുത്തുന്ന, ഭയാനകമായ *adj* horrifying
പേടിയുള്ള, ഭയമുള്ള *adj* frightened
പേന *n* pen
പേനാക്കത്തി *n* penknife
പേൻ *npl* lice
പേപ്പർ, കടലാസ് *n* paper
പേപ്പർവർക്ക് *n* paperwork
പേപ്പർവെയിറ്റ് *n* paperweight
പേഫോൺ *n* payphone
പേരക്കുട്ടി *n* grandchild
പേര് *n* name
പേർഷ്യയെ സംബന്ധിക്കുന്ന *adj* Persian
പേഴ്സ് *n* wallet
പേശി *n* muscle
പേശീസംബന്ധിയായ *adj* muscular
പേസ്ട്രി *n* pastry
പേസ്റ്റ് *n* paste
പൈ ചാർട്ട് *n* pie chart
പൈതൃകം *n* heritage
പൈൻ മരം *n* poplar
പൈൻമരം *n* pine
പൈപ്പ് ലൈൻ *n* pipeline
പൈലറ്റ് *n* pilot
പൈശാചികമായ *adj* barbaric
പൊക്കിൾ *n* belly button
പൊങ്കൽ *n* Tamil harvest festival
പൊങ്ങച്ചക്കാരൻ *n* snob
പൊങ്ങൻ പനി *n* chickenpox
പൊങ്ങൻപനി *npl* measles
പൊങ്ങിക്കിടക്കുക *vi* float
പൊങ്ങുതടി *n* float
പൊടി *n* powder
പൊടിക്കുക *vt* grind
പൊടിതട്ടുക *v* dust
പൊടിനിറഞ്ഞ *adj* dusty
പൊടുന്നനെ *adv* abruptly
പൊടുന്നനെയുള്ള *adj* abrupt
പൊട്ടൽ *n* break, fracture
പൊട്ടിഇളകുക *vt* chip
പൊട്ടിക്കാനാകാത്ത *adj* unbreakable
പൊട്ടിക്കുക *v* crack
പൊട്ടിക്കുക, മുറിക്കുക *v* break up
പൊട്ടിച്ചിതറുക *v* smash
പൊട്ടിത്തെറി *v* burst ▷ *n* explosion
പൊട്ടിത്തെറി, സ്ഫോടനം *n* blast
പൊട്ടിത്തെറിക്കുക *v* blow up, go off ▷ *vi* explode
പൊട്ടിയ *adj* cracked
പൊട്ടിയ, മുറിഞ്ഞ *adj* broken
പൊതിഞ്ഞുവെക്കുക *v* wrap up
പൊതിയുക *vt* wrap
പൊതിയുന്ന കടലാസ് *n* wrapping paper

പൊതു കുളിസ്ഥലം *npl* baths
പൊതു ടെലഫോൺ ബൂത്ത് *n* call box
പൊതു തെരഞ്ഞെടുപ്പ് *n* general election
പൊതുജന അഭിപ്രായം *n* public opinion
പൊതുജന സമ്പർക്കം *npl* public relations
പൊതുജനത്തിനുള്ള *adj* public
പൊതുജനം *n* public
പൊതുവായ *adj* general
പൊതുവായ അവധി *n* public holiday
പൊതുവായത് *n* general
പൊതുവിജ്ഞാനം *n* general knowledge
പൊതുവേ, സാധാരണയായി *adv* generally
പൊതുസമ്മതം *n* consensus
പൊയ്ക്കഴിഞ്ഞ *adj* gone
പൊരി *n* crisp rice
പൊരിക്കുക *vt* deep-fry, fry ▷ *v* roast
പൊരിച്ച *adj* fried
പൊരിച്ചത് *n* fry
പൊരുത്തപ്പെടുക *v* fit in
പൊരുത്തമില്ലാത്ത *adj* irrelevant
പൊലിപ്പിക്കൽ *n* exaggeration
പൊലിപ്പിക്കുക *v* exaggerate
പൊലീസുകാരൻ *n* policeman
പൊലീസുകാരൻ അഥവാ പോലീസുകാരി *n* cop
പൊലീസുകാരി *n* policewoman
പൊലീസ് *n* police
പൊലീസ് ഉദ്യോഗസ്ഥൻ *n* police officer
പൊലീസ് സ്റ്റേഷൻ *n* police station
പൊള്ളയായ *adj* hollow
പൊള്ളൽ *n* blister, burn
പൊള്ളുക *vt* burn
പൊഴിയുക *v* fall out
പോകുക *vi* go
പോക്കറ്റടിക്കുക *n* pickpocket
പോക്കറ്റ് *n* pocket
പോക്കറ്റ് കാൽക്കുലേറ്റർ *n* pocket calculator
പോക്കറ്റ് മണി *n* pocket money
പോഡ്കാസ്റ്റ് *n* podcast
പോത്ത് *n* buffalo
പോയി കൂട്ടിക്കൊണ്ടു വരുക *vt* collect
പോരാടുക *v* fight
പോരാടുക, കഠിനമായി യത്നിക്കുക *vi* struggle
പോരാട്ടം *n* fight, struggle
പോരായ്മ *n* drawback
പോർച്ചുഗൽ *n* Portugal

പ

പോർച്ചുഗല്ലിനെ സംബന്ധിച്ച *adj* Portuguese
പോർച്ചുഗീസുകാർ *n* Portuguese
പോർച്ചുഗീസുഭാഷ *n* Portuguese
പോർട്ട് ബ്ലെയർ *n* Port Blair
പോറലുണ്ടാക്കുക, പോറുക *vt* scratch
പോറ്റിവളർത്തുക *vt* foster
പോലീസുകാരൻ *n* policeman
പോലെ *conj* as
പോളണ്ടിനെ സംബന്ധിച്ച *adj* Polish
പോളണ്ട് *n* Poland
പോളിത്തീൻ ബാഗ് *n* polythene bag
പോളിനേഷ്യ *n* Polynesia
പോളിനേഷ്യക്കാരി, പോളിനേഷ്യക്കാരൻ *n* Polynesian
പോളിനേഷ്യൻ ഭാഷ *n* Polynesian
പോളിനേഷ്യയെ സംബന്ധിച്ച *adj* Polynesian
പോളിഷ് പൌരൻ *n* Pole
പോളീഷ് *n* polish
പോളീഷ് ചെയ്യുക, മിനുക്കുക *vt* polish
പോളിഷ് ഭാഷ *n* Polish
പോഷകഗുണമുള്ള *adj* nutritious
പോഷകാഹാരക്കുറവ് *n* malnutrition
പോഷകം *n* nutrient
പോഷണോപചയാപചയം *n* metabolism
പോഷണം *n* nutrition
പോസ്റ്റൽ ഓർഡർ *n* postal order
പോസ്റ്റുകാർഡ് *n* postcard
പോസ്റ്റുമാൻ *n* postman
പോസ്റ്റോഫീസ്, തപാൽ ഓഫീസ് *n* post office
പോസ്റ്റ്, കുറിക്കാൽ *n* post
പൌണ്ട് *n* pound
പൌണ്ട് സ്റ്റെർലിംഗ് *n* pound sterling
പൌത്രൻ *n* grandson (daughter's son); grandson (son's son)
പൌത്രൻ, ചെറുമകൻ *n* grandson
പൌത്രി *n* granddaughter (daughter's daughter); granddaughter (son's daughter)
പൌത്രി, ചെറുമകൾ *n* granddaughter
പൌരത്വം *n* citizenship, nationality
പൌരൻ *n* citizen
പൌരസ്ത്യദേശത്തുള്ള *adj* oriental
പൌരാവകാശങ്ങൾ *npl* civil rights

പ്രകടനം *n* performance
പ്രകടമായ, തുറന്ന *adj* blatant
പ്രകടിപ്പിക്കുക *vt* express
പ്രകാശമുള്ള, വെളിച്ചമുള്ള *adj* light
പ്രകാശരശ്മി, പ്രകാശകിരണം *n* beam
പ്രകാശിക്കുക *vi* shine
പ്രകാശിക്കുന്ന *adj* shiny
പ്രകീർത്തിക്കുക *vt* hail
പ്രകൃതി *n* nature
പ്രകൃതിദൃശ്യം *n* scenery
പ്രകൃതിവിഭവങ്ങൾ *npl* natural resources
പ്രകൃതിശാസ്ത്രപണ്ഡിതൻ *n* naturalist
പ്രകോപനപരമായ, ദേഷ്യം പിടിപ്പിക്കുന്ന *adj* irritating
പ്രകോപിപ്പിക്കുന്ന *adj* irritable
പ്രഖ്യാപനം, വിളംബരം *n* announcement
പ്രഖ്യാപിക്കുക *vt* announce, declare
പ്രചരണം *n* propaganda
പ്രചരിപ്പിക്കുക *vt* spread
പ്രചാരണം *n* campaign
പ്രചാരമില്ലാത്ത *adj* unpopular
പ്രചാരം *n* publicity
പ്രജനനം നടത്തുക *vt* breed
പ്രണയ ദിനം *n* Valentine's Day
പ്രതലം *n* surface
പ്രതി, കുറ്റവാളി *n* accused
പ്രതികരണം *n* reaction, response
പ്രതികരിക്കുക *vi* react, respond
പ്രതികാരം *n* revenge
പ്രതികാരം ചെയ്യുക *vt* spite
പ്രതികൂലമായ *adj* harsh, unfavourable
പ്രതിധ്വനി *n* echo
പ്രതിനിധിയായ *adj* representative
പ്രതിനിധീകരിക്കുക *vt* delegate, represent
പ്രതിഫലനം *n* reflection
പ്രതിഫലനം, തിരിച്ചടി *npl* repercussions
പ്രതിഫലിക്കുക *vt* reflect
പ്രതിഫലം *n* reward
പ്രതിബന്ധം *n* hurdle, obstacle
പ്രതിബന്ധം, തടസ്സം *n* barrier
പ്രതിഭ *n* genius, talent
പ്രതിഭാശാലി *n* skilful person
പ്രതിഭാശാലിയായ *adj* talented
പ്രതിമ *n* statue
പ്രതിമാസമുള്ള *adj* monthly
പ്രതിയോഗി *n* adversary, rival
പ്രതിരോധിക്കുക, എതിർക്കുക *vt* defend

പ്രതിരോധിക്കുക, തടസ്സപ്പെടുത്തുക *vt* **obstruct**
പ്രതിരോധിക്കുന്നയാൾ, വിരോധി *n* **defender**
പ്രതിരോധം *n* **defence**
പ്രതിശ്രുത വരൻ / വധു *n* **spouse**
പ്രതിശ്രുതവധു *n* **fiancée**
പ്രതിശ്രുതവരൻ *n* **fiancé**
പ്രതിഷേധിക്കുക *v* **protest**
പ്രതിഷേധം *n* **protest**
പ്രതിസന്ധി *n* **crisis**
പ്രതിസമമായ *adj* **symmetrical**
പ്രതിസ്ഥാപനം, പകരം വയ്ക്കൽ *n* **replacement**
പ്രതീകം *n* **icon**
പ്രതീകം, ചിഹ്നം *n* **symbol**
പ്രതീക്ഷ *n* **hope**
പ്രതീക്ഷയില്ലാത്ത *adj* **bleak**
പ്രതീക്ഷയുള്ള *adj* **hopeful**
പ്രതീക്ഷയോടെ *adv* **hopefully**
പ്രതീക്ഷിക്കുക *vt* **expect** ▷ *v* **hope**
പ്രത്യക്ഷത്തിൽ *adv* **apparently**
പ്രത്യക്ഷമായ *adj* **glaring**
പ്രത്യക്ഷപ്പെടൽ *n* **appearance**
പ്രത്യയശാസ്ത്രം *n* **ideology**
പ്രത്യാഘാതം *n* **consequence**
പ്രത്യേക ഇനം *n* **breed**
പ്രത്യേക രുചി വരുത്തൽ *n* **flavouring**
പ്രത്യേകമായ *adj* **special**
പ്രത്യേകമായി *adv* **particularly**
പ്രത്യേകമായി ഇഷ്ടപ്പെടുക *vt* **prefer**
പ്രത്യേകമായുള്ള *adj* **particular**
പ്രത്യേകിച്ചും *adv* **preferably, specially**
പ്രത്യേകിച്ച് *adv* **especially**
പ്രത്യേകം പ്രത്യേകമായി *adv* **apart**
പ്രഥമ ശുശ്രൂഷ *n* **first aid**
പ്രഥമഗണന *n* **priority**
പ്രഥമപ്രദർശനം *n* **premiere**
പ്രഥമമായ, ഏറ്റവും ആദ്യമുള്ള *adj* **original**
പ്രഥമമായി, ഒന്നാമതായി *adv* **firstly**
പ്രദർശന കൂടാരം *n* **pavilion**
പ്രദർശനം *n* **exhibition, show**
പ്രദർശിപ്പിക്കുക *vt* **display, screen**
പ്രദർശിപ്പിക്കുന്നയാൾ *n* **demonstrator**
പ്രദീപ്തമായ *adj* **fluorescent**
പ്രദേശം *n* **area, territory**
പ്രധാന നാളം *n* **pilot light**

പ്രധാന വഴി *n* main road
പ്രധാന വിഷയം *n* focus
പ്രധാനപ്പെട്ട, മുഖ്യമായ *adj* main
പ്രധാനപ്പെട്ടതാവുക *v* matter
പ്രധാനമന്ത്രി *n* prime minister
പ്രധാനമായി, മുഖ്യമായും *adv* mainly
പ്രധാനാധ്യാപകൻ *n* headmaster
പ്രപഞ്ചം *n* universe
പ്രഭാത ഭക്ഷണം, പ്രാതൽ *n* breakfast
പ്രഭാതം *n* morning
പ്രഭാവം *n* impact
പ്രഭാഷകൻ *n* speaker
പ്രഭാഷണം *n* lecture
പ്രമാണങ്ങൾ *npl* documents
പ്രമാണം *n* document
പ്രമുഖമാക്കൽ *n* highlight
പ്രമുഖമാക്കിക്കാട്ടുക *vt* highlight
പ്രമുഖമായ *adj* principal
പ്രമേഹമുള്ള *adj* diabetic
പ്രമേഹരോഗി *n* diabetic
പ്രമേഹം *n* diabetes
പ്രയാസമുള്ള, കടുപ്പമുള്ള *adj* hard
പ്രലോഭനം *n* temptation
പ്രലോഭിപ്പിക്കപ്പെടുക *vt* tempt
പ്രലോഭിപ്പിക്കുന്ന *adj* tempting
പ്രവചനം *n* forecast
പ്രവചിക്കാനാവാത്ത *adj* unpredictable
പ്രവചിക്കാവുന്ന *adj* predictable
പ്രവചിക്കുക *vt* predict
പ്രവണത *n* tendency, trend
പ്രവർത്തനശക്തി *n* energy
പ്രവർത്തനം *n* activity
പ്രവർത്തനം, നീക്കങ്ങൾ *n* operation
പ്രവർത്തിക്കുക *vi* act, work
പ്രവർത്തിപ്പിക്കുക *v* operate
പ്രവർത്തിപ്പിക്കുന്ന ആൾ *n* operator
പ്രവഹിക്കുക, ഒഴുകുക *vi* drift
പ്രവാഹം *n* current
പ്രവാഹം, ഒഴുക്ക് *n* drift
പ്രവൃത്തി *n* act
പ്രവൃത്തി സമയം *npl* office hours
പ്രവേശന ഫീസ് *n* entrance fee
പ്രവേശനാനുമതി *n* admittance
പ്രവേശനം *n* admission, entry
പ്രവേശനം ലഭിക്കുക *vt* admit

പ

പ്രവേശിക്കാവുന്ന, പ്രാപ്യമായ *adj* accessible
പ്രവേശിക്കുക *v* enter
പ്രശസ്തനായ, പ്രസിദ്ധമായ *adj* famous
പ്രശസ്തൻ *n* celebrity
പ്രശസ്തി, പ്രസിദ്ധി *n* fame
പ്രശസ്തിയുള്ള *adj* renowned
പ്രശ്നകാരി *n* troublemaker
പ്രശ്നം *n* problem; issue
പ്രസക്തമായ *adj* relevant
പ്രസക്തി *n* relevance
പ്രസവത്തിന് മുമ്പുള്ള *adj* antenatal
പ്രസവാശുപത്രി *n* maternity hospital
പ്രസവം *n* delivery
പ്രസാധകൻ *n* publisher
പ്രസവാവധി *n* maternity leave
പ്രസിദ്ധീകരണം *n* publication
പ്രസിദ്ധീകരിക്കുക *vt* publish
പ്രസംഗിക്കുക *vi* lecture
പ്രസ്താവന *n* statement
പ്രസ്താവിക്കുക, ആധികാരികമായി പറയുക *vt* state
പ്രാചീന *adj* primitive
പ്രാചീന വസ്തുക്കൾ, പുരാവസ്തു *n* antique
പ്രാചീനമായ *adj* ancient
പ്രാണരക്ഷപ്പട്ട *n* lifebelt
പ്രാണരക്ഷാത്തോണി *n* lifeboat
പ്രാഥമികമായ *adj* primary
പ്രാഥമികമായി *adv* primarily
പ്രാദേശികമായ *adj* local, regional
പ്രാധാന്യമില്ലാത്ത *adj* impersonal
പ്രാധാന്യം *n* importance
പ്രാധാന്യം, പ്രസക്തി *n* significance
പ്രാന്തപ്രദേശങ്ങൾ *npl* outskirts
പ്രാന്തപ്രദേശം *n* precinct
പ്രായപരിധി *n* age limit
പ്രായപൂർത്തിയാകാത്ത *adj* minor
പ്രായപൂർത്തിയാകാത്തയാൾ *n* minor
പ്രായപൂർത്തിയാവാത്ത *adj* underage
പ്രായമായ, വയസ്സായ *adj* old
പ്രായോഗികമല്ലാത്ത *adj* impractical
പ്രായോഗികമായ *adj* practical
പ്രായോഗികമായി *adv* practically
പ്രായംചെന്ന, പ്രായമായ *adj* elderly
പ്രാരംഭമായ, പ്രഥമമായ *adj* initial
പ്രാർത്ഥന *n* prayer

പ്രാർത്ഥിക്കുക *v* pray
പ്രാവ് *n* pigeon
പ്രിന്റർ *n* printer
പ്രിൻസിപ്പൽ *n* principal
പ്രിയങ്കരമായ *adj* favourite
പ്രിയങ്കരം *n* favourite
പ്രിയപ്പെട്ട *adj* dear
പ്രിയപ്പെട്ട, മധുരകരമായ *adj* sweet
പ്രിയപ്പെട്ടത് *n* darling
പ്രീഡിഗ്രി *n* undergraduate
പ്രേതബാധയുള്ള *adj* haunted
പ്രേതം *n* ghost
പ്രേരകം *n* motive
പ്രേരണ *n* motivation
പ്രേരണ ചെലുത്തുന്ന *adj* persuasive
പ്രേരിപ്പിക്കപ്പെട്ട *adj* motivated
പ്രൈമറി സ്കൂൾ *n* primary school; infant school
പ്രൊജക്റ്റർ *n* projector
പ്രൊഫസർ *n* professor
പ്രോഗ്രാമർ *n* programmer
പ്രോഗ്രാം *n* program
പ്രോഗ്രാം ചെയ്യുക *vt* program
പ്രോത്സാഹജനകമായ, ആശാദായകമായ *adj* encouraging
പ്രോത്സാഹനം *n* encouragement, incentive
പ്രോത്സാഹിപ്പിക്കുക *vt* encourage
പ്രൌഢിയുള്ള പഴയ വീട് *n* stately home
പ്ലഗ് *n* plug
പ്ലഗ് ഇൻ ചെയ്യുക *v* plug in
പ്ലഗ് കുത്താനുള്ള സുഷിരം *n* plughole
പ്ലാന്റ് *n* plant
പ്ലാറ്റിനം *n* platinum
പ്ലാറ്റ്ഫോം *n* platform
പ്ലാസ്മാ ടിവി *n* plasma TV
പ്ലാസ്മാ സ്ക്രീൻ *n* plasma screen
പ്ലാസ്റ്റർ *n* plaster
പ്ലേറ്റ്, തട്ടം *n* plate
പ്ലോട്ട് *n* plot

ഫ

ഫണ്ട്, ധനസഞ്ചയം *npl* funds
ഫയൽ *n* file
ഫയൽ ചെയ്യുക *vt* file
ഫർണിച്ചർ *n* furniture
ഫലപ്രദമല്ലാത്ത, കാര്യക്ഷമതയില്ലാത്ത *adj* inefficient
ഫലപ്രദമായ *adj* effective
ഫലപ്രദമായി *adv* effectively

ഫലിതം *n* humour
ഫലം *n* effect, result
ഫലം, പരിണാമം *n* outcome
ഫാക്സ് *n* fax
ഫാക്സ് ചെയ്യുക *vt* fax
ഫാൻ ബെൽറ്റ് *n* fan belt
ഫാഷൻ *n* fashion
ഫാഷൻ ഭ്രമമില്ലാത്ത *adj* unfashionable
ഫിജി *n* Fiji
ഫിനല്‌ാൻഡിനെ സംബന്ധിച്ച *adj* Finnish
ഫിൻലാൻഡ് *n* Finland
ഫിലിപ്പിനോ *n* Filipino
ഫിലിപ്പിൻസുമായി ബന്ധപ്പെട്ട *adj* Filipino
ഫിലിം, സിനിമ *n* film
ഫിസിയോതെറാപ്പി *n* physiotherapy
ഫിസിയോതെറാപ്പിസ്റ്റ് *n* physiotherapist
ഫീസ് *n* fee
ഫുട്ബോൾ മത്സരം *n* football match
ഫുട്ബോൾ, കാൽപ്പന്ത് *n* football
ഫെബ്രുവരി *n* February
ഫൈനൽ, അവസാനമത്സരം *n* final
ഫൈബർഗ്ലാസ് *n* fibreglass
ഫോട്ടോ *n* photo
ഫോട്ടോ ആൽബം *n* photo album
ഫോട്ടോകോപ്പിയെടുക്കുക *vt* photocopy
ഫോട്ടോഗ്രാഫർ *n* photographer
ഫോട്ടോഗ്രാഫി *n* photography
ഫോട്ടോഗ്രാഫ് *n* photograph
ഫോട്ടോയെടുക്കുക *vt* photograph
ഫോൺ *n* phone
ഫോൺ കാർഡ് *n* phonecard
ഫോൺ ചെയ്യുക *v* phone
ഫോൺ നമ്പർ *n* phone number
ഫോൺ ബിൽ *n* phone bill
ഫോൺ ബുക്ക് *n* phonebook
ഫോൺ വിളി *n* phone call
ഫോൺ വിളിക്കുക *v* call
ഫോൾഡർ *n* folder
ഫ്യൂസ് *n* fuse
ഫ്രഞ്ചുകാരൻ *n* Frenchman
ഫ്രഞ്ചുകാരി *n* Frenchwoman
ഫ്രഞ്ച് ഭാഷ *n* French
ഫ്രാൻസിനെ സംബന്ധിച്ച *adj* French
ഫ്രാൻസ് *n* France
ഫ്രിഡ്ജ് *n* fridge
ഫ്രീസർ, ശീതീകരണി *n* freezer
ഫ്ലാസ്ക് *n* flask

ബ

ബട്ടൺ *n* button
ബൺ രൂപത്തിലുള്ള തലക്കെട്ട് *n* bun
ബദാംകുരു *n* almond
ബന്ദി *n* hostage
ബന്ധപ്പെടുക *vt* contact
ബന്ധപ്പെടുത്തുക, ബന്ധിപ്പിക്കുക *vt* link
ബന്ധപ്പെട്ട *adj* related
ബന്ധമുള്ള *adj* twinned
ബന്ധു *n* relative
ബന്ധുത്വം *n* relationship
ബന്ധം *n* connection, relation
ബന്ന്, വട്ടത്തിലുള്ള റൊട്ടി *n* bun
ബമ്പർ *n* bumper
ബർമക്കാരൻ *n* (പുല്ലിംഗം) Burmese
ബർമക്കാരി *n* (സ്ത്രീലിംഗം) Burmese
ബർമീസ് ഭാഷ *n* Burmese
ബലമില്ലാത്ത, ദുർബലമായ *adj* frail
ബലമുള്ള *adj* sound, strong
ബലാത്സംഗം *n* rape
ബലാത്സംഗം ചെയ്ത ആൾ *n* rapist
ബലി *n* sacrifice
ബലിക്കാക്ക *n* raven
ബസ് *n* bus
ബസ് കണ്ടക്ടർ *n* bus conductor
ബസ് ടിക്കറ്റ് *n* bus ticket
ബസ് സ്റ്റേഷൻ *n* bus station
ബസ് സ്റ്റോപ്പ് *n* bus stop
ബഹറിൻ *n* Bahrain
ബഹാമാസ് *npl* Bahamas
ബഹിരാകാശ യാത്രികൻ *n* astronaut
ബഹിരാകാശം *n* space
ബഹുമതി *n* honour
ബഹുമാനിക്കുക *vt* respect
ബഹുമാനം *n* respect; regard
ബഹുമുഖ പ്രതിഭയായ *adj* versatile
ബഹുരാഷ്ട്ര *adj* multinational
ബഹുരാഷ്ട്രക്കമ്പനി *n* multinational
ബഹുവചനം *n* plural
ബാക്കിയുള്ള, അവശേഷിച്ച *adj* remaining
ബാക്ടീരിയ, ജീവാണുക്കൾ *npl* bacteria
ബാഗ് *n* bag
ബാങ്കർ *n* banker
ബാങ്ക് *n* bank
ബാങ്ക് അക്കൌണ്ട് *n* bank account
ബാങ്ക് അവധി *n* bank holiday

ബാങ്ക് ചാർജുകൾ *npl* bank charges
ബാങ്ക് ബാലൻസ് *n* bank balance
ബാങ്ക് സ്റ്റേറ്റ്മെന്റ് *n* bank statement
ബാച്ചിലർ പാർട്ടി *n* stag night
ബാഡ്ജ് *n* badge
ബാഡ്മിന്റൺ *n* badminton
ബാത്ത്ടബ് *n* bath
ബാധിക്കുക *vt* affect
ബാൻഡേജിടുക *vt* bandage
ബാൻഡേജ് *n* bandage
ബാർബഡോസ് *n* Barbados
ബാറ്ററി ചാർജർ *n* charger
ബാറ്റ് *n* bat
ബാലൻ *n* lad
ബാലൻ, പയ്യൻ *n* chap
ബാലിക, പെൺകുട്ടി *n* lass
ബാലിശമായ *adj* childish, silly
ബാലെ *n* ballet
ബാലെ നർത്തകൻ *n* ballet dancer
ബാലെ നർത്തകി *n* ballet dancer
ബാൽക്കൻ ദേശത്തെ സംബന്ധിച്ച *adj* Balkan
ബാല്യം *n* childhood
ബാഹ്യമായ *adj* external, superficial
ബാംഗ്ലൂർ *n* Bangalore
ബിക്കിനി *n* bikini
ബിങ്കോ (സമ്മാനത്തിനായി സംഖ്യകൾ ഉപയോഗിച്ചു കളിക്കുന്ന ഒരു കളി) *n* bingo
ബിരിയാണി *n* biryani
ബിരുദധാരി *n* graduate
ബിരുദാനന്തര ബിരുദം എടുത്തയാൾ *n* postgraduate
ബിരുദം *n* degree
ബിൽ *n* bill
ബില്യൻ, ലക്ഷം കോടി *num* billion
ബില്യാർഡ്സ് *npl* billiards
ബിസി *abbr* BC
ബിസിനസുകാരൻ *n* businessman
ബിസിനസുകാരി *n* businesswoman
ബിസിനസ് *n* business
ബിഹാർ *n* Bihar
ബിഹു *n* Bihu harvest festival of Assam
ബീച്ച് മരം *n* beech
ബീജിംഗ് *n* Beijing
ബീജം *n* sperm
ബീഹാരി *n* person from Bihar
ബുക്ക് ചെയ്യൽ *n* booking
ബുദ്ധൻ *n* Buddha
ബുദ്ധപൂർണിമ *n* Buddhist festival to commemorate the birth of Lord Buddha

ബുദ്ധമതക്കാരൻ *n* (പുല്ലിംഗം) Buddhist
ബുദ്ധമതക്കാരി *n* (സ്ത്രീലിംഗം) Buddhist
ബുദ്ധമതത്തെ സംബന്ധിക്കുന്ന *adj* Buddhist
ബുദ്ധമതം *n* Buddhism
ബുദ്ധി *n* intelligence
ബുദ്ധിജീവി *n* intellectual
ബുദ്ധിപരമായ *adj* intellectual
ബുദ്ധിഭ്രമമുള്ള *adj* insane
ബുദ്ധിഭ്രമം *n* madness
ബുദ്ധിമുട്ടുള്ള, കഠിനമായ *adj* difficult
ബുദ്ധിവൈഭവമുള്ള *adj* intelligent
ബുദ്ധിശക്തി *n* intelligence
ബുദ്ധിസാമർത്ഥ്യമുള്ള *adj* brainy; clever
ബുധനാഴ്ച *n* Wednesday
ബൃഹത്തായ *adj* great
ബൃഹത്തായ, വിശാലമായ *adj* enormous
ബെഞ്ച് *n* bench
ബെലാറഷ്യൻ *n* Belarussian
ബെലാറഷ്യയെ സംബന്ധിച്ച *adj* Belarussian
ബെലാറസ് *n* Belarus
ബെൽജിയത്തെ സംബന്ധിച്ച *adj* Belgian
ബെൽജിയൻ *n* Belgian
ബെൽജിയം *n* Belgium
ബെൽറ്റ് *n* belt
ബേക്കറി *n* bakery
ബേക്ക് ചെയ്യുക *vi* bake
ബൈക്ക് *n* bike
ബൈനോക്കുലർ *npl* binoculars
ബോധമുള്ള *adj* aware, conscious
ബോധവാനായ *adj* conscientious
ബോധം *n* consciousness
ബോധം കെടുക, മോഹാലസ്യപ്പെടുക *vi* faint, pass out
ബോധംവരുക, ബോധം തിരിച്ചു കിട്ടുക *v* come round
ബോധ്യപ്പെടുത്തുക *vt* convince
ബോധ്യമാവുക *v* realize
ബോർഡ്, ഫലകം *n* board
ബോസ്നിയയും ഹെർസഗോവിനയും *n* Bosnia-Herzegovina
ബോംബിടൽ *n* bombing
ബോംബിടുക *vt* bomb
ബോംബ് *n* bomb
ബംഗാൾ *n* Bengal
ബംഗ്ലാദേശി *n* Bangladeshi
ബംഗ്ലാദേശിനെ സംബന്ധിച്ച *adj* Bangladeshi
ബംഗ്ലാദേശ് *n* Bangladesh
ബംഗ്ലാവ് *n* bungalow

ബ്രഡിന്റെ മുകളിൽ പുരട്ടുന്ന ആഹാരപദാർഥം *n* spread
ബ്രാൻഡ് നാമം *n* brand name
ബ്രാഹ്മണർ *n* Brahmin (highest caste of the Hindu caste system)
ബ്രീഫ്കേസ് *n* briefcase
ബ്രേക്ക് ലൈറ്റ് *n* brake light
ബ്ലോക്ക് *n* block
ബ്ലൗസ് *n* blouse

ഭ

ഭക്ഷണ വിതരണം *n* catering
ഭക്ഷണ സമയം *n* dinner time
ഭക്ഷണക്രമം *n* diet
ഭക്ഷണക്രമം നിയന്ത്രിക്കുക, പഥ്യാഹാരം കഴിക്കുക *vi* diet
ഭക്ഷണത്തിലെ പ്രധാന ഇനം *n* main course
ഭക്ഷണവിവര പട്ടിക *n* menu
ഭക്ഷണസമയം *n* mealtime
ഭക്ഷണം *n* food
ഭക്ഷണം പാചകം ചെയ്യൽ *n* cookery
ഭക്ഷണം പാചകം ചെയ്യാനുപയോഗിക്കുന്ന പാത്രം, കുക്കർ *n* cooker
ഭക്ഷ്യയോഗ്യമായ *adj* edible
ഭജന *n* devotional song
ഭദ്രാസനപ്പള്ളി, കത്തീഡ്രൽ *n* cathedral
ഭയങ്കരമായ *adj* tremendous
ഭയങ്കരമായ, ഭീകരമായ *adj* horrendous
ഭയന്ന *adj* scared, terrified
ഭയപ്പെടുത്തുക *vt* scare
ഭയപ്പെടുത്തുന്ന *adj* scary
ഭയപ്പെടുത്തുന്ന, പേടിപ്പെടുത്തുന്ന *adj* frightening
ഭയപ്പെടുത്തുന്ന, ഭീതിജനകമായ *adj* alarming
ഭയമുള്ള *adj* afraid
ഭയാനകത, ഭീകരത *n* horror
ഭയാനകമായ *adj* sickening, terrible
ഭയാനകമായ, നടുക്കുന്ന *adj* appalling
ഭയാനകമായ, ഭയങ്കരമായ *adj* gruesome
ഭയാശങ്കകൾ ദൂരീകരിക്കുക, ധൈര്യം പകരുക *vt* reassure
ഭയം *n* scare
ഭയം ഉളവാക്കുക *vt* terrify
ഭരണഘടന *n* constitution

ഭരണനിർവ്വഹണം, കാര്യനിർവ്വഹണം *n* administration
ഭരണപാലകൻ *n* civil servant
ഭരണസമിതി *n* board
ഭരണസംബന്ധമായ *adj* administrative
ഭരണാധികാരി *n* ruler
ഭരിക്കുക *v* rule
ഭർത്താവിന്റെ സഹോദരൻ *n* brother-in-law (husband's younger brother)
ഭർത്താവിന്റെ സഹോദരന്റെ ഭാര്യ *n* sister-in-law (husband's younger brother's wife)
ഭർത്താവ് *n* husband
ഭവനഭേദന മുന്നറിയിപ്പ് *n* burglar alarm
ഭവനഭേദനം *n* break-in
ഭവനവായ്പ *n* mortgage
ഭാഗമായിരിക്കുക *vi* belong
ഭാഗികമായ *adj* partial
ഭാഗികമായി *adv* partly
ഭാഗം *n* part, portion
ഭാഗ്യക്കുറി *n* lottery
ഭാഗ്യത്തിന് *adv* luckily
ഭാഗ്യമില്ലാത്ത *adj* unlucky
ഭാഗ്യമുള്ള *adj* lucky
ഭാഗ്യവശാൽ *adv* fortunately
ഭാഗ്യം *n* luck, fortune
ഭാരതത്തെ സംബന്ധിച്ച *adj* Indian
ഭാരമിറക്കുക *vt* unload
ഭാരമുള്ള *adj* heavy
ഭാരോദ്വഹനം *n* weightlifting
ഭാരോദ്വാഹകൻ *n* weightlifter
ഭാരം *n* burden, weight
ഭാരം ഉയർത്തുന്ന തുലായന്ത്രം, ക്രെയിൻ *n* crane
ഭാരം കുറഞ്ഞ മുട്ടോപ്പമുള്ള കുപ്പായം *n* cagoule
ഭാരം നിറയ്ക്കുക, ഭാരം കയറ്റുക *vt* load
ഭാര്യ *n* wife
ഭാര്യയുടെ സഹോദരൻ *n* brother-in-law (wife's brother)
ഭാര്യയുടെ സഹോദരി *n* sister-in-law (wife's sister)
ഭാവന, കല്പന *n* imagination
ഭാവപ്രകടനം *n* expression
ഭാവി *n* future
ഭാവികാലക്രിയ *v* will
ഭാവിക്കുക *vt* pretend
ഭാഷ *n* language
ഭാഷാ ലബോറട്ടറി *n* language laboratory
ഭാഷാ സ്കൂൾ *n* language school
ഭാഷാനിപുണൻ, ഭാഷാപണ്ഡിതൻ *n* linguist

ഭാഷാപരമായ *adj* linguistic
ഭിക്ഷക്കാരൻ *n* beggar
ഭിക്ഷക്കാരി *n* beggar
ഭിത്തി *n* wall
ഭിത്തിയലമാര *n* windowsill
ഭീകരൻ *n* terrorist
ഭീകരമായ *adj* dreadful, horrible
ഭീകരമായി *adv* terribly
ഭീകരവാദം *n* terrorism
ഭീകരാക്രമണം *n* terrorist attack
ഭീമൻ *n* giant
ഭീമാകാരമായ *adj* giant
ഭീരു *n* coward
ഭീരുത്വത്തോടെ *adj* cowardly
ഭീഷണി *n* threat
ഭീഷണിപ്പെടുത്തുക *vt* intimidate, threaten
ഭീഷണിപ്പെടുത്തുന്ന *adj* threatening
ഭീഷണിമുഴക്കുക *vt* bully
ഭൂട്ടാൻ *n* Bhutan
ഭുവനേശ്വർ *n* Bhubaneswar
ഭൂഖണ്ഡം *n* continent
ഭൂഗർഭശാസ്ത്രം *n* geology
ഭൂഗർഭം *n* underground
ഭൂഗോളം *n* globe
ഭൂദൃശ്യം *n* landscape
ഭൂപടപുസ്തകം *n* atlas
ഭൂപടം *n* map
ഭൂമധ്യരേഖ *n* equator
ഭൂമി *n* earth
ഭൂമി കുലുക്കം *n* earthquake
ഭൂമി, നിലം *n* land
ഭൂമിയിൽ പതിച്ച ഉൽക്ക *n* meteorite
ഭൂമിശാസ്ത്രം *n* geography
ഭൂരിഭാഗം *n* majority
ഭൂവുടമ *n* landowner
ഭൂവുടമസ്ഥ *n* landlady
ഭൂവുടമസ്ഥൻ *n* landlord
ഭോപാൽ *n* Bhopal
ഭൗതികശാസ്ത്രം *npl* physics
ഭ്രാന്തൻ *n* lunatic, madman
ഭ്രാന്തമായ *adj* crazy
ഭ്രാന്തമായി *adv* madly
ഭ്രാന്തുപിടിച്ച, പേടിച്ചരണ്ട *adj* frantic
ഭ്രാന്ത് *n* madness

മകൻ *n* son
മകര സംക്രാന്തി *n* harvest festival
മകൾ, പുത്രി *n* daughter
മഗ് *n* mug
മങ്ങിയ *adj* dim
മങ്ങുക *v* fade
മച്ച്, മാളികപ്പുര *n* attic
മജ്ജ *n* marrow
മഞ്ഞ ലൈറ്റ് *n* fog light

മഞ്ഞനിറമായ *adj* yellow
മഞ്ഞപ്പിത്തം *n* jaundice
മഞ്ഞൾ *n* turmeric
മഞ്ഞുമനുഷ്യൻ *n* snowman
മഞ്ഞുമല *n* iceberg
മഞ്ഞ് *n* snow
മഞ്ഞ് വീഴുക *vi* snow
മടക്കാവുന്ന *adj* folding
മടക്കിനൽകുക *vt* return
മടക്കുക *vt* fold
മടക്കുകസേര *n* deckchair
മടക്ക് *n* fold
മടങ്ങിയെത്തുക *vi* return
മടിച്ചുനിൽക്കുക, അറച്ചുനിൽക്കുക *vi* hesitate
മടിത്തട്ട് *n* lap
മടുപ്പുതോന്നുന്ന *adj* fed up
മഡഗാസ്കർ ദ്വീപ് *n* Madagascar
മണത്തു നോക്കുക *vt* smell
മണൽ *n* sand
മണൽകൊട്ടാരം *n* sandcastle
മണൽക്കുന്ന് *n* sand dune
മണവാട്ടി *n* bride
മണവാട്ടിയുടെ തോഴി, വധുവിന്റെ തോഴി *n* bridesmaid
മണി *n* bell
മണിക്കൂർ *n* hour
മണിക്കൂർ തോറുമുള്ള *adj* hourly
മണിക്കൂറിലൊരിക്കൽ *adv* hourly
മണിപ്പൂർ *n* Manipur
മണിബന്ധം *n* wrist
മണ്ടത്തരം *adj* unwise
മണ്ഡലം *n* seat
മണ്ണെണ്ണ *n* kerosene
മണ്ണ് *n* earth, soil
മൺതിട്ട *n* embankment
മതപരമായ *adj* religious
മതിപ്പുളവാക്കിയ *adj* impressed
മതിപ്പുളവാക്കുക *v* impress
മതിപ്പുളവാക്കുന്ന, മനസ്സിൽ പതിയുന്ന *adj* impressive
മതിപ്പ് *n* impression
മതിഭ്രമം, ഉന്മാദം *n* mania
മതിയായ *adj* enough
മതം *n* religion
മത്തങ്ങ *n* pumpkin
മത്തി, ചാള *n* sardine
മത്സരക്ഷമമായ *adj* competitive
മത്സരത്തിൽ ലഭിക്കുന്ന പോയിന്റ് *n* point
മത്സരാർത്ഥി *n* contestant
മത്സരിക്കുക *vi* compete
മത്സരം *n* competition, contest
മത്സ്യകന്യക *n* mermaid
മത്സ്യബന്ധന ബോട്ട് *n* fishing boat
മത്സ്യം *n* fish
മദ്ധ്യസ്ഥൻ *n* negotiator

മദ്യ വിമുക്തമായ, മദ്യാംശമില്ലാത്ത *adj* alcohol-free
മദ്യപിച്ച് വാഹനമോടിക്കുക *n* drink-driving
മദ്യശാല, ബാർ *n* bar
മദ്യം *n* alcohol
മധുനാരങ്ങ, ഓറഞ്ച് *n* orange
മധുരനാരങ്ങ *n* tangerine
മധുരനാരങ്ങ, മാതളനാരങ്ങ *n* grapefruit
മധുരനാരങ്ങാ സത്ത് *n* orange juice
മധുരപലഹാരം *npl* sweets
മധുരമുള്ള *adj* sweet
മധുരമുള്ള മദ്യം *n* liqueur
മധുരവും പുളിയുമുള്ള *adj* sweet and sour
മധുരം *n* sweet
മധുവിധു *n* honeymoon
മധ്യ അമേരിക്കൻ രാജ്യം *n* Costa Rica
മധ്യകാലഘട്ടത്തെ സംബന്ധിച്ച *adj* mediaeval
മധ്യകാലഘട്ടം *npl* Middle Ages
മധ്യത്തിലുള്ള *adj* mid
മധ്യത്തുള്ള *adj* central
മധ്യധരണീസ്ഥിതമായ, മെഡിറ്ററേനിയൻ *adj* Mediterranean
മധ്യപൂർവ്വം *n* Middle East
മധ്യപ്രദേശ് *n* Madhya Pradesh
മധ്യവയസുള്ള *adj* middle-aged
മധ്യവർഗ *adj* middle-class
മധ്യസ്ഥാനം *n* middle
മധ്യാഹ്നം, ഉച്ച *n* midday
മധ്യം *n* centre
മനക്ലേശമുള്ള, മനസ്സുതകർന്ന *adj* devastated
മനശക്തി *n* willpower
മനസിൽ കാണുക *vt* visualize
മനസ്സാലാക്കാവുന്ന *adj* understandable
മനസ്സിലാക്കുക *v* find out ▷ *vt* understand
മനസ്സിലാക്കുന്ന *adj* understanding
മനസ്സിൽ തട്ടുന്ന *adj* touched
മനസ്സിൽ നിറഞ്ഞുനില്ക്കുന്ന വിചാരം *n* obsession
മനസ്സ് *n* mind
മനുഷ്യനിർമ്മിതമായ *adj* man-made
മനുഷ്യനെക്കുറിച്ചുള്ള, മാനവീയമായ *adj* human
മനുഷ്യർ *n* human being
മനുഷ്യവർഗ്ഗം *n* mankind
മനുഷ്യാവകാശം *npl* human rights
മനോഭാവം *n* attitude

മനോവിജ്ഞാനം *n* psychology
മനോഹരമായ *adj* beautiful, fabulous
മനോഹരമായ, രമണീയമായ *adj* elegant
മനോഹരമായി *adv* beautifully, prettily
മനഃപൂർവമായ *adj* deliberate
മനഃപൂർവ്വമല്ലാത്ത *adj* unintentional
മനഃപൂർവ്വം *adv* deliberately
മനഃശാസ്ത്രജ്ഞൻ *n* psychiatrist
മനഃസാക്ഷി *n* conscience
മന്ത്രി *n* minister
മന്ത്രിക്കുക *v* whisper
മന്ത്രിസഭ *n* ministry
മന്ദബുദ്ധി *n* mentally challenged person
മമ്മി *n* mummy
മയക്കമുള്ള *adj* tipsy
മയക്കമുള്ള, നിദ്രാലസ്യമുള്ള *adj* drowsy
മയക്കുമരുന്ന് *n* sedative, tranquillizer
മയക്കം *n* nap, snooze
മയങ്ങിപ്പോവുക *vi* doze off
മയങ്ങുക *vi* doze, snooze
മയിൽ *n* peacock
മരണവാർത്ത, ചരമ അറിപ്പ് *n* obituary
മരണം *n* death
മരത്തിൽ നിർമ്മിച്ച *adj* wooden
മരപ്പണി *n* carpentry
മരപ്പശ *n* resin
മരവിക്കുന്ന, മരവിപ്പിക്കുന്ന *adj* freezing
മരവിച്ച *adj* frozen, numb
മരവിപ്പിക്കുന്ന *adj* frosty
മരിക്കുക *vi* die
മരിച്ച, ജീവനില്ലാത്ത, നിർജീവമായ *adj* dead
മരിച്ചുപോയ *adj* late
മരുന്നുവ്യാപാരി *n* pharmacist
മരുന്ന് *n* drug, medicine
മരുപ്പച്ച *n* oasis
മരുപ്രദേശം *n* desert island
മരുഭൂമി *n* desert
മരുമകൻ *n* son-in-law (daughter's husband)
മരുമകൾ *n* daughter-in-law
മരം *n* tree
മരംകേറി *n* tomboy
മർദ്ദം *n* pressure
മറക്കാനാവാത്ത *adj* unforgettable
മറക്കുക *vt* forget
മറഞ്ഞിരിക്കുന്ന *adj* hidden
മറന്ന *adj* forgotten
മറയുക *v* go in
മറയ്ക്കുക *vt* hide
മറവിയുള്ള *adj* absent-minded
മറാത്തി *n* Marathi

മറികടക്കുക, കടക്കുക *vt* cross
മറിയുക *v* capsize
മറുകുള്ള *adj* freckled
മറുക് *n* mole
മറുപടി *n* reply
മറ്റുള്ള *adj* other
മറ്റുള്ളവരുടെ വികാരം പരിഗണിക്കുന്ന *adj* considerate
മറ്റൊരാൾക്കു വേണ്ടി കുഞ്ഞിനെ പരിചരിക്കാൻ ഇരിക്കുക *v* babysit
മറ്റൊരിടത്ത് *adv* elsewhere
മറ്റൊരു, വേറൊരു *det* another
മലകയറുന്നവൻ *n* climber
മലകയറ്റം, ആരോഹണം *n* climbing
മലക്കറി *n* vegetable
മലഞ്ചെരുവ് *n* cliff
മലബന്ധമുള്ള *adj* constipated
മലബന്ധം *n* constipation
മലമ്പനി *n* malaria
മലയാളം *n* Malayalam
മലവാരത്തിലുള്ള *adj* terraced
മലവി *n* Malawi
മലിനീകരണം *n* pollution
മലിനീകരണം തടയാനായി കാറിന്റെ പുകക്കുഴലിൽ ഘടിപ്പിക്കുന്ന ഉപകരണം *n* catalytic converter
മലിനീകരിക്കുക *vt* pollute
മലിനീകരിച്ച *adj* polluted
മലേഷ്യ *n* Malaysia
മലേഷ്യക്കാരൻ *n* Malaysian
മലേഷ്യയെ സംബന്ധിച്ച *adj* Malaysian
മല്ലിച്ചെടി *n* coriander
മഴ *n* rain
മഴക്കാട് *n* rainforest
മഴക്കോട്ട് *n* raincoat
മഴയുള്ള *adj* rainy
മഴവില്ല് *n* rainbow
മഷി *n* ink
മഷിപ്പേന, ഫൌണ്ടൻ പെൻ *n* fountain pen
മഹത്തരമായ *adj* incredible
മഹത്തരമായ, മഹത്തായ *adj* grand
മഹത്തായ *adj* great
മഹാഗണി വൃക്ഷം *n* mahogany
മഹാരാഷ്ട്ര *n* Maharashtra
മഹാവിപത്ത് *n* catastrophe
മാക്രോണി *npl* macaroni
മാങ്ങ *n* mango
മാടപ്രാവ് *n* dove
മാട്ടിറച്ചി *n* beef
മാഡം *n* madam
മാതളങ്ങ *n* pomegranate
മാതാവുമായി ബന്ധപ്പെട്ട *adj* maternal
മാതൃക *n* model
മാതൃകയാക്കുക *vt* model
മാതൃകാ *adj* model

മാതൃകാപരമായി *adv* ideally
മാതൃഭാഷ *n* mother tongue
മാതൃഭാഷയായി സംസാരിക്കുന്നയാൾ *n* native speaker
മാത്രമായി *adv* exclusively
മാത്രം *adv* only
മാത്സര്യം, ശത്രുത *n* rivalry
മാധ്യമ സമ്മേളനം *n* press conference
മാധ്യമപ്രവർത്തകൻ *n* journalist
മാധ്യമപ്രവർത്തനം *n* journalism
മാധ്യമം *npl* media ▷ *n* press
മാധ്യസ്ഥന്റെ നിർണയം, മാധ്യസ്ഥം *n* arbitration
മാനദണ്ഡം *n* criterion
മാനവശേഷി *n* manpower
മാനസിക പിരിമുറുക്കം *n* tension
മാനസിക സമ്മർദ്ദമുള്ള *adj* strained
മാനസികമായ *adj* mental, psychological
മാനസികരോഗ വിദഗ്ധൻ *n* psychologist
മാനസികാരോഗ്യാശുപത്രി *n* mental hospital
മാനസികാസ്വാസ്ഥ്യമുള്ള, ഭ്രാന്തുള്ള *adj* mad
മാനിറച്ചി *n* venison
മാനുഷികമായ *adj* humanitarian
മാനം, വശം *n* dimension
മാൻ *n* antelope
മാന്ത്രികൻ *n* conjurer, magician
മാന്ത്രികമായ *adj* magic, magical
മാന്യത, കീർത്തി *n* reputation
മാന്യൻ *n* gentleman
മാന്യമായ *adj* reputable
മാന്യമായി പെരുമാറുക *vt* behave
മാപ്പിളപ്പാട്ട് *n* Muslim devotional music
മാപ്പുചോദിക്കുക *vi* apologize
മാപ്പ് *n* forgiveness
മാമൻ *n* uncle (mother's brother); uncle (father's sister's husband)
മാമി *n* aunt (mother's brother's wife); aunt (father's sister)
മാമ്പഴം *n* mango
മായാജാലം *n* spell
മായ്ക്കുക *vt* erase
മാരകമായ *adj* malignant
മാരത്തോൺ മത്സരയോട്ടം *n* marathon
മാർക്കിടുക *vt* mark
മാർക്സിസം *n* Marxism
മാർഗദർശി, ഗൈഡ് *n* guide
മാർഗം *n* route
മാർച്ച് *n* March

മാർദ്ദവമില്ലാത്ത,
പരുപരുത്ത *adj* rough
മാർപാപ്പ *n* pope
മാർബിൾ *n* marble
മാറാത്ത *adj* terminal
മാറാവുന്ന *adj* changeable, variable
മാറുക *v* shift
മാറ്റമില്ലാത്ത *adj* fixed
മാറ്റിവയ്ക്കൽ *n* transplant
മാറ്റിവയ്ക്കുക *vt* postpone
മാറ്റുക, മാറുക *v* change
മാറ്റം *n* shift; change
മാറ്റംവരുത്തുക, മാറ്റം വരുക *v* alter
മാല *n* garland
മാലാഖ *n* angel
മാൾട്ടീസ് ഭാഷ *n* Maltese
മാൾട്ട *n* Malta
മാൾട്ടക്കാരൻ *n* Maltese
മാൾട്ടയെ സംബന്ധിച്ച *adj* Maltese
മാവോരി *n* Maori
മാവോരി ഭാഷ *n* Maori
മാവോരിവർഗ്ഗത്തിൽപ്പെട്ട *adj* Maori
മാസിക, മാഗസിൻ *n* magazine
മാസം *n* month
മാംസകഷ്ണം *n* chop
മാംസം *n* meat
മാംസ്യം, പ്രോട്ടീൻ *n* protein
മികച്ച *adj* super
മികച്ച പ്രകടനം *n* record
മികവുറ്റ, മഹത്തായ *adj* superb
മിക്കവാറും *adj* most ▷ *adv* mostly
മിടിക്കുക *vi* throb
മിഠായി *n* toffee
മിതത്വം *n* moderation
മിതഭാഷിയായ *adj* reserved
മിഥുന രാശി *n* Gemini
മിഥ്യാബോധം *n* illusion
മിനിബസ് *n* minibus
മിനിറ്റ് *n* minute
മിനുസമുള്ള *adj* smooth
മിന്നൽ *n* lightning
മിന്നുക, മിന്നിക്കുക *v* flash
മിയാൻമാർ *n* Myanmar
മിസോറാം *n* Mizoram
മിശ്രണം *n* mix
മിശ്രിതം *n* mixture
മീനം രാശി *n* Pisces
മീൻ പിടിക്കുക *vi* fish
മീൻപിടുത്തക്കാരൻ *n* fisherman
മീൻപിടുത്തം,
മത്സ്യബന്ധനം *n* fishing
മീറ്റർ, അളവുകോൽ *n* meter
മീശ *n* moustache; whiskers
മുകളിലേക്കും താഴേക്കും ചലിക്കുക, (ചിറകുകൾ) അടിക്കുക *v* flap
മുകളിലേക്ക് *adv* upwards
മുകളിൽ *prep* above ▷ *adv* up
മുകൾത്തട്ട് *n* ceiling

മുകൾഭാഗത്തെ *adj* upper
മുകൾഭാഗം *n* top
മുക്കാൽ *n* three quarters
മുക്കാൽ കിലോ *n* three quarters of a kilo
മുക്കുക *vt* dip ▷ *v* sink
മുക്കുവലിക്കുക *v* sniff
മുക്തിനേടുക, അതിജീവിക്കുക *vt* get over
മുഖക്കുരു *n* pimple
മുഖത്തെ സംബന്ധിച്ച *adj* facial
മുഖസ്തുതി പറയുക *vt* flatter
മുഖേന *prep* by
മുഖം *n* face
മുഖം ചുവക്കുക, കവിൾ തുടുക്കുക *vi* flush
മുഖം വീർപ്പിക്കുക *vi* sulk
മുഖംമൂടി *n* mask
മുഖംമൂടി ധരിച്ച *adj* masked
മുഖ്യ ഗായിക, മുഖ്യ/ ഗായകൻ *n* lead singer
മുഖ്യ, ചീഫ് *adj* chief
മുഖ്യകഥാപാത്രം *n* lead
മുഖ്യമായ, പ്രധാനപ്പെട്ട *adj* important
മുങ്ങൽ വിദഗ്ദ്ധൻ *n* diver
മുങ്ങാംകുഴിയിടൽ *n* diving
മുങ്ങിമരിക്കുക *v* drown
മുങ്ങുക *vi* plunge
മുടന്തുക *vi* limp
മുടന്തുള്ള *adj* lame
മുടി വെട്ട് *n* haircut
മുടിചീകുക *vt* comb
മുടിച്ചുരുൾ *n* curl, lock
മൂടുക, മറയ്ക്കുക *vt* cover
മുട്ട *n* egg
മുട്ടക്കോസ് *n* cabbage
മുട്ടത്തോരൻ *npl* scrambled eggs
മുട്ടയിടുക *vt* lay
മുട്ടയിലെ മഞ്ഞക്കരു *n* yolk
മുട്ടയുടെ വെള്ളയും പഞ്ചസാരയും ചേർത്തുണ്ടാക്കിയ ഒരു മധുരപലഹാരം *n* meringue
മുട്ടിലിഴയുക *vi* kneel down
മുട്ടുകുത്തുക *vi* kneel
മുട്ടുചിരട്ട *n* kneecap
മുണ്ടിനീര് *npl* mumps
മുതല *n* alligator, crocodile
മുതലായവ *abbr* etc
മുതലാളിത്തം *n* capitalism
മുതൽ *adv* since ▷ *conj* since ▷ *prep* since
മുതൽമുടക്ക് *n* investment
മുതിർന്ന *adj* veteran
മുതിർന്ന ഉദ്യോഗസ്ഥൻ *n* executive
മുതിർന്ന പൌരൻ *n* senior citizen
മുതിർന്ന വിദ്യാർത്ഥി *n* mature student
മുതിർന്നവർ *npl* adults, grown-ups

മുതിർന്നവർക്കുള്ള വിദ്യാഭ്യാസം *n* adult education
മുതുക്, പുറം *n* back
മുതുമുത്തച്ഛൻ *n* great-grandfather
മുതുമുത്തശ്ശി *n* great-grandmother
മുത്തുമണി *n* bead
മുത്തം, ചുംബനം, ഉമ്മ *n* kiss
മുത്ത് *n* pearl
മുദ്രവെക്കുക *vt* stamp
മുൻ ചരിവുവര *n* forward slash
മുൻ ഭർത്താവ് *n* ex-husband
മുൻ ഭാര്യ *n* ex-wife
മുൻ, മുൻപുള്ള *adj* former
മുൻകരുതൽ *n* precaution; caution
മുൻകൂട്ടി നിശ്ചയിക്കപ്പെട്ട പരിപാടി *n* engagement
മുൻകൂട്ടി സീറ്റ് ഉറപ്പിക്കുക *vt* book
മുൻകൂർ *n* advance
മുൻകൂറായി പണമടച്ച *adj* prepaid
മുൻഗണന *n* preference
മുന്തിനിൽക്കുന്ന, ശ്രദ്ധേയമായ *adj* outstanding
മുന്തിരി *n* grape
മുന്നറിയിപ്പു നൽകുക *n* warning
മുന്നറിയിപ്പ് *n* notice
മുന്നറിയിപ്പ് കൊടുക്കുക *vt* alert
മുന്നിലേക്ക് നീങ്ങുക *v* move forward
മുന്നിൽ കയറുക *v* overtake
മുന്നേറുക *vi* advance
മുന്നോട്ടയയ്ക്കുക *vt* forward
മുന്നോട്ടു പോകാൻ കഴിയാത്ത *adj* stuck
മുന്നോട്ട് *adv* forward
മുന്നോട്ട് കൊണ്ടുവരിക *vt* bring forward
മുന്നോട്ട് പോകുക *vi* go ahead
മുൻപന്തിയിൽ *n* lead
മുൻപുതന്നെ, നേരത്തെ, കാലേക്കൂട്ടി *adv* beforehand
മുൻപ് *adv* before ▷ *conj* before
മുൻവശത്തെ *adj* front
മുൻവശം *n* foreground, front
മുൻവിധി *n* prejudice
മുൻവിധിയുള്ള *adj* prejudiced
മുപ്പത് *num* thirty
മുപ്പത് *adj* thrifty
മുംബൈ *n* Mumbai
മുമ്പത്തെ *adj* previous
മുമ്പത്തെ, കഴിഞ്ഞ *adj* preceding

മുമ്പിൽ, മുന്നോട്ട് *adv* ahead
മുമ്പോട്ട് ചായുക *v* lean forward
മുമ്പ് *adv* previously
മുയൽ *n* hare, rabbit
മുരളുക *vi* growl, snarl
മുറി *n* room
മുറിക്കുക *v* cut
മുറിച്ചുമാറ്റുക *vt* cut off
മുറിപ്പെടുത്തുക *vt* injure
മുറിയുക *vt* cut
മുറിവുപറ്റുക *vt* wound
മുറിവേറ്റ *adj* injured
മുറിവേറ്റ, പരുക്കേറ്റ *adj* hurt
മുറിവേൽക്കുക, പരുക്കേൽക്കുക *vt* hurt
മുറിവ് *n* injury, wound
മുറിവ്, ക്ഷതം *n* bruise
മുറുകെ പിടിക്കുക *v* hold on
മുറുക്കമുള്ള വസ്ത്രം *npl* tights
മുറുക്കാൻ കട *n* tobacconist
മുറുക്കിയ *adj* tight
മുറുക്കുക *v* tighten
മുറുമുറുപ്പ് *n* grouse
മുറ്റം *n* courtyard, yard
മുലയൂട്ടുക *v* breast-feed
മുല്ല *n* jasmine
മുള *n* bamboo
മുളക് *n* chilli
മുളപ്പിച്ച പയറ് *npl* beansprouts
മുള്ള് *n* thorn
മുൾക്കത്തി, മുൾക്കരണ്ടി *n* fork
മുള്ള *n* mullah
മുള്ളങ്കി *n* radish
മുള്ളുകമ്പി *n* barbed wire
മുഴ *n* cyst, tumour
മുഴുവൻ *adj* entire, whole ▷ *prep* throughout
മുഴുവൻ, എല്ലാം *det* all
മുഷിഞ്ഞ *adj* dull
മുഷിപ്പിക്കുക *vt* bore
മുഷ്ടി *n* fist
മുഷ്ടി കൊണ്ട് ഇടിക്കുക *vt* punch
മുഷ്ടിയുദ്ധക്കാരൻ *n* boxer
മുഷ്ടിയുദ്ധം *n* boxing
മുസ്ലി, ധാന്യം, പരിപ്പ്, ഉണങ്ങിയ പഴം മുതലായവ പാലിൽ കുതിർത്ത് കലക്കിയത് *n* muesli
മുസ്ലീങ്ങളെ സംബന്ധിച്ച *adj* Muslim
മുസ്ലീങ്ങൾ *n* Muslim
മുസ്ലിം *n* Muslim ▷ *adj* Muslim
മുസ്ലീം പള്ളി *n* mosque
മുഹറം *n* first month of Islamic calendar
മൂക്കിൽ നിന്നുള്ള രക്തസ്രാവം *n* nosebleed
മൂക്ക് *n* nose
മൂങ്ങ *n* owl

മൂടൽമഞ്ഞ് *n* fog
മൂടി, അടപ്പ് *n* lid
മൂടുപടം *n* veil
മൂട്ട, ചെറിയ കീടം *n* bug
മൂത്ത *adj* elder
മൂത്രാശയ അണുബാധ *n* cystitis
മൂത്രം *n* urine
മൂന്നാമതായി *adv* thirdly
മൂന്നാമത് *adj* third
മൂന്നിരട്ടിയാകുക *v* treble
മൂന്നിലൊന്ന് *n* third
മൂന്നുമടങ്ങുള്ള *adj* cubic
മൂന്ന് *num* three ▷ *adj* triple
മൂർച്ച *n* sharpness
മൂർച്ചയുള്ള *adj* sharp
മൂർധന്യം *n* peak
മൂല *n* corner
മൂലക്കുരു, അർശസ് *npl* piles
മൂലധനം *n* capital
മൂല്യം *n* value, worth
മൂളൽ ശബ്ദം *n* hum
മൂളുക *vi* hum
മൂശ *n* mould
മൃഗങ്ങളുടെ പാദം *n* paw
മൃഗഡോക്ടർ *n* vet
മൃഗത്തിന്റെ കൊമ്പ് *n* horn
മൃഗശാല *n* zoo
മൃഗം, ജന്തു *n* animal
മൃത്യുവിചാരണ *n* inquest
മൃദുത്വമുള്ള ചെറിയ പാൽക്കട്ടി *n* cottage cheese
മൃദുത്വം *n* softness
മൃദുവായ *adj* soft
മൃദുവായ തോൽ *n* suede
മൃദുവായ, സൌമ്യമായ *adj* mild
മെക്ക *n* Mecca
മെക്സിക്കക്കാരൻ *n* Mexican
മെക്സിക്കോ *n* Mexico
മെക്സിക്കോയെ സംബന്ധിച്ച *adj* Mexican
മെച്ചപ്പെടുക *v* improve
മെച്ചമായ *adj* better
മെഡിക്കൽ സർട്ടിഫിക്കറ്റ് *n* medical certificate
മെഡിറ്ററേനിയൻ സമുദ്രം, മധ്യധരണ്യാഴി *n* Mediterranean
മെതിക്കുക *vi* tread
മെത്ത *n* mattress
മെനക്കെടുക *v* bother
മെമ്മോ *n* memo
മെയ് മാസം *n* May
മെരുങ്ങുക/മെരുക്കുക *adj* tame
മെർക്കുറി, രസം *n* mercury
മെലിഞ്ഞ *adj* slim, thin
മെഴുകുതിരി *n* candle
മെഴുകുതിരി സ്റ്റാൻഡ് *n* candlestick
മെഴുക് *n* wax
മേഖല *n* region
മേഖലകൾ *n* zone

മേഘാലയ *n* Meghalaya
മേഘാവൃതമായ *adj* cloudy, overcast
മേഘം *n* cloud
മേഞ്ഞ *adj* thatched
മേടം രാശി *n* Aries
മേധാവി *n* boss, chief
മേധാവിത്വ സ്വഭാവമുള്ള *adj* bossy
മേപ്പിൾ മരം *n* maple
മേയ്ക്കപ്പ്, സൌന്ദര്യവർദ്ധക വസ്തുക്കൾ *n* make-up
മേലധികാരം ഉപയോഗിച്ച് തള്ളിക്കളയുക *vt* overrule
മേൽക്കൂര *n* roof
മേൽക്കൈ നേടുക *vi* triumph
മേൽനോട്ടം *n* oversight
മേൽനോട്ടം വഹിക്കുക *vt* supervise
മേൽവിലാസ പുസ്തകം *n* address book
മേൽവിലാസം *n* address
മേള, ഉത്സവത്തോടനുബന്ധിച്ചുള്ള വാണിഭം *n* fair
മേശ *n* table
മേശവലിപ്പ് *n* drawer
മേശവിരി *n* tablecloth
മൈതാനം *n* (പൊതുവായത്) plain; (കളിയുമായി ബന്ധപ്പെട്ടത്) pitch
മൈലാഞ്ചി *n* henna
മൈൽ *n* mile
മൊട്ടുസൂചി *n* pin
മൊണാക്കോ *n* Monaco
മൊത്തത്തിലുള്ള *adj* gross
മൊത്തത്തിൽ *adv* overall
മൊത്തമായി *adv* grossly
മൊത്തവ്യാപാര *adj* wholesale
മൊത്തവ്യാപാരം *n* wholesale
മൊത്തം *adv* totally ▷ *n* whole
മൊബൈൽ നമ്പർ *n* mobile number
മൊബൈൽ ഫോൺ *n* mobile phone
മൊറോക്കൻ *n* Moroccan
മൊറോക്കയെ സംബന്ധിച്ച *adj* Moroccan
മൊറോക്കോ സാമ്രാജ്യം *n* Morocco
മൊസാംബിക്ക് *n* Mozambique
മൊസൈക്ക് *n* mosaic
മോക്ഷം, നിർവൃതി *n* bliss
മോചനദ്രവ്യം *n* ransom
മോചനം *n* release
മോചിപ്പിക്കുക *vt* release
മോട്ടോർ *n* motor
മോട്ടോർ സൈക്കിൾ *n* motorcycle
മോട്ടോർബൈക്ക് *n* motorbike

മോഡൽ *n* model
മോഡം *n* modem
മോതിരം *n* finger ring
മോപ്പെഡ് *n* moped
മോൾഡോവ *n* Moldova
മോൾഡോവൻ *n* Moldovan
മോൾഡോവയെ സംബന്ധിച്ച *adj* Moldovan
മോശമായ *adj* bad
മോശമായി *adv* badly
മോശമായി പെരുമാറുക *vt* ill-treat ▷ *vi* misbehave
മോഷണം *n* theft
മോഷ്ടാവ് *n* thief
മോഷ്ടിക്കുക *v* steal
മോഹിപ്പിക്കുന്ന *adj* fascinating
മൌത്ത് ഓർഗൻ *n* mouth organ
മൌരിറ്റാനിയ *n* Mauritania
മൌറീഷ്യസ് *n* Mauritius
മൌസ് *n* mouse
മംഗോളിയ *n* Mongolia
മംഗോളിയൻ *n* Mongolian
മംഗോളിയൻ ഭാഷ *n* Mongolian
മംഗോളിയയെ സംബന്ധിച്ച *adj* Mongolian
മ്യാൻമാർ *n* Myanmar
മ്യൂസിക്ക് ആൽബം *n* album
മ്ലാനമായ *adj* moody

യക്ഷി *n* fairy
യക്ഷിക്കഥ *n* fairytale
യജമാനൻ *n* master
യഥാക്രമം *adv* respectively
യഥാർത്ഥത്തിൽ *adv* really
യഥാർത്ഥമായ *adj* actual, real
യഥാസ്ഥാനത്ത് വയ്ക്കുക *adv* away
യഥാസ്ഥിതികമായ *adj* conservative
യന്ത്രത്തിലെ പിസ്റ്റൺ *n* piston
യന്ത്രത്തോക്ക് *n* machine gun
യന്ത്രമനുഷ്യൻ *n* robot
യന്ത്രസാമഗ്രി *n* machinery
യന്ത്രോപകരണം *n* appliance
യന്ത്രം *n* engine, machine
യശസ്, കീർത്തി *n* glory
യഹൂദൻ *n* Jew
യഹൂദമതത്തെ സംബന്ധിച്ച *adj* Jewish
യഹോവാ സാക്ഷികൾ *n* Jehovah's Witness
യാചിക്കുക *v* beg
യാത്ര *n* journey

യാത്ര ചെയ്യല് *n* travelling
യാത്ര ചെയ്യുക *v* tour ▷ *vt* transport ▷ *vi* travel
യാത്ര തിരിക്കുക *v* set out
യാത്ര പുറപ്പെടുക *v* set off
യാത്രക്കാരൻ *n* passenger
യാത്രക്കാരി *n* passenger
യാത്രയയപ്പ് *v* send off
യാത്രാ സഹായി *n* tour guide
യാത്രാകാര്യക്രമം *n* itinerary
യാത്രാബാഗ് *n* holdall
യാത്രികൻ *n* traveller
യാഥാർത്ഥ്യബോധമില്ലാത്ത *adj* unrealistic
യാഥാർത്ഥ്യബോധമുള്ള *adj* realistic
യാഥാർത്ഥ്യം *n* reality
യാന്ത്രികമായി *adv* automatically
യുകെ *n* UK
യുക്തമായ, ഉചിതമായ *adj* advisable
യുക്തിക്കുനിരക്കാത്ത *adj* unreasonable
യുക്തിപരമായ *adj* logical
യുക്തിപൂർവ്വകമായ *adj* rational
യുക്തിസഹമായ *adj* reasonable
യുക്തിസഹമായി *adv* reasonably
യുദ്ധം *n* war
യുറേനിയം *n* uranium
യൂറോ *n* euro
യൂറോപ്പിനെ സംബന്ധിച്ച *adj* European
യൂറോപ്പ് *n* Europe
യൂറോപ്യൻ *n* European
യൂറോപ്യൻ യൂണിയൻ *n* European Union
യെമെൻ *n* Yemen
യേശുക്രിസ്തു *n* Jesus
യോഗാസനം *n* yoga
യോഗ്യത *n* qualification
യോഗ്യതനേടിയ *adj* qualified
യോഗ്യതനേടുക *v* qualify
യോഗ്യതാപത്രം *npl* credentials
യോഗ്യതാപത്രം, സർട്ടിഫിക്കറ്റ് *n* certificate
യോജിച്ച, സമ്മതിച്ച *adj* agreed
യോജിച്ചതാക്കുക, അനുസൃതമാക്കുക *vi* adapt
യോജിച്ചത് *n* fit
യോജിപ്പിക്കുക *v* mix
യോജിപ്പിക്കുക, കൂട്ടിച്ചേർക്കുക *v* join
യോജിപ്പ് *n* match
യൌവ്വനം *n* youth

ര

രക്ത ഗ്രൂപ്പ് *n* blood group
രക്ത പരിശോധന *n* blood test
രക്ത സമ്മർദ്ദം *n* blood pressure
രക്തസാക്ഷി *n* martyr
രക്താർബുദം *n* leukaemia
രക്തം *n* blood
രക്ഷപെടൽ *n* escape
രക്ഷപ്പെടുക *vi* escape ▷ *v* get off
രക്ഷപ്പെടുക, ഒഴിഞ്ഞുമാറുക *v* get away
രക്ഷിക്കൽ *n* rescue
രക്ഷിക്കുക *vt* rescue, save
രചന *n* composition
രചയിതാവ് *n* author
രജിസ്റ്റർ *n* register
രണ്ടാനച്ഛൻ *n* stepfather
രണ്ടാനമ്മ *n* stepmother
രണ്ടാമതായി *adv* secondly
രണ്ടാമത്തെ, രണ്ടാം *adj* second
രണ്ടാഴ്ചക്കാലം *n* fortnight
രണ്ടാം തരമായ *adj* second-rate
രണ്ടു തവണ *adv* twice
രണ്ടുമല്ല *pron* neither
രണ്ടുമില്ല *conj* nor
രണ്ടുവരിപ്പാത *n* dual carriageway
രണ്ടും *det* both ▷ *pron* both
രണ്ടെണ്ണത്തിൽ അതുമല്ല, ഇതുമല്ല *conj* neither ... nor
രണ്ടെണ്ണത്തിൽ ഏതെങ്കിലും ഒന്ന് *conj* or
രണ്ട് *num* two
രത്നം *n* gem, jewel
രസകരമായ *adj* interesting
രസഗുള *n* Indian sweet
രസതന്ത്രം *n* chemistry
രസികത്തമുള്ള *adj* witty
രസീതി *n* receipt
രസംകൊല്ലി *n* spoilsport
രഹസ്യ സേവനം *n* secret service
രഹസ്യമായ *adj* secret
രഹസ്യമായി *adv* secretly
രഹസ്യവാക്ക് *n* password
രഹസ്യസ്വഭാവമുള്ള *adj* confidential
രഹസ്യം *n* confidence, secret
രാക്ഷസരൂപി *n* monster
രാഗം *n* raga, tune
രാജകീയമായ *adj* royal
രാജകുമാരൻ *n* prince
രാജകുമാരി *n* princess
രാജവാഴ്ച *n* monarchy
രാജസ്ഥാൻ *n* Rajasthan

രാജഹംസം *n* flamingo
രാജാക്കൻമാരെ സംബോധന ചെയ്യുന്ന ബഹുമതിപദം, തിരുമനസ്സ് *n* majesty
രാജാവ് *n* king
രാജിവയ്ക്കുക *vi* resign
രാജ് *n* Raj
രാജ്ഞി *n* queen
രാജ്യപ്രതിനിധി *n* ambassador
രാജ്യസഭ *n* Upper House
രാജ്യസ്നേഹമുള്ള *adj* patriotic
രാജ്യം *n* country
രാത്രി *n* night
രാത്രി ജോലി *n* night shift
രാത്രിവസ്ത്രം *n* nightdress
രാവുക *vt* file
രാഷ്ട്രപതി *n* president
രാഷ്ട്രീയക്കാരൻ *n* politician
രാഷ്ട്രീയപരമായ *adj* political
രാഷ്ട്രീയം *npl* politics
രാഷ്ട്രം *n* nation
രീതി *n* manner, method
രുചി *n* flavour, taste
രുചികരമായ *adj* tasty
രുചിയില്ലാത്ത *adj* tasteless
രുചിയുള്ളതായി തോന്നുക *vi* taste
രൂക്ഷമായ *adj* stark
രൂപ *n* note; rupee
രൂപകൽപ്പന *n* design
രൂപകൽപ്പന ചെയ്യുക *vt* design
രൂപപ്പെടുത്തുക *v* make up
രൂപരേഖ *n* format, outline
രൂപരേഖ തയ്യാറാക്കുക *v* sketch
രൂപാന്തരം പ്രാപിക്കുക *vt* transform
രൂപം *n* form, shape
രേഖ, വര *n* line
രേഖപ്പെടുത്തൽ *n* documentation
രേഖപ്പെടുത്തുക *vt* record
രേഖാചിത്രം *n* diagram, sketch ▷ *npl* graphics
രേഖാംശം *n* longitude
രോഗനിർണ്ണയം *n* diagnosis
രോഗപ്രതിരോധ സംവിധാനം *n* immune system
രോഗാണു *n* germ
രോഗി *n* patient
രോഗികളെ കാണുന്ന മുറി *n* surgery
രോഗം *n* disease
രോമക്കമ്പിളി *n* felt
രോമക്കുപ്പായം *n* fur coat
രോമാഞ്ചം *npl* goose pimples
രോഷം കൊണ്ട *adj* mad
രോഷംകൊള്ളിക്കുന്ന *adj* infuriating

ലക്നൌ *n* Lucknow
ലക്ഷണം *n* symptom
ലക്ഷം *n* lakh
ലക്ഷാധിപതി *n* millionaire
ലക്ഷ്യമാക്കുക *v* aim
ലക്ഷ്യം *n* intention; aim; target
ലക്ഷ്യം, ഉദ്ദേശ്യം *n* objective
ലക്സംബർഗ് *n* Luxembourg
ലഗേജ് *n* luggage
ലഘു ഭക്ഷണശാല *n* café
ലഘുഗ്രന്ഥം, വിവരണ പുസ്തകം *n* manual
ലഘുപാനീയങ്ങൾ *npl* refreshments
ലഘുപാനീയം *n* soft drink
ലഘുഭക്ഷണം *n* tea
ലഘുരൂപത്തിലുള്ള *adj* miniature
ലഘുരൂപം *n* miniature
ലഘുലേഖ *n* booklet, leaflet
ലഘുലേഖ, ലഘുപത്രിക *n* brochure
ലഘുവായ, ഭാരം കുറഞ്ഞ *adj* light
ലഘുവായി *adv* briefly
ലഘുവായി തിളപ്പിക്കുക *v* simmer
ലഘൂകരണം *n* reduction
ലഘൂകരിക്കുക *vt* minimize
ലഘൂകരിക്കുക, കുറയ്ക്കുക *vt* reduce
ലജ്ജ *n* shame
ലജ്ജയുള്ള *adj* ashamed
ലജ്ജാലുവായ *adj* shy
ലജ്ജിക്കുക *vi* blush
ലണ്ടൻ *n* London
ലത്തീൻ ഭാഷ *n* Latin
ലഭിക്കുക *v* come in
ലഭിക്കുക, കിട്ടുക *vt* get
ലഭ്യത *n* availability, supply
ലഭ്യമായ *adj* available
ലംബം *adj* vertical
ലയനം, സംയോജനം *n* merger
ലയിക്കുക *v* merge
ലയിക്കുന്ന *adj* soluble
ലളിതമാക്കുക, ലഘൂകരിക്കുക *vt* simplify
ലളിതമായ *adj* simple
ലളിതമായി *adv* simply
ലസ്സി *n* cold drink made with yogurt water and sugar
ലഹരി ബാധിക്കാത്ത *adj* sober
ലാക്കാക്കുക *vt* direct
ലാഞ്ഛന *n* trace
ലാഭകരമായ *adj* lucrative, profitable
ലാഭകരമായി *adv* profitably
ലാഭം *n* profit
ലായകം *n* solvent

ലാറ്റിൻ അമേരിക്ക *n* Latin America
ലാറ്റിൻ അമേരിക്കയെ സംബന്ധിച്ച *adj* Latin American
ലാറ്റ്‌വിയ *n* Latvia
ലാറ്റ്‌വിയൻ *n* Latvian
ലാറ്റ്‌വിയയെ സംബന്ധിച്ച *adj* Latvian
ലാവോസ് *n* Laos
ലിത്വാനിയ *n* Lithuania
ലിത്വാനിയൻ *n* Lithuanian
ലിത്വാനിയൻ ഭാഷ *n* Lithuanian
ലിത്വാനിയയെ സംബന്ധിച്ച *adj* Lithuanian
ലിനൻ *n* linen
ലിഫ്റ്റ് *n* lift
ലിബിയ *n* Libya
ലിബിയൻ *n* Libyan
ലിബിയയെ സംബന്ധിച്ച *adj* Libyan
ലിറ്റർ *n* litre
ലില്ലിച്ചെടി *n* lily
ലിംഗ വേർതിരിവു കാട്ടുന്ന *adj* sexist
ലിംഗ വേർതിരിവ് *n* sexism
ലിംഗം *n* sex, gender
ലെബനനെ സംബന്ധിച്ച *adj* Lebanese
ലെബനീസ് *n* Lebanese
ലെബനോൺ *n* Lebanon
ലെയ്സ്, കിന്നരി *n* lace
ലേഖനം *n* article
ലേഖം *n* inscription
ലേബൽ *n* label
ലേലം *n* auction
ലേലം വിളിക്കുക *v* bid
ലൈനിംഗ് *n* lining
ലൈബീരിയ *n* Liberia
ലൈബീരിയൻ *adj* Liberian ▷ *n* Liberian
ലൈറ്റ് ബൾബ് *n* light bulb
ലോകസഭ *n* Lower House
ലോകം *n* world
ലോക്കർ *n* locker
ലോക്കറ്റ് *n* locket, pendant
ലോറി *n* lorry
ലോറി ഡ്രൈവർ *n* lorry driver
ലോലി, കോലുമിഠായി *n* lolly
ലോഹ പേപ്പർ *n* foil
ലോഹ/മരത്താങ്ങ് *n* splint
ലോഹമോ തടിയോകൊണ്ട് ഉണ്ടാക്കിയ ബക്കറ്റ് *n* pail
ലോഹസ്തൂപം *n* pylon
ലോഹം *n* metal

വ

വകുപ്പ് *n* department
വക്കീൽ *n* lawyer
വക്താവ് *n* spokesperson
വക്രതയുള്ള *adj* bent
വച്ചുപോരുക *vt* leave

വച്ചൂറ്റി *n* funnel
വജ്രം *n* diamond
വഞ്ചി *n* sailing boat
വഞ്ചിക്കുക, ചതിക്കുക *vt* betray
വടക്കുകിഴക്ക് *n* northeast
വടക്കുദിശ *n* north
വടക്കുനിന്നുള്ള *adj* northern
വടക്കുനോക്കിയന്ത്രം *n* compass
വടക്കുപടിഞ്ഞാറ് *n* northwest
വടക്കുള്ള *adj* north
വടക്കേ അമേരിക്ക *n* North America
വടക്കേ അമേരിക്കക്കാരൻ *n* North American
വടക്കേ അമേരിക്കയെ സംബന്ധിച്ച *adj* North American
വടക്കേ അയർലണ്ട് *n* Northern Ireland
വടക്കേ ആഫ്രിക്ക *n* North Africa
വടക്കേ ആഫ്രിക്കക്കാരൻ *n* North African
വടക്കേ ആഫ്രിക്കയെ സംബന്ധിച്ച *adj* North African
വടക്കേ കൊറിയ *n* North Korea
വടക്കോട്ട് *adv* north
വടക്കോട്ട് പോകുന്ന *adj* northbound
വടു *n* smudge
വടു, തഴമ്പ് *n* scar
വടംവലി *n* tug-of-war
വട്ടത്തിലുള്ള, ഉരുണ്ട *adj* round
വണങ്ങുക *vi* bow
വണ്ടാരക്കോഴി *n* pheasant
വണ്ടി *n* carriage
വണ്ട് *n* beetle
വത്തിക്കാൻ *n* Vatican
വധശിക്ഷ *n* capital punishment, execution
വധശിക്ഷ നൽകുക *vt* execute
വധു *n* bride
വനിതാ മാനേജർ *n* manageress
വനം, കാട് *n* forest
വൻകര *n* mainland
വന്യജീവികൾ *n* wildlife
വമ്പ് പറയുക *vi* boast
വയമ്പുചെടി *n* lilac
വയർ *n* (വൈദ്യശാസ്ത്രത്തിൽ) stomach; (വൈദ്യുതോപകരണങ്ങളിൽ) wire
വയറിളക്കം *n* diarrhoea
വയറുവേദന *n* stomach ache
വയറ് *n* belly

വയറ്റാട്ടി, മിഡ്വൈഫ് *n* midwife
വയലറ്റ് *n* violet
വയലിനിസ്റ്റ് *n* violinist
വയലിൻ *n* violin
വയൽ *n* field
വയസ്സുള്ള *adj* aged
വയസ്സ് *n* age
വയോല *n* viola
വയ്ക്കുക *vt* place, put
വയ്ക്കോൽ *n* hay, straw
വരണ്ട, ഉണങ്ങിയ *adj* dry
വരൻ *n* bridegroom
വരയൻ കുതിര *n* zebra
വരയ്ക്കുക *v* draw
വരളുക, ഉണക്കുക *v* dry
വരൾച്ച *n* drought
വരി *n* row
വരിസംഖ്യ *n* subscription
വരുക *vi* come
വരുന്ന *adj* coming
വരുമാന നികുതി *n* income tax
വരുമാനം *n* income, revenue ▷ *npl* proceeds, takings
വരെ *prep* till
വർക്ക് പെർമിറ്റ് *n* work permit
വർക്ക് ഷോപ്പ് *n* workshop
വർക്ക് സ്പേസ് *n* workspace
വർക്ക് സ്റ്റേഷൻ *n* workstation
വർഗം, വിഭാഗം *n* class
വർഗ്ഗീകരണം *n* assortment
വർണമയമായ *adj* colourful
വർണരഹിതമായ *adj* colourless
വർണ്ണവസ്തു *n* dye
വർണ്ണശബളമായ *adj* colourful
വർണ്ണാന്ധതയുള്ള *adj* colour-blind
വർത്തമാനപത്രം *n* newspaper, paper
വർദ്ധിക്കുക *v* increase
വർഷം *n* year
വർഷം തോറും *adv* annually
വർഷംതോറും ഉള്ള, വാർഷിക *adj* annual
വറ്റൽമുളക് *npl* dry chillies
വറ്റിവരണ്ട *adj* bone dry
വല *n* net
വലതുവശത്തുള്ള *adj* right-hand
വലതുവശത്തുള്ള, വലത്തേ *adj* right
വലത് *n* right
വലയം ചെയ്യുക *vt* surround
വലിക്കുക *vt* pull
വലിച്ചടയ്ക്കുക *v* slam
വലിച്ചിഴയ്ക്കുക *vt* drag
വലിച്ചു കുടിക്കുക, ഉറുഞ്ചുക *v* suck

വലിച്ചു നീട്ടാൻ കഴിയുന്ന *adj* stretchy
വലിച്ചെടുക്കുക, മാറ്റിയിടുക *v* draw
വലിച്ചെറിയുക *vt* fling
വലിപ്പുകളുള്ള അലമാര *n* chest of drawers
വലിയ *adj* large, massive
വലിയ ഇലകളും മണിയുടെ ആകൃതിയിലുള്ള ചെറിയ വെള്ളപൂക്കളുമുണ്ടാകുന്ന ചെറിയ ചെടി *n* lily of the valley
വലിയ കഷ്ണം *n* chunk
വലിയ കൊഞ്ച് *npl* scampi
വലിയ ചെവികളുള്ള ഒരു തരം നായ *n* spaniel
വലിയ പെട്ടി *n* chest
വലിയ വെള്ളച്ചാട്ടം *n* cataract
വലിയ ശബ്ദം *n* crash
വലിയ, ബൃഹത്തായ *adj* big
വലിയ, വിശാലമായ *adj* mega
വലിയച്ഛൻ *n* uncle (father's older brother)
വലിയച്ഛൻ/കൊച്ചച്ഛൻ *n* uncle (mother's sister's husband)
വലിയമ്മ *n* aunt (father's older brother's wife)
വലുതാക്കിക്കാണിക്കുന്ന ഗ്ലാസ് *n* magnifying glass
വലുപ്പം *n* size
വലംകയ്യനായ *adj* right-handed
വല്ലതുമൊക്കെ ചെയ്തു കൂട്ടുക *v* mess about
വല്ലപ്പോഴുമുള്ള *adj* occasional
വളക്കൂറുള്ള, ഫലഭൂയിഷ്ഠമായ *adj* fertile
വളഞ്ഞ *adj* bent
വളഞ്ഞുപുളഞ്ഞ *adj* wavy
വളഞ്ഞുപുളഞ്ഞു പോവുക *vi* wind
വളയാത്ത *adj* stiff
വളരുക *vi* grow
വളരെ *adv* very
വളരെ അയഞ്ഞ *adj* baggy
വളരെ കുറച്ച് *adj* fewer
വളരെ ചെറിയ *adj* minute
വളരെ നല്ല *adj* splendid
വളരെ മോശമായ *adj* worse
വളരെ മോശമായി *adv* worse
വളരെ വലിയ, ഭീമമായ *adj* huge
വളരെയധികം *adj* plenty of, lot of
വളർച്ച *n* growth
വളർത്തൽ *n* upbringing
വളർത്തിക്കൊണ്ടുവരുക *vt* bring up
വളർത്തുക *vt* grow
വളർത്തുമകൻ *n* stepson

വളർത്തുമകൾ *n* stepdaughter
വളർന്നു വലുതാകുക *v* grow up
വളവ് *n* bend
വളം *n* fertilizer, manure
വഴക്കു പറയുക *vt* tell off
വഴക്കുകൂടുക, കലഹിക്കുക *vi* row
വഴക്കുപറയുക *vt* scold
വഴി *n* path, way ▷ *prep* via
വഴിച്ചുങ്കം *n* road tax
വഴിതെറ്റിയ *adj* lost
വഴിമാറുക *v* turn off
വഴിയരികിലെ ചെറിയ കട *n* kiosk
വഴിയിൽ വച്ച് ആക്രമിക്കുക *vt* mug
വഴിയോരത്തും, പൊതു സ്ഥലങ്ങളിലും പണത്തിനു വേണ്ടി പാടുന്ന ആൾ *n* busker
വഴുക്കലുള്ള *adj* slippery
വവ്വാൽ *n* bat
വശത്തുകൂടി *adv* sideways
വശത്തെ കണ്ണാടി *n* side glass
വശം *n* side
വശം, തലം *n* aspect
വഷളാകുക, മോശമാകുക *vi* deteriorate
വഷളാക്കുക *vt* spoil ▷ *v* worsen
വസന്തം *n* spring
വസ്തിപ്രദേശം *n* pelvis
വസ്തു *n* object
വസ്തു, പദാർത്ഥം *n* substance
വസ്തുത *n* fact, point
വസ്തുവിവരപ്പട്ടിക *n* inventory
വസ്ത്രങ്ങൾ *npl* clothes
വസ്ത്രമഴിക്കുക *v* undress
വസ്ത്രം *n* clothing
വസ്ത്രം ധരിക്കുക *vi* dress
വസ്ത്രം ധരിച്ച, തുണിയുടുത്ത *adj* dressed
വസ്ത്രം മാറുക *vi* change
വഹിക്കുക *vt* carry
വാ മൂടുക *v* shut up
വാക്ക് *n* word
വാക്പാടവമുള്ള, ഒഴുക്കുള്ള *adj* fluent
വാക്യം *n* sentence
വാഗ്ദാനമായ *adj* promising
വാഗ്ദാനം *n* offer, promise
വാഗ്ദാനം ചെയ്യുക *vt* offer
വാഗ്ദാനം നൽകുക *vt* promise
വാങ്ങുക *vt* buy, purchase
വാങ്ങുന്നയാൾ *n* buyer
വാചികമായ *adj* oral
വാചികം *n* oral
വാച്ച് *n* watch
വാച്ച് സ്ട്രാപ്പ് *n* watch strap
വാടക *n* hire, rent

വാടകക്കാരൻ *n* tenant
വാടകയ്ക്കെടുക്കുക *vt* hire
വാടുക *vi* wilt
വാട്ടർ കളർ *n* watercolour
വാണിജ്യപരമായ *n* commercial
വാതകം *n* gas
വാതരോഗം *n* rheumatism
വാതിൽ *n* door
വാതിൽപ്പടി *n* doorstep
വാതിൽപ്പിടി *n* door handle
വാത്സല്യഭാജനം *n* pet
വാത്സല്യം *n* fondness
വാദപ്രതിവാദം *n* debate
വാദപ്രതിവാദം നടത്തുക *vt* debate
വാദി *n* plaintiff
വാദം *n* claim
വാദ്യമേളക്കാർ, വാദ്യവൃന്ദം *n* orchestra
വാദ്യസംഘം *n* band
വാദ്യോപകരണത്തിന്റെ തന്തു അഥവാ തന്ത്രി *n* string
വാദ്യോപകരണമോ കൃതിയോ ഒരുമിച്ച് ആലപിക്കുന്ന നാൽവർ സംഘം *n* quartet
വാദ്യോപകരണം *n* instrument
വാദ്യോപകരണം വായിക്കുന്നയാൾ *n* player
വാനില *n* vanilla
വാൻ *n* van
വായ *n* mouth
വായന *n* reading
വായാടിയായ *adj* talkative
വായിക്കുന്നയാൾ *n* reader
വായിക്കുവാൻ പ്രയാസമായ *adj* illegible
വായുകടക്കാത്ത *adj* airtight
വായുപ്രവാഹം *n* draught
വായുമണ്ഡലം *n* atmosphere
വായുവിൽ പൊങ്ങിക്കിടക്കുക, പൊങ്ങിപ്പറക്കുക *vi* float
വായ്ത്തല *n* blade
വായ്പ *n* loan
വായ്പയെടുക്കുക *vt* loan
വാരാന്ത്യം *n* weekend
വാരിയെല്ല് *n* rib
വാർഡൻ *n* warden
വാർഡ് *n* ward
വാർത്ത *n* news
വാർത്ത വായിക്കുന്ന ആൾ *n* newsreader
വാർത്താ റിപ്പോർട്ടർ *n* correspondent
വാർദ്ധക്യസഹജമായ *adj* geriatric
വാർഷികമായ *adj* yearly
വാർഷികമായി *adv* yearly
വാർഷികം *n* anniversary
വാറണ്ടി *n* warranty

വാറുള്ള സാധരണ ചെരുപ്പുകൾ *npl* flip-flops
വാറ്റു കേന്ദ്രം *n* distillery
വാറ്റ് *n* VAT
വാൽ *n* tail
വാൽനക്ഷത്രം *n* comet
വാൾ *n* sword
വാൾട്സ് *n* waltz
വാൾനട്ട് *n* walnut
വാൾപേപ്പർ *n* wallpaper
വാഷിംഗ് മെഷീൻ *n* washing machine
വാസ്തവത്തിൽ *adv* actually
വാസ്തവത്തിൽ, ശരിക്കും *adv* really
വാസ്തവമായ *adj* real
വാസ്തുവിദ്യ *n* architecture
വാസ്തുശില്പി *n* architect
വാഹനത്തിൽ ഗിയറുകളുടെ മധ്യേയുള്ള ഒരു സ്ഥാനം *n* neutral
വാഹനയാത്ര *n* drive
വാഹനവ്യൂഹം *n* convoy
വാഹനം *n* vehicle
വാഹനം ഓടിക്കുക *v* drive
വാഹനം പാർക്കുചെയ്യുക *v* park
വാഹനം പിടിക്കുക *vt* take
വികസനം *n* development
വികസിക്കുക *vi* develop
വികസിതമായ *adj* advanced
വികസിപ്പിക്കുക *vt* develop
വികസ്വര രാജ്യം *n* developing country
വികാരപരമായ *adj* sentimental
വികാരവായ്പുള്ള *adj* touchy
വികാരാധീനമായ *adj* neurotic
വികാരാവേശമുള്ള *adj* soppy
വികാരം *n* emotion
വികൃതി, കുസൃതിത്തരം *n* mischief
വികൃതിയായ *adj* naughty
വിക്കൽ *n* stuttering
വിക്കുക *v* stammer ▷ *vi* stutter
വിക്ഷേപിക്കുക *vt* launch
വിഗ് *n* wig
വിചിത്രമായ *adj* eccentric, funny
വിച്ഛേദിക്കുക *vt* disconnect ▷ *adv* off
വിജയകരമായ *adj* successful
വിജയകരമായി *adv* successfully
വിജയകരമായി എതിരിടുക *vi* cope
വിജയി *n* winner
വിജയിക്കുക *vi* succeed ▷ *v* win
വിജയിക്കുന്ന *adj* winning
വിജയം *n* success, victory
വിജാഗിരി *n* hinge

വിജ്ഞാനപ്രദമായ *adj* informative
വിട *n* farewell
വിട പറയുമ്പോൾ ഉപയോഗിക്കുന്ന വ്യാക്ഷേപകം *excl* bye!, bye-bye!
വിടപറയുന്ന ഒരു രീതി *excl* cheerio!
വിടവ് *n* gap
വിടുക *v* leave
വിട്ടുകളയുക *vt* leave out
വിഡ്ഢിത്തം *n* blunder
വിഡ്ഢി *n* fool, idiot; twit
വിഡ്ഢിത്തം നിറഞ്ഞ *adj* daft
വിഡ്ഢിദിനം *n* April Fools' Day
വിഡ്ഢിയാക്കുക *vt* fool
വിതരണക്കാരൻ *n* supplier
വിതരണം *npl* supplies
വിതരണം ചെയ്യുക *vt* distribute, share out
വിതരണം ചെയ്യുന്നയാൾ *n* distributor
വിതരണംചെയ്യുക *vt* supply
വിത്ത് *n* seed
വിദഗ്ദ വിഷയം *n* speciality
വിദഗ്ദൻ *n* specialist
വിദഗ്ദ്ധമായ *adj* ingenious
വിദൂരമായ *adj* remote
വിദൂരമായി *adv* remotely
വിദേശത്തേക്ക് *adv* overseas
വിദേശത്ത് *adv* abroad
വിദേശി *n* foreigner
വിദേശം *n* foreign
വിദ്യാഭ്യാസപരമായ *adj* educational
വിദ്യാഭ്യാസം *n* education
വിദ്യാർത്ഥി *n* pupil, student
വിദ്വേഷമുള്ള *adj* spiteful
വിദ്വേഷം *n* spite
വിധവ *n* widow
വിധി *n* (തത്വശാസ്ത്രത്തിൽ) fate; (നീതിന്യായത്തിൽ) verdict
വിധി നിർണയിക്കുക *vt* judge
വിധി, തലയിലെഴുത്ത് *n* destiny
വിനയത്തോടെ *adv* politely
വിനയമുള്ള *adj* humble, polite
വിനയം *n* politeness
വിനായക ചതുർത്ഥി *n* Hindu festival for Ganesha the elephant God
വിനാശകാരിയായ *adj* devastating
വിനിമയ നിരക്ക് *n* exchange rate
വിനിമയമൂല്യം കുറയ്ക്കൽ, മൂല്യത്തകർച്ച *n* devaluation

വിനോദത്തിനായി മലനിരകളിലൂടെയുള്ള നടത്തം *n* hill-walking
വിനോദത്തിനായുള്ള ദീർഘദൂര നടത്തം *n* hike, hiking
വിനോദത്തിനുള്ള സ്ഥലം *n* amusement arcade
വിനോദപ്രിയനായ *adj* jolly
വിനോദസഞ്ചാരി *n* tourist
വിനോദിപ്പിക്കുക *v* entertain
വിനോദിപ്പിക്കുന്നയാൾ, വിദൂഷകൻ *n* entertainer
വിനോദം പകരുന്ന *adj* entertaining
വിപണനം *n* marketing
വിപണി ഗവേഷണം *n* market research
വിപരീതമായി *prep* unlike
വിപരീതാർത്ഥകമായ, വ്യംഗാർത്ഥമായ *adj* ironic
വിപരീതാർത്ഥപ്രയോഗം *n* irony
വിപരീതം *n* opposite
വിപുലീകരണം *n* enlargement, extension
വിപ്പ്ഡ് ക്രീം *n* whipped cream
വിപ്ലവം *n* revolution
വിഭജിക്കുക, ഭാഗിക്കുക *vt* divide
വിഭവശേഷി *n* pool
വിഭവം *n* resource
വിഭാഗം *n* (പൊതുവായത്) category; (ഔദ്യോഗികം) division; (രാഷ്ട്രീയത്തിൽ) sect
വിഭാര്യൻ *n* widower
വിമർശകൻ *n* critic
വിമർശനാത്മകം *adj* sceptical
വിമർശനം *n* criticism
വിമർശിക്കുക *vt* criticize
വിമാനത്തപാൽ, എയർമെയിൽ *n* airmail
വിമാനത്താവളം *n* airport
വിമാനയാത്ര *n* flight
വിമാനസേവിക. എയർഹോസ്റ്റസ് *n* air hostess
വിമാനം *n* aircraft, plane
വിമോചനം *n* liberation
വിയർക്കുക *vi* sweat
വിയർപ്പിൽ കുതിർന്ന *adj* sweaty
വിയർപ്പ് *n* perspiration, sweat
വിയറ്റ്നാമീസ് *adj* Vietnamese ▷ *n* Vietnamese
വിയറ്റ്നാം *n* Vietnam
വിയോജിപ്പ്, അഭിപ്രായവ്യത്യാസം *n* disagreement
വിര *n* worm
വിരമിക്കൽ *n* retirement
വിരമിക്കുക *vi* retire

വിരമിച്ച *adj* retired
വിരലടയാളം *n* fingerprint
വിരൽ *n* finger
വിരസത *n* boredom
വിരസതയുള്ള *adj* bored
വിരസമായ *adj* boring, dull
വിരിക്കുക, വിടർത്തുക *vt* spread
വിരിച്ച് *adv* wide
വിരുദ്ധമായ *n* contrary
വിരുദ്ധമായി പറയുക *vt* contradict
വിരുന്ന് *n* treat
വിരേചനൌഷധം *n* laxative
വിരോധിയാക്കുക, എതിരാളിയാക്കുക *vt* antagonize
വിർഗോ *n* Virgo
വിറയ്ക്കുക *v* shake ⊳ *vi* shiver, tremble
വിറ്റിംഗ്/ഒരുതരം കടൽ മത്സ്യം *n* whiting
വിറ്റു കളയുക *v* sell off
വിറ്റുതീരുക *adj* sold out
വിറ്റുവരവ് *n* turnover
വിറ്റൊഴിക്കുക *v* sell out
വില *n* cost, price
വിലകുറച്ച് കാണുക *vt* underestimate
വിലകുറഞ്ഞ *adj* cheap
വിലകെട്ട *adj* worthless
വിലക്കപ്പെട്ട *adj* forbidden
വിലക്കയറ്റം *n* inflation
വിലക്കുക *vt* forbid
വിലക്കുറവുള്ള *adj* inexpensive
വിലക്ഷണമായ *adj* clumsy
വിലപിടിച്ച *adj* valuable
വിലപിടിപ്പുള്ള *adj* precious
വിലപേശൽ *n* bargain
വിലപേശുക *vi* haggle
വിലവരുക *vt* cost
വിലവിവരപ്പട്ടിക *n* price list
വിലാപം *n* mourning
വിൽക്കുക *vt* sell
വിൽപത്രം *n* will
വിൽപ്പന *n* sale
വില്ല *n* villa
വില്ലൻ *n* villain
വില്ലോ *n* willow
വില്ല് *n* bow
വിള *n* crop
വിളക്കുകാൽ *n* lamppost
വിളക്കുമാടം, ദീപസ്തംഭം *n* lighthouse
വിളക്ക് *n* lamp, light
വിളമ്പുകാരി, ഭൃത്യ *n* waitress
വിളറിയ, മങ്ങിയ *adj* pale
വിളറിയ, വിളർച്ചയുള്ള *adj* anaemic
വിളവെടുപ്പ്, കൊയ്ത്ത് *n* harvest
വിളിക്കുക *v* call
വിളിച്ച ടെലിഫോൺ ഉപയോഗത്തിലാണെന്ന് സൂചിപ്പിക്കുന്ന ശബ്ദം *n* busy signal

വിള്ളൽ *n* crack
വിഴുങ്ങൽ *n* swallow
വിഴുങ്ങുക *v* swallow
വിവരണം *n* account, description
വിവരിക്കാനാവാത്ത *adj* uncanny
വിവരിക്കുക *vt* describe
വിവരം *n* information
വിവരം പുതുക്കുക *vt* update
വിവരം ലഭിക്കുന്ന ഓഫീസ് *n* information office
വിവരംകെട്ട, വിഡ്ഢിയായ *adj* stupid
വിവാദപരമായ *adj* controversial
വിവാദം *n* scandal
വിവാഹ സർട്ടിഫിക്കറ്റ് *n* marriage certificate
വിവാഹമോചനം *n* divorce
വിവാഹമോചനം നേടിയ *adj* divorced
വിവാഹമോതിരം *n* wedding ring
വിവാഹവസ്ത്രം *n* wedding dress
വിവാഹവാർഷികം *n* wedding anniversary
വിവാഹം *n* marriage, wedding
വിവാഹം കഴിക്കാത്ത *adj* unmarried
വിവാഹം കഴിക്കുക *v* marry
വിവാഹം കഴിഞ്ഞ *adj* married
വിവേകമില്ലാത്ത *adj* senseless
വിവേകമുള്ള *adj* sensible
വിവേകശൂന്യമായ, ബാലിശമായ *adj* idiotic
വിവേകം *n* wisdom
വിവേചനം *n* discrimination
വിശദമായ *adj* thorough
വിശദമായി *adv* thoroughly
വിശദാംശങ്ങളടങ്ങിയ *adj* detailed
വിശദാംശം *n* detail
വിശദീകരണം *n* explanation
വിശദീകരണം നൽകുക *vt* account for
വിശദീകരിക്കുക *vt* demonstrate, explain
വിശപ്പില്ലായ്മ *n* anorexia
വിശപ്പില്ലായ്മയുള്ള *adj* anorexic
വിശപ്പുള്ള *adj* hungry
വിശപ്പ് *n* appetite, hunger
വിശാലമായ *adj* broad
വിശാലമായ മനസ്സുള്ള, ഉദാരമനസ്കതയുള്ള *adj* broad-minded
വിശാലമായ, വീതികൂടിയ *adj* wide
വിശാലമായമുറി *n* hall
വിശാലവീഥി *n* avenue
വിശിഷ്ടമായ *adj* fantastic

വിശുദ്ധ അൾത്താര *n* shrine
വിശുദ്ധൻ *n* saint
വിശുദ്ധമായ *adj* sacred
വിശേഷാധികാരം *n* privilege
വിശ്രമ മുറി *n* waiting room
വിശ്രമമേകുന്ന, ശാന്തമായ *adj* restful
വിശ്രമവേള *n* leisure
വിശ്രമിക്കുക *v* relax, rest
വിശ്രമം *n* relaxation
വിശ്വസനീയമല്ലാത്ത *adj* shifty
വിശ്വസനീയമായ *adj* reliable
വിശ്വസിക്കാനാകാത്ത *adj* unreliable
വിശ്വസിക്കാവുന്ന *adj* convincing
വിശ്വസിക്കുക *vi* believe ▷ *vt* trust
വിശ്വസിക്കുന്ന *adj* trusting
വിശ്വാസത്തോടെ *adv* faithfully
വിശ്വാസമുള്ള *adj* faithful
വിശ്വാസയോഗ്യമായ *adj* credible
വിശ്വാസരാഹിത്യം കാണിക്കുന്ന *adj* unfaithful
വിശ്വാസം *n* belief, faith
വിഷമകരമായ *adj* awkward
വിഷമമുള്ള *adj* sad
വിഷമിച്ച *adj* shaken
വിഷമിപ്പിക്കുക *vt* annoy
വിഷമുള്ള *adj* poisonous, toxic
വിഷയബന്ധമുള്ള *adj* topical
വിഷയവിവരപത്രിക *n* agenda
വിഷയസൂചി *n* index
വിഷയം *n* subject, topic
വിഷസംഹാരി, മറുമരുന്ന് *n* antidote
വിഷാദമുളവാക്കുന്ന, നിരാശാജനകമായ *adj* depressing
വിഷാദാത്മകമായ *adj* depressed
വിഷാദം *n* depression
വിഷം *n* poison, venom
വിഷം നൽകുക *vt* poison
വിസ *n* visa
വിസമ്മതിക്കുക *vi* disagree
വിസിലടിക്കുക *v* whistle
വിസിൽ *n* whistle
വിസ്കി *n* whisky
വിസ്ക്/ഒരു അടുക്കള ഉപകരണം *n* whisk
വിസ്തരിച്ചുള്ള *adj* comprehensive
വിസ്മയകരമായ, അത്ഭുതകരമായ *adj* amazing
വിസ്മയിപ്പിക്കുക, അമ്പരപ്പിക്കുക *vt* amaze

വിസ്മരിക്കുക *vt* ignore
വീക്ഷണകോൺ *n* perspective
വീക്ഷണം *n* viewpoint
വീക്ഷണം, കാഴ്ചപ്പാട് *n* standpoint
വീക്ഷിക്കുക *vi* watch out
വീഞ്ഞ് *n* wine
വീഞ്ഞ് ലിസ്റ്റ് *n* wine list
വീടില്ലാത്ത *adj* homeless
വീട് *n* (അനൌപചാരികം) home; (ഔപചാരികം) house
വീട്ടമ്മ *n* housewife
വീട്ടിൽ *adv* home
വീട്ടു ജോലി *n* housework
വീട്ടു മേൽവിലാസം *n* home address
വീണ്ടും *adv* again
വീണ്ടെടുക്കുക *vt* regain
വീതി *n* width
വീപ്പ *n* barrel
വീർത്ത *adj* swollen
വീറ്റോ *n* veto
വീൽ *n* veal
വീൽചെയർ *n* wheelchair
വീൽബാരോ *n* wheelbarrow
വീഴുക *vi* trip
വീഴുക, നിലംപതിക്കുക *vi* fall
വീഴ്ച *n* fall
വീഴ്ച, ഇടിവ് *n* drop
വീഴ്ത്തിക്കളയുക *vt* knock out
വീശുക *vi* blow ▷ *v* wave
വുഡ്‌വിൻഡ് *adj* woodwind
വൃക്ക *n* kidney
വൃക്ഷഗണം, കോണിഫെറുകൾ *n* conifer
വൃത്താകാരമായ *adj* circular
വൃത്തികെട്ട *adj* nasty, repellent
വൃത്തികെട്ട, വെറുപ്പുളവാക്കുന്ന *adj* obnoxious
വൃത്തിയാക്കി വയ്ക്കുക *v* tidy up
വൃത്തിയാക്കുക *vt* clean, tidy
വൃത്തിയായി *adv* neatly
വൃത്തിയില്ലാത്ത *adj* untidy
വൃത്തിയുള്ള *adj* clean, neat
വൃത്തം *n* (വട്ടത്തിലുള്ള സ്ഥലമോ വസ്തുവോ) circle; (ആകൃതി) round
വൃദ്ധൻ *n* old man
വൃശ്ചികരാശി *n* Scorpio
വൃഷണങ്ങൾ *npl* testicles
വൌച്ചർ *n* voucher
വെങ്കലം *n* bronze
വെടിത്തിര *n* cartridge
വെടിനിർത്തൽ *n* ceasefire, truce
വെടിയുണ്ട *n* bullet
വെടിവെക്കുക *vt* shoot

വെടിവെപ്പ് *n* shooting
വെട്ടിച്ചുരുക്കൽ *n* cutback
വെട്ടിത്തുറന്നുപറയുന്ന *adj* outspoken
വെട്ടിത്തിരിക്കുക *v* swerve
വെട്ടിമുറിക്കുക *vt* chop
വെട്ടിയെടുത്ത പത്രഭാഗം *n* cutting
വെണ്ണ *n* butter
വൈദ്യശാസ്ത്ര സംബന്ധിയായ *adj* medical
വെനസ്വേല *n* Venezuela
വെനസ്വേലൻ *adj* Venezuelan ▷ *n* Venezuelan
വെന്തുപോയ *adj* overdone
വെപ്പുപല്ല്, കൃത്രിമപ്പല്ല് *npl* dentures
വെബ് *n* Web
വെബ് 2.0 *n* Web 2.0
വെബ് ക്യാം *n* webcam
വെബ് ബ്രൌസർ *n* web browser
വെബ് വിലാസം *n* web address
വെബ്മാസ്റ്റർ *n* webmaster
വെബ്സീൻ *n* webzine
വെബ്സൈറ്റ് *n* website
വെയിറ്റർ *n* waiter
വെയിലുകൊണ്ടു കരുവാളിച്ച *adj* sunburnt
വെയിലുകൊണ്ടുള്ള കരുവാളിപ്പ് *n* sunburn
വെയിൽ *n* sunlight
വെയിൽസ് *n* Wales
വെയിസ്റ്റ് കോട്ട് *n* waistcoat
വെറുക്കുക *vt* despise, hate
വെറുപ്പുണ്ടാക്കുന്ന *adj* disgusting
വെറുപ്പുളവാക്കുന്ന *adj* hideous
വെറുപ്പുള്ള *adj* disgusted
വെറുപ്പ്, വിദ്വേഷം *n* hatred
വെല്ലിംഗ്ടൺസ് *npl* wellingtons
വെല്ലുവിളി *n* challenge
വെല്ലുവിളിക്കുക *vt* challenge
വെല്ലുവിളിയുള്ള *adj* challenging
വെൽഷ് *adj* Welsh ▷ *n* Welsh
വെളിച്ചത്തിനുള്ള സംവിധാനം *n* lighting
വെളിപ്പെടുത്തുക *vt* disclose, reveal
വെളിയിലുള്ള *adj* outdoor
വെളുത്ത *adj* white
വെളുത്ത, നരച്ച *adj* fair
വെളുത്തവാവ് *n* full moon
വെളുത്തുള്ളി *n* garlic
വെള്ളച്ചാട്ടം *n* waterfall
വെള്ളത്തിനടിയിൽ *adv* underwater
വെള്ളത്തിലാഴ്ത്തുക *vt* flood
വെള്ളത്തിലേക്ക് ചാടൽ *n* dive

വെള്ളത്തിലേക്ക് ചാടുക *vi* dive
വെള്ളത്തിൽ നടക്കുക *vi* paddle
വെള്ളത്തിൽ പൊങ്ങിക്കിടന്ന് കപ്പലുകൾക്ക് വഴികാട്ടുന്ന. വസ്തു *n* buoy
വെള്ളപൂശുക *v* whitewash
വെള്ളപ്പൊക്കം *n* flooding
വെള്ളപ്പൊക്കം, പ്രളയം *n* flood
വെള്ളരി *n* cucumber
വെള്ളി *n* silver
വെള്ളിയാഴ്ച *n* Friday
വെള്ളോട് *n* pewter
വെള്ളം *n* water
വെള്ളം കടക്കാത്ത തുണി കൊണ്ടുണ്ടാക്കിയ മഴക്കോട്ട് *n* mac
വെള്ളം കയറുക *vi* flood
വെള്ളംതെറിപ്പിക്കുക *vi* splash
വെസ്റ്റേൺ *n* western
വെസ്റ്റ് ഇൻഡീസ് *npl* West Indies
വെസ്റ്റ് ഇൻഡ്യൻ *n* West Indian ▷ *adj* West Indian
വേഗത *n* pace, speed
വേഗത കൂട്ടുക *v* speed up
വേഗതയുള്ള *adj* fast
വേഗതാപരിധി *n* speed limit
വേഗത്തിൽ *adv* fast
വേഗത്തിൽ പ്രവർത്തിക്കുക *v* hurry up
വേട്ടക്കാരൻ *n* hunter
വേട്ടയാടൽ *n* hunting
വേട്ടയാടുക *v* hunt
വേണ്ടത്ര *det* enough
വേണ്ടെന്നു വയ്ക്കുക, ത്യജിക്കുക *vt* part with
വേതനമുള്ള, പ്രതിഫലമുള്ള *adj* paid
വേതനം *n* wage
വേദന *n* ache, pain
വേദനയുള്ള *adj* painful, sore
വേദനസംഹാരി *n* painkiller
വേദനാപൂർവ്വം *adv* sadly
വേദനിക്കുക *vi* ache
വേദി *n* venue
വേനലവധി *npl* summer holidays
വേനൽ *n* summer; heat
വേനൽക്കാലം *n* summertime
വേപ്പ് *n* neem
വേഫർ *n* wafer
വേര് *n* root
വേർതിരിക്കുക, തിരിച്ചറിയുക *v* distinguish
വേർപാട് *n* separation
വേർപിരിയൽ *n* parting
വേർപിരിയുക *v* split up
വേർപെടുത്തുക *v* separate
വേലക്കാരി *n* maid

വേലക്കാരി, ജോലിക്കാരി *n* maid
വേലി *n* (കമ്പികൊണ്ടോ തടികൊണ്ടോ ഉള്ളത്) fence; (സസ്യങ്ങൾകൊണ്ടുള്ളത്) hedge
വേലിയേറ്റം *n* tide
വേള *n* period
വേൾഡ് കപ്പ് *n* World Cup
വേവലാതി *vi* worry
വേവലാതിപ്പെടുക *vi* fret
വേവലാതിപ്പെടുന്ന *adj* worried
വേവാത്ത *adj* uncooked
വേവിക്കുക, പുഴുങ്ങുക *vt* boil
വൈകൽ, താമസം *n* delay
വൈകല്യമുള്ള *adj* disabled
വൈകാരികമായ *adj* emotional
വൈകി *adv* late
വൈകിയ *adj* delayed
വൈകിയ, താമസിച്ച് *adj* late
വൈകുന്നേരം *n* evening
വൈദഗ്ദ്ധ്യം നേടുക *vt* master ▷ *vi* specialize
വൈദഗ്ധ്യമുള്ള *adj* skilled
വൈദേശികമായ *adj* foreign
വൈദ്യപരിശോധന *n* check-up, medical
വൈദ്യുത കമ്പിളി *n* electric blanket
വൈദ്യുത കേബിളുകൾ *npl* jump leads
വൈദ്യുത ചാർജ് *n* charge
വൈദ്യുത പ്രവാഹം *n* current
വൈദ്യുതാഘാതം *n* electric shock
വൈദ്യുതി *n* electricity
വൈദ്യുതി ഉപയോഗിച്ചുള്ള, ഇല്ക്ട്രിക് *adj* electric
വൈൻ *n* vine
വൈഫൈ *n* Wi-Fi
വൈമനസ്യത്തോടെ *adv* reluctantly
വൈമനസ്യമുള്ള *adj* reluctant
വൈരുധ്യം *n* contradiction
വൈറസ് *n* virus
വൈറ്റ് ബോർഡ് *n* whiteboard
വൈവാഹിക നില *n* marital status
വൈവാഹിക സ്ഥിതി *n* marital status
വൈശാഖി *n* harvest festival
വൈഷമ്യം, ബുദ്ധിമുട്ട് *n* difficulty
വോട്ടുചെയ്യുക *v* vote
വോട്ട് *n* vote
വോഡ്ക *n* vodka
വോളിബോൾ *n* volleyball
വംശീയത *n* ethnicity
വംശീയമായ *adj* ethnic, racial
വംശം, വർഗ്ഗം *n* race
വ്യക്തത *n* clarity
വ്യക്തമാക്കുക *vt* specify

വ്യക്തമായ *adj* clear, visible
വ്യക്തമായ, സ്പഷ്ടമായ *adj* obvious
വ്യക്തമായി, സ്പഷ്ടമായി *adv* obviously
വ്യക്തി *n* person
വ്യക്തിഗത വിവരം മോഷ്ടിക്കൽ *n* identity theft
വ്യക്തിത്വം *n* identity, personality
വ്യക്തിപരമായ *adj* individual, personal
വ്യക്തിപരമായി *adv* personally
വ്യഞ്ജനാക്ഷരം *n* consonant
വ്യതിചലനം *n* diversion
വ്യത്യസ്തത *n* variety
വ്യത്യസ്തമാകുക *vi* vary
വ്യത്യസ്തമായ *adj* different, varied
വ്യത്യസ്തമായ, എതിരായ *adj* opposite
വ്യത്യാസം *n* difference, distinction
വ്യത്യാസമില്ലാത്ത *adj* unchanged
വ്യവസായ ശാല *n* factory
വ്യവസായ സ്ഥാപനം *n* firm
വ്യവസായം *n* industry
വ്യാകരണസംബന്ധമായ *adj* grammatical
വ്യാകരണം *n* grammar
വ്യാജമായ *adj* fake
വ്യാജവസ്തു *n* fake
വ്യാപകമായ *adj* extensive, widespread
വ്യാപകമായി *adv* extensively
വ്യാപാരമാന്ദ്യം *n* recession
വ്യാപാരവികസന ബാങ്ക് *n* merchant bank
വ്യാപാരി, കച്ചവടക്കാരൻ *n* dealer
വ്യാപാരം *n* trade
വ്യാപൃതമായ *adj* engaged
വ്യാപ്തി *n* extent
വ്യായാമ ഓട്ടം *n* jogging
വ്യായാമത്തിനായി ഓടുക *vi* jog
വ്യായാമം *n* exercise
വ്യാഴാഴ്ച *n* Thursday
വ്യാവസായികമായ *adj* industrial
വ്യാസം *n* diameter
വ്യോമസേന *n* air force
വ്രണം *n* sore

ശ

ശകടം, വണ്ടി *n* cart
ശക്തമായ *adj* sharp
ശക്തമായ കാറ്റോടുകൂടിയ ഹിമപാതം *n* snowstorm
ശക്തമായ കാറ്റ്, പ്രവാഹം *n* gust

ശക്തമായി *adv* strongly
ശക്തി *n* power, strength
ശക്തികൂട്ടുക *vt* strengthen
ശക്തിയായി അടിക്കുക *vt* bash
ശക്തിയുള്ള *adj* powerful
ശക്തിയുള്ള, കരുത്തുള്ള *adj* strong
ശക്തിയേറിയ ലൈറ്റ് *n* floodlight
ശണ്ഠ, കലഹം *n* row
ശതമാനത്തോളം *adv* per cent
ശതമാനം *n* percentage
ശതാബ്ദം *n* century
ശതാവരിച്ചെടി *n* asparagus
ശത്രു *n* enemy
ശത്രുത *n* enmity
ശത്രുതാമനോഭാവം *adj* unfriendly
ശനിയാഴ്ച *n* Saturday
ശപഥം *n* oath
ശപിക്കുക, ചീത്തപറയുക *vi* swear
ശബ്ദത്തോടെ മുറിയുക *v* snap
ശബ്ദപരിഭാഷ *n* transcript
ശബ്ദപരിശോധന *n* audition
ശബ്ദമുണ്ടാക്കുക *vi* squeak
ശബ്ദരേഖ *n* soundtrack
ശബ്ദസംബന്ധിയായ *adj* acoustic
ശബ്ദം *n* (പൊതുവായത്) sound; voice
ശബ്ദം *n* noise
ശമ്പളം *n* salary
ശമ്പളം, വേതനം *n* pay
ശരണം, അഭയം *n* refuge
ശരത്കാലം *n* autumn
ശരാശരി *adj* average ▷ *n* average
ശരാശരി, മിതമായ *adj* moderate
ശരി *excl* OK! ▷ *n* right
ശരിക്കും *adv* truly
ശരിയടയാളമിടുക *vt* tick
ശരിയടയാളം *n* tick
ശരിയല്ലാത്ത, തെറ്റായ *adj* wrong
ശരിയാക്കുക *vt* correct
ശരിയായ *adj* correct, right
ശരിയായ, ഉചിതമായ *adj* proper
ശരിയായ, ന്യായമായ *adj* fair
ശരിയായി *adv* correctly, right
ശരിയായി, ഉചിതമായി *adv* properly
ശരീരകല *n* tissue
ശരീരത്തിന്റെ നിറം *n* complexion
ശരീരം *n* body
ശർക്കര *n* jaggery
ശല്യപ്പെടുത്തുക *vt* disturb
ശല്യം *n* nuisance
ശല്യം ചെയ്യുക *vt* pester
ശവകുടീരം *n* tomb

ശവക്കുഴി *n* grave
ശവപ്പറമ്പ് *n* graveyard
ശവപ്പുര *n* morgue
ശവപ്പെട്ടി *n* coffin
ശവശരീരം *n* corpse
ശസ്ത്രക്രിയ *n* operation, surgery
ശസ്ത്രക്രിയ ചെയ്യുക *vi* operate
ശസ്ത്രക്രിയാവിദഗ്ദ്ധൻ *n* surgeon
ശാഖ *n* branch
ശാന്തനാവുക *v* calm down
ശാന്തമായ *adj* calm
ശാപവാക്കുകൾ ,തെറി *n* swearword
ശാപം *n* curse
ശാരീരിക ശിക്ഷ *n* corporal punishment
ശാരീരികപരിശോധന *n* physical examination
ശാരീരികമായ *adj* physical
ശാസ്ത്ര ഭാവന *n* science fiction, sci-fi
ശാസ്ത്രജ്ഞൻ *n* scientist
ശാസ്ത്രീയ *adj* classical
ശാസ്ത്രീയമായ *adj* scientific
ശാസ്ത്രം *n* science
ശിക്ഷ *n* punishment
ശിക്ഷാർഹമാക്കുക, കുറ്റക്കാരനാക്കുക *vt* penalize
ശിക്ഷിക്കുക *vt* punish, sentence
ശിരോവസ്ത്രം *n* hood
ശില *n* stone
ശില്പി *n* sculptor
ശില്പം *n* sculpture
ശിശു *n* toddler
ശിശുവിദ്യാലയം *n* nursery school
ശിശുസംരക്ഷണം *n* childcare
ശീമബദാം പഴം *n* apricot
ശീലം *n* habit
ശുചിത്വം *n* hygiene
ശുചീകരണം *n* cleaning
ശുണ്ഠിക്കാരനായ *adj* sulky
ശുദ്ധത *n* freshness
ശുദ്ധമായ *adj* fresh, pure
ശുദ്ധമായി *adv* freshly
ശുദ്ധം *n* freshness
ശുപാർശ *n* recommendation
ശുപാർശ ചെയ്യുക *vt* recommend
ശുഭാപ്തിവിശ്വാസമുള്ള *adj* optimistic
ശുഭാപ്തിവിശ്വാസി *n* optimist
ശുഭാപ്തിവിശ്വാസം *n* optimism
ശൂന്യത *n* blank
ശൂന്യമായ *adj* blank

ശൂന്യമായ, ഒഴിഞ്ഞ *adj* empty
ശൂന്യസ്ഥലം *n* blank
ശൃംഗരിക്കുക *vi* flirt
ശൃംഗാരം *n* flirt
ശൌചാലയം *n* toilet
ശേഖരണം *n* collection
ശേഖരിക്കുക *vt* collect ▷ *vi* stock up
ശേഖരിക്കുന്നയാൾ *n* collector
ശേഖരം *n* storage
ശേഷി *n* skill
ശേഷിച്ച ഭാഗം, അവശേഷിക്കുന്നത് *n* rest
ശേഷം *prep* after
ശൈത്യം *n* winter
ശൈലി *n* style
ശൈലീ പുസ്തകം *n* phrasebook
ശോകം, വ്യസനം *n* grief
ശോചനീയമായ *adj* pathetic
ശ്മശാനം *n* cemetery, crematorium
ശ്രദ്ധ *n* attention; devotion
ശ്രദ്ധമാറ്റുക *vt* distract
ശ്രദ്ധയാകർഷിക്കുന്ന, ഉത്സാഹമുളവാക്കുന്ന *adj* gripping
ശ്രദ്ധയുള്ള *adj* careful
ശ്രദ്ധയോടെ *adv* carefully
ശ്രദ്ധാർഹമായ *adj* noticeable
ശ്രദ്ധാലുവായ *adj* observant
ശ്രദ്ധിക്കുക *vi* care, listen ▷ *vt* notice
ശ്രദ്ധിക്കുക, ഏകാഗ്രമായിരിക്കുക *vi* concentrate
ശ്രദ്ധേയമായ *adj* remarkable
ശ്രമകരമായ *adj* tricky
ശ്രമകരമായ, കഠിനമായ *adj* nerve-racking
ശ്രമിക്കുക *v* try; (ബുദ്ധിമുട്ടുള്ള എന്തെങ്കിലും ചെയ്യാനുള്ള പരിശ്രമം) attempt
ശ്രമം *n* try
ശ്രീ *n* Mr
ശ്രീനഗർ *n* Srinagar
ശ്രീമതി *n* madam, Mrs
ശ്രീമാൻ *n* Mr
ശ്രീലങ്ക *n* Sri Lanka
ശ്രുതിയുടെ സ്ഥായി *n* pitch
ശ്രോതാവ് *n* listener
ശ്വസനസഹായി, ഇൻഹേലർ *n* inhaler
ശ്വസനം *n* breathing
ശ്വസിക്കുക *v* breathe
ശ്വാസകോശം *n* lung
ശ്വാസം *n* breath
ശ്വാസം അകത്തേയ്ക്ക് എടുക്കുക *v* breathe in
ശ്വാസം മുട്ടുക *vi* suffocate ▷ *v* choke

ഷർട്ടിന്റെ കൈയിലിടുന്ന അലങ്കരിച്ച ബട്ടൺ *npl* cufflinks
ഷർട്ട് *n* shirt
ഷില്ലോംഗ് *n* Shillong
ഷീറ്റ് *n* sheet
ഷൂ *n* shoe
ഷെറി, ഒരു തരം വീഞ്ഞ് *n* sherry
ഷെൽ സ്യൂട്ട് *n* shell suit
ഷെൽഫ്, അലമാര *n* shelf
ഷേവർ *n* shaver
ഷേവിങ്ങ് ക്രീം *n* shaving cream
ഷേവിങ്ങ് ഫോം *n* shaving foam

സ

സഖ്യകക്ഷി *n* ally
സഖ്യം *n* alliance
സങ്കലനം *n* sum
സങ്കല്പിക്കുക *vt* imagine
സങ്കീർണ്ണത *n* complication
സങ്കീർണ്ണതയുള്ള *adj* complicated
സങ്കീർണ്ണമായ *adj* complex
സങ്കുചിത മന:സ്ഥിതിയുള്ള *adj* narrow-minded
സങ്കുചിതമായ *adj* narrow
സങ്കോചമുള്ള, പരിഭ്രമമുള്ള *adj* nervous
സങ്കോചം *n* nervousness
സജീവമായ *adj* alive
സജ്ജമായ *adj* equipped
സഞ്ചാര നൌക *n* car ferry
സഞ്ചാരഗതി *n* course
സതീർത്ഥ്യൻ *n* classmate
സത്യത്തിൽ, വാസ്തവത്തിൽ *adv* indeed
സത്യസന്ധത *n* honesty
സത്യസന്ധമല്ലാത്ത *adj* dishonest
സത്യസന്ധമല്ലാത്ത പദ്ധതി, *n* scam
സത്യസന്ധമായ *adj* honest, truthful
സത്യസന്ധമായി *adv* honestly, truthfully
സത്യം *n* honesty, truth
സത്രം *n* inn
സദാചാരമുള്ള *adj* moral
സദാചാരവിരുദ്ധമായ *adj* immoral
സദാചാരം *n* morality
സന്തുലിതമായ *adj* balanced

സന്തുലിതാവസ്ഥ, സമനില *n* balance
സന്തുഷ്ടി തോന്നിയ *adj* flattered
സന്തുഷ്ടി, സന്തോഷം *n* happiness
സന്തോഷത്തോടെ *adv* happily
സന്തോഷമില്ലാത്ത *adj* unpleasant
സന്തോഷമുള്ള *adj* happy, pleased
സന്തോഷം *n* pleasure
സന്ദർഭം *n* context
സന്ദർശക കേന്ദ്രം *n* visitor centre
സന്ദർശകൻ *n* visitor
സന്ദർശന സമയം *npl* visiting hours
സന്ദർശനം *n* visit
സന്ദർശിക്കുക *v* go round ▷ *vt* visit
സന്ദേശമയയ്ക്കുക *vt* text
സന്ദേശവാഹകൻ *n* messenger
സന്ദേശം *n* message
സന്ദേശം കൈമാറുന്നതിനുള്ള ഒരുതരം കോഡ്, മോഴ്സ് കോഡ് *n* morse code
സന്ധി *n* joint
സന്ധിവാതം *n* arthritis
സന്ധ്യ *n* dusk; evening
സന്ധ്യാസമയം *n* twilight
സന്യാസി *n* monk
സന്യാസിനി, കന്യാസ്ത്രീ *n* nun
സന്യാസിമഠം *n* monastery
സഭ *n* assembly
സഭാധ്യക്ഷൻ, ചെയർമാൻ *n* chairman
സമകാലിക സംഭവങ്ങൾ *npl* current affairs
സമകാലികമായ *adj* contemporary
സമതലം *n* plane
സമനില *n* stalemate
സമനിലയിലാക്കുക *vi* draw
സമയക്രമം *n* schedule
സമയനിഷ്ഠ പാലിക്കുന്ന *adj* punctual
സമയമേഖല *n* time zone
സമയം *n* time
സമരം ചെയ്യുക *vi* strike
സമരം, പണിമുടക്ക് *n* strike
സമർപ്പണം *n* dedication
സമർപ്പിച്ച *adj* dedicated
സമവാക്യം *n* equation
സമാധാനപരമായ *adj* peaceful
സമാധാനം *n* peace
സമാനത *n* similarity
സമാനത, സമത്വം *n* equality
സമാനതയുള്ള *adj* similar
സമാനമാക്കുക *vt* equalize
സമാന്തരമായ *adj* parallel
സമാപ്തി *n* closure

സമിതി, കമ്മിറ്റി *n* committee
സമീപിക്കുക *v* approach
സമീപം, അരികിൽ *adv* near
സമുദ്ര വിഭവം *n* seafood
സമുദ്രജലം *n* sea water
സമുദ്രനിരപ്പ് *n* sea level
സമൂഹം *n* society
സമൃദ്ധമായ *adj* lush
സമം *n* equivalent
സമ്പദ്വ്യവസ്ഥ *n* economy
സമ്പന്നമായ *adj* rich
സമ്പർക്കം *n* contact
സമ്പാദിക്കുക *vt* earn ▷ *v* save up
സമ്പാദ്യങ്ങൾ *npl* savings
സമ്പാദ്യം *n* asset ▷ *npl* earnings
സമ്മതപത്രം *n* agreement
സമ്മതിക്കൽ, അംഗീകരിക്കൽ *n* acknowledgement
സമ്മതിക്കുക *v* admit, own up
സമ്മതിക്കുക, യോജിക്കുക *v* agree
സമ്മതിദായകർ *n* electorate
സമ്മർദ്ദത്തിലാഴ്ന്ന *adj* stressed
സമ്മർദ്ദം *n* pressure
സമ്മർദ്ദം ചെലുത്തുക, നിർബന്ധിക്കുക *vt* pressure
സമ്മർദ്ദം നിറഞ്ഞ *adj* stressful
സമ്മാന ജേതാവ് *n* prizewinner
സമ്മാനക്കൂപ്പൺ *n* gift voucher
സമ്മാനദാനം *n* presentation, prize-giving
സമ്മാനിക്കുക *vt* present
സമ്മാനം *n* (പിറന്നാളിനോ മറ്റ് ആഘോഷങ്ങൾക്കോ നൽകുന്നത്) present; (മത്സരവിജയത്തിന് നൽകുന്നത്) prize
സമ്മാനം, പാരിതോഷികം *n* gift
സമ്മിശ്രമായ *adj* mixed
സമ്മേളനം *n* conference, session
സമ്മേളനം, യോഗം *n* meeting
സർ *n* Sir
സർക്കസ്സ് *n* circus
സർക്കാർ *n* government
സർക്യൂട്ട്, വൈദ്യുതിയുടെ പൂർണ്ണമായ പ്രവാഹ പരിക്രമണം *n* circuit
സർവേ *n* survey
സർവേയർ *n* surveyor
സർവ്വകലാശാല *n* university
സർവ്വനാമം *n* pronoun
സലാഡ് *n* salad
സലാമി *n* salami
സലൂൺ *n* saloon
സലൂൺ കാർ *n* saloon car

സല്യൂട്ട്, അഭിവാദ്യം ചെയ്യുക *v* salute
സൽസ്വഭാവിയായ *adj* good-natured
സവാരി *n* ride
സവാള *n* onion
സവിശേഷ ഓഫർ *n* special offer
സവിശേഷത *n* feature
സവിശേഷതയുള്ള *adj* distinctive
സവിശേഷമായി *adv* remarkably
സവിശേഷവസ്ത്രം *n* outfit
സസ്തനി *n* mammal
സസ്യജാലം *n* vegetation
സസ്യലതാദികൾ *npl* flora
സസ്യാഹാരി *n* vegetarian
സസ്യാഹാരിയായ *adj* vegetarian
സസ്യാഹാരം *n* vegetarian food
സഹകരണം *n* cooperation
സഹചരൻ *n* associate
സഹജമായ *adj* genuine
സഹജാവബോധം *n* instinct
സഹതാപമുള്ള *adj* sympathetic
സഹനക്ഷമതയുള്ള *adj* tolerant
സഹപ്രവർത്തകൻ *n* colleague
സഹയാത്രികൻ *n* travelling companion
സഹസ്രാബ്ദം *n* millennium
സഹായകമായ *adj* helpful
സഹായധനം *n* grant
സഹായലൈൻ *n* helpline
സഹായി *n* assistant
സഹായിക്കാത്ത *adj* unhelpful
സഹായിക്കുക *v* help
സഹായിക്കൂ! *excl* help!
സഹായം *n* help
സഹാറ *n* Sahara
സഹിക്കാനാവാത്ത *adj* unbearable
സഹോദരങ്ങൾ *npl* siblings
സഹോദരൻ *n* brother
സഹോദരന്റെയോ സഹോദരിയുടെയോ പുത്രൻ, അനന്തരവൻ *n* nephew
സഹോദരന്റെയോ സഹോദരിയുടെയോ മകൾ, അനന്തരവൾ *n* niece
സഹോദരി *n* sister
സഹോദരിയുടെ ഭർത്താവ് *n* brother-in-law (sister's husband)
സാക്ഷി *n* witness
സാക്സോഫോൺ *n* saxophone

സാങ്കല്പികമായ, കാല്പനികമായ *adj* imaginary
സാങ്കൽപ്പിക *adj* virtual
സാങ്കേതികമായ *adj* technical
സാങ്കേതികവിദ്യ *n* technology
സാദൃശ്യം *n* resemblance
സാധനങ്ങൾ *npl* belongings
സാധനങ്ങൾ എടുത്തു മാറ്റി വൃത്തിയാക്കുക *vt* clear
സാധനം/വസ്തു *n* thing
സാധാരണ *adj* common
അമരപ്പയറ് *n* broad bean
സാധാരണക്കാരൻ *n* jack
സാധാരണമായ *adj* common, normal
സാധാരണയായ *adj* ordinary
സാധാരണയായി *adv* normally, usually
സാധുതയുള്ള *adj* valid
സാധ്യത *n* (സംഭവിക്കാനുള്ള സാധ്യത) possibility; probability
സാധ്യതയില്ലാത്ത *adj* impossible
സാധ്യതയുള്ള *adj* possible; probable
സാനിട്ടറി ടവൽ *n* sanitary towel
സാൻഡ് പേപ്പർ *n* sandpaper
സാൻഡ്‌വിച്ച് *n* sandwich
സാന്ദ്രീകരിക്കൽ *n* condensation
സാന്നിധ്യം *n* presence
സാമഗ്രി, സാധനം *n* material
സാമർത്ഥ്യമുള്ള, പ്രഗത്ഭനായ *adj* brilliant
സാമർത്ഥ്യം *n* efficiency
സാമാന്യ ബോധം *n* common sense
സാമാന്യവൽക്കരിക്കുക *v* generalize
സാമൂഹിക സേവനങ്ങൾ *npl* social services
സാമൂഹികമായ *adj* social
സാമൂഹ്യ സുരക്ഷ *n* social security
സാമ്പത്തിക വർഷം *n* financial year, fiscal year
സാമ്പത്തിക ശാസ്ത്രജ്ഞൻ *n* economist
സാമ്പത്തിക ശാസ്ത്രം *npl* economics
സാമ്പത്തികപരമായ *adj* economical
സാമ്പത്തികമായ *adj* economic, financial
സാമ്പാർ *n* spicy lentil soup
സാമ്പിൾ, മാതൃക *n* sample
സാമ്പ്രദായികമാക്കിയ *adj* customized
സാമ്രാജ്യം *n* empire

സായാഹ്ന ക്ലാസ് *n* evening class
സായാഹ്നം *n* evening
സാരി *n* sari
സാരംഗി *n* veena
സാർ *n* (ഔപചാരികം) Mr; (അഭിസംബോധനാ പദം, ഔദ്യോഗികം) Sir; (പരാമർശപദം, ഔദ്യോഗികം) boss
സാൽമൺ മത്സ്യം *n* salmon
സാൽവാർ കമ്മീസ് *n* Indian ladies' outfit
സാവധാനത്തിലാകുക *v* slow down
സാവധാനത്തിലുള്ള *adj* slow
സാവധാനം *adv* slowly
സാഹചര്യങ്ങൾ *npl* circumstances
സാഹചര്യം *n* situation
സാഹസികമായ *adj* daring
സാഹസികമായ, പുതുമയുള്ള *adj* adventurous
സാഹസം *n* adventure
സാഹിത്യം *n* literature
സാംക്രമിക രോഗബാധയുള്ള ആളുകളെയോ മൃഗങ്ങളെയോ മറ്റുള്ളവരിൽ നിന്നും മാറ്റി നിർത്തുന്ന കാലയളവ് *n* quarantine
സാംബിയ *n* Zambia
സാംബിയൻ *adj* Zambian ▷ *n* Zambian
സാംസ്കാരിക *adj* cultural
സാംസ്കാരികമായ *adj* cultural
സി ഇ ഒ *n* CEO
സിക്കിം *n* Sikkim
സിക്കുകാരൻ *n* Sikh
സിക്കുകാരെ സംബന്ധിച്ച *adj* Sikh
സിഗരറ്റ് *n* cigarette
സിങ്ക് *n* sink
സിഡി *n* CD
സിഡി പ്ലെയർ *n* CD player
സിഡി ബർണർ *n* CD burner
സിഡി റോം *n* CD-ROM
സിത്താർ *n* sitar
സിദ്ധാന്തം *n* principle, theory
സിനിമ *n* movie
സിനിമാ താരം *n* film star
സിനിമാതാരം *n* film star
സിന്ദൂരപ്പൊട്ട് *n* vermillion
സിന്ദൂരം *n* red powder
സിപ്പ് അഴിക്കുക *vt* unzip
സിമെന്റ് *n* cement
സിലിക്കൺ ചിപ്പ് *n* silicon chip
സിലിണ്ടർ *n* cylinder
സില്വാസ *n* Silvassa
സിംബാബ്വെ *n* Zimbabwe
സിംബാബ്വേയൻ *adj* Zimbabwean

സിംബാബ്‌വേയൻ ഭാഷ *n* Zimbabwean
സിംല *n* Shimla
സിംഹരാശി *n* Leo
സിംഹാസനം *n* throne
സിംഹം *n* lion
സീൽ, മുദ്ര *n* seal
സീസൺ അല്ലാത്ത സമയത്ത് *adv* off-season
സീസൺ ടിക്കറ്റ് *n* season ticket
സീസോ *n* seesaw
സുക്ഷുമ്നാ നാഡി *n* spinal cord
സുഖകരമായ *adj* pleasant
സുഖകരമായ, സുഖമുള്ള *adj* fine
സുഖപ്പെടുക *vi* heal, recover
സുഖപ്പെടുത്തുക *vt* cure
സുഖപ്രദമായ *adj* comfortable, cosy
സുഖപ്രദമായ, സന്തോഷകരമായ *adj* nice
സുഖമില്ലാത്ത, വയ്യാത്ത *adj* poorly
സുഖസൌകര്യങ്ങൾ *npl* amenities
സുഗന്ധദ്രവ്യം *n* perfume
സുഗന്ധവ്യഞ്ജനം *n* spice
സുഡാനീസ് *npl* Sudanese
സുഡാനെ സംബന്ധിച്ച *adj* Sudanese
സുഡാൻ *n* Sudan
സുതാര്യമായ *adj* transparent
സുനാമി *n* tsunami
സുനിശ്ചിതത്വം *n* certainty
സുനിശ്ചിതമായ *adj* certain
സുന്ദര സ്ഥാനം, അതിമനോഹര ദൃശ്യം *n* beauty spot
സുന്ദരനായ *adj* handsome
സുന്ദരമായ *adj* cute
സുപ്രീംകോടതി *n* Supreme Court
സുരക്ഷ *n* safety, security
സുരക്ഷിതമല്ലാത്ത *adj* insecure
സുരക്ഷിതമായ *adj* secure
സുരക്ഷിതം *adj* safe
സുലഭമല്ലാത്ത, ചുരുക്കമായ *adj* scarce
സുവ്യക്തമായ *adj* vivid
സുവ്യക്തമായ, വായിക്കത്തക്ക *adj* legible
സുഹൃത്ത് *n* friend
സൂക്ഷിക്കുക *vt* store
സൂക്ഷ്മബോധമുള്ള *adj* sensitive
സൂക്ഷ്മമായ *adj* subtle
സൂചകം *n* indicator
സൂചന *n* clue, hint
സൂചന അല്ലെങ്കിൽ ശകുനം *n* premonition
സൂചി *n* needle
സൂചിക *n* index
സൂചിപ്പതക്കം *n* brooch

സൂചിപ്പിക്കുക *vi* hint ▷ *vt* indicate, mention; stand for
സൂത്രവാക്യം *n* formula
സൂത്രശാലി *n* cunning
സൂത്രശാലിയായ *adj* cunning
സൂത്രം *n* trick
സൂപ്പ് *n* soup
സൂര്യകാന്തി *n* sunflower
സൂര്യൻ *n* sun
സൂര്യപ്രകാശം *n* sunlight
സൂര്യാഘാതം *n* sunstroke
സൂര്യാസ്തമയം *n* sunset
സൂര്യോദയം *n* sunrise
സൃഷ്ടി *n* creation
സൃഷ്ടിപരമായ *adj* creative
സൌദി *n* Saudi
സൌദി അറേബ്യ *n* Saudi Arabia
സൌദി അറേബ്യൻ *adj* Saudi Arabian
സൌദി അറേബ്യയിലെ ആളുകൾ *n* Saudi Arabian
സൌദിയെ സംബന്ധിച്ച *adj* Saudi
സൌരയൂഥം *n* solar system
സൌരോർജ്ജം *n* solar power
സെക്കൻഡ് ക്ലാസ്സ് *n* second class
സെക്കന്ററി *n* secondary
സെക്രട്ടറി *n* secretary; secretary minister
സെനഗലീസ് *adj* Senegalese
സെനഗൽ *n* Senegal
സെനഗൽകാരൻ *n* Senegalese
സെന്റിമീറ്റർ *n* centimetre
സെന്റ് *n* cent
സെപ്ടിക്ക് ടാങ്ക് *n* septic tank
സെപ്തംബർ *n* September
സെയിൽസ്മാൻ *n* salesman
സെർബിയ *n* Serbia
സെർബിയക്കാരൻ *n* Serbian
സെർബിയൻ *adj* Serbian ▷ *n* Serbian
സെറ്റി *n* settee
സെറ്റ്, കൂട്ടം *n* set
സെലിറി *n* celery
സേന *n* army
സേവനം *n* service
സേവിക്കുക *vt* serve
സൈക്കിളോടിക്കുക *vi* cycle
സൈക്കിൾ *n* cycle
സൈക്കിൾ ഓടിക്കൽ *n* cycling
സൈക്കിൾ പാത *n* cycle lane, cycle path
സൈഡ് മിറർ *n* wing mirror
സൈനികേതരമായ *adj* civilian
സൈൻ പോസ്റ്റ് *n* signpost

സൈബീരിയ *n* Siberia
സൈറൺ *n* siren
സൈറ്റ്, സ്ഥാനം *n* site
സൊമാലിയ *n* Somalia
സോക്കറ്റ് *n* socket
സോദാഹരണ വിവരണം *n* illustration
സോന *n* sauna
സോപാധികമായ *adj* conditional
സോപ്പുപൊടി *n* detergent, soap powder
സോപ്പ് പെട്ടി *n* soap dish
സോഫ *n* couch, sofa
സോഫാ ബെഡ് *n* sofa bed
സോമാലി *n* Somali
സോമാലി ഭാഷ *n* Somali
സോമാലിയയെ സംബന്ധിച്ച *adj* Somali
സോയ *n* soya
സോയ സോസ് *n* soy sauce
സോർബറ്റ് *n* sorbet
സോഷ്യലിസം *n* socialism
സോഷ്യലിസ്റ്റു ചിന്താഗതിയുള്ള *adj* socialist
സോഷ്യലിസ്റ്റ് *n* socialist
സോഷ്യോളജി *n* sociology
സോസർ *n* saucer
സോസേജ് *n* sausage
സോസ് *n* sauce
സൗകര്യങ്ങൾ *npl* facilities
സൗകര്യപ്രദമായ *adj* convenient
സൗഖ്യമുള്ള *adj* well
സൗജന്യം *adj* free
സൗന്ദര്യവർദ്ധക വസ്തുക്കൾ *npl* cosmetics
സൗന്ദര്യവർദ്ധക സർജ്ജറി *n* cosmetic surgery
സൗന്ദര്യം *n* beauty
സൗമ്യതയോടെ *adv* gently
സൗമ്യമായ, സൗമ്യനായ, സൗമ്യയായ *adj* gentle
സൗര *adj* solar
സൗരഭ്യം *n* aroma
സൗഹൃദം *n* friendship
സൗഹൃദം ഇഷ്ടപ്പെടുന്ന *adj* sociable
സംക്ഷിപ്തമായ *adj* concise
സംക്ഷിപ്തമായി *adv* concisely
സംക്ഷിപ്തരൂപം *n* acronym
സംക്ഷേപിക്കുക *v* sum up
സംഗീത മേള, ഗാനമേള *n* concerto
സംഗീതകച്ചേരി *n* concert
സംഗീതധ്വനി, സ്വരം *n* note
സംഗീതനാടകം, ഓപ്പറ *n* opera
സംഗീതവുമായി ബന്ധപ്പെട്ട *adj* musical
സംഗീതശിൽപം *n* musical
സംഗീതോപകരണം *n* musical instrument
സംഗീതം *n* music, score

സംഗീതം, ഈണം *n* melody
സംഗ്രഹിക്കുക *v* summarize
സംഗ്രഹീതരൂപം, ചുരുക്കെഴുത്ത് *n* abbreviation
സംഗ്രഹം *n* summary
സംഘടന *n* institute, organization
സംഘടിപ്പിക്കുക *vt* organize; mount
സംഘം *n* (ജനസമൂഹം) group; (ജനങ്ങളുടെ ആധികാരിക സംഘം) association
സംതൃപ്തി *n* satisfaction
സംതൃപ്തിനൽകുന്ന *adj* rewarding
സംതൃപ്തിയുള്ള *adj* satisfied
സംപ്രേഷണം *n* broadcast
സംപ്രേഷണം ചെയ്യുക *v* broadcast
സംബന്ധിച്ച, കുറിച്ച് *prep* regarding
സംബന്ധിച്ച്, പറ്റി *prep* concerning
സംഭവപരമ്പര *n* sequence
സംഭവബഹുലം *adj* eventful
സംഭവിക്കാൻ പോകുക *v* go
സംഭവിക്കുക *vi* happen, occur
സംഭവിച്ചേയ്ക്കാം *v* may
സംഭവം *n* (സന്തോഷകരമല്ലാത്തത്, ഔപചാരികം) incident; (അസാധാരണമായതോ, പ്രധാനപ്പെട്ടതോ) event
സംഭാവന *n* contribution
സംഭാവന ചെയ്യുക *vi* contribute
സംഭാഷണം *n* conversation, dialogue
സംയുക്തപദം *n* conjugation
സംയോഗം *n* conjunction
സംയോജനം *n* combination
സംയോജിപ്പിക്കുക *v* combine
സംരക്ഷകൻ *n* caretaker
സംരക്ഷണം *n* conservation
സംരക്ഷിക്കുക, പരിപാലിക്കുക *vt* look after
സംവിധാനം *n* system
സംവിധായകൻ *n* director
സംശയകരമായ, സംശയമുള്ള *adj* doubtful
സംശയമില്ലാതെ *adv* undoubtedly
സംശയാസ്പദമായ *adj* suspicious
സംശയിക്കുക *vt* doubt, suspect

സംശയം *n* doubt, query
സംശയം ചോദിക്കുക *vt* query
സംസാരശേഷിയില്ലാത്ത, ഊമയായ *adj* dumb
സംസാരിക്കുക *v* speak, talk to ▷ *vi* talk
സംസാരം *n* speech, talk
സംസ്കരണം *n* seasoning
സംസ്കാരമില്ലാത്ത *adj* uncivilized
സംസ്കാരമുള്ള *adj* sophisticated
സംസ്കാരം *n* culture
സംസ്കൃതം *n* Sanskrit
സംസ്ഥാനം *n* state
സ്കാനർ *n* scanner
സ്കാൻ *n* scan
സ്കാൻഡിനേവിയ *n* Scandinavia
സ്കാൻഡിനേവിയയെ സംബന്ധിച്ച *adj* Scandinavian
സ്കാർഫ് *n* scarf
സ്കൂൾ കുട്ടികൾ *npl* schoolchildren
സ്കൂൾ ടീച്ചർ *n* schoolteacher
സ്കൂൾ വിദ്യാർത്ഥി *n* schoolboy
സ്കൂൾ വിദ്യാർത്ഥിനി *n* schoolgirl
സ്കെയിൽ *npl* scales
സ്കോട്ടലാന്റുകാരൻ *n* Scotsman
സ്കോട്ട്ലാന്റുകാരി *n* Scotswoman
സ്ക്കൂട്ടർ *n* scooter
സ്ക്രീൻ *n* screen
സ്ക്രൂ, പിരിയാണി *n* screw
സ്ക്വാഷ് കളി *n* squash
സ്ട്രോ *n* straw
സ്തനം, മുല *n* breast
സ്തൂപം *n* column
സ്ത്രീ *n* woman
സ്ത്രീ സമത്വവാദി *n* feminist
സ്ത്രീ, പെണ്ണ് *n* female
സ്ത്രീകൾ കവിളിൽ തേയ്ക്കുന്ന ചായം *n* blusher
സ്ത്രീധനം *n* dowry
സ്ത്രീസഹജമായ, സ്ത്രൈണ *adj* feminine
സ്ഥലമൊഴിയുക *vt* vacate
സ്ഥലം *n* place, spot
സ്ഥലം മാറുക, താമസം മാറുക *vi* move
സ്ഥലം, സ്ഥാനം *n* location
സ്ഥലംമാറ്റം *n* transfer
സ്ഥാനപതി *n* consul
സ്ഥാനപതി കാര്യാലയം *n* consulate
സ്ഥാനാർത്ഥി *n* candidate
സ്ഥാനം *n* position, rank

സ്ഥാനം നൽകൽ *n* placement
സ്ഥാപനം *n* institution
സ്ഥിതി ചെയ്യുന്ന *adj* situated
സ്ഥിരത *n* stability
സ്ഥിരതയുള്ള *adj* consistent, stable
സ്ഥിരമായ *adj* permanent, regular
സ്ഥിരമായി *adv* permanently, regularly
സ്ഥിരമേൽവിലാസം *n* permanent address
സ്ഥിരീകരണം *n* confirmation
സ്ഥിരീകരിക്കുക *vt* confirm
സ്ഥിരം ചട്ടം *n* standing order
സ്നേഹബന്ധം *n* bond
സ്നേഹമുള്ള *adj* affectionate
സ്നേഹിക്കുക *vt* love
സ്നേഹം *n* love
സ്പന്ദനം, താളം, കൊട്ട് *n* beat
സ്പർശിച്ചറിയുക, തൊട്ടറിയുക *vt* feel
സ്പഷ്ടമാക്കുക *vt* clarify
സ്പഷ്ടമായ, പ്രത്യക്ഷത്തിലുള്ള *adj* apparent
സ്പഷ്ടമായി, വ്യക്തമായി *adv* clearly
സ്പാനർ *n* spanner
സ്പാനിഷ് ഭാഷ *n* Spanish
സ്പൂൺ നിറയെ *n* spoonful
സ്പൂൺ, കരണ്ടി *n* spoon
സ്പെയിനിനെ സംബന്ധിച്ച *adj* Spanish
സ്പെയിൻ *n* Spain
സ്പെയിൻകാരൻ *n* Spaniard
സ്പോട്ട് ലൈറ്റ് *n* spotlight
സ്പോർട്ടി *adj* sporty
സ്പ്രെഡ്ഷീറ്റ് *n* spreadsheet
സ്ഫടികം *n* crystal
സ്ഫോടകവസ്തു *n* explosive
സ്മാരക ശില *n* gravestone
സ്മാരകചിഹ്നം *n* memento
സ്മാരകം *n* memorial, monument
സ്യൂട്ട് *n* (സ്യൂട്ട്) suit; (മുറികളുടെ ഒരു സെറ്റ്) suite
സ്യൂട്ട് കേസ് *n* suitcase
സ്രാവ് *n* shark
സ്റ്റണ്ട് *n* stunt
സ്റ്റാഫ് റൂം *n* staffroom
സ്റ്റിക്കർ *n* sticker
സ്റ്റീൽ *n* steel
സ്റ്റൂൾ *n* stool
സ്റ്റേഡിയം *n* stadium
സ്റ്റേഷണറിക്കട *n* stationer
സ്റ്റേഷൻ *n* station

സ്റ്റൌ *n* stove
സ്ലേറ്റ് *n* slate
സ്ലോവാകിനെ സംബന്ധിച്ച *adj* Slovak
സ്ലോവാക് ജനത *n* Slovak
സ്ലോവാക് ഭാഷ *n* Slovak
സ്ലോവേനിയയെ സംബന്ധിച്ച *adj* Slovenian
സ്വകാര്യ സ്വത്ത് *n* private property
സ്വകാര്യത *n* privacy
സ്വകാര്യമായ *adj* private
സ്വകാര്യവൽക്കരിക്കുക *vt* privatize
സ്വകാര്യവഴി *n* driveway
സ്വതന്ത്രമാവുക, സ്വതന്ത്രമാക്കുക *vt* free
സ്വത്ത് *n* property
സ്വന്തമാക്കുക *vt* own
സ്വന്തമായിരിക്കുക *vt* belong to
സ്വന്തം *adj* own
സ്വന്തം ഇഷ്ടപ്രകാരം ചെയ്യുക *v* volunteer
സ്വപ്നം *n* dream
സ്വപ്നം കാണുക *v* dream
സ്വഭാവവിശേഷമുള്ള *n* characteristic
സ്വഭാവം *n* character
സ്വമനസ്സാലെ *adv* willingly
സ്വമേധയാ *adv* voluntarily
സ്വയരക്ഷ *n* self-defence
സ്വയം തൊഴിലുള്ള *adj* self-employed
സ്വയം പാചകം *n* self-catering
സ്വയം പ്രവർത്തിക്കുന്ന *adj* automatic
സ്വയം സേവനമുള്ള *adj* self-service
സ്വയം, തന്നെത്താനെ *pron* myself
സ്വയംപര്യാപ്തമായ *adj* self-contained
സ്വയംബോധമുള്ള *adj* self-conscious
സ്വരാക്ഷരം *n* vowel
സ്വർഗ്ഗം *n* heaven
സ്വർഗ്ഗം, പറുദീസ *n* paradise
സ്വർണത്തലമുടിയുള്ള *adj* blonde
സ്വർണ്ണനിറമുള്ള *adj* golden
സ്വർണ്ണമത്സ്യം *n* goldfish
സ്വർണ്ണം *n* gold
സ്വസ്ഥമാകുക *v* settle down
സ്വാഗതമോതുക *vt* welcome
സ്വാഗതം *excl* welcome! ▷ *n* welcome
സ്വാതന്ത്രമായ *adj* independent
സ്വാതന്ത്ര്യമുള്ള *adj* free
സ്വാതന്ത്ര്യം *n* freedom, independence
സ്വാദിഷ്ടമായ, രുചികരമായ *adj* delicious

സ

സ്വാധീനിക്കുക *vt* influence
സ്വാധീനം *n* influence
സ്വാഭാവികമായ, പ്രകൃത്യാ ഉള്ള *adj* natural
സ്വാഭാവികമായി *adv* naturally
സ്വാർത്ഥതയുള്ള *adj* selfish
സ്വാസിലാന്റ് *n* Swaziland
സ്വിച്ച് *n* switch
സ്വിറ്റ്സർലാന്റിനെ സംബന്ധിച്ച *adj* Swiss
സ്വിറ്റ്സർലാന്റുകാർ *npl* Swiss
സ്വിറ്റ്സർലാന്റ് *n* Switzerland
സ്വീകരണമുറി *n* lounge
സ്വീകരിക്കുക *v* accept ▷ *vt* receive
സ്വീകർത്താവ് *n* recipient
സ്വീകാര്യമല്ലാത്ത *adj* unacceptable
സ്വീകാര്യമായ *adj* acceptable
സ്വീകാര്യമായ, കൊള്ളാവുന്ന *adj* all right
സ്വീഡനെ സംബന്ധിച്ച *adj* Swedish
സ്വീഡൻ *n* Sweden
സ്വീഡൻകാരൻ, സ്വീഡൻ നിവാസി *n* Swede
സ്വീഡിഷ് *n* Swedish
സ്വേച്ഛാധിപതി, ഏകാധിപതി *n* dictator

ഹയർ സെക്കന്ററി *n* higher secondary
ഹരിക്കുക *vt* divide
ഹരിതഗൃഹം *n* greenhouse
ഹരിയാന *n* Haryana
ഹർജി *n* petition
ഹർഷോന്മാദം, പരമാനന്ദം *n* ecstasy
ഹലോ! *excl* hello!
ഹാജരാകൽ *n* attendance
ഹാജരായ, സന്നിഹിതരായ *adj* present
ഹാജരില്ലാത്ത, ഇല്ലാത്ത *adj* absent
ഹാനികരമായ *adj* harmful
ഹാൻഡ് ബാഗ് *n* handbag
ഹായ്! *excl* ha!
ഹാർഡ്വെയർ *n* hardware
ഹാർമോണിയം *n* harmonium
ഹാസ്യ ചിത്രകഥ *n* comic strip
ഹാസ്യകലാകാരൻ *n* comedian, comic
ഹാസ്യപുസ്തകം *n* comic book
ഹിന്ദി *n* Hindi
ഹിന്ദു *adj* Hindu ▷ *n* Hindu

ഹിന്ദുമതവുമായി ബന്ധപ്പെട്ട *adj* Hindu
ഹിന്ദുമതം *n* Hinduism
ഹിന്ദുസ്ഥാനി *n* Hindustani
ഹിന്ദുസ്ഥാൻ *n* Hindustan
ഹിമഗോളം *n* snowball
ഹിമപാതം *n* avalanche
ഹിമവാതം *n* blizzard
ഹിമവൃഷ്ടി *n* sleet
ഹിമവൃഷ്ടിയുണ്ടാകുക *vi* sleet
ഹിമാചൽപ്രദേശ് *n* Himachal Pradesh
ഹിമാനി *n* glacier
ഹിമാലയം *npl* Himalayas
ഹൃദയഭേദകമായ, കഠിനവേദനയുള്ള *adj* heartbroken
ഹൃദയസ്പർശിയായ *adj* moving, touching
ഹൃദയാഘാതം *n* heart attack
ഹൃദയം *n* heart
ഹെയർ ബാൻഡ് *n* hairband
ഹെയിറ്റി *n* Haiti
ഹെൽമെറ്റ് *n* helmet
ഹൈക്കോടതി *n* High Court
ഹൈഡ്രജൻ *n* hydrogen
ഹൈദരാബാദ് *n* Hyderabad
ഹോക്കി *n* hockey
ഹോട്ടലുകളിലെ ശയനമുറികൾ വൃത്തിയാക്കുന്ന സ്ത്രീ *n* chambermaid
ഹോട്ടൽ *n* hotel
ഹോട്ടൽ വിട്ടുപോകുക *v* check out
ഹോൺ *n* horn
ഹോബി, വിനോദം *n* hobby
ഹോമിയോപ്പതി *n* homeopathy
ഹോർമോൺ *n* hormone
ഹോളണ്ട് *n* Holland
ഹോളി *n* Spring festival
ഹംഗറി *n* Hungary
ഹംഗറിക്കാരൻ *n* Hungarian
ഹംഗറിയെ സംബന്ധിച്ച *adj* Hungarian
ഹ്രസ്വതാമസം *n* stopover
ഹ്രസ്വദൃഷ്ടിയുള്ള *adj* short-sighted
ഹ്രസ്വമായ *adj* brief, short

റ

റദ്ദാക്കൽ *n* cancellation
റദ്ദാക്കുക *v* cancel ▷ *vt* scrap
റഫറി *n* referee
റഫ്രിജറേറ്റർ, ഫ്രിഡ്ജ് *n* refrigerator
റബ്ബർ *n* rubber
റബ്ബർ കയ്യുറ *npl* rubber gloves

റബ്ബർ ബാൻഡ് *n* rubber band
റബ്ബർക്കട്ട, മായ്ക്കുവാനുപയോഗിക്കുന്ന റബ്ബർ *n* rubber
റബ്ബി *n* rabbi
റഷ്യ *n* Russia
റഷ്യക്കാർ *n* Russian
റഷ്യയെ സംബന്ധിച്ച *adj* Russian
റാഞ്ചി *n* Ranchi
റായ്പ്പൂർ *n* Raipur
റിക്ഷ *n* rickshaw
റിപബ്ലിക് *n* republic
റിപ്പോർട്ട് *n* report
റിബൺ *n* ribbon
റിമേക്ക്, പുനരാവിഷ്ക്കരണം *n* remake
റിയാലിറ്റി ടിവി *n* reality TV
റിവോള്വർ, കൈത്തോക്ക് *n* revolver
റീൽ *n* reel
റൂളർ *n* ruler
റെക്കോർഡർ *n* recorder
റെക്കോർഡുചെയ്യൽ *n* recording
റെക്കോർഡ് ചെയ്യുക *vt* tape
റെൻ/ഒരുതരം പക്ഷി *n* wren
റെയിൽ കാർഡ് *n* railcard
റെയിൽവേ *n* railway
റെയിൽവേ കമ്പാർട്ട്മെന്റ് *n* compartment
റേഡിയോ *n* radio
റേഡിയോ സ്റ്റേഷൻ *n* radio station
റൊട്ടി *n* bread
റൊട്ടി സൂക്ഷിക്കാനുള്ളപാത്രം *n* bread bin
റൊട്ടിച്ചുരുൾ *n* bread roll
റൊട്ടിപ്പൊടി *npl* breadcrumbs
റൊമാനിയ *n* Romania
റൊമാനിയൻ *n* Romanian
റൊമാനിയയെ സംബന്ധിച്ച *adj* Romanian
റോക്കറ്റ് *n* rocket
റോഡിലെ കുഴി *n* pothole
റോഡ് *n* road
റോന്തുചുറ്റൽ *n* patrol
റോന്തുചുറ്റുന്ന കാർ *n* patrol car
റോമിനെ സംബന്ധിച്ച *adj* Roman
റോളർ *n* roller
റോസാപ്പൂവ് *n* rose
റംസാൻ *n* Ramadan

ENGLISH-MALAYALAM

ഇംഗ്ലീഷ്-മലയാളം

a

a [eɪ] *det* ഒരു
abandon [ə'bændən] *vt* ഉപേക്ഷിക്കുക
abbreviation [əˌbriːvɪ'eɪʃən] *n* സംഗ്രഹീതരൂപം, ചുരുക്കെഴുത്ത്
abdomen ['æbdəmən] *n* *(formal)* ഉദരം
abduct [æb'dʌkt] *vt* തട്ടിക്കൊണ്ടുപോകുക
ability [ə'bɪlɪtɪ] *n* കഴിവ്
able ['eɪbl] *adj* കഴിവുള്ള
abnormal [æb'nɔːməl] *adj* *(formal)* അസാധാരണമായ
abolish [ə'bɒlɪʃ] *vt* നിരോധിക്കുക, നിർത്തലാക്കുക
abolition [ˌæbə'lɪʃən] *n* നിരോധനം, നിർത്തലാക്കൽ
about [ə'baʊt] *adv* *(near to)* ഏതാണ്ട്, ഏകദേശം ▷ *prep* *(to do with)* കുറിച്ച്, പറ്റി
above [ə'bʌv] *prep* മുകളിൽ
abroad [ə'brɔːd] *adv* വിദേശത്ത്
abrupt [ə'brʌpt] *adj* പൊടുന്നനെയുള്ള
abruptly [ə'brʌptlɪ] *adv* പൊടുന്നനെ
abscess ['æbsɛs] *n* പഴുപ്പ് നിറഞ്ഞ പരു
absence ['æbsəns] *n* അസാന്നിധ്യം, അഭാവം
absent ['æbsənt] *adj* ഹാജരില്ലാത്ത, ഇല്ലാത്ത
absent-minded [ˌæbsən't'maɪndɪd] *adj* മറവിയുള്ള
absolutely [ˌæbsə'luːtlɪ] *adv* പൂർണമായും, പൂർണമായി
abstract ['æbstrækt] *adj* അമൂർത്തമായ
absurd [əb'sɜːd] *adj* അസംബന്ധമായ
Abu Dhabi ['æbuː 'dɑːbɪ] *n* അബുദാബി
academic [ˌækə'dɛmɪk] *adj* അക്കാദമിക്ക്
academic year [ˌækə'dɛmɪk jɪə] *n* അധ്യയന വർഷം
academy [ə'kædəmɪ] *n* അക്കാദമി
accelerate [æk'sɛləˌreɪt] *v* ത്വരിതപ്പെടുത്തുക, വേഗം കൂട്ടുക
acceleration [ækˌsɛlə'reɪʃən] *n* ത്വരിതപ്പെടുത്തൽ, വേഗം കൂട്ടൽ
accelerator [æk'sɛləˌreɪtə] *n* വേഗം കൂട്ടുന്നതിനായി വാഹനങ്ങളിൽ നൽകിയിരിക്കുന്ന പെഡൽ
accept [ək'sɛpt] *v* സ്വീകരിക്കുക

acceptable [ək'sɛptəbl] *adj* സ്വീകാര്യമായ

access ['æksɛs] *n* പ്രവേശനം ▷ *vt* വിവരം എടുക്കാനോ കൊടുക്കാനോ ഒരു കമ്പ്യൂട്ടർ ഫയൽ തുറക്കുക

accessible [ək'sɛsəbl] *adj* പ്രവേശിക്കാവുന്ന, പ്രാപ്യമായ

accessory [ək'sɛsərɪ] *n* സഹോപകരണം

accident ['æksɪdənt] *n (mishap)* അപകടം; *(something unplanned)* ആകസ്മികസംഭവം, യാദൃച്ഛികം

accidental [,æksɪ'dɛntl] *adj* അപ്രതീക്ഷിതമായ

accidentally [,æksɪ'dɛntəlɪ] *adv* അപ്രതീക്ഷിതമായി

accident and emergency ['æksɪdənt ənd ɪ'mɜːdʒnsɪ] *n* അപകടവും അത്യാഹിതവും

accident insurance ['æksɪdənt ɪn'ʃʊərəns] *n* അപകട ഇൻഷ്വറൻസ്

accommodate [ə'kɒmə,deɪt] *vt* ഉൾക്കൊള്ളാൻ

accommodation [ə,kɒmə'deɪʃən] *n* താമസസൌകര്യം

accompany [ə'kʌmpənɪ] *vt (formal)* കൂടെപ്പോവുക

accomplice [ə'kɒmplɪs] *n* കുറ്റകൃത്യത്തിൽ സഹായിക്കുന്നയാൾ

accordingly [ə'kɔːdɪŋlɪ] *adv* അക്കാരണത്താൽ, അതനുസരിച്ച്

according to [ə'kɔːdɪŋ tə] *prep (as reported by)* അനുസരിച്ച്; *(based on)* അതനുസരിച്ച്

accordion [ə'kɔːdɪən] *n* അക്കോർഡിയോൺ, ഒരുതരം സംഗീതോപകരണം

account [ə'kaʊnt] *n (report)* വിവരണം; *(at bank)* ബാങ്ക് അക്കൌണ്ട്

accountable [ə'kaʊntəbl] *adj* ഉത്തരവാദിയായ, വിശദീകരണം നൽകേണ്ട

accountancy [ə'kaʊntənsɪ] *n* കണക്കെഴുത്ത്

accountant [ə'kaʊntənt] *n* കണക്കെഴുത്തുകാരൻ

account for [ə'kaʊnt fɔː] *v* വിശദീകരണം നൽകുക

account number [ə'kaʊnt 'nʌmbə] *n* അക്കൌണ്ട് നമ്പർ

accuracy ['ækjʊrəsɪ] *n* കൃത്യത, സത്യസന്ധത

accurate ['ækjərɪt] *adj* കൃത്യമായ, സത്യസന്ധമായ

accurately ['ækjərɪtlɪ] *adv* കൃത്യമായി, സത്യസന്ധമായി

accusation [,ækjʊ'zeɪʃən] *n* കുറ്റാരോപണം

accuse [ə'kjuːz] *vt* കുറ്റപ്പെടുത്തുക

accused ['kju:zd] *n* പ്രതി, കുറ്റവാളി

ace [eɪs] *n* ചീട്ടുകളിയിലെ ഏയ്സ് കാർഡ്

ache [eɪk] *n* വേദന ▷ *vi* വേദനിക്കുക

achieve [ə'tʃi:v] *vt* നേടുക

achievement [ə'tʃi:vmənt] *n* നേട്ടം

acid ['æsɪd] *n* അമ്ലം, ആസിഡ്

acid rain ['æsɪd reɪn] *n* അമ്ല മഴ

acknowledgement [ək'nɒlɪdʒmənt] *n* സമ്മതിക്കൽ, അംഗീകരിക്കൽ

acne ['æknɪ] *n* മുഖക്കുരു

acorn ['eɪkɔ:n] *n* ഓക്കു മരത്തിന്റെ കായ്

acoustic [ə'ku:stɪk] *adj* ശബ്ദസംബന്ധിയായ

acre ['eɪkə] *n* ഏക്കർ

acrobat ['ækrə,bæt] *n* കായികാഭ്യാസി

acronym ['ækrənɪm] *n* സംക്ഷിപ്തരൂപം

across [ə'krɒs] *prep* കുറുകെ

act [ækt] *n* പ്രവൃത്തി ▷ *vi* *(take action)* പ്രവർത്തിക്കുക; *(play a part)* അഭിനയിക്കുക

acting ['æktɪŋ] *adj* താത്ക്കാലികമായ, തൽക്കാലത്തേയ്ക്കുള്ള ▷ *n* അഭിനയം

action ['ækʃən] *n* നടപടി

active ['æktɪv] *adj* ചുറുചുറുക്കുള്ള, ഉത്സാഹമുള്ള

activity [æk'tɪvɪtɪ] *n* പ്രവർത്തനം

actor ['æktə] *n* നടൻ

actress ['æktrɪs] *n* നടി

actual ['æktʃuəl] *adj* യഥാർത്ഥമായ

actually ['æktʃuəlɪ] *adv* വാസ്തവത്തിൽ

acupuncture ['ækjʊ,pʌŋktʃə] *n* ഒരു ചൈനീസ് ചികിത്സാവിധി

AD [eɪ di:] *abbr* എ.ഡി

ad [æd] *abbr (informal)* പരസ്യം

adapt [ə'dæpt] *vi* യോജിച്ചതാക്കുക, അനുസൃതമാക്കുക

adaptor [ə'dæptə] *n* ഇലക് ട്രിക്കൽ ഉപകരണം പവർപോയിന്റുമായി ബന്ധിപ്പിക്കുന്നതിനുള്ള ഉപകരണം

add [æd] *vt (put with)* ചേർക്കുക; *(numbers)* കൂട്ടുക

addict ['ædɪkt] *n* ഏതെങ്കിലും ദുശ്ശീലത്തിന് അടിമയായ ആൾ

addicted [ə'dɪktɪd] *adj* ഏതെങ്കിലും ദുശ്ശീലത്തിന് അടിമയായ

additional [ə'dɪʃənl] *adj* കൂടുതലായ
additive ['ædɪtɪv] *n* ഭക്ഷണപദാർത്ഥത്തോടും മറ്റും ചെറിയ അളവിൽ ചേർക്കുന്ന വസ്തു
address [ə'drɛs] *n (speech)* അഭിസംബോധന ചെയ്യൽ; *(where you live)* മേൽവിലാസം
address book [ə'drɛs bʊk] *n* മേൽവിലാസ പുസ്തകം
add up [æd ʌp] *v* കൂട്ടുക
adjacent [ə'dʒeɪsnt] *adj* തൊട്ടടുത്ത
adjective ['ædʒɪktɪv] *n* നാമവിശേഷണം, വിശേഷണം
adjust [ə'dʒʌst] *v* ഇണങ്ങിച്ചേരുക
adjustable [ə'dʒʌstəbl] *adj* ക്രമീകരിക്കാവുന്ന
adjustment [ə'dʒʌstmənt] *n* ക്രമീകരണം
administration [əd,mɪnɪ'streɪʃən] *n* ഭരണനിർവ്വഹണം, കാര്യനിർവ്വഹണം
administrative [əd'mɪnɪ,strətɪv] *adj* ഭരണസംബന്ധമായ
admiration [,ædmə'reɪʃən] *n* ആരാധന
admire [əd'maɪə] *vt* ആരാധിക്കുക
admission [əd'mɪʃən] *n* പ്രവേശനം
admit [əd'mɪt] *vt (allow in)* പ്രവേശനം ലഭിക്കുക ▷ *v (confess)* സമ്മതിക്കുക
admittance [əd'mɪtns] *n* പ്രവേശനാനുമതി
adolescence [,ædə'lɛsəns] *n* കൌമാരം
adolescent [,ædə'lɛsnt] *n* കൌമാരപ്രായക്കാർ
adopt [ə'dɒpt] *vt* ദത്തെടുക്കുക
adopted [ə'dɒptɪd] *adj* ദത്തെടുക്കപ്പെട്ട
adoption [ə'dɒpʃən] *n* ദത്തെടുക്കൽ
adore [ə'dɔː] *vt* ആരാധിക്കുക
Adriatic [,eɪdrɪ'ætɪk] *adj* അഡ്രിയാട്ടിക് സമുദ്രവുമായി ബന്ധപ്പെട്ട
Adriatic Sea [,eɪdrɪ'ætɪk siː] *n* അഡ്രിയാട്ടിക് കടൽ
adult ['ædʌlt] *n* മുതിർന്നവർ
adult education ['ædʌlt ,ɛdjʊ'keɪʃən] *n* മുതിർന്നവർക്കുള്ള വിദ്യാഭ്യാസം
advance [əd'vɑːns] *n* മുൻകൂർ ▷ *vi* മുന്നേറുക
advanced [əd'vɑːnst] *adj* വികസിതമായ
advantage [əd'vɑːntɪdʒ] *n* ഗുണം, പ്രയോജനം
advent ['ædvɛnt] *n (formal)* ആഗമനം, വരവ്

adventure [əd'vɛntʃə] *n* സാഹസം
adventurous [əd'vɛntʃərəs] *adj* സാഹസികമായ, പുതുമയുള്ള
adverb ['æd,vɜːb] *n* ക്രിയാവിശേഷണം
adversary ['ædvəsərɪ] *n* പ്രതിയോഗി
advert ['ædvɜːt] *n* പരസ്യം
advertise ['ædvə,taɪz] *v* പരസ്യം ചെയ്യുക
advertisement [əd'vɜːtɪsmənt] *n (written)* പരസ്യം
advertising ['ædvə,taɪzɪŋ] *n* പരസ്യവിപണി
advice [əd'vaɪs] *n* ഉപദേശം
advisable [əd'vaɪzəbl] *adj (formal)* യുക്തമായ, ഉചിതമായ
advise [əd'vaɪz] *vt* ഉപദേശിക്കുക
aerial ['ɛərɪəl] *n* റേഡിയോ ടീവി എന്നിവയുടെ വ്യോമതന്തുക്കൾ
aerobics [ɛə'rəʊbɪks] *npl* എയ്റോബിക്സ്
aerosol ['ɛərə,sɒl] *n* എയ്റോസോൾ
affair [ə'fɛə] *n* സംഭവം
affect [ə'fɛkt] *vt* ബാധിക്കുക
affectionate [ə'fɛkʃənɪt] *adj* സ്നേഹമുള്ള
afford [ə'fɔːd] *vt* ചെലവുവഹിക്കാൻ കഴിവുണ്ടായിരിക്കുക
affordable [ə'fɔːdəbl] *adj* ചെലവുവഹിക്കാൻ കഴിയുന്ന
Afghan ['æfgæn] *adj* അഫ്ഗാൻ ▷ *n* അഫ്ഗാൻ
Afghanistan [æf'gænɪ,stɑːn] *n* അഫ്ഗാനിസ്ഥാൻ
afraid [ə'freɪd] *adj* ഭയമുള്ള
Africa ['æfrɪkə] *n* ആഫ്രിക്ക
African ['æfrɪkən] *adj* ആഫ്രിക്കൻ ▷ *n* ആഫ്രിക്കൻ
Afrikaans [,æfrɪ'kɑːns] *n* ആഫ്രിക്കാൻസ്
Afrikaner [æfrɪ'kɑːnə] *n* ദക്ഷിണാഫ്രിക്കയിലെ ഡച്ച് വംശജരായ വെള്ളക്കാരിൽ ഒരാൾ
after ['ɑːftə] *conj (later than)* അതിനുശേഷം ▷ *prep (later than)* ശേഷം; *(in pursuit of)* പുറകെ
afternoon [,ɑːftə'nuːn] *n* ഉച്ചതിരിഞ്ഞുള്ള സമയം
afters ['ɑːftəz] *npl (informal)* ഭക്ഷണത്തിലെ പ്രധാന ഇനങ്ങൾ കഴിഞ്ഞ് കഴിക്കുന്ന മധുര ഇനം
aftershave ['ɑːftə,ʃeɪv] *n* ഷേവിനു ശേഷം ഉപയോഗിക്കുന്ന ലോഷൻ
afterwards ['ɑːftəwədz] *adv* പിന്നീട്
again [ə'gɛn] *adv* വീണ്ടും

against [ə'gɛnst] *prep* *(touching)* എതിരെ; *(in opposition to)* എതിരായി
age [eɪdʒ] *n* വയസ്സ്
aged [eɪdʒd] *adj* വയസ്സുള്ള
age limit [eɪdʒ 'lɪmɪt] *n* പ്രായപരിധി
agency ['eɪdʒənsɪ] *n* ഏജൻസി
agenda [ə'dʒɛndə] *n* വിഷയവിവരപത്രിക
agent ['eɪdʒənt] *n* പ്രതിനിധി
aggressive [ə'grɛsɪv] *adj* അക്രമസ്വഭാവമുള്ള
AGM [eɪ dʒiː ɛm] *abbr* എജിഎം
ago [ə'gəʊ] *adv* മുൻപ്
agree [ə'griː] *v* സമ്മതിക്കുക, യോജിക്കുക
agreed [ə'griːd] *adj* യോജിച്ച, സമ്മതിച്ച
agreement [ə'griːmənt] *n* സമ്മതപത്രം
agricultural ['ægrɪˌkʌltʃərəl] *adj* കാർഷികമായ
agriculture ['ægrɪˌkʌltʃə] *n* കൃഷിപ്പണി, കൃഷി
ahead [ə'hɛd] *adv* മുമ്പിൽ, മുന്നോട്ട്
aid [eɪd] *n* സഹായം
AIDS [eɪdz] *n* എയ്ഡ്സ്
aim [eɪm] *n* ലക്ഷ്യം ▷ *v* ലക്ഷ്യമാക്കുക
air [ɛə] *n* കാറ്റ്
airbag ['ɛəbæg] *n* എയർബാഗ്
air-conditioned [ˌɛəkən'dɪʃənd] *adj* എയർ കണ്ടീഷൻ ചെയ്ത
air conditioning [ɛə kən'dɪʃənɪŋ] *n* എയർ കണ്ടീഷനിംഗ്
aircraft ['ɛəˌkrɑːft] *n* വിമാനം
air force [ɛə fɔːs] *n* വ്യോമസേന
air hostess [ɛə 'həʊstɪs] *n* *(old-fashioned)* വിമാനസേവിക. എയർഹോസ്റ്റസ്
airline ['ɛəˌlaɪn] *n* വിമാനക്കമ്പനി
airmail ['ɛəˌmeɪl] *n* വിമാനത്തപാൽ, എയർമെയിൽ
airport ['ɛəˌpɔːt] *n* വിമാനത്താവളം
airsick ['ɛəˌsɪk] *adj* വിമാന സഞ്ചാരികൾക്ക് ഉണ്ടാകുന്ന ഛർദ്ദി
airspace ['ɛəˌspeɪs] *n* ഒരു രാജ്യത്തിന്റെ മേലെയുള്ള ആകാശപ്പരപ്പ്
airtight ['ɛəˌtaɪt] *adj* വായുകടക്കാത്ത
air traffic controller [ɛə'træfɪk kən'trəʊlə] *n* എയർ ട്രാഫിക് കൺട്രോളർ
aisle [aɪl] *n* സീറ്റുകൾക്കിടയിലെ വഴി

alarm [ə'lɑːm] *n* അലാറാം
alarm clock [ə'lɑːm klɒk] *n* അലാറാം ക്ലോക്ക്
alarming [ə'lɑːmɪŋ] *adj* ഭയപ്പെടുത്തുന്ന, ഭീതിജനകമായ
Albania [æl'beɪnɪə] *n* അൽബേനിയ
Albanian [æl'beɪnɪən] *adj* അൽബേനിയ ദേശത്തെ സംബന്ധിച്ച ▷ *n (person)* അൽബേനിയൻ; *(language)* അൽബേനിയൻ ഭാഷ
album ['ælbəm] *n* മ്യൂസിക്ക് ആൽബം
alcohol ['ælkə,hɒl] *n* മദ്യം
alcohol-free ['ælkə,hɒlfriː] *adj* മദ്യ വിമുക്തമായ, മദ്യാംശമില്ലാത്ത
alcoholic [,ælkə'hɒlɪk] *adj* മദ്യാംശമുള്ള ▷ *n* മദ്യപാനി
alert [ə'lɜːt] *adj* ജാഗ്രതയുള്ള ▷ *vt* മുന്നറിയിപ്പ് കൊടുക്കുക
Algeria [æl'dʒɪərɪə] *n* അൾജീരിയ
Algerian [æl'dʒɪərɪən] *adj* അൾജീരിയ ദേശത്തെ സംബന്ധിച്ച ▷ *n* അൾജീരിയൻ
alias ['eɪlɪəs] *prep* അഥവാ
alibi ['ælɪ,baɪ] *n* ഒഴിവുകഴിവ്
alien ['eɪljən] *n (formal)* പരദേശി
alive [ə'laɪv] *adj* സജീവമായ
all [ɔːl] *det* മുഴുവൻ, എല്ലാം ▷ *pron* എല്ലാം
Allah ['ælə] *n* അല്ലാഹു
allegation [,ælɪ'geɪʃən] *n* ആരോപണം
alleged [ə'lɛdʒd] *adj (formal)* ആരോപിക്കപ്പെട്ട
allergic [ə'lɜːdʒɪk] *adj* അലർജിയുള്ള
allergy ['ælədʒɪ] *n* അലർജി
alley ['ælɪ] *n* ഊടുവഴി
alliance [ə'laɪəns] *n* സഖ്യം
alligator ['ælɪ,geɪtə] *n* മുതല
allow [ə'laʊ] *vt* അനുവദിക്കുക
all right [ɔːl raɪt] *adv (informal)* അങ്ങനെയാകട്ടെ, ശരി ▷ *adj (informal)* സ്വീകാര്യമായ, കൊള്ളാവുന്ന
ally ['ælaɪ] *n* സഖ്യകക്ഷി
almond ['ɑːmənd] *n* ബദാംകുരു
almost ['ɔːlməʊst] *adv* ഏകദേശം
alone [ə'ləʊn] *adj* തനിച്ചുള്ള, ഒറ്റയ്ക്കുള്ള
along [ə'lɒŋ] *prep* ഒരുമിച്ച് ▷ *adv* കൂടെ, ഒപ്പം
aloud [ə'laʊd] *adv* ഉറക്കെ
alphabet ['ælfə,bɛt] *n* അക്ഷരമാല
Alps [ælps] *npl* ആൽപ്സ്

already [ɔːl'rɛdɪ] *adv* നേരത്തേ തന്നെ, മുമ്പുതന്നെ
also ['ɔːlsəʊ] *adv* അതിനുപുറമേ
altar ['ɔːltə] *n* അൾത്താര, ബലിക്കല്ല്
alter ['ɔːltə] *v* മാറ്റംവരുത്തുക, മാറ്റം വരുക
alternate [ɔːl'tɜːnɪt] *adj* ഒന്നിടവിട്ട, ഇടവിട്ടുള്ള
alternative [ɔːl'tɜːnətɪv] *adj* പകരമുള്ള ▷ *n* പകരം
alternatively [ɔːl'tɜːnətɪvlɪ] *adv* പകരമായി
although [ɔːl'ðəʊ] *conj* *(in contrast)* എങ്കിലും; *(even though)* എന്നാലും, എന്നിട്ടും
altitude ['æltɪˌtjuːd] *n* ഉയരം, ഔന്നത്യം
altogether [ˌɔːltə'gɛðə] *adv* ആകെ, മൊത്തത്തിൽ
aluminium [ˌæljʊ'mɪnɪəm] *n* അലുമിനിയം
always ['ɔːlweɪz] *adv* എല്ലായ്പ്പോഴും, സദാ
Alzheimer's disease ['ælts'haɪməz dɪ'ziːz] *n* അൽഷിമേഴ്സ് രോഗം, മറവിരോഗം
a.m. [eɪ ɛm] *abbr* ഉച്ചയ്ക്ക് മുമ്പുള്ള സമയം
amateur ['æmətə] *n* ജ്ഞാനത്തിനോ സന്തോഷത്തിനോ വേണ്ടി മാത്രം ഒരു തൊഴിലിൽ ഏർപ്പെടുന്നവൻ
amaze [ə'meɪz] *vt* വിസ്മയിപ്പിക്കുക, അമ്പരപ്പിക്കുക
amazed [ə'meɪzd] *adj* അമ്പരന്ന
amazing [ə'meɪzɪŋ] *adj* വിസ്മയകരമായ, അത്ഭുതകരമായ
ambassador [æm'bæsədə] *n* രാജ്യപ്രതിനിധി
amber ['æmbə] *n* ചുവപ്പുകലർന്ന മഞ്ഞനിറം
ambition [æm'bɪʃən] *n* അഭീഷ്ടം, ജീവിതാഭിലാഷം
ambitious [æm'bɪʃəs] *adj* ഉത്കർഷേച്ഛ നിറഞ്ഞ, ലക്ഷ്യബോധമുള്ള
ambulance ['æmbjʊləns] *n* ആംബുലൻസ്
amenities [ə'miːnɪtɪz] *npl* സുഖസൌകര്യങ്ങൾ
America [ə'mɛrɪkə] *n* അമേരിക്ക
American [ə'mɛrɪkən] *adj* അമേരിക്കൻ ▷ *n* അമേരിക്കൻ
American football [ə'mɛrɪkən 'fʊtˌbɔːl] *n* അമേരിക്കൻ ഫുട്ബോൾ
among [ə'mʌŋ] *prep* *(surrounded by)* കൂട്ടത്തിൽ; *(between)* ഇടയിൽ
amount [ə'maʊnt] *n* തുക, അളവ്

amp [æmp] *n* ആമ്പിയർ
amplifier ['æmplɪˌfaɪə] *n* ആംപ്ലിഫയർ
amuse [ə'mjuːz] *vt* ആനന്ദിപ്പിക്കുക, രസിപ്പിക്കുക
amusement arcade [ə'mjuːzmənt ɑː'keɪd] *n* വിനോദത്തിനുള്ള സ്ഥലം
an [æn] *det* ഒരു
anaemic [ə'niːmɪk] *adj* വിളറിയ, വിളർച്ചയുള്ള
anaesthetic [ˌænɪs'θɛtɪk] *n* ബോധംകെടുത്താനുള്ള മരുന്ന്
analyse ['ænəˌlaɪz] *vt* അപഗ്രഥിക്കുക
analysis [ə'nælɪsɪs] *n* അപഗ്രഥനം
ancestor ['ænsɛstə] *n* പൂർവ്വികർ
anchor ['æŋkə] *n* നങ്കൂരം
anchovy ['æntʃəvɪ] *n* ഒരിനം ചെറുമത്സ്യം
ancient ['eɪnʃənt] *adj* പ്രാചീനമായ
and [ænd] *conj* കൂടെ
Andes ['ændiːz] *npl* ആൻഡീസ് പർവ്വതം
Andorra [æn'dɔːrə] *n* അൻഡോറ
angel ['eɪndʒəl] *n* മാലാഖ
anger ['æŋgə] *n* കോപം, ദേഷ്യം
angina [æn'dʒaɪnə] *n* ഹൃദയരോഗം മൂലം നെഞ്ചിനും ഇടതു കൈക്കും ഉണ്ടാകുന്ന തീവ്രമായ വേദന
angle ['æŋgl] *n* കോൺ
angler ['æŋglə] *n* ചൂണ്ടയിട്ട് മീൻ പിടിക്കുന്ന ആൾ
angling ['æŋglɪŋ] *n* ചൂണ്ടയിട്ടുള്ള മീൻപിടിത്തം
Angola [æŋ'gəʊlə] *n* അംഗോള
Angolan [æŋ'gəʊlən] *adj* അംഗോളയെ സംബന്ധിച്ച ▷ *n* അംഗോളൻ
angry ['æŋgrɪ] *adj* ദേഷ്യമുള്ള, കോപമുള്ള
animal ['ænɪməl] *n* മൃഗം, ജന്തു
aniseed ['ænɪˌsiːd] *n* പെരുംജീരകം
ankle ['æŋkl] *n* കണങ്കാൽ
anniversary [ˌænɪ'vɜːsərɪ] *n* വാർഷികം
announce [ə'naʊns] *vt* പ്രഖ്യാപിക്കുക
announcement [ə'naʊnsmənt] *n* പ്രഖ്യാപനം, വിളംബരം
annoy [ə'nɔɪ] *vt* വിഷമിപ്പിക്കുക
annoying [ə'nɔɪɪŋ] *adj* ചൊടിപ്പിക്കുന്ന, ശുണ്ഠിപിടിപ്പിക്കുന്ന
annual ['ænjʊəl] *adj* വർഷംതോറും ഉള്ള, വാർഷിക
annually ['ænjʊəlɪ] *adv* വർഷം തോറും

anonymous [əˈnɒnɪməs] *adj* അജ്ഞാതനായ
anorak [ˈænəˌræk] *n* വെള്ളം കടക്കാത്ത കമ്പിളി കുപ്പായം
anorexia [ˌænəˈrɛksɪə] *n* വിശപ്പില്ലായ്മ
anorexic [ˌænəˈrɛksɪk] *adj* വിശപ്പില്ലായ്മയുള്ള
another [əˈnʌðə] *det* മറ്റൊരു, വേറൊരു
answer [ˈɑːnsə] *n* ഉത്തരം ▷ *v* ഉത്തരം പറയുക
answering machine [ˈɑːnsərɪŋ məˈʃiːn] *n* പ്രതികരണ സംവിധാനം
answerphone [ˈɑːnsəfəʊn] *n* പ്രതികരണ സംവിധാനമുള്ള ടെലിഫോൺ
ant [ænt] *n* ഉറുമ്പ്
antagonize [ænˈtægəˌnaɪz] *vt* വിരോധിയാക്കുക, എതിരാളിയാക്കുക
Antarctic [æntˈɑːktɪk] *n* ദക്ഷിണധ്രുവം
Antarctica [æntˈɑːktɪkə] *n* അന്റാർട്ടിക്ക
antelope [ˈæntɪˌləʊp] *n* മാൻ
antenatal [ˌæntɪˈneɪtl] *adj* പ്രസവത്തിന് മുമ്പുള്ള
anthem [ˈænθəm] *n* ഗാനം, ശ്ലോകം
anthropology [ˌænθrəˈpɒlədʒɪ] *n* നരവംശശാസ്ത്രം, നരവിജ്ഞാനീയം
antibiotic [ˌæntɪbaɪˈɒtɪk] *n* ആന്റിബയോട്ടിക്, രോഗാണുനാശിനി
antibody [ˈæntɪˌbɒdɪ] *n* ആന്റിബോഡി
anticlockwise [ˌæntɪˈklɒkˌwaɪz] *adv* എതിർഘടികാരദിശയിൽ, അപ്രദക്ഷിണമായി
antidepressant [ˌæntɪdɪˈprɛsnt] *n* വിഷാദരോഗത്തിന് എതിരെയുള്ള മരുന്ന്
antidote [ˈæntɪˌdəʊt] *n* വിഷസംഹാരി, മറുമരുന്ന്
antifreeze [ˈæntɪˌfriːz] *n* ആന്റിഫ്രീസ്
antihistamine [ˌæntɪˈhɪstəˌmiːn] *n* അലർജിക്ക് കൊടുക്കുന്ന മരുന്ന്
antiperspirant [ˌæntɪˈpɜːspərənt] *n* ദുർഗ്ഗന്ധനാശിനി
antique [ænˈtiːk] *n* പ്രാചീന വസ്തുക്കൾ, പുരാവസ്തു
antique shop [ænˈtiːk ʃɒp] *n* പുരാതനമായ വസ്തുക്കൾ വിൽക്കുന്ന കട
antiseptic [ˌæntɪˈsɛptɪk] *n* അണുനാശിനി
anxiety [æŋˈzaɪɪtɪ] *n* ഉത്കണ്ഠ

any ['ɛnɪ] *det (some)* അല്പമെങ്കിലും ▷ *pron* അല്പം പോലും ▷ *det (whichever)* ഏതെങ്കിലും
anybody ['ɛnɪˌbɒdɪ] *pron* ആരെങ്കിലും
anyhow ['ɛnɪˌhaʊ] *adv* എങ്ങിനെയെങ്കിലും
anymore [ˌɛnɪ'mɔː] *adv* ഇനിയൊട്ടും
anyone ['ɛnɪˌwʌn] *pron* ആരോടും
anything ['ɛnɪˌθɪŋ] *pron* ഒന്നും, എന്തും, എന്തെങ്കിലും
anytime ['ɛnɪˌtaɪm] *adv* എപ്പോൾ വേണമെങ്കിലും
anyway ['ɛnɪˌweɪ] *adv* ഏതെങ്കിലും വിധത്തിൽ
anywhere ['ɛnɪˌwɛə] *adv* എവിടെയും
apart [ə'pɑːt] *adv (distant)* അകലെ; *(to pieces)* പ്രത്യേകം പ്രത്യേകമായി
apart from [ə'pɑːt frɒm] *prep* ഒഴികെ
apartment [ə'pɑːtmənt] *n* ഫ്ലാറ്റ്
aperitif [æˌpɛrɪ'tiːf] *n* ഭക്ഷണത്തിന് മുമ്പ് കഴിക്കുന്ന ഒരുതരം മദ്യം
aperture ['æpətʃə] *n (formal)* ദ്വാരം, വിടവ്
apologize [ə'pɒləˌdʒaɪz] *vi* മാപ്പുചോദിക്കുക
apology [ə'pɒlədʒɪ] *n* ക്ഷമാപണം
apostrophe [ə'pɒstrəfɪ] *n* അക്ഷരലോപചിഹ്നം
appalling [ə'pɔːlɪŋ] *adj* ഭയാനകമായ, നടുക്കുന്ന
apparatus [ˌæpə'reɪtəs] *n* ഉപകരണങ്ങൾ
apparent [ə'pærənt] *adj* സ്പഷ്ടമായ, പ്രത്യക്ഷത്തിലുള്ള
apparently [ə'pærəntlɪ] *adv* പ്രത്യക്ഷത്തിൽ
appeal [ə'piːl] *n* അഭ്യർത്ഥന ▷ *vi* അഭ്യർത്ഥിക്കുക
appear [ə'pɪə] *vt* കാണപ്പെടുക
appearance [ə'pɪərəns] *n* പ്രത്യക്ഷപ്പെടൽ
appendicitis [əˌpɛndɪ'saɪtɪs] *n* കുടൽസംബന്ധമായ ഒരു രോഗം
appetite ['æpɪˌtaɪt] *n* വിശപ്പ്
applaud [ə'plɔːd] *v* കൈയടിച്ച് പ്രശംസിക്കുക
applause [ə'plɔːz] *n* കരഘോഷം, കയ്യടി
apple ['æpl] *n* ആപ്പിൾ
apple pie ['æpl paɪ] *n* ആപ്പിൾ പൈ
appliance [ə'plaɪəns] *n (formal)* യന്ത്രോപകരണം
applicant ['æplɪkənt] *n* അപേക്ഷകൻ

application [ˌæplɪ'keɪʃən] *n* അപേക്ഷ
application form [ˌæplɪ'keɪʃn fɔːm] *n* അപേക്ഷാ ഫോറം
apply [ə'plaɪ] *v* അപേക്ഷ നൽകുക
appoint [ə'pɔɪnt] *vt* നിയമിക്കുക
appointment [ə'pɔɪntmənt] *n* നിയമനം
appreciate [ə'priːʃɪˌeɪt] *vt* അഭിനന്ദിക്കുക
apprehensive [ˌæprɪ'hɛnsɪv] *adj* ആശങ്കയുള്ള, ആശങ്കാകുലരായ
apprentice [ə'prɛntɪs] *n* അപ്രന്റീസ്
approach [ə'prəʊtʃ] *v* സമീപിക്കുക
appropriate [ə'prəʊprɪɪt] *adj* ഉചിതമായ
approval [ə'pruːvl] *n* അംഗീകാരം
approve [ə'pruːv] *vi* അംഗീകരിക്കുക
approximate [ə'prɒksɪmɪt] *adj* ഏകദേശമായ, ഏകദേശം
approximately [ə'prɒksɪmɪtlɪ] *adv* ഏകദേശമായി
apricot ['eɪprɪˌkɒt] *n* ശീമബദാം പഴം
April ['eɪprəl] *n* ഏപ്രിൽ മാസം
April Fools' Day ['eɪprəl fuːlz deɪ] *n* വിഡ്ഢിദിനം
apron ['eɪprən] *n* ഏപ്രൺ
aquarium [ə'kwɛərɪəm] *n* ജലജന്തു സംഗ്രഹാലയം, അക്വേറിയം
Aquarius [ə'kwɛərɪəs] *n* കുംഭരാശി
Arab ['ærəb] *adj* അറബികളെയോ അറബിരാജ്യത്തെയോ സംബന്ധിച്ച ▷ *n* അറബികൾ
Arabic ['ærəbɪk] *n* അറബിഭാഷ ▷ *adj* അറബിഭാഷയിലുള്ള
arbitration [ˌɑːbɪ'treɪʃən] *n* മാധ്യസ്ഥന്റെ നിർണയം, മാധ്യസ്ഥം
arch [ɑːtʃ] *n* കമാനം
archaeologist [ˌɑːkɪ'ɒlədʒɪst] *n* പുരാവസ്തു ശാസ്ത്രജ്ഞൻ
archaeology [ˌɑːkɪ'ɒlədʒɪ] *n* പുരാവസ്തു ശാസ്ത്രം
architect ['ɑːkɪˌtɛkt] *n* വാസ്തുശില്പി
architecture ['ɑːkɪˌtɛktʃə] *n* വാസ്തുവിദ്യ
archive ['ɑːkaɪv] *n* ഗ്രന്ഥപ്പുര
Arctic ['ɑːktɪk] *n* ഉത്തരധ്രുവം
Arctic Circle ['ɑːktɪk 'sɜːkl] *n* ആർട്ടിക് സർക്കിൾ

Arctic Ocean ['ɑːktɪk 'əʊʃən] *n* ആർട്ടിക് സമുദ്രം
area ['ɛərɪə] *n* പ്രദേശം
Argentina [ˌɑːdʒən'tiːnə] *n* അർജന്റീന
Argentinian [ˌɑːdʒən'tɪnɪən] *adj* അർജന്റീനയെ സംബന്ധിച്ച ▷ *n* അർജന്റീനിയൻ
argue ['ɑːgjuː] *vi* തർക്കിക്കുക
argument ['ɑːgjʊmənt] *n* തർക്കം
Aries ['ɛəriːz] *n* മേടം രാശി
arm [ɑːm] *n* കൈ
armchair ['ɑːmˌtʃɛə] *n* ചാരുകസേര
armed [ɑːmd] *adj* ആയുധം ധരിച്ച, സായുധരായ
Armenia [ɑː'miːnɪə] *n* അർമേനിയ
Armenian [ɑː'miːnɪən] *adj* അർമേനിയയെ സംബന്ധിച്ച ▷ *n (person)* അർമേനിയൻ; *(language)* അർമേനിയൻ ഭാഷ
armour ['ɑːmə] *n* പടച്ചട്ട, കവചം
armpit ['ɑːmˌpɪt] *n* കക്ഷം
army ['ɑːmɪ] *n* സേന
aroma [ə'rəʊmə] *n* സൌരഭ്യം
aromatherapy [əˌrəʊmə'θɛrəpɪ] *n* അരോമതെറാപ്പി
around [ə'raʊnd] *adv* ചുറ്റപ്പെട്ട് ▷ *prep (surrounding)* ചുറ്റും; *(all over)* ചുറ്റും; *(near to)* അടുത്ത്
arrange [ə'reɪndʒ] *v (plan)* ഏർപ്പാടുചെയ്യുക ▷ *vt (order)* അടുക്കിവയ്ക്കുക, ക്രമീകരിക്കുക
arrangement [ə'reɪndʒmənt] *n* ഏർപ്പാട്
arrears [ə'rɪəz] *npl* കുടിശ്ശിക
arrest [ə'rɛst] *n* അറസ്റ്റ് ▷ *vt* അറസ്റ്റ് ചെയ്യുക
arrival [ə'raɪvl] *n* എത്തിച്ചേരൽ
arrive [ə'raɪv] *vi* എത്തിച്ചേരുക
arrogant ['ærəgənt] *adj* അഹങ്കാരിയായ
arrow ['ærəʊ] *n (weapon)* അസ്ത്രം, അമ്പ്; *(sign)* അമ്പടയാളം
arson ['ɑːsn] *n* തീവയ്പ്പ്
art [ɑːt] *n* കല
artery ['ɑːtərɪ] *n* ധമനി
art gallery [ɑːt 'gælərɪ] *n* ആർട്ട് ഗ്യാലറി
arthritis [ɑː'θraɪtɪs] *n* സന്ധിവാതം
artichoke ['ɑːtɪˌtʃəʊk] *n* ഒരിനം മലക്കറിച്ചെടി
article ['ɑːtɪkl] *n* ലേഖനം
artificial [ˌɑːtɪ'fɪʃəl] *adj* കൃത്രിമമായ
artist ['ɑːtɪst] *n* ചിത്രകാരൻ

artistic [ɑːˈtɪstɪk] *adj* കലാവാസനയുള്ള
art school [ɑːt skuːl] *n* ആർട്ട് സ്കൂൾ
as [æz; əz] *conj* പോലെ ▷ *prep* ആയി
asap [ˈeɪsæp; eɪ ɜs eɪ piː] *abbr* എത്രയും പെട്ടെന്ന്
as ... as [æz; əz] *adv* അതുപോലെ, അത്രയും
ashamed [əˈʃeɪmd] *adj* ലജ്ജയുള്ള
ashtray [ˈæʃˌtreɪ] *n* ആഷ്ട്രേ
Ash Wednesday [æʃ ˈwɛnzdɪ] *n* പെസഹാവ്യാഴത്തിന് മുമ്പുള്ള ബുധൻ
Asia [ˈeɪʃə] *n* ഏഷ്യ
Asian [ˈeɪʃən] *adj* ഏഷ്യയെ സംബന്ധിച്ച ▷ *n* ഏഷ്യൻ
aside [əˈsaɪd] *adv* അരികിൽ
ask [ɑːsk] *vt* ചോദിക്കുക
ask for [ɑːsk fɔː] *v (request)* ആവശ്യപ്പെടുക
asleep [əˈsliːp] *adj* ഗാഢനിദ്രയിലായ
asparagus [əˈspærəgəs] *n* ശതാവരിച്ചെടി
aspect [ˈæspɛkt] *n* വശം, തലം
aspirin [ˈæsprɪn] *n* ആസ്പിരിൻ
assembly [əˈsɛmblɪ] *n* സഭ
asset [ˈæsɛt] *n* സമ്പാദ്യം
assignment [əˈsaɪnmənt] *n* ഏൽപ്പിക്കപ്പെട്ട ചുമതല
assistance [əˈsɪstəns] *n* സഹായം
assistant [əˈsɪstənt] *n* സഹായി
associate [əˈsəʊʃɪɪt] *adj* അല്പം താഴ്ന്ന പദവിയിലുള്ളതിനെ സൂചിപ്പിക്കുന്ന പദം ▷ [əˈsəʊsɪeɪt] *n* സഹചരൻ
association [əˌsəʊsɪˈeɪʃən] *n* സംഘം
assortment [əˈsɔːtmənt] *n* വർഗ്ഗീകരണം
assume [əˈsjuːm] *vt* ഊഹിച്ചെടുക്കുക
assure [əˈʃʊə] *vt* ഉറപ്പുനൽകുക
asthma [ˈæsmə] *n* ആസ്തമ
astonish [əˈstɒnɪʃ] *vt* അമ്പരപ്പിക്കുക
astonished [əˈstɒnɪʃt] *adj* അത്ഭുതപ്പെട്ട, അമ്പരന്ന
astonishing [əˈstɒnɪʃɪŋ] *adj* അത്ഭുതപ്പെടുത്തുന്ന, അമ്പരപ്പിക്കുന്ന
astrology [əˈstrɒlədʒɪ] *n* ജ്യോതിഷ ശാസ്ത്രം
astronaut [ˈæstrəˌnɔːt] *n* ബഹിരാകാശ യാത്രികൻ
astronomy [əˈstrɒnəmɪ] *n* ജ്യോതിശാസ്ത്രം
asylum [əˈsaɪləm] *n* അഭയം

a

asylum seeker [ə'saɪləm 'siːkə] *n* അഭയാർത്ഥി

at [æt] *prep* ഇൽ

atheist ['eɪθɪˌɪst] *n* നിരീശ്വരവാദി

athlete ['æθliːt] *n* കായികാഭ്യാസി

athletic [æθ'lɛtɪk] *adj* കായികാഭ്യാസ സംബന്ധിയായ

athletics [æθ'lɛtɪks] *npl* കായികാഭ്യാസം

Atlantic Ocean [ət'læntɪk 'əʊʃən] *n* അറ്റ്ലാന്റിക്ക്

atlas ['ætləs] *n* ഭൂപടപുസ്തകം

at least [ət liːst] *adv* ഏറ്റവും കുറഞ്ഞത്

atmosphere ['ætməsˌfɪə] *n* വായുമണ്ഡലം

atom ['ætəm] *n* അണു

atom bomb ['ætəm bɒm] *n* അണുബോംബ്

atomic [ə'tɒmɪk] *adj* പരമാണുസംബന്ധമായ

attach [ə'tætʃ] *vt* കൂട്ടിച്ചേർക്കുക

attached [ə'tætʃt] *adj* ഉറ്റബന്ധമുള്ള

attachment [ə'tætʃmənt] *n* ഉറ്റബന്ധം

attack [ə'tæk] *n* ആക്രമണം ▷ *v* ആക്രമിക്കുക

attempt [ə'tɛmpt] *n* ശ്രമം ▷ *vt* ശ്രമിക്കുക

attend [ə'tɛnd] *v* പങ്കുകൊള്ളുക

attendance [ə'tɛndəns] *n* ഹാജരാകൽ

attention [ə'tɛnʃən] *n* ശ്രദ്ധ

attic ['ætɪk] *n* മച്ച്, മാളികപ്പുര

attitude ['ætɪˌtjuːd] *n* മനോഭാവം

attract [ə'trækt] *vt* ആകർഷിക്കുക

attraction [ə'trækʃən] *n* ആകർഷണം

attractive [ə'træktɪv] *adj* ആകർഷകമായ

aubergine ['əʊbəˌʒiːn] *n* കത്തിരിക്ക

auburn ['ɔːbən] *adj* തവിട്ട് നിറമായ

auction ['ɔːkʃən] *n* ലേലം

audience ['ɔːdɪəns] *n* കാണികൾ

audit ['ɔːdɪt] *n* ഔദ്യോഗികമായ കണക്ക് പരിശോധന ▷ *vt* കണക്ക് പരിശോധിക്കുക

audition [ɔː'dɪʃən] *n* ശബ്ദപരിശോധന

auditor ['ɔːdɪtə] *n* കണക്ക് പരിശോധിക്കുന്നയാൾ

August ['ɔːgəst] *n* ആഗസ്റ്റ്

aunt [ɑːnt] *n* മാമി

auntie ['ɑːntɪ] *n (informal)* അമ്മായി

au pair [əʊ 'pɛə] *n* വിദേശരാജ്യത്തിൽ ഭാഷ പഠിക്കാനും കുടുംബത്തെ പുലർത്താനുമായി താമസിക്കുന്ന ആൾ

austerity [ɒ'stɛrɪtɪ] *n* കഠിനനിഷ്ഠ

Australasia [ˌɒstrə'leɪzɪə] *n* ആസ്ട്രലേഷ്യ

Australia [ɒ'streɪlɪə] *n* ആസ്ട്രേലിയ

Australian [ɒ'streɪlɪən] *adj* ആസ്ട്രേലിയയെ സംബന്ധിച്ച ▷ *n* ആസ്ട്രേലിയൻ

Austria ['ɒstrɪə] *n* ആസ്ട്രിയ

Austrian ['ɒstrɪən] *adj* ആസ്ട്രിയയെ സംബന്ധിച്ച ▷ *n* ആസ്ട്രിയൻ

authentic [ɔː'θɛntɪk] *adj* യഥാർത്ഥമായ

author ['ɔːθə] *n* രചയിതാവ്

authorize ['ɔːθəˌraɪz] *vt* അധികാരപ്പെടുത്തുക

autobiography [ˌɔːtəʊbaɪ'ɒgrəfɪ] *n* ആത്മകഥ

autograph ['ɔːtəˌgrɑːf] *n* കയ്യൊപ്പ്, ഓട്ടോഗ്രാഫ്

automatic [ˌɔːtə'mætɪk] *adj* സ്വയം പ്രവർത്തിക്കുന്ന

automatically [ˌɔːtə'mætɪklɪ] *adv* യാന്ത്രികമായി

autonomous [ɔː'tɒnəməs] *adj* ഏകാധിപത്യമുള്ള

autonomy [ɔː'tɒnəmɪ] *n* സ്വയം ഭരണാധികാരം

autumn ['ɔːtəm] *n* ശരത്കാലം

availability [ə'veɪləbɪlɪtɪ] *n* ലഭ്യത

available [ə'veɪləbl] *adj* ലഭ്യമായ

avalanche ['ævəˌlɑːntʃ] *n* ഹിമപാതം

avenue ['ævɪˌnjuː] *n* വിശാലവീഥി

average ['ævərɪdʒ] *adj* ശരാശരി ▷ *n* ശരാശരി

avocado [ˌævə'kɑːdəʊ] *n* ബട്ടർപഴം

avoid [ə'vɔɪd] *vt* ഒഴിവാക്കുക

awake [ə'weɪk] *adj* ഉണർന്നിരിക്കുന്ന ▷ *v (literary)* ഉണർത്തുക

award [ə'wɔːd] *n* അവാർഡ്, പുരസ്കാരം

aware [ə'wɛə] *adj* ബോധമുള്ള

away [ə'weɪ] *adv (in distance)* അകലെ, ദൂരെ; *(put)* യഥാസ്ഥാനത്ത് വയ്ക്കുക

away match [ə'weɪ mætʃ] *n* എതിർടീമിന്റെ മൈതാനം

awful ['ɔːful] *adj* തീരെ മോശമായ

awfully ['ɔːfəlɪ] *adv* അങ്ങേയറ്റം

awkward ['ɔːkwəd] *adj* വിഷമകരമായ

axe [æks] *n* കോടാലി
axle ['æksəl] *n* ആക്സിൽ
Azerbaijan [,æzəbaɪ'dʒɑːn] *n* അസെർബൈജാൻ
Azerbaijani [,æzəbaɪ'dʒɑːnɪ] *adj* അസെർബൈജാനിനെ സംബന്ധിച്ച ▷ *n* അസെർബൈജാനി

b

BA [biː eɪ] *abbr* ബിഎ
baby ['beɪbɪ] *n* കുഞ്ഞ്, ശിശു
baby milk ['beɪbɪ mɪlk] *n* ബേബി മിൽക്ക്
baby's bottle ['beɪbɪz bɒtl] *n* പാൽക്കുപ്പി
babysit ['beɪbɪsɪt] *v* മറ്റൊരാൾക്കു വേണ്ടി കുഞ്ഞിനെ പരിചരിക്കാൻ ഇരിക്കുക
babysitter ['beɪbɪsɪtə] *n* കുട്ടിയെ നോക്കുന്നയാൾ
babysitting ['beɪbɪsɪtɪŋ] *n* കുട്ടിയെ നോക്കൽ
baby wipe ['beɪbɪ waɪp] *n* ബേബി വൈപ്പ്
bachelor ['bætʃələ] *n* അവിവാഹിതൻ
back [bæk] *adj* പിൻവശത്തെ ▷ *adv* പുറകിലേക്ക്, പുറകോട്ട് ▷ *n (part of body)* മുതുക്, പുറം ▷ *vi* പിൻവശത്തായിരിക്കുക ▷ *n (rear)* പിൻഭാഗം, പുറകുവശം
backache ['bæk,eɪk] *n* പുറം വേദന
backbone ['bæk,bəʊn] *n* നട്ടെല്ല്
backfire [,bæk'faɪə] *vi* തിരിച്ചടിക്കുക
background ['bæk,graʊnd] *n* ഒരാളുടെ കുടുംബ, വിദ്യാഭ്യാസ പശ്ചാത്തലം
backing ['bækɪŋ] *n* പിന്തുണ
back out [bæk aʊt] *v* പിൻവാങ്ങുക, പിൻമാറുക
backpack ['bæk,pæk] *n* ചുമലിൽ തൂക്കിയിടാവുന്ന ബാഗ്
backpacker ['bæk,pækə] *n* ചുമലിൽ തൂക്കിയിടുന്ന ബാഗുമായി യാത്രചെയ്യുന്ന ആൾ
backpacking ['bæk,pækɪŋ] *n* ചുമലിൽ തൂക്കുന്ന ബാഗുമായുള്ള യാത്ര
back pain [bæk peɪn] *n* പുറം വേദന
backside [,bæk'saɪd] *n (informal)* പിൻഭാഗം
backslash ['bæk,slæʃ] *n* ഇടത്തേക്ക് ചെരിഞ്ഞ വര

backstroke ['bæk,strəʊk] *n* മലർന്നുകിടന്നുള്ള നീന്തൽ

back up [bæk ʌp] *v* പിന്തുണയ്ക്കുക

backup ['bækʌp] *n* അധികോപാധി

backwards ['bækwədz] *adv (in direction)* പുറകോട്ട്; *(back to front)* തലതിരിച്ച്, സാധാരണരീതിയ്ക്ക് വിപരീതമായ വിധത്തിൽ

bacon ['beɪkən] *n* ഉപ്പിട്ടുണക്കിയോ പുകകൊള്ളിച്ചോ സൂക്ഷിച്ചിരിക്കുന്ന പന്നിയിറച്ചി

bacteria [bæk'tɪərɪə] *npl* ബാക്ടീരിയ, ജീവാണുക്കൾ

bad [bæd] *adj (unpleasant)* മോശമായ; *(wicked)* ചീത്ത, മോശക്കാരായ

badge [bædʒ] *n* ബാഡ്ജ്

badger ['bædʒə] *n* തുരപ്പൻകരടി

badly ['bædlɪ] *adv* മോശമായി

badminton ['bædmɪntən] *n* ബാഡ്മിന്റൺ

bad-tempered [bæd'tɛmpəd] *adj* ദേഷ്യമുള്ള, പെട്ടെന്നു ദേഷ്യം വരുന്ന

baffled ['bæfld] *adj* ചിന്താക്കുഴപ്പത്തിലായ

bag [bæg] *n* ബാഗ്

baggage ['bægɪdʒ] *n* ബാഗേജ്

baggy ['bægɪ] *adj* വളരെ അയഞ്ഞ

bagpipes ['bæg,paɪps] *npl* സ്വിറ്റ്സർലാൻഡിലെ ഒരു പരമ്പരാഗത സംഗീതോപകരണം

Bahamas [bə'hɑːməz] *npl* ബഹാമാസ്

Bahrain [bɑː'reɪn] *n* ബഹറിൻ

bail [beɪl] *n* ജാമ്യത്തുക

bake [beɪk] *vi* ബേക്ക് ചെയ്യുക

baked [beɪkt] *adj* ബേക്ക് ചെയ്ത

baked potato [beɪkt pə'teɪtəʊ] *n* ബേക്ക് ചെയ്ത ഉരുളക്കിഴങ്ങ്

baker ['beɪkə] *n* ബേക്ക് ചെയ്യുന്നയാൾ

bakery ['beɪkərɪ] *n* ബേക്കറി

baking ['beɪkɪŋ] *n* ബേക്ക് ചെയ്യൽ

baking powder ['beɪkɪŋ 'paʊdə] *n* ബേക്കിംഗ് പൌഡർ

balance ['bæləns] *n* സന്തുലിതാവസ്ഥ, സമനില

balanced ['bælənst] *adj* സന്തുലിതമായ

balance sheet ['bæləns ʃiːt] *n* ബാലൻസ് ഷീറ്റ്

balcony ['bælkənɪ] *n* ബാൽക്കണി
bald [bɔːld] *adj* കഷണ്ടിയായ
Balkan ['bɔːlkən] *adj* ബാൽക്കൻ ദേശത്തെ സംബന്ധിച്ച
ball [bɔːl] *n (for playing with)* പന്ത്; *(dance)* ബാൾ ഡാൻസ്
ballerina [ˌbæləˈriːnə] *n* ബാലെ നർത്തകി
ballet ['bæleɪ] *n* ബാലെ
ballet dancer ['bæleɪ 'dɑːnsə] *n* ബാലെ നർത്തകൻ (M), ബാലെ നർത്തകി (F)
ballet shoes ['bæleɪ ʃuːz] *npl* ബാലെ ഷൂസ്
balloon [bəˈluːn] *n* ബലൂൺ
ballpoint ['bɔːlpɔɪnt] *n* ബോൾപോയിന്റ് പേന
ballroom dancing ['bɔːlrʊm 'dɑːnsɪŋ] *n* ബാൾറൂം നൃത്തം
bamboo [bæmˈbuː] *n* മുള
ban [bæn] *n* നിരോധനം ▷ *vt* നിരോധിക്കുക
banana [bəˈnɑːnə] *n* ഏത്തപ്പഴം
band [bænd] *n (group of musicians)* വാദ്യസംഘം; *(strip)* നാട
bandage ['bændɪdʒ] *n* ബാൻഡേജ് ▷ *vt* ബാൻഡേജിടുക
bang [bæŋ] *n* ഉച്ചത്തിലുള്ള ശബ്ദം ▷ *v* ഉച്ചത്തിലുള്ള ശബ്ദമുണ്ടാക്കുക
Bangladesh [ˌbɑːŋgləˈdɛʃ] *n* ബംഗ്ലാദേശ്
Bangladeshi [ˌbɑːŋgləˈdɛʃɪ] *adj* ബംഗ്ലാദേശിനെ സംബന്ധിച്ച ▷ *n* ബംഗ്ലാദേശി
banister ['bænɪstə] *n* ഗോവണിയുടെ കൈവരി
banjo ['bændʒəʊ] *n* ഗിത്താർ പോലെയുള്ള ഒരു സംഗീതോപകരണം
bank [bæŋk] *n (beside river)* നദീതീരം; *(for money)* ബാങ്ക്
bank account [bæŋk əˈkaʊnt] *n* ബാങ്ക് അക്കൗണ്ട്
bank balance [bæŋk 'bæləns] *n* ബാങ്ക് ബാലൻസ്
bank charges [bæŋk 'tʃɑːdʒɪz] *npl* ബാങ്ക് ചാർജുകൾ
banker ['bæŋkə] *n* ബാങ്കർ
bank holiday [bæŋk 'hɒlɪdeɪ] *n* ബാങ്ക് അവധി
banknote ['bæŋkˌnəʊt] *n* ബാങ്ക് നോട്ട്
bankrupt ['bæŋkrʌpt] *adj* പാപ്പരായ
bank statement [bæŋk 'steɪtmənt] *n* ബാങ്ക് സ്റ്റേറ്റ്മെന്റ്
banned [bænd] *adj* നിരോധിച്ച
bar [biː eɪ] *n (metal or wooden)* കമ്പി, അഴി; *(pub)* മദ്യശാല, ബാർ

Barbados [baː'beɪdəʊs] *n* ബാർബഡോസ്

barbaric [baː'bærɪk] *adj* പൈശാചികമായ

barbecue ['baːbɪ,kjuː] *n* ബാർബിക്യൂ

barbed wire [baːbd 'waɪə] *n* മുള്ളുകമ്പി

barber ['baːbə] *n* ക്ഷുരകൻ

bare [bɛə] *adj* *(naked)* നഗ്നമായ ▷ *vt* പുറത്തുകാട്ടുക ▷ *adj* *(empty)* ഒഴിഞ്ഞ

barefoot ['bɛə,fʊt] *adj* നഗ്നപാദനായ (M) നഗ്നപാദയായ (F) നഗ്നപാദരായ (Epicene) ▷ *adv* നഗ്നപാദയായി (F) നഗ്നപാദനായി (M) നഗ്നപാദരായി (Epicene)

barely ['bɛəlɪ] *adv* കഷ്ടിച്ച്

bargain ['baːgɪn] *n* വിലപേശൽ

barge [baːdʒ] *n* പത്തേമാരി, കെട്ടുവള്ളം

bark [baːk] *vi* കുരയ്ക്കുക

barley ['baːlɪ] *n* ബാർലി

barn [baːn] *n* പത്തായപ്പുര (ധാന്യം സൂക്ഷിക്കുന്നതിന്), തൊഴുത്ത് (മൃഗങ്ങളെ കെട്ടാൻ)

barrel ['bærəl] *n* വീപ്പ

barrier ['bærɪə] *n* പ്രതിബന്ധം, തടസ്സം

base [beɪs] *n* അടിഭാഗം, പാദഭാഗം

baseball ['beɪs,bɔːl] *n* ബേസ്ബോൾ

baseball cap ['beɪs,bɔːl kæp] *n* ബേസ്ബോൾ തൊപ്പി

based [beɪst] *adj* അടിസ്ഥാനമാക്കിയ, ആധാരമാക്കിയ

basement ['beɪsmənt] *n* ഒരു കെട്ടിടത്തിന്റെ ഭൂനിരപ്പിനു താഴെയുള്ള നില

bash [bæʃ] *n* *(informal)* ആഘോഷം ▷ *vt* *(informal)* ശക്തിയായി അടിക്കുക

basic ['beɪsɪk] *adj* അടിസ്ഥാനപരമായ

basically ['beɪsɪklɪ] *adv* അടിസ്ഥാനപരമായി

basics ['beɪsɪks] *npl* അടിസ്ഥാനഘടകങ്ങൾ

basil ['bæzl] *n* തുളസി

basin ['beɪsn] *n* ബേസിൻ

basis ['beɪsɪs] *n* അടിസ്ഥാനം, ആധാരം

basket ['baːskɪt] *n* കുട, ബാസ്കറ്റ്

basketball ['baːskɪt,bɔːl] *n* ബാസ്കറ്റ് ബോൾ

Basque [bæsk] *adj* ബാസ്ക്യൂ ▷ *n* *(person)* ബാസ്ക്യൂ; *(language)* ബാസ്ക്യൂ

bass [beɪs] *n* സംഗീതത്തിലെ ഏറ്റവും താണ പുരുഷസ്വരത്തിൽ പാടുന്നയാൾ
bass drum [beɪs drʌm] *n* ബാസ് ഡ്രം
bassoon [bəˈsuːn] *n* ബസൂൺ
bat [bæt] *n (for games)* ബാറ്റ്; *(animal)* വവ്വാൽ
bath [bɑːθ] *n* ബാത്ത്ടബ്
bathe [beɪð] *vi (formal)* നീന്തിത്തുടിക്കുക
bathing suit [ˈbeɪðɪŋ suːt] *n* നീന്തൽ വസ്ത്രം
bathrobe [ˈbɑːθˌrəʊb] *n* കുളിക്കുന്നതിനോ നീന്തുന്നതിനോ മുമ്പോ പിമ്പോ ധരിക്കുന്ന അയഞ്ഞ വസ്ത്രം
bathroom [ˈbɑːθˌruːm] *n* കുളിമുറി
baths [bɑːθz] *npl* പൊതു കുളിസ്ഥലം
bath towel [bɑːθ ˈtaʊəl] *n* തോർത്ത്
bathtub [ˈbɑːθˌtʌb] *n* ബാത്ത് ടബ്
batter [ˈbætə] *n* കുഴച്ച മാവ്
battery [ˈbætərɪ] *n* ബാറ്ററി
battle [ˈbætl] *n* ഏറ്റുമുട്ടൽ, യുദ്ധം
battleship [ˈbætlˌʃɪp] *n* പടക്കപ്പൽ, യുദ്ധക്കപ്പൽ
bay [beɪ] *n* ആഴക്കടൽ, ഉൾക്കടൽ
bay leaf [beɪ liːf] *n* ബേ ലീഫ്
BC [biː siː] *abbr* ബിസി
be [biː] *v (person, thing)* ആണ്, ആകുന്നു; *(there)* ഉണ്ട്
beach [biːtʃ] *n* കടൽത്തീരം
bead [biːd] *n* മുത്തുമണി
beak [biːk] *n* പക്ഷിയുടെ കൊക്ക്
beam [biːm] *n* പ്രകാശരശ്മി, പ്രകാശകിരണം
bean [biːn] *n* അമര, പയറ്
beansprouts [ˈbiːnspraʊts] *npl* മുളപ്പിച്ച പയറ്
bear [bɛə] *n* കരടി ▷ *vt (literary)* ചുമക്കുക
beard [bɪəd] *n* താടിരോമം
bearded [ˈbɪədɪd] *adj* താടിയുള്ള, താടിക്കാരനായ
bear up [bɛə ʌp] *v* നിരാശപ്പെടാതിരിക്കുക, ധൈര്യത്തോടിരിക്കുക
beat [biːt] *n* സ്പന്ദനം, താളം, കൊട്ട് ▷ *vt (hit)* അടിക്കുക; *(defeat)* പരാജയപ്പെടുത്തുക
beautiful [ˈbjuːtɪfʊl] *adj* മനോഹരമായ
beautifully [ˈbjuːtɪflɪ] *adv* മനോഹരമായി
beauty [ˈbjuːtɪ] *n* സൌന്ദര്യം
beauty salon [ˈbjuːtɪ ˈsælɒn] *n* ബ്യൂട്ടി സലൂൺ
beauty spot [ˈbjuːtɪ spɒt] *n* സുന്ദര സ്ഥാനം, അതിമനോഹര ദൃശ്യം
beaver [ˈbiːvə] *n* നീർനായ്

because [bɪ'kɒz] *conj* അതിനാൽ, അതുകൊണ്ട്
become [bɪ'kʌm] *v* ആയിത്തീരുക
bed [bɛd] *n* കിടക്ക
bed and breakfast [bɛd ənd 'brɛkfəst] *n* താമസസൌകര്യവും പ്രാതലും ലഭിക്കുന്ന വീടോ ഹോട്ടലോ
bedclothes ['bɛd,kləʊðz] *npl* കിടക്കവിരി, കിടക്കയുറ എന്നിവ
bedding ['bɛdɪŋ] *n* കിടക്കവിരി, പുതപ്പ് എന്നിവ
bed linen [bɛd 'lɪnɪn] *n* കിടക്കവിരികളും തലയിണ ഉറകളും
bedroom ['bɛd,ruːm] *n* കിടപ്പുമുറി
bedside lamp ['bɛd,saɪd læmp] *n* കിടപ്പുമുറിയിലെ വിളക്ക്
bedside table ['bɛd,saɪd 'teɪbl] *n* കിടപ്പുമുറിയിലെ മേശ
bedsit ['bɛd,sɪt] *n* കിടപ്പുമുറിയിലെ കസേര
bedspread ['bɛd,sprɛd] *n* കിടക്കവിരി
bedtime ['bɛd,taɪm] *n* ഉറങ്ങുവാൻ പോകുന്ന സമയം
bee [biː] *n* തേനീച്ച
beech [biːtʃ] *n* ബീച്ച് മരം
beef [biːf] *n* മാട്ടിറച്ചി
beefburger ['biːf,bɜːgə] *n* ബീഫ് ബർഗർ
beeper ['bliːpə] *n (informal)* ബ്ലീപ്പർ
beer [bɪə] *n* ബിയർ
beetle ['biːtl] *n* വണ്ട്
beetroot ['biːt,ruːt] *n* ബീറ്റ്റൂട്ട്
before [bɪ'fɔː] *adv* മുൻപ് ▷ *conj* മുൻപ് ▷ *prep* മുൻപ്
beforehand [bɪ'fɔː,hænd] *adv* മുൻപുതന്നെ, നേരത്തെ, കാലേക്കൂട്ടി
beg [bɛg] *v* യാചിക്കുക
beggar ['bɛgə] *n* ഭിക്ഷക്കാരൻ (M) ഭിക്ഷക്കാരി (F)
begin [bɪ'gɪn] *vt* ആരംഭിക്കുക, തുടങ്ങുക
beginner [bɪ'gɪnə] *n* തുടക്കക്കാരൻ
beginning [bɪ'gɪnɪŋ] *n* തുടക്കം, ആരംഭം
behave [bɪ'heɪv] *vi (act)* പെരുമാറുക ▷ *vt (yourself)* മാന്യമായി പെരുമാറുക
behaviour [bɪ'heɪvjə] *n* പെരുമാറ്റം
behind [bɪ'haɪnd] *adv* പിന്നിൽ ▷ *n* പിൻഭാഗം ▷ *prep* പിന്നിൽ, പുറകിൽ
beige [beɪʒ] *adj* മങ്ങിയ തവിട്ടുനിറമുള്ള
Beijing ['beɪ'dʒɪŋ] *n* ബീജിംഗ്

Belarus ['bɛlə,rʌs] *n* ബെലാറസ്

Belarussian [,bɛləʊ'rʌʃən] *adj* ബെലാറഷ്യയെ സംബന്ധിച്ച ▷ *n (person)* ബെലാറഷ്യൻ; *(language)* ബെലാറഷ്യൻ

Belgian ['bɛldʒən] *adj* ബെൽജിയത്തെ സംബന്ധിച്ച ▷ *n* ബെൽജിയൻ

Belgium ['bɛldʒəm] *n* ബെൽജിയം

belief [bɪ'liːf] *n* വിശ്വാസം

believe [bɪ'liːv] *vt (formal)* കരുതുക ▷ *vi* വിശ്വസിക്കുക

bell [bɛl] *n* മണി

belly ['bɛlɪ] *n* വയറ്

belly button ['bɛlɪ 'bʌtn] *n (informal)* പൊക്കിൾ

belong [bɪ'lɒŋ] *vi (should be)* ഒരാളുടേതോ ഒരു സ്ഥലത്തിന്റേതോ ആകുക; *(be a member)* ഭാഗമായിരിക്കുക

belongings [bɪ'lɒŋɪŋz] *npl* സാധനങ്ങൾ

belong to *v* സ്വന്തമായിരിക്കുക

below [bɪ'ləʊ] *adv* താഴെ ▷ *prep* താഴെ

belt [bɛlt] *n* ബെൽറ്റ്

bench [bɛntʃ] *n* ബെഞ്ച്

bend [bɛnd] *n* വളവ് ▷ *vi* കുനിയുക

bend down [bɛnd daʊn] *v* കുനിയ്ക്കുക, വളയ്ക്കുക

bend over [bɛnd 'əʊvə] *v* കുനിഞ്ഞ് മുന്നോട്ടായുക

beneath [bɪ'niːθ] *prep* കീഴെ

benefit ['bɛnɪfɪt] *n* നേട്ടം ▷ *v* നേട്ടമുണ്ടാകുക

bent [bɛnt] *adj (not straight)* വളഞ്ഞ; *(dishonest)* വക്രതയുള്ള

beret ['bɛreɪ] *n* മൃദുവായ വട്ടത്തൊപ്പി

berry ['bɛrɪ] *n* ബെറി, ചാറുള്ള ചെറു പഴങ്ങൾക്കുള്ള പൊതുവായ പേര്

berth [bɜːθ] *n* തീവണ്ടി, ബോട്ട്, കാരവാൻ എന്നിവയിലെ കിടക്ക, ബെർത്ത്

beside [bɪ'saɪd] *prep* അരികെ

besides [bɪ'saɪdz] *adv* കൂടാതെ ▷ *prep* പുറമേ, കൂടാതെ

best [bɛst] *adj* ഉത്തമമായ, ഏറ്റവും നല്ല ▷ *adv* ഏറ്റവും നന്നായി

best-before date [,bɛstbɪ'fɔː deɪt] *n* ഈ തീയതിയ്ക്കു മുൻപ് – മികച്ചത്

best man [bɛst mæn] *n* ഒക്കച്ചെങ്ങാതി, വിവാഹവേളയിൽ വരന്റെ സുഹൃത്ത്

bestseller [,bɛst'sɛlə] *n* ഏറ്റവും കൂടുതൽ വിറ്റഴിയുന്ന പുസ്തകം

b

bet [bɛt] *n* പന്തയം ▷ *v* പന്തയം കെട്ടുക

betray [bɪ'treɪ] *vt* വഞ്ചിക്കുക, ചതിക്കുക

better ['bɛtə] *adj (more good)* കൂടുതൽ മെച്ചപ്പെട്ട ▷ *adv* കൂടുതൽ നല്ലതായി ▷ *adj (well again)* മെച്ചപ്പെടുക

between [bɪ'twiːn] *prep* ഇടയ്ക്ക്

bewildered [bɪ'wɪldəd] *adj* അന്ധാളിച്ച

beyond [bɪ'jɒnd] *prep* അപ്പുറം

biased ['baɪəst] *adj* പക്ഷപാതമുള്ള

bib [bɪb] *n* ഒരിനം കടൽ മത്സ്യം

Bible ['baɪbl] *n* ബൈബിൾ

bicarbonate of soda [baɪ'kɑːbənət əv 'səʊdə] *n* സോഡാ പൌഡർ

bicycle ['baɪsɪkl] *n* സൈക്കിൾ

bicycle pump ['baɪsɪkl pʌmp] *n* സൈക്കിൾ പമ്പ്

bid [bɪd] *n* ലേലം ▷ *v* ലേലം വിളിക്കുക

bifocals [baɪ'fəʊklz] *npl* വ്യത്യസ്ത ഫോക്കസ് ദൂരങ്ങളുള്ള ലെൻസുകൾകൊണ്ട് നിർമ്മിച്ച കണ്ണട

big [bɪg] *adj* വലിയ, ബൃഹത്തായ

bigheaded ['bɪg,hɛdɪd] *adj* തലക്കനമുള്ള

bike [baɪk] *n (informal)* ബൈക്ക്

bikini [bɪ'kiːnɪ] *n* ബിക്കിനി

bilingual [baɪ'lɪŋgwəl] *adj* ദ്വിഭാഷിയായ

bill [bɪl] *n (account)* ബിൽ; *(in parliament)* ബിൽ

billiards ['bɪljədz] *npl* ബില്യാർഡ്സ്

billion ['bɪljən] *num* ബില്യൻ, ലക്ഷം കോടി

bin [bɪn] *n* ചവറ്റുകുട്ട

bingo ['bɪŋgəʊ] *n* ബിങ്കോ (സമ്മാനത്തിനായി സംഖ്യകൾ ഉപയോഗിച്ചു കളിക്കുന്ന ഒരു കളി)

binoculars [bɪ'nɒkjʊləz] *npl* ബൈനോക്കുലർ

biochemistry [,baɪəʊ'kɛmɪstrɪ] *n* ബയോകെമിസ്ട്രി

biodegradable [,baɪəʊdɪ'greɪdəbl] *adj* ജൈവിക വിഘടനം സംഭവിക്കുന്ന

biography [baɪ'ɒgrəfɪ] *n* ജീവചരിത്രം

biological [,baɪə'lɒdʒɪkl] *adj* ജീവശാസ്ത്രപരമായ

biology [baɪ'ɒlədʒɪ] *n* ജീവശാസ്ത്രം

biometric [,baɪəʊ'mɛtrɪk] *adj* ബയോമെട്രിക്

birch [bɜːtʃ] *n* പൂവരശ്, വെൺചന്ദനം
bird [bɜːd] *n* പക്ഷി
bird flu [bɜːd fluː] *n* പക്ഷിപ്പനി
bird of prey [bɜːd əv preɪ] *n* മറ്റ് പക്ഷികളെയും മൃഗങ്ങളെയും കൊന്നുതിന്നുന്ന കഴുകനോ പരുന്തോ
birdwatching ['bɜːd,wɒtʃɪŋ] *n* പക്ഷിനിരീക്ഷണം
Biro® ['baɪrəʊ] *n* ബൈറോ®
birth [bɜːθ] *n* ജനനം, പ്രസവം
birth certificate [bɜːθ sə'tɪfɪkɪt] *n* ജനന സർട്ടിഫിക്കറ്റ്
birthday ['bɜːθ,deɪ] *n* ജന്മദിനം
birthplace ['bɜːθ,pleɪs] *n* *(written)* ജനന സ്ഥലം
biscuit ['bɪskɪt] *n* ബിസ്ക്കറ്റ്
bit [bɪt] *n* അൽപ്പം
bitch [bɪtʃ] *n* പെൺപട്ടി
bite [baɪt] *n* കടി ▷ *v* കടിക്കുക
bitter ['bɪtə] *adj* കടുത്ത
black [blæk] *adj* കറുത്ത
blackberry ['blækbərɪ] *n* ബ്ലാക്ക്ബെറി
BlackBerry® ['blækbərɪ] *n* ബ്ലാക്ക്ബെറി®
blackbird ['blæk,bɜːd] *n* കറുത്തപക്ഷി
blackboard ['blæk,bɔːd] *n* ബ്ലാക്ക് ബോർഡ്, കറുത്ത ബോർഡ്
black coffee [blæk 'kɒfɪ] *n* കട്ടൻ കാപ്പി
blackcurrant [,blæk'kʌrənt] *n* കുരുവില്ലാത്ത ഒരിനം കറുത്ത പഴം
black ice [blæk aɪs] *n* റോഡിലും പാതകളിലും വീണുകിടക്കുന്ന കാണാൻ കഴിയാത്തവണ്ണം നേർത്ത ഐസ് പാളി
blackmail ['blæk,meɪl] *n* ഭീഷണിപ്പെടുത്തി പണം വാങ്ങൽ ▷ *vt* ഭീഷണിപ്പെടുത്തി പണം വാങ്ങുക
blackout ['blækaʊt] *n* ബ്ലാക്കൌട്ട്, യുദ്ധ സമയത്ത് സുരക്ഷാ കാരണങ്ങളാൽ ഒരു പ്രദേശത്തെ കെട്ടിടങ്ങളെ ഇരുട്ടിലാക്കുന്ന കാലയളവ്
bladder ['blædə] *n* സഞ്ചി
blade [bleɪd] *n* വായ്ത്തല
blame [bleɪm] *vt* പഴിക്കുക, കുറ്റപ്പെടുത്തുക ▷ *n* കുറ്റം, അപവാദം
blank [blæŋk] *adj* ശൂന്യമായ ▷ *n* ശൂന്യസ്ഥലം
blank cheque [blæŋk tʃek] *n* ബ്ലാങ്ക് ചെക്ക്
blanket ['blæŋkɪt] *n* പുതപ്പ്, കമ്പിളി

blast [blɑːst] *n* പൊട്ടിത്തെറി, സ്ഫോടനം
blatant ['bleɪtnt] *adj* പ്രകടമായ, തുറന്ന
blaze [bleɪz] *n* തീജ്വാല
blazer ['bleɪzə] *n* കളിക്കുമ്പോൾ അണിയുന്ന നീളം കുറഞ്ഞ വസ്ത്രം
bleach [bliːtʃ] *n* അലക്കുകാരം
bleached [bliːtʃt] *adj* നരപ്പിക്കുക, വെളുപ്പിക്കുക
bleak [bliːk] *adj* പ്രതീക്ഷയില്ലാത്ത
bleed [bliːd] *vi* ചോര ഒലിക്കുക
blender ['blɛndə] *n* ബ്ലെൻഡർ
bless [blɛs] *vt* അനുഗ്രഹിക്കുക
blind [blaɪnd] *adj* അന്ധനായ (M), അന്ധയായ (F), അന്ധരായ (epicene)
blindfold ['blaɪnd,fəʊld] *n* കണ്ണുമൂടിക്കെട്ടാന് ഉപയോഗിക്കുന്ന തുണിക്കഷണം ▷ *vt* കണ്ണുകൾ മൂടികെട്ടുക
blink [blɪŋk] *v* ചിമ്മുക
bliss [blɪs] *n* മോക്ഷം, നിർവൃതി
blister ['blɪstə] *n* പൊള്ളൽ
blizzard ['blɪzəd] *n* ഹിമവാതം
block [blɒk] *n (rectangular piece)* കട്ട; *(buildings)* ബ്ലോക്ക്; *(obstruction)* തടസ്സം ▷ *vt* തടസ്സപ്പെടുത്തുക
blockage ['blɒkɪdʒ] *n* തടസ്സം
blocked [blɒkt] *adj* തടസ്സപ്പെട്ട
blog [blɒg] *v* ബ്ലോഗ്
bloke [bləʊk] *n (informal)* വ്യക്തി
blonde [blɒnd] *adj* സ്വർണത്തലമുടിയുള്ള
blood [blʌd] *n* രക്തം
blood group [blʌd gruːp] *n* രക്ത ഗ്രൂപ്പ്
blood poisoning [blʌd 'pɔɪzənɪŋ] *n* രക്തത്തിൽ വിഷം കലരൽ
blood pressure [blʌd 'prɛʃə] *n* രക്ത സമ്മർദ്ദം
blood test [blʌd tɛst] *n* രക്ത പരിശോധന
blossom ['blɒsəm] *n* പുഷ്പസഞ്ചയം ▷ *vi* കഴിവുകൾ വികസിക്കുക
blouse [blaʊz] *n* ബ്ലൌസ്
blow [bləʊ] *n* അടി, തല്ല് ▷ *vi (wind)* വീശുക ▷ *vt (person)* ഊതുക
blow-dry ['bləʊdraɪ] *n* കൈയിൽ പിടിക്കുന്ന ഹെയർ ഡ്രയറുപയോഗിച്ച് മുടിയുണക്കിക്കൊണ്ട് നടത്തുന്ന ഹെയർ സ്റ്റൈൽ

blow up [bləʊ ʌp] *v* പൊട്ടിത്തെറിക്കുക
blue [bluː] *adj* നീലനിറമുള്ള
blueberry ['bluːbərɪ] *n* ബ്ലൂബെറി
blues [bluːz] *npl* ബ്ലൂസ്, ആഫ്രിക്കൻ അമേരിക്കക്കാർ രൂപപ്പെടുത്തിയെടുത്ത ഒരുതരം സംഗീതം
bluff [blʌf] *n* ബ്ലഫ് ▷ *v* കബളിപ്പിക്കുക
blunder ['blʌndə] *n* വിഡ്ഢിത്തം
blunt [blʌnt] *adj* തുറന്നടിക്കുന്ന
blush [blʌʃ] *vi* ലജ്ജിക്കുക
blusher ['blʌʃə] *n* സ്ത്രീകൾ കവിളിൽ തേയ്ക്കുന്ന ചായം
board [bɔːd] *n (directors)* ഭരണസമിതി; *(of wood or plastic)* ബോർഡ്, ഫലകം
boarder ['bɔːdə] *n* ബോർഡിംഗ് സ്കൂളിൽ പഠിക്കുന്ന വിദ്യാർത്ഥി
board game [bɔːd geɪm] *n* ബോർഡ് കളി
boarding school ['bɔːdɪŋ skuːl] *n* ബോർഡിംഗ് സ്കൂൾ
boast [bəʊst] *vi* വമ്പ് പറയുക
boat [bəʊt] *n* ബോട്ട്
body ['bɒdɪ] *n* ശരീരം
bodybuilding ['bɒdɪ,bɪldɪŋ] *n* ബോഡിബിൽഡിംഗ്
bodyguard ['bɒdɪ,gɑːd] *n* അംഗരക്ഷകൻ
bog [bɒg] *n* ചതുപ്പുനിലം
boil [bɔɪl] *vt (food)* വേവിക്കുക, പുഴുങ്ങുക ▷ *vi (water)* തിളപ്പിക്കുക
boiled [bɔɪld] *adj* അവിച്ച, പുഴുങ്ങിയ
boiled egg [bɔɪld ɛg] *n* പുഴുങ്ങിയ മുട്ട
boiler ['bɔɪlə] *n* ബോയിലർ
boiling ['bɔɪlɪŋ] *adj* തിളയ്ക്കുന്ന
boil over [bɔɪl 'əʊvə] *v* തിളച്ചു പൊങ്ങുക
Bolivia [bə'lɪvɪə] *n* ബൊളീവിയ
Bolivian [bə'lɪvɪən] *adj* ബൊളീവിയയെ സംബന്ധിച്ച ▷ *n* ബൊളീവിയൻ
bolt [bəʊlt] *n* ബോൾട്ട്
bomb [bɒm] *n* ബോംബ് ▷ *vt* ബോംബിടുക
bombing ['bɒmɪŋ] *n* ബോംബിടൽ
bond [bɒnd] *n* സ്നേഹബന്ധം
bone [bəʊn] *n* അസ്ഥി, എല്ല്
bone dry [bəʊn draɪ] *adj* വറ്റിവരണ്ട
bonfire ['bɒn,faɪə] *n* ചപ്പും ചവറും കൂട്ടിയിട്ട് കത്തിക്കുക
bonnet ['bɒnɪt] *n (car)* ബോണറ്റ്
bonus ['bəʊnəs] *n* ബോണസ്

book [bʊk] *n* പുസ്തകം ▷ *vt* മുൻകൂട്ടി സീറ്റ് ഉറപ്പിക്കുക
bookcase ['bʊk,keɪs] *n* ബുക്ക് ഷെൽഫ്
booking ['bʊkɪŋ] *n* ബുക്ക് ചെയ്യൽ
booklet ['bʊklɪt] *n* ലഘുലേഖ
bookmark ['bʊk,mɑːk] *n* ബുക്ക് മാർക്ക്
bookshelf ['bʊk,ʃɛlf] *n* ബുക്ക് ഷെൽഫ്
bookshop ['bʊk,ʃɒp] *n* പുസ്തക ശാല
boost [buːst] *vt* അഭിവൃദ്ധിപ്പെടുത്തുക
boot [buːt] *n* ബൂട്ട്
booze [buːz] *n (informal)* ബൂസ്
border ['bɔːdə] *n* അതിർത്തി
bore [bɔː] *vt* മുഷിപ്പിക്കുക
bored [bɔːd] *adj* വിരസതയുള്ള
boredom ['bɔːdəm] *n* വിരസത
boring ['bɔːrɪŋ] *adj* വിരസമായ
born [bɔːn] *adj* ജന്മനായുള്ള
borrow ['bɒrəʊ] *vt* കടം വാങ്ങുക
Bosnia ['bɒznɪə] *n* ബോസ്നിയ
Bosnia-Herzegovina [,bɒznɪəhɜːtsəgəʊ'viːnə] *n* ബോസ്നിയയും ഹെർസഗോവിനയും
Bosnian ['bɒznɪən] *adj* ബോസ്നിയൻ ▷ *n (person)* ബോസ്നിയൻ
boss [bɒs] *n* മേധാവി
boss around [bɒs ə'raʊnd] *v* അധികാരഭാവത്തോടെ നിയന്ത്രിക്കുക
bossy ['bɒsɪ] *adj* മേധാവിത്വ സ്വഭാവമുള്ള
both [bəʊθ] *det* രണ്ടും ▷ *pron* രണ്ടും
bother ['bɒðə] *v* മെനക്കെടുക
Botswana [bʊ'tʃwɑːnə] *n* ബോട്സ്വാന
bottle ['bɒtl] *n* കുപ്പി
bottle bank ['bɒtl bæŋk] *n* ബോട്ടിൽ ബാങ്ക്, പഴയ കുപ്പികൾ ഇടാനുള്ള വലിയ വീപ്പ
bottle-opener ['bɒtl'əʊpənə] *n* ബോട്ടിൽ–ഓപ്പണർ, കുപ്പികളുടെ ലോഹ അടപ്പുകൾ തുറക്കാനുള്ള ഉപകരണം
bottom ['bɒtəm] *adj* താഴെയുള്ള ▷ *n (lowest part)* അടിത്തട്ട്, ചോട്; *(part of body)* പൃഷ്ഠഭാഗം
bounce [baʊns] *v* എറിഞ്ഞു പൊന്തിക്കുക
boundary ['baʊndərɪ] *n* അതിര്

bouquet ['buːkeɪ] *n* ബൊക്കെ
bow [bəʊ] *n (weapon)* വില്ല്; *(knot)* ഷൂ ലേസ്, റിബ്ബൺ ഇവ കെട്ടാനുപയോഗിക്കുന്ന ഒരു പ്രത്യേകതരം കെട്ട്. ▷ [baʊ] *vi* വണങ്ങുക
bowels ['baʊəlz] *npl* കുടൽ
bowl [bəʊl] *n* പരന്നു കുഴിഞ്ഞ പാത്രം
bowling ['bəʊlɪŋ] *n* ബൌളിംഗ്
bowling alley ['bəʊlɪŋ 'ælɪ] *n* ബൌളിംഗിനുള്ള അനേകം ട്രാക്കുകൾ ഉള്ള കെട്ടിടം
bow tie [bəʊ taɪ] *n* വില്ലിന്റെ ആകൃതിയിലുള്ള ടൈ
box [bɒks] *n* പെട്ടി
boxer ['bɒksə] *n* മുഷ്ടിയുദ്ധക്കാരൻ
boxer shorts ['bɒksə ʃɔːts] *npl* മുഷ്ടിയുദ്ധക്കാർ ധരിക്കുന്നതുപോലെയുള്ള പുരുഷൻമാരുടെ അയഞ്ഞ അടിവസ്ത്രം
boxing ['bɒksɪŋ] *n* മുഷ്ടിയുദ്ധം
box office [bɒks 'ɒfɪs] *n* ബോക്സ് ഓഫീസ്
boy [bɔɪ] *n* ആൺകുട്ടി
boyfriend ['bɔɪ,frɛnd] *n* കൂട്ടുകാരൻ
bra [brɑː] *n* ബ്രാ
brace [breɪs] *n* ബലമോ താങ്ങോ നല്കാനായി കാലിൽ ഘടിപ്പിക്കുന്ന ഉപകരണം
bracelet ['breɪslɪt] *n* ബ്രേയ്സ്ലറ്റ്, കങ്കണം
braces ['breɪsɪz] *npl* ചുമൽവാറ്
brackets ['brækɪts] *npl* ആവരണങ്ങൾ
brain [breɪn] *n* തലച്ചോറ്, മസ്തിഷ്കം
brainy ['breɪnɪ] *adj (informal)* ബുദ്ധിസാമർത്ഥ്യമുള്ള
brake [breɪk] *n* ബ്രേക്ക് ▷ *v* ബ്രേക്കിടുക
brake light [breɪk laɪt] *n* ബ്രേക്ക് ലൈറ്റ്
bran [bræn] *n* തവിട്
branch [brɑːntʃ] *n* ശാഖ
brand [brænd] *n* ബ്രാൻഡ്
brand name [brænd neɪm] *n* ബ്രാൻഡ് നാമം
brand-new [brænd'njuː] *adj* പുതിയ ബ്രാൻഡ്
brandy ['brændɪ] *n* ബ്രാണ്ടി
brass [brɑːs] *n* ബ്രാസ്സ്
brass band [brɑːs bænd] *n* ബ്രാസ്സ് ബ്രാൻഡ്
brat [bræt] *n (informal)* ചെറുക്കൻ, കൊച്ചൻ
brave [breɪv] *adj* ധൈര്യമുള്ള
bravery ['breɪvərɪ] *n* ധീരത
Brazil [brə'zɪl] *n* ബ്രസീൽ

Brazilian [brə'zɪljən] *adj* ബ്രസീലിനെ സംബന്ധിച്ച ▷ *n* ബ്രസീലിയൻ
bread [brɛd] *n* റൊട്ടി
bread bin [brɛd bɪn] *n* റൊട്ടി സൂക്ഷിക്കാനുള്ളപാത്രം
breadcrumbs ['brɛd,krʌmz] *npl* റൊട്ടിപ്പൊടി
bread roll [brɛd rəʊl] *n* റൊട്ടിച്ചുരുൾ
break [breɪk] *n* പൊട്ടൽ ▷ *v* *(smash)* ഉടയുക, പൊട്ടുക; *(stop working)* പ്രവർത്തന രഹിതമാകുക
break down [breɪk daʊn] *v* കേടാകുക
breakdown ['breɪkdaʊn] *n* പരാജയപ്പെടൽ
breakdown truck ['breɪk,daʊn trʌk] *n* കേടായ കാറുകളെയും മറ്റു വാഹനങ്ങളെയും വലിച്ചുകൊണ്ടു പോകുന്ന വാഹനം
breakdown van ['breɪk,daʊn væn] *n* കേടായ വാഹനങ്ങളെ ഗ്യാരേജിലേക്ക് വലിച്ചുകൊണ്ടു പോകുന്ന വാഹനം
breakfast ['brɛkfəst] *n* പ്രഭാത ഭക്ഷണം, പ്രാതൽ
break in [breɪk ɪn] *v* അതിക്രമിച്ച് അകത്ത് കടക്കുക
break-in ['breɪkɪn] *n* ഭവനഭേദനം
break up [breɪk ʌp] *v* പൊട്ടിക്കുക, മുറിക്കുക
breast [brɛst] *n* സ്തനം, മുല
breast-feed ['brɛst,fiːd] *v* മുലയൂട്ടുക
breaststroke ['brɛst,strəʊk] *n* കമഴ്ന്ന് നീന്തൽ
breath [brɛθ] *n* ശ്വാസം
Breathalyser® ['brɛθə,laɪzə] *n* ബ്രീത്ത്ലൈസർ®
breathe [briːð] *v* ശ്വസിക്കുക
breathe in [briːð ɪn] *v* ശ്വാസം അകത്തേയ്ക്ക് എടുക്കുക
breathe out [briːð aʊt] *v* ഉച്ഛ്വസിക്കുക, ശ്വാസം പുറത്തേയ്ക്ക് വിടുക
breathing ['briːðɪŋ] *n* ശ്വസനം
breed [briːd] *n* പ്രത്യേക ഇനം ▷ *vt* പ്രജനനം നടത്തുക
breeze [briːz] *n* ഇളങ്കാറ്റ്
brewery ['brʊərɪ] *n* മദ്യനിർമ്മാണ ശാല
bribe [braɪb] *vt* കൈക്കൂലി കൊടുക്കുക
bribery ['braɪbərɪ] *n* കൈക്കൂലികൊടുക്കൽ
brick [brɪk] *n* ചുടുകട്ട, ഇഷ്ടിക
bricklayer ['brɪk,leɪə] *n* കൽപ്പണിക്കാരൻ
bride [braɪd] *n* വധു
bridegroom ['braɪd,gruːm] *n* വരൻ

bridesmaid ['braɪdz,meɪd] *n* മണവാട്ടിയുടെ തോഴി, വധുവിന്റെ തോഴി
bridge [brɪdʒ] *n* പാലം
brief [bri:f] *adj* ഹ്രസ്വമായ
briefcase ['bri:f,keɪs] *n* ബ്രീഫ്കേസ്
briefing ['bri:fɪŋ] *n* സന്ദേശങ്ങളോ നിർദ്ദേശങ്ങളോ നൽകുവാൻ വേണ്ടിയുള്ള കൂടിക്കാഴ്ച
briefly ['bri:flɪ] *adv* ലഘുവായി
briefs [bri:fs] *npl* ചെറുതും ഇറുകിയതുമായ അടിവസ്ത്രങ്ങൾ
bright [braɪt] *adj (colour)* തിളക്കമുള്ള, തിളങ്ങുന്ന; *(shining)* ജ്വലിക്കുന്ന
brilliant ['brɪljənt] *adj* സാമർത്ഥ്യമുള്ള, പ്രഗത്ഭനായ
bring [brɪŋ] *vt* കൊണ്ടുവരിക
bring back [brɪŋ bæk] *v* തിരികെ കൊണ്ടുവരിക
bring forward [brɪŋ 'fɔ:wəd] *v* മുന്നോട്ട് കൊണ്ടുവരിക
bring up [brɪŋ ʌp] *v* വളർത്തിക്കൊണ്ടുവരുക
Britain ['brɪtn] *n* ബ്രിട്ടൻ
British ['brɪtɪʃ] *adj* ബ്രിട്ടനെ സംബന്ധിച്ച ▷ *npl* ബ്രിട്ടീഷുകാർ
broad [brɔ:d] *adj* വിശാലമായ
broadband ['brɔ:d,bænd] *n* ബ്രോഡ്ബാൻഡ്
broad bean [brɔ:d bi:n] *n* സാധാരണ പയറ്
broadcast ['brɔ:d,kɑ:st] *n* സംപ്രേഷണം ▷ *v* സംപ്രേഷണം ചെയ്യുക
broad-minded [brɔ:d'maɪndɪd] *adj* വിശാലമായ മനസ്സുള്ള, ഉദാരമനസ്കതയുള്ള
broccoli ['brɒkəlɪ] *n* ഒരിനം മുട്ടക്കോസ്
brochure ['brəʊʃjʊə] *n* ലഘുലേഖ, ലഘുപത്രിക
broke [brəʊk] *adj (informal)* ദരിദ്രനായ
broken ['brəʊkən] *adj* പൊട്ടിയ, മുറിഞ്ഞ
broken down ['brəʊkən daʊn] *adj* കേടുവന്ന
broker ['brəʊkə] *n* ഇടനിലക്കാരൻ, ദല്ലാൾ
bronchitis [brɒŋ'kaɪtɪs] *n* കടുത്ത ചുമയും ശ്വാസനാളത്തിന് വീക്കവും ഉണ്ടാകുന്ന അസുഖം
bronze [brɒnz] *n* വെങ്കലം
brooch [brəʊtʃ] *n* സൂചിപ്പതക്കം
broom [bru:m] *n* ചൂല്, തുറപ്പ
broth [brɒθ] *n* ഒരു തരം സൂപ്പ്
brother ['brʌðə] *n* സഹോദരൻ

brother-in-law ['brʌðə ɪn lɔː] *n* അളിയൻ, സഹോദരിയുടെ ഭർത്താവ്
brown [braʊn] *adj* തവിട്ടു നിറത്തിലുള്ള
brown bread [braʊn brɛd] *n* ബ്രൌൺ ബ്രെഡ്
brown rice [braʊn raɪs] *n* തവിടുകളയാത്ത അരി
browse [braʊz] *vi* വില്പനയ്ക്ക് വച്ച സാധനങ്ങളിൽ പരതുക
browser ['braʊzə] *n* ബ്രൌസർ
bruise [bruːz] *n* മുറിവ്, ക്ഷതം
brush [brʌʃ] *n* ബ്രഷ് ▷ *vt* ബ്രഷ് ചെയ്യുക
Brussels sprouts ['brʌslz'spraʊts] *npl* ചെറിയ കാബേജു പോലുള്ള ഒരു തരം മലക്കറി
brutal ['bruːtl] *adj* ക്രൂരമായ
bubble ['bʌbl] *n* കുമിള
bubble bath ['bʌbl bɑːθ] *n* കുളിവെള്ളം പതയ്ക്കുന്ന സൌന്ദര്യവർദ്ധക വസ്തു
bubble gum ['bʌbl gʌm] *n* ബബിൾ ഗം
bucket ['bʌkɪt] *n* ബക്കറ്റ്
buckle ['bʌkl] *n* ബക്കിൾ
Buddha ['bʊdə] *n* ബുദ്ധൻ
Buddhism ['bʊdɪzəm] *n* ബുദ്ധമതം
Buddhist ['bʊdɪst] *adj* ബുദ്ധമതത്തെ സംബന്ധിക്കുന്ന ▷ *n* ബുദ്ധമതക്കാരൻ (M), ബുദ്ധമതക്കാരി (F)
budgerigar ['bʌdʒərɪˌgɑː] *n* ആസ്ത്രേലിയയിൽ കാണപ്പെടുന്ന കടുത്ത നിറമുള്ള ചെറിയ പക്ഷി
budget ['bʌdʒɪt] *n* ബജറ്റ്
budgie ['bʌdʒɪ] *n (informal)* ആസ്ത്രേലിയയിൽ കാണപ്പെടുന്ന കടുത്ത നിറമുള്ള ചെറിയ പക്ഷി
buffalo ['bʌfəˌləʊ] *n* പോത്ത്
buffet ['bʊfeɪ] *n* പ്രത്യേക അവസരങ്ങളിൽ നല്കുന്നതും അതിഥികൾ സ്വയം വിളമ്പിക്കഴിക്കുന്നതുമായ തണുത്ത ആഹാരം
buffet car ['bʊfeɪ kɑː] *n* തീവണ്ടിയിലെ ലഘുഭക്ഷണമുറി
bug [bʌg] *n (informal)* മൂട്ട, ചെറിയ കീടം
bugged ['bʌgd] *adj* ഗൂഢ ശ്രവണോപാധി സ്ഥാപിക്കുക
buggy ['bʌgɪ] *n* ചക്രങ്ങളുള്ള ചെറിയ ഇരിപ്പിടം
build [bɪld] *vt* നിർമ്മിക്കുക, കെട്ടുക
builder ['bɪldə] *n* കെട്ടിടനിർമാണ തൊഴിലാളി
building ['bɪldɪŋ] *n* കെട്ടിടം

building site ['bɪldɪŋ saɪt] *n* കെട്ടിട നിർമ്മാണ സ്ഥലം
bulb [bʌlb] *n (plant)* ഉള്ളിയുടെ ആകൃതിയുള്ള കിഴങ്ങ്; *(electric)* ബൾബ്
Bulgaria [bʌl'gɛərɪə] *n* ബൾഗേറിയ
Bulgarian [bʌl'gɛərɪən] *adj* ബൾഗേറിയയെ സംബന്ധിച്ച ▷ *n (person)* ബൾഗേറിയൻ; *(language)* ബൾഗേറിയൻ
bulimia [bjuː'lɪmɪə] *n* ആർത്തി, അടങ്ങാത്ത വിശപ്പ്
bull [bʊl] *n* കാള
bulldozer ['bʊl,dəʊzə] *n* ബുൾഡോസർ
bullet ['bʊlɪt] *n* വെടിയുണ്ട
bulletin board ['bʊlɪtɪn bɔːd] *n* ബുള്ളറ്റിൻ ബോർഡ്
bully ['bʊlɪ] *n* സ്വന്തം ശക്തിയോ അധികാരമോ ഉപയോഗിച്ച് മറ്റുള്ളവരെ ഭീഷണിപ്പെടുത്തുന്ന ആൾ ▷ *vt* ഭീഷണിമുഴക്കുക
bum [bʌm] *n (informal)* നിതംബം
bum bag [bʌm bæg] *n* അരപ്പട്ടയിൽ ബന്ധിക്കുന്ന ചെറിയ ബാഗ്
bumblebee ['bʌmbl,biː] *n* ഒരിനം വലിയ തേനീച്ച
bump [bʌmp] *n* അബദ്ധത്തിലുള്ള തട്ടലോ കൂട്ടിയിടിയോ
bumper ['bʌmpə] *n* ബമ്പർ
bump into [bʌmp 'ɪntuː; 'ɪntə; 'ɪntʊ] *v (informal)* ആകസ്മികമായി കണ്ടുമുട്ടുക
bumpy ['bʌmpɪ] *adj* കുണ്ടും കുഴിയുമുള്ള
bun [bʌn] *n* ബന്ന്, വട്ടത്തിലുള്ള റൊട്ടി
bunch [bʌntʃ] *n (informal)* കൂട്ടം, സമൂഹം
bungalow ['bʌŋgə,ləʊ] *n* ബംഗ്ലാവ്
bungee jumping ['bʌndʒɪ 'dʒʌmpɪŋ] *n* ബഞ്ചി ജമ്പിംഗ്
bunion ['bʌnjən] *n* കാൽ പെരുവിരൽ വീക്കം
bunk [bʌŋk] *n* കപ്പലിലെ ചുവരിനോട് ചേർത്തുണ്ടാക്കിയിട്ടുള്ള കിടക്ക
bunk beds [bʌŋk bɛdz] *npl* ഒന്നിനു മുകളിൽ മറ്റൊന്ന് എന്ന രീതിയിൽ ഉറപ്പിച്ചിട്ടുള്ള രണ്ടു കിടക്കകൾ
buoy [bɔɪ] *n* വെള്ളത്തിൽ പൊങ്ങിക്കിടന്ന് കപ്പലുകൾക്ക് വഴികാട്ടുന്ന വസ്തു
burden ['bɜːdn] *n* ഭാരം
bureaucracy [bjʊə'rɒkrəsɪ] *n* ഉദ്യോഗസ്ഥപ്രഭുത്വം
bureau de change ['bjʊərəʊ də 'ʃɒnʒ] *n* ബ്യൂറോ ഡി ചേഞ്ച്
burger ['bɜːgə] *n* ബർഗർ
burglar ['bɜːglə] *n* ഭവനഭേദനം നടത്തുന്നയാൾ

burglar alarm ['bɜːglə ə'lɑːm] *n* ഭവനഭേദന മുന്നറിയിപ്പ്
burglary ['bɜːglərɪ] *n* കൊള്ളയടി
burgle ['bɜːgl] *vt* കൊള്ളയടിക്കുക
Burmese [bɜː'miːz] *n* *(person)* ബർമക്കാരൻ (M) ബർമക്കാരി (F); *(language)* ബർമീസ് ഭാഷ
burn [bɜːn] *n* പൊള്ളൽ ▷ *vi* *(be on fire)* കത്തുക ▷ *vt* *(damage with fire)* കത്തിനശിക്കുക, കത്തിച്ചുകളയുക; *(yourself)* പൊള്ളുക
burn down [bɜːn daʊn] *v* കത്തിയമരുക
burp [bɜːp] *n* ഏമ്പക്കം ▷ *vi* ഏമ്പക്കം വിടുക
burst [bɜːst] *v* പൊട്ടിത്തെറി
bury ['bɛrɪ] *vt* കുഴിച്ചിടുക
bus [bʌs] *n* ബസ്
bus conductor [bʌs kən'dʌktə] *n* ബസ് കണ്ടക്ടർ
bush [bʊʃ] *n* *(cluster of shrubs)* കുറ്റിക്കാട്; *(shrub)* കുറ്റിച്ചെടി
business ['bɪznɪs] *n* ബിസിനസ്
businessman ['bɪznɪs,mæn] *n* ബിസിനസുകാരൻ
businesswoman ['bɪznɪs,wʊmən] *n* ബിസിനസുകാരി
busker ['bʌskə] *n* വഴിയോരത്തും, പൊതു സ്ഥലങ്ങളിലും പണത്തിനു വേണ്ടി പാടുന്ന ആൾ
bus station [bʌs 'steɪʃn] *n* ബസ് സ്റ്റേഷൻ
bus stop [bʌs stɒp] *n* ബസ് സ്റ്റോപ്പ്
bust [bʌst] *n* അർദ്ധകായ പ്രതിമ
bus ticket [bʌs 'tɪkɪt] *n* ബസ് ടിക്കറ്റ്
busy ['bɪzɪ] *adj* *(person)* ജോലിത്തിരക്കുള്ള; *(place)* തിരക്കുള്ള, തിരക്കുപിടിച്ച
busy signal ['bɪzɪ 'sɪgnəl] *n* വിളിച്ച ടെലിഫോൺ ഉപയോഗത്തിലാണെന്ന് സൂചിപ്പിക്കുന്ന ശബ്ദം
but [bʌt] *conj* പക്ഷെ, എന്നാൽ
butcher ['bʊtʃə] *n* *(person)* കശാപ്പുകാരൻ, ഇറച്ചിക്കടക്കാരൻ; ['bʊtʃəz] *n* *(shop)* കശാപ്പുശാല, ഇറച്ചിക്കട
butter ['bʌtə] *n* വെണ്ണ
buttercup ['bʌtə,kʌp] *n* മഞ്ഞപ്പൂക്കളുള്ള ഒരു ചെറിയ സസ്യം
butterfly ['bʌtə,flaɪ] *n* ചിത്രശലഭം

buttocks ['bʌtəkz] *npl* നിതംബം
button ['bʌtn] *n* ബട്ടൺ
buy [baɪ] *vt* വാങ്ങുക
buyer ['baɪə] *n* വാങ്ങുന്നയാൾ
buyout ['baɪˌaʊt] *n* കമ്പനിയുടെ വാങ്ങൽ
by [baɪ] *prep* മുഖേന
bye! [baɪ] *excl (informal)* വിട പറയുമ്പോൾ ഉപയോഗിക്കുന്ന വ്യാക്ഷേപകം
bye-bye! [ˌbaɪ'baɪ] *excl (informal)* വിട പറയുമ്പോൾ ഉപയോഗിക്കുന്ന വ്യാക്ഷേപകം
bypass ['baɪˌpɑːs] *n* ബൈപ്പാസ്

C

cab [kæb] *n* വാടകയ്ക്ക് ഓടുന്ന വാഹനം
cabbage ['kæbɪdʒ] *n* മുട്ടക്കോസ്
cabin ['kæbɪn] *n* കപ്പലിലേയൊ വിമാനത്തിലേയോ ചെറിയ മുറി
cabin crew ['kæbɪn kruː] *n* വിമാനത്തിലെ യാത്രക്കാരെ പരിപാലിക്കുവാൻ ചുമതലയുള്ള വ്യക്തി
cabinet ['kæbɪnɪt] *n* വസ്തുക്കളുടെ സംഭരണത്തിനും പ്രദർശനത്തിനുമായി ഉപയോഗിക്കുന്ന തട്ട്
cable ['keɪbl] *n* കേബിൾ വയർ
cable car ['keɪbl kɑː] *n* പർവ്വതാരോഹണത്തിനായി കമ്പി ഉപയോഗിച്ച് പ്രവർത്തിപ്പിക്കുന്ന വാഹനം
cable television ['keɪbl 'tɛlɪˌvɪʒn] *n* കേബിൾ ടെലിവിഷൻ
cactus ['kæktəs] *n* കള്ളിച്ചെടി
cadet [kə'dɛt] *n* കേഡറ്റ്, സൈനിക കോളേജിലെ വിദ്യാർഥി
café ['kæfeɪ] *n* ലഘു ഭക്ഷണശാല
cafeteria [ˌkæfɪ'tɪərɪə] *n* ഉപഭോക്താക്കൾക്ക് കൌണ്ടറിൽ നിന്നും നേരിട്ട് ഭക്ഷണം വാങ്ങാവുന്ന ഭക്ഷണശാല
caffeine ['kæfiːn] *n* കാപ്പി, ചായ എന്നിവയില് അടങ്ങിയിരിക്കുന്ന ഉത്തേജക വസ്തു, കഫീൻ
cage [keɪdʒ] *n* പക്ഷിക്കൂട്
cagoule [kə'guːl] *n* ഭാരം കുറഞ്ഞ മുട്ടൊപ്പമുള്ള കുപ്പായം

cake [keɪk] *n* കെയ്ക്ക്
calcium ['kælsɪəm] *n* കാത്സ്യം
calculate ['kælkjʊ,leɪt] *vt* ഗണിക്കുക, കണക്കു കൂട്ടുക
calculation [,kælkjʊ'leɪʃən] *n* ഗണനം, കണക്കു കൂട്ടൽ
calculator ['kælkjʊ,leɪtə] *n* കണക്ക് കൂട്ടുന്ന യന്ത്രം, കാൽക്കുലേറ്റർ
calendar ['kælɪndə] *n* കലണ്ടർ
calf [kɑːf] *n (young cow)* പശുക്കുട്ടി; *(leg)* കാൽവണ്ണ
call [kɔːl] *n* ഫോൺ വിളി ▷ *vt (name)* പേരു വിളിക്കുക ▷ *v (shout)* വിളിക്കുക; *(telephone)* ഫോൺ വിളിക്കുക
call back [kɔːl bæk] *v* തിരിച്ച് വിളിക്കുക
call box [kɔːl bɒks] *n* പൊതു ടെലഫോൺ ബൂത്ത്
call centre [kɔːl 'sɛntə] *n* ടെലിഫോണിലൂടെയുള്ള സംശയനിവാരണ കേന്ദ്രം
call for [kɔːl fɔː] *v* വിളിച്ചുകൊണ്ടു വരുക
call off [kɔːl ɒf] *v* വേണ്ടെന്നു വെക്കുക
calm [kɑːm] *adj* ശാന്തമായ
calm down [kɑːm daʊn] *v* ശാന്തനാവുക
calorie ['kælərɪ] *n* കലോറി
Cambodia [kæm'bəʊdɪə] *n* കംബോഡിയ
Cambodian [kæm'bəʊdɪən] *adj* കംബോഡിയയെ സംബന്ധിച്ച ▷ *n (person)* കമ്പോഡിയക്കാരൻ
camcorder ['kæm,kɔːdə] *n* സുവഹനീയമായ ഒരു തരം വീഡിയോ ക്യാമറ
camel ['kæməl] *n* ഒട്ടകം
camera ['kæmərə] *n* ക്യാമറ
cameraman ['kæmərə,mæn] *n* ഛായാഗ്രാഹകൻ
camera phone ['kæmərəfəun] *n* ക്യാമറ ഫോൺ
Cameroon [,kæmə'ruːn] *n* കാമറൂൺ
camp [kæmp] *n* താൽക്കാലിക പാർപ്പിടം, ക്യാമ്പ് ▷ *vi* താവളമടിക്കുക
campaign [kæm'peɪn] *n* പ്രചാരണം
camp bed [kæmp bɛd] *n* മടക്കി വയ്ക്കാവുന്ന കിടക്ക
camper ['kæmpə] *n* ക്യാമ്പ് ചെയ്യുന്നയാൾ
camping ['kæmpɪŋ] *n* താവളമടിക്കുക
campsite ['kæmp,saɪt] *n* കൂടാര സ്ഥലം
campus ['kæmpəs] *n* സർവ്വകലാശാലാപരിസരം, കാമ്പസ്
can [kæn] *v* കഴിയുക, പറ്റുക ▷ *n* തകരപ്പാത്രം, ടിന്ന്

Canada ['kænədə] *n* കാനഡ, ഒരു വടക്കേ അമേരിക്കൻ രാജ്യം
Canadian [kə'neɪdɪən] *adj* കാനഡയെ സംബന്ധിച്ച ▷ *n* കാനഡക്കാരൻ
canal [kə'næl] *n* നീർച്ചാൽ, കനാൽ
Canaries [kə'nɛəriːz] *npl* അറ്റ്ലാന്റിക്കിലെ ഒരു കൂട്ടം ദ്വീപുകൾ, കാനറി ദ്വീപുകൾ
canary [kə'nɛərɪ] *n* കാനറി പക്ഷി
cancel ['kænsl] *v* റദ്ദാക്കുക
cancellation [ˌkænsɪ'leɪʃən] *n* റദ്ദാക്കൽ
Cancer ['kænsə] *n (sign of zodiac)* കർക്കടകരാശി
cancer ['kænsə] *n (illness)* അർബുദം
candidate ['kændɪˌdeɪt] *n* സ്ഥാനാർത്ഥി
candle ['kændl] *n* മെഴുകുതിരി
candlestick ['kændlˌstɪk] *n* മെഴുകുതിരി സ്റ്റാൻഡ്
candyfloss ['kændɪˌflɒs] *n* ബോംബെ മിഠായി
canister ['kænɪstə] *n* ലോഹപ്പെട്ടി
canned [kænd] *adj* മുൻകൂട്ടി റെക്കോർഡുചെയ്ത
canoe [kə'nuː] *n* തോണി, വള്ളം
canoeing [kə'nuːɪŋ] *n* വള്ളം തുഴയൽ
can opener [kæn 'əʊpənə] *n* ഭക്ഷണ കാനുകൾ തുറക്കുന്ന ഉപകരണം
canteen [kæn'tiːn] *n* പണിശാലകളോട് ചേർന്നുള്ള ഭക്ഷണശാല
canter ['kæntə] *vi* കുതിരപ്പാച്ചിൽ
canvas ['kænvəs] *n* ക്യാൻവാസ്, ഒരു തരം പരുക്കൻ തുണി
canvass ['kænvəs] *vi* സ്വാധീനിക്കുക
cap [kæp] *n* തൊപ്പി
capable ['keɪpəbl] *adj* കഴിവുള്ള
capacity [kə'pæsɪtɪ] *n* കഴിവ്
capital ['kæpɪtl] *n (money)* മൂലധനം; *(city)* തലസ്ഥാനം; *(letter)* ഇംഗ്ലീഷ് ഭാഷയിലെ വലിയ അക്ഷരം
capitalism ['kæpɪtəˌlɪzəm] *n* മുതലാളിത്തം
capital punishment ['kæpɪtl 'pʌnɪʃmənt] *n* വധശിക്ഷ
Capricorn ['kæprɪˌkɔːn] *n* രാശിചക്രത്തിലെ ഒരു നാൾ
capsize [kæp'saɪz] *v* മറിയുക
capsule ['kæpsjuːl] *n* ഗുളിക
captain ['kæptɪn] *n* ക്യാപ്റ്റൻ, മേധാവി

caption ['kæpʃən] *n* തലക്കെട്ട്, ശീർഷകം
capture ['kæptʃə] *vt* പിടിച്ചടക്കുക, കീഴടക്കുക
car [kɑː] *n* മോട്ടോർകാർ
carafe [kə'ræf] *n* ചില്ല് പാത്രം
caramel ['kærəməl] *n* ഒരു തരം കട്ടി മിഠായി
carat ['kærət] *n* സ്വർണ്ണത്തിന്റെയോ രത്നത്തിന്റെയോ മാറ്റ്, കാരറ്റ്
caravan ['kærə,væn] *n* എഞ്ചിൻ ഇല്ലാത്ത വാഹനം, കാരവാൻ
carbohydrate [,kɑːbəʊ'haɪdreɪt] *n* ഊർജ്ജ ദായകമായ ജൈവസംയുക്തം, കാർബോ ഹൈഡ്രേറ്റ്
carbon ['kɑːbn] *n* അംഗാരകം, കാർബൺ
carbon footprint ['kɑːbən 'fʊt,prɪnt] *n* കാർബൺ ഡൈ ഓക്സൈഡ് പുറം തള്ളുന്ന അളവ്
carburettor [,kɑːbjʊ'rɛtə] *n* കാർബുറേറ്റർ
card [kɑːd] *n* *(greetings card)* കാർഡ്; *(stiff paper)* കാർഡ്; *(playing card)* കളിച്ചീട്ട്
cardboard ['kɑːd,bɔːd] *n* കാർഡ്ബോർഡ്
cardigan ['kɑːdɪgən] *n* തുന്നിയുണ്ടാക്കിയ കമ്പിളിക്കുപ്പായം
cardphone ['kɑːdfəʊn] *n* കാർഡ് ഉപയോഗിച്ച് പ്രവർത്തിപ്പിക്കുന്ന ഫോൺ
care [kɛə] *n* പരിചരണം ▷ *vi* *(be concerned)* ശ്രദ്ധിക്കുക; *(look after)* പരിപാലിക്കുക, പരിചരിക്കുക
career [kə'rɪə] *n* ഔദ്യോഗികജീവിതം
careful ['kɛəfʊl] *adj* ശ്രദ്ധയുള്ള
carefully ['kɛəfʊlɪ] *adv* ശ്രദ്ധയോടെ
careless ['kɛəlɪs] *adj* അശ്രദ്ധമായി, ശ്രദ്ധയില്ലാതെ
caretaker ['kɛə,teɪkə] *n* സംരക്ഷകൻ
car ferry [kɑː 'fɛrɪ] *n* സഞ്ചാര നൌക
cargo ['kɑːgəʊ] *n* ചരക്ക്
car hire [kɑː haɪə] *n* കാർ വാടകയ്ക്ക് എടുക്കൽ
Caribbean [,kærɪ'biːən] *adj* കരീബിയൻ ▷ *n* കരീബിയൻ കടൽ
caring ['kɛərɪŋ] *adj* ശ്രദ്ധയുള്ള
car insurance [kɑː ɪn'ʃʊərəns] *n* കാർ ഇൻഷ്വറൻസ്
car keys [kɑː kiːz] *npl* കാർ താക്കോൽ
carnation [kɑː'neɪʃən] *n* ഒരു തരം ചെടി

carnival ['kaːnɪvl] *n* ഉത്സവം, ഘോഷയാത്ര
carol ['kærəl] *n* ക്രിസ്തുമസ് കരോൾ ഗാനം
car park [kaː paːk] *n* കാർ പാർക്ക് ചെയ്യുന്ന സ്ഥലം
carpenter ['kaːpɪntə] *n* ആശാരി, മരപ്പണിക്കാരൻ
carpentry ['kaːpɪntrɪ] *n* മരപ്പണി
carpet ['kaːpɪt] *n* പരവതാനി
car rental [kaː 'rɛntl] *n* കാർ വാടകയ്ക്ക് കൊടുക്കൽ
carriage ['kærɪdʒ] *n* കോച്ച്
carrier bag ['kærɪə bæg] *n* സഞ്ചി
carrot ['kærət] *n* ക്യാരറ്റ്, മുള്ളങ്കി
carry ['kærɪ] *vt* വഹിക്കുക
carrycot ['kærɪ,kɒt] *n* കുട്ടികൾക്കായുള്ള കിടക്ക
carry on ['kærɪ ɒn] *v* തുടരുക
carry out ['kærɪ aʊt] *v* നടപ്പിൽ വരുത്തുക
cart [kaːt] *n* ശകടം, വണ്ടി
carton ['kaːtn] *n* കാർഡ്ബോഡ്കൊണ്ടുള്ള പെട്ടി
cartoon [kaː'tuːn] *n* *(drawing)* കാർട്ടൂൺ; *(film)* കാർട്ടൂൺ സിനിമ
cartridge ['kaːtrɪdʒ] *n* വെടിത്തിര
carve [kaːv] *v* കൊത്തിയുണ്ടാക്കുക
car wash [kaː wɒʃ] *n* കാർ കഴുകിക്കൊടുക്കുന്ന സ്ഥലം
case [keɪs] *n* *(situation)* അവസ്ഥ, സാഹചര്യം; *(container)* പെട്ടി
cash [kæʃ] *n* പണം
cash dispenser [kæʃ dɪ'spɛnsə] *n* പണം കൈകാര്യം ചെയ്യുന്ന യന്ത്രം
cashew ['kæʃuː] *n* പറങ്കിയണ്ടി, അണ്ടിപ്പരിപ്പ്
cashier [kæ'ʃɪə] *n* പണം കൈകാര്യം ചെയ്യുന്ന ആൾ, കാഷ്യർ
cashmere ['kæʃmɪə] *n* ഒരു തരം മൃദുവായ കമ്പിളി
cash register [kæʃ 'rɛdʒɪstə] *n* പണമിടപാട് കുറിക്കുന്ന ബുക്ക്
casino [kə'siːnəʊ] *n* ചൂതാട്ട കേന്ദ്രം
casserole ['kæsə,rəʊl] *n* കാസറോൾ
cassette [kæ'sɛt] *n* കാസ്സെറ്റ്
cast [kaːst] *n* വിക്ഷേപിക്കുക, മൂശയിൽ ഉരുക്കി വാർക്കുക. നാടകത്തിൽ കഥാപാത്രങ്ങളെ വിഭജിക്കുക
castle ['kaːsl] *n* കോട്ട
casual ['kæʒjʊəl] *adj* അലസമായ
casually ['kæʒjʊəlɪ] *adv* അലസമായി

casualty ['kæʒjʊəltɪ] *n* അത്യാഹിത വിഭാഗം
cat [kæt] *n* പൂച്ച
catalogue ['kætə,lɒg] *n* നാമാവലി, വിവരപ്പട്ടിക
catalytic converter [,kætə'lɪtɪk kən'vɜːtə] *n* മലിനീകരണം തടയാനായി കാറിന്റെ പുകക്കുഴലിൽ ഘടിപ്പിക്കുന്ന ഉപകരണം
cataract ['kætə,rækt] *n* *(waterfall)* വലിയ വെള്ളച്ചാട്ടം; *(in eye)* തിമിരം
catarrh [kə'tɑː] *n* ജലദോഷം
catastrophe [kə'tæstrəfɪ] *n* മഹാവിപത്ത്
catch [kætʃ] *vt* *(capture)* പിടിക്കുക; *(ball)* പിടിക്കുക; *(bus, train)* പിടിക്കുക; *(illness)* പിടിപെടുക
catching ['kætʃɪŋ] *adj* പകരുന്ന
catch up [kætʃ ʌp] *v* ഒപ്പമെത്തുക
category ['kætɪgərɪ] *n* വിഭാഗം
catering ['keɪtərɪŋ] *n* ഭക്ഷണ വിതരണം
caterpillar ['kætə,pɪlə] *n* ചിത്രശലഭപ്പുഴു
cathedral [kə'θiːdrəl] *n* ഭദ്രാസനപ്പള്ളി, കത്തീഡ്രൽ
cattle ['kætl] *npl* കന്നുകാലികൾ
Caucasus ['kɔːkəsəs] *n* തെക്കു പടിഞ്ഞാറൻ റഷ്യയിലെ ഒരു പർവ്വതം
cauliflower ['kɒlɪ,flaʊə] *n* കോളിഫ്ലവർ
cause [kɔːz] *n* *(event)* കാരണം; *(aim)* ഉദ്ദേശ്യം ▷ *vt* ഉണ്ടാക്കുക, കാരണമാവുക
caution ['kɔːʃən] *n* മുൻകരുതൽ
cautious ['kɔːʃəs] *adj* ജാഗ്രതയുള്ള
cautiously ['kɔːʃəslɪ] *adv* ജാഗ്രതയോടെ
cave [keɪv] *n* ഗുഹ
CCTV [siː siː tiː viː] *abbr* സിസിടിവി
CD [siː diː] *n* സിഡി
CD burner [siː diː 'bɜːnə] *n* സിഡി ബർണർ
CD player [siː diː 'pleɪə] *n* സിഡി പ്ലെയർ
CD-ROM [siː diː 'rɒm] *n* സിഡി റോം
ceasefire ['siːs,faɪə] *n* വെടിനിർത്തൽ
ceiling ['siːlɪŋ] *n* മുകൾത്തട്ട്
celebrate ['sɛlɪ,breɪt] *v* ആഘോഷിക്കുക
celebration ['sɛlɪ,breɪʃən] *n* ആഘോഷം
celebrity [sɪ'lɛbrɪtɪ] *n* പ്രശസ്തൻ
celery ['sɛlərɪ] *n* സെലിറി
cell [sɛl] *n* കോശം

cellar ['sɛlə] *n* ഉള്ളറ
cello ['tʃɛləʊ] *n* സംഗീത ഉപകരണം, തന്ത്രിവാദ്യം
cement [sɪ'mɛnt] *n* സിമെന്റ്
cemetery ['sɛmɪtrɪ] *n* ശ്മശാനം
census ['sɛnsəs] *n* ജനസംഖ്യാ കണക്കെടുപ്പ്
cent [sɛnt] *n* സെന്റ്
centenary [sɛn'tiːnərɪ] *n* നൂറാം വാർഷികം
centimetre ['sɛntɪˌmiːtə] *n* സെന്റിമീറ്റർ
central ['sɛntrəl] *adj* മധ്യത്തിലുള്ള
Central African Republic ['sɛntrəl 'æfrɪkən rɪ'pʌblɪk] *n* മധ്യ ആഫ്രിക്കൻ റിപ്പബ്ലിക്ക്
Central America ['sɛntrəl ə'mɛrɪkə] *n* മധ്യ അമേരിക്ക
central heating ['sɛntrəl 'hiːtɪŋ] *n* സെൻട്രൽ ഹീറ്റിംഗ്
centre ['sɛntə] *n* മധ്യം
century ['sɛntʃərɪ] *n* ശതാബ്ദം
CEO [siː iː əʊ] *abbr* സി ഇ ഒ
ceramic [sɪ'ræmɪk] *adj* കളിമണ്ണുകൊണ്ടുള്ള
cereal ['sɪərɪəl] *n (breakfast food)* പാലുചേർത്ത് പ്രാതലിന് കഴിക്കുന്ന ഭക്ഷണധാന്യം; *(plants)* ധാന്യച്ചെടി
ceremony ['sɛrɪmənɪ] *n* ആചാരം
certain ['sɜːtn] *adj* സുനിശ്ചിതമായ
certainly ['sɜːtnlɪ] *adv* നിശ്ചയമായും
certainty ['sɜːtntɪ] *n* സുനിശ്ചിതത്വം
certificate [sə'tɪfɪkɪt] *n* യോഗ്യതാപത്രം, സർട്ടിഫിക്കറ്റ്
Chad [tʃæd] *n* ഒരു ഉത്തര ആഫ്രിക്കൻ റിപ്പബ്ലിക്ക്
chain [tʃeɪn] *n* ചങ്ങല
chair [tʃɛə] *n (seat)* കസേര
chairlift ['tʃɛəˌlɪft] *n* ചെയർ ലിഫ്റ്റ്
chairman ['tʃɛəmən] *n* സഭാധ്യക്ഷൻ, ചെയർമാൻ
chalk [tʃɔːk] *n* ചോക്ക്
challenge ['tʃælɪndʒ] *n* വെല്ലുവിളി ▷ *vt* വെല്ലുവിളിക്കുക
challenging ['tʃælɪndʒɪŋ] *adj* വെല്ലുവിളിയുള്ള
chambermaid ['tʃeɪmbəˌmeɪd] *n* ഹോട്ടലുകളിലെ ശയനമുറികൾ വൃത്തിയാക്കുന്ന സ്ത്രീ
champagne [ʃæm'peɪn] *n* ഒരു ഫ്രഞ്ച് വീഞ്ഞ്, ഷാംപെയിൻ
champion ['tʃæmpɪən] *n* ചാമ്പ്യൻ

championship ['tʃæmpɪən,ʃɪp] *n* മത്സരം

chance [tʃɑːns] *n* അവസരം

change [tʃeɪndʒ] *n* *(alteration)* മാറ്റം ▷ *vi* *(put on different clothes)* വസ്ത്രം മാറുക ▷ *v* *(become different)* മാറ്റുക, മാറുക ▷ *n* *(money)* ചില്ലറ

changeable ['tʃeɪndʒəbl] *adj* മാറാവുന്ന

changing room ['tʃeɪndʒɪŋ rʊm] *n* വസ്ത്രം മാറുവാൻ ഉപയോഗിക്കുന്ന മുറി

channel ['tʃænl] *n* ടെലിവിഷൻ പ്രക്ഷേപണത്തിനുള്ള തരംഗ ദൈർഘ്യം, ചാനൽ

chaos ['keɪɒs] *n* താറുമാറ്, അലങ്കോലം

chaotic ['keɪ'ɒtɪk] *adj* താറുമാറായ, അലങ്കോലപ്പെട്ട

chap [tʃæp] *n* *(informal)* ബാലൻ, പയ്യൻ

chapel ['tʃæpl] *n* ചെറുപള്ളി

chapter ['tʃæptə] *n* അധ്യായം

character ['kærɪktə] *n* *(personality)* സ്വഭാവം; *(in story or film)* കഥാപാത്രം

characteristic [,kærɪktə'rɪstɪk] *n* സ്വഭാവവിശേഷമുള്ള

charcoal ['tʃɑː,kəʊl] *n* കരിക്കട്ട

charge [tʃɑːdʒ] *n* *(price)* വില; *(crime)* കുറ്റം ചുമത്തൽ; *(electrical)* വൈദ്യുത ചാർജ് ▷ *v* *(ask to pay)* പണം ഈടാക്കുക ▷ *vt* *(police)* കുറ്റം ചുമത്തുക; *(battery)* വൈദ്യുതി ചാർജ് ചെയ്യുക

charger ['tʃɑːdʒə] *n* ബാറ്ററി ചാർജർ

charity ['tʃærɪtɪ] *n* ധർമ്മസ്ഥാപനം

charity shop ['tʃærɪtɪ ʃɒp] *n* ധർമ്മസേവാസ്ഥാപനം

charm [tʃɑːm] *n* ആകർഷണശക്തി, വശ്യത

charming ['tʃɑːmɪŋ] *adj* ആകർഷകമായ, വശ്യതയുള്ള

chart [tʃɑːt] *n* പട്ടിക, ചാർട്ട്

chase [tʃeɪs] *n* പിന്തുടരൽ ▷ *vt* പിന്തുടരുക

chat [tʃæt] *n* അനൌപചാരിക സംഭാഷണം ▷ *vi* നർമ്മസല്ലാപം നടത്തുക

chatroom ['tʃæt,ruːm] *n* ചാറ്റ് റൂം

chat show [tʃæt ʃəʊ] *n* വിശിഷ്ട വ്യക്തിയുമായുള്ള നർമ്മസല്ലാപം

chauffeur ['ʃəʊfə] *n* ഡ്രൈവർ ജോലി ചെയ്യുന്നയാൾ

chauvinist ['ʃəʊvɪ,nɪst] *n* പുരുഷമേധാവിത്വവാദി

cheap [tʃiːp] *adj* വിലകുറഞ്ഞ
cheat [tʃiːt] *n* ചതിയൻ ▷ *vi* ചതിക്കുക
Chechnya ['tʃɛtʃnjə] *n* ദക്ഷിണ റഷ്യയിലെ ഒരു റിപ്പബ്ലിക്ക്
check [tʃɛk] *n* നിയന്ത്രണം ▷ *v* പരിശോധിക്കുക
checked [tʃɛkt] *adj* ചെറു ചതുരങ്ങളുള്ള
check in [tʃɛk ɪn] *v* ആഗമനം രേഖപ്പെടുത്തുക
check out [tʃɛk aʊt] *v* ഹോട്ടൽ വിട്ടുപോകുക
checkout ['tʃɛkaʊt] *n* പണമടച്ച് ചെക്ക് ഔട്ട് ചെയ്യുന്ന സ്ഥലം
check-up ['tʃɛkʌp] *n* വൈദ്യപരിശോധന
cheek [tʃiːk] *n* കവിൾത്തടം
cheekbone ['tʃiːk,bəʊn] *n* കവിളെല്ല്
cheeky ['tʃiːkɪ] *adj* ഗർവ്വുള്ള, ധിക്കാരിയായ
cheer [tʃɪə] *n* ആർപ്പുവിളി ▷ *v* ആർപ്പുവിളിക്കുക
cheerful ['tʃɪəfʊl] *adj* ഉത്സാഹഭരിതനായ
cheerio! ['tʃɪərɪ'əʊ] *excl* *(informal)* വിടപറയുന്ന ഒരു രീതി
cheers! [tʃɪəz] *excl* ചിയേർസ്
cheese [tʃiːz] *n* പാൽക്കട്ടി
chef [ʃɛf] *n* പ്രധാന പാചകക്കാരൻ
chemical ['kɛmɪkl] *n* രാസപദാർഥം
chemist ['kɛmɪst] *n* *(person)* രസതന്ത്രജ്ഞൻ; *(shop)* മരുന്നുകൾ വിൽക്കുന്ന സ്ഥലം
chemistry ['kɛmɪstrɪ] *n* രസതന്ത്രം
cheque [tʃɛk] *n* ചെക്ക്
chequebook ['tʃɛk,bʊk] *n* ചെക്ക് ബുക്ക്
cherry ['tʃɛrɪ] *n* ചെറിപ്പഴം
chess [tʃɛs] *n* ചതുരംഗം
chest [tʃɛst] *n* *(part of body)* നെഞ്ച്, മാറ്; *(box)* വലിയ പെട്ടി
chestnut ['tʃɛs,nʌt] *n* ഒരിനം വൃക്ഷം
chest of drawers [tʃɛst əv drɔːz] *n* വലിപ്പുകളുള്ള അലമാര
chew [tʃuː] *v* ചവയ്ക്കുക
chewing gum ['tʃuːɪŋ gʌm] *n* ചവയ്ക്കുന്ന മിഠായി, ച്യൂയിംഗ് ഗം
chick [tʃɪk] *n* പക്ഷിക്കുഞ്ഞ്
chicken ['tʃɪkɪn] *n* *(bird)* കോഴി; *(meat)* കോഴിയിറച്ചി
chickenpox ['tʃɪkɪn,pɒks] *n* പൊങ്ങൻ പനി
chickpea ['tʃɪk,piː] *n* ഒരുതരം ധാന്യം

chief [tʃiːf] *adj* മുഖ്യ, ചീഫ് ▷ *n* മേധാവി
child [tʃaɪld] *n* കുഞ്ഞ്
childcare ['tʃaɪld,kɛə] *n* ശിശുസംരക്ഷണം
childhood ['tʃaɪldhʊd] *n* ബാല്യം
childish ['tʃaɪldɪʃ] *adj* ബാലിശമായ
childminder ['tʃaɪld,maɪndə] *n* ശിശുപരിപാലനം ജോലിയായിട്ടുള്ളവർ
Chile ['tʃɪlɪ] *n* ചിലി
Chilean ['tʃɪlɪən] *adj* ചിലിയെ സംബന്ധിച്ച അല്ലെങ്കിൽ ചിലിയിലുള്ളവരെ സംബന്ധിച്ച ▷ *n* ചിലിയിലെ ആളുകൾ
chill [tʃɪl] *v* തണുപ്പിക്കുക
chilli ['tʃɪlɪ] *n* മുളക്
chilly ['tʃɪlɪ] *adj* കുളിരുള്ള
chimney ['tʃɪmnɪ] *n* പുകക്കുഴൽ
chimpanzee [,tʃɪmpæn'ziː] *n* ആൾക്കുരങ്ങ്
chin [tʃɪn] *n* താടി
China ['tʃaɪnə] *n* ചൈന
china ['tʃaɪnə] *n* പാത്രമുണ്ടാക്കുന്ന കളിമണ്ണ്
Chinese [tʃaɪ'niːz] *adj* ചൈനയെ സംബന്ധിച്ച ▷ *n (person)* ചൈനക്കാർ; *(language)* ചൈനീസ് ഭാഷ
chip [tʃɪp] *n (small piece)* ചീള്; *(electronic)* ചിപ്പ് ▷ *vt* പൊട്ടിഇളകുക
chips [tʃɪps] *npl (potatoes)* ഉപ്പേരി, വറ്റൽ
chiropodist [kɪ'rɒpədɪst] *n* പാദരോഗ ചികിത്സകൻ
chisel ['tʃɪzl] *n* കല്ലുളി
chives *npl* ഒരു ഔഷധ ഇല
chlorine ['klɔːriːn] *n* ക്ലോറിൻ വാതകം
chocolate ['tʃɒkəlɪt] *n* ചോക്കലേറ്റ്
choice [tʃɔɪs] *n* തിരഞ്ഞെടുക്കൽ
choir [kwaɪə] *n* ഗായകസംഘം
choke [tʃəʊk] *v* ശ്വാസംമുട്ടുക
cholesterol [kə'lɛstə,rɒl] *n* കൊളസ്ട്രോൾ
choose [tʃuːz] *v* തിരഞ്ഞെടുക്കുക
chop [tʃɒp] *n* മാംസകഷ്ണം ▷ *vt* വെട്ടിമുറിക്കുക
chopsticks ['tʃɒpstɪks] *npl* ചോപ്പ് സ്റ്റിക്ക്
chosen ['tʃəʊzn] *adj* തിരഞ്ഞെടുത്ത
Christ [kraɪst] *n* ക്രിസ്തു
Christian ['krɪstʃən] *adj* ക്രിസ്തീയമായ ▷ *n* ക്രിസ്ത്യാനി
Christianity [,krɪstɪ'ænɪtɪ] *n* ക്രിസ്തുമതം

Christmas ['krɪsməs] *n* ക്രിസ്മസ്
Christmas card ['krɪsməs kɑːd] *n* ക്രിസ്മസ്സ് സന്ദേശ പത്രം
Christmas Eve ['krɪsməs iːv] *n* ക്രിസ്മസ്സിന് തലേദിവസത്തെ സായാഹ്നം
Christmas tree ['krɪsməs triː] *n* ക്രിസ്മസ് മരം
chrome [krəʊm] *n* തിളക്കമുള്ള ഒരു ലോഹം
chronic ['krɒnɪk] *adj* പഴക്കം ചെന്ന
chrysanthemum [krɪ'sænθəməm] *n* ജമന്തി
chubby ['tʃʌbɪ] *adj* കൊഴുത്തുരുണ്ട, കൊഴുത്ത
chunk [tʃʌŋk] *n* വലിയ കഷ്ണം
church [tʃɜːtʃ] *n* പള്ളി
cider ['saɪdə] *n* ആപ്പിളിൽ നിന്നുണ്ടാക്കുന്ന വീഞ്ഞ്
cigar [sɪ'gɑː] *n* ചുരുട്ട്
cigarette [,sɪgə'rɛt] *n* സിഗരറ്റ്
cigarette lighter [,sɪgə'rɛt 'laɪtə] *n* സിഗരറ്റ് കത്തിക്കുന്ന ഉപകരണം
cinema ['sɪnɪmə] *n* സിനിമാ തിയേറ്റർ
cinnamon ['sɪnəmən] *n* കറുവാപ്പട്ട
circle ['sɜːkl] *n* വൃത്തം
circuit ['sɜːkɪt] *n* സർക്യൂട്ട്, വൈദ്യുതിയുടെ പൂർണ്ണമായ പ്രവാഹ പരിക്രമണം
circular ['sɜːkjʊlə] *adj* വൃത്താകാരമായ
circulation [,sɜːkjʊ'leɪʃən] *n* ചുറ്റിസഞ്ചാരം, ചംക്രമണം
circumstances ['sɜːkəmstənsɪz] *npl* സാഹചര്യങ്ങൾ
circus ['sɜːkəs] *n* സർക്കസ്സ്
citizen ['sɪtɪzn] *n* പൌരൻ
citizenship ['sɪtɪzən,ʃɪp] *n* പൌരത്വം
city ['sɪtɪ] *n* നഗരം
city centre ['sɪtɪ 'sɛntə] *n* നഗര മധ്യം
civilian [sɪ'vɪljən] *adj* സൈനികേതരമായ ▷ *n* സാധാരണ പൌരൻ
civilization [,sɪvɪlaɪ'zeɪʃən] *n* നാഗരികത
civil rights ['sɪvl raɪts] *npl* പൌരാവകാശങ്ങൾ
civil servant ['sɪvl 'sɜːvnt] *n* ഭരണപാലകൻ
civil war ['sɪvl wɔː] *n* ആഭ്യന്തരയുധം
claim [kleɪm] *n* വാദം ▷ *vt* വാദിക്കുക
claim form [kleɪm fɔːm] *n* അവകാശപത്രം
clap [klæp] *v* കയ്യടിക്കുക
clarify ['klærɪ,faɪ] *vt (formal)* സ്പഷ്ടമാക്കുക

clarinet [ˌklærɪˈnɛt] *n* ഒരു സംഗീത ഉപകരണം
clash [klæʃ] *vi* ഏറ്റുമുട്ടുക
clasp [klɑːsp] *n* കൊളുത്ത്
class [klɑːs] *n* വർഗം, വിഭാഗം
classic [ˈklæsɪk] *adj* ഉത്തമമായ ▷ *n* ഉത്തമകലാസൃഷ്ടി
classical [ˈklæsɪkl] *adj* ശാസ്ത്രീയ
classmate [ˈklɑːsˌmeɪt] *n* സതീർത്ഥ്യൻ
classroom [ˈklɑːsˌruːm] *n* ക്ലാസ്സ് മുറി
classroom assistant [ˈklɑːsrʊm əˈsɪstənt] *n* ക്ലാസ്സ് അധ്യാപകന്റെ സഹായി
clause [klɔːz] *n* ഉപവാക്യം
claustrophobic [ˌklɔːstrəˈfəʊbɪk] *adj* ഏകാന്തത അനുഭവപ്പെടുന്ന
claw [klɔː] *n* ജന്തുക്കളുടെയോ പക്ഷികളുടെയോ നഖം
clay [kleɪ] *n* കളിമണ്ണ്
clean [kliːn] *adj* വൃത്തിയുള്ള ▷ *vt* വൃത്തിയാക്കുക
cleaner [ˈkliːnə] *n* വൃത്തിയാക്കുന്ന ആൾ
cleaning [ˈkliːnɪŋ] *n* ശുചീകരണം
cleaning lady [ˈkliːnɪŋ ˈleɪdɪ] *n* ശുചീകരണ ജോലിചെയ്യുന്ന സ്ത്രീ
cleanser [ˈklɛnzə] *n* ശുചീകരണത്തിന് ഉപയോഗിക്കുന്ന ലേപനം
cleansing lotion [ˈklɛnzɪŋ ˈləʊʃən] *n* ശുചീകരണത്തിനുപയോഗിക്കുന്ന ദ്രാവകം
clear [klɪə] *adj (easily seen or understood)* വ്യക്തമായ; *(see-through)* തെളിഞ്ഞ; *(unobstructed)* ഒഴിഞ്ഞ ▷ *vt* സാധനങ്ങൾ എടുത്തു മാറ്റി വൃത്തിയാക്കുക
clearly [ˈklɪəlɪ] *adv* സ്പഷ്ടമായി, വ്യക്തമായി
clear off [klɪə ɒf] *v (informal)* പുറത്തുപോകുക
clear up [klɪə ʌp] *v* അടുക്കി വൃത്തിയാക്കുക
clementine [ˈklɛmənˌtiːn] *n* ഓറഞ്ചു പോലുള്ള ഒരു തരം പഴം
clever [ˈklɛvə] *adj* ബുദ്ധിസാമർഥ്യമുള്ള
click [klɪk] *n* ക്ലിക്ക് ശബ്ദം ▷ *v* ക്ലിക്ക് ശബ്ദം പുറപ്പെടുവിക്കുക
client [ˈklaɪənt] *n* ഇടപാടുകാരൻ
cliff [klɪf] *n* മലഞ്ചെരുവ്
climate [ˈklaɪmɪt] *n* കാലാവസ്ഥ
climate change [ˈklaɪmɪt tʃeɪndʒ] *n* കാലാവസ്ഥ വ്യതിയാനം
climb [klaɪm] *v* കയറുക

climber ['klaɪmə] *n* മലകയറുന്നവൻ
climbing ['klaɪmɪŋ] *n* മലകയറ്റം, ആരോഹണം
clinic ['klɪnɪk] *n* ചികിത്സാലയം
clip [klɪp] *n* ക്ലിപ്പ്
clippers ['klɪpəz] *npl* കത്രിക
cloakroom ['kləʊk,ruːm] *n* കോട്ടുകൾ സൂക്ഷിക്കുന്ന സ്ഥലം
clock [klɒk] *n* ഘടികാരം
clockwise ['klɒk,waɪz] *adv* ഘടികാരസൂചികൾ കറങ്ങുന്ന രീതിയിൽ, പ്രദക്ഷിണമായി
clog [klɒg] *n* മെതിയടി, മരച്ചെരിപ്പ്
clone [kləʊn] *n* ക്ലോൺ ▷ *vt* ക്ലോൺ ചെയ്യുക
close [kləʊs] *adj* അടുത്ത്, സമീപം ▷ *adv* അരികെ, സമീപം ▷ [kləʊz] *vt* അടയ്ക്കുക
close by [kləʊs baɪ] *adj* അടുത്ത്, സമീപത്ത്
closed [kləʊzd] *adj* പുതിയ ആശയങ്ങൾ സ്വീകരിക്കാത്ത
closely [kləʊslɪ] *adv* വളരെ അടുത്തായി
closing time ['kləʊzɪŋ taɪm] *n* അടയ്ക്കുന്ന സമയം
closure ['kləʊʒə] *n* സമാപ്തി
cloth [klɒθ] *n* *(material)* തുണിത്തരം; *(for cleaning)* തുണിക്കഷണം
clothes [kləʊðz] *npl* വസ്ത്രങ്ങൾ
clothes line [kləʊðz laɪn] *n* തുണി ഉണക്കുവാൻ വിരിക്കുന്ന അയ
clothes peg [kləʊðz pɛg] *n* ഉണക്കുവാൻ വിരിക്കുന്ന തുണികളിൽ ഇടുന്ന ക്ലിപ്പ്
clothing ['kləʊðɪŋ] *n* വസ്ത്രം
cloud [klaʊd] *n* മേഘം
cloudy ['klaʊdɪ] *adj* മേഘാവൃതമായ
clove [kləʊv] *n* ഗ്രാമ്പൂ
clown [klaʊn] *n* കോമാളി
club [klʌb] *n* *(organization)* ക്ലബ്; *(stick)* കുറുവടി, ലാത്തി
club together [klʌb tə'gɛðə] *v* ഒന്നിച്ചു ചേരുക
clue [kluː] *n* സൂചന
clumsy ['klʌmzɪ] *adj* വിലക്ഷണമായ
clutch [klʌtʃ] *n* നിയന്ത്രണത്തിലാകുക
clutter ['klʌtə] *n* അടുക്കും ചിട്ടയുമില്ലാതെ വലിച്ചുവാരിയിട്ടിരിക്കുന്ന സാധനങ്ങൾ
coach [kəʊtʃ] *n* *(trainer)* പരിശീലകൻ; *(bus)* കോച്ച്
coal [kəʊl] *n* കൽക്കരി
coarse [kɔːs] *adj* പരുപരുത്ത
coast [kəʊst] *n* കടൽത്തീരം
coastguard ['kəʊst,gɑːd] *n* തീരസംരക്ഷകൻ

coat [kəʊt] *n* കുപ്പായം
coathanger ['kəʊt,hæŋə] *n* തുണിതൂക്കിയിടുന്ന വളഞ്ഞ ലോഹമോ പ്ലാസ്റ്റിക്കോ, ഹാംഗർ
cobweb ['kɒb,wɛb] *n* ചിലന്തിവല
cock [kɒk] *n* പൂവൻകോഴി
cockerel ['kɒkərəl] *n* പൂവൻകോഴിക്കുഞ്ഞ്
cockpit ['kɒk,pɪt] *n* പൈലറ്റ് ഇരിക്കുന്ന സ്ഥലം
cockroach ['kɒk,rəʊtʃ] *n* പാറ്റ
cocktail ['kɒk,teɪl] *n* ഒരുതരം മദ്യം
cocoa ['kəʊkəʊ] *n* ചോക്ലേറ്റ് ഉണ്ടാക്കാൻ ഉപയോഗിക്കുന്ന ബ്രൌൺ പൊടി
coconut ['kəʊkə,nʌt] *n* തേങ്ങ
cod [kɒd] *n* വലിയ കടൽ മത്സ്യം
code [kəʊd] *n* ചട്ടം
coeliac ['siːlɪ,æk] *adj* ഉദരവുമായി ബന്ധപ്പെട്ട
coffee ['kɒfɪ] *n* കാപ്പി
coffee bean ['kɒfɪ biːn] *n* കാപ്പിക്കുരു
coffeepot ['kɒfɪ,pɒt] *n* കാപ്പിയുണ്ടാക്കുന്ന നീണ്ട വലിയ പാത്രം
coffee table ['kɒfɪ 'teɪbl] *n* കോഫി ടേബിൾ
coffin ['kɒfɪn] *n* ശവപ്പെട്ടി
coin [kɔɪn] *n* നാണയം
coincide [,kəʊɪn'saɪd] *vi* ഒരേസമയത്ത് സംഭവിക്കുക
coincidence [kəʊ'ɪnsɪdəns] *n* ആകസ്മികത
Coke® [kəʊk] *n* ഒരു വ്യാപാരനാമം
colander ['kɒləndə] *n* അരിപ്പ
cold [kəʊld] *adj (weather)* തണുത്ത ▷ *n* ജലദോഷം ▷ *adj (person)* തണുപ്പുള്ള
cold sore [kəʊld sɔː] *n* ജലദോഷസമയത്തുള്ള പുണ്ണ്
coleslaw ['kəʊl,slɔː] *n* ഒരു സാലഡ്
collaborate [kə'læbə,reɪt] *vi* ഒന്നിച്ച് പ്രവർത്തിക്കുക
collapse [kə'læps] *vi* തകർന്നുവീഴുക
collar ['kɒlə] *n (garment)* കുപ്പായക്കഴുത്ത്, കോളർ; *(pet)* പട്ടിയുടെയോ പൂച്ചയുടെയോ കഴുത്തിലിടുന്ന പട്ട
collarbone ['kɒlə,bəʊn] *n* തോളെല്ല്
colleague ['kɒliːg] *n* സഹപ്രവർത്തകൻ
collect [kə'lɛkt] *vt (gather)* ശേഖരിക്കുക; *(person)* പോയി കൂട്ടിക്കൊണ്ടു വരുക
collection [kə'lɛkʃən] *n* ശേഖരണം

collective [kə'lɛktɪv] *adj* ഒന്നിച്ചുള്ള ▷ *n* പങ്കു കച്ചവടം

collector [kə'lɛktə] *n* ശേഖരിക്കുന്നയാൾ

college ['kɒlɪdʒ] *n* കോളേജ്, കലാശാല

collide [kə'laɪd] *vi* കൂട്ടിയിടിക്കുക

collie ['kɒlɪ] *n* നീണ്ട രോമമുള്ള നായ

colliery ['kɒljərɪ] *n* കൽക്കരി ഖനി

collision [kə'lɪʒən] *n* കൂട്ടിയിടിക്കൽ

Colombia [kə'lɒmbɪə] *n* കൊളംബിയ

Colombian [kə'lɒmbɪən] *adj* കൊളംബിയയെ സംബന്ധിച്ച ▷ *n* കൊളംബിയക്കാരൻ

colon ['kəʊlən] *n* അപൂർണ്ണ വിരാമം

colonel ['kɜːnl] *n* കേണൽ

colour ['kʌlə] *n* നിറം

colour-blind ['kʌlə'blaɪnd] *adj* വർണ്ണാന്ധതയുള്ള

colourful ['kʌləfʊl] *adj* വർണ്ണശബളമായ

colouring ['kʌlərɪŋ] *n* നിറം നൽകൽ

column ['kɒləm] *n* സ്തൂപം

coma ['kəʊmə] *n* കോമയിലുള്ള അവസ്ഥ, നിദ്രാമയക്കം

comb [kəʊm] *n* ചീപ്പ് ▷ *vt* മുടിചീകുക

combination [ˌkɒmbɪ'neɪʃən] *n* സംയോജനം

combine [kəm'baɪn] *v* സംയോജിപ്പിക്കുക

come [kʌm] *vi* വരുക

come back [kʌm bæk] *v* തിരിച്ചു വരുക

comedian [kə'miːdɪən] *n* ഹാസ്യകലാകാരൻ

come down [kʌm daʊn] *v* താഴേക്ക് വരുക

comedy ['kɒmɪdɪ] *n* തമാശ, നേരംപോക്ക്

come from [kʌm frəm] *v* ഇതിൽ നിന്ന് വരുക

come in [kʌm ɪn] *v* ലഭിക്കുക

come out [kʌm aʊt] *v* പുറത്തുവരുക

come round [kʌm raʊnd] *v* ബോധംവരുക, ബോധം തിരിച്ചു കിട്ടുക

comet ['kɒmɪt] *n* വാൽനക്ഷത്രം

come up [kʌm ʌp] *v* നേരേ വരിക

comfortable ['kʌmftəbl] *adj* സുഖപ്രദമായ

comic ['kɒmɪk] *n* ഹാസ്യകലാകാരൻ

comic book ['kɒmɪk bʊk] *n* ഹാസ്യപുസ്തകം

comic strip ['kɒmɪk strɪp] *n* ഹാസ്യ ചിത്രകഥ

coming ['kʌmɪŋ] *adj* വരുന്ന

comma ['kɒmə] *n* കോമ, അർദ്ധവിരാമം

command [kə'mɑːnd] *n* *(written)* ആജ്ഞ

comment ['kɒmɛnt] *n* അഭിപ്രായം ▷ *v* അഭിപ്രായപ്പെടുക

commentary ['kɒməntərɪ] *n* ദൃക്സാക്ഷി വിവരണം

commentator ['kɒmən,teɪtə] *n* ദൃക്സാക്ഷിവിവരണം നൽകുന്നയാൾ

commercial [kə'mɜːʃəl] *n* വാണിജ്യപരമായ

commercial break [kə'mɜːʃəl breɪk] *n* പരസ്യ ഇടവേള

commission [kə'mɪʃən] *n* ചെയ്യിക്കാനേൽപ്പിച്ച ജോലി

commit [kə'mɪt] *vt* കുറ്റം ചെയ്യുക, സമർപ്പിക്കുക

committee [kə'mɪtɪ] *n* സമിതി, കമ്മിറ്റി

common ['kɒmən] *adj* സാധാരണമായ

common sense ['kɒmən sɛns] *n* സാമാന്യ ബോധം

communicate [kə'mjuːnɪ,keɪt] *vi* ആശയവിനിമയം നടത്തുക

communication [kə,mjuːnɪ'keɪʃən] *n* ആശയവിനിമയം

communion [kə'mjuːnjən] *n* ആശയവിനിമയം

communism ['kɒmjʊ,nɪzəm] *n* കമ്മ്യൂണിസം

communist ['kɒmjʊnɪst] *adj* കമ്യൂണിസ്റ്റായ ▷ *n* കമ്യൂണിസ്റ്റുകാരൻ

community [kə'mjuːnɪtɪ] *n* സമുദായം, സമൂഹം

commute [kə'mjuːt] *vi* ദിനവുമുള്ള ദീർഘദൂരയാത്ര

commuter [kə'mjuːtə] *n* ദിനവും ജോലിക്കായി ദീർഘദൂരയാത്ര നടത്തുന്നയാൾ

compact [,kəm'pækt] *adj* ഒതുക്കമുള്ള

compact disc ['kɒmpækt dɪsk] *n* ചെറിയ ഡിസ്ക്, സി. ഡി.

companion [kəm'pænjən] *n* കൂട്ടാളി

company ['kʌmpənɪ] *n* കമ്പനി

company car ['kʌmpənɪ kɑː] *n* കമ്പനി കാർ

comparable ['kɒmpərəbl] *adj* താരതമ്യപ്പെടുത്താവുന്ന

comparatively [kəm'pærətɪvlɪ] *adv* താരതമ്യേന

compare [kəm'pɛə] *vt* താരതമ്യം ചെയ്യുക

comparison [kəm'pærɪsn] *n* താരതമ്യം

compartment [kəm'pɑːtmənt] *n* റെയിൽവേ കമ്പാർട്ട്മെന്റ്
compass ['kʌmpəs] *n* വടക്കുനോക്കിയന്ത്രം
compatible [kəm'pætəbl] *adj* അനുഗുണമായ
compensate ['kɒmpɛn,seɪt] *vt* നഷ്ടപരിഹാരം നൽകുക
compensation [,kɒmpɛn'seɪʃən] *n* നഷ്ടപരിഹാരം
compere ['kɒmpɛə] *n* അവതാരകൻ
compete [kəm'piːt] *vi* മത്സരിക്കുക
competent ['kɒmpɪtənt] *adj* കഴിവുറ്റ
competition [,kɒmpɪ'tɪʃən] *n* മത്സരം
competitive [kəm'pɛtɪtɪv] *adj* മത്സരക്ഷമമായ
competitor [kəm'pɛtɪtə] *n* എതിരാളി
complain [kəm'pleɪn] *v* പരാതി പറയുക
complaint [kəm'pleɪnt] *n* പരാതി
complementary [,kɒmplɪ'mɛntərɪ] *adj* *(formal)* പരിപൂരകമായ
complete [kəm'pliːt] *adj* പൂർണ്ണമായ, തികച്ചും
completely [kəm'pliːtlɪ] *adv* പൂർണ്ണമായും
complex ['kɒmplɛks] *adj* സങ്കീർണ്ണമായ ▷ *n* കോംപ്ലക്സ്
complexion [kəm'plɛkʃən] *n* ശരീരത്തിന്റെ നിറം
complicated ['kɒmplɪ,keɪtɪd] *adj* സങ്കീർണ്ണതയുള്ള
complication [,kɒmplɪ'keɪʃən] *n* സങ്കീർണ്ണത
compliment ['kɒmplɪ,mɛnt] *n* അഭിനന്ദനം ▷ ['kɒmplɪmɛnt] *vt* അഭിനന്ദിക്കുക
complimentary [,kɒmplɪ'mɛntərɪ] *adj* അഭിനന്ദനാപരമായ
component [kəm'pəʊnənt] *n* ഘടകം
composer [kəm'pəʊzə] *n* ഗാനരചയിതാവ്
composition [,kɒmpə'zɪʃən] *n* രചന
comprehension [,kɒmprɪ'hɛnʃən] *n* *(formal)* ഗ്രഹണശേഷി
comprehensive [,kɒmprɪ'hɛnsɪv] *adj* വിസ്തരിച്ചുള്ള
compromise ['kɒmprə,maɪz] *n* ഒത്തുതീർപ്പ് ▷ *vi* ഒത്തുതീർപ്പാകുക
compulsory [kəm'pʌlsərɪ] *adj* നിർബന്ധിതമായ

computer [kəm'pjuːtə] *n* കമ്പ്യൂട്ടർ
computer game [kəm'pjuːtə geɪm] *n* കമ്പ്യൂട്ടർ കളി
computer science [kəm'pjuːtə 'saɪəns] *n* കമ്പ്യൂട്ടർ സയൻസ്
computing [kəm'pjuːtɪŋ] *n* കമ്പ്യൂട്ടർ ഉപയോഗിച്ചുള്ള പ്രവർത്തനം
concentrate ['kɒnsən,treɪt] *vi* ശ്രദ്ധിക്കുക, ഏകാഗ്രമായിരിക്കുക
concentration [,kɒnsən'treɪʃən] *n* ഏകാഗ്രത
concern [kən'sɜːn] *n* ആശങ്ക
concerned [kən'sɜːnd] *adj* ആശങ്കയുള്ള
concerning [kən'sɜːnɪŋ] *prep (formal)* സംബന്ധിച്ച്, പറ്റി
concert ['kɒnsət] *n* സംഗീതകച്ചേരി
concerto [kən'tʃɛətəʊ] *n* സംഗീത മേള, ഗാനമേള
concession [kən'sɛʃən] *n* ആനുകൂല്യം
concise [kən'saɪs] *adj* സംക്ഷിപ്തമായ
conclude [kən'kluːd] *vt* നിഗമനത്തിലെത്തുക
conclusion [kən'kluːʒən] *n* നിഗമനം, ഉപസംഹാരം
concrete ['kɒnkriːt] *n* കോൺക്രീറ്റ്
concussion [kən'kʌʃən] *n* തലച്ചോറിനുണ്ടാകുന്ന ക്ഷതം
condemn [kən'dɛm] *vt* പഴിക്കുക, കുറ്റപ്പെടുത്തുക
condensation [,kɒndɛn'seɪʃən] *n* സാന്ദ്രീകരിക്കൽ
condition [kən'dɪʃən] *n* അവസ്ഥ
conditional [kən'dɪʃənl] *adj* സോപാധികമായ
conditioner [kən'dɪʃənə] *n* കണ്ടീഷണർ
condom ['kɒndɒm] *n* കോണ്ടം
conduct [kən'dʌkt] *vt* നടത്തുക
conductor [kən'dʌktə] *n* നടത്തുന്നയാൾ, നിയന്ത്രകൻ
cone [kəʊn] *n* കോൺ
conference ['kɒnfərəns] *n* സമ്മേളനം
confess [kən'fɛs] *v* കുറ്റസമ്മതം നടത്തുക
confession [kən'fɛʃən] *n* കുറ്റസമ്മതപത്രം
confetti [kən'fɛtɪ] *npl* വർണ്ണക്കടലാസു തുണ്ടുകൾ
confidence ['kɒnfɪdəns] *n* *(mainly trust)* വിശ്വാസം; *(self-assurance)* ആത്മവിശ്വാസം; *(secret)* രഹസ്യം

confident ['kɒnfɪdənt] *adj* ആത്മവിശ്വാസമുള്ള
confidential [ˌkɒnfɪ'dɛnʃəl] *adj* രഹസ്യസ്വഭാവമുള്ള
confirm [kən'fɜːm] *vt* സ്ഥിരീകരിക്കുക
confirmation [ˌkɒnfə'meɪʃən] *n* സ്ഥിരീകരണം
confiscate ['kɒnfɪˌskeɪt] *vt* കണ്ടുകെട്ടുക
conflict ['kɒnflɪkt] *n* അഭിപ്രായ വ്യത്യാസം, തർക്കം
confuse [kən'fjuːz] *vt* ആശയക്കുഴപ്പമുണ്ടാകുക
confused [kən'fjuːzd] *adj* ആശയക്കുഴപ്പമുള്ള
confusing [kən'fjuːzɪŋ] *adj* കുഴയ്ക്കുന്ന
confusion [kən'fjuːʒən] *n* ആശയക്കുഴപ്പം
congestion [kən'dʒɛstʃən] *n* തിങ്ങിനിറഞ്ഞ
Congo ['kɒŋgəʊ] *n* ദക്ഷിണ മധ്യ ആഫ്രിക്കൻ രാജ്യം
congratulate [kən'grætjʊˌleɪt] *vt* അഭിനന്ദിക്കുക
congratulations [kənˌgrætjʊ'leɪʃənz] *npl* അഭിനന്ദനങ്ങൾ
conifer ['kəʊnɪfə] *n* വൃക്ഷഗണം, കോണിഫൈറുകൾ
conjugation [ˌkɒndʒʊ'geɪʃən] *n* സംയുക്തപദം
conjunction [kən'dʒʌŋkʃən] *n* *(formal)* സംയോഗം
conjurer ['kʌndʒərə] *n* മാന്ത്രികൻ
connection [kə'nɛkʃən] *n* ബന്ധം
conquer ['kɒŋkə] *vt* പിടിച്ചടക്കുക, കീഴടക്കുക
conscience ['kɒnʃəns] *n* മനഃസാക്ഷി
conscientious [ˌkɒnʃɪ'ɛnʃəs] *adj* ബോധവാനായ
conscious ['kɒnʃəs] *adj* ബോധമുള്ള
consciousness ['kɒnʃəsnɪs] *n* ബോധം
consecutive [kən'sɛkjʊtɪv] *adj* അനുക്രമമായ
consensus [kən'sɛnsəs] *n* പൊതുസമ്മതം
consequence ['kɒnsɪkwəns] *n* പ്രത്യാഘാതം
consequently ['kɒnsɪkwəntlɪ] *adv (formal)* അനന്തരഫലമായി
conservation [ˌkɒnsə'veɪʃən] *n* സംരക്ഷണം
conservative [kən'sɜːvətɪv] *adj* യഥാസ്ഥിതികമായ
conservatory [kən'sɜːvətrɪ] *n* ചില്ലുമുറി

consider [kən'sɪdə] *vt* പരിഗണിക്കുക

considerate [kən'sɪdərɪt] *adj* മറ്റുള്ളവരുടെ വികാരം പരിഗണിക്കുന്ന

considering [kən'sɪdərɪŋ] *prep* പരിഗണിച്ച്

consistent [kən'sɪstənt] *adj* സ്ഥിരതയുള്ള

consist of [kən'sɪst ɒv; əv] *v* ഉൾപ്പെടുക

consonant ['kɒnsənənt] *n* വ്യഞ്ജനാക്ഷരം

conspiracy [kən'spɪrəsɪ] *n* ഗൂഢാലോചന

constant ['kɒnstənt] *adj* നിരന്തരമായ, സ്ഥിരമായ

constantly ['kɒnstəntlɪ] *adv* നിരന്തരമായി, സ്ഥിരമായി

constipated ['kɒnstɪˌpeɪtɪd] *adj* മലബന്ധമുള്ള

constituency [kən'stɪtjʊənsɪ] *n* നിയോജകമണ്ഡലം

constitution [ˌkɒnstɪ'tjuːʃən] *n* ഭരണഘടന

construct [kən'strʌkt] *vt* നിർമ്മിക്കുക

construction [kən'strʌkʃən] *n* നിർമ്മാണം

constructive [kən'strʌktɪv] *adj* നിർമ്മാണപരമായ

consul ['kɒnsl] *n* സ്ഥാനപതി

consulate ['kɒnsjʊlɪt] *n* സ്ഥാനപതി കാര്യാലയം

consult [kən'sʌlt] *v* ഉപദേശം തേടുക

consultant [kən'sʌltnt] *n* ഉപദേഷ്ടാവ്, ഡോക്ടർ

consumer [kən'sjuːmə] *n* ഉപഭോക്താവ്

contact ['kɒntækt] *n* സമ്പർക്കം ▷ *vt* ബന്ധപ്പെടുക

contact lenses ['kɒntækt 'lɛnzɪz] *npl* കോൺടാക്റ്റ് ലെൻസുകൾ

contagious [kən'teɪdʒəs] *adj* പകരുന്ന

contain [kən'teɪn] *vt* ഉൾക്കൊള്ളുക

container [kən'teɪnə] *n* പാത്രം

contemporary [kən'tɛmprərɪ] *adj* സമകാലികമായ

contempt [kən'tɛmpt] *n* അവജ്ഞ

content ['kɒntɛnt] *n* ഉള്ളടക്കം ▷ [kən'tɛnt] *adj* സന്തുഷ്ടിയുള്ള

contents ['kɒntɛnts] *npl* ഉള്ളിലുള്ളവ

contest ['kɒntɛst] *n* മത്സരം

contestant [kən'tɛstənt] *n* മത്സരാർത്ഥി

context ['kɒntɛkst] *n* സന്ദർഭം

continent ['kɒntɪnənt] *n* ഭൂഖണ്ഡം

continual [kən'tɪnjʊəl] *adj* തുടർച്ചയായ

continually [kən'tɪnjʊəlɪ] *adv* തുടർച്ചയായി

continue [kən'tɪnjuː] *vt* തുടരുക ▷ *vi* തുടരുക

continuous [kən'tɪnjʊəs] *adj* തുടർച്ചയായുള്ള

contraception [,kɒntrə'sɛpʃən] *n* ഗർഭനിരോധന മാർഗം

contraceptive [,kɒntrə'sɛptɪv] *n* ഗർഭനിരോധനോപാധി

contract ['kɒntrækt] *n* കരാർ

contractor ['kɒntræktə] *n* കരാർ അടിസ്ഥാനത്തിൽ പ്രവർത്തിക്കുന്നവർ

contradict [,kɒntrə'dɪkt] *vt* വിരുദ്ധമായി പറയുക

contradiction [,kɒntrə'dɪkʃən] *n* വൈരുധ്യം

contrary ['kɒntrərɪ] *n* വിരുദ്ധമായ

contrast ['kɒntrɑːst] *n* വ്യത്യാസം

contribute [kən'trɪbjuːt] *vi* സംഭാവന ചെയ്യുക

contribution [,kɒntrɪ'bjuːʃən] *n* സംഭാവന

control [kən'trəʊl] *n* നിയന്ത്രണം ▷ *vt* നിയന്ത്രിക്കുക

controversial [,kɒntrə'vɜːʃəl] *adj* വിവാദപരമായ

convenient [kən'viːnɪənt] *adj* സൌകര്യപ്രദമായ

conventional [kən'vɛnʃənl] *adj* പരമ്പരാഗതമായ

conversation [,kɒnvə'seɪʃən] *n* സംഭാഷണം

convert [kən'vɜːt] *v* പരിവർത്തനം ചെയ്യുക

convertible [kən'vɜːtəbl] *adj* പരിവർത്തനം ചെയ്യാവുന്ന ▷ *n* മേൽഭാഗം മടക്കാവുന്ന തരം കാർ

conveyor belt [kən'veɪə bɛlt] *n* തുടർച്ചയായി നീങ്ങുന്ന ബെൽറ്റ്

convict [kən'vɪkt] *vt* കുറ്റക്കാരനെന്ന് വിധിപറയുക

convince [kən'vɪns] *vt* ബോധ്യപ്പെടുത്തുക

convincing [kən'vɪnsɪŋ] *adj* വിശ്വസിക്കാവുന്ന

convoy ['kɒnvɔɪ] *n* വാഹനവ്യൂഹം

cook [kʊk] *n* പാചകക്കാരൻ ▷ *v* പാചകം ചെയ്യുക

cookbook ['kʊk,bʊk] *n* പാചക പുസ്തകം

cooker ['kʊkə] *n* ഭക്ഷണം പാചകം ചെയ്യാനുപയോഗിക്കുന്ന പാത്രം, കുക്കർ
cookery ['kʊkərɪ] *n* ഭക്ഷണം പാചകം ചെയ്യൽ
cookery book ['kʊkərɪ bʊk] *n* പാചക പുസ്തകം
cooking ['kʊkɪŋ] *n* പാചകം ചെയ്യൽ
cool [kuːl] *adj (slightly cold)* തണുപ്പുള്ള; *(informal) (stylish)* പരിഷ്കാരിയായ
cooperation [kəʊ,ɒpə'reɪʃən] *n* സഹകരണം
cop [kɒp] *n (informal)* പൊലീസുകാരൻ അഥവാ പോലീസുകാരി
cope [kəʊp] *vi* വിജയകരമായി എതിരിടുക
copper ['kɒpə] *n* ചെമ്പ്
copy ['kɒpɪ] *n (duplicate)* പകർത്തൽ; *(publication)* പകർപ്പ് ▷ *vt* പകർത്തുക
copyright ['kɒpɪ,raɪt] *n* പകർപ്പവകാശം
coral ['kɒrəl] *n* പവിഴപ്പുറ്റ്
cordless ['kɔːdlɪs] *adj* ബാറ്ററി ഉപയോഗിച്ചുള്ള ഫോൺ
corduroy ['kɔːdə,rɔɪ] *n* കട്ടിയുള്ള പരുത്തിത്തുണി
core [kɔː] *n* ഉൾഭാഗം
coriander [,kɒrɪ'ændə] *n* മല്ലിച്ചെടി
cork [kɔːk] *n* കോർക്ക്
corkscrew ['kɔːk,skruː] *n* കുപ്പികളിലെ കോർക്ക് എടുക്കുന്ന ഉപകരണം
corn [kɔːn] *n* കോൺ
corner ['kɔːnə] *n* മൂല
cornet ['kɔːnɪt] *n* ഒരു സംഗീതോപകരണം
cornflakes ['kɔːn,fleɪks] *npl* കോൺഫ്ലേക്സ്
cornflour ['kɔːn,flaʊə] *n* കോൺഫ്ലവർ
corporal ['kɔːpərəl] *n* സൈന്യത്തിലെ കമ്മീഷൻ ചെയ്യാത്ത ഓഫീസർ
corporal punishment ['kɔːprəl 'pʌnɪʃmənt] *n* ശാരീരിക ശിക്ഷ
corpse [kɔːps] *n* ശവശരീരം
correct [kə'rɛkt] *adj (formal)* ശരിയായ ▷ *vt* ശരിയാക്കുക
correction [kə'rɛkʃən] *n* തെറ്റുതിരുത്തൽ
correctly [kə'rɛktlɪ] *adv* ശരിയായി
correspondence [,kɒrɪ'spɒndəns] *n* കത്തിടപാട്
correspondent [,kɒrɪ'spɒndənt] *n* വാർത്താ റിപ്പോർട്ടർ

corridor ['kɒrɪˌdɔː] *n* ഇടനാഴി

corrupt [kə'rʌpt] *adj* അഴിമതിക്കാരനായ

corruption [kə'rʌpʃən] *n* അഴിമതി

cosmetics [kɒz'mɛtɪks] *npl* സൌന്ദര്യവർദ്ധക വസ്തുക്കൾ

cosmetic surgery [kɒz'mɛtɪk 'sɜːdʒərɪ] *n* സൌന്ദര്യവർദ്ധക സർജ്ജറി

cost [kɒst] *n* വില ▷ *vt* വിലവരുക

Costa Rica ['kɒstə 'riːkə] *n* മധ്യ അമേരിക്കൻ രാജ്യം

cost of living [kɒst əv 'lɪvɪŋ] *n* ജീവിതച്ചെലവ്

costume ['kɒstjuːm] *n* ഉടയാട

cosy ['kəʊzɪ] *adj* സുഖപ്രദമായ

cot [kɒt] *n* തൊട്ടിൽ

cottage ['kɒtɪdʒ] *n* ചെറു വീട്, കുടിൽ

cottage cheese ['kɒtɪdʒ tʃiːz] *n* മൃദുത്വമുള്ള ചെറിയ പാൽക്കട്ടി

cotton ['kɒtn] *n (cloth)* പരുത്തിത്തുണി; *(thread)* പരുത്തിനൂൽ

cotton bud ['kɒtən bʌd] *n* മേയ്ക്കപ്പിനും മറ്റുമായി ഉപയോഗിക്കുന്ന പരുത്തി നൂലുണ്ട

cotton wool ['kɒtən wʊl] *n* ക്രീമുകളും മറ്റും പുരട്ടാൻ ഉപയോഗിക്കുന്ന പരുത്തി തുണി

couch [kaʊtʃ] *n* സോഫ

couchette [kuː'ʃɛt] *n* ട്രെയിനിലെയും ബോട്ടിലെയും ബെഡ്

cough [kɒf] *n* ചുമ ▷ *vi* ചുമയ്ക്കുക

cough mixture [kɒf 'mɪkstʃə] *n* ചുമയ്ക്കുള്ള മരുന്ന്

could [kʊd] *v* കഴിവ് ഉണ്ടായിരിക്കുക

council ['kaʊnsəl] *n* കൌൺസിൽ

council house ['kaʊnsəl haʊs] *n* ചെലവുകുറഞ്ഞ താമസസൌകര്യം

councillor ['kaʊnsələ] *n* കൌൺസിലർ

count [kaʊnt] *vi (say numbers in order)* എണ്ണുക ▷ *vt (add up)* എണ്ണിത്തിട്ടപ്പെടുത്തുക

counter ['kaʊntə] *n* കൌണ്ടർ

count on [kaʊnt ɒn] *v* ആശ്രയിക്കുക

country ['kʌntrɪ] *n (nation)* രാജ്യം; *(countryside)* നാട്ടിൻപുറം

countryside ['kʌntrɪˌsaɪd] *n* നഗരപ്രാന്തം

C

couple ['kʌpl] *n* ജോഡി, ഇണ ▷ *det* ജോടി
courage ['kʌrɪdʒ] *n* ധൈര്യം
courageous [kə'reɪdʒəs] *adj* ധൈര്യശാലിയായ
courgette [kʊə'ʒɛt] *n* ഒരിനം പച്ചക്കറി
courier ['kʊərɪə] *n* കൊറിയർ
course [kɔːs] *n* സഞ്ചാരഗതി
court [kɔːt] *n (law)* കോടതി; *(tennis)* കളിസ്ഥലം
courtyard ['kɔːt,jɑːd] *n* മുറ്റം
cousin ['kʌzn] *n* അമ്മാവന്റെ കുട്ടി
cover ['kʌvə] *n* ഉറ, മൂടി ▷ *vt* മൂടുക, മറയ്ക്കുക
cover charge ['kʌvə tʃɑːdʒ] *n* ചില ഹോട്ടലിൽ ഭക്ഷണത്തിനു പുറമേ നൽകേണ്ടി വരുന്ന പണം
cow [kaʊ] *n* പശു
coward ['kaʊəd] *n* ഭീരു
cowardly ['kaʊədlɪ] *adj* ഭീരുത്വത്തോടെ
cowboy ['kaʊ,bɔɪ] *n* പശുപാലകൻ
crab [kræb] *n* ഞണ്ട്
crack [kræk] *n (gap)* നേർത്ത വിടവ്; *(line)* വിള്ളൽ ▷ *v* പൊട്ടിക്കുക
crack down on [kræk daʊn ɒn] *v* തകർക്കുക
cracked [krækt] *adj* പൊട്ടിയ
cracker ['krækə] *n* ഒരു തരം ബിസ്കറ്റ്
cradle ['kreɪdl] *n* തൊട്ടിൽ
craft [krɑːft] *n* ബോട്ട്, പേടകം, വിമാനം മുതലായവ
craftsman ['krɑːftsmən] *n* കരകൗശലപ്പണിക്കാരൻ
cram [kræm] *v* തള്ളിക്കയറ്റുക
crammed [kræmd] *adj* കുത്തിനിറച്ച
cranberry ['krænbərɪ] *n* കുരുവില്ലാത്ത ചുവന്ന പഴം
crane [kreɪn] *n (bird)* കൊറ്റി, കൊക്ക്; *(machine)* ഭാരം ഉയർത്തുന്ന തുലായന്ത്രം, ക്രെയിൻ
crash [kræʃ] *n (accident)* കൂട്ടിയിടി ▷ *vt* കൂട്ടിഇടിക്കുക ▷ *vi* കൂട്ടിഇടിക്കുക ▷ *n (noise)* വലിയ ശബ്ദം
crawl [krɔːl] *vi* ഇഴയുക
crayfish ['kreɪ,fɪʃ] *n* ഒരിനം ഇറാൽമീൻ
crayon ['kreɪən] *n* കളർ പെൻസിൽ
crazy ['kreɪzɪ] *adj (informal)* ഭ്രാന്തമായ
cream [kriːm] *adj* ക്രീംനിറമുള്ള ▷ *n* ക്രീം
crease [kriːs] *n* ചുളിവ്
creased [kriːst] *adj* ചുളിഞ്ഞ
create [kriː'eɪt] *vt* ഉണ്ടാക്കുക,സൃഷ്ടിക്കുക

creation [kriː'eɪʃən] *n* സൃഷ്ടി
creative [kriː'eɪtɪv] *adj* സൃഷ്ടിപരമായ
creature ['kriːtʃə] *n* ജീവി
crèche [krɛʃ] *n* കുട്ടികളെ നോക്കുന്ന സ്ഥലം, ക്രെഷ്
credentials [krɪ'dɛnʃəlz] *npl* യോഗ്യതാപത്രം
credible ['krɛdɪbl] *adj* വിശ്വാസയോഗ്യമായ
credit ['krɛdɪt] *n* കടം
credit card ['krɛdɪt kɑːd] *n* കടമായി സാധനങ്ങൾ വാങ്ങുന്നതിനുള്ള കാർഡ്, ക്രെഡിറ്റ് കാർഡ്
creep [kriːp] *vi (person)* പതുങ്ങികയറുക; *(animal)*. ഇഴയുക
crematorium [ˌkrɛmə'tɔːrɪəm] *n* ശ്മശാനം
cress [krɛs] *n* ഒരിനം ചീര
crew [kruː] *n* ജോലിക്കാരൻ
crew cut [kruː kʌt] *n* ഒരു ഹെയർ സ്റ്റൈൽ
cricket ['krɪkɪt] *n (game)* ക്രിക്കറ്റ്; *(insect)* ചീവീട്
crime [kraɪm] *n* കുറ്റകൃത്യം
criminal ['krɪmɪnl] *adj* കുറ്റവാളിയായ ▷ *n* കുറ്റവാളി
crisis ['kraɪsɪs] *n* പ്രതിസന്ധി
crisp [krɪsp] *adj* കരുകരുപ്പുള്ള
crisps [krɪsps] *npl* ക്രിസ്പ്സ്, വറ്റൽ പോലുള്ള ആഹാരപദാർഥം
crispy ['krɪspɪ] *adj* കരുകരുപ്പുള്ള
criterion [kraɪ'tɪərɪən] *n* മാനദണ്ഡം
critic ['krɪtɪk] *n* വിമർശകൻ
critical ['krɪtɪkl] *adj* നിർണ്ണായകമായ
criticism ['krɪtɪˌsɪzəm] *n* വിമർശനം
criticize ['krɪtɪˌsaɪz] *vt* വിമർശിക്കുക
Croatia [krəʊ'eɪʃə] *n* ക്രൊയേഷ്യ
Croatian [krəʊ'eɪʃən] *adj* ക്രൊയേഷ്യയെ സംബന്ധിച്ച ▷ *n (person)* ക്രൊയേഷ്യൻ; *(language)* ക്രൊയേഷ്യൻ ഭാഷ
crochet ['krəʊʃeɪ] *v* തുന്നുക
crocodile ['krɒkəˌdaɪl] *n* മുതല
crocus ['krəʊkəs] *n* വസന്തകാലാരംഭത്തിൽ ഉണ്ടാകുന്ന പൂവ്
crook [krʊk] *n (informal)* തട്ടിപ്പുകാരൻ
crop [krɒp] *n* വിള
crore [krɔː] *n (ten million)* കോടി
cross [krɒs] *adj* ദേഷ്യമുള്ള ▷ *n* കുരിശടയാളം ▷ *vt* മറികടക്കുക, കടക്കുക
cross-country ['krɒs'kʌntrɪ] *n* ഒരു കായിക ഇനം

crossing ['krɒsɪŋ] *n* സമുദ്രത്തിന്റെ അക്കരെയ്ക്കുള്ള ബോട്ടു യാത്ര
cross out [krɒs aʊt] *v* കുറുകെ വരയ്ക്കുക
crossroads ['krɒs,rəʊdz] *n* കവല
crossword ['krɒs,wɜːd] *n* പദപ്രശ്നം
crouch down [kraʊtʃ daʊn] *v* കൂനിക്കൂടുക
crow [krəʊ] *n* കാക്ക
crowd [kraʊd] *n* ജനക്കൂട്ടം
crowded [kraʊdɪd] *adj* ജനത്തിരക്കുള്ള
crown [kraʊn] *n* കിരീടം
crucial ['kruːʃəl] *adj* നിർണ്ണായകമായ
crucifix ['kruːsɪfɪks] *n* ക്രൂശിത രൂപം
crude [kruːd] *adj* അപരിഷ്കൃതമായ
cruel ['kruːəl] *adj* ക്രൂരമായ
cruelty ['kruːəltɪ] *n* ക്രൂരത
cruise [kruːz] *n* കപ്പൽ വിനോദയാത്ര നടത്തുക
crumb [krʌm] *n* പൊടി
crush [krʌʃ] *vt* ഞെരിക്കുക
crutch [krʌtʃ] *n* ഊന്നുവടി
cry [kraɪ] *n* കരച്ചിൽ ▷ *vi* കരയുക
crystal ['krɪstl] *n* സ്ഫടികം
cub [kʌb] *n* വന്യമൃഗത്തിന്റെ കുഞ്ഞ്
Cuba ['kjuːbə] *n* ക്യൂബ
Cuban ['kjuːbən] *adj* ക്യൂബയെ സംബന്ധിക്കുന്ന ▷ *n* ക്യൂബൻ നിവാസി
cube [kjuːb] *n* ക്യൂബ്
cubic ['kjuːbɪk] *adj* മൂന്നുമടങ്ങുള്ള
cuckoo ['kʊkuː] *n* കുയിൽ
cucumber ['kjuːˌkʌmbə] *n* വെള്ളരി
cuddle ['kʌdl] *n* ആശ്ലേഷം ▷ *vt* ആശ്ലേഷിക്കുക
cue [kjuː] *n* സൂചന
cufflinks ['kʌflɪŋks] *npl* ഷർട്ടിന്റെ കൈയിലിടുന്ന അലങ്കരിച്ച ബട്ടൺ
culprit ['kʌlprɪt] *n* അപരാധി
cultural ['kʌltʃərəl] *adj* സാംസ്കാരികമായ
culture ['kʌltʃə] *n* സംസ്കാരം
cumin ['kʌmɪn] *n* ജീരകം
cunning ['kʌnɪŋ] *adj* സൂത്രശാലിയായ
cup [kʌp] *n* കപ്പ്
cupboard ['kʌbəd] *n* അലമാര
curb [kɜːb] *n* നിയന്ത്രണം
cure [kjʊə] *n* ചികിത്സ ▷ *vt* സുഖപ്പെടുത്തുക
curfew ['kɜːfjuː] *n* നിരോധനാജ്ഞ

curious ['kjʊərɪəs] *adj* ജിജ്ഞാസയുള്ള
curl [kɜːl] *n* മുടിച്ചുരുൾ
curler ['kɜːlə] *n* തലമുടി ചുരുട്ടാനുള്ള ഉപകരണം
curly ['kɜːlɪ] *adj* ചുരുണ്ട
currant ['kʌrənt] *n* കറുത്ത ഉണക്കമുന്തിരി
currency ['kʌrənsɪ] *n* കറൻസി
current ['kʌrənt] *adj* നിലവിലുള്ള ▷ *n (flow)* പ്രവാഹം; *(electric)* വൈദ്യുത പ്രവാഹം
current account ['kʌrənt ə'kaʊnt] *n* കറന്റ് അക്കൌണ്ട്
current affairs ['kʌrənt ə'fɛəz] *npl* സമകാലിക സംഭവങ്ങൾ
currently ['kʌrəntlɪ] *adv* നിലവിൽ
curriculum [kə'rɪkjʊləm] *n* പാഠ്യപദ്ധതി
curriculum vitae [kə'rɪkjʊləm 'viːtaɪ] *n* വ്യക്തിഗത വിശദാംശ സംഗ്രഹം
curry ['kʌrɪ] *n* കറി
curry powder ['kʌrɪ 'paʊdə] *n* കറിമസാല
curse [kɜːs] *n (written)* ശാപം
cursor ['kɜːsə] *n* കഴ്സർ
curtain ['kɜːtn] *n* കർട്ടൻ
cushion ['kʊʃən] *n* തലയിണ
custard ['kʌstəd] *n* പാലിൽ നിന്നും മുട്ടയിൽ നിന്നും ഉണ്ടാക്കുന്ന സോസ്
custody ['kʌstədɪ] *n* കൈവശാവകാശം
custom ['kʌstəm] *n* ആചാരം
customer ['kʌstəmə] *n* ഉപഭോക്താവ്
customized ['kʌstəˌmaɪzd] *adj* സാമ്പ്രദായികമാക്കിയ
customs ['kʌstəmz] *npl* ചരക്കുകളിൻമേലുള്ള നികുതി പിരിക്കുന്നവർ, കസ്റ്റംസ്
customs officer ['kʌstəmz 'ɒfɪsə] *n* കസ്റ്റംസ് ഉദ്യോഗസ്ഥൻ
cut [kʌt] *n* മുറിവ് ▷ *v (chop or slice)* മുറിക്കുക ▷ *vt (yourself)* മുറിയുക
cutback ['kʌtˌbæk] *n* വെട്ടിച്ചുരുക്കൽ
cut down [kʌt daʊn] *v* ചെറുതാക്കുക
cute [kjuːt] *adj (informal)* സുന്ദരമായ
cutlery ['kʌtlərɪ] *n* കത്തി, മുള്ള്, സ്പൂൺ മുതലായവ
cutlet ['kʌtlɪt] *n* കട്ലെറ്റ്
cut off [kʌt ɒf] *v* മുറിച്ചുമാറ്റുക
cutting ['kʌtɪŋ] *n* വെട്ടിയെടുത്ത പത്രഭാഗം
cut up [kʌt ʌp] *v* പല കഷണമായി മുറിക്കുക

CV [siː viː] *abbr* വ്യക്തിഗത വിശദാംശ സംഗ്രഹം
cybercafé ['saɪbəˌkæfeɪ] *n* പണം നൽകി ഇന്റർനെറ്റ് ഉപയോഗിക്കുന്നയിടം
cybercrime ['saɪbəˌkraɪm] *n* ഇന്റർനെറ്റിന്റെ നിയമവിരുദ്ധ ഉപയോഗം
cycle ['saɪkl] *n (bicycle)* സൈക്കിൾ; *(series of events)* കാലചക്രം ▷ *vi* സൈക്കിളോടിക്കുക
cycle lane ['saɪkl leɪn] *n* സൈക്കിൾ പാത
cycle path ['saɪkl pɑːθ] *n* സൈക്കിൾ പാത
cycling ['saɪklɪŋ] *n* സൈക്കിൾ ഓടിക്കൽ
cyclist ['saɪklɪst] *n* സൈക്കിൾ ഓടിക്കുന്നയാൾ
cyclone ['saɪkləʊn] *n* ചുഴലിക്കാറ്റ്
cylinder ['sɪlɪndə] *n* സിലിണ്ടർ
cymbals ['sɪmblz] *npl* കൈമണി, സംഗീതോപകരണം
Cypriot ['sɪprɪət] *adj* സൈപ്രസ് രാജ്യവുമായി ബന്ധപ്പെട്ട ▷ *n* സൈപ്രസ്സുകാരൻ
Cyprus ['saɪprəs] *n* കിഴക്കൻ മെഡിറ്ററേനിയനിലെ ഒരു ദ്വീപ്
cyst [sɪst] *n* മുഴ
cystitis [sɪ'staɪtɪs] *n* മൂത്രാശയ അണുബാധ
Czech [tʃɛk] *adj* ചെക്ക് റിപ്പബ്ലിക്കുമായി ബന്ധപ്പെട്ട ▷ *n (person)* ചെക്കുകാരൻ; *(language)* ചെക്ക് ഭാഷ
Czech Republic [tʃɛk rɪ'pʌblɪk] *n* ചെക്ക് റിപ്പബ്ലിക്ക്

d

dad [dæd] *n (informal)* അച്ഛൻ
daddy ['dædɪ] *n (informal)* അച്ഛൻ
daffodil ['dæfədɪl] *n* വസന്തകാലത്തുണ്ടാകുന്ന മഞ്ഞപ്പൂവ്
daft [dɑːft] *adj* വിഡ്ഢിത്തം നിറഞ്ഞ
daily ['deɪlɪ] *adj* ദിവസേനയുള്ള, ദിവസംതോറുമുള്ള ▷ *adv* ദിവസേന, ദിവസംതോറും
dairy ['dɛərɪ] *n* ക്ഷീരവിപണനകേന്ദ്രം
dairy produce ['dɛərɪ 'prɒdjuːs] *n* ക്ഷീരോൽപ്പന്നം
dairy products ['dɛərɪ 'prɒdʌkts] *npl* ക്ഷീരോൽപ്പന്നങ്ങൾ
daisy ['deɪzɪ] *n* ഡെയ്സി

dam [dæm] *n* ഡാം
damage ['dæmɪdʒ] *n* കേടുപാട്, നാശനഷ്ടം, ക്ഷതം ▷ *vt* ക്ഷതമേൽപ്പിക്കുക, ഹാനിയുണ്ടാക്കുക
damp [dæmp] *adj* ഈറനുള്ള
dance [dɑːns] *n* നൃത്തം ▷ *vi* നൃത്തം ചെയ്യുക
dancer ['dɑːnsə] *n* നർത്തകൻ, നർത്തകി
dancing ['dɑːnsɪŋ] *n* നൃത്തം ചെയ്യൽ
dandelion ['dændɪˌlaɪən] *n* ഒരു തരം കാട്ടുചെടി
dandruff ['dændrəf] *n* താരൻ
Dane [deɪn] *n* ഡെന്മാർക്കുകാരൻ
danger ['deɪndʒə] *n* അപകടം
dangerous ['deɪndʒərəs] *adj* അപകടകരമായ
Danish ['deɪnɪʃ] *adj* ഡെൻമാർക്കിനെ സംബന്ധിച്ച ▷ *n (language)* ഡാനിഷ്
dare [dɛə] *vt* ധൈര്യപ്പെടുക
daring ['dɛərɪŋ] *adj* സാഹസികമായ
dark [dɑːk] *adj (not light)* ഇരുണ്ട, വെളിച്ചമില്ലാത്ത ▷ *n* ഇരുട്ട് ▷ *adj (not pale)* കടുത്ത, ഇരുണ്ട
darkness ['dɑːknɪs] *n* ഇരുട്ട്
darling ['dɑːlɪŋ] *n* പ്രിയപ്പെട്ടത്
dart [dɑːt] *n* ചാട്ടുളി
darts [dɑːts] *npl* നമ്പരുകൾ എഴുതിയ ഒരു പലകയെ ലക്ഷ്യമാക്കി ചാട്ടുളി എറിഞ്ഞുള്ള കളി, ഡാർട്ട്
dash [dæʃ] *vi* കുതിക്കുക, പാഞ്ഞുപോവുക
dashboard ['dæʃˌbɔːd] *n* ഡാഷ്ബോർഡ്
data ['deɪtə] *npl* ഡാറ്റ, വിവരങ്ങളും വസ്തുതകളും
database ['deɪtəˌbeɪs] *n* ഡാറ്റാബേസ്
date [deɪt] *n* തീയതി
daughter ['dɔːtə] *n* മകൾ, പുത്രി
daughter-in-law ['dɔːtə ɪn lɔː] *n* മരുമകൾ
dawn [dɔːn] *n* പുലർച്ച, പ്രഭാതം
day [deɪ] *n (period of 24 hours)* ദിവസം; *(daytime)* പകൽ
day return [deɪ rɪ'tɜːn] *n* മടക്കയാത്രയും അനുവദിക്കുന്ന കുറഞ്ഞനിരക്കിലുള്ള യാത്രാടിക്കറ്റ്
daytime ['deɪˌtaɪm] *n* പകൽസമയം
dead [dɛd] *adj* മരിച്ച, ജീവനില്ലാത്ത, നിർജീവമായ ▷ *adv* കൃത്യമായി
dead end [dɛd ɛnd] *n* ഏറ്റവും അവസാനം

d

deadline ['dɛd,laɪn] *n* പൂർത്തീകരിക്കേണ്ട സമയം
deaf [dɛf] *adj* കേൾവിക്കുറവുള്ള, ബധിരതയുള്ള
deafening ['dɛfnɪŋ] *adj* കാതടപ്പിക്കുന്ന
deal [diːl] *n* ഇടപാട് ▷ *v* ചീട്ടു പകുക്കുക
dealer ['diːlə] *n* വ്യാപാരി, കച്ചവടക്കാരൻ
deal with [diːl wɪð] *v* ഇടപെടുക, കൈകാര്യം ചെയ്യുക
dear [dɪə] *adj (friend)* പ്രിയപ്പെട്ട; *(informal)* *(expensive)* ചെലവേറിയ
death [dɛθ] *n* മരണം
debate [dɪ'beɪt] *n* വാദപ്രതിവാദം ▷ *vt* വാദപ്രതിവാദം നടത്തുക
debit ['dɛbɪt] *n* ഡെബിറ്റ് ▷ *vt* ഡെബിറ്റ് ചെയ്യുക
debit card ['dɛbɪt kɑːd] *n* ഡെബിറ്റ് കാർഡ്
debt [dɛt] *n* കടം
decade ['dɛkeɪd] *n* ദശാബ്ദം
decaffeinated coffee [diː'kæfɪneɪtɪd 'kɒfɪ] *n* കഫീൻ നീക്കം ചെയ്ത കാപ്പി
decay [dɪ'keɪ] *vi* അഴുകുക
deceive [dɪ'siːv] *vt* കബളിപ്പിക്കുക, ചതിക്കുക
December [dɪ'sɛmbə] *n* ഡിസംബർ
decent ['diːsnt] *adj* ഉചിതമായ
decide [dɪ'saɪd] *vt* തീരുമാനിക്കുക
decimal ['dɛsɪməl] *adj* ദശാംശം
decision [dɪ'sɪʒən] *n* തീരുമാനം
decisive [dɪ'saɪsɪv] *adj* ഉറപ്പായ, നിർണായക
deck [dɛk] *n* ഡെക്ക്, ബസിലെയോ കപ്പലിലെയോ തട്ട്
deckchair ['dɛk,tʃɛə] *n* മടക്കുകസേര
declare [dɪ'klɛə] *vt (written)* പ്രഖ്യാപിക്കുക
decorate ['dɛkə,reɪt] *vt* അലങ്കരിക്കുക
decorator ['dɛkə,reɪtə] *n* അലങ്കരിക്കുന്നയാൾ
decrease ['diːkriːs] *n* കുറവ് ▷ [dɪ'kriːs] *v* കുറയുക
dedicated ['dɛdɪ,keɪtɪd] *adj* സമർപ്പിച്ച
dedication [,dɛdɪ'keɪʃən] *n* സമർപ്പണം
deduct [dɪ'dʌkt] *vt* കുറയ്ക്കുക
deep [diːp] *adj* ആഴത്തിലുള്ള
deep-fry ['diːpfraɪ] *vt* പൊരിക്കുക
deeply ['diːplɪ] *adv* അഗാധമായി, ഗാഢമായി
deer [dɪə] *n* പുള്ളിമാൻ

defeat [dɪ'fiːt] *n* പരാജയം, തോൽവി ▷ *vt* പരാജയപ്പെടുത്തുക, തോൽപ്പിക്കുക
defect ['diːfɛkt] *n* ന്യൂനത
defence [dɪ'fɛns] *n* പ്രതിരോധം
defend [dɪ'fɛnd] *vt* പ്രതിരോധിക്കുക, എതിർക്കുക
defendant [dɪ'fɛndənt] *n* കുറ്റാരോപിതൻ
defender [dɪ'fɛndə] *n* പ്രതിരോധിക്കുന്നയാൾ, വിരോധി
deficit ['dɛfɪsɪt] *n* കുറവ്
define [dɪ'faɪn] *vt* നിർവ്വചിക്കുക
definite ['dɛfɪnɪt] *adj* കൃത്യമായ
definitely ['dɛfɪnɪtlɪ] *adv* തീർച്ചയായും
definition [,dɛfɪ'nɪʃən] *n* നിർവ്വചനം
degree [dɪ'griː] *n* ബിരുദം
degree Celsius [dɪ'griː 'sɛlsɪəs] *n* ഡിഗ്രി സെൽഷ്യസ്
degree centigrade [dɪ'griː 'sɛntɪ,greɪd] *n* ഡിഗ്രി സെന്റിഗ്രേഡ്
degree Fahrenheit [dɪ'griː 'færən,haɪt] *n* ഡിഗ്രി ഫാരൻഹീറ്റ്
dehydrated [diːhaɪ'dreɪtɪd] *adj* ജലാംശമില്ലാത്ത
delay [dɪ'leɪ] *n* വൈകൽ, താമസം ▷ *vt* താമസിപ്പിക്കുക, വൈകിക്കുക
delayed [dɪ'leɪd] *adj* വൈകിയ
delegate ['dɛlɪgət] *n* പ്രതിനിധി ▷ ['dɛlɪ,geɪt] *vt* പ്രതിനിധീകരിക്കുക
delete [dɪ'liːt] *vt* നീക്കം ചെയ്യുക
deliberate [dɪ'lɪbərɪt] *adj* മനഃപൂർവമായ
deliberately [dɪ'lɪbərətlɪ] *adv* മനഃപൂർവ്വം
delicate ['dɛlɪkɪt] *adj* ആകർഷകമായ, മെലിഞ്ഞു നീണ്ട
delicatessen [,dɛlɪkə'tɛsn] *n* വിശിഷ്ടഭോജ്യങ്ങൾ വിൽക്കുന്ന കട
delicious [dɪ'lɪʃəs] *adj* സ്വാദിഷ്ടമായ, രുചികരമായ
delight [dɪ'laɪt] *n* ആഹ്ലാദം
delighted [dɪ'laɪtɪd] *adj* ആഹ്ലാദിപ്പിക്കുന്ന
delightful [dɪ'laɪtful] *adj* ആഹ്ലാദകരമായ, സന്തുഷ്ടമായ
deliver [dɪ'lɪvə] *vt* എത്തിച്ചുകൊടുക്കുക
delivery [dɪ'lɪvərɪ] *n* എത്തിച്ചുകൊടുക്കൽ
demand [dɪ'mɑːnd] *n* ആവശ്യം ▷ *vt* ആവശ്യപ്പെടുക

demanding [dɪ'mɑːndɪŋ] *adj* അതീവശ്രദ്ധ വേണ്ടുന്ന
demo ['dɛməʊ] *n (informal)* പ്രകടനം
democracy [dɪ'mɒkrəsɪ] *n* ജനാധിപത്യം
democratic [ˌdɛmə'krætɪk] *adj* ജനാധിപത്യപരമായ
demolish [dɪ'mɒlɪʃ] *vt* തകർക്കുക
demonstrate ['dɛmənˌstreɪt] *vt* വിശദീകരിക്കുക
demonstration [ˌdɛmən'streɪʃən] *n* ഉദാഹരണസഹിതമുള്ള വിശദീകരണം
demonstrator ['dɛmənˌstreɪtə] *n* പ്രദർശിപ്പിക്കുന്നയാൾ
denim ['dɛnɪm] *n* കട്ടിയുള്ള പരുത്തിത്തുണി
denims ['dɛnɪmz] *npl* കട്ടിയുള്ള പരുത്തി ട്രൌസർ
Denmark ['dɛnmɑːk] *n* ഡെന്മാർക്ക്
dense [dɛns] *adj* നിബിഡമായ
density ['dɛnsɪtɪ] *n* തീവ്രത
dent [dɛnt] *n* കുഴിഞ്ഞ പാട് ▷ *vt* കുഴിഞ്ഞ പാടുണ്ടാക്കുക
dental ['dɛntl] *adj* ദന്ത സംബന്ധമായ
dental floss ['dɛntl flɒs] *n* പല്ലിട വൃത്തിയാക്കുന്ന നൂല്
dentist ['dɛntɪst] *n* ദന്തവൈദ്യൻ
dentures ['dɛntʃəz] *npl* വെപ്പുപല്ല്, കൃത്രിമപ്പല്ല്
deny [dɪ'naɪ] *vt* നിരസിക്കുക
deodorant [diː'əʊdərənt] *n* ഡിയോഡറന്റ്, സുഗന്ധലേപനം
depart [dɪ'pɑːt] *vi* പുറപ്പെടുക
department [dɪ'pɑːtmənt] *n* വകുപ്പ്
department store [dɪ'pɑːtmənt stɔː] *n* ബഹുവിധ സാധനങ്ങൾ വിൽക്കുന്ന കട
departure [dɪ'pɑːtʃə] *n* പുറപ്പെടൽ
departure lounge [dɪ'pɑːtʃə laʊndʒ] *n* വിമാനത്തിൽ പുറപ്പെടാനുള്ളവർ ഇരിക്കുന്ന സ്ഥലം
depend [dɪ'pɛnd] *vi* ആശ്രയിക്കുക
deport [dɪ'pɔːt] *vt* നാടുകടത്തപ്പെടുക
deposit [dɪ'pɒzɪt] *n* നിക്ഷേപം
depressed [dɪ'prɛst] *adj* വിഷാദാത്മകമായ
depressing [dɪ'prɛsɪŋ] *adj* വിഷാദമുളവാക്കുന്ന, നിരാശാജനകമായ

depression [dɪ'prɛʃən] *n* വിഷാദം
depth [dɛpθ] *n* ആഴം
deputy head ['dɛpjʊtɪ hɛd] *n* ഉപമേധാവി
descend [dɪ'sɛnd] *v (formal)* താഴോട്ടിറങ്ങുക
describe [dɪ'skraɪb] *vt* വിവരിക്കുക
description [dɪ'skrɪpʃən] *n* വിവരണം
desert ['dɛzət] *n* മരുഭൂമി
desert island ['dɛzət 'aɪlənd] *n* മരുപ്രദേശം
deserve [dɪ'zɜːv] *vt* അർഹിക്കുക
design [dɪ'zaɪn] *n* രൂപകൽപ്പന ▷ *vt* രൂപകൽപ്പന ചെയ്യുക
designer [dɪ'zaɪnə] *n* രൂപകൽപ്പന നടത്തുന്നയാൾ, ഡിസൈനർ
desire [dɪ'zaɪə] *n* ആഗ്രഹം ▷ *vt* ആഗ്രഹിക്കുക
desk [dɛsk] *n* എഴുത്തുമേശ, ഡെസ്ക്
despair [dɪ'spɛə] *n* നിരാശ
desperate ['dɛspərɪt] *adj* എന്തിനും തുനിഞ്ഞ
desperately ['dɛspərɪtlɪ] *adv* കിണഞ്ഞു പരിശ്രമിക്കുന്ന
despise [dɪ'spaɪz] *vt* വെറുക്കുക
despite [dɪ'spaɪt] *prep* പുറമേ
dessert [dɪ'zɜːt] *n* ഭക്ഷണ ശേഷം കഴിക്കുന്ന മധുര പദാർത്ഥം
dessert spoon [dɪ'zɜːt spuːn] *n* ചെറിയ സ്പൂൺ
destination [,dɛstɪ'neɪʃən] *n* ഉദ്ദിഷ്ടസ്ഥാനം
destiny ['dɛstɪnɪ] *n* വിധി, തലയിലെഴുത്ത്
destroy [dɪ'strɔɪ] *vt* നശിപ്പിക്കുക
destruction [dɪ'strʌkʃən] *n* ഉന്മൂലനം, നാശം
detached house [dɪ'tætʃt haʊs] *n* ഒറ്റപ്പെട്ട വീട്
detail ['diːteɪl] *n* വിശദാംശം
detailed ['diːteɪld] *adj* വിശദാംശങ്ങളടങ്ങിയ
detective [dɪ'tɛktɪv] *n* കുറ്റാന്വേഷകൻ
detention [dɪ'tɛnʃən] *n* തടങ്കൽ, തടഞ്ഞു വയ്ക്കൽ
detergent [dɪ'tɜːdʒənt] *n* സോപ്പുപൊടി
deteriorate [dɪ'tɪərɪə,reɪt] *vi* വഷളാകുക, മോശമാകുക
determined [dɪ'tɜːmɪnd] *adj* ദൃഢനിശ്ചയമുള്ള
detour ['diːtʊə] *n* നേരെയുള്ള വഴിയിലൂടെ അല്ലാതെ വളഞ്ഞവഴിയിലൂടെ പോകുക, വഴിമാറിപ്പോകുക

devaluation [diː,væljuː'eɪʃən] *n* വിനിമയമൂല്യം കുറയ്ക്കൽ, മൂല്യത്തകർച്ച

devastated ['dɛvə,steɪtɪd] *adj* മനക്ലേശമുള്ള, മനസ്സുതകർന്ന

devastating ['dɛvə,steɪtɪŋ] *adj* വിനാശകാരിയായ

develop [dɪ'vɛləp] *vt* വികസിപ്പിക്കുക ▷ *vi* വികസിക്കുക

developing country [dɪ'vɛləpɪŋ 'kʌntrɪ] *n* വികസ്വര രാജ്യം

development [dɪ'vɛləpmənt] *n* വികസനം

device [dɪ'vaɪs] *n* ഉപകരണം

Devil ['dɛvl] *n* ചെകുത്താൻ

devise [dɪ'vaɪz] *vt* ആസൂത്രണം ചെയ്യുക

devoted [dɪ'vəʊtɪd] *adj* അർപ്പണബോധമുള്ള, വിശ്വസ്തനായ

diabetes [,daɪə'biːtɪs] *n* പ്രമേഹം

diabetic [,daɪə'bɛtɪk] *adj* പ്രമേഹമുള്ള ▷ *n* പ്രമേഹരോഗി

diagnosis [,daɪəg'nəʊsɪs] *n* രോഗനിർണ്ണയം

diagonal [daɪ'ægənl] *adj* കർണ്ണരേഖീയമായ

diagram ['daɪə,græm] *n* രേഖാചിത്രം

dial ['daɪəl] *v* ഡയൽ ചെയ്യുക

dialect ['daɪə,lɛkt] *n* നാടോടിരൂപം, ഭാഷാഭേദം

dialling code ['daɪəlɪŋ kəʊd] *n* ഡയലിംഗ് കോഡ്

dialling tone ['daɪəlɪŋ təʊn] *n* ഡയലിംഗ് നാദം

dialogue ['daɪə,lɒg] *n* സംഭാഷണം

diameter [daɪ'æmɪtə] *n* വ്യാസം

diamond ['daɪəmənd] *n* *(jewel)* വജ്രം

diarrhoea [,daɪə'rɪə] *n* വയറിളക്കം

diary ['daɪərɪ] *n* ഡയറി

dice [daɪs] *npl* കളികൾക്കുള്ള ചെറിയ ക്യൂബ്, പകിട

dictation [dɪk'teɪʃən] *n* കേട്ടെഴുത്ത്

dictator [dɪk'teɪtə] *n* സ്വേച്ഛാധിപതി, ഏകാധിപതി

dictionary ['dɪkʃənərɪ] *n* നിഘണ്ടു

die [daɪ] *vi* മരിക്കുക

diet ['daɪət] *n* ഭക്ഷണക്രമം ▷ *vi* ഭക്ഷണക്രമം നിയന്ത്രിക്കുക, പഥ്യാഹാരം കഴിക്കുക

difference ['dɪfərəns] *n* വ്യത്യാസം

different ['dɪfərənt] *adj* വ്യത്യസ്തമായ
difficult ['dɪfɪklt] *adj* ബുദ്ധിമുട്ടുള്ള, കഠിനമായ
difficulty ['dɪfɪkltɪ] *n* വൈഷമ്യം, ബുദ്ധിമുട്ട്
dig [dɪg] *v* കുഴിക്കുക
digest [dɪ'dʒɛst] *v* ദഹിക്കുക
digestion [dɪ'dʒɛstʃən] *n* ദഹനം
digger ['dɪgə] *n* കുഴിക്കൽ യന്ത്രം
digital ['dɪdʒɪtl] *adj* ഡിജിറ്റൽ
digital camera ['dɪdʒɪtl 'kæmərə] *n* ഡിജിറ്റൽ ക്യാമറ
digital radio ['dɪdʒɪtl 'reɪdɪəʊ] *n* ഡിജിറ്റൽ റേഡിയോ
digital television ['dɪdʒɪtl ˌtɛlɪ'vɪʒn] *n* ഡിജിറ്റൽ ടെലിവിഷൻ
digital watch ['dɪdʒɪtl wɒtʃ] *n* ഡിജിറ്റൽ വാച്ച്
dignity ['dɪgnɪtɪ] *n* അന്തസ്
dilemma [dɪ'lɛmə] *n* ധർമ്മസങ്കടം
dilute [daɪ'luːt] *v* നേർപ്പിക്കുക ▷ [daɪ'luːtɪd] *adj* നേർപ്പിച്ച
dim [dɪm] *adj* മങ്ങിയ
dimension [dɪ'mɛnʃən] *n* മാനം, വശം
diminish [dɪ'mɪnɪʃ] *v* കുറഞ്ഞുവരിക, മന്ദമാകുക
din [dɪn] *n* ഒച്ച, ഇരമ്പൽ
diner ['daɪnə] *n (US)* ചെറിയ ഭക്ഷണശാല
dinghy ['dɪŋɪ] *n* കളിയോടം, ചെറുതോണി
dining car ['daɪnɪŋ kɑː] *n* തീവണ്ടിയിലെ ഭക്ഷണമുറി
dining room ['daɪnɪŋ rʊm] *n* ഊണു മുറി
dinner ['dɪnə] *n* ഉച്ചയ്ക്കോ രാത്രിയിലോ കഴിക്കുന്ന ദിവസത്തെ പ്രധാന ഭക്ഷണം
dinner jacket ['dɪnə 'dʒækɪt] *n* ഡിന്നർ ജാക്കറ്റ്
dinner party ['dɪnə 'pɑːtɪ] *n* ഡിന്നർ പാർട്ടി
dinner time ['dɪnə taɪm] *n* ഭക്ഷണ സമയം
dinosaur ['daɪnəˌsɔː] *n* ദിനോസർ
dip [dɪp] *n* കട്ടിയുള്ള ക്രീം സോസ് ▷ *vt* മുക്കുക
diploma [dɪ'pləʊmə] *n* ഡിപ്ലോമ
diplomat ['dɪpləˌmæt] *n* നയതന്ത്രജ്ഞൻ, സ്ഥാനപതി
diplomatic [ˌdɪplə'mætɪk] *adj* നയതന്ത്രപരമായ
dipstick ['dɪpˌstɪk] *n* ഡിപ്സ്റ്റിക്ക്
direct [dɪ'rɛkt] *adj* നേരിട്ടുള്ള ▷ *vt* ലാക്കാക്കുക
direct debit [dɪ'rɛkt 'dɛbɪt] *n* നേരിട്ടുള്ള ചെലവിനത്തിൽ കൊള്ളിക്കുക

direction [dɪ'rɛkʃən] *n* *(way)* ദിശ
directions [dɪ'rɛkʃənz] *npl* *(instructions)* നിർദ്ദേശം
directly [dɪ'rɛktlɪ] *adv* നേരിട്ട്
director [dɪ'rɛktə] *n* സംവിധായകൻ
directory [dɪ'rɛktərɪ] *n* ഡയറക്ടറി
directory enquiries [dɪ'rɛktərɪ ɪn'kwaɪərɪz] *npl* ഡയറക്ടറി അന്വേഷണങ്ങൾ
dirt [dɜːt] *n* അഴുക്ക്
dirty ['dɜːtɪ] *adj* അഴുക്കുനിറഞ്ഞ
disability [ˌdɪsə'bɪlɪtɪ] *n* കഴിവില്ലായ്മ, വൈകല്യം
disabled [dɪ'seɪbld] *adj* വൈകല്യമുള്ള
disadvantage [ˌdɪsəd'vɑːntɪdʒ] *n* അസൌകര്യം
disagree [ˌdɪsə'griː] *vi* വിസമ്മതിക്കുക
disagreement [ˌdɪsə'griːmənt] *n* വിയോജിപ്പ്, അഭിപ്രായവ്യത്യാസം
disappear [ˌdɪsə'pɪə] *vi* അദൃശ്യമാകുക, അപ്രത്യക്ഷമാകുക
disappearance [ˌdɪsə'pɪərəns] *n* അന്തർദ്ധാനം, അദൃശ്യമാകൽ
disappoint [ˌdɪsə'pɔɪnt] *vt* നിരാശപ്പെടുത്തുക
disappointed [ˌdɪsə'pɔɪntɪd] *adj* നിരാശയുള്ള, നിരാശതോന്നിയ
disappointing [ˌdɪsə'pɔɪntɪŋ] *adj* നിരാശപ്പെടുത്തുന്ന
disappointment [ˌdɪsə'pɔɪntmənt] *n* നിരാശ
disaster [dɪ'zɑːstə] *n* ദുരന്തം
disastrous [dɪ'zɑːstrəs] *adj* ദുരന്തപൂർണ്ണമായ
disc [dɪsk] *n* ഡിസ്ക്
discipline ['dɪsɪplɪn] *n* അച്ചടക്കം
disc jockey [dɪsk 'dʒɒkɪ] *n* ഡിസ്ക് ജോക്കി
disclose [dɪs'kləʊz] *vt* വെളിപ്പെടുത്തുക
disco ['dɪskəʊ] *n* ഡിസ്കോ
disconnect [ˌdɪskə'nɛkt] *vt* വിച്ഛേദിക്കുക
discount ['dɪskaʊnt] *n* ഇളവ്, കിഴിവ്
discourage [dɪs'kʌrɪdʒ] *vt* നിരുത്സാഹപ്പെടുത്തുക
discover [dɪ'skʌvə] *vt* കണ്ടെത്തുക
discretion [dɪ'skrɛʃən] *n* *(formal)* വിവേകം
discrimination [dɪˌskrɪmɪ'neɪʃən] *n* വിവേചനം

discuss [dɪ'skʌs] *vt* ചർച്ച ചെയ്യുക
discussion [dɪ'skʌʃən] *n* ചർച്ച
disease [dɪ'ziːz] *n* രോഗം
disgraceful [dɪs'greɪsfʊl] *adj* അപമാനകരമായ, ലജ്ജാവഹമായ
disguise *vt* കപടവേഷംധരിക്കുക, വേഷപ്രച്ഛന്നനാകുക
disgusted [dɪs'gʌstɪd] *adj* വെറുപ്പുള്ള
disgusting [dɪs'gʌstɪŋ] *adj* വെറുപ്പുണ്ടാക്കുന്ന
dish [dɪʃ] *n* ഡിഷ്
dishcloth ['dɪʃˌklɒθ] *n* പാത്രങ്ങൾ തുടയ്ക്കാനുള്ള തുണി
dishonest [dɪs'ɒnɪst] *adj* സത്യസന്ധമല്ലാത്ത
dish towel [dɪʃ 'taʊəl] *n* ഡിഷ് ടൌവ്വൽ
dishwasher ['dɪʃˌwɒʃə] *n* ഡിഷ്‌വാഷർ
disinfectant [ˌdɪsɪn'fɛktənt] *n* അണുനാശിനി
disk [dɪsk] *n* ഡിസ്ക്
disk drive [dɪsk draɪv] *n* ഡിസ്ക് ഡ്രൈവ്
diskette [dɪs'kɛt] *n* ചെറിയ മാഗ്നറ്റിക് ഡിസ്ക്
dislike [dɪs'laɪk] *vt* ഇഷ്ടപ്പെടാതിരിക്കുക
dismal ['dɪzməl] *adj* നിരാശാജനകമായ
dismiss [dɪs'mɪs] *vt* തള്ളിക്കളയുക
disobedient [ˌdɪsə'biːdɪənt] *adj* അനുസരണയില്ലാത്ത
disobey [ˌdɪsə'beɪ] *v* അനുസരിക്കാതിരിക്കുക
dispenser [dɪ'spɛnsə] *n* സാധനങ്ങൾ എടുക്കാവുന്ന മെഷീൻ
display [dɪ'spleɪ] *n* പ്രദർശനം ▷ *vt* പ്രദർശിപ്പിക്കുക
disposable [dɪ'spəʊzəbl] *adj* നശിപ്പിക്കാവുന്നത്
disqualify [dɪs'kwɒlɪˌfaɪ] *vt* അയോഗ്യമാക്കുക
disrupt [dɪs'rʌpt] *vt* തടസപ്പെടുത്തുക
dissatisfied [dɪs'sætɪsˌfaɪd] *adj* അസംതൃപ്തമായ
dissolve [dɪ'zɒlv] *v* അലിഞ്ഞുചേരുക
distance ['dɪstəns] *n* അകലം
distant ['dɪstənt] *adj* അകലെയുള്ള
distillery [dɪ'stɪlərɪ] *n* വാറ്റു കേന്ദ്രം
distinction [dɪ'stɪŋkʃən] *n* വ്യത്യാസം
distinctive [dɪ'stɪŋktɪv] *adj* സവിശേഷതയുള്ള
distinguish [dɪ'stɪŋgwɪʃ] *v* വേർതിരിക്കുക, തിരിച്ചറിയുക

distract *vt* ശ്രദ്ധമാറ്റുക
distribute [dɪ'strɪbjuːt] *vt* വിതരണം ചെയ്യുക
distributor [dɪ'strɪbjʊtə] *n* വിതരണം ചെയ്യുന്നയാൾ
district ['dɪstrɪkt] *n* ജില്ല
disturb [dɪ'stɜːb] *vt* ശല്യപ്പെടുത്തുക
ditch [dɪtʃ] *n* ചാൽ ▷ *vt* ഒഴിവാക്കുക
dive [daɪv] *n* വെള്ളത്തിലേക്ക് ചാടൽ ▷ *vi* വെള്ളത്തിലേക്ക് ചാടുക
diver ['daɪvə] *n* മുങ്ങൽ വിദഗ്ദ്ധൻ
diversion [daɪ'vɜːʃən] *n* വ്യതിചലനം
divide [dɪ'vaɪd] *vt (object)* വിഭജിക്കുക, ഭാഗിക്കുക; *(number)* ഹരിക്കുക
diving ['daɪvɪŋ] *n* മുങ്ങാംകുഴിയിടൽ
diving board ['daɪvɪŋ bɔːd] *n* സ്വിമ്മിംഗ് പൂളിൽ ചാടുന്നതിനുള്ള ബോർഡ്
division [dɪ'vɪʒən] *n* വിഭാഗം
divorce [dɪ'vɔːs] *n* വിവാഹമോചനം
divorced [dɪ'vɔːst] *adj* വിവാഹമോചനം നേടിയ
DIY [diː aɪ waɪ] *abbr* ഡിഐവൈ
dizzy ['dɪzɪ] *adj* തലകറക്കമുള്ള, തലച്ചുറ്റുള്ള
DJ [diː dʒeɪ] *abbr* ഡിജെ
DNA [diː ɛn eɪ] *n* ഡിഎൻഎ
do [dʊ] *vt* ചെയ്യുക
dock [dɒk] *n* തുറമുഖം
doctor ['dɒktə] *n* ഡോക്ടർ
document ['dɒkjʊmənt] *n* പ്രമാണം
documentary [ˌdɒkjʊ'mɛntərɪ] *n* ഡോക്യുമെന്ററി
documentation [ˌdɒkjʊmɛn'teɪʃən] *n* രേഖപ്പെടുത്തൽ
documents ['dɒkjʊmənts] *npl* പ്രമാണങ്ങൾ
dodge [dɒdʒ] *vi* ഒഴിഞ്ഞുമാറുക
dog [dɒg] *n* നായ്, പട്ടി
dole [dəʊl] *n* തൊഴിലില്ലായ്മാവേതനം
doll [dɒl] *n* പാവ
dollar ['dɒlə] *n* ഡോളർ
dolphin ['dɒlfɪn] *n* ഡോൾഫിൻ
domestic [də'mɛstɪk] *adj* ആഭ്യന്തരമായ
Dominican Republic [də'mɪnɪkən rɪ'pʌblɪk] *n* ഡൊമിനിക്കൻ റിപ്പബ്ലിക്ക്
domino ['dɒmɪˌnəʊ] *n* ഒരുതരം കളി
dominoes ['dɒmɪˌnəʊz] *npl* ഒരുതരം കളി
donate [dəʊ'neɪt] *vt* ദാനം ചെയ്യുക

done [dʌn] *adj* പൂർത്തിയാക്കിയ, പൂർണമായ
donkey ['dɒŋkɪ] *n* കഴുത
donor ['dəʊnə] *n* ദാതാവ്
door [dɔː] *n* വാതിൽ
doorbell ['dɔːˌbɛl] *n* വാതിൽ ബെൽ
door handle [dɔː 'hændl] *n* വാതിൽപ്പിടി
doorman ['dɔːˌmæn] *n* കാവൽക്കാരൻ
doorstep ['dɔːˌstɛp] *n* വാതിൽപ്പടി
dormitory ['dɔːmɪtərɪ] *n* ഒട്ടേറെ ആളുകൾ ഉറങ്ങുന്ന സ്ഥലം
dose [dəʊs] *n* അളവ്
dot [dɒt] *n* കുത്ത്
double ['dʌbl] *adj* ഇരട്ടയായ ▷ *v* ഇരട്ടിക്കുക
double bass ['dʌbl beɪs] *n* ഒരു സംഗീതോപകരണം
double glazing ['dʌbl 'gleɪzɪŋ] *n* ഇരട്ടഗ്ലാസ്
doubt [daʊt] *n* സംശയം ▷ *vt* സംശയിക്കുക
doubtful ['daʊtfʊl] *adj* സംശയകരമായ, സംശയമുള്ള
dough [dəʊ] *n* കുഴച്ച മാവ്
doughnut ['dəʊnʌt] *n* നെയ്യപ്പം
do up [dʊ ʌp] *v* ഉറപ്പിക്കുക, കെട്ടുക
dove [dʌv] *n* മാടപ്രാവ്
do without [dʊ wɪ'ðaʊt] *v* ഇല്ലാതെ ചെയ്യുക
down [daʊn] *adv* താഴേക്ക്, താഴെ
download ['daʊnˌləʊd] *vt* ഡൌൺലോഡ് ചെയ്യുക
downpour ['daʊnˌpɔː] *n* പെരുമഴ
Down's syndrome [daʊnz 'sɪndrəʊm] *n* മന്ദബുദ്ധി
downstairs ['daʊn'stɛəz] *adj* താഴത്തെ നിലയിലുള്ള ▷ *adv* താഴത്തെ നിലയിലേക്ക്
doze [dəʊz] *vi* മയങ്ങുക
dozen ['dʌzn] *num* ഡസൻ
doze off [dəʊz ɒf] *v* മയങ്ങിപ്പോവുക
drab [dræb] *adj* ആകർഷകമല്ലാത്ത, വിരസമായ
draft [drɑːft] *n* കരട്
drag [dræg] *vt* വലിച്ചിഴയ്ക്കുക
dragon ['drægən] *n* ഡ്രാഗൺ
dragonfly ['drægənˌflaɪ] *n* തുമ്പി
drain [dreɪn] *n* ഓട, അഴുക്കുചാൽ ▷ *v* ഒഴുകിപ്പോവുക
draining board ['dreɪnɪŋ bɔːd] *n* പാത്രങ്ങൾ കഴുകിയുണക്കാൻ വയ്ക്കുന്ന സ്ഥലം

drainpipe ['dreɪn,paɪp] *n* വെള്ളം ഒഴുക്കികളയുന്ന പൈപ്പ്,

drama ['drɑːmə] *n* നാടകം

dramatic [drə'mætɪk] *adj* നാടകീയമായ

drastic ['dræstɪk] *adj* കടുത്ത, സമർത്ഥമായ

draught [drɑːft] *n* വായുപ്രവാഹം

draughts [drɑːfts] *npl* ചെസ് പോലുള്ള കളി

draw [drɔː] *v (picture)* വരയ്ക്കുക ▷ *vi (in game)* സമനിലയിലാക്കുക ▷ *v (move)* വലിച്ചെടുക്കുക, മാറ്റിയിടുക

drawback ['drɔː,bæk] *n* പോരായ്മ

drawer ['drɔːə] *n* മേശവലിപ്പ്

drawing ['drɔːɪŋ] *n* ചിത്രം

drawing pin ['drɔːɪŋ pɪn] *n* ചെറിയ പേപ്പർ പിൻ

dreadful ['drɛdfʊl] *adj* ഭീകരമായ

dream [driːm] *n* സ്വപ്നം ▷ *v* സ്വപ്നം കാണുക

drench [drentʃ] *vt* കുതിർക്കുക

dress [drɛs] *n* ഉടുപ്പ് ▷ *vi* വസ്ത്രം ധരിക്കുക

dressed [drɛst] *adj* വസ്ത്രം ധരിച്ച, തുണിയുടുത്ത

dresser ['drɛsə] *n* കണ്ണാടിയുള്ള അലമാര

dressing gown ['drɛsɪŋ gaʊn] *n* ഡ്രസിംഗ് ഗൌൺ

dressing table ['drɛsɪŋ 'teɪbl] *n* ഡ്രസിംഗ് ടേബിൾ

dress up [drɛs ʌp] *v* അണിഞ്ഞൊരുങ്ങുക

dried [draɪd] *adj* ഉണങ്ങിയ, ജലാംശമില്ലാത്ത

drift [drɪft] *n* പ്രവാഹം, ഒഴുക്ക് ▷ *vi* പ്രവഹിക്കുക, ഒഴുകുക

drill [drɪl] *n* തുളയ്ക്കൽ ▷ *v* തുളയ്ക്കുക

drink [drɪŋk] *n* കുടിക്കാൻ ആവശ്യമുള്ളത്ര അളവ് പാനീയം ▷ *v* കുടിക്കുക

drink-driving ['drɪŋk'draɪvɪŋ] *n* മദ്യപിച്ച് വാഹനമോടിക്കുക

drinking water ['drɪŋkɪŋ 'wɔːtə] *n* കുടിവെള്ളം

drip [drɪp] *n* തുള്ളി ▷ *vi* ഇറ്റുവീഴുക

drive [draɪv] *n* വാഹനയാത്ര ▷ *v* വാഹനം ഓടിക്കുക

driver ['draɪvə] *n* വാഹനചാലകൻ, ഡ്രൈവർ

driveway ['draɪv,weɪ] *n* സ്വകാര്യവഴി

driving instructor ['draɪvɪŋ ɪn'strʌktə] *n* ഡ്രൈവിംഗ് പരിശീലകൻ

driving lesson ['draɪvɪŋ 'lɛsn] *n* ഡ്രൈവിംഗ് പാഠം
driving licence ['draɪvɪŋ 'laɪsəns] *n* ഡ്രൈവിംഗ് ലൈസൻസ്
driving test ['draɪvɪŋ tɛst] *n* ഡ്രൈവിംഗ് ടെസ്റ്റ്
drizzle ['drɪzl] *n* ചാറ്റൽമഴ
drop [drɒp] *n* വീഴ്ച, ഇടിവ് ▷ *v* താഴുക
drought [draʊt] *n* വരൾച്ച
drown [draʊn] *v* മുങ്ങിമരിക്കുക
drowsy ['draʊzɪ] *adj* മയക്കമുള്ള, നിദ്രാലസ്യമുള്ള
drug [drʌg] *n* മരുന്ന്
drum [drʌm] *n* ചെണ്ട, ഡ്രം
drummer ['drʌmə] *n* ഡ്രം വായിക്കുന്നയാൾ
drunk [drʌŋk] *adj* കുടിയനായ ▷ *n* കുടിയൻ
dry [draɪ] *adj* വരണ്ട, ഉണങ്ങിയ ▷ *v* വരളുക, ഉണക്കുക
dry cleaner [draɪ 'kliːnə] *n* ഡ്രൈ ക്ലീനർ
dry-cleaning ['draɪ'kliːnɪŋ] *n* ഡ്രൈ ക്ലീൻ ചെയ്യൽ
dryer ['draɪə] *n* ഉണക്കിയെടുക്കുന്ന യന്ത്രം
dual carriageway ['djuːəl 'kærɪdʒ,weɪ] *n* രണ്ടുവരിപ്പാത
dubbed [dʌbt] *adj* ഡബ്ബ് ചെയ്ത
dubious ['djuːbɪəs] *adj* തീർച്ചയില്ലാത്ത
duck [dʌk] *n* താറാവ്
due [djuː] *adj* കാലപരിധിയുള്ള
due to [djuː tʊ] *prep* അതുമൂലം
dull [dʌl] *adj (boring)* വിരസമായ; *(colour)* മുഷിഞ്ഞ
dumb [dʌm] *adj* സംസാരശേഷിയില്ലാത്ത, ഊമയായ
dummy ['dʌmɪ] *n* ഡമ്മി
dump [dʌmp] *n* ചവറിടുന്നസ്ഥലം, ചവറുകൂന ▷ *vt (informal)* ഉപേക്ഷിക്കുക
dumpling ['dʌmplɪŋ] *n* ഒരുതരം പലഹാരം
dungarees [,dʌŋgə'riːz] *npl* ചുമരിൽ വള്ളിയോടുകൂടിയതും നെഞ്ചിന്റെ ഭാഗം മറയ്ക്കുന്നതുമായ ഒരുതരം നിക്കർ
dungeon ['dʌndʒən] *n* ഇരുട്ടറ
duration [djʊ'reɪʃən] *n* കാലയളവ്
during ['djʊərɪŋ] *prep* അതേ സമയത്ത്
dusk [dʌsk] *n* സന്ധ്യ
dust [dʌst] *n* പൊടി ▷ *v* പൊടിതട്ടുക
dustbin ['dʌst,bɪn] *n* ചവറ്റുകുട്ട

dustman ['dʌstmən] *n* ചവറ്റുകുട്ടയിൽ നിന്നും ചവറുകൾ എടുത്തു വൃത്തിയാക്കുന്ന ആൾ
dustpan ['dʌst,pæn] *n* ഡസ്റ്റ്പാൻ, ചവറുകോരി
dusty ['dʌstɪ] *adj* പൊടിനിറഞ്ഞ
Dutch [dʌtʃ] *adj* നെതർലാന്റിനെ സംബന്ധിച്ച ▷ *n* ഡച്ച്
Dutchman ['dʌtʃmən] *n* ഡച്ചുകാരൻ
Dutchwoman ['dʌtʃwʊmən] *n* ഡച്ചുകാരി
duty ['djuːtɪ] *n* ചുമതല
duty-free ['djuːtɪ,friː] *adj* ഡ്യൂട്ടി അടിക്കാത്ത ▷ *n* ഡ്യൂട്ടി അടിക്കാത്തത്
duvet ['duːveɪ] *n* തൂവൽ നിറച്ച വലിയ പുതപ്പ്
DVD [diː viː diː] *n* ഡിവിഡി
DVD burner [diːviːdiː 'bɜːnə] *n* ഡിവിഡി ബേർണർ
DVD player [diːviːdiː 'pleɪə] *n* ഡിവിഡി പ്ലെയർ
dwarf [dwɔːf] *n* കുള്ളൻ
dye [daɪ] *n* വർണ്ണവസ്തു ▷ *vt* ചായം പൂശുക
dynamic [daɪ'næmɪk] *adj* ഊർജ്ജസ്വലതയുള്ള, ചുറുചുറുക്കുള്ള
dyslexia [dɪs'lɛksɪə] *n* തലച്ചോറിന്റെ ചെറിയ വൈകല്യം മൂലം വായിക്കാൻ ബുദ്ധിമുട്ട് ഉണ്ടാകുന്ന രോഗം
dyslexic [dɪs'lɛksɪk] *adj* തലച്ചോറിന്റെ ചെറിയ വൈകല്യം മൂലം വായിക്കാൻ ബുദ്ധിമുട്ടുള്ള

e

each [iːtʃ] *det* ഓരോ ▷ *pron* ഓരോരുത്തർക്കും
eagle ['iːgl] *n* കഴുകൻ
ear [ɪə] *n* ചെവി
earache ['ɪər,eɪk] *n* ചെവി വേദന
eardrum ['ɪə,drʌm] *n* ചെവിക്കല്ല്
earlier ['ɜːlɪə] *adv* നേരത്തെ
early ['ɜːlɪ] *adj (ahead of time)* നേരത്തെ ▷ *adv* മുൻപ് ▷ *adj (near the beginning)* നേരത്തെ
earn [ɜːn] *vt* സമ്പാദിക്കുക
earnings ['ɜːnɪŋz] *npl* സമ്പാദ്യം
earphones ['ɪə,fəʊnz] *npl* കേൾവി സഹായി
earplugs ['ɪə,plʌgz] *npl* ഇയർ പ്ലഗ്ഗ്
earring ['ɪə,rɪŋ] *n* കമ്മൽ

earth [ɜːθ] *n (planet)* ഭൂമി; *(soil)* മണ്ണ്
earthquake ['ɜːθ,kweɪk] *n* ഭൂമി കുലുക്കം
easily ['iːzɪlɪ] *adv* അനായാസം
east [iːst] *adj* കിഴക്കേ, കിഴക്കുള്ള ▷ *adv* കിഴക്കോട്ട്, കിഴക്കുദിശയിലേക്ക് ▷ *n* കിഴക്ക്
eastbound ['iːst,baʊnd] *adj (formal)* കിഴക്കുള്ള
Easter ['iːstə] *n* ഈസ്റ്റർ
Easter egg ['iːstə ɛg] *n* ഈസ്റ്റർ എഗ്ഗ്
eastern ['iːstən] *adj* കിഴക്കൻപ്രദേശത്തുള്ള
easy ['iːzɪ] *adj* എളുപ്പമുള്ള
easy chair ['iːzɪ tʃɛə] *n* ചാരുകസേര
easy-going ['iːzɪ'gəʊɪŋ] *adj* ഉദാസീനനായ
eat [iːt] *v* കഴിക്കുക
e-book ['iː,bʊk] *n* ഇ–ബുക്ക്
eccentric [ɪk'sɛntrɪk] *adj* വിചിത്രമായ
echo ['ɛkəʊ] *n* പ്രതിധ്വനി
ecofriendly ['iːkəʊ,frɛndlɪ] *adj* പരിസ്ഥിതി സൌഹൃദപരമായ
ecological [,iːkə'lɒdʒɪkl] *adj* പരിസ്ഥിതിയെ സംബന്ധിച്ച
ecology [ɪ'kɒlədʒɪ] *n* പരിസ്ഥിതി വിജ്ഞാനം
e-commerce [,iː'kɒmɜːs] *n* ഇന്റർനെറ്റ് മുഖേനെയുള്ള വിപണനം
economic [,iːkə'nɒmɪk] *adj* സാമ്പത്തികമായ
economical [,iːkə'nɒmɪkl] *adj* സാമ്പത്തികപരമായ
economics [,iːkə'nɒmɪks] *npl* സാമ്പത്തിക ശാസ്ത്രം
economist [ɪ'kɒnəmɪst] *n* സാമ്പത്തിക ശാസ്ത്രജ്ഞൻ
economize [ɪ'kɒnə,maɪz] *vi* ശ്രദ്ധയോടെ വിനിയോഗിക്കൽ
economy [ɪ'kɒnəmɪ] *n* സമ്പദ്‌വ്യവസ്ഥ
economy class [ɪ'kɒnəmɪ klɑːs] *n* ചെലവുകുറഞ്ഞ ക്ലാസ്
ecstasy ['ɛkstəsɪ] *n* ഹർഷോന്മാദം, പരമാനന്ദം
Ecuador ['ɛkwə,dɔː] *n* ഇക്വഡോർ
eczema ['ɛksɪmə] *n* ചൊറി
edge [ɛdʒ] *n* അറ്റം
edgy ['ɛdʒɪ] *adj (informal)* പരിഭ്രമമുള്ള
edible ['ɛdɪbl] *adj* ഭക്ഷ്യയോഗ്യമായ
edition [ɪ'dɪʃən] *n* പതിപ്പ്
editor ['ɛdɪtə] *n* പത്രാധിപർ
educated ['ɛdjʊ,keɪtɪd] *adj* അഭ്യസ്തവിദ്യരായ
education [,ɛdjʊ'keɪʃən] *n* വിദ്യാഭ്യാസം

e

educational [ˌɛdjʊˈkeɪʃənl] *adj* വിദ്യാഭ്യാസപരമായ
eel [iːl] *n* ഈൽ മത്സ്യം
effect [ɪˈfɛkt] *n* ഫലം
effective [ɪˈfɛktɪv] *adj* ഫലപ്രദമായ
effectively [ɪˈfɛktɪvlɪ] *adv* ഫലപ്രദമായി
efficient [ɪˈfɪʃənt] *adj* കാര്യപ്രാപ്തിയുള്ള
efficiently [ɪˈfɪʃəntlɪ] *adv* കാര്യക്ഷമമായി
effort [ˈɛfət] *n* പരിശ്രമം
e.g. [iː dʒiː] *abbr* ഉദാഹരണമായി
egg [ɛg] *n* മുട്ട
eggcup [ˈɛgˌkʌp] *n* മുട്ടപ്പാത്രം
egg white [ɛg waɪt] *n* മുട്ടയുടെ വെള്ളക്കരു
egg yolk [ɛg jəʊk] *n* മുട്ടയുടെ മഞ്ഞക്കരു
Egypt [ˈiːdʒɪpt] *n* ഈജിപ്ത്
Egyptian [ɪˈdʒɪpʃən] *adj* ഈജിപ്തിനെ സംബന്ധിച്ച ▷ *n* ഈജിപ്ത്യൻ
eight [eɪt] *num* എട്ട്
eighteen [ˈeɪˈtiːn] *num* പതിനെട്ട്
eighteenth [ˈeɪˈtiːnθ] *adj* പതിനെട്ടാമത്തെ
eighth [eɪtθ] *adj* എട്ടാമത്തെ ▷ *n* എട്ടിലൊന്ന്
eighty [ˈeɪtɪ] *num* എൺപത്
Eire [ˈɛərə] *n* ഈർ
either [ˈaɪðə; ˈiːðə] *adv* ഇതും അതുപോലെ തന്നെ അതും അല്ല എന്ന് സൂചിപ്പിക്കേണ്ടപ്പോൾ ഉപയോഗിക്കുന്നു ▷ *det (each)* ഓരോ ▷ *pron* രണ്ടും ▷ *det (one of two things)* രണ്ടിലൊന്ന്
either ... or [ˈaɪðə; ˈiːðə ɔː] *conj* അതോ ഇതോ
elastic [ɪˈlæstɪk] *n* ഇലാസ്റ്റിക്
elastic band [ɪˈlæstɪk bænd] *n* ഇലാസ്റ്റിക്ക് ബാൻഡ്
Elastoplast® [ɪˈlæstəˌplɑːst] *n* ഇലസ്റ്റൊ പ്ലാസ്റ്റ്®
elbow [ˈɛlbəʊ] *n* കൈമുട്ട്
elder [ˈɛldə] *adj* മൂത്ത
elderly [ˈɛldəlɪ] *adj* പ്രായംചെന്ന, പ്രായമായ
eldest [ˈɛldɪst] *adj* ഏറ്റവും മൂത്ത, ഏറ്റവും മുതിർന്ന
elect [ɪˈlɛkt] *vt* തിരഞ്ഞെടുക്കുക
election [ɪˈlɛkʃən] *n* തിരഞ്ഞെടുപ്പ്
electorate [ɪˈlɛktərɪt] *n* സമ്മതിദായകർ
electric [ɪˈlɛktrɪk] *adj* വൈദ്യുതി ഉപയോഗിച്ചുള്ള, ഇല്ക്ട്രിക്
electrical [ɪˈlɛktrɪkl] *adj* ഇലക്ട്രിക്കൽ
electric blanket [ɪˈlɛktrɪk ˈblæŋkɪt] *n* വൈദ്യുത കമ്പിളി

electrician [ɪlɛk'trɪʃən] *n* ഇലക്ട്രിക്കൽ ജോലിചെയ്യുന്നയാൾ, ഇലക്ട്രീഷ്യൻ

electricity [ɪlɛk'trɪsɪtɪ] *n* വൈദ്യുതി

electric shock [ɪ'lɛktrɪk ʃɒk] *n* വൈദ്യുതാഘാതം

electronic [ɪlɛk'trɒnɪk] *adj* ഇലക്ട്രോണിക്

electronics [ɪlɛk'trɒnɪks] *npl* ഇലക്ട്രോണിക് സാങ്കേതികത

elegant ['ɛlɪgənt] *adj* മനോഹരമായ, രമണീയമായ

element ['ɛlɪmənt] *n* ഘടകം

elephant ['ɛlɪfənt] *n* ആന

eleven [ɪ'lɛvn] *num* പതിനൊന്ന്

eleventh [ɪ'lɛvnθ] *adj* പതിനൊന്നാമത്തെ

eliminate [ɪ'lɪmɪ,neɪt] *vt* *(formal)* നിർമ്മാർജ്ജനം ചെയ്യുക, ഒഴിവാക്കുക

elm [ɛlm] *n* ഒരു തരം വൃക്ഷം

else [ɛls] *adv* അല്ലാത്ത പക്ഷം

elsewhere [,ɛls'wɛə] *adv* മറ്റൊരിടത്ത്

email ['iːmeɪl] *n* ഇമെയിൽ ▷ *v* ഇമെയിൽ ചെയ്യുക

email address ['iːmeɪl ə'drɛs] *n* ഇമെയിൽ വിലാസം

embankment [ɪm'bæŋkmənt] *n* മൺതിട്ട

embarrassed [,ɪm'bærəst] *adj* അമ്പരന്ന, പരിഭ്രമിച്ച

embarrassing [ɪm'bærəsɪŋ] *adj* അമ്പരപ്പുണ്ടാക്കുന്ന, പരിഭ്രമിപ്പിക്കുന്ന

embassy ['ɛmbəsɪ] *n* എംബസി

embroider [ɪm'brɔɪdə] *vt* ചിത്രപ്പണി ചെയ്യുക

embroidery [ɪm'brɔɪdərɪ] *n* ചിത്രപ്പണി

emergency [ɪ'mɜːdʒənsɪ] *n* അടിയന്തരാവസ്ഥ

emergency exit [ɪ'mɜːdʒensɪ 'ɛksɪt] *n* അടിയന്തര നിർഗമന മാർഗ്ഗം

emergency landing [ɪ'mɜːdʒensɪ 'lændɪŋ] *n* അടിയന്തര നിലത്തിറക്കൽ

emigrate ['ɛmɪ,greɪt] *vi* കുടിയേറുക

emotion [ɪ'məʊʃən] *n* വികാരം

emotional [ɪ'məʊʃənl] *adj* വൈകാരികമായ

emperor ['ɛmpərə] *n* ചക്രവർത്തി

emphasize ['ɛmfə,saɪz] *vt* ഊന്നിപ്പറയുക, എടുത്തുപറയുക

empire ['ɛmpaɪə] *n* സാമ്രാജ്യം

employ [ɪm'plɔɪ] *vt* തൊഴിൽ നൽകുക, ജോലിനൽകുക

employee [ɛm'plɔɪiː] *n* ജീവനക്കാരൻ (M), ജീവനക്കാരി (F)

employer [ɪm'plɔɪə] *n* തൊഴിലുടമ, തൊഴിൽസ്ഥാപനം

employment [ɪm'plɔɪmənt] *n* ജോലി, തൊഴിൽ

empty ['ɛmptɪ] *adj* ശൂന്യമായ, ഒഴിഞ്ഞ ▷ *vt* കാലിയാക്കുക

enamel [ɪ'næməl] *n* ഇനാമൽ

encourage [ɪn'kʌrɪdʒ] *vt* പ്രോത്സാഹിപ്പിക്കുക

encouragement [ɪn'kʌrɪdʒmənt] *n* പ്രോത്സാഹനം

encouraging [ɪn'kʌrɪdʒɪŋ] *adj* പ്രോത്സാഹജനകമായ, ആശാദായകമായ

encyclopaedia [ɛn,saɪkləʊ'piːdɪə] *n* സർവ്വവിജ്ഞാന കോശം

end [ɛnd] *n* അവസാനം ▷ *v* അവസാനിപ്പിക്കുക

endanger [ɪn'deɪndʒə] *vt* അപകടപ്പെടുത്തുക

ending ['ɛndɪŋ] *n* അന്ത്യം, സമാപനം

endless ['ɛndlɪs] *adj* അവസാനമില്ലാത്ത

enemy ['ɛnəmɪ] *n* ശത്രു

energetic [,ɛnə'dʒɛtɪk] *adj* ഊർജ്ജസ്വലരായ, ചുറുചുറുക്കുള്ള

energy ['ɛnədʒɪ] *n* *(strength)* ഊർജ്ജം; *(power)* പ്രവർത്തനശക്തി

engaged [ɪn'geɪdʒd] *adj* *(formal)* വ്യാപൃതമായ

engaged tone [ɪn'geɪdʒd təʊn] *n* ടെലിഫോൺ ഉപയോഗത്തിലാണെന്ന് സൂചിപ്പിക്കുന്ന ടോൺ

engagement [ɪn'geɪdʒmənt] *n* മുൻകൂട്ടി നിശ്ചയിക്കപ്പെട്ട പരിപാടി

engagement ring [ɪn'geɪdʒmənt rɪŋ] *n* വിവാഹനിശ്ചയ മോതിരം

engine ['ɛndʒɪn] *n* *(machine)* യന്ത്രം; *(train)* എൻജിൻ

engineer [,ɛndʒɪ'nɪə] *n* എഞ്ചിനീയർ

engineering [,ɛndʒɪ'nɪərɪŋ] *n* എഞ്ചിനീയറിംഗ്

England ['ɪŋglənd] *n* ഇംഗ്ലണ്ട്

English ['ɪŋglɪʃ] *adj* ഇംഗ്ലണ്ടിനെ സംബന്ധിച്ച ▷ *n* ഇംഗ്ലീഷ്

Englishman ['ɪŋglɪʃmən] *n* ഇംഗ്ലീഷുകാരൻ

Englishwoman ['ɪŋglɪʃ,wʊmən] *n* ഇംഗ്ലീഷുകാരി

engrave [ɪn'greɪv] *vt* കൊത്തിവയ്ക്കുക

enjoy [ɪn'dʒɔɪ] *vt* ആസ്വദിക്കുക

enjoyable [ɪn'dʒɔɪəbl] *adj* ആസ്വാദ്യമായ

enlargement [ɪn'lɑːdʒmənt] *n* വിപുലീകരണം
enormous [ɪ'nɔːməs] *adj* ബൃഹത്തായ, വിശാലമായ
enough [ɪ'nʌf] *det* വേണ്ടത്ര ▷ *pron* മതിയായ,
enquire [ɪn'kwaɪə] *v (formal)* അന്വേഷിക്കുക
enquiry [ɪn'kwaɪərɪ] *n* അന്വേഷണം
ensure [ɛn'ʃʊə] *vt (formal)* ഉറപ്പാക്കുക
enter ['ɛntə] *v (formal)* പ്രവേശിക്കുക
entertain [,ɛntə'teɪn] *v* വിനോദിപ്പിക്കുക
entertainer [,ɛntə'teɪnə] *n* വിനോദിപ്പിക്കുന്നയാൾ, വിദൂഷകൻ
entertaining [,ɛntə'teɪnɪŋ] *adj* വിനോദം പകരുന്ന
enthusiasm [ɪn'θjuːzɪ,æzəm] *n* ഉത്സാഹം
enthusiastic [ɪn,θjuːzɪ'æstɪk] *adj* ഉത്സാഹിയായ
entire [ɪn'taɪə] *adj* മുഴുവൻ
entirely [ɪn'taɪəlɪ] *adv* പൂർണ്ണമായും
entrance ['ɛntrəns] *n* കവാടം
entrance fee ['ɛntrəns fiː] *n* പ്രവേശന ഫീസ്
entry ['ɛntrɪ] *n* പ്രവേശനം
entry phone ['ɛntrɪ fəʊn] *n* കവാടത്തിലുള്ള ഫോൺ
envelope ['ɛnvə,ləʊp] *n* കവർ
envious ['ɛnvɪəs] *adj* അസൂയയുള്ള
environment [ɪn'vaɪrənmənt] *n* പരിസ്ഥിതി
environmental [ɪn,vaɪrən'mɛntəl] *adj* പരിസ്ഥിതിസംബന്ധമായ
environmentally friendly [ɪn,vaɪərən'mɛntəlɪ 'frɛndlɪ] *adj* പരിസ്ഥിതി സൌഹൃദമായ
envy ['ɛnvɪ] *n* അസൂയ ▷ *vt* അസൂയതോന്നുക
epidemic [,ɛpɪ'dɛmɪk] *n* പകർച്ചവ്യാധി
episode ['ɛpɪ,səʊd] *n* പരമ്പരയിലെ ഒരുഭാഗം, എപ്പിസോഡ്
equal ['iːkwəl] *adj* തുല്യമായ ▷ *vt* ഒപ്പത്തിനെത്തുക
equality [ɪ'kwɒlɪtɪ] *n* സമാനത, സമത്വം
equalize ['iːkwə,laɪz] *vt* സമാനമാക്കുക
equation [ɪ'kweɪʒən] *n* സമവാക്യം
equator [ɪ'kweɪtə] *n* ഭൂമധ്യരേഖ
Equatorial Guinea [,ɛkwə'tɔːrɪəl 'gɪnɪ] *n* പടിഞ്ഞാറൻ ആഫ്രിക്കൻ രാജ്യം

equipment [ɪ'kwɪpmənt] *n* ഉപകരണം
equipped [ɪ'kwɪpt] *adj* സജ്ജമായ
equivalent [ɪ'kwɪvələnt] *n* സമം
erase [ɪ'reɪz] *vt* മായ്ക്കുക
Eritrea [ˌɛrɪ'treɪə] *n* എരിത്രിയ, വടക്കു കിഴക്കൻ ആഫ്രിക്കൻ രാജ്യം
error ['ɛrə] *n* പിശക്
escalator ['ɛskəˌleɪtə] *n* ചലിക്കുന്ന സ്റ്റെയർകേസ്
escape [ɪ'skeɪp] *n* രക്ഷപെടൽ ▷ *vi* രക്ഷപ്പെടുക
escort [ɪs'kɔːt] *vt* അനുഗമിക്കുക
especially [ɪ'spɛʃəlɪ] *adv* പ്രത്യേകിച്ച്
espionage ['ɛspɪəˌnɑːʒ; ˌɛspɪə'nɑːʒ] *n (formal)* ചാരപ്രവർത്തി
essay ['ɛseɪ] *n* ഉപന്യാസം
essential [ɪ'sɛnʃəl] *adj* അത്യാവശ്യമായ
estate [ɪ'steɪt] *n* എസ്റ്റേറ്റ്
estate agent [ɪ'steɪt 'eɪdʒənt] *n* എസ്റ്റേറ്റ് ഏജന്റ്
estate car [ɪ'steɪt kɑː] *n* എസ്റ്റേറ്റ് കാർ
estimate ['ɛstɪˌmeɪt] *n* ഉദ്ദേശക്കണക്ക് ▷ ['ɛstɪmət] *vt* ഉദ്ദേശക്കണക്ക് നോക്കുക
Estonia [ɛ'stəʊnɪə] *n* എസ്തോണിയ
Estonian [ɛ'stəʊnɪən] *adj* എസ്തോണിയയെ സംബന്ധിച്ച ▷ *n (person)* എസ്തോണിയൻ; *(language)* എസ്തോണിയൻ
etc [ɪt'sɛtrə] *abbr* മുതലായവ
eternal [ɪ'tɜːnl] *adj* അനശ്വരമായ
eternity [ɪ'tɜːnɪtɪ] *n* അനശ്വരത
ethical ['ɛθɪkl] *adj* നൈതികമായ
Ethiopia [ˌiːθɪ'əʊpɪə] *n* എത്യോപ്യ
Ethiopian [ˌiːθɪ'əʊpɪən] *adj* എത്യോപ്യയെ സംബന്ധിച്ച ▷ *n* എത്യോപ്യൻ
ethnic ['ɛθnɪk] *adj* വംശീയമായ
EU [iː juː] *abbr* ഇയു
euro ['jʊərəʊ] *n* യൂറോ
Europe ['jʊərəp] *n* യൂറോപ്പ്
European [ˌjʊərə'pɪən] *adj* യൂറോപ്പിനെ സംബന്ധിച്ച ▷ *n* യൂറോപ്യൻ
European Union [ˌjʊərə'piːən 'juːnjən] *n* യൂറോപ്യൻ യൂണിയൻ
evacuate [ɪ'vækjʊˌeɪt] *v* ഒഴിപ്പിക്കുക
eve [iːv] *n* തലേദിവസം
even ['iːvn] *adj (flat and smooth)* നിരപ്പായ ▷ *adv* എങ്കിൽ കൂടി, എങ്കിൽ പോലും ▷ *adj (number)* ഇരട്ട

evening ['iːvnɪŋ] *n* സായാഹ്നം
evening class ['iːvnɪŋ klɑːs] *n* സായാഹ്ന ക്ലാസ്
evening dress ['iːvnɪŋ drɛs] *n* സായാഹ്ന വസ്ത്രം
event [ɪ'vɛnt] *n* സംഭവം
eventful [ɪ'vɛntfʊl] *adj* സംഭവബഹുലം
eventually [ɪ'vɛntʃʊəlɪ] *adv* ഒടുവിൽ, അവസാനം
ever ['ɛvə] *adv* ഒരിക്കലും
every ['ɛvrɪ] *adj* എല്ലാ
everybody ['ɛvrɪˌbɒdɪ] *pron* എല്ലാവരും
everyone ['ɛvrɪˌwʌn] *pron* ഓരോരുത്തരും
everything ['ɛvrɪθɪŋ] *pron* എല്ലാം
everywhere ['ɛvrɪˌwɛə] *adv* എല്ലായിടത്തും
evidence ['ɛvɪdəns] *n* തെളിവ്
evil ['iːvl] *adj* പാപിയായ
evolution [ˌiːvə'luːʃən] *n* പരിണാമം
ewe [juː] *n* പെൺ ചെമ്മരിയാട്
exact [ɪg'zækt] *adj* കൃത്യമായ
exactly [ɪg'zæktlɪ] *adv* കൃത്യമായി
exaggerate [ɪg'zædʒəˌreɪt] *v* പൊലിപ്പിക്കുക
exaggeration [ɪgˌzædʒə'reɪʃən] *n* പൊലിപ്പിക്കൽ
exam [ɪg'zæm] *n* പരീക്ഷ
examination [ɪgˌzæmɪ'neɪʃən] *n (formal)* പരീക്ഷ
examine [ɪg'zæmɪn] *vt* പരിശോധിക്കുക
examiner [ɪg'zæmɪnə] *n* പരീക്ഷകൻ
example [ɪg'zɑːmpl] *n* ഉദാഹരണം
excellent ['ɛksələnt] *adj* ഉജ്ജ്വലമായ
except [ɪk'sɛpt] *prep* ഒഴികെ
exception [ɪk'sɛpʃən] *n* അപവാദം
exceptional [ɪk'sɛpʃənl] *adj* അസാമാന്യമായ, അസാധാരണമായ
excess baggage ['ɛksɛs 'bægɪdʒ] *n* അമിത ബാഗേജ്
excessive [ɪk'sɛsɪv] *adj* അമിതമായ
exchange [ɪks'tʃeɪndʒ] *vt* കൈമാറുക
exchange rate [ɪks'tʃeɪndʒ reɪt] *n* വിനിമയ നിരക്ക്
excited [ɪk'saɪtɪd] *adj* ആവേശമുള്ള
exciting [ɪk'saɪtɪŋ] *adj* ആവേശഭരിതമായ

e

exclamation mark [ˌɛkskləˈmeɪʃən mɑːk] *n* ആശ്ചര്യചിഹ്നം

exclude [ɪkˈskluːd] *vt* ഒഴിവാക്കുക

excluding [ɪkˈskluːdɪŋ] *prep* ഒഴികെ

exclusively [ɪkˈskluːsɪvlɪ] *adv* മാത്രമായി

excuse [ɪkˈskjuːs] *n* ഒഴിവുകഴിവ് ▷ [ɪkˈskjuːz] *vt* ഒഴികഴിവു പറയുക

execute [ˈɛksɪˌkjuːt] *vt* വധശിക്ഷ നൽകുക

execution [ˌɛksɪˈkjuːʃən] *n* വധശിക്ഷ

executive [ɪɡˈzɛkjʊtɪv] *n* മുതിർന്ന ഉദ്യോഗസ്ഥൻ

exercise [ˈɛksəˌsaɪz] *n* *(formal, physical)* വ്യായാമം; *(school work)* പരിശീലനം, അഭ്യാസം

exhaust [ɪɡˈzɔːst] *n* പുക പുറന്തള്ളുന്ന പൈപ്പ്

exhausted [ɪɡˈzɔːstɪd] *adj* ക്ഷീണിച്ച

exhaust fumes [ɪɡˈzɔːst fjuːmz] *npl* എഞ്ചിൻ പ്രവർത്തിക്കുമ്പോഴുള്ള പുക

exhibition [ˌɛksɪˈbɪʃən] *n* പ്രദർശനം

ex-husband [ɛksˈhʌzbənd] *n* മുൻ ഭർത്താവ്

exile [ˈɛɡzaɪl] *n* നാടുകടത്തുക

exist [ɪɡˈzɪst] *vi* നിലനിൽക്കുക

exit [ˈɛɡzɪt] *n* പുറത്തുകടക്കുക

exotic [ɪɡˈzɒtɪk] *adj* ആകർഷണീയമായ

expect [ɪkˈspɛkt] *vt* പ്രതീക്ഷിക്കുക

expedition [ˌɛkspɪˈdɪʃən] *n* പര്യവേക്ഷണം

expel [ɪkˈspɛl] *vt* പുറത്താക്കുക

expenditure [ɪkˈspɛndɪtʃə] *n* *(formal)* ചെലവ്

expenses [ɪkˈspɛnsɪz] *npl* ചെലവുകൾ

expensive [ɪkˈspɛnsɪv] *adj* ചെലവേറിയ

experience [ɪkˈspɪərɪəns] *n* അനുഭവം

experienced [ɪkˈspɪərɪənst] *adj* അനുഭവസമ്പത്തുള്ള

experiment [ɪkˈspɛrɪmənt] *n* പരീക്ഷണം

expert [ˈɛkspɜːt] *n* വിദഗ്ദ്ധൻ

expire [ɪkˈspaɪə] *vi* കാലാവധികഴിഞ്ഞ

expiry date [ɪkˈspaɪərɪ deɪt] *n* കാലഹരണ തീയതി

explain [ɪkˈspleɪn] *vt* വിശദീകരിക്കുക

explanation [ˌɛkspləˈneɪʃən] *n* വിശദീകരണം

explode [ɪk'spləud] *vi* പൊട്ടിത്തെറിക്കുക
exploit [ɪk'splɔɪt] *vt* ഉപയോഗപ്പെടുത്തുക
exploitation [ˌɛksplɔɪ'teɪʃən] *n* ഉപയോഗപ്പെടുത്തൽ
explore [ɪk'splɔː] *v* പര്യവേക്ഷണം നടത്തുക
explorer [ɪk'splɔːrə] *n* പര്യവേക്ഷണം നടത്തുന്നയാൾ
explosion [ɪk'spləʊʒən] *n* പൊട്ടിത്തെറി
explosive [ɪk'spləʊsɪv] *n* സ്ഫോടകവസ്തു
export ['ɛkspɔːt] *n* കയറ്റുമതി ▷ [ɪk'spɔːt] *v* കയറ്റുമതി ചെയ്യുക
express [ɪk'sprɛs] *vt* പ്രകടിപ്പിക്കുക
expression [ɪk'sprɛʃən] *n* ഭാവപ്രകടനം
extension [ɪk'stɛnʃən] *n* വിപുലീകരണം
extension cable [ɪk'stɛnʃən 'keɪbl] *n* എക്സ്റ്റെൻഷൻ കേബിൾ
extensive [ɪk'stɛnsɪv] *adj* വ്യാപകമായ
extensively [ɪk'stɛnsɪvlɪ] *adv* വ്യാപകമായി
extent [ɪk'stɛnt] *n* വ്യാപ്തി
exterior [ɪk'stɪərɪə] *adj* പുറമേയുള്ള
external [ɪk'stɜːnl] *adj* ബാഹ്യമായ
extinct [ɪk'stɪŋkt] *adj* നാമാവശേഷമായ
extinguisher [ɪk'stɪŋgwɪʃə] *n* തീയണയ്ക്കുന്ന യന്ത്രം
extortionate [ɪk'stɔːʃənɪt] *adj* അപഹരിക്കുന്നതായ
extra ['ɛkstrə] *adj* അധികം ▷ *adv* അധികമായി
extraordinary [ɪk'strɔːdnrɪ] *adj* അസാധാരണമായ
extravagant [ɪk'strævɪgənt] *adj* അമിതമായ
extreme [ɪk'striːm] *adj* അങ്ങേയറ്റത്തെ
extremely [ɪk'striːmlɪ] *adv* അങ്ങേയറ്റം
extremism [ɪk'striːmɪzəm] *n* തീവ്രവാദം
extremist [ɪk'striːmɪst] *n* തീവ്രവാദി
ex-wife [ɛks'waɪf] *n* മുൻ ഭാര്യ
eye [aɪ] *n* കണ്ണ്
eyebrow ['aɪˌbraʊ] *n* പുരികം
eye drops [aɪ drɒps] *npl* കണ്ണിലൊഴിക്കുന്ന മരുന്ന്
eyelash ['aɪˌlæʃ] *n* കൺപീലി
eyelid ['aɪˌlɪd] *n* കൺപോള
eyeliner ['aɪˌlaɪnə] *n* ഐലൈനർ

e

eye shadow [aɪ 'ʃædəʊ] *n* കൺപോളയിൽ ചായം തേയ്ക്കാൻ ഉപയോഗിക്കുന്ന വസ്തു

eyesight ['aɪ,saɪt] *n* കാഴ്ചശക്തി

f

fabric ['fæbrɪk] *n* തുണിത്തരം

fabulous ['fæbjʊləs] *adj* *(informal)* മനോഹരമായ

face [feɪs] *n* മുഖം ▷ *vt* അഭിമുഖമായിരിക്കുക

face cloth [feɪs klɒθ] *n* മുഖം തുടയ്ക്കുന്ന തുണി

facial ['feɪʃəl] *adj* മുഖത്തെ സംബന്ധിച്ച ▷ *n* മുഖസൌന്ദര്യം വർദ്ധിപ്പിക്കാൻ ചെയ്യുന്ന ചികിത്സ

facilities [fə'sɪlɪtɪz] *npl* സൌകര്യങ്ങൾ

fact [fækt] *n* വസ്തുത

factory ['fæktərɪ] *n* വ്യവസായ ശാല

fade [feɪd] *v* നിറം മങ്ങുക

fail [feɪl] *v* തോറ്റുപോകുക, പരാജയപ്പെടുക

failure ['feɪljə] *n* പരാജയം

faint [feɪnt] *adj* നേർത്ത ▷ *vi* ബോധം കെടുക, മോഹാലസ്യപ്പെടുക

fair [fɛə] *adj* *(just)* ശരിയായ, ന്യായമായ; *(blond)* വെളുത്ത, നരച്ച ▷ *n* മേള, ഉത്സവത്തോടനുബന്ധിച്ചുള്ള വാണിഭം

fairground ['fɛə,graʊnd] *n* മേള നടക്കുന്നസ്ഥലം

fairly ['fɛəlɪ] *adv* ഏറെക്കുറെ, സാമാന്യം

fairness ['fɛənɪs] *n* ന്യായബദ്ധത,

fairy ['fɛərɪ] *n* യക്ഷി

fairy tale ['fɛərɪ teɪl] *n* യക്ഷിക്കഥ

faith [feɪθ] *n* വിശ്വാസം

faithful ['feɪθfʊl] *adj* വിശ്വാസമുള്ള

faithfully ['feɪθfʊlɪ] *adv* വിശ്വാസത്തോടെ

fake [feɪk] *adj* വ്യാജമായ ▷ *n* വ്യാജവസ്തു

fall [fɔːl] *n* വീഴ്ച ▷ *vi* വീഴുക, നിലംപതിക്കുക

fall down [fɔːl daʊn] *v* താഴെ വീഴുക

fall for [fɔːl fɔː] *v* ആരോടെങ്കിലും ഇഷ്ടം തോന്നുക

fall out [fɔːl aʊt] *v* പൊഴിയുക

false [fɔːls] *adj* തെറ്റായ

false alarm [fɔːls əˈlɑːm] *n* തെറ്റായ മുന്നറിയിപ്പ്
fame [feɪm] *n* പ്രശസ്തി, പ്രസിദ്ധി
familiar [fəˈmɪlɪə] *adj* പരിചിതമായ
family [ˈfæmɪlɪ] *n* കുടുംബം
famine [ˈfæmɪn] *n* ക്ഷാമം
famous [ˈfeɪməs] *adj* പ്രശസ്തനായ, പ്രസിദ്ധമായ
fan [fæn] *n* ആരാധകൻ
fanatic [fəˈnætɪk] *n* മതഭ്രാന്തൻ
fan belt [fæn bɛlt] *n* ഫാൻ ബെൽറ്റ്
fancy [ˈfænsɪ] *vt* *(informal)* വേണമെന്ന് തോന്നുക, ഇഷ്ടം തോന്നുക ▷ *adj* അലംകൃതമായ
fancy dress [ˈfænsɪ drɛs] *n* പ്രച്ഛന്നവേഷം
fantastic [fænˈtæstɪk] *adj* *(informal)* വിശിഷ്ടമായ
FAQ [ɛf eɪ kjuː] *abbr* എഫ്എക്യൂ
far [fɑː] *adj* അകലെയുള്ള, ദൂരെയുള്ള ▷ *adv* അകലെ, ദൂരെ
fare [fɛə] *n* നിരക്ക്
Far East [fɑː iːst] *n* കിഴക്കേ അറ്റത്തുള്ള ഏഷ്യൻ രാജ്യങ്ങൾ
farewell! [fɛəˈwel] *excl* യാത്ര പറയുമ്പോൾ ഉപയോഗിക്കുന്ന ഔപചാരിക വാക്ക്
farm [fɑːm] *n* കൃഷിഭൂമി, വയൽ (കൃഷി ചെയ്യുന്നതിന്), തൊഴുത്ത് (കന്നുകാലികൾക്ക് വേണ്ടി)
farmer [ˈfɑːmə] *n* കൃഷിക്കാരൻ
farmhouse [ˈfɑːm,haus] *n* കൃഷിയിടത്തിലെ വീട്
farming [ˈfɑːmɪŋ] *n* കൃഷി
Faroe Islands [ˈfɛərəʊ ˈaɪləndz] *npl* വടക്കൻ അറ്റ്ലാന്റിക്കിലെ 21 ദ്വീപുകൾ
fascinating [ˈfæsɪ,neɪtɪŋ] *adj* മോഹിപ്പിക്കുന്ന, ആകർഷകമായ
fashion [ˈfæʃən] *n* ഫാഷൻ
fashionable [ˈfæʃənəbl] *adj* നൂതനശൈലിയിലുള്ള
fast [fɑːst] *adj* വേഗതയുള്ള ▷ *adv* വേഗത്തിൽ
fat [fæt] *adj* കൊഴുപ്പുള്ള ▷ *n* കൊഴുപ്പ്
fatal [ˈfeɪtl] *adj* മാരകമായ
fate [feɪt] *n* വിധി
father [ˈfɑːðə] *n* അച്ഛൻ
father-in-law [ˈfɑːðə ɪn lɔː] *n* അമ്മായിയച്ഛൻ, അമ്മാവൻ
fault [fɔːlt] *n* തെറ്റ്, തകരാറ്
faulty [ˈfɔːltɪ] *adj* തകരാറുള്ള
fauna [ˈfɔːnə] *npl* പ്രത്യേക പ്രദേശത്തെ മൃഗങ്ങൾ
favour [ˈfeɪvə] *n* യോജിപ്പ്

favourite ['feɪvərɪt] *adj* പ്രിയങ്കരമായ ▷ *n* പ്രിയങ്കരം
fax [fæks] *n* ഫാക്സ് ▷ *vt* ഫാക്സ് ചെയ്യുക
fear [fɪə] *n* പേടി, ഭയം ▷ *vt* പേടിക്കുക, ഭയപ്പെടുകുക
feasible ['fiːzəbl] *adj* സാദ്ധ്യമായ
feather ['fɛðə] *n* തൂവൽ
feature ['fiːtʃə] *n* സവിശേഷത
February ['fɛbrʊərɪ] *n* ഫെബ്രുവരി
fed up [fɛd ʌp] *adj (informal)* മടുപ്പുതോന്നുന്ന
fee [fiː] *n* ഫീസ്
feed [fiːd] *vt* തീറ്റുക, ആഹാരം കൊടുക്കുക
feedback ['fiːd,bæk] *n* പ്രതികരണം
feel [fiːl] *v (have a particular feeling)* അനുഭവപ്പെടുക ▷ *vt (touch)* സ്പർശിച്ചറിയുക, തൊട്ടറിയുക
feeling ['fiːlɪŋ] *n* തോന്നൽ
feet [fiːt] *npl* പാദം
felt [fɛlt] *n* രോമക്കമ്പിളി
felt-tip ['fɛlt,tɪp] *n* ഫെൽ ടിപ്പ് പേന
female ['fiːmeɪl] *adj* പെൺ, സ്ത്രീ ▷ *n* സ്ത്രീ, പെണ്ണ്
feminine ['fɛmɪnɪn] *adj* സ്ത്രീസഹജമായ, സ്ത്രൈണ
feminist ['fɛmɪnɪst] *n* സ്ത്രീ സമത്വവാദി
fence [fɛns] *n* വേലി
fennel ['fɛnl] *n* ഒരിനം ചെടി
fern [fɜːn] *n* പന്നൽച്ചെടി
ferret ['fɛrɪt] *n* മുയലുകളെയും എലികളെയും പിടിക്കാൻ ഉപയോഗിക്കുന്ന കീരി
ferry ['fɛrɪ] *n* നൌക, കടത്തുതോണി
fertile ['fɜːtaɪl] *adj* വളക്കൂറുള്ള, ഫലഭൂയിഷ്ഠമായ
fertilizer ['fɜːtɪ,laɪzə] *n* വളം
festival ['fɛstɪvl] *n* ഉത്സവം
fetch [fɛtʃ] *vt* കൊണ്ടുവരിക
fever ['fiːvə] *n* പനി
few [fjuː] *det* കുറച്ച് ▷ *pron* ചിലർ
fewer [fjuːə] *adj* വളരെ കുറച്ച്
fiancé [fɪ'ɒnseɪ] *n* പ്രതിശ്രുതവരൻ
fiancée [fɪ'ɒnseɪ] *n* പ്രതിശ്രുതവധു
fibre ['faɪbə] *n* നാര്
fibreglass ['faɪbə,glɑːs] *n* ഫൈബർഗ്ലാസ്
fiction ['fɪkʃən] *n* കല്പിതകഥ
field [fiːld] *n* വയൽ
fierce [fɪəs] *adj* ക്രൌര്യമുള്ള
fifteen ['fɪf'tiːn] *num* പതിനഞ്ച്
fifteenth ['fɪf'tiːnθ] *adj* പതിനഞ്ചാമത്തെ

fifth [fɪfθ] *adj* അഞ്ചാമത്
fifty ['fɪftɪ] *num* അൻപത്
fifty-fifty ['fɪftɪ,fɪftɪ] *adj* *(informal)* പകുതി–പകുതി ▷ *adv* *(informal)* തുല്യമായി, സമമായി
fig [fɪg] *n* അത്തിപ്പഴം
fight [faɪt] *n* പോരാട്ടം ▷ *v* പോരാടുക
fighting [faɪtɪŋ] *n* ഏറ്റുമുട്ടൽ, യുദ്ധം
figure ['fɪgə] *n* കണക്ക്
figure out ['fɪgə aʊt] *v* *(informal)* പരിഹരിക്കുക
Fiji ['fiːdʒiː] *n* ഫിജി
file [faɪl] *n* *(for documents)* ഫയൽ; *(tool)* അരം ▷ *vt* *(document)* ഫയൽ ചെയ്യുക; *(object)* രാവുക
Filipino [,fɪlɪ'piːnəʊ] *adj* ഫിലിപ്പിൻസുമായി ബന്ധപ്പെട്ട ▷ *n* ഫിലിപ്പിനോ
fill [fɪl] *v* നിറയ്ക്കുക, നിറയുക
fillet ['fɪlɪt] *n* എല്ലില്ലാത്ത മാംസക്കഷ്ണം ▷ *vt* മാംസം എല്ലില്ലാതെ മുറിക്കുക
fill in [fɪl ɪn] *v* പൂരിപ്പിക്കുക
fill up [fɪl ʌp] *v* നിറയ്ക്കുക
film [fɪlm] *n* ഫിലിം, സിനിമ
film star [fɪlm stɑː] *n* സിനിമാ താരം
filter ['fɪltə] *n* അരിപ്പ ▷ *vt* അരിക്കുക
filthy ['fɪlθɪ] *adj* അഴുക്കുപുരണ്ട
final ['faɪnl] *adj* അന്തിമമായ ▷ *n* ഫൈനൽ, അവസാനമത്സരം
finalize ['faɪnə,laɪz] *vt* പൂർണ്ണരൂപം നൽകുക
finally ['faɪnəlɪ] *adv* അവസാനം
finance [fɪ'næns] *n* ധനസഹായം, സാമ്പത്തികസഹായം ▷ *vt* ധനസഹായം നൽകുക
financial [fɪ'nænʃəl] *adj* സാമ്പത്തികമായ
financial year [fɪ'nænʃəl jɪə] *n* സാമ്പത്തിക വർഷം
find [faɪnd] *vt* കണ്ടെത്തുക
find out [faɪnd aʊt] *v* മനസ്സിലാക്കുക
fine [faɪn] *adj* *(sunny)* നല്ല; *(well or happy)* സുഖകരമായ, സുഖമുള്ള ▷ *n* പിഴ ▷ *adj* *(thin)* നേർത്ത, കനം കുറഞ്ഞ
finger ['fɪŋgə] *n* വിരൽ
fingernail ['fɪŋgə,neɪl] *n* നഖം
fingerprint ['fɪŋgə,prɪnt] *n* വിരലടയാളം
finish ['fɪnɪʃ] *n* അവസാനം, അന്ത്യം ▷ *vt* പൂർത്തിയാക്കുക
finished ['fɪnɪʃt] *adj* പൂർത്തിയാക്കിയ

Finland ['fɪnlənd] *n* ഫിൻലാൻഡ്

Finn [fɪn] *n* ഫിൻലാൻഡിലെ ആളുകൾ

Finnish ['fɪnɪʃ] *adj* ഫിൻലാൻഡിനെ സംബന്ധിച്ച ▷ *n* ഫിനിഷ് ഭാഷ

fire [faɪə] *n* തീ

fire alarm [faɪə ə'lɑːm] *n* തീ പിടുത്ത മുന്നറിയിപ്പ് നൽകുന്ന യന്ത്രം

fire brigade ['faɪə brɪ'geɪd] *n* അഗ്നിശമന സേന

fire escape ['faɪə ɪ'skeɪp] *n* അഗ്നിക്കിരയായ കെട്ടിടത്തിൽ നിന്നും രക്ഷപ്പെടുന്നതിനുള്ള കോവണി

fire extinguisher ['faɪə ɪk'stɪŋgwɪʃə] *n* അഗ്നിശമന ഉപകരണം

fireman ['faɪəmən] *n* അഗ്നിശമന സേനാനി

fireplace ['faɪə,pleɪs] *n* അടുപ്പ്, നെരിപ്പോട്

firewall ['faɪə,wɔːl] *n* ഒരു കമ്പ്യൂട്ടർ പ്രോഗ്രാം

fireworks ['faɪə,wɜːks] *npl* പടക്കം, കരിമരുന്നു പ്രയോഗം

firm [fɜːm] *adj* ഉറപ്പുള്ള, കട്ടിയുള്ള ▷ *n* വ്യവസായ സ്ഥാപനം

first [fɜːst] *adj* ആദ്യത്തെ ▷ *adv* ആദ്യമായി ▷ *n* ആദ്യം

first aid [fɜːst eɪd] *n* പ്രഥമ ശുശ്രൂഷ

first-aid kit [,fɜːst'eɪd kɪt] *n* പ്രഥമ ശുശ്രൂഷ കിറ്റ്

first-class ['fɜːst'klɑːs] *adj* മികച്ച നിലവാരമുള്ള

firstly ['fɜːstlɪ] *adv* പ്രഥമമായി, ഒന്നാമതായി

first name [fɜːst neɪm] *n* ആദ്യ നാമം

fir tree [fɜː triː] *n* ദേവദാരു വൃക്ഷം

fiscal ['fɪskl] *adj* പൊതുഖജനാവിനെ സംബന്ധിച്ച, സാമ്പത്തിക

fiscal year ['fɪskl jɪə] *n* സാമ്പത്തിക വർഷം

fish [fɪʃ] *n* മത്സ്യം ▷ *vi* മീൻ പിടിക്കുക

fisherman ['fɪʃəmən] *n* മീൻപിടുത്തക്കാരൻ

fishing ['fɪʃɪŋ] *n* മീൻപിടുത്തം, മത്സ്യബന്ധനം

fishing boat ['fɪʃɪŋ bəʊt] *n* മത്സ്യബന്ധന ബോട്ട്

fishing rod ['fɪʃɪŋ rɒd] *n* ചൂണ്ട

fishing tackle ['fɪʃɪŋ 'tækl] *n* മീൻപിടുത്ത സംവിധാനം

fishmonger ['fɪʃ,mʌŋgə] *n* മീൻ വിൽക്കുന്നയാൾ

fist [fɪst] *n* മുഷ്ടി

fit [fɪt] *adj* ഉചിതമായ, യോഗ്യമായ ▷ *n* യോജിച്ചത് ▷ *v* അനുയോജ്യമാകുക

fit in [fɪt ɪn] *v* പൊരുത്തപ്പെടുക
fitted carpet ['fɪtɪd 'kɑːpɪt] *n* കൃത്യമായ അളവിലുള്ള കാർപ്പെറ്റ്
fitted kitchen ['fɪtɪd 'kɪtʃɪn] *n* സജ്ജീകരിച്ച അടുക്കള
fitted sheet ['fɪtɪd ʃiːt] *n* അരികുകൾ മടക്കി അടിച്ച് അനുയോജ്യമാക്കിയ കിടക്കവിരി
fitting room ['fɪtɪŋ rʊm] *n* തുണിക്കടകളിൽ വസ്ത്രം ധരിച്ചു നോക്കുന്ന സ്ഥലം
five [faɪv] *num* അഞ്ച്
fix [fɪks] *vt (attach)* ഒട്ടിച്ചുച്ചേർക്കുക; *(mend)* ഉറപ്പിച്ച് ശരിയാക്കുക
fixed [fɪkst] *adj* മാറ്റമില്ലാത്ത
fizzy ['fɪzɪ] *adj* നുരഞ്ഞുപൊങ്ങുന്ന
flabby ['flæbɪ] *adj* അയഞ്ഞു തൂങ്ങിയ
flag [flæg] *n* പതാക, കൊടി
flame [fleɪm] *n* തീജ്വാല
flamingo [flə'mɪŋgəʊ] *n* രാജഹംസം
flammable ['flæməbl] *adj* തീപിടിക്കുന്ന
flan [flæn] *n* ഒരു പലഹാരം
flannel ['flænl] *n* നേർത്ത തുണി
flap [flæp] *v* മുകളിലേക്കും താഴേക്കും ചലിക്കുക, (ചിറകുകൾ) അടിക്കുക
flash [flæʃ] *n* പെട്ടെന്നുള്ള പ്രകാശം, മിന്നൽ ▷ *v* മിന്നുക, മിന്നിക്കുക
flask [flɑːsk] *n* ഫ്ലാസ്ക്
flat [flæt] *adj* പരന്ന ▷ *n* ഫ്ലാറ്റ്
flat-screen ['flæt,skriːn] *adj* പരന്ന സ്ക്രീനുള്ള
flatter ['flætə] *vt* മുഖസ്തുതി പറയുക
flattered ['flætəd] *adj* സന്തുഷ്ടി തോന്നിയ
flavour ['fleɪvə] *n* രുചി
flavouring ['fleɪvərɪŋ] *n* പ്രത്യേക രുചി വരുത്തൽ
flaw [flɔː] *n* ന്യൂനത
flea [fliː] *n* ചെള്ള്
flea market [fliː 'mɑːkɪt] *n* വിലകുറഞ്ഞ പഴയ സാധനങ്ങൾ വിൽക്കുന്ന മാർക്കറ്റ്
flee [fliː] *v (written)* പലായനം ചെയ്യുക, ഓടി രക്ഷപ്പെടുക
fleece [fliːs] *n* ചെമ്മരിയാടിന്റെ രോമം
fleet [fliːt] *n* കപ്പൽക്കൂട്ടം
flex [flɛks] *n* ഇലക്ട്രിക് കേബിൾ
flexible ['flɛksɪbl] *adj* എളുപ്പത്തിൽ വളയുന്ന
flexitime ['flɛksɪ,taɪm] *n* സമയ മാറ്റ സംവിധാനം
flight [flaɪt] *n* വിമാനയാത്ര

flight attendant [flaɪt əˈtɛndənt] *n* വിമാനത്തിലെ പരിചാരകർ
fling [flɪŋ] *vt* വലിച്ചെറിയുക
flip-flops [ˈflɪp,flɒpz] *npl* വാറുള്ള സാധരണ ചെരുപ്പുകൾ
flippers [ˈflɪpəz] *npl* വേഗത്തിലുള്ള നീന്തലിനു സഹായിക്കുന്ന കാൽപ്പാദുകം
flirt [flɜːt] *n* ശൃംഗാരം ▷ *vi* ശൃംഗരിക്കുക
float [fləʊt] *n* പൊങ്ങുതടി ▷ *vi (on water)* പൊങ്ങിക്കിടക്കുക; *(in the air)* വായുവിൽ പൊങ്ങിക്കിടക്കുക, പൊങ്ങിപ്പറക്കുക
flock [flɒk] *n* പക്ഷിക്കൂട്ടം
flood [flʌd] *n* വെള്ളപ്പൊക്കം, പ്രളയം ▷ *vt* വെള്ളത്തിലാഴ്ത്തുക ▷ *vi* വെള്ളം കയറുക
flooding [ˈflʌdɪŋ] *n* വെള്ളപ്പൊക്കം
floodlight [ˈflʌd,laɪt] *n* ശക്തിയേറിയ ലൈറ്റ്
floor [flɔː] *n (room)* തറ, നിലം; *(storey)* കെട്ടിടത്തിന്റെ ഒരു നില
flop [flɒp] *n* പരാജയം
floppy disk [ˈflɒpɪ dɪsk] *n* ഡാറ്റ സൂക്ഷിക്കുന്ന ചെറിയ മാഗ്നറ്റിക് ഡിസ്ക്
flora [ˈflɔːrə] *npl (formal)* സസ്യലതാദികൾ
florist [ˈflɒrɪst] *n* പൂക്കടക്കാരൻ
flour [ˈflaʊə] *n* ധാന്യപ്പൊടി
flow [fləʊ] *vi* ഒഴുകുക
flower [ˈflaʊə] *n* പൂവ് ▷ *vi* പൂക്കുക
flu [fluː] *n* പകർച്ചപ്പനി
fluent [ˈfluːənt] *adj* വാക്പാടവമുള്ള, ഒഴുക്കുള്ള
fluorescent [,flʊəˈrɛsnt] *adj* പ്രദീപ്തമായ
flush [flʌʃ] *n* കവിളിലെ ചുവപ്പു നിറം, തുടുപ്പ് ▷ *vi* മുഖം ചുവക്കുക, കവിൾ തുടുക്കുക
flute [fluːt] *n* ഓടക്കുഴൽ
fly [flaɪ] *n* ഈച്ച ▷ *vi* പറക്കുക
fly away [flaɪ əˈweɪ] *v* പറന്നുപോവുക
foal [fəʊl] *n* കുതിരക്കുട്ടി
focus [ˈfəʊkəs] *n* പ്രധാന വിഷയം ▷ *v* കേന്ദ്രീകരിക്കുക
foetus [ˈfiːtəs] *n* ഗർഭസ്ഥശിശു
fog [fɒg] *n* മൂടൽമഞ്ഞ്
foggy [ˈfɒgɪ] *adj* മൂടൽ മഞ്ഞുള്ള
fog light [fɒg laɪt] *n* മഞ്ഞ ലൈറ്റ്
foil [fɔɪl] *n* ലോഹ പേപ്പർ
fold [fəʊld] *n* മടക്ക് ▷ *vt* മടക്കുക
folder [ˈfəʊldə] *n* ഫോൾഡർ
folding [ˈfəʊldɪŋ] *adj* മടക്കാവുന്ന

folklore ['fəuk,lɔː] *n* നാടോടിക്കഥകൾ
folk music [fəuk 'mjuːzɪk] *n* നാടോടി സംഗീതം
follow ['fɒləu] *v* പിന്തുടരുക
following ['fɒləuɪŋ] *adj* പിന്തുടരുന്ന
food [fuːd] *n* ഭക്ഷണം
food poisoning [fuːd 'pɔɪzənɪŋ] *n* ഭക്ഷ്യവിഷബാധ
food processor [fuːd 'prəusɛsə] *n* ഭക്ഷ്യ സംസ്കരണ യന്ത്രം
fool [fuːl] *n* വിഡ്ഢി ▷ *vt* വിഡ്ഢിയാക്കുക
foot [fʊt] *n* കാൽപ്പാദം
football ['fʊt,bɔːl] *n* *(game)* കാൽപ്പന്തുകളി, ഫുട്ബോൾ കളി; *(ball)* ഫുട്ബോൾ, കാൽപ്പന്ത്
footballer ['fʊt,bɔːlə] *n* ഫുട്ബോൾ കളിക്കാരൻ
football match ['fʊt,bɔːl mætʃ] *n* ഫുട്ബോൾ മത്സരം
football player ['fʊt,bɔːl 'pleɪə] *n* ഫുട്ബോൾ കളിക്കുന്നയാൾ
footpath ['fʊt,pɑːθ] *n* നടപ്പാത
footprint ['fʊt,prɪnt] *n* പാദമുദ്ര
footstep ['fʊt,stɛp] *n* കാലടി
for [fɔː] *prep* *(intended for)* ഇതിനായി; *(denoting purpose)* വേണ്ടി; *(to help someone)* വേണ്ടി
forbid [fə'bɪd] *vt* വിലക്കുക
forbidden [fə'bɪdn] *adj* വിലക്കപ്പെട്ട
force [fɔːs] *n* ശക്തി ▷ *vt* ശക്തി ചെലുത്തുക
forecast ['fɔː,kɑːst] *n* പ്രവചനം
foreground ['fɔː,graund] *n* മുൻവശം
forehead ['fɒrɪd] *n* നെറ്റി
foreign ['fɒrɪn] *adj* വൈദേശികമായ
foreigner ['fɒrɪnə] *n* വിദേശി
foresee [fɔː'siː] *vt* മുൻകൂട്ടികാണുക
forest ['fɒrɪst] *n* വനം, കാട്
forever [fɔː'rɛvə] *adv* എന്നന്നേയ്ക്കും
forge [fɔːdʒ] *vt* വ്യാജരേഖയുണ്ടാക്കുക
forgery ['fɔːdʒərɪ] *n* വ്യാജരേഖയുണ്ടാക്കൽ
forget [fə'gɛt] *vt* മറക്കുക
forgive [fə'gɪv] *vt* ക്ഷമിക്കുക, മാപ്പ് നൽകുക
forgotten [fə'gɒtn] *adj* മറന്ന
fork [fɔːk] *n* മുൾക്കത്തി, മുൾക്കരണ്ടി
form [fɔːm] *n* രൂപം
formal ['fɔːməl] *adj* ഔപചാരികമായ

f

formality [fɔːˈmælɪtɪ] *n* ഔപചാരികത

format [ˈfɔːmæt] *n* രൂപരേഖ ▷ *vt* ഫോർമാറ്റ് ചെയ്യുക

former [ˈfɔːmə] *adj* മുൻ, മുൻപുള്ള

formerly [ˈfɔːməlɪ] *adv* മുൻപ്

formula [ˈfɔːmjʊlə] *n* സൂത്രവാക്യം

fort [fɔːt] *n* കോട്ട

fortnight [ˈfɔːtˌnaɪt] *n* രണ്ടാഴ്ചക്കാലം

fortunate [ˈfɔːtʃənɪt] *adj* ഭാഗ്യശാലിയായ

fortunately [ˈfɔːtʃənɪtlɪ] *adv* ഭാഗ്യവശാൽ

fortune [ˈfɔːtʃən] *n* ഭാഗ്യം

forty [ˈfɔːtɪ] *num* നാൽപ്പത്

forward [ˈfɔːwəd] *adv* മുന്നോട്ട് ▷ *vt* മുന്നോട്ടയയ്ക്കുക

forward slash [ˈfɔːwəd slæʃ] *n* മുൻ ചരിവുവര

foster [ˈfɒstə] *vt* പോറ്റിവളർത്തുക

foster child [ˈfɒstə tʃaɪld] *n* വളർത്തുമകനോ മകളോ

foul [faʊl] *adj* ചീഞ്ഞ, മലിനമായ ▷ *n* ചട്ടവിരുദ്ധം, ഫൌൾ

foundations [faʊnˈdeɪʃənz] *npl* അടിത്തറ

fountain [ˈfaʊntɪn] *n* ജലധാര

fountain pen [ˈfaʊntɪn pɛn] *n* മഷിപ്പേന, ഫൌണ്ടൻ പെൻ

four [fɔː] *num* നാല്

fourteen [ˈfɔːˈtiːn] *num* പതിനാല്

fourteenth [ˈfɔːˈtiːnθ] *adj* പതിനാലാമത്തെ

fourth [fɔːθ] *adj* നാലാമത്തെ

four-wheel drive [ˈfɔːˌwiːl draɪv] *n* നാലു ചക്ര വാഹനം

fox [fɒks] *n* കുറുക്കൻ, നരി

fracture [ˈfræktʃə] *n* പൊട്ടൽ

fragile [ˈfrædʒaɪl] *adj* ദുർബലമായ

frail [freɪl] *adj* ബലമില്ലാത്ത, ദുർബലമായ

frame [freɪm] *n* ചട്ട, ഫ്രെയിം

France [frɑːns] *n* ഫ്രാൻസ്

frankly [ˈfræŋklɪ] *adv* തുറന്നമനസ്സോടെ

frantic [ˈfræntɪk] *adj* ഭ്രാന്തുപിടിച്ച, പേടിച്ചരണ്ട

fraud [frɔːd] *n* തട്ടിപ്പ്, വഞ്ചന

freckles [ˈfrɛklz] *npl* മറുകുള്ള

free [friː] *adj (at liberty)* സ്വാതന്ത്ര്യമുള്ള; *(at no cost)* സൌജന്യം ▷ *vt* സ്വതന്ത്രമാവുക, സ്വതന്ത്രമാക്കുക

freedom [ˈfriːdəm] *n* സ്വാതന്ത്ര്യം

free kick [friː kɪk] *n* ഫ്രീ കിക്ക്

freelance ['friː,lɑːns] *adj* സ്വതന്ത്രമായി (പ്രവർത്തിക്കുന്ന) ▷ *adv* സ്വതന്ത്രമായി പ്രവർത്തിക്കുന്ന
freeze [friːz] *vi (water)* തണുത്ത് മരവിക്കുക ▷ *vt (food)* തണുപ്പിച്ച് സൂക്ഷിക്കുക
freezer ['friːzə] *n* ഫ്രീസർ, ശീതീകരണി
freezing ['friːzɪŋ] *adj* മരവിക്കുന്ന, മരവിപ്പിക്കുന്ന
freight [freɪt] *n* ചരക്ക്
French [frɛntʃ] *adj* ഫ്രാൻസിനെ സംബന്ധിച്ച ▷ *n* ഫ്രഞ്ച് ഭാഷ
French beans [frɛntʃ biːnz] *npl* നേർത്ത പച്ച ബീൻസ്
French horn [frɛntʃ hɔːn] *n* പിച്ചളകൊണ്ടുള്ള ഒരു കുഴൽവാദ്യം
Frenchman ['frɛntʃmən] *n* ഫ്രഞ്ചുകാരൻ
Frenchwoman ['frɛntʃwʊmən] *n* ഫ്രഞ്ചുകാരി
frequency ['friːkwənsɪ] *n* ആവർത്തനം, ആവൃത്തി
frequent ['friːkwənt] *adj* തുടരെ തുടരെയുള്ള, അടിക്കടിയുള്ള
fresh [frɛʃ] *adj (replacing something)* പുതിയ, നൂതനമായ; *(food)* പുത്തനായ; *(water)* പുത്തനായ; *(air)* ശുദ്ധമായ
freshen up ['frɛʃən ʌp] *v* പുതുമ നൽകുക
freshwater fish ['frɛʃ,wɔːtə fɪʃ] *n* പുഴ മീൻ, ശുദ്ധജല മത്സ്യം
fret [frɛt] *vi* വേവലാതിപ്പെടുക
Friday ['fraɪdɪ] *n* വെള്ളിയാഴ്ച
fridge [frɪdʒ] *n* ഫ്രിഡ്ജ്
fried [fraɪd] *adj* പൊരിച്ച
friend [frɛnd] *n* സുഹൃത്ത്
friendly ['frɛndlɪ] *adj* സൌഹൃദപരമായ
friendship ['frɛndʃɪp] *n* സൌഹൃദം
fright [fraɪt] *n* നടുക്കം, ഭയം
frighten ['fraɪtn] *vt* പേടിപ്പിക്കുക, ഭയപ്പെടുത്തുക
frightened ['fraɪtənd] *adj* പേടിയുള്ള, ഭയമുള്ള
frightening ['fraɪtnɪŋ] *adj* ഭയപ്പെടുത്തുന്ന, പേടിപ്പെടുത്തുന്ന
fringe [frɪndʒ] *n* തൊങ്ങൽ
frog [frɒg] *n* തവള
from [frɒm] *prep (given or sent by)* നിന്ന്; *(out of)* മുതൽ; *(denoting ingredients)* നിന്ന്
front [frʌnt] *adj* മുൻവശത്തെ ▷ *n* മുൻവശം
frontier ['frʌntɪə] *n* രാജ്യാതിർത്തി
frost [frɒst] *n* മൂടൽമഞ്ഞ്

f

frosty ['frɒstɪ] *adj* മരവിപ്പിക്കുന്ന
frown [fraʊn] *vi* നെറ്റിചുളിക്കുക
frozen ['frəʊzn] *adj* മരവിച്ച
fruit [fru:t] *n* പഴം
fruit juice [fru:t dʒu:s] *n* പഴച്ചാറ്
fruit salad [fru:t 'sæləd] *n* ഫ്രൂട്ട് സാലഡ്
frustrated [frʌ'streɪtɪd] *adj* നിരാശയുള്ള
fry [fraɪ] *vt* പൊരിക്കുക
frying pan ['fraɪɪŋ pæn] *n* വറചട്ടി
fuel [fjʊəl] *n* ഇന്ധനം
fulfil [fʊl'fɪl] *vt* നിറവേറ്റുക
full [fʊl] *adj* നിറയെ
full moon [fʊl mu:n] *n* പൂർണ്ണ ചന്ദ്രൻ
full stop [fʊl stɒp] *n* പൂർണ്ണ വിരാമം
full-time ['fʊl,taɪm] *adj* മുഴുവൻ സമയമുള്ള ▷ *adv* മുഴുവൻ സമയവും
fully ['fʊlɪ] *adv* പൂർണ്ണമായി, പൂർണ്ണമായും
fumes [fju:mz] *npl* പുക
fun [fʌn] *adj* തമാശയുള്ള ▷ *n* തമാശ
funds [fʌndz] *npl* ഫണ്ട്, ധനസഞ്ചയം
funeral ['fju:nərəl] *n* ശവസംസ്കാരം
funeral parlour ['fju:nərəl 'pɑ:lə] *n* ശവസംസ്കാരം നടക്കുന്ന സ്ഥലം
funfair ['fʌn,fɛə] *n* ഉത്സവമേള
funnel ['fʌnl] *n* വച്ചൂറ്റി
funny ['fʌnɪ] *adj (amusing)* തമാശയ്ക്കു വകനൽകുന്ന; *(strange)* വിചിത്രമായ
fur [fɜ:] *n* ചില മൃഗങ്ങളുടെ ശരീരത്തിൽ കാണുന്ന ഇടതിങ്ങിയ രോമം
fur coat [fɜ: kəʊt] *n* രോമക്കുപ്പായം
furious ['fjʊərɪəs] *adj* കോപാകുലനായ, ക്രുദ്ധനായ
furnished ['fɜ:nɪʃt] *adj* ഫർണിഷ് ചെയ്ത, സജ്ജീകരിച്ച
furniture ['fɜ:nɪtʃə] *n* ഫർണിച്ചർ
further ['fɜ:ðə] *adj* കൂടുതലുള്ള, തുടർന്നുള്ള ▷ *adv* കൂടുതലായി
further education ['fɜ:ðə ,ɛdʒʊ'keɪʃən] *n* തുടർന്നുള്ള വിദ്യാഭ്യാസം
fuse [fju:z] *n* ഫ്യൂസ്
fuse box [fju:z bɒks] *n* ഫ്യൂസ് ബോക്സ്
fuss [fʌs] *n* അനാവശ്യമായ പരിഭ്രമം
fussy ['fʌsɪ] *adj* കൃത്യമായ ഇഷ്ടാനിഷ്ടങ്ങൾ ഉള്ള
future ['fju:tʃə] *adj* ഭാവിയിലുള്ള ▷ *n* ഭാവി

g

Gabon [gə'bɒn] *n* ഗാബോൺ
gain [geɪn] *n* നേട്ടം ▷ *vt* നേടുക
gale [geɪl] *n* കൊടുങ്കാറ്റ്
gall bladder [gɔːl 'blædə] *n* പിത്താശയം
gallery ['gælərɪ] *n* ഗാലറി
gallop ['gæləp] *n* കുതിരസവാരി ▷ *vi* കുതിച്ചോടുക
gallstone ['gɔːlˌstəʊn] *n* പിത്താശയക്കല്ല്
Gambia ['gæmbɪə] *n* ഗാംബിയ
gamble ['gæmbl] *v* ചൂതുകളിക്കുക
gambler ['gæmblə] *n* ചൂതുകളിക്കുന്നയാൾ
gambling ['gæmblɪŋ] *n* ചൂതുകളി
game [geɪm] *n* *(with rules)* കളി; *(imaginative)* അഭിനയം, കളി
games console [geɪmz 'kɒnsəʊl] *n* ഗെയിംസ് കൺസോൾ
gang [gæŋ] *n* സംഘം
gangster ['gæŋstə] *n* കൊള്ളസംഘത്തിലെ അംഗം
gap [gæp] *n* വിടവ്
garage ['gærɑːʒ] *n* *(shelter for car)* ഗ്യാരേജ്, കാർ ഇടുന്ന സ്ഥലം; *(for repairs)* ഗ്യാരേജ്, വാഹനങ്ങൾ ശരിയാക്കി കൊടുക്കുന്ന സ്ഥലം
garden ['gɑːdn] *n* പൂന്തോട്ടം
garden centre ['gɑːdn 'sɛntə] *n* പൂന്തോട്ടത്തിനു വേണ്ട സാധനങ്ങൾ ലഭിക്കുന്ന സ്ഥലം
gardener ['gɑːdnə] *n* തോട്ടക്കാരൻ, ഉദ്യാനപാലകൻ
gardening ['gɑːdnɪŋ] *n* പൂന്തോട്ടനിർമാണം
garlic ['gɑːlɪk] *n* വെളുത്തുള്ളി
garment ['gɑːmənt] *n* തുണിത്തരം
gas [gæs] *n* വാതകം
gas cooker [gæs 'kʊkə] *n* ഗ്യാസ് കുക്കർ
gasket ['gæskɪt] *n* ഗ്യാസ്ക്കെറ്റ്, വാതകം ചോരുന്നില്ല എന്ന് ഉറപ്പുവരുത്താനായി ചേർന്നിരിക്കുന്ന പ്രതലങ്ങൾക്കിടയിൽ ഇടുന്ന മൃദുവായ വസ്തു
gate [geɪt] *n* കവാടം, ഗേറ്റ്
gateau ['gætəʊ] *n* ഒരു തരം കേക്ക്

gather ['gæðə] *v* ഒത്തുചേരുക, ഒത്തുകൂടുക

gauge [geɪdʒ] *n* അളക്കാനുള്ള ഉപകരണം ▷ *vt* അളക്കുക, നിർണയിക്കുക

gaze [geɪz] *vi* ഉറ്റുനോക്കുക

gear [gɪə] *n (in car or on bicycle)* ഗിയർ; *(clothes and equipment)* ഗിയർ

gearbox ['gɪəbɒks] *n* ഗിയർ ബോക്സ്

gear lever [gɪə 'liːvə] *n* ഗിയർ ലിവർ

gel [dʒel] *n* ജെൽ

gem [dʒɛm] *n* രത്നം

Gemini ['dʒɛmɪˌnaɪ] *n* മിഥുന രാശി

gender ['dʒɛndə] *n* ലിംഗം

gene [dʒiːn] *n* ജീൻ

general ['dʒɛnərəl] *adj* പൊതുവായ ▷ *n* പൊതുവായത്

general anaesthetic ['dʒɛnərəl ˌænɪs'θɛtɪk] *n* പൊതു അനസ്തേ്യഷ്യ നല്കുന്നതിനുള്ള മരുന്ന്

general election ['dʒɛnərəl ɪ'lɛkʃən] *n* പൊതു തെരഞ്ഞെടുപ്പ്

generalize ['dʒɛnrəˌlaɪz] *v* സാമാന്യവൽക്കരിക്കുക

general knowledge ['dʒɛnərəl 'nɒlɪdʒ] *n* പൊതുവിജ്ഞാനം

generally ['dʒɛnrəlɪ] *adv* പൊതുവേ, സാധാരണയായി

generation [ˌdʒɛnə'reɪʃən] *n* തലമുറ

generator ['dʒɛnəˌreɪtə] *n* ജനറേറ്റർ

generosity [ˌdʒɛnə'rɒsɪtɪ] *n* ഉദാരത

generous ['dʒɛnərəs] *adj* ഉദാരമായ

genetic [dʒɪ'nɛtɪk] *adj* ജനിതകപരമായ

genetically-modified [dʒɪ'nɛtɪklɪ'mɒdɪˌfaɪd] *adj* ജനിതകപരമായി പരിഷ്കരിച്ചത്

genetics [dʒɪ'nɛtɪks] *n* ജനിതക ശാസ്ത്രം

genius ['dʒiːnɪəs] *n* പ്രതിഭ

gentle ['dʒɛntl] *adj* സൌമ്യമായ, സൌമ്യനായ (M) സൌമ്യയായ (F)

gentleman ['dʒɛntlmən] *n* മാന്യൻ

gently ['dʒɛntlɪ] *adv* സൌമ്യതയോടെ

gents [dʒɛnts] *n* പുരുഷന്മാർക്കുള്ള ശൌചാലയം

genuine ['dʒɛnjʊɪn] *adj* സഹജമായ

geography [dʒɪ'ɒgrəfɪ] *n* ഭൂമിശാസ്ത്രം

geology [dʒɪ'ɒlədʒɪ] *n* ഭൂഗർഭശാസ്ത്രം

Georgia ['dʒɔːdʒjə] *n (US state)* ജ്യോർജിയ; *(country)* ജോർജിയ

Georgian ['dʒɔːdʒjən] *adj (from Georgia)* ജോർജിയയെ സംബന്ധിച്ച ▷ *n (person)* ജോർജിയൻ

geranium [dʒɪ'reɪnɪəm] *n* ചുവപ്പോ, പിങ്കോ വെള്ളയോ നിറത്തിലുള്ള പൂക്കളുള്ള ഒരു തരം ചെടി

gerbil ['dʒɜːbɪl] *n* ചെറുതും രോമാവൃത ശരീരമുള്ളതുമായ ഒരു വളർത്തുമൃഗം

geriatric [ˌdʒerɪ'ætrɪk] *adj* വാർദ്ധക്യസഹജമായ

germ [dʒɜːm] *n* രോഗാണു

German ['dʒɜːmən] *adj* ജർമ്മനിയെ സംബന്ധിച്ച ▷ *n (person)* ജർമ്മൻ; *(language)* ജർമ്മൻ

German measles ['dʒɜːmən 'miːzəlz] *n* മണ്ണൻ, അഞ്ചാം പനി

Germany ['dʒɜːmənɪ] *n* ജർമ്മനി

gesture ['dʒɛstʃə] *n* ആംഗ്യം

get [gɛt] *v (become)* ആയിത്തീരുക ▷ *vi (arrive)* എത്തിച്ചേരുക ▷ *vt (be given)* ലഭിക്കുക, കിട്ടുക; *(fetch)* എടുത്തുകൊണ്ടുവരുക

get away [gɛt ə'weɪ] *v* രക്ഷപ്പെടുക, ഒഴിഞ്ഞുമാറുക

get back [gɛt bæk] *v* തിരിച്ചു കിട്ടുക, വീണ്ടെടുക്കുക

get in [gɛt ɪn] *v* എത്തിച്ചേരുക

get into [gɛt 'ɪntə] *v* ഏർപ്പെടുക, ഭാഗഭാകാക്കുക

get off [gɛt ɒf] *v* രക്ഷപ്പെടുക

get on [gɛt ɒn] *v* ഒത്തൊരുമിച്ചു പോകുക, സുഹൃദ്ബന്ധത്തിൽ കഴിയുക

get out [gɛt aʊt] *v* പുറത്തുകടക്കുക

get over [gɛt 'əʊvə] *v* മുക്തിനേടുക, അതിജീവിക്കുക

get together [gɛt tə'gɛðə] *v* ഒത്തുചേരുക

get up [gɛt ʌp] *v* എഴുന്നേൽക്കുക

Ghana ['gɑːnə] *n* ഘാന

Ghanaian [gɑː'neɪən] *adj* ഘാനാ ദേശത്തെ സംബന്ധിച്ച ▷ *n* ഘാനാക്കാർ

ghost [gəʊst] *n* പ്രേതം

giant ['dʒaɪənt] *adj* ഭീമാകാരമായ ▷ *n* ഭീമൻ

gift [gɪft] *n* സമ്മാനം, പാരിതോഷികം

gifted ['gɪftɪd] *adj* അനുഗ്രഹീതനായ (M), അനുഗ്രഹീതയായ (F), അനുഗ്രഹീതരായ (Epicene)

gift voucher [gɪft 'vaʊtʃə] *n* സമ്മാനക്കൂപ്പൺ

gigantic [dʒaɪ'gæntɪk] *adj* അതിബൃഹത്തായ, ഭീമാകാരമായ

giggle ['gɪgl] *vi* കുലുങ്ങിച്ചിരിക്കുക

gin [dʒɪn] *n* നിറമില്ലാത്ത മദ്യം, ജിൻ മദ്യം

ginger ['dʒɪndʒə] *adj* ഇഞ്ചി ▷ *n* ഇഞ്ചി

giraffe [dʒɪ'rɑːf] *n* ജിറാഫ്

girl [gɜːl] *n* പെൺകുട്ടി

girlfriend ['gɜːl,frɛnd] *n* കാമുകി, പെൺസുഹൃത്ത്

give [gɪv] *vt* നൽകുക

give back [gɪv bæk] *v* തിരിച്ചു നൽകുക, തിരികെ കൊടുക്കുക

give in [gɪv ɪn] *v* തോൽവി സമ്മതിക്കുക, വഴങ്ങുക

give out [gɪv aʊt] *v* വിതരണം ചെയ്യുക

give up [gɪv ʌp] *v* ഉപേക്ഷിക്കുക

glacier ['glæsɪə] *n* ഹിമാനി

glad [glæd] *adj* സന്തോഷമുള്ള

glamorous ['glæmərəs] *adj* മോഹിപ്പിക്കുന്ന, ആകർഷകമായ

glance [glɑːns] *n* ഒറ്റനോട്ടം ▷ *vi* കണ്ണോടിക്കുക

gland [glænd] *n* ഗ്രന്ഥി

glare [glɛə] *vi* തുറിച്ചുനോക്കുക

glaring ['glɛərɪŋ] *adj* പ്രത്യക്ഷമായ

glass [glɑːs] *n (material)* സ്ഫടികം; *(tumbler)* ഗ്ലാസ്

glasses ['glɑːsɪz] *npl* കണ്ണട

glider ['glaɪdə] *n* ഗ്ലൈഡർ, എൻജിനില്ലാത്ത ഒരിനം വിമാനം

gliding ['glaɪdɪŋ] *n* ഗ്ലൈഡറിൽ പറക്കൽ

global ['gləʊbl] *adj* ആഗോളപരമായ

globalization [,gləʊblaɪ'zeɪʃən] *n* ആഗോളീകരണം, ആഗോളവൽക്കരണം

global warming ['gləʊbl 'wɔːmɪŋ] *n* ആഗോള താപനം

globe [gləʊb] *n* ഭൂഗോളം

gloomy ['gluːmɪ] *adj* മങ്ങിയ

glorious ['glɔːrɪəs] *adj* അതിമനോഹരമായ, ശോഭയുള്ള

glory ['glɔːrɪ] *n* യശസ്, കീർത്തി

glove [glʌv] *n* കയ്യുറ

glove compartment [glʌv kəm'pɑːtmənt] *n* കാറിലെ ഡാഷ്ബോർഡിലെ ചെറിയ അറ

glucose ['gluːkəʊz] *n* ഗ്ലൂക്കോസ്

glue [gluː] *n* പശ ▷ *vt* ഒട്ടിക്കുക

gluten ['glu:tn] *n* ഗോതമ്പുമാവിലെ പോഷകവസ്തു
GM [dʒi: ɛm] *abbr* ജി.എം., ജെനിറ്റിക്കലി മോഡിഫൈഡ്' എന്നതിന്റെ സംഗ്രഹിത രൂപം.
go [gəʊ] *vi (move)* പോകുക ▷ *v (denoting future action)* സംഭവിക്കാൻ പോകുക
go after [gəʊ 'ɑ:ftə] *v* പിന്നാലെ പോകുക
go ahead [gəʊ ə'hɛd] *v* മുന്നോട്ട് പോകുക
goal [gəʊl] *n* ഗോൾ
goalkeeper ['gəʊl,ki:pə] *n* ഗോൾ കീപ്പർ
goat [gəʊt] *n* ആട്
go away [gəʊ ə'weɪ] *v* അകന്നു പോകുക, ദൂരെ പോകുക
go back [gəʊ bæk] *v* (ഇത്ര കാലത്തിന്റ) പഴക്കം കാണിക്കുക
go by [gəʊ baɪ] *v* കടന്നു പോകുക
God [gɒd] *n* ദൈവം
godfather ['gɒd,fɑ:ðə] *n* കുറ്റവാളി സംഘത്തലവൻ
go down [gəʊ daʊn] *v* താഴുക
goggles ['gɒglz] *npl* കട്ടിക്കണ്ണട
go in [gəʊ ɪn] *v* മറയുക
gold [gəʊld] *n* സ്വർണ്ണം
golden ['gəʊldən] *adj* സ്വർണ്ണനിറമുള്ള
goldfish ['gəʊld,fɪʃ] *n* സ്വർണ്ണമത്സ്യം
gold-plated ['gəʊld,pleɪtɪd] *adj* സ്വർണ്ണം പൂശിയ
golf [gɒlf] *n* ഗോൾഫ്
golf club [gɒlf klʌb] *n (stick)* ഗോൾഫ് പന്തടിക്കോല്, ഗോൾഫ് ക്ലബ്; *(organization)* ഗോൾഫ് ക്ലബ്
golf course [gɒlf kɔ:s] *n* ഗോൾഫ് കളിക്കുന്ന സ്ഥലം
gone [gɒn] *adj* പൊയ്ക്കഴിഞ്ഞ
good [gʊd] *adj (enjoyable)* നല്ല; *(well-behaved)* നല്ല പെരുമാറ്റമുള്ള; *(talented)* കഴിവുള്ള
goodbye! ['gʊd'baɪ] *excl* വിടപറയുമ്പോൾ ഉപയോഗിക്കുന്ന ഔപചാരിക പദം
good-looking ['gʊd'lʊkɪŋ] *adj* ആകർഷകത്വമുള്ള, സൌന്ദര്യമുള്ള
good-natured ['gʊd'neɪtʃəd] *adj* സൽസ്വഭാവിയായ
goods [gʊdz] *npl* ചരക്ക്
go off [gəʊ ɒf] *v* പൊട്ടിത്തെറിക്കുക
google ['gu:gl] *v* ഗൂഗിൾ
go on [gəʊ ɒn] *v* തുടരുക
goose [gu:s] *n* അരയന്നം

g

gooseberry ['gʊzbərɪ] *n* നെല്ലിക്ക
goose pimples [gu:s 'pɪmplz] *npl* രോമാഞ്ചം
go out [gəʊ aʊt] *v* പുറത്തുപോകുക, വെളിയിൽ പോകുക
go past [gəʊ pɑ:st] *v* പുറകിലാക്കുക
gorgeous ['gɔ:dʒəs] *adj* *(informal)* ആകർഷകമായ, അതിരമണീയമായ
gorilla [gə'rɪlə] *n* ഗൊറില്ല
go round [gəʊ raʊnd] *v* സന്ദർശിക്കുക
gossip ['gɒsɪp] *n* പരദൂഷണം ▷ *vi* പരദൂഷണം പറയുക
go through [gəʊ θru:] *v* കടന്നുപോകുക
go up [gəʊ ʌp] *v* ഉയരുക
government ['gʌvənmənt] *n* സർക്കാർ
GP [dʒi: pi:] *abbr* ജിപി
GPS [dʒi: pi: ɛs] *abbr* ജിപിഎസ്
grab [græb] *vt* തട്ടിപ്പറിക്കുക, ബലാൽക്കാരമായി പിടിക്കുക
graceful ['greɪsfʊl] *adj* അനുഗ്രഹീതമായ, മനോഹരമായ
grade [greɪd] *n* തരം, ഇനം
gradual ['grædjʊəl] *adj* പടിപടിയായുള്ള
gradually ['grædjʊəlɪ] *adv* പടിപടിയായി
graduate ['grædjʊɪt] *n* ബിരുദധാരി
graduation [,grædjʊ'eɪʃən] *n* ബിരുദം
graffiti [græ'fi:ti:] *npl* ചുവരെഴുത്ത്
grain [greɪn] *n* *(seed of cereal plant)* ധാന്യം; *(tiny piece)* തരി
gram [græm] *n* ഗ്രാം
grammar ['græmə] *n* വ്യാകരണം
grammatical [grə'mætɪkl] *adj* വ്യാകരണസംബന്ധമായ
grand [grænd] *adj* മഹത്തരമായ, മഹത്തായ
grandchild ['græn,tʃaɪld] *n* പേരക്കുട്ടി
granddad ['græn,dæd] *n* *(informal)* അപ്പൂപ്പൻ
granddaughter ['græn,dɔ:tə] *n* പൌത്രി, ചെറുമകൾ
grandfather ['græn,fɑ:ðə] *n* അപ്പൂപ്പൻ
grandma ['græn,mɑ:] *n* *(informal)* അമ്മൂമ്മ
grandmother ['græn,mʌðə] *n* അമ്മൂമ്മ
grandpa ['græn,pɑ:] *n* *(informal)* അപ്പൂപ്പൻ
grandparents ['græn,pɛərəntz] *npl* അപ്പൂപ്പനും അമ്മൂമ്മയും
grandson ['grænsʌn] *n* പൌത്രൻ, ചെറുമകൻ

granite ['grænɪt] *n* കരിങ്കല്ല്
granny ['grænɪ] *n (informal)* അമ്മൂമ്മ
grant [grɑːnt] *n* സഹായധനം
grape [greɪp] *n* മുന്തിരി
grapefruit ['greɪp,fruːt] *n* മധുരനാരങ്ങ, മാതളനാരങ്ങ
graph [grɑːf] *n* ഗ്രാഫ്
graphics ['græfɪks] *npl* രേഖാചിത്രം
grasp [grɑːsp] *vt* കൈപ്പിടിയിലാക്കുക.
grass [grɑːs] *n (plant)* പുല്ല്; *(informal, informer)* കുറ്റകൃത്യങ്ങളെക്കുറിച്ച് തനിക്ക് അറിയാവുന്ന വിവരം പോലീസിനോ അധികാരികൾക്കോ നൽകുന്നയാൾ
grasshopper ['grɑːs,hɒpə] *n* പുൽച്ചാടി
grate [greɪt] *vt* ചിരവുക
grateful ['greɪtfʊl] *adj* നന്ദിയുള്ള
grave [greɪv] *n* ശവക്കുഴി
gravel ['grævl] *n* ചരൽക്കല്ല്
gravestone ['greɪv,stəʊn] *n* സ്മാരക ശില
graveyard ['greɪv,jɑːd] *n* ശവപ്പറമ്പ്
gravy ['greɪvɪ] *n* ചാറ്
grease [griːs] *n* ഗ്രീസ്
greasy ['griːzɪ] *adj* ഗ്രീസുള്ള
great [greɪt] *adj (very large)* ബൃഹത്തായ; *(very important)* മഹത്തായ; *(excellent)* മഹത്തായ
Great Britain ['greɪt 'brɪtn] *n* ഗ്രേറ്റ് ബ്രിട്ടൻ
great-grandfather ['greɪt'græn,fɑːðə] *n* മുതുമുത്തച്ഛൻ
great-grandmother ['greɪt'græn,mʌðə] *n* മുതുമുത്തശ്ശി
Greece [griːs] *n* ഗ്രീസ്
greedy ['griːdɪ] *adj* അത്യാഗ്രഹിയായ
Greek [griːk] *adj* ഗ്രീക്കിനെ സംബന്ധിച്ച ▷ *n (person)* ഗ്രീക്ക്; *(language)* ഗ്രീക്ക്
green [griːn] *adj (in colour)* പച്ചനിറമുള്ള; *(inexperienced)* അനുഭവജ്ഞാനം കുറഞ്ഞ
Green [griːn] *n* ഗ്രീൻ രാഷ്ട്രീയ പ്രസ്ഥാനത്തിലെ അംഗം
greengrocer ['griːn,grəʊsə] *n* പഴങ്ങളും പച്ചക്കറികളും വിൽക്കുന്ന കട
greenhouse ['griːn,haʊs] *n* ഹരിതഗൃഹം
Greenland ['griːnlənd] *n* ഗ്രീൻലാൻഡ്
green salad [griːn 'sæləd] *n* പച്ചക്കറി സാലഡ്
greet [griːt] *vt* അഭിവാദനം ചെയ്യുക

greeting ['griːtɪŋ] *n* അഭിവാദനം
greetings card ['griːtɪŋz kɑːd] *n* ആശംസാകാർഡ്
grey [greɪ] *adj* ചാരനിറത്തിലുള്ള
grey-haired [ˌgreɪ'hɛəd] *adj* ചാരത്തലമുടിയുള്ള
grid [grɪd] *n* ഗ്രിഡ്
grief [griːf] *n* ശോകം, വ്യസനം
grill [grɪl] *n* ഗ്രിൽ ▷ *vt* ഗ്രില്ലിൽ ചുട്ടെടുക്കുക
grilled [grɪld] *adj* ഗ്രില്ലിൽ ചുട്ടെടുത്ത
grim [grɪm] *adj* ഉഗ്രമായ, ഘോരമായ
grin [grɪn] *n* ചിരി ▷ *vi* ചിരിക്കുക
grind [graɪnd] *vt* പൊടിക്കുക
grip [grɪp] *vt* പിടിക്കുക
gripping ['grɪpɪŋ] *adj* ശ്രദ്ധയാകർഷിക്കുന്ന, ഉത്സാഹമുളവാക്കുന്ന
grit [grɪt] *n* മണൽ
groan [grəʊn] *vi* ആർത്തനാദം, ഞരക്കം
grocer ['grəʊsə] *n (person)* പലചരക്കുവ്യാപാരി; ['grəʊsəz] *n (shop)* പലചരക്കുകട
groceries ['grəʊsərɪz] *npl* പലചരക്കുസാധനങ്ങൾ
groom [gruːm] *n* വരൻ
grope [grəʊp] *vi* തപ്പുക
gross [grəʊs] *adj* മൊത്തത്തിലുള്ള
grossly ['grəʊslɪ] *adv* മൊത്തമായി
ground [graʊnd] *n* നിലം, തറ ▷ *vt* ആധാരമാക്കുക, അടിസ്ഥാനമാക്കുക
ground floor [graʊnd flɔː] *n* താഴത്തെ നില
group [gruːp] *n* സംഘം
grouse [graʊs] *n (complaint)* മുറുമുറുപ്പ്; *(bird)* കാട്ടുകോഴി, കുളക്കോഴി
grow [grəʊ] *vt* വളർത്തുക ▷ *vi* വളരുക
growl [graʊl] *vi* മുരളുക
grown-up ['grəʊnʌp] *n* മുതിർന്നവർ
growth [grəʊθ] *n* വളർച്ച
grow up [grəʊ ʌp] *v* വളർന്നു വലുതാകുക
grub [grʌb] *n* പുഴു
grudge [grʌdʒ] *n* വെറുപ്പ്, വിദ്വേഷം
gruesome ['gruːsəm] *adj* ഭയാനകമായ, ഭയങ്കരമായ
grumpy ['grʌmpɪ] *adj* കോപിഷ്ഠനായ, മുഖം വീർപ്പിച്ച
guarantee [ˌgærən'tiː] *n* ഉറപ്പ് ▷ *vt* ഉറപ്പുകൊടുക്കുക
guard [gɑːd] *n* കാവൽക്കാരൻ ▷ *vt* കാവൽനിൽക്കുക
Guatemala [ˌgwɑːtə'mɑːlə] *n* ഗ്വാട്ടിമാല

guess [gɛs] *n* ഊഹം ▷ *v* ഊഹിക്കുക
guest [gɛst] *n* അതിഥി
guesthouse ['gɛst,haʊs] *n* അതിഥി മന്ദിരം
guide [gaɪd] *n* മാർഗദർശി, ഗൈഡ്
guidebook ['gaɪd,bʊk] *n* ഗൈഡ് ബുക്ക്
guide dog [gaɪd dɒg] *n* പരിശീലനം ലഭിച്ച വഴികാട്ടിയായ നായ്
guided tour ['gaɪdɪd tʊə] *n* ഗൈഡിന്റെ സഹായത്തോടെയുള്ള യാത്ര
guilt [gɪlt] *n* കുറ്റബോധം
guilty ['gɪltɪ] *adj* കുറ്റബോധമുള്ള
Guinea ['gɪnɪ] *n* ഗിനിയ
guinea pig ['gɪnɪ pɪg] *n* *(person)* പരീക്ഷണ മൃഗം; *(animal)* ഗിനിപ്പന്നി
guitar [gɪ'tɑː] *n* ഗിത്താർ
Gulf States [gʌlf steɪts] *npl* ഗൾഫ് സംസ്ഥാനങ്ങൾ
gum [gʌm] *n* ച്യൂയിംങ് ഗം
gun [gʌn] *n* തോക്ക്
gust [gʌst] *n* ശക്തമായ കാറ്റ്, പ്രവാഹം
gut [gʌt] *n* അന്നനാളം, കുടൽ
guy [gaɪ] *n* *(informal)* ഒരു വ്യക്തി, ആൾ, കക്ഷി
Guyana [gaɪ'ænə] *n* ഗയാന
gym [dʒɪm] *n* ജിംനാസ്റ്റിക്സ് പരിശീലിക്കുന്ന സ്ഥലം
gymnast ['dʒɪmnæst] *n* ജിംനാസ്റ്റിക്സ് പരിശീലിച്ചയാൾ, കായികാഭ്യാസി
gymnastics [dʒɪm'næstɪks] *npl* ജിംനാസ്റ്റിക്ക്, കായികാഭ്യാസം
gynaecologist [,gaɪnɪ'kɒlədʒɪst] *n* ഗൈനക്കോളജിസ്റ്റ്, സ്ത്രീരോഗചികിത്സാ വിദഗ്ദ്ധൻ
gypsy ['dʒɪpsɪ] *n* ജിപ്സി

h

habit ['hæbɪt] *n* ശീലം
hack [hæk] *v* വെട്ടിമുറിക്കുക
hacker ['hækə] *n* കമ്പ്യൂട്ടറിലെ ശേഖരം അനധികൃതമായി ചോർത്തുന്ന ആൾ, ഹാക്കർ
haddock ['hædək] *n* ഒരുതരം കടൽ മത്സ്യം
haemorrhoids ['hɛmə,rɔɪdz] *npl* അർശസ്, മൂലക്കുരു
haggle ['hægl] *vi* വിലപേശുക

hail [heɪl] *n* ആലിപ്പഴം ▷ *vt* പ്രകീർത്തിക്കുക

hair [hɛə] *n* തലമുടി

hairband ['hɛə,bænd] *n* ഹെയർ ബാൻഡ്

hairbrush ['hɛə,brʌʃ] *n* മുടി ഒതുക്കുന്ന ബ്രഷ്

haircut ['hɛə,kʌt] *n* മുടി വെട്ട്

hairdo ['hɛə,duː] *n* *(informal)* കേശാലങ്കാര ശൈലി

hairdresser ['hɛə,drɛsə] *n* *(person)* കേശാലങ്കാരം നടത്തുന്ന ആൾ; *(salon)* കേശാലങ്കാരം നടത്തുന്ന സ്ഥലം

hairdryer ['hɛə,draɪə] *n* മുടി ഉണക്കുന്ന ഉപകരണം

hair gel [hɛə dʒɛl] *n* മുടിയിൽ പുരട്ടുന്ന ജെൽ

hairgrip ['hɛəgrɪp] *n* തലയിൽ കുത്തുന്ന സ്ലൈഡ്

hair spray ['hɛəspreɪ] *n* മുടിയിൽ പുരട്ടുന്ന സ്പ്രേ

hairstyle ['hɛəstaɪl] *n* കേശാലങ്കാര ശൈലി, ഹെയർ സ്റ്റൈൽ

hairy ['hɛərɪ] *adj* രോമാവൃതമായ

Haiti ['heɪtɪ] *n* ഹെയിറ്റി

half [hɑːf] *adj* പകുതി, പകുതിയായ ▷ *adv* പകുതി, പാതി ▷ *n* പകുതി

half board [hɑːf bɔːd] *n* അത്താഴം ഒഴികെ പ്രാതലും സായാഹ്ന ഭക്ഷണവും മാത്രം വാടകയിൽ ഉൾപ്പെടുത്തിക്കൊണ്ടുള്ള ഹോട്ടൽ താമസം

half-hour ['hɑːf,aʊə] *n* അര മണിക്കൂർ

half-price ['hɑːf,praɪs] *adj* പകുതി വിലയുള്ള ▷ *adv* പകുതി വിലയ്ക്ക്

half-term ['hɑːf,tɜːm] *n* അധ്യയന വർഷത്തിന്റെ മധ്യത്തിൽ വരുന്ന ഹ്രസ്വമായ അവധിക്കാലം

half-time ['hɑːf,taɪm] *n* (കളിയിലെ) ഇടവേള

halfway [,hɑːf'weɪ] *adv* വഴിമധ്യേ, പാതിവഴിക്ക്

hall [hɔːl] *n* വിശാലമായമുറി

hallway ['hɔːl,weɪ] *n* സ്വീകരണമുറി

halt [hɔːlt] *n* നിന്നുപോകുക, തടസ്സപ്പെടുക

hamburger ['hæm,bɜːgə] *n* പന്നിയിറച്ചിയും റൊട്ടിയും കൊണ്ടുണ്ടാക്കുന്ന ഒരു പലഹാരം

hammer ['hæmə] *n* ചുറ്റിക

hammock ['hæmək] *n* ഊഞ്ഞാൽക്കിടക്ക

hamster ['hæmstə] *n* എലിയെപ്പോലെയുള്ള ഒരു ചെറിയ ജന്തു

hand [hænd] *n* കൈ ▷ *vt* കൈമാറുക

handbag ['hænd,bæg] *n* ഹാൻഡ് ബാഗ്

handball ['hænd,bɔːl] *n* കൈപ്പന്തുകളി

handbook ['hænd,bʊk] *n* ലഘുപുസ്തകം, കൈപ്പുസ്തകം

handbrake ['hænd,breɪk] *n* ഹാൻഡ് ബ്രേക്ക്

handcuffs ['hænd,kʌfs] *npl* കയ്യാമം, വിലങ്ങ്

handkerchief ['hæŋkətʃɪf] *n* കൈത്തൂവാല

handle ['hændl] *n* *(tool, bag)* പിടി ▷ *vt* കൈകാര്യം ചെയ്യുക ▷ *n* *(knob)* കൈപ്പിടി

handlebars ['hændl,bɑːz] *npl* ഹാൻഡിൽ ബാറുകൾ

hand luggage [hænd 'lʌgɪdʒ] *n* കൈവശമുള്ള ലഗേജ്

handmade [,hænd'meɪd] *adj* കൈകൊണ്ടുണ്ടാക്കിയ

hands-free ['hændz,friː] *adj* കൈയ്യിൽ പിടിക്കാതെ ഉപയോഗിക്കാവുന്ന

hands-free kit [,hændz'friː kɪt] *n* കൈയ്യിൽ പിടിക്കാതെ ഉപയോഗിക്കാൻ കഴിയുന്ന ഉപകരണം

handsome ['hændsəm] *adj* സുന്ദരനായ

handwriting ['hænd,raɪtɪŋ] *n* കയ്യക്ഷരം

handy ['hændɪ] *adj* ഉപയോഗപ്രദമായ

hang [hæŋ] *vt (attach)* കെട്ടിതൂക്കുക ▷ *vi (be attached)* തൂങ്ങുക

hanger ['hæŋə] *n* വസ്ത്രങ്ങൾ തൂക്കിയിടുന്നതിനുള്ള ഉപകരണം, ഹാംഗർ

hang-gliding ['hæŋ'glaɪdɪŋ] *n* ഹാംഗ് ഗ്ലൈഡറിൽ പറക്കൽ

hang on [hæŋ ɒn] *v* *(informal)* കാത്തിരിക്കുക

hangover ['hæŋ,əʊvə] *n* അമിത മദ്യപാന ഫലമായുള്ള കറക്കം

hang up [hæŋ ʌp] *v* അവസാനിപ്പിക്കുക

hankie ['hæŋkɪ] *n (informal)* കൈത്തൂവാല

happen ['hæpn] *vi* സംഭവിക്കുക

happily ['hæpɪlɪ] *adv* സന്തോഷത്തോടെ

happiness ['hæpɪnɪs] *n* സന്തുഷ്ടി, സന്തോഷം

happy ['hæpɪ] *adj* സന്തോഷമുള്ള

harassment ['hærəsmənt] *n* പീഡനം

harbour ['hɑːbə] *n* തുറമുഖം

hard [hɑːd] *adj (difficult)* പ്രയാസമുള്ള, കടുപ്പമുള്ള; *(solid)* കട്ടിയുള്ള ▷ *adv* കഠിനാധ്വാനമുള്ള

hardboard ['hɑːd,bɔːd] *n* ഹാർഡ്ബോർഡ്

hard disk [hɑːd dɪsk] *n* ഹാർഡ് ഡിസ്ക്

hardly ['hɑːdlɪ] *adv (only just)* കഷ്ടിച്ച്; *(almost never)* കഷ്ടിച്ച്

hard shoulder [hɑːd 'ʃəʊldə] *n* വാഹനം വഴിക്കു വച്ച് കേടായാൽ നിർത്തിയിടാവുന്ന സ്ഥലം

hard up [hɑːd ʌp] *adj (informal)* കൈയിൽ കാശില്ലാത്ത

hardware ['hɑːd,wɛə] *n* ഹാർഡ്വെയർ

hare [hɛə] *n* മുയൽ

harm [hɑːm] *vt* ഉപദ്രവിക്കുക, ഹാനിവരുത്തുക

harmful ['hɑːmfʊl] *adj* ഹാനികരമായ

harmless ['hɑːmlɪs] *adj* ഹാനികരമല്ലാത്ത

harp [hɑːp] *n* സാരംഗി, വല്ലകി

harsh [hɑːʃ] *adj* പ്രതികൂലമായ

harvest ['hɑːvɪst] *n* വിളവെടുപ്പ്, കൊയ്ത്ത് ▷ *vt* വിളവെടുക്കുക

hastily ['heɪstɪlɪ] *adv* തിടുക്കത്തോടെ

hat [hæt] *n* തൊപ്പി

hatchback ['hætʃ,bæk] *n* മുകളിലേക്ക് തുറക്കാവുന്ന അധിക ഡോറുള്ള കാർ

hate [heɪt] *vt* വെറുക്കുക

hatred ['heɪtrɪd] *n* വെറുപ്പ്, വിദ്വേഷം

haunted ['hɔːntɪd] *adj* പ്രേതബാധയുള്ള

have [hæv] *v (denoting present perfect tense)* ഉണ്ടാകുക; *(experience)* അനുഭവപ്പെടുക

have to [hæv tʊ] *v* ചെയ്യേണ്ടതുണ്ട് എന്നതിനെ സൂചിപ്പിക്കുന്നു

hawthorn ['hɔː,θɔːn] *n* ചെറിയ ഒരുതരം മുൾവൃക്ഷം

hay [heɪ] *n* വയ്ക്കോൽ

hay fever [heɪ 'fiːvə] *n* പൂമ്പൊടിയോടുള്ള അലർജി

haystack ['heɪ,stæk] *n* വയ്ക്കോൽ കൂന

hazard warning lights ['hæzəd 'wɔːnɪŋ laɪts] *npl* വാഹനത്തിലെ അപായ മുന്നറിയിപ്പ് ലൈറ്റ്

hazelnut ['heɪzl,nʌt] *n* ഹേസൽ മരത്തിന്റെ കായ്

he [hiː] *pron* അവൻ

head [hɛd] *n (leader)* തലവൻ; *(part of the body)* തല ▷ *vt* നേതൃത്വം നൽകുക

headache ['hɛd,eɪk] *n* തലവേദന

headlight ['hɛd,laɪt] *n* വാഹനത്തിന്റെ മുൻവശത്തെ പ്രകാശമേറിയ ലൈറ്റ്
headline ['hɛd,laɪn] *n* തലക്കെട്ട്, ശീർഷകം
head office [hɛd 'ɒfɪs] *n* ആസ്ഥാനം
headphones ['hɛd,fəʊnz] *npl* ഹെഡ്ഫോൺ, കർണഭാഷിണികൾ
headquarters [,hɛd'kwɔːtəz] *npl* ആസ്ഥാന മന്ദിരം
headroom ['hɛd,rʊm] *n* മേൽക്കൂരയുടെയോ പാലത്തിന്റെയോ താഴെയുള്ള തുറന്ന സ്ഥലം
headscarf ['hɛd,skɑːf] *n* സ്ത്രീകൾ തലയിൽ അണിയുന്ന തുണി
headteacher ['hɛd,tiːtʃə] *n* പ്രധാനാധ്യാപിക (F) പ്രധാനാധ്യാപകൻ (M)
heal [hiːl] *vi* സുഖപ്പെടുക
health [hɛlθ] *n* ആരോഗ്യം
healthy ['hɛlθɪ] *adj (in good health)* ആരോഗ്യകരമായ; *(health-giving)* ആരോഗ്യപ്രദമായ
heap [hiːp] *n* കൂമ്പാരം
hear [hɪə] *v* കേൾക്കുക
hearing ['hɪərɪŋ] *n* കേൾവിശക്തി, ശ്രവണശക്തി
hearing aid ['hɪərɪŋ eɪd] *n* ശ്രവണസഹായി
heart [hɑːt] *n* ഹൃദയം
heart attack [hɑːt ə'tæk] *n* ഹൃദയാഘാതം
heartbroken ['hɑːt,brəʊkən] *adj* ഹൃദയഭേദകമായ, കഠിനവേദനയുള്ള
heartburn ['hɑːt,bɜːn] *n* നെഞ്ചെരിച്ചിൽ
heat [hiːt] *n* ചൂട് ▷ *vt* ചൂടാക്കുക
heater ['hiːtə] *n* ചൂടാക്കാനുള്ള ഉപകരണം, ഹീറ്റർ
heather ['hɛðə] *n* ഒരുതരം കാട്ടുചെടി
heating ['hiːtɪŋ] *n* ചൂടാക്കൽ
heat up [hiːt ʌp] *v* ചൂടാക്കുക
heaven ['hɛvn] *n* സ്വർഗ്ഗം
heavily ['hɛvɪlɪ] *adv* അമിതമായി, ഭാരിച്ച തോതിൽ
heavy ['hɛvɪ] *adj* ഭാരമുള്ള
hedge [hɛdʒ] *n* വേലി
hedgehog ['hɛdʒ,hɒg] *n* മുള്ളൻപന്നി
heel [hiːl] *n* ഉപ്പൂറ്റി
height [haɪt] *n* ഉയരം, പൊക്കം
heir [ɛə] *n* അനന്തരാവകാശി
heiress ['ɛərɪs] *n* അനന്തരാവകാശിയായ സ്ത്രീ
helicopter ['hɛlɪ,kɒptə] *n* ഹെലികോപ്റ്റർ
hell [hɛl] *n* നരകം
hello! [hʌ'ləʊ] *excl* ഹലോ!

helmet ['hɛlmɪt] *n* ഹെൽമെറ്റ്

help! [help] *excl* സഹായിക്കൂ!

help [help] *n* സഹായം ▷ *v* സഹായിക്കുക

helpful ['hɛlpfʊl] *adj* സഹായകമായ

helpline ['hɛlp,laɪn] *n* സഹായലൈൻ

hen [hɛn] *n* പിടക്കോഴി

hen night [hɛn naɪt] *n* സ്ത്രീകൾക്കുള്ള പാർട്ടി

hepatitis [,hɛpə'taɪtɪs] *n* കരൾവീക്കം

her [hɜː] *det* അവളുടെ ▷ *pron* അവൾ

herbal tea ['hɜːbl tiː] *n* ഔഷധച്ചായ

herbs [hɜːbz] *npl* ഔഷധച്ചെടികൾ

here [hɪə] *adv* ഇവിടെ

hereditary [hɪ'rɛdɪtərɪ] *adj* പാരമ്പര്യമായി ലഭിച്ച

heritage ['hɛrɪtɪdʒ] *n* പൈതൃകം

hernia ['hɜːnɪə] *n* ആന്ത്രവീക്കം, കുടൽവീക്കം

hero ['hɪərəʊ] *n* നായകൻ

heroine ['hɛrəʊɪn] *n* നായിക

heron ['hɛrən] *n* കൊക്ക്

herring ['hɛrɪŋ] *n* ചാള, മത്തി

hers [hɜːz] *pron* അവളുടെ

herself [hə'sɛlf] *pron* അവൾതന്നെ

hesitate ['hɛzɪ,teɪt] *vi* മടിച്ചുനിൽക്കുക, അറച്ചുനിൽക്കുക

HGV [eɪtʃ dʒiː viː] *abbr* എച്ച്ജിവി

hi! [haɪ] *excl* ഹായ്!, അനൌപചാരികമായി അഭിവാദനം ചെയ്യുന്ന വാക്ക്

hiccups ['hɪkʌps] *npl* ഇക്കിൾ

hidden ['hɪdn] *adj* മറഞ്ഞിരിക്കുന്ന

hide [haɪd] *vt (object)* മറയ്ക്കുക ▷ *vi (conceal yourself)* ഒളിഞ്ഞിരിക്കുക, മറഞ്ഞിരിക്കുക ▷ *vt (feelings)* ഒളിക്കുക, മറച്ചുവയ്ക്കുക

hide-and-seek [,haɪdænd'siːk] *n* ഒളിച്ചു കളിക്കുക

hideous ['hɪdɪəs] *adj* വെറുപ്പുളവാക്കുന്ന

hifi ['haɪ'faɪ] *n* സിഡി പ്ലേ ചെയ്യുന്ന ഉപകരണം

high [haɪ] *adj (tall)* ഉയർന്ന, പൊക്കമുള്ള ▷ *adv* ഉയരത്തിൽ ▷ *adj (price)* ഉയർന്ന; *(sound)* ഉയർന്ന ശബ്ദം

highchair ['haɪ,tʃɛə] *n* ഉയരമുള്ള കസേര

higher education ['haɪə ,ɛdʒʊ'keɪʃən] *n* ഉന്നത വിദ്യാഭ്യാസം

high-heeled ['haɪ,hiːld] *adj* ഉയർന്ന ഹീലുള്ള
high heels [haɪ hiːlz] *npl* ഉയരം കൂടിയ ഉപ്പൂറ്റി ചെരിപ്പുകൾ
high jump [haɪ dʒʌmp] *n* പൊങ്ങിച്ചാട്ടം, ഹൈജംപ്
highlight ['haɪ,laɪt] *n* പ്രമുഖമാക്കൽ ▷ *vt* പ്രമുഖമാക്കിക്കാട്ടുക
highlighter ['haɪ,laɪtə] *n* പ്രമുഖമാക്കലിനുള്ള കടുംനിറത്തിലെ മഷിയുള്ള പേന
high-rise ['haɪ,raɪz] *n* ബഹുനില കെട്ടിടം
high season [haɪ 'siːzn] *n* ടൂറിസ്റ്റ് സീസൺ
Highway Code ['haɪ,weɪ kəʊd] *n* ഹൈവേ കോഡ്
hijack ['haɪ,dʒæk] *vt* തട്ടിക്കൊണ്ടു പോകുക, റാഞ്ചുക
hijacker ['haɪ,dʒækə] *n* തട്ടിക്കൊണ്ടു പോകുന്നയാൾ, വാഹന/വിമാന റാഞ്ചി
hike [haɪk] *n* വിനോദത്തിനായുള്ള ദീർഘദൂര നടത്തം
hiking ['haɪkɪŋ] *n* വിനോദത്തിനായുള്ള ദീർഘദൂര നടത്തം
hilarious [hɪ'lɛərɪəs] *adj* രസകരമായ
hill [hɪl] *n* കുന്ന്
hill-walking ['hɪl,wɔːkɪŋ] *n* വിനോദത്തിനായി മലനിരകളിലൂടെയുള്ള നടത്തം
him [hɪm] *pron* അവൻ
himself [hɪm'sɛlf] *pron* അവൻ തന്നെ
Hindu ['hɪnduː] *adj* ഹിന്ദുമതവുമായി ബന്ധപ്പെട്ട ▷ *n* ഹിന്ദുമതവിശ്വാസി
Hinduism ['hɪndʊ,ɪzəm] *n* ഹിന്ദുമതം
hinge [hɪndʒ] *n* വിജാഗിരി
hint [hɪnt] *n* സൂചന ▷ *vi* സൂചിപ്പിക്കുക
hip [hɪp] *n* ഇടുപ്പ്
hippie ['hɪpɪ] *n* പരമ്പരാഗത മൂല്യങ്ങൾ തിരസ്ക്കരിച്ച് ജീവിക്കുന്നവർ
hippo ['hɪpəʊ] *n (informal)* നീർക്കുതിര
hippopotamus [,hɪpə'pɒtəməs] *n* നീർക്കുതിര
hire ['haɪə] *n* വാടക ▷ *vt* വാടകയ്ക്കെടുക്കുക
his [hɪz] *det* അവന്റെ ▷ *pron* അവന്റേത്
historian [hɪ'stɔːrɪən] *n* ചരിത്രകാരൻ
historical [hɪ'stɒrɪkl] *adj* ചരിത്രപരമായ
history ['hɪstərɪ] *n* ചരിത്രം
hit [hɪt] *n* ഇടി ▷ *vt* അടിക്കുക
hitch [hɪtʃ] *n* ചെറിയ പ്രശ്നം

hitchhike ['hɪtʃ,haɪk] *vi* മറ്റുള്ളവരുടെ വാഹനങ്ങളിൽ സൌജന്യമായി യാത്രചെയ്യുക
hitchhiker ['hɪtʃ,haɪkə] *n* മറ്റുള്ളവരുടെ വാഹനങ്ങളിൽ സൌജന്യമായി യാത്രചെയ്യുന്ന ആൾ
hitchhiking ['hɪtʃ,haɪkɪŋ] *n* മറ്റുള്ളവരുടെ വാഹനങ്ങളിൽ സൌജന്യമായി യാത്രചെയ്യൽ
HIV-negative [eɪtʃ aɪ viː 'nɛgətɪv] *adj* എച്ച്ഐവി ബാധയില്ലാത്ത
HIV-positive [eɪtʃ aɪ viː 'pɒzɪtɪv] *adj* എച്ച്ഐവി ബാധയുള്ള
hobby ['hɒbɪ] *n* ഹോബി, വിനോദം
hockey ['hɒkɪ] *n* ഹോക്കി
hold [həʊld] *vt (in hands or arms)* പിടിക്കുക; *(accommodate)* ഉൾക്കൊള്ളുക
holdall ['həʊld,ɔːl] *n* യാത്രാബാഗ്
hold on [həʊld ɒn] *v* മുറുകെ പിടിക്കുക
hold up [həʊld ʌp] *v* പിടിച്ചു നിറുത്തുക
hold-up [həʊldʌp] *n* കവർച്ചയ്ക്കായി നടത്തുന്ന ആക്രമണം
hole [həʊl] *n* ദ്വാരം
holiday ['hɒlɪ,deɪ] *n* അവധി, ഒഴിവ്
Holland ['hɒlənd] *n* ഹോളണ്ട്
hollow ['hɒləʊ] *adj* പൊള്ളയായ
holly ['hɒlɪ] *n* ഒരു നിത്യഹരിത സസ്യം, കാരമുൾച്ചെടി
holy ['həʊlɪ] *adj* പവിത്രമായ, വിശുദ്ധമായ
home [həʊm] *adv* വീട്ടിൽ ▷ *n* വീട്
home address [həʊm ə'drɛs] *n* വീട്ടു മേൽവിലാസം
homeland ['həʊm,lænd] *n (written)* സ്വന്തം രാജ്യം
homeless ['həʊmlɪs] *adj* വീടില്ലാത്ത
home-made ['həʊm'meɪd] *adj* വീട്ടിലുണ്ടാക്കിയ
home match [həʊm mætʃ] *n* സ്വന്തം സ്ഥലത്തുനടക്കുന്ന കളി
homeopathic [,həʊmɪəʊ'pæθɪk] *adj* ഹോമിയോപ്പതിയുമായി ബന്ധപ്പെട്ട
homeopathy [,həʊmɪ'ɒpəθɪ] *n* ഹോമിയോപ്പതി
home page [həʊm peɪdʒ] *n* പൂമുഖ താൾ
homesick ['həʊm,sɪk] *adj* ഗൃഹാതുരത്വമുള്ള, ഗൃഹാതുരമായ
homework ['həʊm,wɜːk] *n* ഗൃഹപാഠം

Honduras [hɒn'djʊərəs] *n* മധ്യ അമേരിക്കൻ റിപ്പബ്ലിക്ക്
honest ['ɒnɪst] *adj* സത്യസന്ധമായ
honestly ['ɒnɪstlɪ] *adv* സത്യസന്ധമായി
honesty ['ɒnɪstɪ] *n* സത്യസന്ധത
honey ['hʌnɪ] *n* തേൻ
honeymoon ['hʌnɪ,muːn] *n* മധുവിധു
honeysuckle ['hʌnɪ,sʌkl] *n* ഒരുതരം വൃക്ഷം
honour ['ɒnə] *n* ബഹുമതി
hood [hʊd] *n* ശിരോവസ്ത്രം
hook [hʊk] *n* കൊളുത്ത്
hooray! [hʊ'reɪ] *excl* ഹുറേ, ജയഘോഷം
Hoover® ['huːvə] *n* ഹൂവർ ®
hoover ['huːvə] *v* വാക്കം ക്ലീനർ ഉപയോഗിച്ച് വൃത്തിയാക്കുക
hop [hɒp] *vi (person)* ഒറ്റക്കാലിൽ ചാടുക; *(mainly bird, animal)* ചാടുക
hope [həʊp] *n* പ്രതീക്ഷ ▷ *v* പ്രതീക്ഷിക്കുക
hopeful ['həʊpfʊl] *adj* പ്രതീക്ഷയുള്ള
hopefully ['həʊpfʊlɪ] *adv* പ്രതീക്ഷയോടെ
hopeless ['həʊplɪs] *adj* ആശയ്ക്കുവകയില്ലാത്ത, നിരാശാജനകമായ
horizon [hə'raɪzn] *n* ചക്രവാളം
horizontal [,hɒrɪ'zɒntl] *adj* തിരശ്ചീനമായ
hormone ['hɔːməʊn] *n* ഹോർമോൺ
horn [hɔːn] *n (car)* ഹോൺ; *(animal)* മൃഗത്തിന്റെ കൊമ്പ്; *(musical instrument)* കുഴൽ വാദ്യം
horoscope ['hɒrə,skəʊp] *n* ജാതകം
horrendous [hɒ'rɛndəs] *adj* ഭയങ്കരമായ, ഭീകരമായ
horrible ['hɒrəbl] *adj (informal)* ഭീകരമായ
horrifying ['hɒrɪ,faɪɪŋ] *adj* പേടിപ്പെടുത്തുന്ന, ഭയാനകമായ
horror ['hɒrə] *n* ഭയാനകത, ഭീകരത
horror film ['hɒrə fɪlm] *n* പേടിപ്പെടുത്തുന്ന സിനിമ
horse [hɔːs] *n* കുതിര
horse racing [hɔːs 'reɪsɪŋ] *n* കുതിര പന്തയം
horseradish ['hɔːs,rædɪʃ] *n* ഒരിനം മുള്ളങ്കി
horse riding [hɔːs 'raɪdɪŋ] *n* കുതിരസവാരി
horseshoe ['hɔːs,ʃuː] *n* കുതിരലാടം
hose [həʊz] *n* നീളമുള്ള പൈപ്പ്

hosepipe ['həʊz,paɪp] *n* ഹോസ് പൈപ്പ്

hospital ['hɒspɪtl] *n* ആശുപത്രി

hospitality [,hɒspɪ'tælɪtɪ] *n* ആതിഥ്യമര്യാദ

host [həʊst] *n (party)* ആതിഥേയൻ; *(large number)* കൂട്ടം

hostage ['hɒstɪdʒ] *n* ബന്ദി

hostel ['hɒstl] *n* ഹോസ്റ്റൽ

hostile ['hɒstaɪl] *adj* എതിർപ്പുള്ള, വിരോധമുള്ള

hot [hɒt] *adj* ചൂടുള്ള

hot dog [hɒt dɒg] *n* സോസ് പുരട്ടിയ ബ്രെഡ് റോൾ

hotel [həʊ'tɛl] *n* ഹോട്ടൽ

hot-water bottle [,hɒt'wɔːtə 'bɒtl] *n* കിടക്ക ചൂടാക്കാനായി ഉപയോഗിക്കുന്ന ചൂടുവെള്ളം നിറച്ച റബ്ബർ ബാഗ്

hour [aʊə] *n* മണിക്കൂർ

hourly ['aʊəlɪ] *adj* മണിക്കൂർ തോറുമുള്ള ▷ *adv* മണിക്കൂറിലൊരിക്കൽ

house [haʊs] *n* വീട്

household ['haʊs,həʊld] *n* കുടുംബാംഗങ്ങൾ, വീട്ടുകാർ

housewife ['haʊs,waɪf] *n* വീട്ടമ്മ

house wine [haʊs waɪn] *n* വിലകുറഞ്ഞ വൈൻ

housework ['haʊs,wɜːk] *n* വീട്ടു ജോലി

hovercraft ['hɒvə,krɑːft] *n* കരയിലും വെള്ളത്തിലും യാത്ര ചെയ്യാവുന്ന വാഹനം

how [haʊ] *adv (in what way)* എങ്ങനെ; *(asking about number or amount)* എത്ര

however [haʊ'ɛvə] *adv* എന്നിരുന്നാലും

howl [haʊl] *vi* ഓരിയിടുക

HQ [eɪtʃ kjuː] *abbr* എച്ച് ക്യൂ

hubcap ['hʌb,kæp] *n* വണ്ടിച്ചക്രത്തിന്റെ മധ്യഭാഗത്തെ മൂടി സംരക്ഷിക്കുന്ന പ്ലാസ്റ്റിക്ക് അഥവാ ലോഹത്തകിട്

hug [hʌg] *n* ആശ്ലേഷം, ആലിംഗനം ▷ *vt* ആശ്ലേഷിക്കുക, ആലിംഗനം ചെയ്യുക

huge [hjuːdʒ] *adj* വളരെ വലിയ, ഭീമമായ

hull [hʌl] *n* കപ്പലിന്റെ ഉടൽഭാഗം

hum [hʌm] *vi* മൂളുക

human ['hjuːmən] *adj* മനുഷ്യനെക്കുറിച്ചുള്ള, മാനവീയമായ

human being ['hjuːmən 'biːɪŋ] *n* മനുഷ്യർ

humanitarian [hjuː,mænɪ'tɛərɪən] *adj* മാനുഷികമായ

human rights ['hjuːmən raɪts] *npl* മനുഷ്യാവകാശം

humble ['hʌmbl] *adj* വിനയമുള്ള
humid ['hju:mɪd] *adj* ഈർപ്പമുള്ള
humidity [hju:'mɪdɪtɪ] *n* ഈർപ്പം
humorous ['hju:mərəs] *adj* ഫലിതം നിറഞ്ഞ, തമാശയുള്ള
humour ['hju:mə] *n* ഫലിതം
hundred ['hʌndrəd] *num* നൂറ്
Hungarian [hʌŋ'gɛərɪən] *adj* ഹംഗറിയെ സംബന്ധിച്ച ▷ *n* ഹംഗറിക്കാരൻ
Hungary ['hʌŋgərɪ] *n* ഹംഗറി
hunger ['hʌŋgə] *n* വിശപ്പ്
hungry ['hʌŋgrɪ] *adj* വിശപ്പുള്ള
hunt [hʌnt] *vi (search)* തിരയുക ▷ *v (animal)* വേട്ടയാടുക
hunter ['hʌntə] *n* വേട്ടക്കാരൻ
hunting ['hʌntɪŋ] *n* വേട്ടയാടൽ
hurdle ['hɜ:dl] *n* പ്രതിബന്ധം
hurricane ['hʌrɪkn] *n* കൊടുങ്കാറ്റ്
hurry ['hʌrɪ] *n* തിടുക്കം, തിരക്ക് ▷ *vi* തിരക്കുകൂട്ടുക, തിടുക്കം കാട്ടുക
hurry up ['hʌrɪ ʌp] *v* വേഗത്തിൽ പ്രവർത്തിക്കുക
hurt [hɜ:t] *adj* മുറിവേറ്റ, പരുക്കേറ്റ ▷ *vt* മുറിവേൽക്കുക, പരുക്കേൽക്കുക
husband ['hʌzbənd] *n* ഭർത്താവ്
hut [hʌt] *n* കുടിൽ
hyacinth ['haɪəsɪnθ] *n* ഒരുതരം ചെടി
hydrogen ['haɪdrɪdʒən] *n* ഹൈഡ്രജൻ
hygiene ['haɪdʒi:n] *n* ശുചിത്വം
hypermarket ['haɪpə,mɑ:kɪt] *n* അതിവിശാലമായ സൂപ്പർമാർക്കറ്റ്
hyphen ['haɪfn] *n* ഹൈഫൻ, തുടർച്ചക്കുറി

i

I [aɪ] *pron* ഞാൻ
ice [aɪs] *n* ഐസ്
iceberg ['aɪsbɜ:g] *n* മഞ്ഞുമല
icebox ['aɪs,bɒks] *n (old-fashioned)* ഐസ് ഇടാനുള്ള പെട്ടി
ice cream ['aɪs 'kri:m] *n* ഐസ് ക്രീം

ice cube [aɪs kjuːb] *n* ഐസ് ക്യൂബ്
ice hockey [aɪs 'hɒkɪ] *n* ഐസ് ഹോക്കി
Iceland ['aɪslənd] *n* ഐസ്‌ലാന്റ്
Icelandic [aɪs'lændɪk] *adj* ഐസ്‌ലാന്റിനെ സംബന്ധിച്ച ▷ *n* ഐസ്‌ലാന്റിക്ക് ഭാഷ
ice lolly [aɪs 'lɒlɪ] *n* ഐസ് മിഠായി
ice rink [aɪs rɪŋk] *n* ഐസ് പ്രതലം
ice-skating ['aɪs,skeɪtɪŋ] *n* ഐസ് സ്കേറ്റിംഗ്
icing ['aɪsɪŋ] *n* ഐസിംഗ്
icing sugar ['aɪsɪŋ 'ʃʊgə] *n* ഐസിംഗിന് ഉപയോഗിക്കുന്ന പഞ്ചസാര
icon ['aɪkɒn] *n* പ്രതീകം
icy ['aɪsɪ] *adj* തണുത്തു വിറങ്ങലിച്ച
ID card [,aɪ'diː kɑːd] *abbr* ഐഡി കാർഡ്
idea [aɪ'dɪə] *n* ആശയം
ideal [aɪ'dɪəl] *adj* അത്യുത്തമമായ, അങ്ങേയറ്റം തൃപ്തികരമായ
ideally [aɪ'dɪəlɪ] *adv* മാതൃകാപരമായി
identical [aɪ'dentɪkl] *adj* ഒരുപോലെയുള്ള
identification [aɪ,dentɪfɪ'keɪʃən] *n* തിരിച്ചറിയൽ
identify [aɪ'dentɪ,faɪ] *vt* തിരിച്ചറിയുക
identity [aɪ'dentɪtɪ] *n* വ്യക്തിത്വം
identity card [aɪ'dentɪtɪ kɑːd] *n* തിരിച്ചറിയൽ കാർഡ്
identity theft [aɪ'dentɪtɪ θeft] *n* വ്യക്തിഗത വിവരം മോഷ്ടിക്കൽ
ideology [,aɪdɪ'ɒlədʒɪ] *n* പ്രത്യയശാസ്ത്രം
idiot ['ɪdɪət] *n* വിഡ്ഢി
idiotic [,ɪdɪ'ɒtɪk] *adj* വിവേകശൂന്യമായ, ബാലിശമായ
idle ['aɪdl] *adj* അലസരായ, മടിയരായ
i.e. [aɪ iː] *abbr* അതായത്
if [ɪf] *conj* എങ്കിൽ
ignition [ɪg'nɪʃən] *n* ഇഗ്നിഷൻ
ignorance ['ɪgnərəns] *n* അജ്ഞത
ignorant ['ɪgnərənt] *adj* അറിവില്ലാത്ത
ignore [ɪg'nɔː] *vt* വിസ്മരിക്കുക
ill [ɪl] *adj* അസുഖമുള്ള
illegal [ɪ'liːgl] *adj* നിയമാനുസൃതമല്ലാത്ത
illegible [ɪ'ledʒɪbl] *adj* വായിക്കുവാൻ പ്രയാസമായ
illiterate [ɪ'lɪtərɪt] *adj* നിരക്ഷരനായ
illness ['ɪlnɪs] *n* അസുഖം

ill-treat [ɪl'triːt] *vt* മോശമായി പെരുമാറുക
illusion [ɪ'luːʒən] *n* മിഥ്യാബോധം
illustration [ˌɪlə'streɪʃən] *n* സോദാഹരണ വിവരണം
image ['ɪmɪdʒ] *n* ചിത്രം, രൂപം
imaginary [ɪ'mædʒɪnərɪ] *adj* സാങ്കല്പികമായ, കാല്പനികമായ
imagination [ɪˌmædʒɪ'neɪʃən] *n* ഭാവന, കല്പന
imagine [ɪ'mædʒɪn] *vt* സങ്കല്പിക്കുക
imitate ['ɪmɪˌteɪt] *vt* അനുകരിക്കുക
imitation [ˌɪmɪ'teɪʃən] *n* അനുകരണം
immature [ˌɪmə'tjʊə] *adj* അപക്വമായ
immediate [ɪ'miːdɪət] *adj* പെട്ടെന്നുള്ള, തത്ക്ഷണമായ
immediately [ɪ'miːdɪətlɪ] *adv* ഉടനെ, തത്ക്ഷണം
immigrant ['ɪmɪgrənt] *n* കുടിയേറ്റക്കാരൻ
immigration [ˌɪmɪ'greɪʃən] *n* കുടിയേറ്റം
immoral [ɪ'mɒrəl] *adj* സദാചാരവിരുദ്ധമായ
immune system [ɪ'mjuːn 'sɪstəm] *n* രോഗപ്രതിരോധ സംവിധാനം
impact ['ɪmpækt] *n* പ്രഭാവം
impartial [ɪm'pɑːʃəl] *adj* പക്ഷപാതമില്ലാത്ത
impatience [ɪm'peɪʃəns] *n* അക്ഷമ, അസഹനീയത്വം
impatient [ɪm'peɪʃənt] *adj* ക്ഷമയില്ലാത്ത
impatiently [ɪm'peɪʃəntlɪ] *adv* ക്ഷമയില്ലാതെ
impersonal [ɪm'pɜːsənl] *adj* പ്രാധാന്യമില്ലാത്ത
import ['ɪmpɔːt] *n* ഇറക്കുമതി ▷ [ɪm'pɔːt] *vt* ഇറക്കുമതി ചെയ്യുക
importance [ɪm'pɔːtns] *n* പ്രാധാന്യം
important [ɪm'pɔːtnt] *adj (matter)* മുഖ്യമായ, പ്രധാനപ്പെട്ട; *(person)* ഉയർന്ന പദവിയിലുള്ള
impossible [ɪm'pɒsəbl] *adj* അസാധ്യമായ
impractical [ɪm'præktɪkl] *adj* പ്രായോഗികമല്ലാത്ത
impress [ɪm'prɛs] *v* മതിപ്പുളവാക്കുക
impressed [ɪm'prɛst] *adj* മതിപ്പുളവാക്കിയ
impression [ɪm'prɛʃən] *n* അഭിപ്രായം, ധാരണ
impressive [ɪm'prɛsɪv] *adj* മതിപ്പുളവാക്കുന്ന, മനസ്സിൽ പതിയുന്ന
improve [ɪm'pruːv] *v* മെച്ചപ്പെടുക

improvement [ɪm'pruːvmənt] *n* പുരോഗതി

in [ɪn] *prep (denoting place)* അകത്ത്; *(denoting time)* –ഇൽ (എന്തെങ്കിലും ഏതു സമയത്തു സംഭവിച്ചു എന്നതിനെ സൂചിപ്പിക്കുന്നു)

inaccurate [ɪn'ækjʊrɪt] *adj* കൃത്യമല്ലാത്ത, ശരിയല്ലാത്ത

inadequate [ɪn'ædɪkwɪt] *adj* അപര്യാപ്തമായ

inadvertently [ˌɪnəd'vɜːtntlɪ] *adv* അശ്രദ്ധമായി

inbox ['ɪnbɒks] *n* ഇൻബോക്സ്

incentive [ɪn'sɛntɪv] *n* പ്രോത്സാഹനം

inch [ɪntʃ] *n* ഇഞ്ച്

incident ['ɪnsɪdənt] *n (formal)* സംഭവം

include [ɪn'kluːd] *vt* ഉൾപ്പെടുക

included [ɪn'kluːdɪd] *adj* ഉൾപ്പെട്ട

including [ɪn'kluːdɪŋ] *prep* ഉൾപ്പെടെ

inclusive [ɪn'kluːsɪv] *adj* ഉൾപ്പെടുന്ന, അടങ്ങിയ

income ['ɪnkʌm] *n* വരുമാനം

income tax ['ɪnkəm tæks] *n* വരുമാന നികുതി

incompetent [ɪn'kɒmpɪtənt] *adj* കഴിവില്ലാത്ത, യോഗ്യതയില്ലാത്ത

incomplete [ˌɪnkəm'pliːt] *adj* പൂർണമല്ലാത്ത, പൂർണമാകാത്ത

inconsistent [ˌɪnkən'sɪstənt] *adj* ഔചിത്യമില്ലാത്ത

inconvenience [ˌɪnkən'viːnjəns] *n* അസൌകര്യം

inconvenient [ˌɪnkən'viːnjənt] *adj* അസൌകര്യമുള്ള

incorrect [ˌɪnkə'rɛkt] *adj* തെറ്റായ, അസത്യമായ

increase ['ɪnkriːs] *n* ഉയർച്ച, വർദ്ധനവ് ▷ [ɪn'kriːs] *v* വർദ്ധിക്കുക

increasingly [ɪn'kriːsɪŋlɪ] *adv* വളരെയധികം, കൂടുതൽ കൂടുതൽ

incredible [ɪn'krɛdəbl] *adj* മഹത്തരമായ,

indecisive [ˌɪndɪ'saɪsɪv] *adj* തീരുമാനമെടുക്കാൻ കഴിവില്ലാത്ത

indeed [ɪn'diːd] *adv* സത്യത്തിൽ, വാസ്തവത്തിൽ

independence [ˌɪndɪ'pɛndəns] *n* സ്വാതന്ത്ര്യം

independent [ˌɪndɪ'pɛndənt] *adj* സ്വതന്ത്രമായ

index ['ɪndɛks] *n (in book)* വിഷയസൂചി; *(numerical scale)* സൂചിക

index finger ['ɪndɛks 'fɪŋgə] *n* ചൂണ്ടുവിരൽ

India ['ɪndɪə] *n* ഇന്ത്യ, ഭാരതം

Indian ['ɪndɪən] *adj* ഭാരതത്തെ സംബന്ധിച്ച ▷ *n* ഇന്ത്യൻ, ഭാരതീയർ

Indian Ocean ['ɪndɪən 'əʊʃən] *n* ഇന്ത്യൻ മഹാസമുദ്രം

indicate ['ɪndɪˌkeɪt] *vt* സൂചിപ്പിക്കുക

indicator ['ɪndɪˌkeɪtə] *n* സൂചകം

indigestion [ˌɪndɪ'dʒɛstʃən] *n* ദഹനക്കേട്

indirect [ˌɪndɪ'rɛkt] *adj* പരോക്ഷമായ

indispensable [ˌɪndɪ'spɛnsəbl] *adj* ഒഴിച്ചുകൂടാനാവാത്ത

individual [ˌɪndɪ'vɪdjʊəl] *adj* വ്യക്തിപരമായ

Indonesia [ˌɪndəʊ'niːzɪə] *n* ഇന്തോനേഷ്യ

Indonesian [ˌɪndəʊ'niːzɪən] *adj* ഇന്തോനേഷ്യയെ സംബന്ധിച്ച ▷ *n* ഇന്തോനേഷ്യൻ

indoor ['ɪnˌdɔː] *adj* കെട്ടിടത്തിനകത്തുള്ള

indoors [ˌɪn'dɔːz] *adv* കെട്ടിടത്തിനകത്ത്

industrial [ɪn'dʌstrɪəl] *adj* വ്യാവസായികമായ

industrial estate [ɪn'dʌstrɪəl ɪ'steɪt] *n* വ്യാവസായിക പ്രദേശം

industry ['ɪndəstrɪ] *n* വ്യവസായം

inefficient [ˌɪnɪ'fɪʃənt] *adj* ഫലപ്രദമല്ലാത്ത, കാര്യക്ഷമതയില്ലാത്ത

inevitable [ɪn'ɛvɪtəbl] *adj* അനിവാര്യമായ, അത്യന്താപേക്ഷിതമായ

inexpensive [ˌɪnɪk'spɛnsɪv] *adj* വിലക്കുറവുള്ള

inexperienced [ˌɪnɪk'spɪərɪənst] *adj* അനുഭവജ്ഞാനമില്ലാത്ത

infantry ['ɪnfəntrɪ] *n* കാലാൾപ്പട

infant school ['ɪnfənt skuːl] *n* പ്രൈമറി സ്ക്കൂൾ

infection [ɪn'fɛkʃən] *n* പകർച്ചവ്യാധി, സാംക്രമികരോഗം

infectious [ɪn'fɛkʃəs] *adj* പകരുന്ന

inferior [ɪn'fɪərɪə] *adj* നിലവാരമില്ലാത്ത ▷ *n* താഴേക്കിടയിലുള്ളവർ, കീഴിലുള്ളയാൾ

infertile [ɪn'fɜːtaɪl] *adj* സന്താനോല്പാദനശേഷി ഇല്ലാത്ത

infinitive [ɪn'fɪnɪtɪv] *n* അപൂർണക്രിയ

infirmary [ɪn'fɜːmərɪ] *n* ആതുരശാല, വൈദ്യശാല

inflamed [ɪn'fleɪmd] *adj* ചുവന്നു തടിച്ച

inflammation [ˌɪnflə'meɪʃən] *n (formal)* വ്രണം

inflatable [ɪn'fleɪtəbl] *adj* കാറ്റുനിറയ്ക്കാവുന്ന

inflation [ɪn'fleɪʃən] *n* വിലക്കയറ്റം

inflexible [ɪn'flɛksəbl] *adj* അയവില്ലാത്ത

influence ['ɪnflʊəns] *n* സ്വാധീനം ▷ *vt* സ്വാധീനിക്കുക

influenza [ˌɪnflʊ'ɛnzə] *n (formal)* പകർച്ചപ്പനി, ഇൻഫ്ലുവൻസ

inform [ɪn'fɔːm] *vt* അറിയിക്കുക

informal [ɪn'fɔːməl] *adj* അനൌപചാരികമായ

information [ˌɪnfə'meɪʃən] *n* വിവരം

information office [ˌɪnfə'meɪʃən 'ɒfɪs] *n* വിവരം ലഭിക്കുന്ന ഓഫീസ്

informative [ɪn'fɔːmətɪv] *adj* വിജ്ഞാനപ്രദമായ

infrastructure ['ɪnfrəˌstrʌktʃə] *n* അടിസ്ഥാനസൌകര്യം

infuriating [ɪn'fjʊərɪeɪtɪŋ] *adj* രോഷംകൊള്ളിക്കുന്ന

ingenious [ɪn'dʒiːnjəs] *adj* വിദഗ്ദ്ധമായ

ingredient [ɪn'griːdɪənt] *n* ഘടകം

inhabitant [ɪn'hæbɪtənt] *n* തദ്ദേശവാസി

inhaler [ɪn'heɪlə] *n* ശ്വസനസഹായി, ഇൻഹേലർ

inherit [ɪn'hɛrɪt] *vt* അനന്തരാവകാശമായി ലഭിക്കുക, പരമ്പരാഗതമായി ലഭിക്കുക

inheritance [ɪn'hɛrɪtəns] *n* പാരമ്പര്യസ്വത്ത്

inhibition [ˌɪnɪ'bɪʃən] *n* ലജ്ജ

initial [ɪ'nɪʃəl] *adj* പ്രാരംഭമായ, പ്രഥമമായ ▷ *vt* ഒപ്പിടുക

initially [ɪ'nɪʃəlɪ] *adv* ആരംഭത്തിൽ

initials [ɪ'nɪʃəlz] *npl* ചുരുക്കപ്പേര്

initiative [ɪ'nɪʃɪətɪv] *n* ഉദ്യമം

inject [ɪn'dʒɛkt] *vt* കുത്തിവയ്ക്കുക

injection [ɪn'dʒɛkʃən] *n* കുത്തിവയ്പ്പ്

injure ['ɪndʒə] *vt* മുറിപ്പെടുത്തുക

injured ['ɪndʒəd] *adj* മുറിവേറ്റ

injury ['ɪndʒərɪ] *n* മുറിവ്

injury time ['ɪndʒərɪ taɪm] *n* ഇഞ്ചുറി ടൈം
injustice [ɪn'dʒʌstɪs] *n* അനീതി
ink [ɪŋk] *n* മഷി
in-laws ['ɪnlɔːz] *npl* ഭാര്യയുടെയോ ഭർത്താവിന്റെയോ ബന്ധുക്കൾ
inmate ['ɪn,meɪt] *n* അന്തേവാസി
inn [ɪn] *n (old-fashioned)* സത്രം
inner ['ɪnə] *adj* ഉള്ളിലെ
inner tube ['ɪnə tjuːb] *n* ഉള്ളിലെ കുഴൽ
innocent ['ɪnəsənt] *adj* നിരപരാധിയായ
innovation [,ɪnə'veɪʃən] *n* പുതുമ
innovative ['ɪnə,veɪtɪv] *adj* പുതുമയുള്ള
inquest ['ɪn,kwɛst] *n* മൃത്യുവിചാരണ
inquire [ɪn'kwaɪə] *v (formal)* അന്വേഷിക്കുക
inquiries office [ɪn'kwaɪərɪz-] *n* അന്വേഷണങ്ങൾക്കുള്ള ഓഫീസ്
inquiry [ɪn'kwaɪərɪ] *n* അന്വേഷണം
inquiry desk [ɪn'kwaɪərɪ dɛsk] *n* അന്വേഷണ ഡെസ്ക്
inquisitive [ɪn'kwɪzɪtɪv] *adj* ജിജ്ഞാസുവായ
insane [ɪn'seɪn] *adj* ബുദ്ധിഭ്രമമുള്ള
inscription [ɪn'skrɪpʃən] *n* ലേഖം
insect ['ɪnsɛkt] *n* കീടം
insecure [,ɪnsɪ'kjʊə] *adj* സുരക്ഷിതമല്ലാത്ത
insensitive [ɪn'sɛnsɪtɪv] *adj* നിർവ്വികാരമായ
inside ['ɪn'saɪd] *adv* അകത്ത് ▷ *n* അകം, ഉൾഭാഗം ▷ *prep* അകത്ത്, ഉള്ളിൽ
insincere [,ɪnsɪn'sɪə] *adj* ആത്മാർത്ഥതയില്ലാത്ത
insist [ɪn'sɪst] *v* നിർബന്ധം പിടിക്കുക
insomnia [ɪn'sɒmnɪə] *n* ഉറക്കമില്ലായ്മാ രോഗം
inspect [ɪn'spɛkt] *vt* പരിശോധിക്കുക
inspector [ɪn'spɛktə] *n* പരിശോധകൻ
instability [,ɪnstə'bɪlɪtɪ] *n* അസ്ഥിരത
instalment [ɪn'stɔːlmənt] *n* തവണ
instance ['ɪnstəns] *n* ഉദാഹരണം
instant ['ɪnstənt] *adj* പെട്ടെന്നുള്ള
instantly ['ɪnstəntlɪ] *adv* തത്ക്ഷണം, ഉടൻ

instead [ɪn'stɛd] *adv* പകരമായി

instead of [ɪn'stɛd ɒv; əv] *prep* പകരം

instinct ['ɪnstɪŋkt] *n* സഹജാവബോധം

institute ['ɪnstɪˌtjuːt] *n* സംഘടന

institution [ˌɪnstɪ'tjuːʃən] *n* സ്ഥാപനം

instruct [ɪn'strʌkt] *vt* *(formal)* പരിശീലിപ്പിക്കുക

instructions [ɪn'strʌkʃənz] *npl* നിർദ്ദേശങ്ങൾ

instructor [ɪn'strʌktə] *n* പരിശീലിപ്പിക്കുന്നയാൾ

instrument ['ɪnstrəmənt] *n* *(tool)* ഉപകരണം; *(musical)* വാദ്യോപകരണം

insufficient [ˌɪnsə'fɪʃənt] *adj (formal)* അപര്യാപ്തമായ

insulation [ˌɪnsjʊ'leɪʃən] *n* ഇൻസുലേഷൻ

insulin ['ɪnsjʊlɪn] *n* ഇൻസുലിൻ

insult ['ɪnsʌlt] *n* അപമാനം, അധിക്ഷേപം ▷ [ɪn'sʌlt] *vt* അപമാനിക്കുക, അധിക്ഷേപിക്കുക

insurance ['θɜːd'pɑːtɪ ɪn'ʃʊərəns; -'ʃɔː-] *n* ഇൻഷ്വറൻസ്

insurance certificate [ɪn'ʃʊərəns sə'tɪfɪkət] *n* ഇൻഷ്വറൻസ് സർട്ടിഫിക്കറ്റ്

insurance policy [ɪn'ʃʊərəns 'pɒlɪsɪ] *n* ഇൻഷ്വറൻസ് പോളിസി

insure [ɪn'ʃʊə] *v* ഇൻഷ്വർ ചെയ്യുക

insured [ɪn'ʃʊəd] *adj* ഇൻഷ്വർ ചെയ്ത

intact [ɪn'tækt] *adj* കേടുപറ്റാത്ത, ഭദ്രമായ

intellectual [ˌɪntɪ'lɛktʃʊəl] *adj* ബുദ്ധിപരമായ ▷ *n* ബുദ്ധിജീവി

intelligence [ɪn'tɛlɪdʒəns] *n* ബുദ്ധിശക്തി

intelligent [ɪn'tɛlɪdʒənt] *adj* ബുദ്ധിവൈഭവമുള്ള

intend [ɪn'tɛnd] *v* ഉദ്ദേശിക്കുക

intense [ɪn'tɛns] *adj* കഠിനമായ, തീക്ഷ്ണമായ

intensive [ɪn'tɛnsɪv] *adj* തീവ്രമായ

intensive care unit [ɪn'tɛnsɪv kɛə 'juːnɪt] *n* തീവ്ര പരിചരണ വിഭാഗം

intention [ɪn'tɛnʃən] *n* ലക്ഷ്യം

intentional [ɪn'tɛnʃənl] *adj* കരുതിക്കൂട്ടിയുള്ള

intercom ['ɪntəˌkɒm] *n* ഒരു കെട്ടിടത്തിനകത്തുള്ള ഫോൺ സംവിധാനം

interest ['ɪntrɪst] *n (curiosity)* താൽപര്യം; *(money)* പലിശ ▷ *vt* താൽപര്യം ജനിപ്പിക്കുക

interested ['ɪntrɪstɪd] *adj* താൽപര്യമുള്ള
interesting ['ɪntrɪstɪŋ] *adj* രസകരമായ
interest rate ['ɪntrəst reɪt] *n* പലിശ നിരക്ക്
interior [ɪn'tɪərɪə] *n* ഉൾഭാഗം
interior designer [ɪn'tɪərɪə dɪ'zaɪnə] *n* ഇന്റീരിയർ ഡിസൈനർ
intermediate [ˌɪntə'miːdɪɪt] *adj* ഇടയ്ക്കുള്ള
internal [ɪn'tɜːnl] *adj* ആന്തരികമായ
international [ˌɪntə'næʃənl] *adj* അന്തർദേശീയമായ
Internet ['ɪntəˌnɛt] *n* ഇന്റർനെറ്റ്
Internet café ['ɪntəˌnɛt 'kæfeɪ] *n* ഇന്റർനെറ്റ് കഫേ
Internet user ['ɪntəˌnɛt 'juːzə] *n* ഇന്റർനെറ്റ് ഉപയോക്താവ്
interpret [ɪn'tɜːprɪt] *vt* പരിഭാഷപ്പെടുത്തുക
interpreter [ɪn'tɜːprɪtə] *n* ദ്വിഭാഷി
interrogate [ɪn'tɛrəˌgeɪt] *vt* ചോദ്യം ചെയ്യുക
interrupt [ˌɪntə'rʌpt] *v* തടസപ്പെടുത്തുക
interruption [ˌɪntə'rʌpʃən] *n* തടസം
interval ['ɪntəvəl] *n* ഇടവേള
interview ['ɪntəˌvjuː] *n* അഭിമുഖം ▷ *vt* അഭിമുഖം നടത്തുക
interviewer ['ɪntəˌvjuːə] *n* അഭിമുഖം നടത്തുന്നയാൾ
intimate ['ɪntɪmɪt] *adj* ഉറ്റ
intimidate [ɪn'tɪmɪˌdeɪt] *vt* ഭീഷണിപ്പെടുത്തുക
into ['ɪntuː] *prep (put)* അതിലേക്ക്; *(go)* ഉള്ളിലേക്ക്
intolerant [ɪn'tɒlərənt] *adj* അസഹിഷ്ണുതയുള്ള
intranet ['ɪntrəˌnɛt] *n* ഒരു സ്ഥാപനത്തിനകത്തുള്ള ഇന്റർനെറ്റ് സംവിധാനം
introduce [ˌɪntrə'djuːs] *vt* പരിചയപ്പെടുത്തുക
introduction [ˌɪntrə'dʌkʃən] *n* അവതരണം
intruder [ɪn'truːdə] *n* അനുവാദമില്ലാതെ അകത്തു കടക്കുന്ന ആൾ
intuition [ˌɪntjʊ'ɪʃən] *n* അന്തർജ്ഞാനം, ഉൾക്കാഴ്ച
invade [ɪn'veɪd] *v* അതിക്രമിക്കുക
invalid ['ɪnvəˌlɪd] *n* അസാധു
invent [ɪn'vɛnt] *vt* പുതിയതായി കണ്ടുപിടിക്കുക
invention [ɪn'vɛnʃən] *n* കണ്ടുപിടിത്തം
inventor [ɪn'vɛntə] *n* ആവിഷ്കർത്താവ്, ഉപജ്ഞാതാവ്

i

inventory ['ɪnvəntərɪ] *n* വസ്തുവിവരപ്പട്ടിക
inverted commas [ɪn'vɜːtɪd 'kɒməz] *npl* ഉദ്ധരണി സൂചകമായ ചിഹ്നം
invest [ɪn'vɛst] *v* നിക്ഷേപിക്കുക
investigation [ɪn,vɛstɪ'geɪʃən] *n* അന്വേഷണം
investment [ɪn'vɛstmənt] *n* മുതൽമുടക്ക്
investor [ɪn'vɛstə] *n* നിക്ഷേപകൻ
invigilator [ɪn'vɪdʒɪ,leɪtə] *n* നിരീക്ഷകൻ
invisible [ɪn'vɪzəbl] *adj* അദൃശ്യമായ
invitation [,ɪnvɪ'teɪʃən] *n* ക്ഷണം
invite [ɪn'vaɪt] *vt* ക്ഷണിക്കുക
invoice ['ɪnvɔɪs] *n* ഇന്വോയിസ് ▷ *vt* ഇന്വോയിസ് അയയ്ക്കുക
involve [ɪn'vɒlv] *vt* ഉൾപ്പെടുക
iPod® ['aɪ,pɒd] *n* ഐപോഡ്®
IQ [aɪ kjuː] *abbr* ഐക്യൂ
Iran [ɪ'rɑːn] *n* ഇറാൻ
Iranian [ɪ'reɪnɪən] *adj* ഇറാനുമായി ബന്ധപ്പെട്ട ▷ *n (person)* ഇറാനിയൻ
Iraq [ɪ'rɑːk] *n* ഇറാക്ക്
Iraqi [ɪ'rɑːkɪ] *adj* ഇറാക്കുമായി ബന്ധപ്പെട്ട ▷ *n* ഇറാഖി
Ireland ['aɪələnd] *n* അയർലണ്ട്
iris ['aɪrɪs] *n* കണ്ണിലെ കൃഷ്ണമണിക്കു ചുറ്റുമുള്ള നിറമുള്ള ഭാഗം
Irish ['aɪrɪʃ] *adj* അയർലണ്ടിൽ നിന്നുള്ള ▷ *n* ഐറിഷ്
Irishman ['aɪrɪʃmən] *n* ഐറിഷുകാരൻ
Irishwoman ['aɪrɪʃwʊmən] *n* ഐറിഷുകാരി
iron ['aɪən] *n (metal)* ഇരുമ്പ് ▷ *v* ഇസ്തിരിയിടുക ▷ *n (for pressing clothes)* ഇസ്തിരിപ്പെട്ടി
ironic [aɪ'rɒnɪk] *adj* വിപരീതാർത്ഥകമായ, വ്യംഗ്യാർത്ഥമായ
ironing ['aɪənɪŋ] *n* ഇസ്തിരിയിടൽ
ironing board ['aɪənɪŋ bɔːd] *n* ഇസ്തിരി മേശ
ironmonger ['aɪən,mʌŋgə] *n* ഇരുമ്പുസാമാനവ്യാപാരി
irony ['aɪrənɪ] *n* വിപരീതാർത്ഥപ്രയോഗം
irregular [ɪ'rɛgjʊlə] *adj* ക്രമമല്ലാത്ത
irrelevant [ɪ'rɛləvənt] *adj* പൊരുത്തമില്ലാത്ത
irresponsible [,ɪrɪ'spɒnsəbl] *adj* ഉത്തരവാദിത്തമില്ലാത്ത

irritable ['ɪrɪtəbl] *adj* പ്രകോപിപ്പിക്കുന്ന
irritating ['ɪrɪ,teɪtɪŋ] *adj* പ്രകോപനപരമായ, ദേഷ്യം പിടിപ്പിക്കുന്ന
Islam ['ɪzlɑːm] *n* ഇസ്ലാംമതം
Islamic [ɪz'lɑːmɪk] *adj* ഇസ്ലാംമതത്തെ സംബന്ധിച്ച
island ['aɪlənd] *n* ദ്വീപ്
isolated ['aɪsə,leɪtɪd] *adj* ഒറ്റപ്പെട്ട
ISP [aɪ ɛs piː] *abbr* ഐഎസ്പി
Israel ['ɪzreɪəl] *n* ഇസ്രയേൽ
Israeli [ɪz'reɪlɪ] *adj* ഇസ്രയേലിനെ സംബന്ധിക്കുന്ന ▷ *n* ഇസ്രയേലി
issue ['ɪʃjuː] *n* പ്രശ്നം ▷ *vt* പുറപ്പെടുവിക്കുക
IT [aɪ tiː] *abbr* ഐടി
it [ɪt] *pron* അത്
Italian [ɪ'tæljən] *adj* ഇറ്റലിയെ സംബന്ധിക്കുന്ന ▷ *n (person)* ഇറ്റാലിയൻ; *(language)* ഇറ്റാലിയൻ ഭാഷ
Italy ['ɪtəlɪ] *n* ഇറ്റലി
itch [ɪtʃ] *vi* ചൊറിയുക
itchy ['ɪtʃɪ] *adj (informal)* ചൊറിച്ചിലുള്ള
item ['aɪtəm] *n* ഇനം
itinerary [aɪ'tɪnərərɪ] *n* യാത്രാകാര്യക്രമം
its [ɪts] *det* അതിന്റെ
itself [ɪt'sɛlf] *pron* തനിയെ
ivory ['aɪvərɪ] *n* ആനക്കൊമ്പ്, ദന്തം
ivy ['aɪvɪ] *n* ഒരിനം വള്ളിച്ചെടി

j

jab [dʒæb] *n* കുത്ത്
jack [dʒæk] *n* സാധാരണക്കാരൻ
jacket ['dʒækɪt] *n* ചെറുകുപ്പായം
jacket potato ['dʒækɪt pə'teɪtəʊ] *n* തൊലിയോടുകൂടി വേവിച്ച വലിയ ഉരുളക്കിഴങ്ങ്
jackpot ['dʒæk,pɒt] *n* ജാക്ക്പോട്ട്
jail [dʒeɪl] *n* ജയിൽ ▷ *vt* ജയിലിലടയ്ക്കുക
jam [dʒæm] *n* ജാം
Jamaican [dʒə'meɪkən] *adj* ജമൈക്കയെ സംബന്ധിച്ച ▷ *n* ജമൈക്കൻ
jam jar [dʒæm dʒɑː] *n* ജാം ജാർ
jammed [dʒæmd] *adj* തിങ്ങിനിറഞ്ഞ
janitor ['dʒænɪtə] *n* കാവൽക്കാരൻ

January ['dʒænjʊərɪ] *n* ജനുവരി
Japan [dʒə'pæn] *n* ജപ്പാൻ
Japanese [ˌdʒæpə'niːz] *adj* ജപ്പാനെ സംബന്ധിച്ച ▷ *n (people)* ജപ്പാൻകാരൻ; *(language)* ജപ്പാനീസ് ഭാഷ
jar [dʒɑː] *n* ജാർ
jaundice ['dʒɔːndɪs] *n* മഞ്ഞപ്പിത്തം
javelin ['dʒævlɪn] *n* ജാവലിൻ, ചാട്ടുളി
jaw [dʒɔː] *n* താടിയെല്ല്
jazz [dʒæz] *n* അമേരിക്കൻ നീഗ്രോകളുടെ ഗ്രാമീണസംഗീതം
jealous ['dʒɛləs] *adj* അസൂയാലുവായ, അസൂയയുള്ള
jeans [dʒiːnz] *npl* ജീൻസ്
Jehovah's Witness [dʒɪ'həʊvəz 'wɪtnəs] *n* യഹോവാ സാക്ഷികൾ
jelly ['dʒɛlɪ] *n* ജെല്ലി
jellyfish ['dʒɛlɪˌfɪʃ] *n* ജെല്ലിഫിഷ്
jersey ['dʒɜːzɪ] *n (old-fashioned)* ജേഴ്സി
Jesus ['dʒiːzəs] *n* യേശുക്രിസ്തു
jet [dʒɛt] *n* ജെറ്റ്
jetlag ['dʒɛtlæg] *n* വിമാനത്തിൽ സഞ്ചരിക്കുമ്പോൾ ഉണ്ടാകുന്ന ക്ഷീണവും ആലസ്യവും
jetty ['dʒɛtɪ] *n* ജെട്ടി
Jew [dʒuː] *n* യഹൂദൻ
jewel ['dʒuːəl] *n (precious stone)* രത്നം; *(item of jewellery)* ആഭരണം
jeweller ['dʒuːələ] *n (person)* ആഭരണവ്യാപാരി; ['dʒuːələz] *n (shop)* ആഭരണക്കട
jewellery ['dʒuːəlrɪ] *n* ആഭരണം
Jewish ['dʒuːɪʃ] *adj* യഹൂദമതത്തെ സംബന്ധിച്ച
jigsaw ['dʒɪgˌsɔː] *n* പരസ്പരം യോജിപ്പിക്കാവുന്ന പല കഷണങ്ങളായി മുറിച്ചത്
job [dʒɒb] *n* ജോലി
job centre [dʒɒb 'sɛntə] *n* തൊഴിൽ ഒഴിവിനെക്കുറിച്ചുള്ള വിവരങ്ങൾ ലഭിക്കുന്ന കേന്ദ്രം
jobless ['dʒɒblɪs] *adj* തൊഴിലില്ലാത്ത
jockey ['dʒɒkɪ] *n* ജോക്കി
jog [dʒɒg] *vi* വ്യായാമത്തിനായി ഓടുക
jogging ['dʒɒgɪŋ] *n* വ്യായാമ ഓട്ടം
join [dʒɔɪn] *v (link)* യോജിപ്പിക്കുക, കൂട്ടിചേർക്കുക; *(become a member of)* അംഗമാകുക

joiner ['dʒɔɪnə] *n* ആശാരി, മരപ്പണിക്കാരൻ
joint [dʒɔɪnt] *adj* ഒന്നിച്ചുള്ള, സംയുക്തമായ ▷ *n (join)* സന്ധി; *(meat)* പൊരിക്കാവുന്ന മാംസക്കഷണം
joint account [dʒɔɪnt ə'kaʊnt] *n* ഒന്നിച്ചുള്ള അക്കൌണ്ട്
joke [dʒəʊk] *n* തമാശ ▷ *vi* തമാശ പറയുക
jolly ['dʒɒlɪ] *adj* വിനോദപ്രിയനായ
Jordan ['dʒɔːdn] *n* ജോർദാൻ
Jordanian [dʒɔː'deɪnɪən] *adj* ജോർദാനെ സംബന്ധിച്ച ▷ *n* ജോർദാനിയൻ
jot down [dʒɒt daʊn] *v* കുറിച്ചെടുക്കുക
jotter ['dʒɒtə] *n* കുറിപ്പെഴുതാനുള്ള ചെറിയ പുസ്തകം
journalism ['dʒɜːn,lɪzəm] *n* മാധ്യമപ്രവർത്തനം
journalist ['dʒɜːnlɪst] *n* മാധ്യമപ്രവർത്തകൻ
journey ['dʒɜːnɪ] *n* യാത്ര
joy [dʒɔɪ] *n* ആഹ്ലാദം
joystick ['dʒɔɪ,stɪk] *n* ജോയ്സ്റ്റിക്ക്
judge [dʒʌdʒ] *n* ന്യായാധിപതി, ജഡ്ജി ▷ *vt* വിധി നിർണയിക്കുക
judo ['dʒuːdəʊ] *n* ജൂഡോ, ഒരിനം കരാട്ടേ
jug [dʒʌg] *n* ജഗ്
juggler ['dʒʌglə] *n* ചെപ്പടിവിദ്യക്കാരൻ
juice [dʒuːs] *n* പഴരസം
July [dʒuː'laɪ] *n* ജൂലൈ
jumbo jet ['dʒʌmbəʊ dʒɛt] *n* ജംബോ ജെറ്റ്, വലിയ വിമാനം
jump [dʒʌmp] *v* ചാടുക
jumper ['dʒʌmpə] *n* കമ്പിളിക്കുപ്പായം, ജമ്പർ
jump leads [dʒʌmp liːdz] *npl* വൈദ്യുത കേബിളുകൾ
junction ['dʒʌŋkʃən] *n* കവല
June [dʒuːn] *n* ജൂൺ
jungle ['dʒʌŋgl] *n* കാട്
junior ['dʒuːnjə] *adj* ജൂനിയർ
junk [dʒʌŋk] *n* ഉപയോഗശൂന്യമായ വസ്തുക്കൾ, അനാവശ്യവസ്തുക്കൾ
junk mail [dʒʌŋk meɪl] *n* അനാവശ്യ മെയിൽ
jury ['dʒʊərɪ] *n* ജൂറി
just [dʒəst] *adv* ഇപ്പോൾ
justice ['dʒʌstɪs] *n* നീതി, ന്യായം
justify ['dʒʌstɪ,faɪ] *vt* ന്യായീകരിക്കുക

K

kangaroo [ˌkæŋɡəˈruː] *n* കംഗാരു
karaoke [ˌkɑːrəˈəʊkɪ] *n* പ്രശസ്തമായ ഗാനങ്ങളുടെ, നേരത്തേ ലേഖനം ചെയ്ത സംഗീതത്തിന്റെ കൂടെ പാടുന്നത്
karate [kəˈrɑːtɪ] *n* കരാട്ടേ
Kazakhstan [ˌkɑːzɑːkˈstæn] *n* ഖസാക്കിസ്ഥാൻ
kebab [kəˈbæb] *n* കബാബ്
keen [kiːn] *adj* താത്പര്യമുള്ള, ആകാംക്ഷയുള്ള
keep [kiːp] *v (stay in a particular condition)* ഒരേനിലയിൽ തുടരുക, നിലനിർത്തുക ▷ *vi (stay in a particular position)* ഒഴിഞ്ഞുമാറി നടക്കുക, അകന്നു മാറി നടക്കുക ▷ *vt (continue)* തുടരുക; *(store)* വയ്ക്കുക
keep-fit [ˈkiːpˌfɪt] *n* ആരോഗ്യം നിലനിർത്താനുള്ള വ്യായാമമുറ
keep out [kiːp aʊt] *v* ഒഴിവാക്കുക
keep up [kiːp ʌp] *v* ഒരാൾക്ക് ഒപ്പം ഓടി എത്താൻ ശ്രമിക്കുക
kennel [ˈkɛnl] *n* നായ്ക്കൂട്, പട്ടിക്കൂട്
Kenya [ˈkɛnjə] *n* കെനിയ
Kenyan [ˈkɛnjən] *adj* കെനിയയെ സംബന്ധിച്ച ▷ *n* കെനിയൻ
kerb [kɜːb] *n* നടപ്പാതവക്കിലെ വിരിക്കല്ല്
kerosene [ˈkɛrəˌsiːn] *n (US)* മണ്ണെണ്ണ
ketchup [ˈkɛtʃəp] *n* കെച്ചപ്പ്
kettle [ˈkɛtl] *n* വെള്ളം തിളപ്പിക്കുന്നതിന് വാലുള്ള ലോഹപാത്രം, കെറ്റിൽ
key [kiː] *n (computer, instrument)* കീ; *(for lock)* താക്കോൽ
keyboard [ˈkiːˌbɔːd] *n* കട്ടകളുടെ നിര, കീബോർഡ്
keyring [ˈkiːˌrɪŋ] *n* താക്കോൽ വളയം
kick [kɪk] *n* തൊഴി ▷ *v* തൊഴിക്കുക
kick off [kɪk ɒf] *v* തുടക്കം കുറിക്കുക
kick-off [ˈkɪkɒf] *n* തുടക്കം
kid [kɪd] *n (informal)* കുട്ടി ▷ *vi (informal)* തമാശയായി പറയുക
kidnap [ˈkɪdnæp] *vt* തട്ടിക്കൊണ്ടുപോകുക
kidney [ˈkɪdnɪ] *n* വൃക്ക
kill [kɪl] *v* കൊല്ലുക

killer ['kɪlə] *n* കൊലയാളി
kilo ['kiːləʊ] *n* കിലോ
kilometre [kɪ'lɒmɪtə] *n* കിലോമീറ്റർ
kilt [kɪlt] *n* മുഴങ്കാൽ പാവാട, സ്കോട്ടിഷ് പുരുഷൻമാർ ധരിക്കുന്ന പരമ്പരാഗത വസ്ത്രം
kind [kaɪnd] *adj* ദയയുള്ള ▷ *n* തരം
kindly ['kaɪndlɪ] *adv* ദയവായി
kindness ['kaɪndnɪs] *n* ദയ
king [kɪŋ] *n* രാജാവ്
kingdom ['kɪŋdəm] *n* രാജ്യം
kingfisher ['kɪŋ,fɪʃə] *n* നീലപ്പൊന്മാൻ
kiosk ['kiːɒsk] *n* വഴിയരികിലെ ചെറിയ കട
kipper ['kɪpə] *n* ഉണക്കമീൻ
kiss [kɪs] *n* മുത്തം, ചുംബനം, ഉമ്മ ▷ *v* ഉമ്മവയ്ക്കുക, മുത്തം നൽകുക, ചുംബിക്കുക
kit [kɪt] *n* ഏതെങ്കിലും പ്രത്യേക ആവശ്യത്തിന് ഉപകരിക്കുന്ന സാധനങ്ങൾ അടക്കം ചെയ്തിരിക്കുന്ന പെട്ടി
kitchen ['kɪtʃɪn] *n* അടുക്കള
kite [kaɪt] *n* പട്ടം
kitten ['kɪtn] *n* പൂച്ചക്കുട്ടി
kiwi ['kiːwiː] *n* ന്യൂസിലൻഡിലെ ഒരു പക്ഷി
km/h *abbr* കിലോമീറ്റർ പെർ അവർ എന്നതിന്റെ ചുരുക്കെഴുത്ത് രൂപം
knee [niː] *n* കാൽമുട്ട്
kneecap ['niː,kæp] *n* മുട്ടുചിരട്ട
kneel [niːl] *vi* മുട്ടുകുത്തുക
kneel down [niːl daʊn] *v* മുട്ടിലിഴയുക
knickers ['nɪkəz] *npl* നിക്കർ
knife [naɪf] *n* കത്തി
knit [nɪt] *v* തുന്നുക
knitting ['nɪtɪŋ] *n* തുന്നൽ
knitting needle ['nɪtɪŋ 'niːdl] *n* തുന്നൽ സൂചി
knob [nɒb] *n* ഉരുണ്ട പിടി, ഉരുണ്ട ബട്ടൺ
knock [nɒk] *n* തട്ടൽ, മുട്ടൽ ▷ *vi* തട്ടുക, മുട്ടുക
knock down [nɒk daʊn] *v* ഇടിച്ചു നിരത്തുക
knock out [nɒk aʊt] *v* വീഴ്ത്തിക്കളയുക
knot [nɒt] *n* കുരുക്ക്
know [nəʊ] *vt (fact)* അറിയുക; *(person)* പരിചയമുണ്ടായിരിക്കുക
know-all ['nəʊɔːl] *n* *(informal)* സർവ്വജ്ഞനെന്ന് സ്വയം വിചാരിക്കുന്നവൻ
know-how ['nəʊ,haʊ] *n* *(informal)* പ്രായോഗികജ്ഞാനം
knowledge ['nɒlɪdʒ] *n* അറിവ്
knowledgeable ['nɒlɪdʒəbl] *adj* അറിവുള്ള
known [nəʊn] *adj* അറിയപ്പെടുന്ന

k

Koran [kɔː'rɑːn] *n* ഖുറാൻ
Korea [kə'riːə] *n* കൊറിയ
Korean [kə'riːən] *adj* കൊറിയയെ സംബന്ധിച്ച ▷ *n* *(person)* കൊറിയക്കാരൻ; *(language)* കൊറിയൻ ഭാഷ
kosher ['kəʊʃə] *adj* കോഷർ
Kosovo ['kɒsəvəʊ] *n* കൊസവോ
Kuwait [kʊ'weɪt] *n* കുവൈറ്റ്
Kuwaiti [kʊ'weɪtɪ] *adj* കുവൈറ്റിനെ സംബന്ധിച്ച ▷ *n* കുവൈറ്റ്കാരൻ
Kyrgyzstan ['kɪəgɪz,stɑːn] *n* കിർഗിസ്ഥാൻ

l

lab [læb] *n* ലാബ്
label ['leɪbl] *n* ലേബൽ
laboratory [lə'bɒrətərɪ] *n* പരീക്ഷണശാല
labour ['leɪbə] *n* അദ്ധ്വാനം
labourer ['leɪbərə] *n* തൊഴിലാളി
lace [leɪs] *n* *(cloth)* ലെയ്സ്, കിന്നരി; *(shoelace)* ചരട്
lack [læk] *n* കുറവ്, അഭാവം
lacquer ['lækə] *n* വാർണിഷ്
lad [læd] *n* *(informal)* ബാലൻ
ladder ['lædə] *n* ഏണി
ladies ['leɪdɪz] *n* സ്ത്രീകൾക്കുള്ള പൊതു ശൌചാലയം
ladle ['leɪdl] *n* തവി
lady ['leɪdɪ] *n* വനിത
ladybird ['leɪdɪ,bɜːd] *n* ഒരു തരം വണ്ട്
lag behind [læg bɪ'haɪnd] *vi* പിന്നിലാവുക
lager ['lɑːgə] *n* വീര്യമില്ലാത്ത ബിയർ
lagoon [lə'guːn] *n* കായൽ
laid-back ['leɪdbæk] *adj* *(informal)* അലസമായ
lake [leɪk] *n* തടാകം
lakh [lɑːk] *n* *(100,000)* ലക്ഷം
lamb [læm] *n* ആട്ടിൻകുട്ടി
lame [leɪm] *adj* മുടന്തുള്ള
lamp [læmp] *n* വിളക്ക്
lamppost ['læmp,pəʊst] *n* വിളക്കുകാൽ
lampshade ['læmp,ʃeɪd] *n* വിളക്കിന്റെ മൂടി
land [lænd] *n* ഭൂമി, നിലം ▷ *v* നിലത്തിറങ്ങുക
landing ['lændɪŋ] *n* കോണിപ്പടികളുടെ മേലറ്റം
landlady ['lænd,leɪdɪ] *n* ഭൂവുടമസ്ഥ
landlord ['lænd,lɔːd] *n* ഭൂവുടമസ്ഥൻ
landmark ['lænd,mɑːk] *n* അതിരടയാളം

landowner ['lænd,əʊnə] *n* ഭൂവുടമ
landscape ['lænd,skeɪp] *n* ഭൂദൃശ്യം
landslide ['lænd,slaɪd] *n* വൻ ഭൂരിപക്ഷം
lane [leɪn] *n* ഇടവഴി
language ['læŋgwɪdʒ] *n* ഭാഷ
language laboratory ['læŋgwɪdʒ lə'bɒrətərɪ] *n* ഭാഷാ ലബോറട്ടറി
language school ['læŋgwɪdʒ skuːl] *n* ഭാഷാ സ്കൂൾ
lanky ['læŋkɪ] *adj* നീണ്ടുമെലിഞ്ഞ
Laos [laʊz] *n* ലാവോസ്
lap [læp] *n* മടിത്തട്ട്
laptop ['læp,tɒp] *n* ലാപ്ടോപ്പ്
larder ['lɑːdə] *n* കലവറ
large [lɑːdʒ] *adj* വലിയ
largely ['lɑːdʒlɪ] *adv* ഏറെക്കുറെ
laryngitis [,lærɪn'dʒaɪtɪs] *n* ലാരിഞ്ചൈറ്റിസ്, സംസാരിക്കാൻ ബുദ്ധിമുട്ട് ഉണ്ടാക്കുന്ന ഒരുതരം രോഗം
laser ['leɪzə] *n* ലേസർ
lass [læs] *n* ബാലിക, പെൺകുട്ടി
last [lɑːst] *adj* *(previous)* കഴിഞ്ഞ, തൊട്ട് മുമ്പിലത്തെ ▷ *adv* ഏറ്റവും ഒടുവിലായി ▷ *v* നീണ്ടുനിൽക്കുക ▷ *adj* *(coming after all others)* അവസാനത്തെ
lastly ['lɑːstlɪ] *adv* അവസാനമായി
late [leɪt] *adj* *(after the proper time)* വൈകിയ, താമസിച്ച്; *(dead)* മരിച്ചുപോയ ▷ *adv* വൈകി; *(near the end)* അവസാനം
lately ['leɪtlɪ] *adv* അടുത്തകാലത്ത്
later ['leɪtə] *adv* പിന്നീട്, കഴിഞ്ഞ്
Latin ['lætɪn] *n* ലത്തീൻ ഭാഷ
Latin America ['lætɪn ə'mɛrɪkə] *n* ലാറ്റിൻ അമേരിക്ക
Latin American ['lætɪn ə'mɛrɪkən] *adj* ലാറ്റിൻ അമേരിക്കയെ സംബന്ധിച്ച
latitude ['lætɪ,tjuːd] *n* അക്ഷാംശം
Latvia ['lætvɪə] *n* ലാറ്റ്വിയ
Latvian ['lætvɪən] *adj* ലാറ്റ്വിയയെ സംബന്ധിച്ച ▷ *n* *(person)* ലാറ്റ്വിയൻ; *(language)* ലാറ്റ്വിയൻ
laugh [lɑːf] *n* ചിരി ▷ *vi* ചിരിക്കുക
laughter ['lɑːftə] *n* ചിരിയുടെ ശബ്ദം, പൊട്ടിച്ചിരി
launch [lɔːntʃ] *vt* വിക്ഷേപിക്കുക

l

Launderette® [ˌlɔːndəˈrɛt] *n* പണമടച്ച് വസ്ത്രം കഴുകാനും ഉണക്കാനുമുള്ള സ്ഥലം
laundry [ˈlɔːndrɪ] *n* തുണി അലക്കൽ
lava [ˈlɑːvə] *n* ദ്രവശില, ലാവ
lavatory [ˈlævətərɪ] *n* കക്കൂസ്
lavender [ˈlævəndə] *n* കർപ്പൂരവള്ളി
law [lɔː] *n* നിയമം
lawn [lɔːn] *n* പുൽത്തകിടി
lawnmower [ˈlɔːnˌməʊə] *n* പുല്ല് ചെത്തുന്ന യന്ത്രം
law school [lɔː skuːl] *n* നിയമം പഠിപ്പിക്കുന്ന സ്കൂൾ
lawyer [ˈlɔːjə] *n* വക്കീൽ
laxative [ˈlæksətɪv] *n* വിരേചനൌഷധം
lay [leɪ] *vt (put down)* ഇടുക, വയ്ക്കുക; *(egg)* മുട്ടയിടുക
layby [ˈleɪˌbaɪ] *n* പ്രധാന റോഡിന്റെ അരികിൽ കാറുകൾ അല്പസമയത്തേയ്ക്ക് കയറ്റി നിറുത്താൻ സാധിക്കുന്ന ഇടവഴി
layer [ˈleɪə] *n* പാളി
lay off [leɪ ɒf] *v* ജോലിക്കുറവായതുകൊണ്ട് തൽക്കാലം പിരിച്ചയക്കുക
layout [ˈleɪˌaʊt] *n* കെട്ടിടത്തിന്റേയും മറ്റും പ്ലാൻ
lazy [ˈleɪzɪ] *adj* അലസനായ
lead [lɛd] *n (metal)* ഈയം; [liːd] *n (in a play or film)* മുഖ്യകഥാപാത്രം; *(in a race or competition)* മുൻപന്തിയിൽ ▷ *vt* നയിക്കുക
leader [ˈliːdə] *n* നേതാവ്
lead-free [ˌlɛdˈfriː] *adj* ഈയമില്ലാത്ത
lead singer [liːd ˈsɪŋə] *n* മുഖ്യ ഗായിക, മുഖ്യ/ഗായകൻ
leaf [liːf] *n* ഇല
leaflet [ˈliːflɪt] *n* ലഘുലേഖ
league [liːg] *n* ഐക്യം
leak [liːk] *n* ചോർച്ച ▷ *vi* ചോരുക
lean [liːn] *vi* ചരിയുക, ചായുക
lean forward [liːn ˈfɔːwəd] *v* മുമ്പോട്ട് ചായുക
lean on [liːn ɒn] *v* ആശ്രയിക്കുക
lean out [liːn aʊt] *v* പുറത്തേക്ക് ചായുക
leap [liːp] *vi* കുതിക്കുക
leap year [liːp jɪə] *n* അധിവർഷം
learn [lɜːn] *v* പഠിക്കുക
learner [ˈlɜːnə] *n* പഠിക്കുന്നയാൾ
learner driver [ˈlɜːnə ˈdraɪvə] *n* വാഹനമോടിക്കാൻ പരിശീലിക്കുന്നയാൾ
lease [liːs] *n* ഒറ്റി, പാട്ടം ▷ *vt* വാടകയ്ക്ക് എടുക്കുക
least [liːst] *adj* ഏറ്റവും ചെറിയ
leather [ˈlɛðə] *n* തുകൽ

leave [liːv] *n* അവധി ▷ *v (place)* വിടുക ▷ *vt (let remain somewhere)* വച്ചുപോരുക
leave out [liːv aʊt] *v* വിട്ടുകളയുക
Lebanese [ˌlɛbəˈniːz] *adj* ലെബനനെ സംബന്ധിച്ച ▷ *n* ലെബനീസ്
Lebanon [ˈlɛbənən] *n* ലെബനോൺ
lecture [ˈlɛktʃə] *n* പ്രഭാഷണം ▷ *vi* പ്രസംഗിക്കുക
lecturer [ˈlɛktʃərə] *n* കോളേജ് അധ്യാപകൻ
leek [liːk] *n* ഉള്ളിപോലുള്ള ഒരിനം ചെടി
left [lɛft] *adj* അവശേഷിച്ച ▷ *adv* ഇടത്തേയ്ക്ക് ▷ *n* ഇടത്തുവശം
left-hand [ˌlɛftˈhænd] *adj* ഇടതുവശത്തുള്ള
left-hand drive [ˈlɛft,hænd draɪv] *n* ഇടത് വശത്ത് സ്റ്റിയറിംഗ് ഘടിപ്പിച്ചിട്ടുള്ള വാഹനമോടിക്കൽ
left-handed [ˌlɛftˈhændɪd] *adj* ഇടങ്കൈയ്യനായ
left luggage [lɛft ˈlʌgɪdʒ] *n* സൂക്ഷിക്കാൻ ഏൽപ്പിച്ചിട്ടുള്ള ലഗേജ്
left-luggage office [ˌlɛftˈlʌgɪdʒ ˈɒfɪs] *n* റെയിൽവേ സ്റ്റേഷനിലും മറ്റും ലഗേജ് സൂക്ഷിക്കാനുള്ള ഓഫീസ്
leftovers [ˈlɛft,əʊvəz] *npl* എച്ചിൽ
left-wing [ˈlɛft,wɪŋ] *adj* ഇടതുപക്ഷത്തുള്ള
leg [lɛg] *n (person, animal)* കാൽ; *(table, chair)* മേശയുടെയോ കസേരയുടെയോ കാൽ
legal [ˈliːgl] *adj* നിയമപരമായ
legend [ˈlɛdʒənd] *n* ഐതിഹ്യം
leggings [ˈlɛgɪŋz] *npl* ഇലാസ്തികതയുള്ള തുണി കൊണ്ട് ഉണ്ടാക്കുന്ന ഒരിനം പാന്റ്സ്
legible [ˈlɛdʒəbl] *adj* സുവ്യക്തമായ, വായിക്കത്തക്ക
legislation [ˌlɛdʒɪsˈleɪʃən] *n (formal)* നിയമരൂപീകരണം, നിയമനിർമാണം
leisure [ˈlɛʒə] *n* വിശ്രമവേള
leisure centre [ˈlɛʒə ˈsɛntə] *n* വിശ്രമവേള ചെലവഴിക്കാനുള്ള കേന്ദ്രം
lemon [ˈlɛmən] *n* ചെറുനാരങ്ങ
lemonade [ˌlɛməˈneɪd] *n* നാരങ്ങാവെള്ളം
lend [lɛnd] *vt* കടംകൊടുക്കുക
length [lɛŋkθ] *n* നീളം
lens [lɛnz] *n* ലെൻസ്
Lent [lɛnt] *n* നോമ്പുകാലം

lentils ['lɛntɪlz] *npl* പയറ്, തുവര തുടങ്ങിയവ
Leo ['liːəʊ] *n* സിംഹരാശി
leopard ['lɛpəd] *n* പുള്ളിപ്പുലി
leotard ['lɪəˌtɑːd] *n* ശരീരത്തിനോട് ഇറുകിക്കിടക്കുന്ന ഒരിനം വസ്ത്രം
less [lɛs] *adv* കുറഞ്ഞ ▷ *pron* കുറച്ച് ▷ *adj* കുറഞ്ഞ
lesson ['lɛsn] *n* പാഠം
let [lɛt] *vt* അനുവദിക്കുക
let down [lɛt daʊn] *v* നിരാശപ്പെടുത്തുക
let in [lɛt ɪn] *v* കടത്തിവിടുക
letter ['lɛtə] *n (alphabet)* അക്ഷരം; *(message)* കത്ത്
letterbox ['lɛtəˌbɒks] *n* കത്തിടാനുള്ള ബോക്സ്
lettuce ['lɛtɪs] *n* പച്ചടികീര
leukaemia [luː'kiːmɪə] *n* രക്താർബുദം
level ['lɛvl] *adj* തുല്യതയുള്ള ▷ *n* നിരപ്പ്
level crossing ['lɛvl 'krɒsɪŋ] *n* റോഡിനെ, റെയിൽവേ ലൈൻ മുറിച്ചുകടക്കുന്ന ഇടം
lever ['liːvə] *n* ഉത്തോലകം
liar ['laɪə] *n* നുണയൻ
liberal ['lɪbərəl] *adj* തുറന്നമനസ്സുള്ള
liberation [ˌlɪbə'reɪʃən] *n* വിമോചനം
Liberia [laɪ'bɪərɪə] *n* ലൈബീരിയ
Liberian [laɪ'bɪərɪən] *adj* ലൈബീരിയൻ ▷ *n* ലൈബീരിയൻ
Libra ['liːbrə] *n* തുലാരാശി
librarian [laɪ'brɛərɪən] *n* ഗ്രന്ഥശാലാപരിപാലകൻ, ലൈബ്രേറിയൻ
library ['laɪbrərɪ] *n* ഗ്രന്ഥശാല, ലൈബ്രറി
Libya ['lɪbɪə] *n* ലിബിയ
Libyan ['lɪbɪən] *adj* ലിബിയയെ സംബന്ധിച്ച ▷ *n* ലിബിയൻ
lice [laɪs] *npl* പേൻ
licence ['laɪsəns] *n* അധികാരപത്രം, ലൈസൻസ്
lick [lɪk] *vt* നക്കുക
lid [lɪd] *n* മൂടി, അടപ്പ്
lie [laɪ] *n* നുണ. കള്ളം ▷ *vi* കിടക്കുക
Liechtenstein ['lɪktənˌstaɪn] *n* മധ്യ യൂറോപ്പിലെ റൈനിലുള്ള ചെറിയ മലകൾ
lie-in ['laɪɪn] *n (informal)* പതിവിൽ കൂടുതൽ നേരം കിടക്കയിൽ കിടക്കുക
lieutenant [lɛf'tɛnənt] *n* ലെഫ്റ്റനെന്റ്, ആർമിയിലെ ജൂനിയർ ഓഫീസർ
life [laɪf] *n* ജീവൻ
lifebelt ['laɪfˌbɛlt] *n* പ്രാണരക്ഷപ്പട്ട

lifeboat ['laɪf,bəʊt] *n* പ്രാണരക്ഷാത്തോണി
lifeguard ['laɪf,gɑːd] *n* അപകടത്തിൽപ്പെട്ട നീന്തൽക്കാരെ സഹായിക്കാൻ നിയമിതനായ നീന്തൽ വിദഗ്ധൻ
life jacket [laɪf 'dʒækɪt] *n* വെള്ളത്തിൽ പൊങ്ങിക്കിടക്കാൻ ഉപയോഗിക്കുന്ന ജാക്കറ്റ്
life-saving ['laɪf,seɪvɪŋ] *adj* ജീവൻ രക്ഷിക്കുന്ന
lifestyle ['laɪf,staɪl] *n* ജീവിതചക്രം
lift [lɪft] *n (in car)* വാഹനത്തിൽ സൌജന്യമായി കയറ്റിക്കൊണ്ടു പോകൽ; *(in a tall building)* ലിഫ്റ്റ് ▷ *vt* ഉയർത്തുക
light [laɪt] *adj (weighing little)* ലഘുവായ, ഭാരം കുറഞ്ഞ; *(bright)* പ്രകാശമുള്ള, വെളിച്ചമുള്ള ▷ *n (sun)* സൂര്യപ്രകാശം ▷ *vt* കത്തിക്കുക ▷ *n (lamp)* വിളക്ക് ▷ *adj (pale)* നേർത്ത
light bulb [laɪt bʌlb] *n* ലൈറ്റ് ബൾബ്
lighter ['laɪtə] *n* സിഗരറ്റ് കത്തിക്കാൻ ഉപയോഗിക്കുന്ന ചെറിയ ഉപകരണം, ലൈറ്റർ
lighthouse ['laɪt,haʊs] *n* വിളക്കുമാടം, ദീപസ്തംഭം
lighting ['laɪtɪŋ] *n* വെളിച്ചത്തിനുള്ള സംവിധാനം
lightning ['laɪtnɪŋ] *n* മിന്നൽ
like [laɪk] *prep* അതുപോലെ ▷ *vt (enjoy)* ഇഷ്ടപ്പെടുക ▷ *v (be)* എന്തെങ്കിലും എങ്ങനെയിരിക്കുന്നു എന്നത് സൂചിപ്പിക്കാൻ ഉപയോഗിക്കുന്നു
likely ['laɪklɪ] *adj* മിക്കവാറും
lilac ['laɪlək] *adj* നീലാരുണവർണമുള്ള ▷ *n* വയമ്പുചെടി
lily ['lɪlɪ] *n* ലില്ലിച്ചെടി
lily of the valley ['lɪlɪ əv ðə 'vælɪ] *n* വലിയ ഇലകളും മണിയുടെ ആകൃതിയിലുള്ള ചെറിയ വെള്ളപൂക്കളുമുണ്ടാകുന്ന ചെറിയ ചെടി
lime [laɪm] *n (fruit)* ചെറുനാരങ്ങ; *(substance)* ചുണ്ണാമ്പ്, കുമ്മായം
limestone ['laɪm,stəʊn] *n* ചുണ്ണാമ്പുകല്ല്
limit ['lɪmɪt] *n* പരിധി
limousine ['lɪmə,ziːn] *n* വലിയ മോട്ടോർകാർ
limp [lɪmp] *vi* മുടന്തുക
line [laɪn] *n* രേഖ, വര
linen ['lɪnɪn] *n* ലിനൻ
liner ['laɪnə] *n* വലിയ യാത്രാക്കപ്പൽ

linguist ['lɪŋgwɪst] *n* ഭാഷാനിപുണൻ, ഭാഷാപണ്ഡിതൻ
linguistic [lɪŋ'gwɪstɪk] *adj* ഭാഷാപരമായ
lining ['laɪnɪŋ] *n* ലൈനിംഗ്
link [lɪŋk] *n* ബന്ധം ▷ *vt* ബന്ധപ്പെടുത്തുക, ബന്ധിപ്പിക്കുക
lino ['laɪnəʊ] *n* പരുപരുത്ത തിളക്കമുള്ള വസ്തുകൊണ്ട് പൊതിഞ്ഞ തറവിരി
lion ['laɪən] *n* സിംഹം
lioness ['laɪənɪs] *n* പെൺസിംഹം
lip [lɪp] *n* ചുണ്ട്, അധരം
lip-read ['lɪp,riːd] *vi* ചുണ്ടിന്റെ ചലനം നോക്കി സംസാരം മനസിലാക്കുക
lip salve [lɪp sælv] *n* ചുണ്ട് വിണ്ടുകീറുമ്പോൾ പുരട്ടുന്ന മരുന്ന്
lipstick ['lɪp,stɪk] *n* ലിപ്സ്റ്റിക്
liqueur [lɪ'kjʊə] *n* മധുരമുള്ള മദ്യം
liquid ['lɪkwɪd] *n* ദ്രാവകം
liquidizer ['lɪkwɪ,daɪzə] *n* ഭക്ഷണം ദ്രവരൂപത്തിൽ ആക്കുന്നതിനുള്ള ഉപകരണം
list [lɪst] *n* പട്ടിക ▷ *vt* പട്ടികയിലാക്കുക
listen ['lɪsn] *vi (pay attention)* ശ്രദ്ധിക്കുക; *(take heed)* കേൾക്കുക,
listener ['lɪsnə] *n* ശ്രോതാവ്
literally ['lɪtərəlɪ] *adv* അക്ഷരാർത്ഥത്തിൽ
literature ['lɪtərɪtʃə] *n* സാഹിത്യം
Lithuania [,lɪθjʊ'eɪnɪə] *n* ലിത്വാനിയ
Lithuanian [,lɪθjʊ'eɪnɪən] *adj* ലിത്വാനിയയെ സംബന്ധിച്ച ▷ *n (person)* ലിത്വാനിയൻ; *(language)* ലിത്വാനിയൻ ഭാഷ
litre ['liːtə] *n* ലിറ്റർ
litter ['lɪtə] *n (rubbish)* ചപ്പുചവറുകൾ; *(animals)* ഒരു മൃഗത്തിന്റെ ഒറ്റ പ്രസവത്തിലെ കുഞ്ഞുങ്ങൾ
litter bin ['lɪtə bɪn] *n* ചപ്പുചവറ് ഇടാനുള്ള പാത്രം
little ['lɪtl] *adj* ചെറിയ
live [laɪv] *adj* ജീവനുള്ള ▷ [lɪv] *vi (dwell)* താമസിക്കുക; *(be alive)* ജീവിച്ചിരിക്കുക
lively ['laɪvlɪ] *adj* ഉത്സാഹമുള്ള, ചുറുചുറുക്കുള്ള
live on [lɪv ɒn] *v* ചെലവ് നടത്തുക
liver ['lɪvə] *n* കരൾ
living ['lɪvɪŋ] *n* ഉപജീവനം
living room ['lɪvɪŋ rʊm] *n* പൊതു ആവശ്യങ്ങൾക്കുള്ള മുറി
lizard ['lɪzəd] *n* പല്ലി

load [ləʊd] *n* ഭാരം ▷ *vt* ഭാരം നിറയ്ക്കുക, ഭാരം കയറ്റുക
loaf [ləʊf] *n* റൊട്ടി, ഒരു മുഴുവൻ റൊട്ടി
loan [ləʊn] *n* വായ്പ ▷ *vt* വായ്പയെടുക്കുക
loathe [ləʊð] *vt* വെറുക്കുക
lobster ['lɒbstə] *n* കടൽ ഞണ്ട്
local ['ləʊkl] *adj* പ്രാദേശികമായ
local anaesthetic ['ləʊkl ,ænɪs'θɛtɪk] *n* വേദന അറിയാതിരിക്കാനായി ശരീരത്തിലെ ചെറിയൊരു ഭാഗത്ത് നടത്തുന്ന കുത്തിവെപ്പ്
location [ləʊ'keɪʃən] *n* സ്ഥലം, സ്ഥാനം
lock [lɒk] *n (on door)* പൂട്ട്; *(hair)* മുടിച്ചുരുൾ ▷ *vt* പൂട്ടുക
locker ['lɒkə] *n* ലോക്കർ
locket ['lɒkɪt] *n* ലോക്കറ്റ്
lock out [lɒk aʊt] *v* പുറത്താക്കി വീടുപൂട്ടുക
locksmith ['lɒk,smɪθ] *n* പൂട്ട് ഉണ്ടാക്കുന്നയാൾ
lodger ['lɒdʒə] *n* വാടകക്കാരൻ
loft [lɒft] *n* തട്ടിൻപുറം
log [lɒg] *n* തടിക്കഷണം
logical ['lɒdʒɪkl] *adj* യുക്തിപരമായ
log in [lɒg ɪn] *v* ലോഗ് ഇൻ ചെയ്യുക
logo ['ləʊgəʊ] *n* ലോഗോ
log out [lɒg aʊt] *v* ലോഗ് ഔട്ട് ചെയ്യുക
lollipop ['lɒlɪ,pɒp] *n* ലോലിപൊപ്പ്
lolly ['lɒlɪ] *n* ലോലി, കോലുമിഠായി
London ['lʌndən] *n* ലണ്ടൻ
loneliness ['ləʊnlɪnɪs] *n* ഏകാന്തത
lonely ['ləʊnlɪ] *adj* ഏകാന്തമായ, ഒറ്റയ്ക്കുള്ള
lonesome ['ləʊnsəm] *adj* ഏകാകിയായ, ഏകാന്തമായ
long [lɒŋ] *adj (in time)* നീണ്ട, ദൈർഘ്യമുള്ള ▷ *adv* നീണ്ട കാലത്തേയ്ക്ക് ▷ *v* ആഗ്രഹിക്കുക ▷ *adj (in distance)* നീളമുള്ള, നീണ്ട
longer ['lɒŋgə] *adv* കുറച്ചധികം സമയത്തേക്ക്
longitude ['lɒndʒɪ,tjuːd] *n* രേഖാംശം
long jump [lɒŋ dʒʌmp] *n* ലോങ്ങ് ജംപ്
loo [luː] *n (informal)* ടോയ്‌ലറ്റ്
look [lʊk] *n* നോട്ടം ▷ *vi (regard)* നോക്കുക ▷ *v (appear)* കാണപ്പെടുക
look after [lʊk 'ɑːftə] *v* സംരക്ഷിക്കുക, പരിപാലിക്കുക
look at [lʊk æt] *vi* നോക്കുക
look for [lʊk fɔː] *v* അന്വേഷിക്കുക

look round [lʊk raʊnd] *v* ചുറ്റിക്കാണുക

look up [lʊk ʌp] *v* നോക്കികണ്ടെത്തുക

loose [luːs] *adj (not fixed)* അയഞ്ഞ, ഇളകിയ; *(baggy)* അയവുള്ള, അയഞ്ഞ

lorry [ˈlɒrɪ] *n* ലോറി

lorry driver [ˈlɒrɪ ˈdraɪvə] *n* ലോറി ഡ്രൈവർ

lose [luːz] *v* പരാജയപ്പെടുക ▷ *vt (misplace)* നഷ്ടപ്പെടുക

loser [ˈluːzə] *n* പരാജയപ്പെട്ടവർ, പരാജിതർ

loss [lɒs] *n* നഷ്ടം

lost [lɒst] *adj* വഴിതെറ്റിയ

lot [lɒt] *n* വളരെയധികം, ധാരാളം

lotion [ˈləʊʃən] *n* ലോഷൻ

lottery [ˈlɒtərɪ] *n* ഭാഗ്യക്കുറി

loud [laʊd] *adj* ഉച്ചത്തിലുള്ള

loudly [ˈlaʊdlɪ] *adv* ഉച്ചത്തിൽ

loudspeaker [ˌlaʊdˈspiːkə] *n* ഉച്ചഭാഷിണി

lounge [laʊndʒ] *n* സ്വീകരണമുറി

lousy [ˈlaʊzɪ] *adj (informal)* അറയ്ക്കത്തക്ക

love [lʌv] *n* സ്നേഹം ▷ *vt (care about)* സ്നേഹിക്കുക; *(enjoy)* ഇഷ്ടപ്പെടുക

lovely [ˈlʌvlɪ] *adj* മനോഹരമായ

low [ləʊ] *adj (in height)* താഴ്ന്ന ▷ *adv* താഴെയായി ▷ *adj (number)* കുറഞ്ഞ, താഴ്ന്ന

low-alcohol [ˈləʊˌælkəhɒl] *adj* മദ്യത്തിന്റെ അളവ് കുറഞ്ഞ

lower [ˈləʊə] *adj* കീഴെയുള്ള, അടിയിലുള്ള ▷ *vt* താഴ്ത്തുക

low-fat [ˈləʊˌfæt] *adj* കൊഴുപ്പ് കുറഞ്ഞ

low season [ləʊ ˈsiːzn] *n* സീസൺ അല്ലാത്ത സമയം

loyalty [ˈlɔɪəltɪ] *n* കൂറ്

luck [lʌk] *n* ഭാഗ്യം

luckily [ˈlʌkɪlɪ] *adv* ഭാഗ്യത്തിന്

lucky [ˈlʌkɪ] *adj* ഭാഗ്യമുള്ള

lucrative [ˈluːkrətɪv] *adj* ലാഭകരമായ

luggage [ˈlʌgɪdʒ] *n* ലഗേജ്

luggage rack [ˈlʌgɪdʒ ræk] *n* ട്രെയിനിലും മറ്റും ലഗേജ് വയ്ക്കാനുള്ള ഇടം

lukewarm [ˌluːkˈwɔːm] *adj* ചെറുചൂടുള്ള

lullaby [ˈlʌləˌbaɪ] *n* താരാട്ടുപാട്ട്

lump [lʌmp] *n* കട്ട

lunatic [ˈluːnətɪk] *n (informal)* ഭ്രാന്തൻ

lunch [lʌntʃ] *n* ഉച്ചഭക്ഷണം

lunch break [lʌntʃ breɪk] *n* ഉച്ചഭക്ഷണ ഇടവേള

lunchtime ['lʌntʃˌtaɪm] *n* ഉച്ചഭക്ഷണ സമയം
lung [lʌŋ] *n* ശ്വാസകോശം
lush [lʌʃ] *adj* സമൃദ്ധമായ
Luxembourg ['lʌksəm,bɜːg] *n* ലക്സംബർഗ്
luxurious [lʌg'zjʊərɪəs] *adj* ആഡംബരമുള്ള
luxury ['lʌkʃərɪ] *n* ആഡംബരം
lyrics ['lɪrɪks] *npl* പാട്ടിന്റെ വരികൾ

m

mac [mæk] *n* വെള്ളം കടക്കാത്ത തുണി കൊണ്ടുണ്ടാക്കിയ മഴക്കോട്ട്
macaroni [ˌmækə'rəʊnɪ] *npl* മാക്രോണി
machine [mə'ʃiːn] *n* യന്ത്രം
machine gun [mə'ʃiːn gʌn] *n* യന്ത്രത്തോക്ക്
machinery [mə'ʃiːnərɪ] *n* യന്ത്രസാമഗ്രി
machine washable [mə'ʃiːn 'wɒʃəbl] *adj* വാഷിംഗ് മെഷീനിലിട്ട് കഴുകാവുന്ന
mackerel ['mækrəl] *n* അയല മീൻ
mad [mæd] *adj (mentally ill)* മാനസികാസ്വാസ്ഥ്യമുള്ള, ഭ്രാന്തുള്ള; *(informal, angry)* രോഷം കൊണ്ട
Madagascar [ˌmædə'gæskə] *n* മഡഗാസ്കർ ദ്വീപ്
madam ['mædəm] *n* ശ്രീമതി
madly ['mædlɪ] *adv* ഭ്രാന്തമായി
madman ['mædmən] *n* ഭ്രാന്തൻ
madness ['mædnɪs] *n* ഭ്രാന്ത്
magazine [ˌmægə'ziːn] *n (publication)* മാസിക, മാഗസിൻ; *(gun)* ആട്ടോമാറ്റിക് തോക്കിൽ വെടിയുണ്ട ഇടുന്ന സ്ഥലം
maggot ['mægət] *n* പുഴു, ലാർവ്വ
magic ['mædʒɪk] *adj* മാന്ത്രികമായ ▷ *n* ഇന്ദ്രജാലം
magical ['mædʒɪkəl] *adj* മാന്ത്രികമായ
magician [mə'dʒɪʃən] *n* മാന്ത്രികൻ
magistrate ['mædʒɪˌstreɪt] *n* നീതിപതി, മജിസ്ട്രേറ്റ്
magnet ['mægnɪt] *n* കാന്തം
magnetic [mæg'nɛtɪk] *adj* കാന്തശക്തിയുള്ള
magnificent [mæg'nɪfɪsnt] *adj* അതിഗംഭീരമായ
magnifying glass ['mægnɪfaɪɪŋ glɑːs] *n* വലുതാക്കിക്കാണിക്കുന്ന ഗ്ലാസ്

magpie ['mæg,paɪ] *n* ഒരിനം പ്രാവ്, നീലകണ്ഠപക്ഷി
mahogany [mə'hɒgənɪ] *n* മഹാഗണി വൃക്ഷം
maid [meɪd] *n* വേലക്കാരി, ജോലിക്കാരി
maiden name ['meɪdn neɪm] *n* ഭർത്താവിന്റെ പേരു ചേർക്കുന്നതിനു മുമ്പുള്ള കന്യകാനാമം
mail [meɪl] *n* തപാൽ ▷ *vt* തപാലിലയയ്ക്കുക
mailing list ['meɪlɪŋ lɪst] *n* കത്തോ മെയിലോ അയക്കുന്നതിനായി സ്ഥാപനമോ വ്യക്തികളോ സൂക്ഷിക്കുന്ന വിലാസപ്പട്ടിക
main [meɪn] *adj* പ്രധാനപ്പെട്ട, മുഖ്യമായ
main course [meɪn kɔːs] *n* ഭക്ഷണത്തിലെ പ്രധാന ഇനം
mainland ['meɪnlənd] *n* വൻകര
mainly ['meɪnlɪ] *adv* പ്രധാനമായി, മുഖ്യമായും
main road [meɪn rəʊd] *n* പ്രധാന വഴി
maintain [meɪn'teɪn] *vt* നിലനിർത്തുക
maintenance ['meɪntɪnəns] *n* പരിപാലനം, സംരക്ഷണം
maize [meɪz] *n* ചോളം
majesty ['mædʒɪstɪ] *n* രാജാക്കൻമാരെ സംബോധന ചെയ്യുന്ന ബഹുമതിപദം, തിരുമനസ്സ്
major ['meɪdʒə] *adj* ഗൌരവമായ
majority [mə'dʒɒrɪtɪ] *n* ഭൂരിഭാഗം
make [meɪk] *n* നിർമ്മാണം ▷ *vt* *(carry out)* നടത്തുക; *(create)* ഉണ്ടാക്കുക; *(force)* നിർബന്ധിച്ചു ചെയ്യിക്കുക
makeover ['meɪk,əʊvə] *n* ചമയമിടൽ
maker ['meɪkə] *n* നിർമ്മാതാവ്
make up [meɪk ʌp] *v* രൂപപ്പെടുത്തുക
make-up ['meɪkʌp] *n* മേയ്ക്കപ്പ്, സൌന്ദര്യവർദ്ധക വസ്തുക്കൾ
malaria [mə'lɛərɪə] *n* മലമ്പനി
Malawi [mə'lɑːwɪ] *n* മലാവി
Malaysia [mə'leɪzɪə] *n* മലേഷ്യ
Malaysian [mə'leɪzɪən] *adj* മലേഷ്യയെ സംബന്ധിച്ച ▷ *n* മലേഷ്യക്കാരൻ
male [meɪl] *adj* ആണായ ▷ *n* പുരുഷൻമാർ
malicious [mə'lɪʃəs] *adj* പകയുള്ള, വൈരമുള്ള
malignant [mə'lɪgnənt] *adj* മാരകമായ

malnutrition [,mælnjuː'trɪʃən] *n* പോഷകാഹാരക്കുറവ്
Malta ['mɔːltə] *n* മാൾട്ട
Maltese [mɔːl'tiːz] *adj* മാൾട്ടയെ സംബന്ധിച്ച ▷ *n* *(person)* മാൾട്ടക്കാരൻ; *(language)* മാൾട്ടീസ് ഭാഷ
malt whisky [mɔːlt 'wɪskɪ] *n* യവത്തിൽ നിന്ന് ഉണ്ടാക്കിയ വിസ്കി
mammal ['mæməl] *n* സസ്തനി
mammoth ['mæməθ] *adj* അതിബൃഹത്തായ ▷ *n* വംശനാശം വന്ന ഒരിനം ആന
man [mæn] *n* പുരുഷൻ
manage ['mænɪdʒ] *vt* നിയന്ത്രിക്കുക
manageable ['mænɪdʒəbl] *adj* നിയന്ത്രിക്കാവുന്ന
management ['mænɪdʒmənt] *n* നിർവ്വഹണം
manager ['mænɪdʒə] *n* നിർവ്വഹണാധികാരി, മാനേജർ
manageress [,mænɪdʒə'rɛs] *n* വനിതാ മാനേജർ
managing director ['mænɪdʒɪŋ dɪ'rɛktə] *n* മാനേജിംഗ് ഡയറക്ടർ
mandarin ['mændərɪn] *n (person in influential job)* സിവിൽ സൈനികോദ്യോഗസ്ഥൻ; *(fruit)* ഓറഞ്ച്
mangetout [,mɑ̃ʒ'tuː] *n* ഒരുതരം പയറ്
mango ['mæŋgəʊ] *n* മാമ്പഴം
mania ['meɪnɪə] *n* മതിഭ്രമം, ഉന്മാദം
maniac ['meɪnɪ,æk] *n* ഉന്മത്തൻ
manicure ['mænɪ,kjʊə] *n* മാനിക്യൂർ ▷ *vt* മാനിക്യൂർ ചെയ്യുക
manipulate [mə'nɪpjʊ,leɪt] *vt* കൌശലത്തോടെ കൈകാര്യം ചെയ്യുക
mankind [,mæn'kaɪnd] *n* മനുഷ്യവർഗ്ഗം
man-made ['mæn,meɪd] *adj* മനുഷ്യനിർമ്മിതമായ
manner ['mænə] *n* രീതി
manners ['mænəz] *npl* പെരുമാറ്റം
manpower ['mæn,paʊə] *n* മാനവശേഷി
mansion ['mænʃən] *n* കൊട്ടാരം
mantelpiece ['mæntl,piːs] *n* അട്ടം, അടുപ്പിനു മുകളിലുള്ള തട്ട്
manual ['mænjʊəl] *n* ലഘുഗ്രന്ഥം, വിവരണ പുസ്തകം
manufacture [,mænjʊ'fæktʃə] *vt* ഉൽപ്പാദിപ്പിക്കുക

m

manufacturer [ˌmænjʊˈfæktʃərə] *n* ഉൽപ്പാദകർ
manure [məˈnjʊə] *n* വളം
manuscript [ˈmænjʊˌskrɪpt] *n* കയ്യെഴുത്തുപ്രതി
many [ˈmɛnɪ] *det* നിരവധി, അനേകം ▷ *pron* ധാരാളം, അനേകം
Maori [ˈmaʊrɪ] *adj* മാവോരിവർഗ്ഗത്തിൽപ്പെട്ട ▷ *n (person)* മാവോരി; *(language)* മാവോരി ഭാഷ
map [mæp] *n* ഭൂപടം
maple [ˈmeɪpl] *n* മേപ്പിൾ മരം
marathon [ˈmærəθən] *n* മാരത്തോൺ മത്സരയോട്ടം
marble [ˈmɑːbl] *n* മാർബിൾ
march [mɑːtʃ] *n* അണിയണിയായി നടക്കൽ ▷ *v* അണിയണിയായി നടക്കുക
March [mɑːtʃ] *n* മാർച്ച്
mare [mɛə] *n* പെൺകുതിര
margarine [ˌmɑːdʒəˈriːn] *n* വെണ്ണ പോലുള്ള കൊഴുപ്പ്
margin [ˈmɑːdʒɪn] *n* അരിക്, സീമ
marigold [ˈmærɪˌɡəʊld] *n* സൂര്യകാന്തിവർഗ്ഗത്തിലുള്ള ഒരിനം ചെടി
marina [məˈriːnə] *n* കളിവള്ളം തളച്ചിടുന്നതിന് വേണ്ട സൌകര്യങ്ങളോട് കൂടിയ കടലോരപ്രദേശം
marinade [ˌmærɪˈneɪd] *n* പാചകത്തിനു മുൻപ് ഭക്ഷ്യസാധനങ്ങൾ വിനാഗിരിയിലോ എണ്ണയിലോ മുക്കൽ ▷ [ˈmærɪneɪd] *v* പാചകത്തിനു മുൻപ് ഭക്ഷ്യസാധനങ്ങൾ വിനാഗിരിയിലോ എണ്ണയിലോ മുക്കുക
marital status [ˈmærɪtl ˈsteɪtəs] *n (formal)* വൈവാഹിക നില
maritime [ˈmærɪˌtaɪm] *adj* സമുദ്രത്തെയും കപ്പലുകളെയും സംബന്ധിച്ച
marjoram [ˈmɑːdʒərəm] *n* കറിവേപ്പ്
mark [mɑːk] *n (dirty)* അഴുക്കിന്റെ പാട് ▷ *vt (write something on)* അടയാളപ്പെടുത്തുക; *(grade)* മാർക്കിടുക ▷ *n (written or drawn shape)* അടയാളം
market [ˈmɑːkɪt] *n* ചന്ത
marketing [ˈmɑːkɪtɪŋ] *n* വിപണനം
marketplace [ˈmɑːkɪtˌpleɪs] *n* കമ്പോളം, അങ്ങാടി
market research [ˈmɑːkɪt rɪˈsɜːtʃ] *n* വിപണി ഗവേഷണം
marmalade [ˈmɑːməˌleɪd] *n* ഓറഞ്ച് ജാം
maroon [məˈruːn] *adj* കരിഞ്ചുവപ്പായ

marriage ['mærɪdʒ] *n* വിവാഹം
marriage certificate ['mærɪdʒ sə'tɪfɪkət] *n* വിവാഹ സർട്ടിഫിക്കറ്റ്
married ['mærɪd] *adj* വിവാഹം കഴിഞ്ഞ
marrow ['mærəʊ] *n* മജ്ജ
marry ['mærɪ] *v* വിവാഹം കഴിക്കുക
marsh [mɑːʃ] *n* ചതുപ്പുനിലം
martyr ['mɑːtə] *n* രക്തസാക്ഷി
marvellous ['mɑːvləs] *adj* അത്ഭുതകരമായ
Marxism ['mɑːksɪzəm] *n* മാർക്സിസം
marzipan ['mɑːzɪ,pæn] *n* മധുരപലഹാരങ്ങൾ നിർമ്മിക്കുവാനുപയോഗിക്കുന്ന മിശ്രിതം
mascara [mæ'skɑːrə] *n* കൺമഷി, മസ്കാര
masculine ['mæskjʊlɪn] *adj* പുല്ലിംഗമായ
mashed potatoes [mæʃt pə'teɪtəʊz] *npl* വേവിച്ചുടച്ച ഉരുളക്കിഴങ്ങ്
mask [mɑːsk] *n* മുഖംമൂടി
masked [mɑːskt] *adj* മുഖംമൂടി ധരിച്ച
mass [mæs] *n* കൂട്ടം
Mass [mæs] *n* കുർബാന
massacre ['mæsəkə] *n* കൂട്ടക്കൊല
massive ['mæsɪv] *adj* വലിയ
mast [mɑːst] *n* പാമരം
master ['mɑːstə] *n* യജമാനൻ ▷ *vt* വൈദഗ്ദ്ധ്യം നേടുക
masterpiece ['mɑːstə,piːs] *n* ഉത്കൃഷ്ടകലാസൃഷ്ടി
mat [mæt] *n* പായ്, തടുക്ക്
match [mætʃ] *n (game)* മത്സരം; *(good)* യോജിപ്പ് ▷ *v* ഇണങ്ങുക, യോജിക്കുക ▷ *n (matchstick)* തീപ്പെട്ടിക്കോൽ
matching ['mætʃɪŋ] *adj* ചേർച്ചയുള്ള
mate [meɪt] *n (informal)* ഇണ, ജോടി
material [mə'tɪərɪəl] *n (what something is made of)* സാമഗ്രി, സാധനം; *(cloth)* തുണിത്തരം
maternal [mə'tɜːnl] *adj* മാതാവുമായി ബന്ധപ്പെട്ട
maternity hospital [mə'tɜːnɪtɪ 'hɒspɪtəl] *n* പ്രസവാശുപത്രി
maternity leave [mə'tɜːnɪtɪ liːv] *n* പ്രസവാവധി
mathematical [,mæθə'mætɪkl] *adj* ഗണിതശാസ്ത്രസംബന്ധിയായ
mathematics [,mæθə'mætɪks] *npl* ഗണിതശാസ്ത്രം
maths [mæθs] *npl* ഗണിതം
matter ['mætə] *n* വിഷയം ▷ *v* പ്രധാനപ്പെട്ടതാവുക

m

mattress ['mætrɪs] *n* മെത്ത
mature [mə'tjuə] *adj* പക്വതയുള്ള
mature student [mə'tjuə 'stju:dnt] *n* മുതിർന്ന വിദ്യാർത്ഥി
Mauritania [,mɒrɪ'teɪnɪə] *n* മൌരിറ്റാനിയ
Mauritius [mə'rɪʃəs] *n* മൌറീഷ്യസ്
mauve [məʊv] *adj* ഇളം നീലനിറമുള്ള
maximum ['mæksɪməm] *adj* ഏറ്റവും കൂടിയ ▷ *n* പരമാവധി
May [meɪ] *n* മെയ് മാസം
may [meɪ] *v (possibly)* സംഭവിച്ചേയ്ക്കാം; *(be allowed to)* ചെയ്യട്ടെ, ചെയ്യാമോ
maybe ['meɪ,bi:] *adv* ഒരു പക്ഷേ, ചിലപ്പോൾ
mayonnaise [,meɪə'neɪz] *n* ഒരു തരം മുട്ടക്കറി
mayor [mɛə] *n* നഗരാദ്ധ്യക്ഷൻ, മേയർ
maze [meɪz] *n* ദുർഗ്ഗമസ്ഥലം
me [mi:] *pron* എന്നോട്, എന്നെ
meadow ['mɛdəʊ] *n* പുൽത്തകിടി
meal [mi:l] *n* ആഹാരസമയം
mealtime ['mi:l,taɪm] *n* ഭക്ഷണസമയം
mean [mi:n] *adj* ദയയില്ലാത്ത, പരുക്കനായ ▷ *vt (signify)* അർത്ഥമാക്കുക, സൂചിപ്പിക്കുക; *(be serious about)* കാര്യമായി പറയുക; *(intend)* ഉദ്ദേശപൂർവ്വം ചെയ്യുക
meaning ['mi:nɪŋ] *n* അർത്ഥം
means [mi:nz] *npl* ധനം
meantime ['mi:n,taɪm] *adv* അതിനിടയ്ക്ക്
meanwhile ['mi:n,waɪl] *adv* അതിന്നിടയ്ക്ക്, അതുവരെ
measles ['mi:zəlz] *npl* പൊങ്ങൻപനി
measure ['mɛʒə] *vt* അളക്കുക
measurements ['mɛʒəmənts] *npl* അളവുകൾ
meat [mi:t] *n* മാംസം
meatball ['mi:t,bɔ:l] *n* മുറിച്ചുരുട്ടിയ മാംസക്കഷണം
Mecca ['mɛkə] *n* മെക്ക
mechanic [mɪ'kænɪk] *n* യന്ത്രപ്പണിക്കാരൻ, മെക്കാനിക്ക്
mechanical [mɪ'kænɪkl] *adj* യന്ത്രസംബന്ധമായ, യാന്ത്രികമായ
mechanism ['mɛkə,nɪzəm] *n* യന്ത്രത്തിന്റെ പ്രവർത്തനരീതി
medal ['mɛdl] *n* കീർത്തിമുദ്ര, പതക്കം
medallion [mɪ'dæljən] *n* പതക്കം

media ['miːdɪə] *npl* മാധ്യമം
mediaeval [ˌmɛdɪ'iːvl] *adj* മധ്യകാലഘട്ടത്തെ സംബന്ധിച്ച
medical ['mɛdɪkl] *adj* വൈദ്യശാസ്ത്രം ▷ *n* വൈദ്യപരിശോധന
medical certificate ['mɛdɪkl sə'tɪfɪkət] *n* മെഡിക്കൽ സർട്ടിഫിക്കറ്റ്
medicine ['mɛdɪsɪn] *n* മരുന്ന്
meditation [ˌmɛdɪ'teɪʃən] *n* ധ്യാനം
Mediterranean [ˌmɛdɪtə'reɪnɪən] *adj* മധ്യധരണീസ്ഥിതമായ, മെഡിറ്ററേനിയൻ ▷ *n* മെഡിറ്ററേനിയൻ സമുദ്രം, മധ്യധരണ്യാഴി
medium ['miːdɪəm] *adj* ഇടത്തരം
medium-sized ['miːdɪəm,saɪzd] *adj* ഇടത്തരം വലുപ്പമുള്ള
meet [miːt] *vt* കണ്ടുമുട്ടുക ▷ *vi* തമ്മിൽ കാണുക
meeting ['miːtɪŋ] *n* സമ്മേളനം, യോഗം
meet up [miːt ʌp] *v* ഒത്തുകൂടുക
mega ['mɛgə] *adj (informal)* വലിയ, വിശാലമായ
melody ['mɛlədɪ] *n (formal)* സംഗീതം, ഈണം
melon ['mɛlən] *n* തണ്ണിമത്തങ്ങ
melt [mɛlt] *vt* ഉരുക്കുക ▷ *vi* ഉരുകുക
member ['mɛmbə] *n* അംഗം
membership ['mɛmbə,ʃɪp] *n* അംഗത്വം
membership card ['mɛmbəʃɪp kɑːd] *n* മെമ്പർഷിപ്പ് കാർഡ്
memento [mɪ'mɛntəʊ] *n* സ്മാരകചിഹ്നം
memo ['mɛməʊ] *n* മെമ്മോ
memorial [mɪ'mɔːrɪəl] *n* സ്മാരകം
memorize ['mɛmə,raɪz] *vt* ഓർമ്മിക്കുക
memory ['mɛmərɪ] *n (ability to remember)* ഓർമ്മശക്തി; *(reminiscence)* ഓർമ്മ
memory card ['mɛmərɪ kɑːd] *n* മെമ്മറി കാർഡ്
mend [mɛnd] *vt* നന്നാക്കുക
meningitis [ˌmɛnɪn'dʒaɪtɪs] *n* മെനിഞ്ചൈറ്റിസ്, മസ്തിഷ്കാവരണത്തിന് ഉണ്ടാകുന്ന വീക്കം
menopause ['mɛnəʊ,pɔːz] *n* ആർത്തവവിരാമം
menstruation [ˌmɛnstrʊ'eɪʃən] *n* ആർത്തവം
mental ['mɛntl] *adj* മാനസികമായ

mental hospital ['mɛntl 'hɒspɪtl] *n* മാനസികാരോഗ്യാശുപത്രി

mentality [mɛn'tælɪtɪ] *n* മനോഭാവം

mention ['mɛnʃən] *vt* സൂചിപ്പിക്കുക

menu ['mɛnjuː] *n* ഭക്ഷണവിവര പട്ടിക

merchant bank ['mɜːtʃənt bæŋk] *n* വ്യാപാരവികസന ബാങ്ക്

mercury ['mɜːkjʊrɪ] *n* മെർക്കുറി, രസം

mercy ['mɜːsɪ] *n* ദയ

mere [mɪə] *adj* കേവലമായ

merge [mɜːdʒ] *v* ലയിക്കുക

merger ['mɜːdʒə] *n* ലയനം, സംയോജനം

meringue [mə'ræŋ] *n* മുട്ടയുടെ വെള്ളയും പഞ്ചസാരയും ചേർത്തുണ്ടാക്കിയ ഒരു മധുരപലഹാരം

mermaid ['mɜːˌmeɪd] *n* മത്സ്യകന്യക

merry ['mɛrɪ] *adj (old-fashioned)* ആനന്ദകരമായ

merry-go-round ['mɛrɪgəʊ'raʊnd] *n* ആളുകൾക്ക് ഇരിക്കാവുന്ന, അച്ചുതണ്ടിൽ തിരിയുന്ന യന്ത്രം

mess [mɛs] *n* അലങ്കോലം

mess about [mɛs ə'baʊt] *v* വല്ലതുമൊക്കെ ചെയ്തു കൂട്ടുക

message ['mɛsɪdʒ] *n* സന്ദേശം

messenger ['mɛsɪndʒə] *n* സന്ദേശവാഹകൻ

mess up [mɛs ʌp] *v (informal)* താറുമാറാക്കുക

messy ['mɛsɪ] *adj* താറുമാറായ, കുഴഞ്ഞു മറിഞ്ഞ

metabolism [mɪ'tæbəˌlɪzəm] *n* പോഷണോപചയാപചയം

metal ['mɛtl] *n* ലോഹം

meteorite ['miːtɪəˌraɪt] *n* ഭൂമിയിൽ പതിച്ച ഉൽക്ക

meter ['miːtə] *n* മീറ്റർ, അളവുകോൽ

method ['mɛθəd] *n* രീതി

metre ['miːtə] *n* അളവിന്റെ ഏകകം, മീറ്റർ

metric ['mɛtrɪk] *adj* മീറ്റർ അടിസ്ഥാനമാക്കിയുള്ള അളവുപദ്ധതി സംബന്ധിച്ച

Mexican ['mɛksɪkən] *adj* മെക്സിക്കോയെ സംബന്ധിച്ച ▷ *n* മെക്സിക്കക്കാരൻ

Mexico ['mɛksɪˌkəʊ] *n* മെക്സിക്കോ

microchip ['maɪkrəʊˌtʃɪp] *n* അതിസൂക്ഷ്മമായ സർക്യൂട്ടുകൾ ഉള്ളതും സിലിക്കോൺ തരികൾ കൊണ്ടുനിർമ്മിതവുമായ ഒരു സംവിധാനം, മൈക്രോചിപ്പ്

microphone ['maɪkrə,fəʊn] *n* മൈക്രോഫോൺ
microscope ['maɪkrə,skəʊp] *n* മൈക്രോസ്കോപ്പ്, സൂക്ഷ്മദർശിനി
microwave ['maɪkrəʊ,weɪv] *n* മൈക്രോവേവ് ഓവൻ
mid [mɪd] *adj* മധ്യത്തിലുള്ള
midday ['mɪd'deɪ] *n* മധ്യാഹ്നം, ഉച്ച
middle ['mɪdl] *n* മധ്യസ്ഥാനം
middle-aged ['mɪdl,eɪdʒd] *adj* മധ്യവയസുള്ള
Middle Ages ['mɪdl 'eɪdʒɪz] *npl* മധ്യകാലഘട്ടം
middle-class ['mɪdl,klɑːs] *adj* മധ്യവർഗ
Middle East ['mɪdl iːst] *n* മധ്യപൂർവ്വം
midge [mɪdʒ] *n* ഒരുതരം കൊതുക്
midnight ['mɪd,naɪt] *n* അർദ്ധരാത്രി
midwife ['mɪd,waɪf] *n* വയറ്റാട്ടി, മിഡ് വൈഫ്
might [maɪt] *v* സാധ്യമായേക്കാം
migraine ['miːgreɪn] *n* കൊടിഞ്ഞി, കടുത്ത തലവേദന
migrant ['maɪgrənt] *n* കുടിയേറിപ്പാർത്ത ആൾ
migration [maɪ'greɪʃən] *n* കുടിയേറ്റം
mild [maɪld] *adj* മൃദുവായ, സൌമ്യമായ
mile [maɪl] *n* മൈൽ
mileage ['maɪlɪdʒ] *n* മൈലേജ്
mileometer [maɪ'lɒmɪtə] *n* വാഹനം എത്ര മൈൽ സഞ്ചരിച്ചുവെന്ന് രേഖപ്പെടുത്തുന്ന ഒരു ഉപകരണം
military ['mɪlɪtərɪ] *adj* പട്ടാളത്തെ സംബന്ധിച്ച
milk [mɪlk] *n* പാൽ ▷ *vt* പാലുകറക്കുക
milk chocolate [mɪlk 'tʃɒklət] *n* മിൽക്ക് ചോക്ക്ലേറ്റ്
milkshake ['mɪlk,ʃeɪk] *n* മിൽക്ക്ഷേക്ക്
mill [mɪl] *n* ധാന്യം പൊടിക്കുന്ന സ്ഥലം, മില്ല്
millennium [mɪ'lɛnɪəm] *n* *(formal)* സഹസ്രാബ്ദം
millimetre ['mɪlɪ,miːtə] *n* മില്ലീമീറ്റർ
million ['mɪljən] *num* പത്തുലക്ഷം
millionaire [,mɪljə'nɛə] *n* ലക്ഷാധിപതി
mimic ['mɪmɪk] *vt* അനുകരിക്കുക
mince [mɪns] *n* നുറുക്കുക
mind [maɪnd] *n* മനസ്സ് ▷ *vt* കാര്യമാക്കുക, വകവയ്ക്കുക
mine [maɪn] *n* ഖനി ▷ *pron* എന്റേത്

miner ['maɪnə] *n* ഖനി തൊഴിലാളി
mineral ['mɪnərəl] *adj (of minerals)* ധാതുവിനെ സംബന്ധിച്ച ▷ *n* ധാതു
mineral water ['mɪnrəl 'wɔːtə] *n* ധാതു സമ്പുഷ്ടമായ ജലം
miniature ['mɪnɪtʃə] *adj* ലഘുരൂപത്തിലുള്ള ▷ *n* ലഘുരൂപം
minibus ['mɪnɪˌbʌs] *n* മിനിബസ്
minicab ['mɪnɪˌkæb] *n* മിനികൃാബ്
minimal ['mɪnɪməl] *adj* ഏറ്റവും കുറഞ്ഞ
minimize ['mɪnɪˌmaɪz] *vt* ലഘൂകരിക്കുക
minimum ['mɪnɪməm] *adj* ഏറ്റവും കുറഞ്ഞ ▷ *n* ഏറ്റവും കുറഞ്ഞ അളവ്
mining ['maɪnɪŋ] *n* ഖനനം
minister ['mɪnɪstə] *n (government)* മന്ത്രി
ministry ['mɪnɪstrɪ] *n (government department)* മന്ത്രിസഭ
mink [mɪŋk] *n* ഒരിനം നീർനായ
minor ['maɪnə] *adj* പ്രായപൂർത്തിയാകാത്ത ▷ *n* പ്രായപൂർത്തിയാകാത്തയാൾ
minority [maɪ'nɒrɪtɪ] *n* ന്യൂനപക്ഷം
mint [mɪnt] *n (place where coins are made)* നാണയ ശാല, കമ്മട്ടം; *(herb)* കർപ്പൂര തുളസി
minus ['maɪnəs] *prep* ന്യൂനം
minute [maɪ'njuːt] *adj* വളരെ ചെറിയ ▷ ['mɪnɪt] *n* മിനിറ്റ്
miracle ['mɪrəkl] *n* അത്ഭുത സംഭവം
mirror ['mɪrə] *n* കണ്ണാടി
misbehave [ˌmɪsbɪ'heɪv] *vi* മോശമായി പെരുമാറുക
miscarriage [mɪs'kærɪdʒ] *n* ഗർഭമലസൽ
miscellaneous [ˌmɪsə'leɪnɪəs] *adj* പലവകയായ
mischief ['mɪstʃɪf] *n* വികൃതി, കുസൃതിത്തരം
mischievous ['mɪstʃɪvəs] *adj* കുസൃതിത്തരമുള്ള
miser ['maɪzə] *n* പിശുക്കൻ
miserable ['mɪzərəbl] *adj* ദുരിതപൂർണമായ
misery ['mɪzərɪ] *n* ദുരിതം
misfortune [mɪs'fɔːtʃən] *n* ദൌർഭാഗ്യം
mishap ['mɪshæp] *n* അനിഷ്ടസംഭവം, അപകടം
misjudge [ˌmɪs'dʒʌdʒ] *vt* തെറ്റായി വിലയിരുത്തുക
mislay [mɪs'leɪ] *vt* അസ്ഥാനത്ത് വയ്ക്കുക
misleading [mɪs'liːdɪŋ] *adj* തെറ്റിദ്ധരിപ്പിക്കുന്ന

misprint ['mɪs,prɪnt] *n* അച്ചടിയിൽ വരുന്ന പിശക്

miss [mɪs] *v (fail to catch or to hit)* ഉന്നം പിഴയ്ക്കുക ▷ *vt (fail to notice)* നഷ്ടപ്പെടുക, ശ്രദ്ധിക്കാതിരിക്കുക; *(someone who is absent)* നഷ്ടബോധം തോന്നുക

Miss [mɪs] *n* കുമാരി

missile ['mɪsaɪl] *n* മിസൈൽ

missing ['mɪsɪŋ] *adj* നഷ്ടപ്പെട്ട

mist [mɪst] *n* മൂടൽമഞ്ഞ്

mistake [mɪ'steɪk] *n* പിശക് ▷ *vt* തെറ്റിദ്ധരിക്കുക

mistaken [mɪ'steɪkən] *adj* തെറ്റിദ്ധരിക്കപ്പെട്ട

mistakenly [mɪ'steɪkənlɪ] *adv* അറിയാതെ

mistletoe ['mɪsl,təʊ] *n* ഇത്തിൾക്കണ്ണി

misty ['mɪstɪ] *adj* മഞ്ഞു മൂടിയ

misunderstand [,mɪsʌndə'stænd] *v* തെറ്റിദ്ധരിക്കുക

misunderstanding [,mɪsʌndə'stændɪŋ] *n* തെറ്റിദ്ധാരണ

mitten ['mɪtn] *n* ഒരു തരം കയ്യുറ

mix [mɪks] *n* മിശ്രണം ▷ *v* യോജിപ്പിക്കുക

mixed [mɪkst] *adj* സമ്മിശ്രമായ

mixed salad [mɪkst 'sæləd] *n* പലതരം പച്ചക്കറികൾ കൂട്ടിക്കലർത്തിയ സാലഡ്

mixer ['mɪksə] *n* അരയ്ക്കുന്നതിനുള്ള ഉപകരണം

mixture ['mɪkstʃə] *n* മിശ്രിതം

mix up [mɪks ʌp] *v* കൂട്ടിക്കലർത്തുക

mix-up ['mɪksʌp] *n (informal)* ആശയക്കുഴപ്പം

MMS [ɛm ɛm ɛs] *abbr* എംഎംഎസ്

moan [məʊn] *vi* ഞരങ്ങുക

moat [məʊt] *n* കിടങ്ങ്

mobile ['məʊbaɪl] *n* എടുത്തുകൊണ്ട് പോകാവുന്ന, ചലിക്കുന്ന

mobile home ['məʊbaɪl həʊm] *n* എടുത്തുകൊണ്ട് പോകാവുന്ന വലിയ കാരവൻ

mobile number ['məʊbaɪl 'nʌmbə] *n* മൊബൈൽ നമ്പർ

mobile phone ['məʊbaɪl fəʊn] *n* മൊബൈൽ ഫോൺ

mock [mɒk] *adj* അനുകരിക്കുന്ന ▷ *vt* പരിഹസിക്കുക

mod cons [mɒd kɒnz] *npl (informal)* വീട്ടിനുള്ളിലെ ആധുനിക സജ്ജീകരണങ്ങൾ

model ['mɒdl] *adj* മാതൃക ▷ *n (replica)* മാതൃക ▷ *vt* മാതൃകയാക്കുക ▷ *n (mannequin)* മോഡൽ
modem ['məʊdɛm] *n* മോഡം
moderate ['mɒdərɪt] *adj* ശരാശരി, മിതമായ
moderation [ˌmɒdə'reɪʃən] *n* മിതത്വം
modern ['mɒdən] *adj* ആധുനികമായ
modernize ['mɒdəˌnaɪz] *vt* ആധുനികവൽക്കരിക്കുക
modern languages ['mɒdən 'læŋgwɪdʒɪz] *npl* ആധുനിക ഭാഷകൾ
modest ['mɒdɪst] *adj* ഒതുക്കമുള്ള
modification [ˌmɒdɪfɪ'keɪʃən] *n* പരിഷ്കരിക്കൽ
modify ['mɒdɪˌfaɪ] *vt* പരിഷ്കരിക്കുക
module ['mɒdjuːl] *n* പരിമാണം, മോഡ്യൂൾ
moist [mɔɪst] *adj* ഈർപ്പമുള്ള
moisture ['mɔɪstʃə] *n* ഈർപ്പം
moisturizer ['mɔɪstʃəˌraɪzə] *n* ചർമ്മത്തിന് ഈർപ്പം പകരുന്ന ക്രീം
Moldova [mɒl'dəʊvə] *n* മോൾഡോവ
Moldovan [mɒl'dəʊvən] *adj* മോൾഡോവയെ സംബന്ധിച്ച ▷ *n* മോൾഡോവൻ
mole [məʊl] *n (animal)* പെരുച്ചാഴി; *(person)* രഹസ്യം ചോർത്തിക്കൊടുക്കുന്നയാൾ; *(dark spot)* മറുക്
molecule ['mɒlɪˌkjuːl] *n* തന്മാത്ര
moment ['məʊmənt] *n* നിമിഷം
momentarily ['məʊməntərəlɪ] *adv (written)* നൈമിഷികമായി
momentary ['məʊməntərɪ] *adj* നൈമിഷികമായ
momentous [məʊ'mɛntəs] *adj* അതിപ്രധാനമായ
Monaco ['mɒnəˌkəʊ; mə'nɑːkəʊ] *n* മൊണാക്കോ
monarch ['mɒnək] *n* ചക്രവർത്തി
monarchy ['mɒnəkɪ] *n* രാജവാഴ്ച
monastery ['mɒnəstərɪ] *n* സന്യാസിമഠം
Monday ['mʌndɪ] *n* തിങ്കളാഴ്ച
monetary ['mʌnɪtərɪ] *adj* ധനപരമായ
money ['mʌnɪ] *n* പണം
Mongolia [mɒŋ'gəʊlɪə] *n* മംഗോളിയ

Mongolian [mɒŋ'ɡəʊlɪən] *adj* മംഗോളിയയെ സംബന്ധിച്ച ▷ *n* *(person)* മംഗോളിയൻ; *(language)* മംഗോളിയൻ ഭാഷ
mongrel ['mʌŋɡrəl] *n* ഒരിനം സങ്കര ജാതിയിലുള്ള പട്ടി
monitor ['mɒnɪtə] *n* മോണിറ്റർ
monk [mʌŋk] *n* സന്യാസി
monkey ['mʌŋkɪ] *n* കുരങ്ങ്
monopoly [mə'nɒpəlɪ] *n* ഏകാധിപത്യം
monotonous [mə'nɒtənəs] *adj* വിരസമായ
monsoon [mɒn'suːn] *n* കാലവർഷം
monster ['mɒnstə] *n* രാക്ഷസരൂപി
month [mʌnθ] *n* മാസം
monthly ['mʌnθlɪ] *adj* പ്രതിമാസമുള്ള
monument ['mɒnjʊmənt] *n* സ്മാരകം
mood [muːd] *n* മനോഭാവം
moody ['muːdɪ] *adj* മ്ലാനമായ
moon [muːn] *n* ചന്ദ്രൻ
moor [mʊə] *n* പാഴ്നിലം ▷ *v* നങ്കൂരമിടുക
mop [mɒp] *n* നിലം തുടയ്ക്കാനുള്ള ഉപകരണം
moped ['məʊpɛd] *n* മോപ്പെഡ്
mop up [mɒp ʌp] *v* തുടയ്ക്കുക
moral ['mɒrəl] *adj* സദാചാരമുള്ള ▷ *n* ആത്മവീര്യം
morale [mɒ'rɑːl] *n* ധാർമികത
more [mɔː] *det* അധികം, കൂടുതൽ ▷ *adv* കൂടുതലായി ▷ *pron* ഏറെ
morgue [mɔːɡ] *n* ശവപ്പുര
morning ['mɔːnɪŋ] *n* പ്രഭാതം
morning sickness ['mɔːnɪŋ 'sɪknəs] *n* ഗർഭധാരണത്തെ തുടർന്ന് ഉണ്ടാകുന്ന ഛർദ്ദി
Moroccan [mə'rɒkən] *adj* മൊറോക്കയെ സംബന്ധിച്ച ▷ *n* മൊറോക്കൻ
Morocco [mə'rɒkəʊ] *n* മൊറോക്കോ സാമ്രാജ്യം
morphine ['mɔːfiːn] *n* ഒരുതരം വേദനാ സംഹാരി, മോർഫിൻ
morse code [mɔːs kəʊd] *n* സന്ദേശം കൈമാറുന്നതിനുള്ള ഒരുതരം കോഡ്, മോഴ്സ് കോഡ്
mortar ['mɔːtə] *n* *(cannon)* ചെറിയ പീരങ്കി; *(for building)* കുമ്മായക്കൂട്ട്
mortgage ['mɔːɡɪdʒ] *n* ഭവനവായ്പ ▷ *vt* ഈടുകൊടുക്കുക
mosaic [mə'zeɪɪk] *n* മൊസൈക്ക്

m

Muslim ['mʊzləm] *adj* മുസ്ലീങ്ങളെ സംബന്ധിച്ച ▷ *n* മുസ്ലീങ്ങൾ

mosque [mɒsk] *n* മുസ്ലീം പള്ളി

mosquito [mə'skiːtəʊ] *n* കൊതുക്

moss [mɒs] *n* പായൽ

most [məʊst] *adj* അധികം ▷ *adv* അത്യധികം, ഏറ്റവും അധികം ▷ *pron* മിക്കവാറും

mostly ['məʊstlɪ] *adv* മിക്കവാറും

MOT [ɛm əʊ tiː] *abbr* എംഓടി, വാഹനം ഉപയോഗ്യയോഗ്യമാണ് എന്ന് ഉറപ്പിക്കാനുള്ള പരിശോധന

motel [məʊ'tɛl] *n* വാഹനങ്ങളിൽ സഞ്ചരിക്കുന്നവർക്കുള്ള വഴിവക്കിലെ ഹോട്ടൽ

moth [mɒθ] *n* ഈയാം പാറ്റ, നിശാശലഭം

mother ['mʌðə] *n* അമ്മ, മാതാവ്

mother-in-law ['mʌðə ɪn lɔː] *n* അമ്മായിയമ്മ

mother tongue ['mʌðə tʌŋ] *n* മാതൃഭാഷ

motionless ['məʊʃənlɪs] *adj* നിശ്ചലമായ

motivated ['məʊtɪˌveɪtɪd] *adj* പ്രേരിപ്പിക്കപ്പെട്ട

motivation [ˌməʊtɪ'veɪʃən] *n* പ്രേരണ

motive ['məʊtɪv] *n* പ്രേരകം

motor ['məʊtə] *n* മോട്ടോർ

motorbike ['məʊtəˌbaɪk] *n* മോട്ടോർബൈക്ക്

motorboat ['məʊtəˌbəʊt] *n* എഞ്ചിൻ ഘടിപ്പിച്ചിട്ടുള്ള ബോട്ട്

motorcycle ['məʊtəˌsaɪkl] *n* മോട്ടോർ സൈക്കിൾ

motorcyclist ['məʊtəˌsaɪklɪst] *n* മോട്ടോർ സൈക്കിൾ ഓടിക്കുന്നയാൾ

motorist ['məʊtərɪst] *n* കാറോടിക്കുന്നയാൾ

motor mechanic ['məʊtə mə'kænɪk] *n* മോട്ടോർ നന്നാക്കുന്നയാൾ

motor racing ['məʊtə 'reɪsɪŋ] *n* കാറോട്ട മത്സരം

motorway ['məʊtəˌweɪ] *n* വേഗത്തിൽ സഞ്ചരിക്കുന്ന വാഹനങ്ങൾക്കായുള്ള വീതിയേറിയ പാത

mould [məʊld] *n (shape)* മൂശ; *(substance)* പൂപ്പ്

mouldy ['məʊldɪ] *adj* പൂപ്പ് പിടിച്ച

mount [maʊnt] *vt* സംഘടിപ്പിക്കുക

mountain ['maʊntɪn] *n* പർവ്വതം

mountain bike ['maʊntɪn baɪk] *n* പർവ്വതത്തിൽ കയറാവുന്ന തരത്തിൽ ഉണ്ടാക്കിയിരിക്കുന്ന ബൈക്ക്

mountaineer [ˌmaʊntɪˈnɪə] *n* പർവ്വതാരോഹകൻ
mountaineering [ˌmaʊntɪˈnɪərɪŋ] *n* പർവ്വതാരോഹണം
mountainous [ˈmaʊntɪnəs] *adj* പർവ്വതങ്ങളുള്ള
mount up [maʊnt ʌp] *v* കുന്നുകൂടുക,
mourning [ˈmɔːnɪŋ] *n* വിലാപം
mouse [maʊs] *n (animal)* ചുണ്ടെലി; *(computer)* മൌസ്
mouse mat [maus mæt] *n* കമ്പ്യൂട്ടർ മൌസിന്റെ അടിയിൽ വയ്ക്കുന്ന പാഡ്
mousse [muːs] *n* മുട്ടയും ക്രീമും ചേർത്ത് ഉണ്ടാക്കുന്ന മധുര പലഹാരം
moustache [məˈstɑːʃ] *n* മീശ
mouth [maʊθ] *n* വായ
mouth organ [maʊθ ˈɔːgən] *n* മൌത്ത് ഓർഗൻ
mouthwash [ˈmaʊθˌwɒʃ] *n* വായ കഴുകാനുള്ള ദ്രാവകം
move [muːv] *n* നീക്കം ▷ *vt (reposition)* നീക്കുക, സ്ഥാനം മാറ്റുക ▷ *vi (relocate)* സ്ഥലം മാറുക, താമസം മാറുക
move back [muːv bæk] *v* പിന്നിലേക്ക് നീങ്ങുക
move forward [muːv ˈfɔːwəd] *v* മുന്നിലേക്ക് നീങ്ങുക
move in [muːv ɪn] *v* താമസം മാറ്റുക
movement [ˈmuːvmənt] *n* ചലനം
movie [ˈmuːvɪ] *n (informal)* സിനിമ
moving [ˈmuːvɪŋ] *adj* ഹൃദയസ്പർശിയായ
mow [məʊ] *v* യന്ത്രം ഉപയോഗിച്ച് പുല്ല് വെട്ടിയൊതുക്കുക
mower [ˈməʊə] *n* പുല്ല് വെട്ടിയൊതുക്കാനുള്ള യന്ത്രം
Mozambique [ˌməʊzəmˈbiːk] *n* മൊസാംബിക്ക്
MP3 player [ˌɛmpiːˈθriː ˈpleɪə] *n* എംപി3 പ്ലെയർ
MP4 player [ˌɛmpiːˈfɔː ˈpleɪə] *n* എംപി4 പ്ലെയർ
mph [maɪlz pə aʊə] *abbr* എംപിഎച്ച്
Mr [ˈmɪstə] *n* ശ്രീ
Mrs [ˈmɪsɪz] *n* ശ്രീമതി
MS [ɛm ɛs] *abbr* എംഎസ്
Ms [mɪz] *n* കുമാരി
much [mʌtʃ] *det* വളരെയധികം, കൂടുതൽ ▷ *adv* വളരെയധികം ▷ *pron* ഒരുപാട്
mud [mʌd] *n* ചെളി
muddle [ˈmʌdl] *n* കുഴപ്പം, ആശയക്കുഴപ്പം
muddy [ˈmʌdɪ] *adj* ചെളി പറ്റിയ

m

mudguard ['mʌd,gɑːd] *n* ചെളി തെറിക്കാതിരിക്കാൻ വാഹനങ്ങളിൽ പിടിപ്പിക്കുന്ന ഉപകരണം
muesli ['mjuːzlɪ] *n* മുസ്‌ലി, ധാന്യം, പരിപ്പ്, ഉണങ്ങിയ പഴം മുതലായവ പാലിൽ കുതിർത്ത് കലക്കിയത്
muffler ['mʌflə] *n (old-fashioned)* കഴുത്തിൽ ചുറ്റാനുള്ള തുണി, മഫ്ലർ
mug [mʌg] *n* മഗ് ▷ *vt* വഴിയിൽ വച്ച് ആക്രമിക്കുക
mugger ['mʌgə] *n* പിടിച്ചുപറിക്കാരൻ
mugging ['mʌgɪŋ] *n* പിടിച്ചുപറി
mule [mjuːl] *n* കോവർകഴുത
multinational [,mʌltɪ'næʃənl] *adj* ബഹുരാഷ്ട്ര ▷ *n* ബഹുരാഷ്ട്രക്കമ്പനി
multiple sclerosis [,mʌltɪpəl sklə'rəʊsɪs] *n* നാഡീവ്യവസ്ഥയെ ബാധിക്കുന്ന ഒരു ഗുരുതര രോഗം
multiplication [,mʌltɪplɪ'keɪʃən] *n* ഗുണനം
multiply ['mʌltɪ,plaɪ] *v* ഗുണിക്കുക
mum [mʌm] *n (informal)* അമ്മ
mummy ['mʌmɪ] *n (informal) (mother)* മമ്മി; *(preserved dead body)* സുഗന്ധമിട്ട് സൂക്ഷിച്ച ശവം
mumps [mʌmps] *n* മുണ്ടിനീര്
murder ['mɜːdə] *n* കൊലപാതകം ▷ *vt* കൊല ചെയ്യുക
murderer ['mɜːdərə] *n* കൊലപാതകി
muscle ['mʌsl] *n* പേശി
muscular ['mʌskjʊlə] *adj* പേശീസംബന്ധിയായ
museum [mjuː'zɪəm] *n* കാഴ്ചബംഗ്ലാവ്
mushroom ['mʌʃruːm] *n* കൂൺ
music ['mjuːzɪk] *n* സംഗീതം
musical ['mjuːzɪkl] *adj* സംഗീതവുമായി ബന്ധപ്പെട്ട ▷ *n* സംഗീതശിൽപം
musical instrument ['mjuːzɪkl 'ɪnstrəmənt] *n* സംഗീതോപകരണം
musician [mjuː'zɪʃən] *n* ഗായകൻ, സംഗീതജ്ഞൻ
Muslim ['mʊzlɪm] *adj* മുസ്ലീങ്ങളെ സംബന്ധിച്ച ▷ *n* മുസ്ലീം
mussel ['mʌsl] *n* കക്കാവർഗ്ഗം
must [mʌst] *v* ആവശ്യമാകുക
mustard ['mʌstəd] *n* കടുക്
mutter ['mʌtə] *v* പിറുപിറുക്കുക
mutton ['mʌtn] *n* ആട്ടിറച്ചി

mutual ['mjuːtʃʊəl] *adj* അന്യോന്യമുള്ള
my [maɪ] *det* എന്റെ
Myanmar ['maɪænmɑː] *n* മ്യാൻമാർ
myself [maɪ'sɛlf] *pron* സ്വയം, തന്നെത്താനെ
mysterious [mɪ'stɪərɪəs] *adj* നിഗൂഢമായ
mystery ['mɪstərɪ] *n* നിഗൂഢത
myth [mɪθ] *n* പുരാണം, പഴങ്കഥ
mythology [mɪ'θɒlədʒɪ] *n* പുരാണേതിഹാസങ്ങൾ, പൌരാണികശാസ്ത്രം

n

naff [næf] *adj (informal)* സാധാരണമായ
nag [næg] *v* നിരന്തരം കുറ്റപ്പെടുത്തുക
nail [neɪl] *n (metal)* ആണി; *(finger, toe)* നഖം
nailbrush ['neɪl,brʌʃ] *n* നഖം മിനുക്കുന്നതിനുള്ള ബ്രഷ്
nailfile ['neɪl,faɪl] *n* നഖം മിനുക്കുന്നതിനുള്ള അരം
nail polish [neɪl 'pɒlɪʃ] *n* നെയിൽ പോളിഷ്
nail-polish remover ['neɪlpɒlɪʃ rɪ'muːvə] *n* നെയിൽ പോളിഷ് റിമൂവർ
nail scissors [neɪl 'sɪzəz] *npl* നഖം വെട്ടുന്നതിനുള്ള കത്രിക
naive [naɪ'iːv] *adj* നിഷ്കളങ്കരായ
naked ['neɪkɪd] *adj* നഗ്നമായ
name [neɪm] *n* പേര്
nanny ['nænɪ] *n* കുട്ടികളെ വളർത്തുന്ന ആയ
nap [næp] *n* മയക്കം
napkin ['næpkɪn] *n* കടലാസ് കൊണ്ടോ തുണി കൊണ്ടോ ഉണ്ടാക്കിയിട്ടുള്ള, കൈ തുടക്കാൻ ഉപയോഗിക്കുന്ന തൂവാല
nappy ['næpɪ] *n* തുവാല
narrow ['nærəʊ] *adj* ഇടുങ്ങിയ
narrow-minded ['nærəʊ'maɪndɪd] *adj* സങ്കുചിത മനഃസ്ഥിതിയുള്ള
nasty ['nɑːstɪ] *adj* വൃത്തികെട്ട
nation ['neɪʃən] *n* രാഷ്ട്രം
national ['næʃənəl] *adj* ദേശീയമായ
national anthem ['næʃənl 'ænθəm] *n* ദേശീയഗാനം
nationalism ['næʃənə,lɪzəm] *n* ദേശീയത

nationalist ['næʃənəlɪst] *n* ദേശീയ വാദി
nationality [ˌnæʃə'nælɪtɪ] *n* പൌരത്വം
nationalize ['næʃənəˌlaɪz] *vt* ദേശസാൽക്കരിക്കുക
national park ['næʃənl pɑːk] *n* ദേശീയ ഉദ്യാനം
native ['neɪtɪv] *adj* ജന്മനാടിനെ സംബന്ധിച്ച
native speaker ['neɪtɪv 'spiːkə] *n* മാതൃഭാഷയായി സംസാരിക്കുന്നയാൾ
NATO ['neɪtəʊ] *abbr* നാറ്റോ, ഒരു അന്താരാഷ്ട്രസംഘടന
natural ['nætʃrəl] *adj* സ്വാഭാവികമായ, പ്രകൃത്യാ ഉള്ള
natural gas ['nætʃrəl gæs] *n* പ്രകൃതി വാതകം
naturalist ['nætʃrəlɪst] *n* പ്രകൃതിശാസ്ത്രപണ്ഡിതൻ
naturally ['nætʃrəlɪ] *adv* സ്വാഭാവികമായി
natural resources ['nætʃrəl rɪ'zɔːsɪz] *npl* പ്രകൃതിവിഭവങ്ങൾ
nature ['neɪtʃə] *n* പ്രകൃതി
naughty ['nɔːtɪ] *adj* വികൃതിയായ
nausea ['nɔːzɪə] *n* ഓക്കാനം, മനംപിരട്ടൽ
naval ['neɪvl] *adj* നാവികസേനയെ സംബന്ധിച്ച
navel ['neɪvl] *n* നാഭി, പൊക്കിൾ
navy ['neɪvɪ] *n* കപ്പൽപ്പട, നാവികസേന ▷ ['neɪvɪ'bluː] *adj* കടുത്ത നീലനിറം
NB [ɛn biː] *abbr* എൻബി
near [nɪə] *adj* അരികത്തുള്ള, സമീപത്തുള്ള ▷ *adv* സമീപം, അരികിൽ ▷ *prep* അരികെ, അടുത്ത്
nearby [ˌnɪə'baɪ] *adj* തൊട്ടടുത്തുള്ള ▷ ['nɪəbaɪ] *adv* തൊട്ടടുത്ത്
nearly ['nɪəlɪ] *adv* ഏകദേശം
near-sighted [ˌnɪə'saɪtɪd] *adj (US)* ഹ്രസ്വദൃഷ്ടിയുള്ള
neat [niːt] *adj* വൃത്തിയുള്ള
neatly ['niːtlɪ] *adv* വൃത്തിയായി
necessarily ['nɛsɪsərɪlɪ] *adv* അനിവാര്യമായി
necessary ['nɛsɪsərɪ] *adj* അനിവാര്യമായ
necessity [nɪ'sɛsɪtɪ] *n* ആവശ്യകത
neck [nɛk] *n* കഴുത്ത്
necklace ['nɛklɪs] *n* കണ്ഠാഭരണം
nectarine ['nɛktərɪn] *n* ഒരു തരം പീച്ച് പഴം
need [niːd] *n* ആവശ്യം ▷ *vt* ആവശ്യം വരുക
needle ['niːdl] *n* സൂചി

negative ['nɛɡətɪv] *adj* നിഷേധാത്മകമായ ▷ *n* അല്ല, ഇല്ല എന്നീ പദങ്ങൾ

neglect [nɪ'ɡlɛkt] *n* അവഗണന ▷ *vt* അവഗണിക്കുക

neglected [nɪ'ɡlɛktɪd] *adj* അവഗണിക്കപ്പെട്ട

negotiate [nɪ'ɡəʊʃɪ,eɪt] *v* കൂടിയാലോചന നടത്തുക

negotiations [nɪ,ɡəʊʃɪ'eɪʃənz] *npl* കൂടിയാലോചനകൾ

negotiator [nɪ'ɡəʊʃɪ,eɪtə] *n* മദ്ധ്യസ്ഥൻ

neighbour ['neɪbə] *n* അയൽക്കാരൻ

neighbourhood ['neɪbə,hʊd] *n* അയൽപക്കം

neither ['naɪðə; 'niːðə] *conj* ആരുമില്ല ▷ *pron* രണ്ടുമല്ല ▷ *adj* അതുമല്ല, ആരുമല്ല

neither ... nor ['naɪðə; 'niːðə nɔː; nə] *conj* രണ്ടെണ്ണത്തിൽ അതുമല്ല, ഇതുമല്ല

neon ['niːɒn] *n* നിയോൺ വാതകം

Nepal [nɪ'pɔːl] *n* നേപ്പാൾ

nephew ['nɛvjuː] *n* സഹോദരന്റെയോ സഹോദരിയുടെയോ പുത്രൻ, അനന്തരവൻ

nerve [nɜːv] *n (in body)* ഞരമ്പ്, സിര; *(courage)* ധൈര്യം

nerve-racking ['nɜːv'rækɪŋ] *adj* ശ്രമകരമായ, കഠിനമായ

nervous ['nɜːvəs] *adj* സങ്കോചമുള്ള, പരിഭ്രമമുള്ള

nest [nɛst] *n* കൂട്

net [nɛt] *n* വല

netball ['nɛt,bɔːl] *n* നെറ്റ്ബോൾ, ഒരു തരം കായികവിനോദം

Netherlands ['nɛðələndz] *npl* നെതർലാന്റ്

nettle ['nɛtl] *n* ചൊറിയണം, കൊടിത്തൂവ

network ['nɛt,wɜːk] *n* പരസ്പരബന്ധമുള്ള സങ്കീർണ്ണ സംവിധാനം

neurotic [njʊ'rɒtɪk] *adj* വികാരാധീനമായ

neutral ['njuːtrəl] *adj* നിഷ്പക്ഷമായ ▷ *n* വാഹനത്തിൽ ഗിയറുകളുടെ മധ്യേയുള്ള ഒരു സ്ഥാനം

never ['nɛvə] *adv* ഒരിക്കലും

nevertheless [,nɛvəðə'lɛs] *adv (formal)* എന്നിരുന്നാലും, എന്നിട്ടും

new [njuː] *adj (that did not exist before)* പുതിയ, നവീനമായ; *(not used before)* പുതിയ; *(different)* പുതിയ

newborn ['njuː,bɔːn] *adj* നവജാതമായ

newcomer ['njuː,kʌmə] *n* നവാഗതൻ (M) നവാഗത (F)

news [njuːz] *npl* വാർത്ത

n

newsagent ['nju:z,eɪdʒənt] *n* വർത്തമാനപത്രം വിൽക്കുന്ന ആൾ

newspaper ['nju:z,peɪpə] *n* വർത്തമാനപത്രം

newsreader ['nju:z,ri:də] *n* വാർത്ത വായിക്കുന്ന ആൾ

newt [nju:t] *n* കരയിലും ജലത്തിലും ജീവിക്കാൻ കഴിയുന്ന ഒരു ജീവി

New Year [nju: jɪə] *n* പുതുവർഷം

New Zealand [nju: 'zi:lənd] *n* ന്യൂസിലാന്റ്

New Zealander [nju: 'zi:ləndə] *n* ന്യൂസിലന്റുകാരൻ

next [nɛkst] *adj* അടുത്ത ▷ *adv* പിന്നാലെ, അടുത്തതായി

next of kin [nɛkst əv kɪn] *n* *(formal)* അടുത്ത ബന്ധു

next to [nɛkst tə] *prep* അടുത്ത്

Nicaragua [,nɪkə'rægjʊə] *n* നിക്കാരാഗ്വ

Nicaraguan [,nɪkə'rægjʊən] *adj* നിക്കാരാഗ്വയെ സംബന്ധിച്ച ▷ *n* നിക്കാരാഗ്വൻ

nice [naɪs] *adj* സുഖപ്രദമായ, സന്തോഷകരമായ

nickname ['nɪk,neɪm] *n* ഇരട്ടപ്പേര്

nicotine ['nɪkə,ti:n] *n* പുകയിലയിൽ അടങ്ങിയിരിക്കുന്ന വിഷാംശം, നിക്കോട്ടിൻ

niece [ni:s] *n* സഹോദരന്റെയോ സഹോദരിയുടെയോ മകൾ, അനന്തരവൾ

Niger [ni:'ʒɛə] *n* നീഗ്രോ

Nigeria [naɪ'dʒɪərɪə] *n* നൈജീരിയ

Nigerian [naɪ'dʒɪərɪən] *adj* നൈജീരിയയെ സംബന്ധിച്ച ▷ *n* നൈജീരിയൻ

night [naɪt] *n* രാത്രി

nightclub ['naɪt,klʌb] *n* നിശാക്ലബ്

nightdress ['naɪt,drɛs] *n* രാത്രിവസ്ത്രം

nightlife ['naɪt,laɪf] *n* നിശാജീവിതം

nightmare ['naɪt,mɛə] *n* ദുഃസ്വപ്നം

night school [naɪt sku:l] *n* നിശാ പാഠശാല

night shift [naɪt ʃɪft] *n* രാത്രി ജോലി

nil [nɪl] *n* പൂജ്യം, ശൂന്യം

nine [naɪn] *num* ഒമ്പത്

nineteen [,naɪn'ti:n] *num* പത്തൊൻപത്

nineteenth [,naɪn'ti:nθ] *adj* പത്തൊൻപതാമത്തെ

ninety ['naɪntɪ] *num* തൊണ്ണൂറ്

ninth [naɪnθ] *adj* ഒൻപതാമത്തെ ▷ *n* ഒൻപതിൽ ഒന്ന്
nitrogen ['naɪtrədʒən] *n* നൈട്രജൻ വാതകം
no [nəʊ] *det* അല്ല, ഇല്ല ▷ *adv* കൂടാത്ത ▷ *excl* ഇല്ല
nobody ['nəʊbədɪ] *n* ആരും
nod [nɒd] *vi* തലകുലുക്കുക
noise [nɔɪz] *n* ശബ്ദം
noisy ['nɔɪzɪ] *adj* ഒച്ചയുണ്ടാക്കുന്ന
nominate ['nɒmɪˌneɪt] *vt* നാമനിർദ്ദേശം ചെയ്യുക
nomination [ˌnɒmɪ'neɪʃən] *n* നാമനിർദ്ദേശം
none [nʌn] *pron* ആരും
nonsense ['nɒnsəns] *n* അസംബന്ധം
non-smoker [nɒn'sməʊkə] *n* പുകവലിക്കാത്തവൻ
non-smoking [nɒn'sməʊkɪŋ] *adj* പുകവലിക്കാത്ത
non-stop ['nɒn'stɒp] *adv* അവിരാമമായി
noodles ['nu:dlz] *npl* നൂഡിൽസ്
noon [nu:n] *n* ഉച്ച
no one ['nəʊwʌn] *pron* ആർക്കും
nor [nɔ:] *conj* രണ്ടുമില്ല
normal ['nɔ:ml] *adj* സാധാരണമായ
normally ['nɔ:məlɪ] *adv* സാധാരണയായി
north [nɔ:θ] *adj* വടക്കുള്ള ▷ *adv* വടക്കോട്ട് ▷ *n* വടക്കുദിശ
North Africa [nɔ:θ 'æfrɪkə] *n* വടക്കേ ആഫ്രിക്ക
North African [nɔ:θ 'æfrɪkən] *adj* വടക്കേ ആഫ്രിക്കയെ സംബന്ധിച്ച ▷ *n* വടക്കേ ആഫ്രിക്കക്കാരൻ
North America [nɔ:θ ə'mɛrɪkə] *n* വടക്കേ അമേരിക്ക
North American [nɔ:θ ə'mɛrɪkən] *adj* വടക്കേ അമേരിക്കയെ സംബന്ധിച്ച ▷ *n* വടക്കേ അമേരിക്കക്കാരൻ
northbound ['nɔ:θˌbaʊnd] *adj* വടക്കോട്ട് പോകുന്ന
northeast [ˌnɔ:θ'i:st] *n* വടക്കുകിഴക്ക്
northern ['nɔ:ðən] *adj* വടക്കുനിന്നുള്ള
Northern Ireland ['nɔ:ðən 'aɪələnd] *n* വടക്കേ അയർലണ്ട്
North Korea [nɔ:θ kə'rɪə] *n* വടക്കേ കൊറിയ
North Pole [nɔ:θ pəʊl] *n* ഉത്തരധ്രുവം
North Sea [nɔ:θ si:] *n* അറ്റ്ലാന്റിക്ക് സമുദ്രത്തിലെ ഒരു ഭാഗം
northwest [ˌnɔ:θ'wɛst] *n* വടക്കുപടിഞ്ഞാറ്

n

Norway ['nɔː,weɪ] *n* നോർവേ
Norwegian [nɔː'wiːdʒən] *adj* നോർവെയെ സംബന്ധിച്ച ▷ *n (person)* നോർവീജിയൻ; *(language)* നോർവീജിയൻ ഭാഷ
nose [nəʊz] *n* മൂക്ക്
nosebleed ['nəʊz,bliːd] *n* മൂക്കിൽ നിന്നുള്ള രക്തസ്രാവം
nostril ['nɒstrɪl] *n* നാസാദ്വാരം
nosy ['nəʊzɪ] *adj (informal)* ജിജ്ഞാസ കൂടുതലുള്ള
not [nɒt] *adv* അല്ല, ഇല്ല
note [nəʊt] *n (musical)* സംഗീതധ്വനി, സ്വരം; *(banknote)* രൂപ; *(message)* കുറിപ്പ്
notebook ['nəʊt,bʊk] *n* നോട്ട്ബുക്ക്
note down [nəʊt daʊn] *v* എഴുതിയെടുക്കുക
notepad ['nəʊt,pæd] *n* കുറിച്ചെടുക്കുന്നതിനുള്ള കടലാസ് പാഡ്
notepaper ['nəʊt,peɪpə] *n* കത്തെഴുതാൻ ഉപയോഗിക്കുന്ന കടലാസ്
nothing ['nʌθɪŋ] *n* ഒന്നുമില്ല
notice ['nəʊtɪs] *n (sign)* അറിയിപ്പ്; *(warning)* മുന്നറിയിപ്പ് ▷ *vt* ശ്രദ്ധിക്കുക
noticeable ['nəʊtɪsəbl] *adj* ശ്രദ്ധാർഹമായ
notice board ['nəʊtɪsbɔːd] *n* നോട്ടീസ് ബോർഡ്
notify ['nəʊtɪ,faɪ] *vt (formal)* അറിയിപ്പ് നൽകുക
nought [nɔːt] *n* പൂജ്യം
noun [naʊn] *n* നാമം
novel ['nɒvl] *n* നോവൽ
novelist ['nɒvəlɪst] *n* നോവലെഴുത്തുകാരൻ, ആഖ്യായികാകാരൻ
November [nəʊ'vɛmbə] *n* നവംബർ
now [naʊ] *adv* ഇപ്പോൾ
nowadays ['naʊə,deɪz] *adv* ഇക്കാലത്ത്
nowhere ['nəʊ,wɛə] *adv* ഒരിടത്തുമില്ല
nuclear ['njuːklɪə] *adj* കേന്ദ്രഭാഗമായ
nude [njuːd] *adj* നഗ്നമായ ▷ *n* നഗ്നചിത്രം
nuisance ['njuːsəns] *n* ശല്യം
numb [nʌm] *adj* മരവിച്ച
number ['nʌmbə] *n* അക്കം
number plate ['nʌmbə pleɪt] *n* നമ്പർ പ്ലേറ്റ്
numerous ['njuːmərəs] *adj* അനേകം
nun [nʌn] *n* സന്യാസിനി, കന്യാസ്ത്രീ
nurse [nɜːs] *n* നഴ്സ്
nursery ['nɜːsərɪ] *n* നഴ്സറി, ശിശുപരിപാലനകേന്ദ്രം
nursery rhyme ['nɜːsərɪ raɪm] *n* കുട്ടികൾക്കുവേണ്ടിയുള്ള പാട്ട്

nursery school ['nɜːsərɪ skuːl] *n* ശിശുവിദ്യാലയം
nursing home ['nɜːsɪŋ həʊm] *n* നഴ്സിംഗ് ഹോം
nut [nʌt] *n (metal)* നട്ട്; *(edible)* കായ്, കുരു
nut allergy [nʌt 'ælədʒɪ] *n* കായ് കഴിച്ചാൽ ഉണ്ടാകുന്ന അലർജി
nutmeg ['nʌtmɛg] *n* ജാതിക്ക
nutrient ['njuːtrɪənt] *n* പോഷകഗുണമുള്ള
nutrition [njuː'trɪʃən] *n* പോഷണം
nutritious [njuː'trɪʃəs] *adj* പോഷകഗുണമുള്ള
nutter ['nʌtə] *n (informal)* അസാധാരണമാം വിധം പെരുമാറുന്നയാൾ
nylon ['naɪlɒn] *n* നൈലോൺ

O

oak [əʊk] *n* ഓക്കുമരം
oar [ɔː] *n* പങ്കായം
oasis [əʊ'eɪsɪs] *n* മരുപ്പച്ച
oath [əʊθ] *n* ശപഥം
oatmeal ['əʊt,miːl] *n* ഓട്സ് മാവ്
oats [əʊts] *npl* ഓട്സ്
obedient [ə'biːdɪənt] *adj* അനുസരണയുള്ള
obese [əʊ'biːs] *adj* തടിച്ച
obey [ə'beɪ] *v* അനുസരിക്കുക
obituary [ə'bɪtjʊərɪ] *n* മരണവാർത്ത, ചരമ അറിപ്പ്
object ['ɒbdʒɪkt] *n* വസ്തു
objection [əb'dʒɛkʃən] *n* എതിർപ്പ്
objective [əb'dʒɛktɪv] *n* ലക്ഷ്യം, ഉദ്ദേശ്യം
oblong ['ɒb,lɒŋ] *adj* ദീർഘചതുരമായ
obnoxious [əb'nɒkʃəs] *adj* വൃത്തികെട്ട, വെറുപ്പുളവാക്കുന്ന
oboe ['əʊbəʊ] *n* ഒരു കുഴൽവാദ്യം
observant [əb'zɜːvənt] *adj* ശ്രദ്ധാലുവായ
observatory [əb'zɜːvətərɪ] *n* നിരീക്ഷണാലയം
observe [əb'zɜːv] *vt* നിരീക്ഷിക്കുക
observer [əb'zɜːvə] *n* നിരീക്ഷകൻ
obsessed [əb'sɛst] *adj* ഒഴിയാബാധയായ, മനസ്സിനെ അലട്ടിക്കൊണ്ടിരിക്കുന്ന
obsession [əb'sɛʃən] *n* മനസ്സിൽ നിറഞ്ഞുനില്ക്കുന്ന വിചാരം

O

obsolete ['ɒbsə,liːt] *adj* കാലോചിതമല്ലാത്ത, കാലഹരണപ്പെട്ട

obstacle ['ɒbstəkl] *n* പ്രതിബന്ധം

obstinate ['ɒbstɪnɪt] *adj* പിടിവാദമുള്ള

obstruct [əb'strʌkt] *vt* പ്രതിരോധിക്കുക, തടസ്സപ്പെടുത്തുക

obtain [əb'teɪn] *vt (formal)* നേടുക, കിട്ടുക

obvious ['ɒbvɪəs] *adj* വ്യക്തമായ, സ്പഷ്ടമായ

obviously ['ɒbvɪəslɪ] *adv* വ്യക്തമായി, സ്പഷ്ടമായി

occasion [ə'keɪʒən] *n* അവസരം, സന്ദർഭം

occasional [ə'keɪʒənl] *adj* വല്ലപ്പോഴുമുള്ള

occasionally [ə'keɪʒənəlɪ] *adv* ഇടയ്ക്കിടെ

occupation [,ɒkjʊ'peɪʃən] *n (job)* ജോലി; *(country)* അധിവാസം, കൈവശപ്പെടുത്തൽ

occupy ['ɒkjʊ,paɪ] *vt* കൈവശപ്പെടുത്തുക

occur [ə'kɜː] *vi* സംഭവിക്കുക

occurrence [ə'kʌrəns] *n (formal)* സംഭവം

ocean ['əʊʃən] *n* കടൽ

Oceania [,əʊʃɪ'ɑːnɪə] *n* ഓഷ്യാനിയ

October [ɒk'təʊbə] *n* ഒക്ടോബർ

octopus ['ɒktəpəs] *n* നീരാളി, കിനാവള്ളി

odd [ɒd] *adj (strange)* അസാധാരണമായ; *(nonmatching)* ജോടിയല്ലാത്ത; *(number)* ഒറ്റസംഖ്യ

odour ['əʊdə] *n* ഗന്ധം

of [ɒv] *prep (belonging to)* ഏതിന്റെയെങ്കിലും ഭാഗമായതിനെ സൂചിപ്പിക്കുന്നു.; *(used to talk about amounts)* ഇതിൽ; *(about)* കുറിച്ച്

off [ɒf] *adv* വിച്ഛേദിക്കുക ▷ *prep* എടുത്തുമാറ്റുക

offence [ə'fɛns] *n* കുറ്റം

offend [ə'fɛnd] *vt* കോപിപ്പിക്കുക, പ്രകോപിക്കുക

offensive [ə'fɛnsɪv] *adj* അനിഷ്ടകരമായ, കോപജനകമായ

offer ['ɒfə] *n* വാഗ്ദാനം ▷ *vt* വാഗ്ദാനം ചെയ്യുക

office ['ɒfɪs] *n* ഓഫീസ്

office hours ['ɒfɪs aʊəz] *npl* പ്രവൃത്തി സമയം

officer ['ɒfɪsə] *n* ഉദ്യോഗസ്ഥൻ

official [ə'fɪʃəl] *adj* ഔദ്യോഗികമായ

off-peak ['ɒf,piːk] *adv* അധികം ആവശ്യക്കാരില്ലാത്ത സമയത്ത്

off-season ['ɒf,siːzn] *adj* സീസൺ അല്ലാത്ത സമയത്ത് ▷ *adv* സീസൺ അല്ലാത്ത സമയത്ത്
offside ['ɒf'saɪd] *adj* ഓഫ്സൈഡ്
often ['ɒfn] *adv* പലപ്പോഴും
oil [ɔɪl] *n* എണ്ണ ▷ *vt* എണ്ണ പുരട്ടുക
oil refinery [ɔɪl rɪ'faɪnərɪ] *n* എണ്ണ ശുദ്ധീകരണശാല
oil rig [ɔɪl rɪg] *n* ഓയിൽ റിഗ്
oil slick [ɔɪl slɪk] *n* സമുദ്രത്തിലും മറ്റും ഒഴുകി നടക്കുന്ന എണ്ണപ്പാളി
oil well [ɔɪl wɛl] *n* എണ്ണക്കിണർ
ointment ['ɔɪntmənt] *n* കുഴമ്പ്, ലേപനവസ്തു
OK! [,əʊ'keɪ] *excl* ശരി
okay [,əʊ'keɪ] *adj (informal)* ശരിയായ ▷ *excl* ശരി!
old [əʊld] *adj (aged)* പ്രായമായ, വയസ്സായ; *(made a long time ago)* പഴയ
old-age pensioner [əʊld'eɪdʒ 'pɛnʃənə] *n* മേലധികാരിയിൽ നിന്നോ സർക്കാരിൽനിന്നോ പെൻഷൻ വാങ്ങുന്നതിനുള്ള പ്രായമായ വ്യക്തി
old-fashioned ['əʊld'fæʃənd] *adj* പഴയ മാതൃകയിലുള്ള
olive ['ɒlɪv] *n (fruit)* ഒലീവ്; *(tree)* ഒലീവ് മരം
olive oil ['ɒlɪv ɔɪl] *n* ഒലീവ് ഓയിൽ
Oman [əʊ'mɑːn] *n* ഒമാൻ
omelette ['ɒmlɪt] *n* ഓംലെറ്റ്
on [ɒn] *adv* ഓണാക്കുക ▷ *prep* ഉണ്ടായിരിക്കുക
on behalf of [ɒn bɪ'hɑːf ɒv; əv] *n* പകരം
once [wʌns] *adv* ഒരിക്കൽ
one [wʌn] *num* ഒന്ന് ▷ *pron* ഒരാൾ
one-off ['wʌnɒf] *n* ഒരിക്കൽ മാത്രം സംഭവിക്കുന്നത്
one's [wʌnz] *det* ഒന്നിന്റെ, ഒരാളുടെ
oneself [wʌn'self] *pron* സ്വയം
onion ['ʌnjən] *n* സവാള
online ['ɒn,laɪn] *adj* ഓൺലൈനിലുള്ള ▷ *adv* ഓൺലൈനായി
onlooker ['ɒn,lʊkə] *n* കാണികൾ
only ['əʊnlɪ] *adj (sole)* ഒരേയൊരു ▷ *adv* മാത്രം ▷ *adj (child)* ഒറ്റ
on time [ɒn taɪm] *adj* കൃത്യസമയത്ത് എത്തുന്ന
onto ['ɒntʊ] *prep (on top of)* ലേക്ക്; *(bus, train, plane)* ലേക്ക്

open ['əupn] *adj* തുറന്ന ▷ *v* *(make or be no longer closed)* തുറക്കുക; *(shop, office)* തുറന്നിരിക്കുക

opening hours ['əupənɪŋ aʊəz] *npl* തുറന്നു പ്രവർത്തിക്കുന്ന സമയം

opera ['ɒpərə] *n* സംഗീതനാടകം, ഓപ്പറ

operate ['ɒpəˌreɪt] *v* *(business, organization)* പ്രവർത്തിപ്പിക്കുക ▷ *vi* *(surgeon)* ശസ്ത്രക്രിയ ചെയ്യുക

operating theatre ['ɒpəˌreɪtɪŋ 'θɪətə] *n* ഓപ്പറേറ്റിംഗ് തീയേറ്റർ

operation [ˌɒpə'reɪʃən] *n* *(organized activity)* പ്രവർത്തനം, നീക്കങ്ങൾ; *(surgical)* ശസ്ത്രക്രിയ

operator ['ɒpəˌreɪtə] *n* പ്രവർത്തിപ്പിക്കുന്ന ആൾ

opinion [ə'pɪnjən] *n* അഭിപ്രായം

opinion poll [ə'pɪnjən pəʊl] *n* തർക്കവിഷയം

opponent [ə'pəʊnənt] *n* എതിരാളി

opportunity [ˌɒpə'tjuːnɪtɪ] *n* അവസരം

oppose [ə'pəʊz] *vt* എതിർക്കുക

opposed [ə'pəʊzd] *adj* എതിർത്ത

opposing [ə'pəʊzɪŋ] *adj* എതിർക്കുന്ന

opposite ['ɒpəzɪt] *adj* *(far)* എതിരെയുള്ള ▷ *adv* എതിരെയായി ▷ *prep* എതിർവശത്ത്, എതിരെ ▷ *adj* *(completely different)* വ്യത്യസ്തമായ, എതിരായ

opposition [ˌɒpə'zɪʃən] *n* എതിർപ്പ്

optician [ɒp'tɪʃən] *n* നേത്രപരിശോധകൻ

optimism ['ɒptɪˌmɪzəm] *n* ശുഭാപ്തിവിശ്വാസം

optimist ['ɒptɪˌmɪst] *n* ശുഭാപ്തിവിശ്വാസി

optimistic [ɒptɪ'mɪstɪk] *adj* ശുഭാപ്തിവിശ്വാസമുള്ള

option ['ɒpʃən] *n* തിരഞ്ഞെടുക്കൽ

optional ['ɒpʃənl] *adj* ഐച്ഛികമായ

opt out [ɒpt aʊt] *v* ഒഴിഞ്ഞുമാറുക

or [ɔː] *conj* രണ്ടെണ്ണത്തിൽ ഏതെങ്കിലും ഒന്ന്

oral ['ɔːrəl] *adj* വാചികമായ ▷ *n* വാചികം

orange ['ɒrɪndʒ] *n* *(colour)* ചുവപ്പിനും മഞ്ഞയ്ക്കും ഇടയിലുള്ള നിറം, ഓറഞ്ചുനിറം; *(fruit)* മധുനാരങ്ങ, ഓറഞ്ച്

orange juice ['ɒrɪndʒ dʒuːs] *n* മധുരനാരങ്ങാ സത്ത്

orchard ['ɔːtʃəd] *n* പഴത്തോട്ടം
orchestra ['ɔːkɪstrə] *n* വാദ്യമേളക്കാർ, വാദ്യവൃന്ദം
orchid ['ɔːkɪd] *n* ഓർക്കിഡ്, ഒരുതരം അലങ്കാരച്ചെടി
ordeal [ɔː'diːl] *n* അഗ്നിപരീക്ഷ
order ['ɔːdə] *n* ക്രമം ▷ *vt* ആജ്ഞാപിക്കുക
order form ['ɔːdə fɔːm] *n* ഓർഡർ ഫോം
ordinary ['ɔːdnrɪ] *adj* സാധാരണയായ
oregano [ˌɒrɪ'gɑːnəʊ] *n* പാചകത്തിന് ഉപയോഗിക്കുന്ന ഒരു ഔഷധച്ചെടി
organ ['ɔːgən] *n (musical instrument)* ഓർഗൻ; *(part of the body)* അവയവം
organic [ɔː'gænɪk] *adj* ജൈവികമായ
organism ['ɔːgəˌnɪzəm] *n* അണുജീവി
organization [ˌɔːgənaɪ'zeɪʃən] *n* സംഘടന
organize ['ɔːgəˌnaɪz] *vt* സംഘടിപ്പികുക
Orient ['ɔːrɪənt] *n (literary, old-fashioned)* കിഴക്ക്
oriental [ˌɔːrɪ'ɛntl] *adj* പൌരസ്ത്യദേശത്തുള്ള
origin ['ɒrɪdʒɪn] *n* ഉത്ഭവം
original [ə'rɪdʒɪnl] *adj* പ്രഥമമായ, ഏറ്റവും ആദ്യമുള്ള
originally [ə'rɪdʒɪnəlɪ] *adv* ആരംഭത്തിൽ, തുടക്കത്തിൽ
ornament ['ɔːnəmənt] *n* ആഭരണം
orphan ['ɔːfən] *n* അനാഥൻ
ostrich ['ɒstrɪtʃ] *n* ഒട്ടകപക്ഷി
other ['ʌðə] *adj* മറ്റുള്ള
otherwise ['ʌðəˌwaɪz] *adv* അല്ലെങ്കിൽ ▷ *conj* അല്ലാത്തപക്ഷം ▷ *adv (in other circumstances)* അല്ലാത്തപക്ഷം
otter ['ɒtə] *n* നീർനായ്
ought [ɔːt] *vt* ആവശ്യമായിരിക്കുക
ounce [aʊns] *n* ഔൺസ്
our [aʊə] *det* ഞങ്ങളുടെ, നമ്മുടെ
ours [aʊəz] *pron* ഞങ്ങൾ, നമ്മൾ
ourselves [aʊə'sɛlvz] *pron* ഞങ്ങളെത്തന്നെ; ഞങ്ങൾതന്നെ
out [aʊt] *adj* കത്താതിരിക്കുക, പ്രകാശിക്കാതിരിക്കുക ▷ *adv* പുറത്ത് ▷ *prep* പുറത്തുപോകുക
outbreak ['aʊtˌbreɪk] *n* പൊട്ടിപ്പുറപ്പെടൽ
outcome ['aʊtˌkʌm] *n* ഫലം, പരിണാമം
outdoor ['aʊt'dɔː] *adj* വെളിയിലുള്ള

outdoors [ˌaʊt'dɔːz] *adv* പുറത്ത്
outfit ['aʊtˌfɪt] *n* സവിശേഷവസ്ത്രം
outgoing ['aʊtˌɡəʊɪŋ] *adj* പുറത്തേക്ക് പോകുന്ന
outing ['aʊtɪŋ] *n* പുറത്തുപോകൽ
outline ['aʊtˌlaɪn] *n* രൂപരേഖ
outlook ['aʊtˌlʊk] *n* ജീവിതവീക്ഷണം
out of date [aʊt ɒv deɪt] *adj* കാലഹരണപ്പെട്ട
out-of-doors ['aʊtɒv'dɔːz] *adv* കെട്ടിടത്തിനു വെളിയിൽ
outrageous [aʊt'reɪdʒəs] *adj* ഞെട്ടിക്കുന്ന, ലജ്ജാവഹമായ
outset ['aʊtˌset] *n* ആരംഭം, തുടക്കം
outside ['aʊt'saɪd] *adj* പുറമെയുള്ള, വെളിയിലുള്ള ▷ *adv* പുറമെ, വെളിയിൽ ▷ *n* പുറംഭാഗം, വെളിവശം ▷ *prep* പുറത്ത്
outsize ['aʊtˌsaɪz] *adj* അസാമന്യ വലിപ്പമുള്ള
outskirts ['aʊtˌskɜːts] *npl* പ്രാന്തപ്രദേശങ്ങൾ
outspoken [ˌaʊt'spəʊkən] *adj* വെട്ടിതുറന്നുപറയുന്ന
outstanding [ˌaʊt'stændɪŋ] *adj* മുന്തിനിൽക്കുന്ന, ശ്രദ്ധേയമായ
oval ['əʊvl] *adj* മുട്ടയുടെ ആകൃതിയിലുള്ള, അണ്ഡാകാരമായ
ovary ['əʊvərɪ] *n* അണ്ഡാശയം
oven ['ʌvn] *n* ഓവൻ
oven glove ['ʌvən ɡlʌv] *n* ചൂടുള്ള പാത്രങ്ങൾ പിടിക്കാനുള്ള കൈയുറ
ovenproof ['ʌvnˌpruːf] *adj* ഓവൻപ്രൂഫ്
over ['əʊvə] *adj* പൂർത്തിയാകുക, കഴിയുക ▷ *prep* മുകളിൽ
overall [ˌəʊvər'ɔːl] *adv* മൊത്തത്തിൽ
overalls ['əʊvərɔːlz] *npl* അയഞ്ഞ മേൽക്കുപ്പായം
overcast ['əʊvəˌkɑːst] *adj* മേഘാവൃതമായ
overcharge [ˌəʊvə'tʃɑːdʒ] *vt* അമിതവില ഈടാക്കുക
overcoat ['əʊvəˌkəʊt] *n* ഓവർകോട്ട് അല്ലെങ്കിൽ ഒരുതരം മേൽവസ്ത്രം
overcome [ˌəʊvə'kʌm] *vt* കീഴടക്കുക, തരണം ചെയ്യുക
overdone [ˌəʊvə'dʌn] *adj* വെന്തുപോയ
overdraft ['əʊvəˌdrɑːft] *n* കണക്കിൽ കൂടുതൽ പണം പിൻവലിക്കൽ
overdrawn [ˌəʊvə'drɔːn] *adj* കണക്കിൽ കൂടുതൽ പണം പിൻവലിച്ച

overdue [,əʊvə'djuː] *adj* പണം അടയ്ക്കേണ്ട അവധി കഴിഞ്ഞ
overestimate [,əʊvər'ɛstɪ,meɪt] *vt* കണക്കിലേറെ വിലമതിക്കുക
overhead projector ['əʊvə,hɛd prə'dʒɛktə] *n* സുതാര്യമായ വസ്തുവിൽ വരച്ച ചിത്രം തലയ്ക്കുമുകളിൽ പിന്നിലേക്ക് പതിപ്പിക്കുന്നതിനുള്ള ഉപകരണം
overheads ['əʊvə,hɛdz] *npl* ചെലവുകൾ
overlook [,əʊvə'lʊk] *vt* ഉയർന്ന സ്ഥാനത്തുനിന്ന് നോക്കുക
overrule [,əʊvə'ruːl] *vt* മേലധികാരം ഉപയോഗിച്ച് തള്ളിക്കളയുക
overseas [,əʊvə'siːz] *adv* വിദേശത്തേക്ക്
oversight ['əʊvə,saɪt] *n* *(overseeing)* മേൽനോട്ടം; *(mistake)* നോട്ടപ്പിഴ, നോട്ടപ്പിശക്
oversleep [,əʊvə'sliːp] *vi* അധികനേരം ഉറങ്ങുക
overtake [,əʊvə'teɪk] *v* മുന്നിൽ കയറുക
overtime ['əʊvə,taɪm] *n* അധിക സമയം
overweight [,əʊvə'weɪt] *adj* അധികഭാരമുള്ള
owe [əʊ] *vt* കടപ്പെട്ടിരിക്കുക
owing to ['əʊɪŋ tuː] *prep* കാരണത്താൽ
owl [aʊl] *n* മൂങ്ങ
own [əʊn] *adj* സ്വന്തം ▷ *vt* സ്വന്തമാക്കുക
owner ['əʊnə] *n* ഉടമസ്ഥൻ
own up [əʊn ʌp] *v* സമ്മതിക്കുക
oxygen ['ɒksɪdʒən] *n* ഓക്സിജൻ
oyster ['ɔɪstə] *n* ചിപ്പി
ozone ['əʊzəʊn] *n* ഓസോൺ
ozone layer ['əʊzəʊn 'leɪə] *n* ഓസോൺ പാളി

p

PA [piː eɪ] *abbr* പിഎ
pace [peɪs] *n* വേഗത
pacemaker ['peɪs,meɪkə] *n* പേസ്മേക്കർ
Pacific Ocean [pə'sɪfɪk 'əʊʃən] *n* പസഫിക് സമുദ്രം
pack [pæk] *n* കെട്ട്, പാക്കറ്റ് ▷ *vt* അടുക്കി കെട്ടുക
package ['pækɪdʒ] *n* പാക്കേജ്
packaging ['pækɪdʒɪŋ] *n* പാക്കേജിംഗ്

packed [pækt] *adj* തിങ്ങിനിറഞ്ഞ

packed lunch [pækt lʌntʃ] *n* ഉച്ചഭക്ഷണപ്പൊതി

packet ['pækɪt] *n* പാക്കറ്റ്

pad [pæd] *n* പാഡ്

paddle ['pædl] *n* പങ്കായം, തുഴ ▷ *vt (boat)* തുഴയുക ▷ *vi (wade)* വെള്ളത്തിൽ നടക്കുക

paddling pool ['pædəlɪŋ puːl] *n* തുഴയാൻ സൌകര്യമുള്ള തടാകം

padlock ['pædˌlɒk] *n* താഴ്, പൂട്ട്

page [peɪdʒ] *n* പേജ് ▷ *v* പേജ് ചെയ്യുക

pager ['peɪdʒə] *n* പേജർ

paid [peɪd] *adj* വേതനമുള്ള, പ്രതിഫലമുള്ള

pail [peɪl] *n (old-fashioned)* ലോഹമോ തടിയോകൊണ്ട് ഉണ്ടാക്കിയ ബക്കറ്റ്

pain [peɪn] *n* വേദന

painful ['peɪnfʊl] *adj* വേദനയുള്ള

painkiller ['peɪnˌkɪlə] *n* വേദനസംഹാരി

paint [peɪnt] *n* പെയിന്റ്, ചായം ▷ *v (wall, door)* പെയിന്റ് ചെയ്യുക, ചായം തേക്കുക; *(make a picture of)* ചിത്രം വരയ്ക്കുക

paintbrush ['peɪntˌbrʌʃ] *n* പെയിന്റ് ബ്രഷ്

painter ['peɪntə] *n* പെയിന്റർ

painting ['peɪntɪŋ] *n* പെയിന്റ് ചെയ്യൽ

pair [pɛə] *n* ജോഡി

Pakistan [ˌpɑːkɪ'stɑːn] *n* പാകിസ്ഥാൻ

Pakistani [ˌpɑːkɪ'stɑːnɪ] *adj* പാകിസ്ഥാനെ സംബന്ധിച്ച ▷ *n* പാകിസ്ഥാനി

pal [pæl] *n (informal, old-fashioned)* ചങ്ങാതി, സുഹൃത്ത്

palace ['pælɪs] *n* കൊട്ടാരം

pale [peɪl] *adj* വിളറിയ, മങ്ങിയ

Palestine ['pælɪˌstaɪn] *n* പാലസ്തീൻ

Palestinian [ˌpælɪ'stɪnɪən] *adj* പാലസ്തീനെ സംബന്ധിച്ച ▷ *n* പാലസ്തീനിയൻ

palm [pɑːm] *n (hand)* ഉള്ളം കൈ; *(tree)* ചൂടുള്ള ഇടങ്ങളിൽ വളരുന്ന ഒറ്റത്തടിമരം

pamphlet ['pæmflɪt] *n* ലഘുലേഖ

pan [pæn] *n* പാൻ

Panama [ˌpænə'mɑː] *n* പനാമ

pancake ['pænˌkeɪk] *n* ദോശപോലെ ചുട്ട അപ്പം, ഓട്ടട

panda ['pændə] *n* കരടിപ്പൂച്ച, പാന്റ

panic ['pænɪk] *n* പരിഭ്രമം, പരിഭ്രാന്തി ▷ *v* പരിഭ്രമിക്കുക, പരിഭ്രാന്തരാവുക
panther ['pænθə] *n* പുള്ളിപ്പുലി
pantomime ['pæntə,maɪm] *n* ആംഗ്യനാടകം, മൂകനാടകം
pants [pænts] *npl* പാന്റ്സ്
paper ['peɪpə] *n (material)* പേപ്പർ, കടലാസ്; *(newspaper)* വർത്തമാനപത്രം
paperback ['peɪpə,bæk] *n* പേപ്പർബാക്ക്
paperclip ['peɪpə,klɪp] *n* പേപ്പർക്ലിപ്
paper round ['peɪpə raʊnd] *n* പത്രവിതരണം
paperweight ['peɪpə,weɪt] *n* പേപ്പർവെയിറ്റ്
paperwork ['peɪpə,wɜːk] *n* പേപ്പർവർക്ക്
paprika ['pæprɪkə] *n* കുരുമുളക് പൊടി
parachute ['pærə,ʃuːt] *n* പാരച്യൂട്ട്
parade [pə'reɪd] *n* പരേഡ്, പ്രകടനം
paradise ['pærə,daɪs] *n* സ്വർഗ്ഗം, പറുദീസ
paraffin ['pærəfɪn] *n* പാരഫിൻ
paragraph ['pærə,grɑːf] *n* ഖണ്ഡിക
Paraguay ['pærə,gwaɪ] *n* പരാഗ്വേ
Paraguayan [,pærə'gwaɪən] *adj* പരാഗ്വേയെ സംബന്ധിച്ച ▷ *n* പാരഗ്വേൻ
parallel ['pærə,lɛl] *adj* സമാന്തരമായ
paralysed ['pærə,laɪzd] *adj* പക്ഷാഘാതം ബാധിച്ച, തളർവാതം പിടിച്ച
paramedic [,pærə'medɪk] *n* വൈദ്യസഹായം ചെയ്യുന്നയാൾ
parcel ['pɑːsl] *n* പാഴ്സൽ
pardon ['pɑːdn] *excl* ക്ഷമിക്കുക ▷ *n* മാപ്പ്
parent ['pɛərənt] *n* മാതാവോ പിതാവോ
park [pɑːk] *n* പൊതുഉദ്യാനം, പാർക്ക് ▷ *v* വാഹനം പാർക്കുചെയ്യുക
parking ['pɑːkɪŋ] *n* പാർക്ക് ചെയ്യൽ
parking meter ['pɑːkɪŋ 'miːtə] *n* പാർക്കിംഗ് മീറ്റർ
parking ticket ['pɑːkɪŋ 'tɪkɪt] *n* പാർക്കിംഗ് ടിക്കറ്റ്
parliament ['pɑːləmənt] *n* നിയമനിർമാണ സഭ, പാർലമെന്റ്
parole [pə'rəʊl] *n* പരോൾ
parrot ['pærət] *n* തത്ത
parsley ['pɑːslɪ] *n* അയമോദകച്ചെടി
parsnip ['pɑːsnɪp] *n* ഒരു ഭക്ഷ്യക്കിഴങ്ങ് ചെടി
part [pɑːt] *n* ഭാഗം

p

partial ['pɑːʃəl] *adj* ഭാഗികമായ
participate [pɑː'tɪsɪ,peɪt] *vi* പങ്കെടുക്കുക
particular [pə'tɪkjʊlə] *adj* പ്രത്യേകമായുള്ള
particularly [pə'tɪkjʊləlɪ] *adv* പ്രത്യേകമായി
parting ['pɑːtɪŋ] *n* വേർപിരിയൽ
partly ['pɑːtlɪ] *adv* ഭാഗികമായി
partner ['pɑːtnə] *n* പങ്കാളി
partridge ['pɑːtrɪdʒ] *n* തിത്തിരിപ്പക്ഷി
part-time ['pɑːt,taɪm] *adj* പാർട്ട്–ടൈം ▷ *adv* പാർട്ട്–ടൈമായി
part with [pɑːt wɪð] *v* വേണ്ടെന്നു വയ്ക്കുക, ത്യജിക്കുക
party ['pɑːtɪ] *n (social event)* പാർട്ടി; *(group)* സംഘം ▷ *vi* പാർട്ടി നടത്തുക
pass [pɑːs] *n (document)* പാസ്; *(mountain)* ചുരം; *(in an examination or test)* ജയം ▷ *vt (hand)* കൈമാറുക; *(go past)* കടന്നുപോകുക ▷ *v (test)* ജയിക്കുക
passage ['pæsɪdʒ] *n (corridor)* ഇടനാഴി; *(excerpt)* ഭാഗം
passenger ['pæsɪndʒə] *n* യാത്രക്കാരൻ (M) യാത്രക്കാരി (F)
passion fruit ['pæʃən fruːt] *n* പാഷൻ ഫ്രൂട്ട്
passive ['pæsɪv] *adj* നിഷ്ക്രിയമായ
pass out [pɑːs aʊt] *v* ബോധം കെടുക, മോഹാലസ്യപ്പെടുക
Passover ['pɑːs,əʊvə] *n* പെസഹ പെരുന്നാൾ
passport ['pɑːspɔːt] *n* പാസ്പോർട്ട്
password ['pɑːs,wɜːd] *n* രഹസ്യവാക്ക്
past [pɑːst] *adj* കടന്നുപോയ, കഴിഞ്ഞകാലത്തെ ▷ *n* പണ്ടുകാലം ▷ *prep (after)* കഴിഞ്ഞ്; *(farther than)* അപ്പുറത്ത്
pasta ['pæstə] *n* പാസ്റ്റ
paste [peɪst] *n* പേസ്റ്റ് ▷ *vt (glue)* ഒട്ടിക്കുക; *(on computer)* പകർത്തി ഒട്ടിക്കുക
pasteurized ['pæstə,raɪzd] *adj* അണുവിമുക്തമാക്കിയ
pastime ['pɑːs,taɪm] *n* സമയംപോക്ക്, നേരംപോക്ക്
pastry ['peɪstrɪ] *n* പേസ്ട്രി
patch [pætʃ] *n* ഒരു ഉപരിതലത്തിലെ വ്യത്യസ്ത നിറമുള്ള ഭാഗം
patched [pætʃt] *adj* തുണ്ടു കഷണംകൊണ്ട് കീറൽ അടച്ച

paternity leave [pəˈtɜːnɪtɪ liːv] *n* പിതൃത്വ അവധി
path [pɑːθ] *n* വഴി
pathetic [pəˈθɛtɪk] *adj* ശോചനീയമായ
patience [ˈpeɪʃəns] *n* ക്ഷമ
patient [ˈpeɪʃənt] *adj* ക്ഷമയുള്ള ▷ *n* രോഗി
patio [ˈpætɪˌəʊ] *n* നടുമുറ്റം
patriotic [ˈpætrɪˈɒtɪk] *adj* രാജ്യസ്നേഹമുള്ള
patrol [pəˈtrəʊl] *n* റോന്തുചുറ്റൽ
patrol car [pəˈtrəʊl kɑː] *n* റോന്തുചുറ്റുന്ന കാർ
pattern [ˈpætn] *n* ക്രമം
pause [pɔːz] *n* തൽക്കാല വിരാമം
pavement [ˈpeɪvmənt] *n* നടപ്പാത
pavilion [pəˈvɪljən] *n* പ്രദർശന കൂടാരം
paw [pɔː] *n* മൃഗങ്ങളുടെ പാദം
pawnbroker [ˈpɔːnˌbrəʊkə] *n* പണയമെടുക്കുന്നയാൾ
pay [peɪ] *n* ശമ്പളം, വേതനം ▷ *v* പണം അടയ്ക്കുക
payable [ˈpeɪəbl] *adj* പണം അടയ്ക്കേണ്ട
pay back [peɪ bæk] *v* കടം വീട്ടുക
payment [ˈpeɪmənt] *n* പണം അടയ്ക്കൽ
payphone [ˈpeɪˌfəʊn] *n* പേഫോൺ
PC [piː siː] *n* പിസി
PDF [piː diː ɛf] *n* പിഡിഎഫ്
peace [piːz] *n* സമാധാനം
peaceful [ˈpiːsfʊl] *adj* സമാധാനപരമായ
peach [piːtʃ] *n* പീച്ചുപഴം
peacock [ˈpiːˌkɒk] *n* മയിൽ
peak [piːk] *n* മൂർധന്യം
peak hours [piːk aʊəz] *npl* തിരക്കുള്ള സമയം
peanut [ˈpiːˌnʌt] *n* കപ്പലണ്ടി
peanut allergy [ˈpiːˌnʌt ˈælədʒɪ] *n* കപ്പലണ്ടിയോടുള്ള അലർജി
peanut butter [ˈpiːˌnʌt ˈbʌtə] *n* പീനട്ട് ബട്ടർ
pear [pɛə] *n* പിയർ പഴം
pearl [pɜːl] *n* മുത്ത്
peas [piːz] *npl* പയർ
peat [piːt] *n* ദ്രവിച്ച ജൈവവസ്തുക്കൾ
pebble [ˈpɛbl] *n* ചെറിയ ഉരുളൻ കല്ല്
peculiar [pɪˈkjuːlɪə] *adj* അസാധാരണമായ
pedal [ˈpɛdl] *n* പെഡൽ
pedestrian [pɪˈdɛstrɪən] *n* കാൽനടയാത്രക്കാരൻ
pedestrian crossing [pəˈdɛstrɪən ˈkrɒsɪŋ] *n* കാൽനടയാത്രക്കാർക്ക് വഴി മുറിച്ചുകടക്കാനുള്ള ഇടം

P

pedestrianized [pɪ'dɛstrɪə,naɪzd] *adj* കാൽനടക്കാർക്ക് മാത്രമായുള്ള

pedestrian precinct [pə'dɛstrɪən 'priːsɪŋkt] *n* കാൽനടക്കാർക്ക് മാത്രമായുള്ള വഴി

pedigree ['pɛdɪ,griː] *adj* ഗുണമേന്മയുള്ള ഇനത്തിൽപ്പെട്ട

peel [piːl] *n* തൊലി ▷ *vt* തൊലിയുരിയുക

peg [pɛg] *n* കുറ്റി

Pekinese [,piːkə'niːz] *n* ഒരിനം വളർത്തുനായ

pelican ['pɛlɪkən] *n* ഞാറപ്പക്ഷി

pelican crossing ['pɛlɪkən 'krɒsɪŋ] *n* കാൽനടക്കാർക്ക് വഴി മുറിച്ചുകടക്കാനുള്ള ഇടം

pellet ['pɛlɪt] *n* ഉണ്ട, ചെറിയ ഉരുള

pelvis ['pɛlvɪs] *n* വസ്തിപ്രദേശം

pen [pɛn] *n* പേന

penalize ['piːnə,laɪz] *vt* ശിക്ഷാർഹമാക്കുക, കുറ്റക്കാരനാക്കുക

penalty ['pɛnltɪ] *n* പിഴ

pencil ['pɛnsəl] *n* പെൻസിൽ

pencil case ['pɛnsəl keɪs] *n* പെൻസിൽ പെട്ടി

pencil sharpener ['pɛnsəl 'ʃɑːpənə] *n* പെൻസിൽ മൂർച്ച കൂട്ടുന്നതിനുള്ള ഉപകരണം

pendant ['pɛndənt] *n* ലോക്കറ്റ്

penfriend ['pɛn,frɛnd] *n* തൂലികാ സുഹൃത്ത്

penguin ['pɛŋgwɪn] *n* പെൻഗ്വിൻ

penicillin [,pɛnɪ'sɪlɪn] *n* പെനിസിലിൻ

peninsula [pɪ'nɪnsjʊlə] *n* ഉപദ്വീപ്

penknife ['pɛn,naɪf] *n* പേനാക്കത്തി

penny ['pɛnɪ] *n* പൗണ്ടിന്റെ നൂറിലൊന്ന് വിലവരുന്ന നാണയം

pension ['pɛnʃən] *n* പെൻഷൻ

pensioner ['pɛnʃənə] *n* പെൻഷൻ വാങ്ങുന്നയാൾ

pentathlon [pɛn'tæθlən] *n* പെന്റാത്ത്ലോൺ

penultimate [pɪ'nʌltɪmɪt] *adj (formal)* ഉപാന്ത്യത്തിലുള്ള

people ['piːpl] *npl* ജനങ്ങൾ

pepper ['pɛpə] *n (spice)* കുരുമുളക്; *(vegetable)* കുരുമുളക്

peppermill ['pɛpə,mɪl] *n* കുരുമുളക് പൊടിക്കുന്നതിനുള്ള ഉപകരണം

peppermint ['pɛpə,mɪnt] *n* കർപ്പൂരത്തുളസി
per [pɜː] *prep* തോറും
per cent [pɜː sɛnt] *adv* ശതമാനത്തോളം
percentage [pə'sɛntɪdʒ] *n* ശതമാനം
percussion [pə'kʌʃən] *n* കൊട്ടുവാദ്യം
perfect ['pɜːfɪkt] *adj* പരിപൂർണമായ
perfection [pə'fɛkʃən] *n* പരിപൂർണത
perfectly ['pɜːfɪktlɪ] *adv* പരിപൂർണമായി
perform [pə'fɔːm] *vt* നടത്തുക, നിർവ്വഹിക്കുക
performance [pə'fɔːməns] *n* പ്രകടനം
perfume ['pɜːfjuːm] *n* സുഗന്ധദ്രവ്യം
perhaps [pə'hæps] *adv* ഒരുപക്ഷേ
period ['pɪərɪəd] *n* വേള
perjury ['pɜːdʒərɪ] *n* കള്ളസത്യം ചെയ്യൽ, കള്ളമൊഴിനൽകൽ
perm [pɜːm] *n* രാസപദാർത്ഥങ്ങൾ ഉപയോഗിച്ച് മുടിയുടെ ആകൃതി മാറ്റൽ
permanent ['pɜːmənənt] *adj* സ്ഥിരമായ
permanently ['pɜːmənəntlɪ] *adv* സ്ഥിരമായി
permission [pə'mɪʃən] *n* അനുമതി, അനുവാദം
permit ['pɜːmɪt] *n* അനുവദിക്കുക
persecute ['pɜːsɪ,kjuːt] *vt* പീഡിപ്പിക്കുക
persevere [,pɜːsɪ'vɪə] *vi* നിരന്തരമായി പരിശ്രമിക്കുക
Persian ['pɜːʃən] *adj* പേർഷ്യയെ സംബന്ധിക്കുന്ന
persistent [pə'sɪstənt] *adj* സ്ഥിരമായ
person ['pɜːsn] *n* വ്യക്തി
personal ['pɜːsənəl] *adj* വ്യക്തിപരമായ
personal assistant ['pɜːsənəl ə'sɪstənt] *n* പേഴ്സണൽ അസിസ്റ്റന്റ്
personality [,pɜːsə'nælɪtɪ] *n* വ്യക്തിത്വം
personally ['pɜːsənəlɪ] *adv* വ്യക്തിപരമായി
personal organizer ['pɜːsənəl 'ɔːgənaɪzə] *n* പേഴ്സണൽ ഓർഗനൈസർ
personal stereo ['pɜːsənəl 'stɛrɪəʊ] *n* പേഴ്സണൽ സ്റ്റീരിയോ
personnel [,pɜːsə'nɛl] *npl* ഉദ്യോഗസ്ഥർ
perspective [pə'spɛktɪv] *n* വീക്ഷണകോൺ
perspiration [,pɜːspə'reɪʃən] *n (formal)* വിയർപ്പ്

persuade [pə'sweɪd] *vt* നിർബന്ധിക്കുക
persuasive [pə'sweɪsɪv] *adj* പ്രേരണ ചെലുത്തുന്ന
Peru [pə'ruː] *n* പെറു
Peruvian [pə'ruːvɪən] *adj* പെറുവിനെ സംബന്ധിച്ച ▷ *n* പെറുവിയൻ
pessimist ['pɛsɪ,mɪst] *n* നിരാശാവാദി
pessimistic ['pɛsɪ,mɪstɪk] *adj* നിരാശാവാദിയായ
pest [pɛst] *n* ഉപദ്രവകാരിയായ കീടം
pester ['pɛstə] *vt* ശല്യം ചെയ്യുക
pesticide ['pɛstɪ,saɪd] *n* കീടനാശിനി
pet [pɛt] *n* വാത്സല്യഭാജനം
petition [pɪ'tɪʃən] *n* ഹർജി
petrified ['pɛtrɪ,faɪd] *adj* പേടിച്ചരണ്ട
petrol ['pɛtrəl] *n* പെട്രോൾ
petrol station ['pɛtrəl 'steɪʃən] *n* പെട്രോൾ സ്റ്റേഷൻ
petrol tank ['pɛtrəl tæŋk] *n* പെട്രോൾ ടാങ്ക്
pewter ['pjuːtə] *n* വെള്ളോട്
pharmacist ['fɑːməsɪst] *n* മരുന്നുവ്യാപാരി
pharmacy ['fɑːməsɪ] *n* ഔഷധശാല
PhD [piː eɪtʃ diː] *n* പിഎച്ച്ഡി
pheasant ['fɛznt] *n* വണ്ടാരക്കോഴി
philosophy [fɪ'lɒsəfɪ] *n* തത്വശാസ്ത്രം
phobia ['fəʊbɪə] *n* അമിതമായ ഭയം
phone [fəʊn] *n* ഫോൺ ▷ *v* ഫോൺ ചെയ്യുക
phone back [fəʊn bæk] *v* തിരിച്ച് ഫോൺ ചെയ്യുക
phone bill [fəʊn bɪl] *n* ഫോൺ ബിൽ
phonebook ['fəʊn,bʊk] *n* ഫോൺ ബുക്ക്
phonebox ['fəʊn,bɒks] *n* ഫോൺ ബോക്സ്
phone call [fəʊn kɔːl] *n* ഫോൺ വിളി
phonecard ['fəʊn,kɑːd] *n* ഫോൺ കാർഡ്
phone number [fəʊn 'nʌmbə] *n* ഫോൺ നമ്പർ
photo ['fəʊtəʊ] *n* ഫോട്ടോ
photo album ['fəʊtəʊ 'ælbəm] *n* ഫോട്ടോ ആൽബം
photocopier ['fəʊtəʊ,kɒpɪə] *n* ഫോട്ടോ കോപ്പിയെടുക്കുന്ന മെഷീൻ
photocopy ['fəʊtəʊ,kɒpɪ] *n* ഫോട്ടോകോപ്പി ▷ *vt* ഫോട്ടോകോപ്പിയെടുക്കുക
photograph ['fəʊtə,grɑːf] *n* ഫോട്ടോഗ്രാഫ് ▷ *vt* ഫോട്ടോയെടുക്കുക

photographer [fə'tɒgrəfə] *n* ഫോട്ടോഗ്രാഫർ
photography [fə'tɒgrəfɪ] *n* ഫോട്ടോഗ്രാഫി
phrase [freɪz] *n* പദസമുച്ചയം
phrasebook ['freɪz,bʊk] *n* ശൈലീപുസ്തകം
physical ['fɪzɪkl] *adj* ശാരീരികമായ ▷ *n* ശാരീരികപരിശോധന
physicist ['fɪzɪsɪst] *n* ഭൗതികശാസ്ത്രജ്ഞൻ
physics ['fɪzɪks] *n* ഭൗതികശാസ്ത്രം
physiotherapist [,fɪzɪəʊ'θɛrəpɪst] *n* ഫിസിയോതെറാപ്പിസ്റ്റ്
physiotherapy [,fɪzɪəʊ'θɛrəpɪ] *n* ഫിസിയോതെറാപ്പി
pianist ['pɪənɪst] *n* പിയാനോ വായിക്കുന്നയാൾ
piano [pɪ'ænəʊ] *n* പിയാനോ
pick [pɪk] *n* തെരഞ്ഞെടുപ്പ് ▷ *vt* *(choose)* തെരഞ്ഞെടുക്കുക; *(pluck)* പറിച്ചെടുക്കുക
pick on [pɪk ɒn] *v* *(informal)* കുറ്റം കണ്ടെത്തുക
pick out [pɪk aʊt] *v* തെരഞ്ഞുപിടിക്കുക
pickpocket ['pɪk,pɒkɪt] *n* പോക്കറ്റടിക്കുക
pick up [pɪk ʌp] *v* പെറുക്കിയെടുക്കുക
picnic ['pɪknɪk] *n* ഉല്ലാസയാത്ര
picture ['pɪktʃə] *n* ചിത്രം
picture frame ['pɪktʃə freɪm] *n* ചിത്രത്തിന്റെ ഫ്രെയിം
picturesque [,pɪktʃə'rɛsk] *adj* ചിത്രോപമമായ, മിഴിവുറ്റ
pie [paɪ] *n* ഒരുതരം പലഹാരം
piece [piːz] *n* കഷണം
pie chart [paɪ tʃɑːt] *n* പൈ ചാർട്ട്
pier [pɪə] *n* കടൽപ്പാലം
pierce [pɪəs] *vt* തുളയ്ക്കുക
pierced [pɪəst] *adj* തുളച്ച
piercing ['pɪəsɪŋ] *n* തുളയ്ക്കൽ
pig [pɪg] *n* പന്നി
pigeon ['pɪdʒɪn] *n* പ്രാവ്
piggybank ['pɪgɪ,bæŋk] *n* പന്നിയുടെ ആകൃതിയുള്ള പണപ്പെട്ടി
pigtail ['pɪg,teɪl] *n* പിന്നൽത്തലമുടി
pile [paɪl] *n* കൂമ്പാരം
piles [paɪlz] *npl* മൂലക്കുരു, അർശസ്
pile-up ['paɪlʌp] *n* ഒന്നിലധികം വാഹനങ്ങളുടെ കൂട്ടിയിടി
pilgrim ['pɪlgrɪm] *n* തീർത്ഥാടകൻ

pilgrimage ['pɪlgrɪmɪdʒ] *n* തീർത്ഥാടനയാത്ര
pill [pɪl] *n* ഗുളിക
pillar ['pɪlə] *n* തൂൺ
pillow ['pɪləʊ] *n* തലയിണ
pillowcase ['pɪləʊˌkeɪs] *n* തലയിണയുറ, തലയിണക്കവർ
pilot ['paɪlət] *n* പൈലറ്റ്
pilot light ['paɪlət laɪt] *n* പ്രധാന നാളം
pimple ['pɪmpl] *n* മുഖക്കുരു
PIN [pɪn] *n* പിൻ
pin [pɪn] *n* മൊട്ടുസൂചി
pinafore ['pɪnəˌfɔː] *n* കോളറും കൈകളും ഇല്ലാത്ത മേൽവസ്ത്രം
pinch [pɪntʃ] *vt* നുള്ളുക
pine [paɪn] *n* പൈൻമരം
pineapple ['paɪnˌæpl] *n* കൈതച്ചക്ക
pink [pɪŋk] *adj* ഇളം ചുവപ്പുള്ള
pint [paɪnt] *n* ദ്രാവകത്തിന്റെ ഒരളവ്
pip [pɪp] *n* ഫലത്തിനുള്ളിലെ വിത്ത്
pipe [paɪp] *n* കുഴൽ, പൈപ്പ്
pipeline ['paɪpˌlaɪn] *n* പൈപ്പ് ലൈൻ
pirate ['paɪrɪt] *n* കടൽക്കൊള്ളക്കാർ
Pisces ['paɪsiːz] *n* മീനം രാശി
pistol ['pɪstl] *n* കൈത്തോക്ക്
piston ['pɪstən] *n* യന്ത്രത്തിലെ പിസ്റ്റൺ
pitch [pɪtʃ] *n (sports ground)* മൈതാനം; *(sound)* ശ്രുതിയുടെ സ്ഥായി ▷ *vt* ഉന്നം നോക്കിഎറിയുക
pity ['pɪtɪ] *n* ദയ ▷ *vt* ദയ തോന്നുക
pixel ['pɪksl] *n* പിക്സൽ
pizza ['piːtsə] *n* പിസ
place [pleɪs] *n (location)* സ്ഥലം ▷ *vt* വയ്ക്കുക ▷ *n (proper position)* ഇടം
placement ['pleɪsmənt] *n* സ്ഥാനം നൽകൽ
place of birth [pleɪs ɒv; əv bɜːθ] *n* ജനനസ്ഥലം
plain [pleɪn] *adj* ഒരേ നിറത്തിലുള്ളതും ചിത്രപ്പണികളില്ലാത്തതുമായ ▷ *n* മൈതാനം
plain chocolate [pleɪn 'tʃɒklət] *n* സാധാരണ ചോക്കലേറ്റ്
plait [plæt] *n* പിന്നൽ
plan [plæn] *n* പദ്ധതി ▷ *v* ആസൂത്രണം ചെയ്യുക
plane [pleɪn] *n (aeroplane)* വിമാനം; *(flat surface)* സമതലം; *(tool)* ചീകുന്ന ഒരുതരം ഉളി
planet ['plænɪt] *n* ഗ്രഹം
planning ['plænɪŋ] *n* ആസൂത്രണം ചെയ്യൽ
plant [plɑːnt] *n (factory)* പ്ലാന്റ്; *(something that grows in the earth)* ചെടി ▷ *vt* നടുക

plant pot [plɑːnt pɒt] *n* ചെടിച്ചട്ടി
plaque [plæk] *n* ഫലകം
plasma screen ['plæzmə skriːn] *n* പ്ലാസ്മാ സ്ക്രീൻ
plasma TV ['plæzmə tiː viː] *n* പ്ലാസ്മാ ടിവി
plaster *n* പ്ലാസ്റ്റർ; ['plɑːstə] *n (sticking plaster)* പ്ലാസ്റ്റർ
plastic ['plæstɪk] *n* പ്ലാസ്റ്റിക്
plastic bag ['plæstɪk bæg] *n* പ്ലാസ്റ്റിക് ബാഗ്
plastic surgery ['plæstɪk 'sɜːdʒərɪ] *n* പ്ലാസ്റ്റിക് സർജറി
plate [pleɪt] *n* പ്ലേറ്റ്, തട്ടം
platform ['plætfɔːm] *n* പ്ലാറ്റ്ഫോം
platinum ['plætɪnəm] *n* പ്ലാറ്റിനം
play [pleɪ] *n* നാടകം ▷ *vi (children)* കളിക്കുക ▷ *vt (musical instrument)* സംഗീതോപകരണം വായിക്കുക
player ['pleɪə] *n (of sport)* കളിക്കാരൻ; *(of musical instrument)* വാദ്യോപകരണം വായിക്കുന്നയാൾ
playful ['pleɪfʊl] *adj* തമാശയായ
playground ['pleɪˌgraʊnd] *n* കളി മൈതാനം
playgroup ['pleɪˌgruːp] *n* പ്ലേഗ്രൂപ്പ്
playing card ['pleɪɪŋ kɑːd] *n* കളിക്കുന്നതിനുള്ള ചീട്ട്
playing field ['pleɪɪŋ fiːld] *n* കളിക്കുന്നതിനുള്ള മൈതാനം
PlayStation® ['pleɪˌsteɪʃən] *n* പ്ലേസ്റ്റേഷൻ
playtime ['pleɪˌtaɪm] *n* കളിക്കാനുള്ള സമയം
play truant [pleɪ 'trʊənt] *v* ക്ലാസിൽ നിന്നും ഒളിച്ചോടുക
playwright ['pleɪˌraɪt] *n* നാടകകൃത്ത്
pleasant ['plɛznt] *adj* സുഖകരമായ
please! [pliːz] *excl* ദയവായി!
pleased [pliːzd] *adj* സന്തോഷമുള്ള
pleasure ['plɛʒə] *n* സന്തോഷം
plenty ['plɛntɪ] *n* ധാരാളം
pliers ['plaɪəz] *npl* കൊടിൽ അല്ലെങ്കിൽ ചവണ
plot [plɒt] *n (piece of land)* പ്ലോട്ട്; *(plan)* ഗൂഢാലോചന നടത്തുക
plough [plaʊ] *n* കലപ്പ ▷ *vt* ഉഴുക
plug [plʌg] *n* പ്ലഗ്
plughole ['plʌgˌhəʊl] *n* പ്ലഗ് കുത്താനുള്ള സുഷിരം
plug in [plʌg ɪn] *v* പ്ലഗ് ഇൻ ചെയ്യുക
plum [plʌm] *n* ഒരുതരം പഴം
plumber ['plʌmə] *n* പ്ലംബർ

plumbing ['plʌmɪŋ] *n* ജലക്കുഴൽപ്പണി
plump [plʌmp] *adj* കൊഴുത്ത, തടിച്ച
plunge [plʌndʒ] *vi* മുങ്ങുക
plural ['plʊərəl] *n* ബഹുവചനം
plus [plʌs] *prep* അധികം
plywood ['plaɪ,wʊd] *n* പ്ലൈവുഡ്
p.m. [piː ɛm] *abbr* പി.എം.
pneumatic drill [njʊ'mætɪk drɪl] *n* ന്യൂമാറ്റിക് ഡ്രിൽ
pneumonia [njuː'məʊnɪə] *n* ന്യൂമോണിയ
poached [pəʊtʃt] *adj (fish, animal, bird)* അനധികൃതമായി വേട്ടയാടിയ; *(eggs, fish)* അവിച്ച, പുഴുങ്ങിയ
pocket ['pɒkɪt] *n* പോക്കറ്റ്
pocket calculator ['pɒkɪt 'kælkjʊ,leɪtə] *n* പോക്കറ്റ് കാൽക്കുലേറ്റർ
pocket money ['pɒkɪt 'mʌnɪ] *n* പോക്കറ്റ് മണി
podcast ['pɒd,kɑːst] *n* പോഡ്കാസ്റ്റ്
poem ['pəʊɪm] *n* പദ്യം
poet ['pəʊɪt] *n* കവി
poetry ['pəʊɪtrɪ] *n* കവിത, കാവ്യം
point [pɔɪnt] *n (something stated)* വസ്തുത ▷ *vi* ചൂണ്ടിക്കാട്ടുക ▷ *n (needle, pin, knife)* കൂർത്ത അഗ്രം; *(in a game or sport)* മത്സരത്തിൽ ലഭിക്കുന്ന പോയിന്റ്
pointless ['pɔɪntlɪs] *adj* അർത്ഥമില്ലാത്ത
point out [pɔɪnt aʊt] *v* ചൂണ്ടിക്കാണിക്കുക
poison ['pɔɪzn] *n* വിഷം ▷ *vt* വിഷം നൽകുക
poisonous ['pɔɪzənəs] *adj* വിഷമുള്ള
poke [pəʊk] *vt* കുത്തുക
poker ['pəʊkə] *n* ഒരു തരം ചീട്ടുകളി, പോക്കർ
Poland ['pəʊlənd] *n* പോളണ്ട്
polar ['pəʊlə] *adj* ധ്രുവപ്രദേശത്തുള്ള
polar bear ['pəʊlə bɛə] *n* ധ്രുവക്കരടി
Pole [pəʊl] *n* പോളിഷ് പൌരൻ
pole [pəʊl] *n* കമ്പ്, കോല്
pole vault [pəʊl vɔːlt] *n* പോൾവാൾട്ട്
police [pə'liːs] *n* പൊലീസ്
policeman [pə'liːsmən] *n* പൊലീസുകാരൻ
police officer [pə'liːs 'ɒfɪsə] *n* പൊലീസ് ഉദ്യോഗസ്ഥൻ
police station [pə'liːs 'steɪʃən] *n* പൊലീസ് സ്റ്റേഷൻ
policewoman [pə'liːswʊmən] *n* പൊലീസുകാരി

polio ['pəulɪəu] *n* തളർവാതം, പോളിയോ
Polish ['pəulɪʃ] *adj* പോളണ്ടിനെ സംബന്ധിച്ച ▷ *n* പോളീഷ് ഭാഷ
polish ['pɒlɪʃ] *n* പോളീഷ് ▷ ['pəulɪʃ] *vt* പോളീഷ് ചെയ്യുക, മിനുക്കുക
polite [pə'laɪt] *adj* വിനയമുള്ള
politely [pə'laɪtlɪ] *adv* വിനയത്തോടെ
politeness [pə'laɪtnɪs] *n* വിനയം
political [pə'lɪtɪkl] *adj* രാഷ്ട്രീയപരമായ
politician [,pɒlɪ'tɪʃən] *n* രാഷ്ട്രീയക്കാരൻ
politics ['pɒlɪtɪks] *npl* രാഷ്ട്രീയം
poll [pəul] *n* അഭിപ്രായവോട്ടെടുപ്പ്
pollen ['pɒlən] *n* പൂമ്പൊടി
pollute [pə'lu:t] *vt* മലിനീകരിക്കുക
polluted [pə'lu:tɪd] *adj* മലിനീകരിച്ച
pollution [pə'lu:ʃən] *n* മലിനീകരണം
polo-necked sweater ['pəuləunɛkt 'swɛtə] *n* പോളോ കഴുത്തുള്ള സ്വെറ്റർ
polo shirt ['pəuləu ʃɜ:t] *n* പോളോ ഷർട്ട്
Polynesia [,pɒlɪ'ni:ʒə] *n* പോളിനേഷ്യ
Polynesian [,pɒlɪ'ni:ʒən] *adj* പോളിനേഷ്യയെ സംബന്ധിച്ച ▷ *n (person)* പോളിനേഷ്യക്കാരി (F), പോളിനേഷ്യക്കാരൻ (M); *(language)* പോളിനേഷ്യൻ ഭാഷ
polythene bag ['pɒlɪ,θi:n bæg] *n* പോളിത്തീൻ ബാഗ്
pomegranate ['pɒmɪ,grænɪt] *n* മാതളങ്ങ
pond [pɒnd] *n* കുളം
pony ['pəunɪ] *n* കുതിരക്കുട്ടി
ponytail ['pəunɪ,teɪl] *n* കുതിരവാൽ പോലെ തലമുടി പിന്നിയിടുന്ന കേശാലങ്കാര രീതി
pony trekking ['pəunɪ 'trɛkɪŋ] *n* കുതിരക്കുട്ടിയുടെ പുറത്തുള്ള സവാരി
poodle ['pu:dl] *n* ധാരാളം രോമമുള്ള നായ
pool [pu:l] *n (resources)* വിഭവശേഷി; *(water)* കുളം
poor [puə] *adj* പാവപ്പെട്ട, ദരിദ്രമായ
poorly ['puəlɪ] *adj* സുഖമില്ലാത്ത, വയ്യാത്ത
popcorn ['pɒp,kɔ:n] *n* ചോളപ്പൊരി
pope [pəup] *n* മാർപാപ്പ
poplar ['pɒplə] *n* പൈൻ മരം
poppy ['pɒpɪ] *n* കറുപ്പുചെടി

popular ['pɒpjʊlə] *adj* ജനപ്രിയമായ
popularity ['pɒpjʊlærɪtɪ] *n* ജനപ്രിയത
population [ˌpɒpjʊ'leɪʃən] *n* ജനസാന്ദ്രത
pop-up ['pɒpʌp] *n* പോപ്പ് അപ്പ്
porch [pɔːtʃ] *n* കൊട്ടിയമ്പലം, നടവാതിൽ
porridge ['pɒrɪdʒ] *n* കഞ്ഞി പോലുള്ള ആഹാരം
port [pɔːt] *n (drink)* ഒരിനം ചുവന്ന വീഞ്ഞ്; *(for ships)* തുറമുഖം
portable ['pɔːtəbl] *adj* എടുത്തുകൊണ്ട് പോകാവുന്ന
porter ['pɔːtə] *n* ചുമട്ട് തൊഴിലാളി
portfolio [pɔːt'fəʊlɪəʊ] *n* പോർട്ട് ഫോളിയോ
portion ['pɔːʃən] *n* ഭാഗം
portrait ['pɔːtrɪt] *n* ഛായാചിത്രം
Portugal ['pɔːtjʊgl] *n* പോർച്ചുഗൽ
Portuguese [ˌpɔːtjʊ'giːz] *adj* പോർച്ചുഗല്ലിനെ സംബന്ധിച്ച ▷ *n (people)* പോർച്ചുഗീസുകാർ; *(language)* പോർച്ചുഗീസുഭാഷ
position [pə'zɪʃən] *n* സ്ഥാനം
positive ['pɒzɪtɪv] *adj* ആശാവാദിയായ
possess [pə'zɛs] *vt* ഉടമസ്ഥനായിരിക്കുക, കൈവശം ഉണ്ടായിരിക്കുക
possession [pə'zɛʃən] *n (formal)* ഉടമസ്ഥത
possibility [ˌpɒsɪ'bɪlɪtɪ] *n* സാധ്യത
possible ['pɒsɪbl] *adj* സാധ്യതയുള്ള
possibly ['pɒsɪblɪ] *adv* മിക്കവാറും
post [pəʊst] *n (stake)* പോസ്റ്റ്, കുറ്റിക്കാൽ; *(position)* തസ്തിക; *(mail)* തപാൽ ▷ *vt* തപാലിലയക്കുക
postage ['pəʊstɪdʒ] *n* തപാൽക്കൂലി
postal order ['pəʊstəl 'ɔːdə] *n* പോസ്റ്റൽ ഓർഡർ
postbox ['pəʊst,bɒks] *n* തപാൽ പെട്ടി
postcard ['pəʊst,kɑːd] *n* പോസ്റ്റുകാർഡ്
postcode ['pəʊst,kəʊd] *n* തപാൽ കോഡ്
poster ['pəʊstə] *n* പോസ്റ്റർ
postgraduate [pəʊst'grædjʊɪt] *n* ബിരുദാനന്തര ബിരുദം എടുക്കുന്ന/എടുത്തയാൾ
postman ['pəʊstmən] *n* പോസ്റ്റുമാൻ
postmark ['pəʊst,mɑːk] *n* തപാൽ മുദ്ര

post office [pəust 'ɒfɪs] *n* പോസ്റ്റോഫീസ്, തപാൽ ഓഫീസ്
postpone [pəust'pəun] *vt* മാറ്റിവയ്ക്കുക
postwoman ['pəustwumən] *n* പോസ്റ്റുവുമൺ
pot [pɒt] *n* പാത്രം, കലം
potato [pə'teɪtəu] *n* ഉരുളക്കിഴങ്ങ്
potato peeler [pə'teɪtəu 'piːlə] *n* ഉരുളക്കിഴങ്ങ് തൊലി കളയുന്നതിനുള്ള ഉപകരണം
potential [pə'tɛnʃəl] *adj* കഴിവുള്ള ▷ *n* കഴിവ്
pothole ['pɒt,həul] *n* റോഡിലെ കുഴി
pot plant [pɒt plɑːnt] *n* ചെടിച്ചട്ടിയിൽ വളരുന്ന ചെടി
pottery ['pɒtərɪ] *n* കളിമൺപാത്ര നിർമ്മാണം
potty ['pɒtɪ] *n* കുട്ടികൾക്ക് മൂത്രമൊഴിക്കുന്നതിനുള്ള ചെറിയ പാത്രം
pound [paund] *n* പൌണ്ട്
pound sterling [paund 'stɜːlɪŋ] *n* പൌണ്ട് സ്റ്റെർലിംഗ്
pour [pɔː] *vt* ഒഴിക്കുക
poverty ['pɒvətɪ] *n* ദാരിദ്ര്യം
powder ['paudə] *n* പൊടി
power ['pauə] *n (control)* അധികാരം; *(strength)* ശക്തി
power cut ['pauə kʌt] *n* പവർ കട്ട്
powerful ['pauəful] *adj* ശക്തിയുള്ള
practical ['præktɪkl] *adj* പ്രായോഗികമായ
practically ['præktɪkəlɪ] *adv* പ്രായോഗികമായി
practice ['præktɪs] *n* പരിശീലനം
practise ['præktɪs] *vt* പരിശീലനം ചെയ്യുക
praise [preɪz] *vt* പുകഴ്ത്തുക
pram [præm] *n* കുട്ടികളെ കൊണ്ടുപോകുന്നതിനുള്ള ചക്രമുള്ള ചെറിയ വണ്ടി
prank [præŋk] *n (old-fashioned)* കുസൃതി
prawn [prɔːn] *n* ഞണ്ട്
pray [preɪ] *v* പ്രാർത്ഥിക്കുക
prayer [prɛə] *n* പ്രാർത്ഥന
precaution [prɪ'kɔːʃən] *n* മുൻകരുതൽ
preceding [prɪ'siːdɪŋ] *adj* മുമ്പത്തെ, കഴിഞ്ഞ
precinct ['priːsɪŋkt] *n* പ്രാന്തപ്രദേശം
precious ['prɛʃəs] *adj* വിലപിടിപ്പുള്ള
precise [prɪ'saɪs] *adj* കൃത്യമായ
precisely [prɪ'saɪslɪ] *adv* കൃത്യമായി
predecessor ['priːdɪ,sɛsə] *n* പൂർവ്വാധികാരി
predict [prɪ'dɪkt] *vt* പ്രവചിക്കുക

predictable [prɪ'dɪktəbl] *adj* പ്രവചിക്കാവുന്ന

prefect ['priːfɛkt] *n* കുട്ടികൾക്കിടയിലെ നേതാവ്

prefer [prɪ'fɜː] *vt* പ്രത്യേകമായി ഇഷ്ടപ്പെടുക

preferably ['prɛfərəblɪ] *adv* പ്രത്യേകിച്ചും

preference ['prɛfərəns] *n* മുൻഗണന

pregnancy ['prɛgnənsɪ] *n* ഗർഭാവസ്ഥ

pregnant ['prɛgnənt] *adj* ഗർഭിണിയായ

prehistoric [,priːhɪ'stɒrɪk] *adj* ചരിത്രാതീത കാലത്തെ സംബന്ധിച്ച

prejudice ['prɛdʒʊdɪs] *n* മുൻവിധി

prejudiced ['prɛdʒʊdɪst] *adj* മുൻവിധിയുള്ള

premature [,prɛmə'tjʊə] *adj* അകാലപക്വമായ

premiere ['prɛmɪ,ɛə] *n* പ്രഥമപ്രദർശനം

premises ['prɛmɪsɪz] *npl* ചുറ്റുപാടുകൾ

premonition [,prɛmə'nɪʃən] *n* സൂചന അല്ലെങ്കിൽ ശകുനം

preoccupied [priː'ɒkjʊ,paɪd] *adj* നേരത്തേ വ്യാപൃതനായിരിക്കുന്ന

prepaid [priː'peɪd] *adj* മുൻകൂറായി പണമടച്ച

preparation [,prɛpə'reɪʃən] *n* തയ്യാറെടുപ്പ്

prepare [prɪ'pɛə] *vt* തയ്യാറെടുക്കുക

prepared [prɪ'pɛəd] *adj* തയ്യാറെടുത്ത

prescribe [prɪ'skraɪb] *vt* നിർദ്ദേശിക്കുക

prescription [prɪ'skrɪpʃən] *n* കുറിപ്പടി

presence ['prɛzəns] *n* സാന്നിധ്യം

present ['prɛzənt] *adj* ഹാജരായ, സന്നിഹിതരായ ▷ *n (gift)* സമ്മാനം; *(current time)* ഇപ്പോൾ, വർത്തമാനകാലം ▷ [prɪ'zɛnt] *vt* സമ്മാനിക്കുക

presentation [,prɛzən'teɪʃən] *n* സമ്മാനദാനം

presenter [prɪ'zɛntə] *n* അവതാരകൻ

presently ['prɛzəntlɪ] *adv* നിലവിൽ

preservative [prɪ'zɜːvətɪv] *n* ഭക്ഷണ പദാർത്ഥങ്ങളും മറ്റും കേടുവരാതെ സൂക്ഷിക്കാൻ ഉപയോഗിക്കുന്ന വസ്തു

president ['prɛzɪdənt] *n* രാഷ്ട്രപതി

press [prɛs] *n* മാധ്യമം ▷ *vt* അമർത്തുക

press conference [prɛs 'kɒnfrəns] *n* മാധ്യമ സമ്മേളനം
press-up ['prɛsʌp] *n* കമിഴ്ന്ന് കിടന്നുകൊണ്ട് ചെയ്യുന്ന ഒരു വ്യായാമ മുറ
pressure ['prɛʃə] *n* മർദ്ദം ▷ *vt* സമ്മർദ്ദം ചെലുത്തുക, നിർബന്ധിക്കുക
prestige [prɛ'stiːʒ] *n* അഭിമാനം
prestigious [prɛ'stɪdʒəs] *adj* അഭിമാനമുള്ള
presumably [prɪ'zjuːməblɪ] *adv* മിക്കവാറും
presume [prɪ'zjuːm] *vt* ഊഹിക്കുക
pretend [prɪ'tɛnd] *vt* ഭാവിക്കുക
pretext ['priːtɛkst] *n* കപടന്യായം
prettily ['prɪtɪlɪ] *adv* മനോഹരമായി
pretty ['prɪtɪ] *adj* മനോഹരമായ ▷ *adv* ഏറെക്കുറെ, സാമാന്യം
prevent [prɪ'vɛnt] *vt* തടയുക
prevention [prɪ'vɛnʃən] *n* തടയൽ
previous ['priːvɪəs] *adj* മുമ്പത്തെ
previously ['priːvɪəslɪ] *adv* മുമ്പ്
prey [preɪ] *n* ഇര
price [praɪs] *n* വില
price list [praɪs lɪst] *n* വിലവിവരപ്പട്ടിക
prick [prɪk] *vt* കുത്തുക
pride [praɪd] *n* അഭിമാനം
primarily ['praɪmərəlɪ] *adv* പ്രാഥമികമായി
primary ['praɪmərɪ] *adj* *(formal)* പ്രാഥമികമായ
primary school ['praɪmərɪ skuːl] *n* പ്രൈമറി സ്കൂൾ
prime minister [praɪm 'mɪnɪstə] *n* പ്രധാനമന്ത്രി
primitive ['prɪmɪtɪv] *adj* പ്രാചീനമായ
primrose ['prɪm,rəʊz] *n* ഇരിനം പൂച്ചെടി
prince [prɪns] *n* രാജകുമാരൻ
princess [prɪn'sɛs] *n* രാജകുമാരി
principal ['prɪnsɪpl] *adj* പ്രമുഖമായ ▷ *n* പ്രിൻസിപ്പൽ
principle ['prɪnsɪpl] *n* സിദ്ധാന്തം
print [prɪnt] *n* അച്ചടി ▷ *v* *(with machine)* അച്ചടിക്കുക; *(when writing)* അച്ചടിക്കുന്ന പോലെ എഴുതുക
printer ['prɪntə] *n* *(person)* പ്രിന്റർ; *(machine)* അച്ചടിയന്ത്രം
printout ['prɪntaʊt] *n* പ്രിന്റ് ഔട്ട്
priority [praɪ'ɒrɪtɪ] *n* പ്രഥമഗണന

prison ['prɪzn] *n* ജയിൽ
prisoner ['prɪzənə] *n* തടവുകാരൻ
prison officer ['prɪzən 'ɒfɪsə] *n* ജയിൽ ഉദ്യോഗസ്ഥൻ
privacy ['praɪvəsɪ] *n* സ്വകാര്യത
private ['praɪvɪt] *adj* സ്വകാര്യമായ
private property ['praɪvət 'prɒpətɪ] *n* സ്വകാര്യ സ്വത്ത്
privatize ['praɪvɪ,taɪz] *vt* സ്വകാര്യവൽക്കരിക്കുക
privilege ['prɪvɪlɪdʒ] *n* വിശേഷാധികാരം
prize [praɪz] *n* സമ്മാനം
prize-giving ['praɪz,gɪvɪŋ] *n* സമ്മാനദാനം
prizewinner ['praɪz,wɪnə] *n* സമ്മാന ജേതാവ്
probability [,prɒbə'bɪlɪtɪ] *n* സാധ്യത
probable ['prɒbəbl] *adj* സാധ്യതയുള്ള
probably ['prɒbəblɪ] *adv* ഒരുപക്ഷേ
problem ['prɒbləm] *n* പ്രശ്നം
proceedings [prə'siːdɪŋz] *npl (formal)* നിയമവ്യവഹാരം
proceeds ['prəʊsiːdz] *npl* വരുമാനം
process ['prəʊsɛs] *n* നടപടി
procession [prə'sɛʃən] *n* ഘോഷയാത്ര
produce [prə'djuːs] *vt* ഉൽപാദിപ്പിക്കുക
producer [prə'djuːsə] *n* ഉൽപാദകൻ
product ['prɒdʌkt] *n* ഉൽപന്നം
production [prə'dʌkʃən] *n* ഉൽപാദനം
productivity [,prɒdʌk'tɪvɪtɪ] *n* ഉൽപാദനക്ഷമത
profession [prə'fɛʃən] *n* തൊഴിൽ
professional [prə'fɛʃənl] *adj* ഉദ്യോഗസംബന്ധമായ ▷ *n* ഉദ്യോഗസ്ഥൻ
professionally [prə'fɛʃənəlɪ] *adv* ഉദ്യോഗസംബന്ധമായി
professor [prə'fɛsə] *n* പ്രൊഫസർ
profit ['prɒfɪt] *n* ലാഭം
profitable ['prɒfɪtəbl] *adj* ലാഭകരമായ
program ['prəʊgræm] *n* പ്രോഗ്രാം ▷ *vt* പ്രോഗ്രാം ചെയ്യുക
programme ['prəʊgræm] *n* പരിപാടി
programmer ['prəʊgræmə] *n* പ്രോഗ്രാമർ
programming ['prəʊgræmɪŋ] *n* പ്രോഗ്രാമിംഗ്

progress ['prəʊgrɛs] *n*
പുരോഗതി
prohibit [prə'hɪbɪt]
vt (formal)
നിരോധനമേർപ്പെടുത്തുക
prohibited [prə'hɪbɪtɪd] *adj*
തടഞ്ഞ, നിരോധിച്ച
project ['prɒdʒɛkt] *n* പദ്ധതി
projector [prə'dʒɛktə] *n*
പ്രൊജക്റ്റർ
promenade [ˌprɒmə'nɑːd] *n*
കടൽത്തീര വിഹാരവീഥി
promise ['prɒmɪs] *n*
വാഗ്ദാനം ▷ *vt* വാഗ്ദാനം
നൽകുക
promising ['prɒmɪsɪŋ] *adj*
വാഗ്ദാനമായ
promote [prə'məʊt] *vt*
പ്രചരിപ്പിക്കുക
promotion [prə'məʊʃən] *n*
പ്രചരണം
prompt [prɒmpt] *adj*
പെട്ടെന്നുള്ള
promptly ['prɒmptlɪ] *adv*
പെട്ടെന്ന്
pronoun ['prəʊˌnaʊn] *n*
സർവ്വനാമം
pronounce [prə'naʊns] *vt*
ഉച്ചരിക്കുക
pronunciation
[prəˌnʌnsɪ'eɪʃən] *n*
ഉച്ചാരണം
proof [pruːf] *n (evidence)*
തെളിവ്; *(printed)*
ആദ്യപകർപ്പ്

propaganda [ˌprɒpə'gændə]
n പ്രചരണം
proper ['prɒpə] *adj*
ശരിയായ, ഉചിതമായ
properly ['prɒpəlɪ] *adv*
ശരിയായി, ഉചിതമായി
property ['prɒpətɪ] *n*
(formal) സ്വത്ത്
proportion [prə'pɔːʃən] *n*
(formal) അനുപാതം
proportional [prə'pɔːʃənl]
adj (formal) അനുപാതമായ
proposal [prə'pəʊzl] *n*
നിർദ്ദേശം
propose [prə'pəʊz] *vt*
നിർദ്ദേശിക്കുക
prosecute ['prɒsɪˌkjuːt] *v*
നിയമ നടപടികൾ
എടുക്കുക
prospect ['prɒspɛkt] *n*
സാധ്യത
prospectus [prə'spɛktəs]
n കോഴ്സുകളെ പറ്റിയുള്ള
ലഘുലേഖ
prosperity [prɒ'spɛrɪtɪ] *n*
അഭിവൃദ്ധി
protect [prə'tɛkt] *vt*
പരിരക്ഷിക്കുക
protection [prə'tɛkʃən] *n*
പരിരക്ഷ
protein ['prəʊtiːn] *n*
മാംസ്യം, പ്രോട്ടീൻ
protest ['prəʊtɛst] *n*
പ്രതിഷേധം ▷ [prə'tɛst] *v*
പ്രതിഷേധിക്കുക

proud [praʊd] *adj* അഭിമാനമുള്ള
prove [pruːv] *v* തെളിയിക്കുക
proverb ['prɒvɜːb] *n* പഴഞ്ചൊല്ല്
provide [prə'vaɪd] *vt* നൽകുക
provided [prə'vaɪdɪd] *conj* അങ്ങിനെയാണെങ്കിൽ
provide for [prə'vaɪd fɔː; fə] *v* കരുതി വയ്ക്കുക
provisional [prə'vɪʒənl] *adj* താൽക്കാലികമായ
proximity [prɒk'sɪmɪtɪ] *n* *(formal)* അടുപ്പം
prune [pruːn] *n* ഉണക്കിയ, ഒരുതരം പഴം
pry [praɪ] *vi* രഹസ്യമായി അറിയാൻ ശ്രമിക്കുക
pseudonym ['sjuːdə,nɪm] *n* കപടനാമം
psychiatric [,saɪkɪ'ætrɪk] *adj* മനഃശാസ്ത്രവുമായി ബന്ധപ്പെട്ട
psychiatrist [saɪ'kaɪətrɪst] *n* മനഃശാസ്ത്രജ്ഞൻ
psychological [,saɪkə'lɒdʒɪkl] *adj* മാനസികമായ
psychologist [saɪ'kɒlədʒɪst] *n* മാനസികരോഗ വിദഗ്ധൻ
psychology [saɪ'kɒlədʒɪ] *n* മനോവിജ്ഞാനം
psychotherapy [,saɪkəʊ'θɛrəpɪ] *n* സൈക്കോത്തെറാപ്പി
PTO [piː tiː əʊ] *abbr* പിടിഓ
public ['pʌblɪk] *adj* പൊതുജനത്തിനുള്ള ▷ *n* പൊതുജനം
publication [,pʌblɪ'keɪʃən] *n* പ്രസിദ്ധീകരണം
public holiday ['pʌblɪk 'hɒlɪdeɪ] *n* പൊതുവായ അവധി
publicity [pʌ'blɪsɪtɪ] *n* പ്രചാരം
public opinion ['pʌblɪk ə'pɪnjən] *n* പൊതുജന അഭിപ്രായം
public relations ['pʌblɪk rɪ'leɪʃənz] *npl* പൊതുജന സമ്പർക്കം
public school ['pʌblɪk skuːl] *n* പബ്ലിക് സ്കൂൾ
public transport ['pʌblɪk 'træns,pɔːt] *n* പൊതുജനങ്ങൾക്കുള്ള ഗതാഗത സംവിധാനം
publish ['pʌblɪʃ] *vt* പ്രസിദ്ധീകരിക്കുക
publisher ['pʌblɪʃə] *n* പ്രസാധകൻ
pudding ['pʊdɪŋ] *n* പുഡിംഗ്
puddle ['pʌdl] *n* ചെളിവെള്ളം നിറഞ്ഞ കുഴി
Puerto Rico ['pwɜːtəʊ 'riːkəʊ] *n* പ്യൂർട്ടോ റിക്കോ

puff pastry [pʌf 'peɪstrɪ] *n* പഫ് പേസ്ട്രി അല്ലെങ്കിൽ ഒരിനം പലഹാരം

pull [pʊl] *vt* വലിക്കുക

pull down [pʊl daʊn] *v* ഇടിച്ചു നിരത്തുക

pull out [pʊl aʊt] *v* ഓടിക്കയറുക

pullover ['pʊl,əʊvə] *n* ശരീരത്തിന്റെ മുകൾഭാഗം മറയ്ക്കുന്ന വസ്ത്രം

pull up [pʊl ʌp] *v* നിർത്തുക, നിൽക്കുക

pulse [pʌls] *n* നാഡീസ്പന്ദനം, പൾസ്

pulses ['pʌlsɪz] *npl* ധാന്യങ്ങൾ

pump [pʌmp] *n* പമ്പ് ▷ *vt* പമ്പുചെയ്യുക

pumpkin ['pʌmpkɪn] *n* മത്തങ്ങ

pump up [pʌmp ʌp] *v* കാറ്റടിക്കുക, കാറ്റുനിറയ്ക്കുക

punch [pʌntʃ] *n (blow)* മുഷ്ടി കൊണ്ടുള്ള ഇടി; *(drink)* ഒരിനം മദ്യം ▷ *vt* മുഷ്ടി കൊണ്ട് ഇടിക്കുക

punctual ['pʌŋktjʊəl] *adj* സമയനിഷ്ഠ പാലിക്കുന്ന

punctuation [,pʌŋktjʊ'eɪʃən] *n* ചിഹ്നന വ്യവസ്ഥ

puncture ['pʌŋktʃə] *n* ടയറിലെ ദ്വാരം

punish ['pʌnɪʃ] *vt* ശിക്ഷിക്കുക

punishment ['pʌnɪʃmənt] *n* ശിക്ഷ

punk [pʌŋk] *n* ഒരു സംഗീതം

pupil ['pjuːpl] *n (schoolchild)* വിദ്യാർത്ഥി; *(eye)* കൃഷ്ണമണി

puppet ['pʌpɪt] *n* പാവ

puppy ['pʌpɪ] *n* നായ്ക്കുട്ടി, പട്ടിക്കുട്ടി

purchase ['pɜːtʃɪs] *vt (formal)* വാങ്ങുക

pure [pjʊə] *adj* ശുദ്ധമായ

purple ['pɜːpl] *adj* ധൂമ്രവർണമുള്ള

purpose ['pɜːpəs] *n* ഉദ്ദേശ്യം

purr [pɜː] *vi* കുറുങ്ങുക, മുരളുക

purse [pɜːs] *n* പേഴ്സ്

pursue [pə'sjuː] *vt (formal)* ശ്രമിക്കുക

pursuit [pə'sjuːt] *n* ശ്രമം

pus [pʌs] *n* ചലം അല്ലെങ്കിൽ പഴുപ്പ്

push [pʊʃ] *v* തള്ളുക

pushchair ['pʊʃ,tʃɛə] *n* കുട്ടികൾക്കായുള്ള ചക്രങ്ങളുള്ള കസേര

push-up ['pʊʃʌp] *n (US)* പുഷ് അപ്പ്, ഒരിനം വ്യായാമമുറ

put [pʊt] *vt* വയ്ക്കുക

put aside [pʊt ə'saɪd] *v* നീക്കിവയ്ക്കുക

P

put away [pʊt ə'weɪ] *v* മാറ്റി വയ്ക്കുക
put back [pʊt bæk] *v* നീട്ടിവയ്ക്കുക
put forward [pʊt 'fɔːwəd] *v* ഉന്നയിക്കുക, മുന്നോട്ടുവയ്ക്കുക
put in [pʊt ɪn] *v* ചെലവിടുന്നു
put off [pʊt ɒf] *v* താമസിപ്പിക്കുക
put up [pʊt ʌp] *v* നിർമിക്കുക
puzzle ['pʌzl] *n* പ്രഹേളിക
puzzled ['pʌzld] *adj* കുഴങ്ങിയ
puzzling ['pʌzlɪŋ] *adj* കുഴയ്ക്കുന്ന
pyjamas [pə'dʒɑːməz] *npl* പൈജാമ
pylon ['paɪlən] *n* ലോഹസ്തൂപം
pyramid ['pɪrəmɪd] *n* പിരമിഡ്

q

Qatar [kæ'tɑː] *n* ഖത്തർ
quail [kweɪl] *n* കാട
quaint [kweɪnt] *adj* ആകർഷകമായ
qualification [ˌkwɒlɪfɪ'keɪʃən] *n* യോഗ്യത
qualified ['kwɒlɪˌfaɪd] *adj* യോഗ്യതനേടിയ
qualify ['kwɒlɪˌfaɪ] *v* യോഗ്യതനേടുക
quality ['kwɒlɪtɪ] *n* ഗുണം
quantify ['kwɒntɪˌfaɪ] *v* അളവുനോക്കുക
quantity ['kwɒntɪtɪ] *n* അളവ്
quarantine ['kwɒrənˌtiːn] *n* സാംക്രമിക രോഗബാധയുള്ള ആളുകളെയോ മൃഗങ്ങളെയോ മറ്റുള്ളവരിൽ നിന്നും മാറ്റി നിർത്തുന്ന കാലയളവ്
quarrel ['kwɒrəl] *n* കലഹം, വഴക്ക് ▷ *vi* കലഹിക്കുക, വഴക്കിടുക
quarry ['kwɒrɪ] *n* പാറമട, പാറമട
quarter ['kwɔːtə] *n* നാലിലൊന്ന്
quarter final ['kwɔːtə 'faɪnl] *n* ക്വാർട്ടർ ഫൈനൽ
quartet [kwɔː'tɛt] *n* വാദ്യോപകരണമോ കൃതിയോ ഒരുമിച്ച് ആലപിക്കുന്ന നാൽവർ സംഘം
quay [kiː] *n* കപ്പൽത്തുറ
queen [kwiːn] *n* രാജ്ഞി
query ['kwɪərɪ] *n* സംശയം ▷ *vt* സംശയം ചോദിക്കുക

question ['kwɛstʃən] *n* ചോദ്യം ▷ *vt* ചോദിക്കുക
question mark ['kwɛstʃən mɑːk] *n* ചോദ്യചിഹ്നം
questionnaire [ˌkwɛstʃə'nɛə] *n* ചോദ്യാവലി
queue [kjuː] *n* ഒരാൾക്കുപുറകെ ഒരാൾ നിൽക്കുന്ന വരി, ക്യൂ ▷ *vi* വരിയായി നിൽക്കുക, ക്യൂപാലിക്കുക
quick [kwɪk] *adj* ദ്രുതഗതിയിലുള്ള
quickly ['kwɪklɪ] *adv* ദ്രുതഗതിയിൽ
quiet ['kwaɪət] *adj* അടക്കമുള്ള, നിശ്ശബ്ദമായ
quietly ['kwaɪətlɪ] *adv* നിശ്ശബ്ദമായി
quilt [kwɪlt] *n* കിടക്കവിരി
quit [kwɪt] *vt* *(informal)* ഉപേക്ഷിക്കുക
quite [kwaɪt] *adv* തികച്ചും
quiz [kwɪz] *n* ചോദ്യപരമ്പര
quota ['kwəʊtə] *n* ഓഹരി, ഭാഗം
quotation [kwəʊ'teɪʃən] *n* ഉദ്ധരണി
quotation marks [kwəʊ'teɪʃən mɑːks] *npl* ഉദ്ധരണി ചിഹ്നങ്ങൾ
quote [kwəʊt] *n* ഉദ്ധരണി ▷ *vt* ഉദ്ധരിക്കുക

r

rabbit ['ræbɪt] *n* മുയൽ
rabies ['reɪbiːz] *n* പേപ്പട്ടി വിഷബാധ
race [reɪs] *n* *(speed contest)* ഓട്ടമത്സരം; *(group of human beings)* വംശം, വർഗ്ഗം ▷ *v* ഓട്ടമത്സരത്തിൽ പങ്കെടുക്കുക
racecourse ['reɪsˌkɔːs] *n* കുതിരപ്പന്തയം നടക്കുന്ന മൈതാനം
racehorse ['reɪsˌhɔːs] *n* പന്തയക്കുതിര
racer ['reɪsə] *n* ഓട്ട മത്സരത്തിൽ പങ്കെടുക്കുന്ന മൃഗമോ മനുഷ്യനോ
racetrack ['reɪsˌtræk] *n* *(US)* ഓട്ട മത്സരം നടക്കുന്ന പാത
racial ['reɪʃəl] *adj* വംശീയമായ
racing car ['reɪsɪŋ kɑː] *n* ഓട്ടമത്സരത്തിൽ പങ്കെടുക്കുന്ന കാർ
racing driver ['reɪsɪŋ 'draɪvə] *n* കാറോട്ട മത്സരത്തിൽ പങ്കെടുക്കുന്ന ഡ്രൈവർ
racism ['reɪsɪzəm] *n* വംശീയമേധാവിത്വം

racist ['reɪsɪst] *adj* വർഗ്ഗീയവാദിയായ ▷ *n* വർഗ്ഗീയവാദി

rack [ræk] *n* സാധനങ്ങൾ തൂക്കിയിടാനുള്ള സംവിധാനം

racket ['rækɪt] *n (noise)* കോലാഹലം; *(for tennis, squash, or badminton)* വടക്കുമധ്യ അമേരിക്കയിലും വെസ്റ്റിൻഡീസിലും കാണപ്പെടുന്ന ഒരുതരം ചെറിയ ജന്തു

racoon [rə'kuːn] *n* ടെന്നീസിലും സ്കാഷിലും ഉപയോഗിക്കുന്ന അണ്ഡാകൃതിയുള്ള ബാറ്റ്

radar ['reɪdɑː] *n* ദൂരത്തുള്ള ഒരു വസ്തുവിന്റെ ദൂരം, ദിശ, വേഗം എന്നിവ നിർണ്ണയിക്കുന്ന ഒരു റേഡിയോതരംഗ വിക്ഷേപണ ഉപാധി, റഡാർ

radiation [ˌreɪdɪ'eɪʃən] *n* വൈദ്യുതകാന്തികവികിരണം, റേഡിയേഷൻ

radiator ['reɪdɪˌeɪtə] *n* മുറി ചൂടാക്കുന്നതിന് ഉപയോഗിക്കുന്ന ഒരു ലോഹ ഉപകരണം

radio ['reɪdɪəʊ] *n* റേഡിയോ

radioactive [ˌreɪdɪəʊ'æktɪv] *adj* വൈദ്യുതകാന്തികവികിരണം പുറപ്പെടുവിക്കുന്ന

radio-controlled ['reɪdɪəʊ'kən'trəʊld] *adj* റേഡിയോ സിഗ്നലുകളെ ആശ്രയിച്ച് പ്രവർത്തിക്കുന്ന ഉപകരണം

radio station ['reɪdɪəʊ 'steɪʃən] *n* റേഡിയോ സ്റ്റേഷൻ

radish ['rædɪʃ] *n* മുള്ളങ്കി

raffle ['ræfl] *n* റാഫിൾ, ലോട്ടറി പോലുള്ള ഒന്ന്

raft [rɑːft] *n* ചങ്ങാടം

rag [ræg] *n* കീറത്തുണി

rage [reɪdʒ] *n* ക്രോധം

raid [reɪd] *n* മിന്നലാക്രമണം, മിന്നൽ പരിശോധന ▷ *vt* മിന്നലാക്രമണം നടത്തുക

rail [reɪl] *n* കൈപ്പിടി

railcard ['reɪlˌkɑːd] *n* റെയിൽ കാർഡ്

railings ['reɪlɪŋz] *npl* ലോഹ അഴിയിട്ട വേലി

railway ['reɪlˌweɪ] *n* റെയിൽവേ

railway station ['reɪlweɪ 'steɪʃən] *n* റെയിൽവേ സ്റ്റേഷൻ

rain [reɪn] *n* മഴ ▷ *vi* മഴ പെയ്യുക

rainbow ['reɪnˌbəʊ] *n* മഴവില്ല്

raincoat ['reɪnˌkəʊt] *n* മഴക്കോട്ട്

rainforest ['reɪnˌfɒrɪst] *n* മഴക്കാട്

rainy ['reɪnɪ] *adj* മഴയുള്ള

raise [reɪz] *vt* ഉയർത്തുക
raisin ['reɪzn] *n* ഉണക്കമുന്തിരി
rake [reɪk] *n* പുല്ലും കരിയിലയും വാരിക്കൂട്ടാനുള്ള ഉപകരണം, മണ്ണുമാന്തി
rally ['rælɪ] *n* റാലി
ram [ræm] *n* ആൺ ചെമ്മരിയാട് ▷ *vt* കുട്ടിയിടിക്കുക
Ramadan [ˌræmə'dɑːn] *n* റംസാൻ
rambler ['ræmblə] *n* നേരം പോക്കിനായി നടക്കുന്ന ആൾ
ramp [ræmp] *n* ചരിവ്
random ['rændəm] *adj* ക്രമമല്ലാത്ത
range [reɪndʒ] *n (area covered)* ദൂരപരിധി; *(mountains)* നിര ▷ *vi* ഏറ്റക്കുറച്ചിലുണ്ടാകുക
rank [ræŋk] *n (status)* സ്ഥാനം; *(row)* നിര ▷ *v* സ്ഥാനം ലഭിക്കുക
ransom ['rænsəm] *n* മോചനദ്രവ്യം
rape [reɪp] *n (sexual attack)* ബലാത്സംഗം; *(US) (plant)* ഒരിനം കടുകുചെടി ▷ *vt* ബലാത്സംഗം ചെയ്യുക
rapids ['ræpɪdz] *npl* നദിയിൽ വെള്ളം വേഗതയിൽ ഒഴുകുന്ന സ്ഥലം
rapist ['reɪpɪst] *n* ബലാത്സംഗം ചെയ്ത ആൾ
rare [rɛə] *adj (uncommon)* അപൂർവ്വമായ; *(lightly cooked)* വേവാത്ത
rarely ['rɛəlɪ] *adv* അപൂർവ്വമായി
rash [ræʃ] *n* തടിപ്പ്
raspberry ['rɑːzbərɪ] *n* യൂറോപ്പിലെ രാജ്യങ്ങളിൽ നിന്നുള്ള ഒരിനം പഴം
rat [ræt] *n* എലി
rate [reɪt] *n* നിരക്ക് ▷ *vt* കണക്കാക്കുക, വിലയിരുത്തുക
rate of exchange [reɪt ɒv; əv ɪks'tʃeɪndʒ] *n* വിനിമയ നിരക്ക്
rather ['rɑːðə] *adv* ഏറെക്കുറെ
ratio ['reɪʃɪˌəʊ] *n* അനുപാതം
rational ['ræʃənl] *adj* യുക്തിപൂർവ്വകമായ
rattle ['rætl] *n* ചിലമ്പൽ
rattlesnake ['rætlˌsneɪk] *n* ഒരിനം വിഷപ്പാമ്പ്
rave [reɪv] *n* അമിതപ്രശംസ ▷ *v* കോപിച്ചലറുക
raven ['reɪvn] *n* ബലിക്കാക്ക
ravenous ['rævənəs] *adj* അത്യാർത്തിയുള്ള
ravine [rə'viːn] *n* കൊക്ക, മലയിടുക്ക്
raw [rɔː] *adj* അസംസ്കൃതമായ

r

razor ['reɪzə] *n* മുഖം മിനുക്കാൻ ഉപയോഗിക്കുന്ന ബ്ലേഡ്
razor blade ['reɪzə bleɪd] *n* മുഖം മിനുക്കാൻ ഉപയോഗിക്കുന്ന ഒരുതരം ബ്ലേഡ്
reach [riːtʃ] *vt (arrive at)* എത്തിച്ചേരുക ▷ *vi (stretch)* എത്തിപ്പിടിക്കുക
react [rɪ'ækt] *vi* പ്രതികരിക്കുക
reaction [rɪ'ækʃən] *n* പ്രതികരണം
reactor [rɪ'æktə] *n* ആണവോർജം ഉൽപാദിപ്പിക്കുന്നതിനുള്ള ഉപകരണം
read [riːd aʊt] *v* വായിക്കുക
reader ['riːdə] *n* വായിക്കുന്നയാൾ
readily ['rɛdɪlɪ] *adv* വേഗത്തിൽ
reading ['riːdɪŋ] *n* വായന
read out [riːd aʊt] *v* ഉച്ചത്തിൽ വായിക്കുക
ready ['rɛdɪ] *adj* തയ്യാറായ, ഒരുങ്ങിയ
ready-cooked ['rɛdɪ'kʊkt] *adj* പാചകം ചെയ്യാൻ പാകത്തിനുള്ള
real ['rɪəl] *adj (factual)* വാസ്തവമായ; *(authentic)* യഥാർത്ഥമായ
realistic [ˌrɪə'lɪstɪk] *adj* യാഥാർത്ഥ്യബോധമുള്ള
reality [rɪ'ælɪtɪ] *n* യാഥാർത്ഥ്യം
reality TV [riː'ælɪtɪ tiː'viː] *n* റിയാലിറ്റി ടിവി
realize ['rɪəˌlaɪz] *v* ബോധ്യമാവുക
really ['rɪəlɪ] *adv (spoken, sincerely)* യഥാർത്ഥത്തിൽ; *(actually)* വാസ്തവത്തിൽ, ശരിക്കും
rear [rɪə] *adj* പിന്നിലെ ▷ *n* പിൻഭാഗം
rear-view mirror ['rɪəvjuː 'mɪrə] *n* പിന്നിലെ ദൃശ്യങ്ങൾ കാണാൻ വാഹനത്തിൽ ഘടിപ്പിക്കുന്ന കണ്ണാടി
reason ['riːzn] *n* കാരണം
reasonable ['riːzənəbl] *adj* യുക്തിസഹമായ
reasonably ['riːzənəblɪ] *adv* യുക്തിസഹമായി
reassure [ˌriːə'ʃʊə] *vt* ഭയാശങ്കകൾ ദൂരീകരിക്കുക, ധൈര്യം പകരുക
reassuring [ˌriːə'ʃʊəɪŋ] *adj* ധൈര്യം പകരുന്ന
rebate ['riːbeɪt] *n* വിലക്കിഴിവ്, വിലയിളവ്
rebellious [rɪ'bɛljəs] *adj* നിഷേധാത്മകമായ
rebuild [riː'bɪld] *vt* പുനർനിർമിക്കുക
receipt [rɪ'siːt] *n* രസീതി

receive [rɪ'siːv] *vt* സ്വീകരിക്കുക
receiver [rɪ'siːvə] *n* *(telephone)* വസ്തുവിന്റെ പറയാനും കേൾക്കാനുമുള്ള ഭാഗം; *(person)* കാര്യങ്ങൾ നോക്കിനടത്താൻ ഔദ്യോഗികമായി നിയമിക്കപ്പെടുന്നയാൾ
recent ['riːsnt] *adj* അടുത്തകാലത്തുള്ള
recently ['riːsəntlɪ] *adv* അടുത്തിടെ
reception [rɪ'sɛpʃən] *n* അതിഥികളെ സ്വീകരിക്കുന്ന സ്ഥലം
receptionist [rɪ'sɛpʃənɪst] *n* വരുന്നവരെ സ്വീകരിക്കുന്നയാൾ
recession [rɪ'sɛʃən] *n* വ്യാപാരമാന്ദ്യം
recharge [riː'tʃɑːdʒ] *vt* വീണ്ടും ചാർജ് ചെയ്യുക
recipe ['rɛsɪpɪ] *n* പാചകക്കുറിപ്പ്
recipient [rɪ'sɪpɪənt] *n* *(formal)* സ്വീകർത്താവ്
reckon ['rɛkən] *vt* *(informal)* ഗണിക്കുക, കരുതുക
reclining [rɪ'klaɪnɪŋ] *adj* ചാഞ്ഞ് വിശ്രമിക്കാനുള്ള
recognizable ['rɛkəg,naɪzəbl] *adj* തിരിച്ചറിയാവുന്ന
recognize ['rɛkəg,naɪz] *vt* തിരിച്ചറിയുക
recommend [,rɛkə'mɛnd] *vt* ശുപാർശ ചെയ്യുക
recommendation [,rɛkəmɛn'deɪʃən] *n* ശുപാർശ
reconsider [,riːkən'sɪdə] *v* പുനർവിചിന്തനം ചെയ്യുക
record ['rɛkɔːd] *n* *(written account)* രേഖ, റെക്കോർഡ്; *(best result ever)* മികച്ച പ്രകടനം ▷ [rɪ'kɔːd] *vt* *(write down)* രേഖപ്പെടുത്തുക; *(TV programme)* രേഖപ്പെടുത്തുക
recorded delivery [rɪ'kɔːdɪd dɪ'lɪvərɪ] *n* അയച്ചത് ലക്ഷ്യസ്ഥാനത്ത് എത്തിയോ എന്ന് അറിയിക്കുന്നതിനുള്ള സംവിധാനം
recorder [rɪ'kɔːdə] *n* *(musical instrument)* ഒരുതരം സംഗീതോപകരണം; *(machine)* റെക്കോർഡർ
recording [rɪ'kɔːdɪŋ] *n* റെക്കോർഡുചെയ്യൽ
recover [rɪ'kʌvə] *vi* സുഖപ്പെടുക
recovery [rɪ'kʌvərɪ] *n* അസുഖം ഭേദമാകൽ
recruitment [rɪ'kruːtmənt] *n* ജോലിക്കെടുക്കൽ, റിക്രൂട്ട്മെന്റ്

rectangle ['rɛk,tæŋgl] *n* സമകോണ ചതുർഭുജം, ദീർഘചതുരം

rectangular [rɛk'tæŋgjʊlə] *adj* ദീർഘചതുരാകൃതിയുള്ള

rectify ['rɛktɪ,faɪ] *vt* പരിഹരിക്കുക, ശരിയാക്കുക

recurring [rɪ'kɜːrɪŋ] *adj* ഇടവിട്ട് സംഭവിക്കുന്ന

recycle [riː'saɪkl] *vt* വീണ്ടും ഉപയോഗയോഗ്യമാക്കുക

recycling [riː'saɪklɪŋ] *n* വീണ്ടും ഉപയോഗയോഗ്യമാക്കൽ

red [rɛd] *adj* ചുവന്ന, ചുവപ്പുനിറമുള്ള

Red Cross [rɛd krɒs] *n* റെഡ് ക്രോസ്, ആതുരസേവനത്തിനുള്ള ഒരു അന്തർദേശീയ സംഘടന

redcurrant ['rɛd'kʌrənt] *n* ചുവപ്പ് നിറമുള്ള ഒരിനം ബെറി

redecorate [riː'dɛkə,reɪt] *v* പുനരലങ്കരിക്കുക

red-haired ['rɛd,hɛəd] *adj* ചുവന്ന മുടിയുള്ള

redhead ['rɛd,hɛd] *n* ചുവന്ന മുടിയുള്ള ആൾ

red meat [rɛd miːt] *n* മാട്ടിറച്ചിയോ ആട്ടിറച്ചിയോ

redo [riː'duː] *vt* വീണ്ടും ചെയ്യുക

Red Sea [rɛd siː] *n* ചെങ്കടൽ

reduce [rɪ'djuːs] *vt* ലഘൂകരിക്കുക, കുറയ്ക്കുക

reduction [rɪ'dʌkʃən] *n* ലഘൂകരണം

redundancy [rɪ'dʌndənsɪ] *n* ആവശ്യത്തിലധികമാകൽ, ഉപരിപ്ലവത

redundant [rɪ'dʌndənt] *adj* ആവശ്യത്തിലധികമായ

red wine [rɛd waɪn] *n* ചുവന്ന വീഞ്ഞ്

reed [riːd aʊt] *n* ഈറ

reel [riːl] *n* റീൽ

refer [rɪ'fɜː] *vi* പരാമർശിക്കുക

referee [,rɛfə'riː] *n* റഫറി

reference ['rɛfərəns] *n* പരാമർശം

reference number ['rɛfərəns 'nʌmbə] *n* റഫറൻസ് നമ്പർ

refill [riː'fɪl] *vt* വീണ്ടും നിറയ്ക്കുക

refinery [rɪ'faɪnərɪ] *n* ശുദ്ധീകരണശാല

reflect [rɪ'flɛkt] *vt* പ്രതിഫലിക്കുക

reflection [rɪ'flɛkʃən] *n* പ്രതിഫലനം

reflex ['riːflɛks] *n* അനൈച്ഛിക ചേഷ്ട

refresher course [rɪ'frɛʃə kɔːs] *n* അറിവും കഴിവും വർദ്ധിപ്പിക്കുന്നതിനുള്ള പഠനപദ്ധതി

refreshing [rɪ'frɛʃɪŋ] *adj* ഉന്മേഷദായകമായ

refreshments [rɪ'frɛʃmənts] *npl* ലഘുപാനീയങ്ങൾ
refrigerator [rɪ'frɪdʒə,reɪtə] *n* റഫ്രിജറേറ്റർ, ഫ്രിഡ്ജ്
refuel [riː'fjuːəl] *v* വീണ്ടും ഇന്ധനം നിറയ്ക്കുക
refuge ['rɛfjuːdʒ] *n* ശരണം, അഭയം
refugee [,rɛfjʊ'dʒiː] *n* അഭയാർത്ഥി
refund [rɪ'fʌnd] *vt* പണം തിരിച്ചടയ്ക്കൽ ▷ ['riːfʌnd] *n* പണം തിരിച്ചുകൊടുക്കുക
refusal [rɪ'fjuːzl] *n* നിരാകരണം
refuse ['rɛfjuːs] *n* ചപ്പുചവറ്, മാലിന്യം ▷ [rɪ'fjuːz] *v* നിഷേധിക്കുക, തള്ളിക്കളയുക
regain [rɪ'geɪn] *vt* വീണ്ടെടുക്കുക
regard [rɪ'gɑːd] *n* ബഹുമാനം ▷ *vt* കരുതുക
regarding [rɪ'gɑːdɪŋ] *prep* സംബന്ധിച്ച, കുറിച്ച്
regiment ['rɛdʒɪmənt] *n* റെജിമെന്റ്, സൈന്യഗണം
region ['riːdʒən] *n* മേഖല
regional ['riːdʒənl] *adj* പ്രാദേശികമായ
register ['rɛdʒɪstə] *n* രജിസ്റ്റർ ▷ *vi* രജിസ്റ്റർ ചെയ്യുക
registered ['rɛdʒɪstəd] *adj* രജിസ്റ്റർ ചെയ്ത
registration [,rɛdʒɪ'streɪʃən] *n* രജിസ്ട്രേഷൻ
registry office ['rɛdʒɪstrɪ 'ɒfɪs] *n* രജിസ്ട്രേഷൻ ഓഫീസ്
regret [rɪ'grɛt] *n* പശ്ചാത്താപം ▷ *vt* പശ്ചാത്തപിക്കുക
regular ['rɛgjʊlə] *adj* സ്ഥിരമായ
regularly ['rɛgjʊləlɪ] *adv* സ്ഥിരമായി
regulation [,rɛgjʊ'leɪʃən] *n* നിയമാനുസരണമുള്ള നിയന്ത്രണം
rehearsal [rɪ'hɜːsl] *n* പരിശീലനം
rehearse [rɪ'hɜːs] *v* പരിശീലിക്കുക
reimburse [,riːɪm'bɜːs] *vt (formal)* ചെലവ് പണം തിരികെ കൊടുക്കുക
reindeer ['reɪn,dɪə] *n* ഒരിനം കലമാൻ
reins [reɪnz] *npl* കടിഞ്ഞാൺ
reject [rɪ'dʒɛkt] *vt* തള്ളിക്കളയുക
relapse ['riː,læps] *n* പുനരാവൃത്തി
related [rɪ'leɪtɪd] *adj* ബന്ധപ്പെട്ട
relation [rɪ'leɪʃən] *n* ബന്ധം
relationship [rɪ'leɪʃənʃɪp] *n* ബന്ധുത്വം
relative ['rɛlətɪv] *n* ബന്ധു
relatively ['rɛlətɪvlɪ] *adv* താരതമ്യേന

relax [rɪ'læks] *v* വിശ്രമിക്കുക
relaxation [ˌriːlæk'seɪʃən] *n* വിശ്രമം
relaxed [rɪ'lækst] *adj* ശാന്തമായ
relaxing [rɪ'læksɪŋ] *adj* വിശ്രമാവസ്ഥ തരുന്ന
relay ['riːleɪ] *n* റിലേ ഓട്ടം
release [rɪ'liːs] *n* മോചനം ▷ *vt* മോചിപ്പിക്കുക
relegate ['rɛlɪˌgeɪt] *vt* പദവിയിൽ കുറവ് വരുത്തുക
relevant ['rɛlɪvənt] *adj* പ്രസക്തമായ
reliable [rɪ'laɪəbl] *adj* വിശ്വസനീയമായ
relief [rɪ'liːf] *n* ആശ്വാസം
relieve [rɪ'liːv] *vt* ആശ്വാസം ലഭിക്കുക
relieved [rɪ'liːvd] *adj* ആശ്വാസം ലഭിച്ച
religion [rɪ'lɪdʒən] *n* മതം
religious [rɪ'lɪdʒəs] *adj* മതപരമായ
reluctant [rɪ'lʌktənt] *adj* വൈമനസ്യമുള്ള
reluctantly [rɪ'lʌktəntlɪ] *adv* വൈമനസ്യത്തോടെ
rely on [rɪ'laɪ ɒn] *v* ആശ്രയിക്കുക
remain [rɪ'meɪn] *v* നിലകൊള്ളുക
remaining [rɪ'meɪnɪŋ] *adj* ബാക്കിയുള്ള, അവശേഷിച്ച
remains [rɪ'meɪnz] *npl* അവശിഷ്ടങ്ങൾ
remake ['riːˌmeɪk] *n* റിമേക്ക്,പുനരാവിഷ്ക്കരണം
remark [rɪ'mɑːk] *n* അഭിപ്രായപ്പെടുക
remarkable [rɪ'mɑːkəbl] *adj* ശ്രദ്ധേയമായ
remarkably [rɪ'mɑːkəblɪ] *adv* സവിശേഷമായി
remarry [riː'mærɪ] *vi* പുനർവിവാഹം ചെയ്യുക
remedy ['rɛmɪdɪ] *n* പരിഹാരം
remember [rɪ'mɛmbə] *v* ഓർമിക്കുക
remind [rɪ'maɪnd] *vt* ഓർമിപ്പിക്കുക
reminder [rɪ'maɪndə] *n* *(written)* ഓർമക്കുറിപ്പ്
remorse [rɪ'mɔːs] *n* പശ്ചാത്താപം
remote [rɪ'məʊt] *adj* വിദൂരമായ
remote control [rɪ'məʊt kən'trəʊl] *n* റിമോട്ട് കൺട്രോൾ, വിദൂര നിയന്ത്രണം
remotely [rɪ'məʊtlɪ] *adv* വിദൂരമായി
removable [rɪ'muːvəbl] *adj* നീക്കം ചെയ്യാവുന്ന, മാറ്റാവുന്ന
removal [rɪ'muːvl] *n* നീക്കം ചെയ്യൽ

removal van [rɪ'muːvəl væn] *n* ഫർണിച്ചറും ഉപകരണങ്ങളും ഒരു സ്ഥലത്തുനിന്ന് മറ്റൊരിടത്തേക്ക് കൊണ്ടുപോകാനുള്ള വാൻ
remove [rɪ'muːv] *vt (written)* നീക്കുക
rendezvous ['rɒndɪ,vuː] *n* മുൻനിശ്ചയമനുസരിച്ചുള്ള സ്ഥലത്ത് ഒത്തു കൂടൽ
renew [rɪ'njuː] *vt* പുതുക്കുക
renewable [rɪ'njuːəbl] *adj* പുതുക്കാവുന്ന
renovate ['rɛnə,veɪt] *vt* പുനരുദ്ധരിക്കുക
renowned [rɪ'naʊnd] *adj* പ്രശസ്തിയുള്ള
rent [rɛnt] *n* വാടക ▷ *vt* വാടക കൊടുക്കുക
rental ['rɛntl] *n* വാടകയ്ക്ക് എടുക്കൽ
reorganize [riː'ɔːgə,naɪz] *vt* പുനസംഘടിപ്പിക്കുക
rep [rɛp] *n* റെപ്രസെന്റേറ്റീവ്, പ്രതിനിധി
repair [rɪ'pɛə] *n* നന്നാക്കൽ ▷ *vt* നന്നാക്കുക
repair kit [rɪ'pɛə kɪt] *n* റിപ്പയർ കിറ്റ്
repay [rɪ'peɪ] *vt* തിരിച്ചടയ്ക്കുക
repayment [rɪ'peɪmənt] *n* തിരിച്ചടയ്ക്കൽ
repeat [rɪ'piːt] *n* ആവർത്തനം ▷ *vt* ആവർത്തിക്കുക
repeatedly [rɪ'piːtɪdlɪ] *adv* ആവർത്തിച്ച്
repellent [rɪ'pɛlənt] *adj (formal)* വൃത്തികെട്ട
repercussions [,riːpə'kʌʃənz] *npl (formal)* പ്രതിഫലനം, തിരിച്ചടി
repetitive [rɪ'pɛtɪtɪv] *adj* ആവർത്തിച്ചുള്ള
replace [rɪ'pleɪs] *vt* പകരമാക്കുക
replacement [rɪ'pleɪsmənt] *n* പ്രതിസ്ഥാപനം, പകരം വയ്ക്കൽ
replay ['riː,pleɪ] *n* റീപ്ലേ, മത്സരത്തിന്റെ നിർണായക ഭാഗങ്ങൾ വീണ്ടും ടിവിയിൽ കാണിക്കൽ ▷ [,riː'pleɪ] *vt* വീണ്ടും മത്സരിക്കുക
replica ['rɛplɪkə] *n* പകർപ്പ്
reply [rɪ'plaɪ] *n* മറുപടി ▷ *vi* മറുപടി പറയുക
report [rɪ'pɔːt] *n (news)* റിപ്പോർട്ട്, അവലോകനം ▷ *vt* റിപ്പോർട്ട് ചെയ്യുക ▷ *n (school)* റിപ്പോർട്ട്
reporter [rɪ'pɔːtə] *n* റിപ്പോർട്ട് ചെയ്യുന്നയാൾ
represent [,rɛprɪ'zɛnt] *vt* പ്രതിനിധീകരിക്കുക

representative [ˌrɛprɪˈzɛntətɪv] *adj* പ്രതിനിധിയായ
reproduction [ˌriːprəˈdʌkʃən] *n* പുനരുൽപാദനം
reptile [ˈrɛptaɪl] *n* ഉരഗം
republic [rɪˈpʌblɪk] *n* റിപ്പബ്ലിക്ക്
repulsive [rɪˈpʌlsɪv] *adj* അറപ്പുളവാക്കുന്ന
reputable [ˈrɛpjʊtəbl] *adj* മാന്യമായ
reputation [ˌrɛpjʊˈteɪʃən] *n* മാന്യത, കീർത്തി
request [rɪˈkwɛst] *n (formal)* അപേക്ഷ ▷ *vt (formal)* അപേക്ഷിക്കുക
require [rɪˈkwaɪə] *vt (formal)* ആവശ്യമാവുക
requirement [rɪˈkwaɪəmənt] *n* ആവശ്യകത
rescue [ˈrɛskjuː] *n* രക്ഷിക്കൽ ▷ *vt* രക്ഷിക്കുക
research [rɪˈsɜːtʃ] *n* ഗവേഷണം
resemblance [rɪˈzɛmbləns] *n* സാദൃശ്യം
resemble [rɪˈzɛmbl] *vt* സാദൃശ്യം തോന്നുക
resent [rɪˈzɛnt] *vt* ഇഷ്ടക്കേട് തോന്നുക
resentful [rɪˈzɛntfʊl] *adj* ഇഷ്ടക്കേടുള്ള
reservation [ˌrɛzəˈveɪʃən] *n* കരുതിവയ്ക്കൽ, സംവരണം
reserve [rɪˈzɜːv] *n (supply)* കരുതൽ ശേഖരം; *(nature)* മൃഗങ്ങളെ ഔദ്യോഗികമായി പരിരക്ഷിക്കുന്ന വനപ്രദേശം ▷ *vt* കരുതിവയ്ക്കുക
reserved [rɪˈzɜːvd] *adj* മിതഭാഷിയായ
reservoir [ˈrɛzəˌvwɑː] *n* ജലസംഭരണി
resident [ˈrɛzɪdənt] *n* നിവാസി
residential [ˌrɛzɪˈdɛnʃəl] *adj* പാർപ്പിടത്തിനുള്ള
resign [rɪˈzaɪn] *vi* രാജിവയ്ക്കുക
resin [ˈrɛzɪn] *n* മരപ്പശ
resist [rɪˈzɪst] *vt* ചെറുക്കുക
resistance [rɪˈzɪstəns] *n* ചെറുത്തുനിൽപ്പ്
resit [riːˈsɪt] *v* ചെറുത്തുനിൽക്കുക
resolution [ˌrɛzəˈluːʃən] *n* തീരുമാനം
resort [rɪˈzɔːt] *n* അവധിക്കാലം ചെലവഴിക്കാനുള്ള സ്ഥലം
resort to [rɪˈzɔːt tuː; tʊ; tə] *v* അവലംബിക്കുക
resource [rɪˈzɔːs] *n* വിഭവം
respect [rɪˈspɛkt] *n* ബഹുമാനം ▷ *vt* ബഹുമാനിക്കുക

respectable [rɪ'spɛktəbl] *adj* അന്തസ്സുള്ള, ബഹുമാനം അർഹിക്കുന്ന
respectively [rɪ'spɛktɪvlɪ] *adv* യഥാക്രമം
respond [rɪ'spɒnd] *vi* പ്രതികരിക്കുക
response [rɪ'spɒns] *n* പ്രതികരണം
responsibility [rɪ,spɒnsə'bɪlɪtɪ] *n* ഉത്തരവാദിത്തം
responsible [rɪ'spɒnsəbl] *adj* ഉത്തരവാദിത്തമുള്ള
rest [rɛst] *n* ശേഷിച്ച ഭാഗം, അവശേഷിക്കുന്നത് ▷ *v* വിശ്രമിക്കുക
restaurant ['rɛstə,rɒŋ] *n* റസ്റ്റോറന്റ്, ഹോട്ടൽ
restful ['rɛstfʊl] *adj* വിശ്രമമേകുന്ന, ശാന്തമായ
restless ['rɛstlɪs] *adj* അസ്വസ്ഥമായ
restore [rɪ'stɔː] *vt* പുനഃസ്ഥാപിക്കുക
restrict [rɪ'strɪkt] *vt* നിയന്ത്രണം ഏർപ്പെടുത്തുക
restructure [riː'strʌktʃə] *vt* പുനഃസംഘടിപ്പിക്കുക
result [rɪ'zʌlt] *n* ഫലം ▷ *vi* കാരണമാവുക, ഇടയാക്കുക
resume [rɪ'zjuːm] *v* *(formal)* തുടരുക, പുനരാരംഭിക്കുക
retail ['riːteɪl] *n* ചില്ലറ വിൽപന ▷ *vi* ചില്ലറയായി വിൽക്കുക
retailer ['riːteɪlə] *n* ചില്ലറ വിൽപനക്കാരൻ
retail price ['riːteɪl praɪs] *n* ചില്ലറ വിൽപന വില
retire [rɪ'taɪə] *vi* വിരമിക്കുക
retired [rɪ'taɪəd] *adj* വിരമിച്ച
retirement [rɪ'taɪəmənt] *n* വിരമിക്കൽ
retrace [rɪ'treɪs] *vt* പിന്നോട്ട് പോവുക
return [rɪ'tɜːn] *n (coming back)* തിരിച്ചുവരവ്; *(on an investment)* ആദായം ▷ *vt (give back)* മടക്കിനൽകുക ▷ *vi (go back)* മടങ്ങിയെത്തുക ▷ *n (ticket)* മടക്ക ടിക്കറ്റ്
reunion [riː'juːnjən] *n* പുനഃസമാഗമം
reuse [riː'juːz] *vt* പുനരുപയോഗിക്കുക
reveal [rɪ'viːl] *vt* വെളിപ്പെടുത്തുക
revenge [rɪ'vɛndʒ] *n* പ്രതികാരം
revenue ['rɛvɪ,njuː] *n* വരുമാനം
reverse [rɪ'vɜːs] *n* പിന്നിലേക്കെടുക്കൽ ▷ *vt* പിന്നിലേക്കെടുക്കുക
review [rɪ'vjuː] *n* പുനരവലോകനം

r

revise [rɪ'vaɪz] *vt* പുനഃപരിശോധന നടത്തുക
revision [rɪ'vɪʒən] *n* പുനഃപരിശോധന
revive [rɪ'vaɪv] *v* നവീകരിക്കുക, പരിഷ്കരിക്കുക
revolting [rɪ'vəʊltɪŋ] *adj* അരോചകമായ
revolution [ˌrɛvə'luːʃən] *n* വിപ്ലവം
revolutionary [ˌrɛvə'luːʃənərɪ] *adj* വിപ്ലവത്തെ സംബന്ധിച്ച
revolver [rɪ'vɒlvə] *n* റിവോൾവർ, കൈത്തോക്ക്
reward [rɪ'wɔːd] *n* പ്രതിഫലം
rewarding [rɪ'wɔːdɪŋ] *adj* സംതൃപ്തിനൽകുന്ന
rewind [riː'waɪnd] *v* തിരിച്ചു ചുറ്റുക
rheumatism ['ruːməˌtɪzəm] *n* വാതരോഗം
rhubarb ['ruːbɑːb] *n* റുബാർബ്, പച്ചക്കറിയായി ഉപയോഗിക്കാവുന്ന ഒരിനം ചെടി
rhythm ['rɪðəm] *n* താളം
rib [rɪb] *n* വാരിയെല്ല്
ribbon ['rɪbn] *n* റിബൺ
rice [raɪs] *n* അരി
rich [rɪtʃ] *adj* സമ്പന്നമായ
ride [raɪd] *n* സവാരി ▷ *v* സവാരി ചെയ്യുക
rider ['raɪdə] *n* സഹാരിക്കാരൻ, ബൈക്കോടിക്കുന്നയാൾ
ridiculous [rɪ'dɪkjʊləs] *adj* പരിഹാസ്യമായ
riding ['raɪdɪŋ] *n* കുതിരസവാരി
rifle ['raɪfl] *n* റൈഫിൾ, ഒരിനം തോക്ക്
rig [rɪg] *n* റിഗ്
right [raɪt] *adj (correct)* ശരിയായ; *(opposite of left)* വലതുവശത്തുള്ള, വലത്തേ ▷ *adv* ശരിയായി ▷ *n* ശരി
right angle [raɪt 'æŋgl] *n* മട്ടകോൺ
right-hand ['raɪtˌhænd] *adj* വലതുവശത്തുള്ള
right-hand drive ['raɪtˌhænd draɪv] *n* വലത് കൈ ഉപയോഗിച്ചുള്ള ഡ്രൈവ്
right-handed ['raɪtˌhændɪd] *adj* വലംകയ്യനായ
rightly ['raɪtlɪ] *adv* ശരിയായി
right of way [raɪt əv weɪ] *n* സ്വകാര്യ ഭൂമിയിലൂടെയുള്ള വഴി
right-wing ['raɪtˌwɪŋ] *adj* വലത് പക്ഷം
rim [rɪm] *n* അരിക്, വക്ക്
ring [rɪŋ] *n* മോതിരം ▷ *vt (telephone)* ഫോൺ വിളിക്കുക ▷ *v (bell)* അടിക്കുക
ring back [rɪŋ bæk] *v* തിരിച്ച് ഫോൺ ചെയ്യുക

ring binder [rɪŋ 'baɪndə] *n* റിംഗ് ബൈൻഡർ
ring road [rɪŋ rəʊd] *n* റിംഗ് റോഡ്
ringtone ['rɪŋ,təʊn] *n* റിംഗ് ടോൺ
ring up [rɪŋ ʌp] *v* ഫോൺ ചെയ്യുക
rink [rɪŋk] *n* സ്കേറ്റ് ചെയ്യാനുള്ള സ്ഥലം
rinse [rɪns] *n* കഴുകൽ ▷ *vt* കഴുകുക
riot ['raɪət] *n* കലാപം ▷ *vi* കലാപം നടത്തുക
rip [rɪp] *v* വലിച്ച് കീറുക
ripe [raɪp] *adj* പഴുത്ത, വിളഞ്ഞ
rip off [rɪp ɒf] *v (informal)* അമിത വില ഈടാക്കുക, ചൂഷണം ചെയ്യുക
rip-off ['rɪpɒf] *n (informal)* അധികപണം ഈടാക്കൽ
rip up [rɪp ʌp] *v* കീറിക്കളയുക
rise [raɪz] *n* ഉയർച്ച ▷ *vi* ഉയരുക
risk [rɪsk] *n* അപകടസാധ്യത ▷ *vt* സാഹസത്തിന് മുതിരുക
risky ['rɪskɪ] *adj* അപകടസാധ്യതയുള്ള, സാഹസികമായ
ritual ['rɪtjʊəl] *adj* ആചാരസംബന്ധമായ ▷ *n* അനുഷ്ഠാനം
rival ['raɪvl] *adj* പ്രതിയോഗിയായ, എതിരാളിയായ ▷ *n* പ്രതിയോഗി
rivalry ['raɪvəlrɪ] *n* മാത്സര്യം, ശത്രുത
river ['rɪvə] *n* നദി
road [rəʊd] *n* റോഡ്
roadblock ['rəʊd,blɒk] *n* റോഡിലെ തടസം
road map [rəʊd mæp] *n* റോഡ് മാപ്പ്
road rage [rəʊd reɪdʒ] *n* ഒരു ഡ്രൈവർ മറ്റൊരു ഡ്രൈവറോട് വച്ചുപുലർത്തുന്ന അസഹിഷ്ണുത
road sign [rəʊd saɪn] *n* റോഡ് സൈൻ
road tax [rəʊd tæks] *n* വഴിച്ചുങ്കം
roadworks ['rəʊd,wɜːks] *npl* റോഡിലെ മരാമത്ത് പണികൾ
roast [rəʊst] *adj* പൊരിക്കുക
rob [rɒb] *vt* കൊള്ളയടിക്കുക
robber ['rɒbə] *n* കൊള്ളക്കാരൻ
robbery ['rɒbərɪ] *n* കൊള്ള
robin ['rɒbɪn] *n* ഉത്തര അമേരിക്കയിൽ കണ്ടുവരുന്ന ഒരിനം കുരുവി
robot ['rəʊbɒt] *n* യന്ത്രമനുഷ്യൻ

rock [rɒk] *n (material)* പാറ ▷ *v* ഇളകുക ▷ *n (piece of rock)* പാറക്കഷണം
rock climbing [rɒk 'klaɪmɪŋ] *n* പാറയിൽ കയറൽ
rocket ['rɒkɪt] *n* റോക്കറ്റ്
rocking chair ['rɒkɪŋ tʃɛə] *n* ആടുന്ന കസേര
rocking horse ['rɒkɪŋ hɔːs] *n* ആടുന്ന കുതിരപ്പാവ
rod [rɒd] *n* കോൽ
rodent ['rəʊdnt] *n* എലി, അണ്ണാൻ തുടങ്ങി കരണ്ടുതിന്നുന്ന ഒരു ജീവിവർഗ്ഗം
role [rəʊl] *n* പങ്ക്
roll [rəʊl] *n* റോൾ ▷ *v* ഉരുട്ടുക
roll call [rəʊl kɔːl] *n* ഹാജർ വിളിക്കൽ
roller ['rəʊlə] *n* റോളർ
rollercoaster ['rəʊlə,kəʊstə] *n* വിനോദത്തീവണ്ടിപ്പാത
rollerskates ['rəʊlə,skeɪts] *npl* ചക്രം ഘടിപ്പിച്ചിട്ടുള്ള ഷൂ
rollerskating ['rəʊlə,skeɪtɪŋ] *n* ചക്രം ഘടിപ്പിച്ചിട്ടുള്ള ഷൂ ഉപയോഗിച്ച് സ്കേറ്റ് ചെയ്യൽ
rolling pin ['rəʊlɪŋ pɪn] *n* കുഴച്ച ധാന്യമാവ് പരത്താനുള്ള ഉരുളൻ തടി
Roman ['rəʊmən] *adj* റോമിനെ സംബന്ധിച്ച
romance [rə'mæns] *n* പ്രണയം
Romanesque [,rəʊmə'nɛsk] *adj* പടിഞ്ഞാറൻ യൂറോപ്പിൽ കണ്ടുവരുന്ന ഒരുവക വാസ്തുവിദ്യ
Romania [rəʊ'meɪnɪə] *n* റൊമാനിയ
Romanian [rəʊ'meɪnɪən] *adj* റൊമാനിയയെ സംബന്ധിച്ച ▷ *n (person)* റൊമാനിയൻ; *(language)* റൊമാനിയൻ ഭാഷ
romantic [rəʊ'mæntɪk] *adj* കാൽപനികമായ
roof [ruːf] *n* മേൽക്കൂര
room [ruːm] *n (section of a building)* മുറി; *(space)* ഒഴിഞ്ഞ സ്ഥലം
roommate ['ruːm,meɪt] *n* ഒരേ മുറിയിൽ ഒപ്പം താമസിക്കുന്ന ആൾ
room service [ruːm; rʊm 'sɜːvɪs] *n* റൂം സർവീസ്
root [ruːt] *n* വേര്
rope [rəʊp] *n* കയർ
rope in [rəʊp ɪn] *v (informal)* പങ്കെടുക്കാൻ പ്രേരിപ്പിക്കുക
rose [rəʊz] *n* റോസാപ്പൂവ്
rosé ['rəʊzeɪ] *n* ഒരുതരം വീഞ്ഞ്
rosemary ['rəʊzmərɪ] *n* പൂവാംകുറുന്തൽ
rot [rɒt] *v* ചീയുക, ജീർണിക്കുക
rotten ['rɒtn] *adj* ചീഞ്ഞ, ജീർണിച്ച

rough [rʌf] *adj* *(not smooth)* മാർദ്ദവമില്ലാത്ത, പരുപരുത്ത; *(not gentle)* പരുഷമായ

roughly ['rʌflɪ] *adv* പരുഷമായി

roulette [ruː'lɛt] *n* റൌളറ്റ്, ഒരിനം ചൂതാട്ടം

round [raʊnd] *adj* വട്ടത്തിലുള്ള, ഉരുണ്ട ▷ *n* *(series)* തവണ, പ്രാവശ്യം; *(circle)* വൃത്തം ▷ *prep* ചുറ്റും

roundabout ['raʊndə,baʊt] *n* പല വഴികൾ വന്നുചേരുന്ന സ്ഥലം

round trip [raʊnd trɪp] *n* ലക്ഷ്യസ്ഥാനത്തേക്കും തിരിച്ചുമുള്ള യാത്ര

round up [raʊnd ʌp] *v* ഒന്നിച്ചുചേർക്കുക, ഒന്നിച്ചു കൊണ്ടുവരുക

route [ruːt] *n* മാർഗം

routine [ruː'tiːn] *n* നിത്യേനയുള്ള

row [rəʊ] *n* *(line)* വരി; [raʊ] *n* *(argument)* ശണ്ഠ, കലഹം ▷ [rəʊ] *v* *(in boat)* തുഴയുക ▷ [raʊ] *vi* *(argue)* വഴക്കുകൂടുക, കലഹിക്കുക

rowing ['rəʊɪŋ] *n* തുഴയൽ

rowing boat ['rəʊɪŋ bəʊt] *n* തുഴവഞ്ചി

royal ['rɔɪəl] *adj* രാജകീയമായ

rub [rʌb] *vt* തിരുമ്മിത്തുടയ്ക്കുക

rubber ['rʌbə] *n* *(material)* റബ്ബർ; *(eraser)* റബ്ബർക്കട്ട, മായ്ക്കുവാനുപയോഗിക്കുന്ന റബ്ബർ

rubber band ['rʌbə bænd] *n* റബ്ബർ ബാൻഡ്

rubber gloves ['rʌbə glʌvz] *npl* റബ്ബർ കയ്യുറ

rubbish ['rʌbɪʃ] *adj* *(informal)* കൊള്ളരുതാത്ത ▷ *n* പാഴ്വസ്തുക്കൾ, ചപ്പുചവറുകൾ

rubbish dump ['rʌbɪʃ dʌmp] *n* ചപ്പുചവറ് ഇടാനുള്ള സ്ഥലം

rucksack ['rʌk,sæk] *n* തോൾസഞ്ചി

rude [ruːd] *adj* പരുക്കനായ

rug [rʌg] *n* ഒരുതരം പരവതാനി

rugby ['rʌgbɪ] *n* റഗ്ബി, ഒരുതരം കായികവിനോദം

ruin ['ruːɪn] *n* നാശം ▷ *vt* നശിപ്പിക്കുക

rule [ruːl] *n* ചട്ടം, നിയമം ▷ *v* ഭരിക്കുക

rule out [ruːl aʊt] *v* തള്ളിക്കളയുക

ruler ['ruːlə] *n* *(leader)* ഭരണാധികാരി; *(for measuring)* റൂളർ

rum [rʌm] *n* റം, ഒരുതരം മദ്യം

rumour ['ruːmə] *n* കിംവദന്തി

run [rʌn] *n* ഓട്ടം ▷ *vi* *(follow a particular course)* ഓടിക്കുക; *(move quickly)* ഓടുക

run away [rʌn ə'weɪ] *v* ഓടിപ്പോവുക
runner ['rʌnə] *n* ഓട്ടക്കാരൻ
runner bean ['rʌnə biːn] *n* ഒരുതരം ബീൻസ്
runner-up ['rʌnəʌp] *n* റണ്ണർ അപ്പ്, മത്സരത്തിൽ രണ്ടാം സ്ഥാനം നേടിയ ആൾ
running ['rʌnɪŋ] *n* ഓട്ടം
run out [rʌn aʊt] *v* തീർന്നുപോവുക
run over [rʌn 'əʊvə] *v* ഇടിച്ചിടുക
runway ['rʌn,weɪ] *n* റൺവേ
rupee [ruː'piː] *n* രൂപ
rural ['rʊərəl] *adj* ഗ്രാമീണമായ, നാട്ടിൻപുറത്തുള്ള
rush [rʌʃ] *n* തിടുക്കം, തിരക്ക് ▷ *vi* പാഞ്ഞെത്തുക
rush hour [rʌʃ aʊə] *n* ഗതാഗതത്തിരക്കുള്ള സമയം
rusk [rʌsk] *n* റസ്ക്, ഒരിനം പലഹാരം
Russia ['rʌʃə] *n* റഷ്യ
Russian ['rʌʃən] *adj* റഷ്യയെ സംബന്ധിച്ച ▷ *n (person)* റഷ്യക്കാർ; *(language)* റഷ്യൻ ഭാഷ
rust [rʌst] *n* തുരുമ്പ്
rusty ['rʌstɪ] *adj* തുരുമ്പുപിടിച്ച
ruthless ['ruːθlɪs] *adj* കരുണയില്ലാത്ത
rye [raɪ] *n* അതിശൈത്യരാജ്യങ്ങളിൽ കണ്ടുവരുന്ന ഒരിനം ധാന്യം

S

sabotage ['sæbə,tɑːʒ] *n* അട്ടിമറി ▷ *vt* അട്ടിമറിക്കുക
sachet ['sæʃeɪ] *n* ചെറിയ പായ്ക്കറ്റ്
sack [sæk] *n (bag)* ചാക്ക്; *(dismissal)* പിരിച്ചുവിടൽ ▷ *vt* പിരിച്ചുവിടുക
sacred ['seɪkrɪd] *adj* വിശുദ്ധമായ
sacrifice ['sækrɪ,faɪs] *n* ബലി
sad [sæd] *adj* വിഷമമുള്ള
saddle ['sædl] *n* ജീനി
saddlebag ['sædl,bæg] *n* ജീനിസഞ്ചി
sadly ['sædlɪ] *adv* വേദനാപൂർവ്വം
safari [sə'fɑːrɪ] *n* സഫാരി
safe [seɪf] *adj* സുരക്ഷിതം ▷ *n* സേഫ്
safety ['seɪftɪ] *n* സുരക്ഷ
safety belt ['seɪftɪ bɛlt] *n* സേഫ്റ്റി ബെൽറ്റ്
safety pin ['seɪftɪ pɪn] *n* സേഫ്റ്റി പിൻ

saffron ['sæfrən] *n* കുങ്കുമം
Sagittarius [ˌsædʒɪ'tɛərɪəs] *n* സാഗിറ്റാറിയസ്സ്
Sahara [sə'hɑːrə] *n* സഹാറ
sail [seɪl] *n* കപ്പൽപ്പായ് ▷ *v* തുഴയുക.
sailing ['seɪlɪŋ] *n* തുഴച്ചിൽ
sailing boat ['seɪlɪŋ bəʊt] *n* വഞ്ചി
sailor ['seɪlə] *n* നാവികൻ
saint [seɪnt] *n* വിശുദ്ധൻ
salad ['sæləd] *n* സലാഡ്
salad dressing ['sæləd 'dresɪŋ] *n* സലാഡ് ഡ്രസ്സിങ്ങ്
salami [sə'lɑːmɪ] *n* സലാമി
salary ['sælərɪ] *n* ശമ്പളം
sale [seɪl] *n* വിൽപ്പന
sales assistant [seɪlz ə'sɪstənt] *n* സെയിൽസ് അസ്സിസ്റ്റന്റ്
salesman ['seɪlzmən] *n* സെയിൽസ്മാൻ
salesperson ['seɪlzpɜːsn] *n* സെയിൽസ് പെർസൺ
sales rep [seɪlz rɛp] *n* സെയിൽസ് റെപ്പ്
saleswoman ['seɪlzwʊmən] *n* സെയിൽസ് വുമൺ
saliva [sə'laɪvə] *n* ഉമിനീര്
salmon ['sæmən] *n* സാൽമൺ മത്സ്യം
saloon [sə'luːn] *n* സലൂൺ
saloon car [sə'luːn kɑː] *n* സലൂൺ കാർ
salt [sɔːlt] *n* ഉപ്പ്
saltwater ['sɔːltˌwɔːtə] *adj* ഉപ്പുവെള്ളം
salty ['sɔːltɪ] *adj* ഉപ്പുള്ള
salute [sə'luːt] *v* സല്യൂട്ട്, അഭിവാദ്യം ചെയ്യുക
same [seɪm] *adj* ഒരുപോലെ
sample ['sɑːmpl] *n* സാമ്പിൾ, മാതൃക
sand [sænd] *n* മണൽ
sandal ['sændl] *n* ചെരുപ്പ്
sandcastle ['sændkɑːsl] *n* മണൽകൊട്ടാരം
sand dune [sænd djuːn] *n* മണൽക്കുന്ന്
sandpaper ['sændˌpeɪpə] *n* സാൻഡ് പേപ്പർ
sandpit ['sændˌpɪt] *n* കുട്ടികൾക്ക് കളിക്കാനുള്ള മണൽ നിറച്ച പെട്ടി
sandstone ['sændˌstəʊn] *n* സാൻഡ്സ്റ്റോൺ
sandwich ['sænwɪdʒ] *n* സാൻഡ്‌വിച്ച്
sanitary towel ['sænɪtərɪ 'taʊəl] *n* സാനിട്ടറി ടവൽ
San Marino [ˌsæn mə'riːnəʊ] *n* സാൻ മറീനോ
sapphire ['sæfaɪə] *n* പുഷ്യരാഗം
sarcastic [sɑː'kæstɪk] *adj* പരിഹാസാത്മകമായ
sardine [sɑː'diːn] *n* മത്തി, ചാള
satchel ['sætʃəl] *n* തോളിലിടുന്ന സഞ്ചി

S

satellite ['sætəlaɪt] *n* ഉപഗ്രഹം
satellite dish ['sætəlaɪt dɪʃ] *n* സാറ്റലൈറ്റ് ഡിഷ്
satisfaction [ˌsætɪs'fækʃən] *n* സംതൃപ്തി
satisfactory [ˌsætɪs'fæktərɪ] *adj* തൃപ്തികരമായ
satisfied ['sætɪsˌfaɪd] *adj* സംതൃപ്തിയുള്ള
sat nav ['sætnæv] *n* സാറ്റ്നാവ്
Saturday ['sætədɪ] *n* ശനിയാഴ്ച
sauce [sɔːs] *n* സോസ്
saucepan ['sɔːspən] *n* സോസ് പാൻ, കൈപ്പിടിയുള്ള പാത്രം
saucer ['sɔːsə] *n* സോസർ
Saudi ['sɔːdɪ ə'reɪbɪə] *adj* സൌദിയെ സംബന്ധിച്ച ▷ *n* സൌദി
Saudi Arabia ['sɔːdɪ ə'reɪbɪə] *n* സൌദി അറേബ്യ
Saudi Arabian ['sɔːdɪ ə'reɪbɪən] *adj* സൌദി അറേബ്യൻ ▷ *n* സൌദി അറേബ്യയിലെ ആളുകൾ
sauna ['sɔːnə] *n* സോന
sausage ['sɒsɪdʒ] *n* സോസേജ്
save [seɪv] *vt (rescue)* രക്ഷിക്കുക; *(money)* കരുതി വയ്ക്കുക
save up [seɪv ʌp] *v* സമ്പാദിക്കുക
savings ['seɪvɪŋz] *npl* സമ്പാദ്യങ്ങൾ
savoury ['seɪvərɪ] *adj* എരിവും പുളിയുമുള്ള
saw [sɔː] *n* അറക്കവാൾ
sawdust ['sɔːˌdʌst] *n* അറക്കപ്പൊടി
saxophone ['sæksəˌfəʊn] *n* സാക്സോഫോൺ
say [seɪ] *vt* പറയുക
saying ['seɪɪŋ] *n* പഴഞ്ചൊല്ല്
scaffolding ['skæfəldɪŋ] *n* പലകത്തട്ട്
scale [skeɪl] *n (for measuring)* തോത്; *(fish, reptile)* ചെതുമ്പൽ
scales [skeɪlz] *npl* സ്കെയിൽ
scallop ['skɒləp] *n* ഒരിനം കക്ക
scam [skæm] *n (informal)* സത്യസന്ധമല്ലാത്ത പദ്ധതി,
scampi ['skæmpɪ] *npl* വലിയ കൊഞ്ച്
scan [skæn] *n* സ്കാൻ ▷ *vt* തിരയുക
scandal ['skændl] *n* വിവാദം
Scandinavia [ˌskændɪ'neɪvɪə] *n* സ്കാൻഡിനേവിയ
Scandinavian [ˌskændɪ'neɪvɪən] *adj* സ്കാൻഡിനേവിയയെ സംബന്ധിച്ച

scanner ['skænə] *n* സ്കാനർ
scar [skɑː] *n* വടു, തഴമ്പ്
scarce [skɛəs] *adj* സുലഭമല്ലാത്ത, ചുരുക്കമായ
scarcely ['skɛəslɪ] *adv* കഷ്ടിച്ച്
scare [skɛə] *n* ഭയം ▷ *vt* ഭയപ്പെടുത്തുക
scarecrow ['skɛə,krəʊ] *n* കോലം
scared [skɛəd] *adj* ഭയന്ന
scarf [skɑːf] *n* സ്കാർഫ്
scarlet ['skɑːlɪt] *adj* ചെഞ്ചുവപ്പ്
scary ['skɛərɪ] *adj* ഭയപ്പെടുത്തുന്ന
scene [siːn] *n* ദൃശ്യം
scenery ['siːnərɪ] *n* പ്രകൃതിദൃശ്യം
scent [sɛnt] *n* ഗന്ധം
sceptical ['skɛptɪkl] *adj* വിമർശനാത്മകം
schedule ['ʃɛdjuːl] *n* സമയക്രമം
scheme [skiːm] *n* പദ്ധതി
schizophrenic [,skɪtsəʊ'frɛnɪk] *adj* സ്കിസോഫ്രീനിക്
scholarship ['skɒləʃɪp] *n* സ്കോളർഷിപ്പ്
school [skuːl] *n* സ്കൂൾ
schoolbag ['skuːl,bæg] *n* സ്കൂൾബാഗ്
schoolbook ['skuːl,bʊk] *n* സ്കൂൾ ബുക്ക്
schoolboy ['skuːl,bɔɪ] *n* സ്കൂൾ വിദ്യാർത്ഥി
schoolchildren ['skuːl,tʃɪldrən] *npl* സ്കൂൾ കുട്ടികൾ
schoolgirl ['skuːl,gɜːl] *n* സ്കൂൾ വിദ്യാർത്ഥിനി
schoolteacher ['skuːl,tiːtʃə] *n* സ്കൂൾ ടീച്ചർ
school uniform [skuːl 'juːnɪfɔːm] *n* സ്കൂൾ യൂണിഫോം
science ['saɪəns] *n* ശാസ്ത്രം
science fiction ['saɪəns 'fɪkʃən] *n* ശാസ്ത്ര ഭാവന
scientific [,saɪən'tɪfɪk] *adj* ശാസ്ത്രീയമായ
scientist ['saɪəntɪst] *n* ശാസ്ത്രജ്ഞൻ
sci-fi ['saɪ,faɪ] *n (informal)* ശാസ്ത്ര ഭാവന
scissors ['sɪzəz] *npl* കത്രിക
scoff [skɒf] *vi* കളിയാക്കുക
scold [skəʊld] *vt (formal)* വഴക്കുപറയുക
scooter ['skuːtə] *n* സ്കൂട്ടർ
score [skɔː] *n (in a game)* സ്കോർ; *(music)* സംഗീതം ▷ *v* സ്കോർ ചെയ്യുക
Scorpio ['skɔːpɪ,əʊ] *n* വൃശ്ചികരാശി
scorpion ['skɔːpɪən] *n* തേള്

S

Scot [skɒt] *n* സ്കോട്ട്.

Scotland ['skɒtlənd] *n* സ്കോട്ട് ലാന്റ്

Scots [skɒts] *adj* സ്കോട്ടലാന്റിനെ സംബന്ധിച്ച

Scotsman ['skɒtsmən] *n* സ്കോട്ടലാന്റുകാരൻ

Scotswoman ['skɒts,wʊmən] *n* സ്കോട്ട്ലാന്റുകാരി

Scottish ['skɒtɪʃ] *adj* സ്കോട്ടലാന്റിനെ സംബന്ധിച്ച

scout [skaʊt] *n* ശത്രുവിന്റെ വിവരങ്ങൾ അറിയാൻ നിയോഗിക്കപ്പെടുന്ന ചാരൻ

scrambled eggs ['skræmbld ɛgz] *npl* മുട്ടത്തോരൻ

scrap [skræp] *n (small piece)* കഷണം; *(fight)* അഭിപ്രായ വ്യത്യാസം ▷ *vt* റദ്ദാക്കുക

scrapbook ['skræp,bʊk] *n* സ്ക്രാപ്പ് ബുക്ക്

scrap paper [skræp 'peɪpə] *n* കടലാസു തുണ്ട്

scratch [skrætʃ] *n* പാടുകൾ ▷ *v (with nails)* ചൊറിയുക ▷ *vt (something sharp)* പോറലുണ്ടാക്കുക, പോറുക

scream [skriːm] *n* അലർച്ച ▷ *vi* അലറുക

screen [skriːn] *n* സ്ക്രീൻ ▷ *vt* പ്രദർശിപ്പിക്കുക

screensaver ['skriːnseɪvə] *n* സ്ക്രീൻസേവർ

screw [skruː] *n* സ്ക്രൂ, പിരിയാണി

screwdriver ['skruː,draɪvə] *n* സ്ക്രൂഡ്രൈവർ

scribble ['skrɪbl] *v* കുത്തിക്കുറിക്കുക

scrub [skrʌb] *vt* ഉരയ്ക്കുക

scuba diving ['skuːbə 'daɪvɪŋ] *n* ശ്വസനോപകരണം ഉപയോഗിച്ച് കൊണ്ടുള്ള മുങ്ങിനീന്തൽ

sculptor ['skʌlptə] *n* ശില്പി

sculpture ['skʌlptʃə] *n* ശില്പം

sea [siː] *n* കടൽ

seafood ['siː,fuːd] *n* സമുദ്ര വിഭവം

seagull ['siː,gʌl] *n* കടൽക്കാക്ക

seal [siːl] *n (animal)* നീർനായ; *(on a document)* സീൽ, മുദ്ര ▷ *vt* ഒട്ടിക്കുക

sea level [siː 'lɛvl] *n* സമുദ്രനിരപ്പ്

seam [siːm] *n* തുന്നൽ

seaman ['siːmən] *n* നാവികൻ

search [sɜːtʃ] *n* തിരച്ചിൽ ▷ *v* തിരയുക

search engine [sɜːtʃ 'ɛndʒɪn] *n* സെർച്ച് എഞ്ചിൻ

search party [sɜːtʃ 'pɑːtɪ] *n* അന്വേഷണ സംഘം

seashore ['siː,ʃɔː] *n* കടൽത്തീരം

seasick ['siːˌsɪk] *adj* കടൽജ്വരം
seaside ['siːˌsaɪd] *n* കടൽക്കര
season ['siːzn] *n* ഋതു
seasonal ['siːzənl] *adj* കാലാവസ്ഥയ്ക്കനുസരിച്ച്
seasoning ['siːzənɪŋ] *n* സംസ്കരണം
season ticket ['siːzn 'tɪkɪt] *n* സീസൺ ടിക്കറ്റ്
seat [siːt] *n (for sitting on)* ഇരിപ്പിടം; *(in election)* മണ്ഡലം
seatbelt ['siːtˌbɛlt] *n* സീറ്റ് ബെൽറ്റ്
sea water [siː 'wɔːtə] *n* സമുദ്രജലം
seaweed ['siːˌwiːd] *n* കടൽപ്പായൽ
second ['sɛkənd] *adj* രണ്ടാമത്തെ, രണ്ടാം ▷ *n* നിമിഷം
secondary school ['sɛkəndərɪ skuːl] *n* സെക്കൻഡറി സ്കൂൾ
second class ['sɛkənd klɑːs] *n* സെക്കൻഡ് ക്ലാസ്സ്
second-class ['sɛkəndˌklɑːs] *adj* രണ്ടാം കിട
secondhand ['sɛkəndˌhænd] *adj* സെക്കൻഡ് ഹാൻഡ്
secondly ['sɛkəndlɪ] *adv* രണ്ടാമതായി
second-rate ['sɛkəndˌreɪt] *adj* രണ്ടാം തരമായ
secret ['siːkrɪt] *adj* രഹസ്യമായ ▷ *n* രഹസ്യം
secretary ['sɛkrətrɪ] *n* സെക്രട്ടറി
secretly ['siːkrɪtlɪ] *adv* രഹസ്യമായി
secret service ['siːkrɪt 'sɜːvɪs] *n* രഹസ്യ സേവനം
sect [sɛkt] *n* വിഭാഗം
section ['sɛkʃən] *n* ഭാഗം
sector ['sɛktə] *n* സെക്ടർ
secure [sɪ'kjʊə] *adj* സുരക്ഷിതമായ
security [sɪ'kjʊərɪtɪ] *n* സുരക്ഷ
security guard [sɪ'kjʊərɪtɪ gɑːd] *n* സെക്യൂരിറ്റി ഗാർഡ്
sedative ['sɛdətɪv] *n* മയക്കുമരുന്ന്
see [siː] *v (with eyes)* കാണുക ▷ *vt (meet)* കണ്ടുമുട്ടുക
seed [siːd] *n* വിത്ത്
seek [siːk] *vt (formal)* തേടുക
seem [siːm] *v* കാണപ്പെടുക
seesaw ['siːˌsɔː] *n* സീസോ
see-through ['siːˌθruː] *adj* അകം കാണാവുന്ന,
seize [siːz] *vt* ബലമായി പിടിക്കുക

S

seizure ['siːʒə] *n* ആഘാതം
seldom ['sɛldəm] *adv* അപൂർവ്വമായി
select [sɪ'lɛkt] *vt* തിരഞ്ഞെടുക്കുക
selection [sɪ'lɛkʃən] *n* തിരഞ്ഞെടുക്കൽ
self-assured ['sɛlfə'ʃʊəd] *adj* ആത്മവിശ്വാസം
self-catering ['sɛlf'keɪtərɪŋ] *n* സ്വയം പാചകം
self-centred ['sɛlf'sɛntəd] *adj* ആത്മനിഷ്ഠമായ
self-conscious ['sɛlf'kɒnʃəs] *adj* സ്വയംബോധമുള്ള
self-contained ['sɛlf,kən'teɪnd] *adj* സ്വയംപര്യാപ്തമായ
self-control ['sɛlf,kən'trəʊl] *n* ആത്മനിയന്ത്രണം
self-defence ['sɛlf,dɪ'fɛns] *n* സ്വയരക്ഷ
self-discipline ['sɛlf'dɪsɪplɪn] *n* ആത്മശിക്ഷണം
self-employed ['sɛlfɪm'plɔɪd] *adj* സ്വയം തൊഴിലുള്ള
selfish ['sɛlfɪʃ] *adj* സ്വാർത്ഥതയുള്ള
self-service ['sɛlf'sɜːvɪs] *adj* സ്വയം സേവനമുള്ള
sell [sɛl] *vt* വിൽക്കുക
sell-by date ['sɛlbaɪ deɪt] *n* വിൽക്കാവുന്ന തീയ്യതി
selling price ['sɛlɪŋ praɪs] *n* വിൽപ്പന വില
sell off [sɛl ɒf] *v* വിറ്റു കളയുക
Sellotape® ['sɛlə,teɪp] *n* സെല്ലോടേപ്പ്
sell out [sɛl aʊt] *v* വിറ്റൊഴിക്കുക
semester [sɪ'mɛstə] *n* സെമസ്റ്റർ
semicircle ['sɛmɪ,sɜːkl] *n* അർദ്ധവൃത്തം
semi-colon [,sɛmɪ'kəʊlən] *n* അർദ്ധവിരാമം
semi-detached house [sɛmɪdɪ'tætʃt haʊs] *n* പാതി വേർപെടുത്തിയ വീട്
semifinal [,sɛmɪ'faɪnl] *n* സെമി ഫൈനൽ, ഉപാന്ത്യം
semi-skimmed milk ['sɛmɪskɪmd mɪlk] *n* സെമി സ്കിംഡ് മിൽക്ക്
send [sɛnd] *vt* അയയ്ക്കുക
send back [sɛnd bæk] *v* തിരിച്ചയയ്ക്കുക
sender ['sɛndə] *n* അയയ്ക്കുന്ന വ്യക്തി
send off [sɛnd ɒf] *v* യാത്രയയപ്പ്
send out [sɛnd aʊt] *v* ഒരുമിച്ചയയ്ക്കുക
Senegal [,sɛnɪ'gɔːl] *n* സെനഗൽ

Senegalese [ˌsɛnɪɡəˈliːz] *adj* സെനഗലീസ് ▷ *n* സെനഗൽകാരൻ
senior [ˈsiːnjə] *adj* ഉന്നത പദവിയിലുള്ള
senior citizen [ˈsiːnɪə ˈsɪtɪzn] *n* മുതിർന്ന പൌരൻ
sensational [sɛnˈseɪʃənl] *adj* ഉത്കണ്ഠയുള്ള, ഉത്തേജകമായ
sense [sɛns] *n* ഇന്ദ്രിയം, വിവേകം
senseless [ˈsɛnslɪs] *adj* വിവേകമില്ലാത്ത
sense of humour [sɛns ɒv ˈhjuːmə] *n* നർമ്മബോധം
sensible [ˈsɛnsɪbl] *adj* വിവേകമുള്ള
sensitive [ˈsɛnsɪtɪv] *adj* സൂക്ഷ്മബോധമുള്ള
sensuous [ˈsɛnsjʊəs] *adj* ഇന്ദ്രിയസുഖംനൽകുന്ന
sentence [ˈsɛntəns] *n (statement)* വാക്യം; *(punishment)* തടവുശിക്ഷ ▷ *vt* ശിക്ഷിക്കുക
sentimental [ˌsɛntɪˈmɛntl] *adj* വികാരപരമായ
separate [ˈsɛprɪt] *adj* വ്യത്യസ്തമായ ▷ [ˈsɛpəˌreɪt] *v* വേർപെടുത്തുക
separately [ˈsɛpərətlɪ] *adv* പ്രത്യേകമായി
separation [ˌsɛpəˈreɪʃən] *n* വേർപാട്
September [sɛpˈtɛmbə] *n* സെപ്തംബർ
septic tank [ˈsɛptɪk tæŋk] *n* സെപ്ടിക്ക് ടാങ്ക്
sequel [ˈsiːkwəl] *n* തുടർച്ച
sequence [ˈsiːkwəns] *n* സംഭവപരമ്പര
Serbia [ˈsɜːbɪə] *n* സെർബിയ
Serbian [ˈsɜːbɪən] *adj* സെർബിയൻ ▷ *n (person)* സെർബിയക്കാരൻ; *(language)* സെർബിയൻ
sergeant [ˈsɑːdʒənt] *n* സർജന്റ്
serial [ˈsɪərɪəl] *n* പരമ്പര
series [ˈsɪəriːz] *n* പരമ്പര, ശൃംഖല
serious [ˈsɪərɪəs] *adj* ഗുരുതരമായ
seriously [ˈsɪərɪəslɪ] *adv* ഗുരുതരമായി
servant [ˈsɜːvnt] *n* ജോലിക്കാരൻ
serve [sɜːv] *n* സെർവ് ▷ *vt* സേവിക്കുക
server [ˈsɜːvə] *n (of a computer network)* കമ്പ്യൂട്ടർ സെർവ്വർ; *(tennis player)* കളിയുടെ തുടക്കത്തിൽ പന്തോ ഷട്ടിൽകോക്കോ അടിക്കുന്ന ആൾ
service [ˈsɜːvɪs] *n* സേവനം ▷ *vt* സർവ്വീസ്മാൻ

S

service area ['sɜːvɪs 'ɛərɪə] *n* സർവ്വീസ് ഏരിയ
service charge ['sɜːvɪs tʃɑːdʒ] *n* സർവ്വീസ് ചാർജ്ജ്
serviceman ['sɜːvɪs,mæn] *n* സർവ്വീസ്മാൻ
service station ['sɜːvɪs 'steɪʃən] *n* സർവ്വീസ് സ്റ്റേഷൻ
servicewoman ['sɜːvɪs,wʊmən] *n* സർവ്വീസ് വുമൻ
serviette [,sɜːvɪ'ɛt] *n* ടവൽ
session ['sɛʃən] *n* സമ്മേളനം
set [sɛt] *n* സെറ്റ്, കൂട്ടം ▷ *vt* അടുക്കി വയ്ക്കുക
setback ['sɛtbæk] *n* തിരിച്ചടി
set off [sɛt ɒf] *v* യാത്ര പുറപ്പെടുക
set out [sɛt aʊt] *v* യാത്ര തിരിക്കുക
settee [sɛ'tiː] *n* സെറ്റി
settle ['sɛtl] *vt* ഒത്തുതീർപ്പാക്കുക
settle down ['sɛtl daʊn] *v* സ്വസ്ഥമാകുക
seven ['sɛvn] *num* ഏഴ്
seventeen ['sɛvn'tiːn] *num* പതിനേഴ്
seventeenth ['sɛvn'tiːnθ] *adj* പതിനേഴാമത്തെ
seventh ['sɛvnθ] *adj* ഏഴാമത്തെ ▷ *n* ഏഴിലൊന്ന്
seventy ['sɛvntɪ] *num* എഴുപത്
several ['sɛvrəl] *det* നിരവധി ▷ *pron* ചിലർ ▷ *adj* നിരവധി, അനേകം
sew [səʊ] *v* തുന്നുക
sewer ['suːə] *n* അഴുക്കുചാൽ
sewing ['səʊɪŋ] *n* തുന്നൽ
sewing machine ['səʊɪŋ mə'ʃiːn] *n* തുന്നൽ മെഷീൻ
sew up [səʊ ʌp] *v* തുന്നിച്ചേർക്കുക
sex [sɛks] *n* ലിംഗം
sexism ['sɛksɪzəm] *n* ലിംഗ വേർതിരിവ്
sexist ['sɛksɪst] *adj* ലിംഗ വേർതിരിവു കാട്ടുന്ന
shabby ['ʃæbɪ] *adj* വൃത്തികെട്ട
shade [ʃeɪd] *n* തണൽ
shadow ['ʃædəʊ] *n* തണൽ
shake [ʃeɪk] *vt (move up and down)* കുലുക്കുക ▷ *v (tremble)* വിറയ്ക്കുക
shaken ['ʃeɪkən] *adj* വിഷമിച്ച
shaky ['ʃeɪkɪ] *adj* അസ്വസ്ഥൻ
shall [ʃæl] *v* വേണം
shallow ['ʃæləʊ] *adj* ആഴംകുറഞ്ഞ
shambles ['ʃæmblz] *npl* അടുക്കും ചിട്ടയുമില്ലായ്മ
shame [ʃeɪm] *n* ലജ്ജ
shampoo [ʃæm'puː] *n* ഷാംപൂ
shape [ʃeɪp] *n* രൂപം

share [ʃɛə] *n* പങ്ക് ▷ *vt* പങ്കിടുക
shareholder [ˈʃɛəˌhəʊldə] *n* ഓഹരിയുടമ
share out [ʃɛə aʊt] *v* വിതരണം ചെയ്യുക
shark [ʃɑːk] *n* സ്രാവ്
sharp [ʃɑːp] *adj* *(point)* മൂർച്ചയുള്ള; *(pain)* ശക്തമായ
shave [ʃeɪv] *v* ക്ഷൌരം ചെയ്യുക
shaver [ˈʃeɪvə] *n* ഷേവർ
shaving cream [ˈʃeɪvɪŋ kriːm] *n* ഷേവിങ്ങ് ക്രീം
shaving foam [ˈʃeɪvɪŋ fəʊm] *n* ഷേവിങ്ങ് ഫോം
shawl [ʃɔːl] *n* ഷാൾ
she [ʃiː] *pron* അവൾ
shed [ʃɛd] *n* ഷെഡ്
sheep [ʃiːp] *n* ആട്
sheepdog [ˈʃiːpˌdɒg] *n* ആട്ടിൻപറ്റത്തെ നിയന്ത്രിക്കുന്ന നായ്
sheepskin [ˈʃiːpˌskɪn] *n* ആട്ടിൻതോൽ
sheer [ʃɪə] *adj* പരിപൂർണ്ണമായ
sheet [ʃiːt] *n* *(for bed)* പുതപ്പ്, കിടക്കവിരി; *(paper)* ഷീറ്റ്
shelf [ʃɛlf] *n* ഷെൽഫ്, അലമാര
shell [ʃɛl] *n* *(egg, nut)* പുറന്തോട്; *(animal)* കട്ടിയുള്ള പുറന്തോട്
shellfish [ˈʃɛlˌfɪʃ] *n* തോടുള്ള ജലജീവി
shell suit [ʃɛl suːt] *n* ഷെൽ സ്യൂട്ട്
shelter [ˈʃɛltə] *n* ഷെൽട്ടർ, അഭയസ്ഥാനം
shepherd [ˈʃɛpəd] *n* ആട്ടിടയൻ
sherry [ˈʃɛrɪ] *n* ഷെറി, ഒരു തരം വീഞ്ഞ്
shield [ʃiːld] *n* കവചം
shift [ʃɪft] *n* മാറ്റം ▷ *v* മാറുക
shifty [ˈʃɪftɪ] *adj* *(informal)* വിശ്വസനീയമല്ലാത്ത
shin [ʃɪn] *n* കണങ്കാൽ
shine [ʃaɪn] *vi* പ്രകാശിക്കുക
shiny [ˈʃaɪnɪ] *adj* പ്രകാശിക്കുന്ന
ship [ʃɪp] *n* കപ്പൽ
shipbuilding [ˈʃɪpˌbɪldɪŋ] *n* കപ്പൽ നിർമ്മാണം
shipment [ˈʃɪpmənt] *n* കപ്പലിൽ കയറ്റുന്ന ചരക്ക്
shipwreck [ˈʃɪpˌrɛk] *n* കപ്പൽച്ചേദം
shipwrecked [ˈʃɪpˌrɛkt] *adj* തകർന്ന കപ്പലിൽ നിന്നും രക്ഷപ്പെട്ട
shipyard [ˈʃɪpˌjɑːd] *n* കപ്പൽനിർമാണശാല
shirt [ʃɜːt] *n* ഷർട്ട്
shiver [ˈʃɪvə] *vi* വിറയ്ക്കുക

S

shock [ʃɒk] *n* ആഘാതം
▷ *vt* ഞെട്ടിക്കുക
shocking ['ʃɒkɪŋ] *adj* (*informal*) ഞെട്ടിക്കുന്ന
shoe [ʃuː] *n* ഷൂ
shoelace ['ʃuː,leɪs] *n* ഷൂ ലേസ്
shoe polish [ʃuː 'pɒlɪʃ] *n* ഷൂ പോളിഷ്
shoe shop [ʃuː ʃɒp] *n* ചെരിപ്പു കട
shoot [ʃuːt] *vt* വെടിവെക്കുക
shooting ['ʃuːtɪŋ] *n* വെടിവെപ്പ്
shop [ʃɒp] *n* കട
shop assistant [ʃɒp ə'sɪstənt] *n* കടയിൽ സാധനം എടുത്തുകൊടുക്കുന്ന ആൾ
shopkeeper ['ʃɒp,kiːpə] *n* കടയുടമ
shoplifting ['ʃɒp,lɪftɪŋ] *n* കടയിൽ നിന്നും മോഷ്ടിക്കുക
shopping ['ʃɒpɪŋ] *n* ഷോപ്പിങ്ങ്
shopping bag ['ʃɒpɪŋ bæg] *n* ഷോപ്പിങ്ങ് ബാഗ്
shopping centre ['ʃɒpɪŋ 'sɛntə] *n* ഷോപ്പിങ്ങ് സെന്റർ
shopping trolley ['ʃɒpɪŋ 'trɒlɪ] *n* ഷോപ്പിങ്ങ് ട്രോളി
shop window [ʃɒp 'wɪndəʊ] *n* പീടികയിൽ വില്പന സാധനങ്ങൾ പ്രദർശിപ്പിച്ചിരിക്കുന്ന ജനൽ
shore [ʃɔː] *n* തീരം
short [ʃɔːt] *adj* (*in time*) ഹ്രസ്വമായ; (*in length or distance*) നീളം കുറഞ്ഞ, പൊക്കം കുറഞ്ഞ
shortage ['ʃɔːtɪdʒ] *n* അഭാവം, അപര്യാപ്തത
shortcoming ['ʃɔːt,kʌmɪŋ] *n* കുറവുകൾ
shortcrust pastry ['ʃɔːtkrʌst 'peɪstrɪ] *n* ഷോർട്ട് ക്രസ്റ്റ് പാസ്ട്രി
shortcut ['ʃɔːt,kʌt] *n* കുറുക്കുവഴി
shortfall ['ʃɔːt,fɔːl] *n* കുറവ്, ക്ഷാമം
shorthand ['ʃɔːt,hænd] *n* ഷോർട്ട് ഹാൻഡ്
shortlist ['ʃɔːt,lɪst] *n* ഷോർട്ട് ലിസ്റ്റ്
shortly ['ʃɔːtlɪ] *adv* ഉടൻ
shorts [ʃɔːts] *npl* നിക്കർ
short-sighted ['ʃɔːt'saɪtɪd] *adj* ഹ്രസ്വദൃഷ്ടിയുള്ള
short-sleeved ['ʃɔːt,sliːvd] *adj* അരക്കൈയുള്ള
short story [ʃɔːt 'stɔːrɪ] *n* ചെറുകഥ
shot [ʃɒt] *n* വെടിയുണ്ട
shotgun ['ʃɒt,gʌn] *n* ഒരു തരം തോക്ക്
should [ʃʊd] *v* ചെയ്യണം
shoulder ['ʃəʊldə] *n* തോൾ
shoulder blade ['ʃəʊldə bleɪd] *n* തോളെല്ല്

shout [ʃaʊt] *n* ആക്രോശം ▷ *v* ആക്രോശിക്കുക
shovel ['ʃʌvl] *n* തൂമ്പ
show [ʃəʊ] *n* പ്രദർശനം ▷ *vt (prove)* കാണിക്കുക ▷ *v (let see)* കാണിക്കുക ▷ *vt (teach)* കാണിച്ചുകൊടുക്കുക, കാണിച്ചുതരുക
show business [ʃəʊ 'bɪznɪs] *n* ഷോ ബിസ്സിനസ്സ്
shower ['ʃaʊə] *n (type of bath)* ഷവർ; *(rain)* ചാറ്റൽമഴ
shower cap ['ʃaʊə kæp] *n* ഷവർ ക്യാപ്പ്
shower gel ['ʃaʊə dʒɛl] *n* ഷവർ ജൽ
showerproof ['ʃaʊə,pruːf] *adj* ഷവർ പ്രൂഫ്
showing ['ʃəʊɪŋ] *n* പ്രദർശനം
show jumping [ʃəʊ 'dʒʌmpɪŋ] *n* ഷോ ജംപിങ്ങ്
show off [ʃəʊ ɒf] *v* ആഡംബരം കാട്ടുക
show-off ['ʃəʊɒf] *n (informal)* ആഡംബരം കാട്ടുക
show up [ʃəʊ ʌp] *v* കാണപ്പെടുക
shriek [ʃriːk] *vi* നിലവിളിക്കുക
shrimp [ʃrɪmp] *n* ചെമ്മീൻ
shrine [ʃraɪn] *n* വിശുദ്ധ അൾത്താര
shrink [ʃrɪŋk] *v* ചുരുങ്ങുക
shrub [ʃrʌb] *n* കുറ്റിച്ചെടി
shrug [ʃrʌg] *vi* തോൾ വെട്ടിക്കുക
shrunken ['ʃrʌŋkən] *adj* ചുരുങ്ങിയ
shudder ['ʃʌdə] *vi* പേടിച്ചു വിറയ്ക്കുക
shuffle ['ʃʌfl] *vi* കാലിഴച്ചു നടക്കുക
shut [ʃʌt] *v* അടയ്ക്കുക
shut down [ʃʌt daʊn] *v* അടച്ചിടുക
shutters ['ʃʌtəz] *npl* ഷട്ടറുകൾ
shuttle ['ʃʌtl] *n* ഷട്ടിൽ
shuttlecock ['ʃʌtl,kɒk] *n* ഷട്ടിൽകോക്ക്
shut up [ʃʌt ʌp] *v* വാ മൂടുക
shy [ʃaɪ] *adj* ലജ്ജാലുവായ
Siberia [saɪ'bɪərɪə] *n* സൈബീരിയ
siblings ['sɪblɪŋz] *npl (formal)* സഹോദരങ്ങൾ
sick [sɪk] *adj* അസുഖമുള്ള
sickening ['sɪkənɪŋ] *adj* ഭയാനകമായ
sick leave [sɪk liːv] *n* അസുഖ അവധി
sickness ['sɪknɪs] *n* അസുഖം
sick note [sɪk nəʊt] *n* അസുഖം ബാധിച്ചുവെന്ന കുറിപ്പ്

sick pay [sɪk peɪ] *n* അസുഖകാല വേതനം
side [saɪd] *n (right or left part)* വശം; *(edge)* വശം; *(team)* പക്ഷം
sideboard ['saɪd,bɔːd] *n* സൈഡ് ബോർഡ്
side effect [saɪd ɪ'fɛkt] *n* പാർശ്വഫലം
sidelight ['saɪd,laɪt] *n* വശത്തു നിന്നുള്ള പ്രകാശം
side street [saɪd striːt] *n* ചെറിയ തെരുവ്
sideways ['saɪd,weɪz] *adv* വശത്തുകൂടി
sieve [sɪv] *n* അരിപ്പ
sigh [saɪ] *n* ദീർഘനിശ്വാസം ▷ *vi* നെടുവീർപ്പിടുക
sight [saɪt] *n* കാഴ്ച
sightseeing ['saɪt,siːɪŋ] *n* കാഴ്ചകൾ കാണൽ
sign [saɪn] *n (symbol)* ചിഹ്നം ▷ *v* ഒപ്പിടുക ▷ *n (gesture)* സൂചന
signal ['sɪgnl] *n* അടയാളം ▷ *v* അടയാളം കാണിക്കുക
signature ['sɪgnɪtʃə] *n* ഒപ്പ്
significance [sɪg'nɪfɪkəns] *n* പ്രാധാന്യം, പ്രസക്തി
significant [sɪg'nɪfɪkənt] *adj* ശ്രദ്ധേയമായ
sign language [saɪn 'læŋgwɪdʒ] *n* ആംഗ്യഭാഷ
sign on [saɪn ɒn] *v* ചേരുക
signpost ['saɪn,pəʊst] *n* സൈൻ പോസ്റ്റ്
Sikh [siːk] *adj* സിക്കുകാരെ സംബന്ധിച്ച ▷ *n* സിക്കുകാരൻ
silence ['saɪləns] *n* നിശബ്ദത
silencer ['saɪlənsə] *n* സൈലൻസർ
silent ['saɪlənt] *adj (with no sound)* ശാന്തമായ; *(not talking)* നിശബ്ദമായ, മിണ്ടാത്ത
silicon chip ['sɪlɪkən tʃɪp] *n* സിലിക്കൺ ചിപ്പ്
silk [sɪlk] *n* പട്ട്
silly ['sɪlɪ] *adj* ബാലിശമായ
silver ['sɪlvə] *n* വെള്ളി
similar ['sɪmɪlə] *adj* സമാനതയുള്ള
similarity ['sɪmɪ'lærɪtɪ] *n* സമാനത
simmer ['sɪmə] *v* ലഘുവായി തിളപ്പിക്കുക
simple ['sɪmpl] *adj* ലളിതമായ
simplify ['sɪmplɪ,faɪ] *vt* ലളിതമാക്കുക, ലഘൂകരിക്കുക
simply ['sɪmplɪ] *adv* ലളിതമായി
simultaneous [,sɪməl'teɪnɪəs] *adj* ഒരേ സമയത്തുള്ള
simultaneously [,sɪməl'teɪnɪəslɪ] *adv* ഒരേ സമയത്ത്

since [sɪns] *adv* മുതൽ ▷ *conj* മുതൽ ▷ *prep* മുതൽ
sincere [sɪn'sɪə] *adj* ആത്മാർത്ഥതയുള്ള
sincerely [sɪn'sɪəlɪ] *adv* ആത്മാർത്ഥമായി
sing [sɪŋ] *v* പാടുക
singer ['sɪŋə] *n* ഗായകൻ
singing ['sɪŋɪŋ] *n* പാട്ടു പാടൽ
single ['sɪŋgl] *adj* ഒരു
single parent ['sɪŋgl 'pɛərənt] *n* സിംഗിൾ പേരന്റ്
singles *npl* സിംഗിൾസ്
single ticket ['sɪŋgl 'tɪkɪt] *n* മടക്കയാത്ര ഉൾപ്പെടാത്ത യാത്രാടിക്കറ്റ്
singular ['sɪŋgjʊlə] *n* ഏകവചനം
sinister ['sɪnɪstə] *adj* ദ്രോഹിക്കുന്ന
sink [sɪŋk] *n* സിങ്ക് ▷ *v* മുക്കുക
sinus ['saɪnəs] *n* സൈനസ്സ്
sir [sɜː] *n* സർ
siren ['saɪərən] *n* സൈറൺ
sister ['sɪstə] *n* സഹോദരി
sister-in-law ['sɪstə ɪn lɔː] *n* നാത്തൂൻ
sit [sɪt] *vi* ഇരിക്കുക
sitcom ['sɪt,kɒm] *n* സിറ്റ് കോം
sit down [sɪt daʊn] *v* ഇരിക്കൂ
site [saɪt] *n* സൈറ്റ്, സ്ഥാനം
sitting room ['sɪtɪŋ rʊm] *n* സ്വീകരണമുറി
situated ['sɪtjʊ,eɪtɪd] *adj* സ്ഥിതി ചെയ്യുന്ന
situation [,sɪtjʊ'eɪʃən] *n* സാഹചര്യം
six [sɪks] *num* ആറ്
sixteen ['sɪks'tiːn] *num* പതിനാറ്
sixteenth ['sɪks'tiːnθ] *adj* പതിനാറാമത്തെ
sixth [sɪksθ] *adj* ആറാമത്തെ
sixty ['sɪkstɪ] *num* അറുപത്
size [saɪz] *n* വലുപ്പം
skate [skeɪt] *vi* സ്കേറ്റ് ചെയ്യുക
skateboard ['skeɪt,bɔːd] *n* സ്കേറ്റ് ബോർഡ്
skateboarding ['skeɪt,bɔːdɪŋ] *n* സ്കേറ്റ് ബോർഡിങ്ങ്
skates [skeɪts] *npl* മഞ്ഞിലൂടെ സ്കേറ്റ് ചെയ്യാനുള്ള ഷൂസുകൾ
skating ['skeɪtɪŋ] *n* സ്കേറ്റിങ്ങ്, ഹിമധാവനം
skating rink ['skeɪtɪŋ rɪŋk] *n* സ്കേറ്റിങ്ങ് റിങ്ക്
skeleton ['skɛlɪtən] *n* അസ്ഥികൂടം
sketch [skɛtʃ] *n* രേഖാചിത്രം ▷ *v* രൂപരേഖ തയ്യാറാക്കുക
skewer ['skjʊə] *n* സ്കീവർ
ski [skiː] *n* സ്കീ ചെയ്യുന്നതിന് ബൂട്ടിനോടു ഘടിപ്പിക്കുന്ന നീണ്ട മരക്കഷണം ▷ *vi* സ്കീ ചെയ്യുക

S

skid [skɪd] *vi* തെന്നുക
skier ['skiːə] *n* സ്കീ ചെയ്യുന്ന ആൾ
skiing ['skiːɪŋ] *n* സ്കീ ചെയ്യൽ
skilful ['skɪlfʊl] *adj* പ്രതിഭാശാലി
ski lift [skiː lɪft] *n* സ്കി ലിഫ്റ്റ്
skill [skɪl] *n* ശേഷി
skilled [skɪld] *adj* വൈദഗ്ധ്യമുള്ള
skimmed milk [skɪmd mɪlk] *n* സ്കിംഡ് മിൽക്ക്
skimpy ['skɪmpɪ] *adj* നീളം കുറഞ്ഞ
skin [skɪn] *n (person)* ചർമ്മം; *(fruit, vegetable)* തൊലി
skinhead ['skɪn,hɛd] *n* മുണ്ഡനം ചെയ്ത തല
skinny ['skɪnɪ] *adj (informal)* മെലിഞ്ഞ
skin-tight ['skɪn'taɪt] *adj* ഇറുകിപ്പിടിച്ച് കിടക്കുന്ന
skip [skɪp] *vi (with feet)* ചാടിക്കടക്കുക ▷ *vt (not have)* ഒഴിവാക്കുക
skirt [skɜːt] *n* പാവാട
skirting board ['skɜːtɪŋ bɔːd] *n* സ്കിർട്ടിങ്ങ് ബോർഡ്
skive [skaɪv] *v (informal)* ജോലിചെയ്യാതിരിക്കുക
skull [skʌl] *n* തലയോട്ടി
sky [skaɪ] *n* ആകാശം
skyscraper ['skaɪ,skreɪpə] *n* അംബരചുംബി
slack [slæk] *adj* അയഞ്ഞ
slag off [slæg ɒf] *v (informal)* നിശിതമായി വിമർശിക്കുക
slam [slæm] *v* വലിച്ചടയ്ക്കുക
slang [slæŋ] *n* അനൌപചാരിക ഭാഷ
slap [slæp] *vt* അടിക്കുക
slate [sleɪt] *n* സ്ലേറ്റ്
slave [sleɪv] *n* അടിമ ▷ *vi* കഠിനമായി പ്രവർത്തിക്കുക
sledge [slɛdʒ] *n* സ്ലെഡ്ജ്, ഹിമവണ്ടി
sledging ['slɛdʒɪŋ] *n* സ്ലെഡ്ജിങ്ങ്
sleep [sliːp] *n* ഉറക്കം ▷ *vi* ഉറങ്ങുക
sleep in [sliːp ɪn] *v* പതിവിൽ കൂടുതൽ ഉറങ്ങുക
sleeping bag ['sliːpɪŋ bæg] *n* സ്ലീപ്പിങ്ങ് ബാഗ്
sleeping car ['sliːpɪŋ kɑː] *n* സ്ലീപ്പിങ്ങ് കാർ
sleeping pill ['sliːpɪŋ pɪl] *n* ഉറക്കഗുളിക
sleepwalk ['sliːp,wɔːk] *vi* ഉറക്കത്തിൽ നടക്കുക
sleepy ['sliːpɪ] *adj* ഉറക്കം തൂങ്ങുന്ന
sleet [sliːt] *n* ഹിമവൃഷ്ടി ▷ *v* ഹിമവൃഷ്ടിയുണ്ടാകുക

sleeve [sliːv] *n* കുപ്പായക്കൈ
sleeveless ['sliːvlɪs] *adj* കുപ്പായക്കൈയില്ലാത്ത
slender ['slɛndə] *adj* *(written)* മെലിഞ്ഞു മനോഹരമായ
slice [slaɪs] *n* കഷണം ▷ *vt* കഷണമാക്കുക
slide [slaɪd] *n* കുട്ടികൾക്ക് ഊർന്നിറങ്ങിക്കളിക്കാനുള്ള ചരിഞ്ഞ പ്രതലം ▷ *v* തെന്നി നീങ്ങുക
slight [slaɪt] *adj* നേരിയ
slightly ['slaɪtlɪ] *adv* അൽപ്പം കൂടി
slim [slɪm] *adj* മെലിഞ്ഞ
sling [slɪŋ] *n* തൊട്ടിൽ
slip [slɪp] *n (mistake)* അശ്രദ്ധ കൊണ്ടുണ്ടാകുന്ന തെറ്റ്; *(paper)* തുണ്ടു കടലാസ്; *(petticoat)* ജട്ടി ▷ *vi* തെന്നുക
slipped disc [slɪpt dɪsk] *n* സ്ഥാനം തെറ്റിയ ഡിസ്ക്
slipper ['slɪpə] *n* ചെരുപ്പ്
slippery ['slɪpərɪ] *adj* വഴുക്കലുള്ള
slip road [slɪp rəʊd] *n* സ്ലിപ്പ് റോഡ്
slip up [slɪp ʌp] *v* അശ്രദ്ധ കൊണ്ടു തെറ്റു വരുത്തുക
slip-up ['slɪpʌp] *n (informal)* അശ്രദ്ധ കൊണ്ടുണ്ടാകുന്ന തെറ്റ്
slope [sləʊp] *n* ചരിവ്
sloppy ['slɒpɪ] *adj* അശ്രദ്ധമായ
slot [slɒt] *n* ദ്വാരം, വിടവ്
slot machine [slɒt mə'ʃiːn] *n* നാണയമിട്ട് ഭാഗ്യം പരീക്ഷിക്കാനുള്ള യന്ത്രം
Slovak ['sləʊvæk] *adj* സ്ലോവാകിനെ സംബന്ധിച്ച ▷ *n (language)* സ്ലോവാക് ഭാഷ; *(person)* സ്ലോവാക് ജനത
Slovakia [sləʊ'vækɪə] *n* സ്ലോവാകിയ
Slovenia [sləʊ'viːnɪə] *n* സ്ലോവേനിയ
Slovenian [sləʊ'viːnɪən] *adj* സ്ലോവേനിയയെ സംബന്ധിച്ച ▷ *n (person)* സ്ലോവേനിയൻ; *(language)* സ്ലോവേനിയൻ ഭാഷ
slow [sləʊ] *adj* സാവധാനത്തിലുള്ള
slow down [sləʊ daʊn] *v* സാവധാനത്തിലാകുക
slowly ['sləʊlɪ] *adv* സാവധാനം
slug [slʌg] *n* ഒച്ച്
slum [slʌm] *n* ചേരി
slush [slʌʃ] *n* ഉരുകുന്ന മഞ്ഞ്
sly [slaɪ] *adj* നിഗൂഢമായ
smack [smæk] *vt* കൈകൊണ്ടടിക്കുക
small [smɔːl] *adj* ചെറിയ
small ads [smɔːl ædz] *npl* ചെറു പരസ്യങ്ങൾ

smart [smɑːt] *adj* ആകർഷകമായി വസ്ത്രധാരണം ചെയ്ത
smart phone [smɑːt fəʊn] *n* സ്മാർട്ട് ഫോൺ
smash [smæʃ] *v* പൊട്ടിച്ചിതറുക
smashing ['smæʃɪŋ] *adj* *(informal)* പ്രിയപ്പെട്ട
smear [smɪə] *n* സ്മിയർ ടെസ്റ്റ്
smell [smɛl] *n* ഗന്ധം ▷ *vt* മണത്തു നോക്കുക ▷ *vi* ഗന്ധമുണ്ടാവുക
smelly ['smɛlɪ] *adj* നാറ്റമുള്ള
smile [smaɪl] *n* പുഞ്ചിരി ▷ *vi* പുഞ്ചിരിക്കുക
smiley ['smaɪlɪ] *n* *(informal)* പുഞ്ചിരിക്കുന്ന
smoke [sməʊk] *n* പുക ▷ *vi* പുകയുക
smoke alarm [sməʊk ə'lɑːm] *n* സ്മോക്ക് അലാറം
smoked ['sməʊkt] *adj* അകം കാണാനാവാത്ത
smoker ['sməʊkə] *n* പുകവലിക്കാരൻ
smoking ['sməʊkɪŋ] *n* പുകവലി
smooth [smuːð] *adj* മിനുസമുള്ള
SMS [ɛs ɛm ɛs] *n* എസ്എംഎസ്
smudge [smʌdʒ] *n* വടു
smug [smʌg] *adj* പൊള്ളയായ
smuggle ['smʌgl] *vt* കള്ളക്കടത്തു നടത്തുക
smuggler ['smʌglə] *n* കള്ളക്കടത്തുകാരൻ
smuggling ['smʌglɪŋ] *n* കള്ളക്കടത്ത്
snack [snæk] *n* ലഘുഭക്ഷണം
snack bar [snæk bɑː] *n* ലഘുഭക്ഷണശാല
snail [sneɪl] *n* ഒച്ച്
snake [sneɪk] *n* പാമ്പ്
snap [snæp] *v* ശബ്ദത്തോടെ മുറിയുക
snapshot ['snæpˌʃɒt] *n* ഫോട്ടോ
snarl [snɑːl] *vi* മുരളുക
snatch [snætʃ] *v* പിടിച്ചുവാങ്ങുക
sneeze [sniːz] *vi* തുമ്മുക
sniff [snɪf] *v* മുക്കുവലിക്കുക
snigger ['snɪgə] *vi* കളിയാക്കിച്ചിരിക്കുക
snob [snɒb] *n* പൊങ്ങച്ചക്കാരൻ
snooker ['snuːkə] *n* സ്നൂക്കർ
snooze [snuːz] *n* *(informal)* മയക്കം ▷ *vi* *(informal)* മയങ്ങുക
snore [snɔː] *vi* കൂർക്കം വലിക്കുക

snorkel ['snɔːkl] *n* സ്നോർക്കൽ
snow [snəʊ] *n* മഞ്ഞ് ▷ *vi* മഞ്ഞ് വീഴുക
snowball ['snəʊˌbɔːl] *n* ഹിമഗോളം
snowflake ['snəʊˌfleɪk] *n* ആലിപ്പഴം
snowman ['snəʊˌmæn] *n* മഞ്ഞുമനുഷ്യൻ
snowplough ['snəʊˌplaʊ] *n* മഞ്ഞുനീക്കുന്ന ഉപകരണം
snowstorm ['snəʊˌstɔːm] *n* ശക്തമായ കാറ്റോടുകൂടിയ ഹിമപാതം
so [səʊ] *adv (referring to something already mentioned)* അങ്ങനെ ▷ *conj* അതുകൊണ്ട് ▷ *adv (very)* വളരെ
soak [səʊk] *v* കുതിർക്കുക
soaked [səʊkt] *adj* കുതിർന്ന
soap [səʊp] *n* സോപ്പ്
soap dish [səʊp dɪʃ] *n* സോപ്പ് പെട്ടി
soap opera [səʊp 'ɒpərə] *n* സോപ്പ് ഓപ്പറ
soap powder [səʊp 'paʊdə] *n* സോപ്പ് പൊടി
sob [sɒb] *vi* തേങ്ങിക്കരയുക
sober ['səʊbə] *adj* ലഹരി ബാധിക്കാത്ത
sociable ['səʊʃəbl] *adj* സൌഹൃദം ഇഷ്ടപ്പെടുന്ന
social ['səʊʃəl] *adj* സാമൂഹികമായ
socialism ['səʊʃəˌlɪzəm] *n* സോഷ്യലിസം
socialist ['səʊʃəlɪst] *adj* സോഷ്യലിസ്റ്റു ചിന്താഗതിയുള്ള ▷ *n* സോഷ്യലിസ്റ്റ്
social security ['səʊʃəl sɪ'kjʊərɪtɪ] *n* സാമൂഹ്യ സുരക്ഷ
social services ['səʊʃəl 'sɜːvɪsɪs] *npl* സാമൂഹിക സേവനങ്ങൾ
social worker ['səʊʃəl 'wɜːkə] *n* സാമൂഹിക സേവകൻ
society [sə'saɪətɪ] *n* സമൂഹം
sociology [ˌsəʊsɪ'ɒlədʒɪ] *n* സോഷ്യോളജി
sock [sɒk] *n* സോക്സ്, കാലുറ
socket ['sɒkɪt] *n* സോക്കറ്റ്
sofa ['səʊfə] *n* സോഫ
sofa bed ['səʊfə bɛd] *n* സോഫാ ബെഡ്
soft [sɒft] *adj (to touch)* മൃദുവായ; *(gentle)* മൃദുവായ
soft drink [sɒft drɪŋk] *n* ലഘുപാനീയം
software ['sɒftˌwɛə] *n* സോഫ്റ്റുവെയർ
soggy ['sɒgɪ] *adj* കുതിർന്ന
soil [sɔɪl] *n* മണ്ണ്

S

solar ['səʊlə] *adj* സൌര
solar power ['səʊlə 'paʊə] *n* സൌരോർജ്ജം
solar system ['səʊlə 'sɪstəm] *n* സൌരയൂഥം
soldier ['səʊldʒə] *n* പട്ടാളക്കാരൻ
sold out [səʊld aʊt] *adj* വിറ്റുതീരുക
solicitor [sə'lɪsɪtə] *n* ബ്രിട്ടനിലെ വക്കീൽ
solid ['sɒlɪd] *adj (not liquid or gas)* ഖരരൂപത്തിലുള്ള; *(not hollow)* കട്ടിയായ
solo ['səʊləʊ] *n* ഏകാംഗകലാരൂപം
soloist ['səʊləʊɪst] *n* ഏകാംഗ പ്രകടനം നടത്തുന്നയാൾ
soluble ['sɒljʊbl] *adj* ലയിക്കുന്ന
solution [sə'luːʃən] *n* പരിഹാരം
solve [sɒlv] *vt* പരിഹരിക്കുക
solvent ['sɒlvənt] *n* ലായകം
Somali [səʊ'mɑːlɪ] *adj* സോമാലിയയെ സംബന്ധിച്ച ▷ *n (language)* സോമാലി; *(person)* സോമാലി ഭാഷ
Somalia [səʊ'mɑːlɪə] *n* സൊമാലിയ
some [sʌm] *det* കുറച്ച് ▷ *pron* കുറെ
somebody ['sʌmbədɪ] *pron* ആരോ
somehow ['sʌm,haʊ] *adv* എങ്ങനെയോ
someone ['sʌm,wʌn] *pron* ആരെങ്കിലും
someplace ['sʌm,pleɪs] *adv* എവിടെങ്കിലും
something ['sʌmθɪŋ] *pron* എന്തോ
sometime ['sʌm,taɪm] *adv* എപ്പോഴെങ്കിലും
sometimes ['sʌm,taɪmz] *adv* ചിലപ്പോൾ
somewhere ['sʌm,wɛə] *adv* എവിടെയങ്കിലും
son [sʌn] *n* മകൻ
song [sɒŋ] *n* പാട്ട്
son-in-law [sʌn ɪn lɔː] *n* മരുമകൻ
soon [suːn] *adv* ഉടനെ, പെട്ടെന്ന്
soot [sʊt] *n* കരി
sophisticated [sə'fɪstɪ,keɪtɪd] *adj* സംസ്കാരമുള്ള
soppy ['sɒpɪ] *adj* വികാരാവേശമുള്ള
soprano [sə'prɑːnəʊ] *n* ഉച്ചസ്ഥായി സ്വരമുള്ള ഗായകനോ ഗായികയോ
sorbet ['sɔːbeɪ] *n* സോർബറ്റ്
sorcerer ['sɔːsərə] *n* ദുർമന്ത്രവാദി
sore [sɔː] *adj* വേദനയുള്ള ▷ *n* വ്രണം

sorry ['sɒrɪ] *excl* ക്ഷമിക്കണം! ▷ *adj (regretful)* ഖേദകരമായ; *(sympathetic)* സഹതാപമുള്ള
sort [sɔːt] *n* തരം
sort out [sɔːt aʊt] *v* തരംതിരിക്കുക
SOS [ɛs əʊ ɛs] *n* എസ്ഓഎസ്
so-so ['səʊ'səʊ] *adv (informal)* അങ്ങനെ അങ്ങനെ.
soul [səʊl] *n* ആത്മാവ്
sound [saʊnd] *adj* ബലമുള്ള ▷ *n* ശബ്ദം
soundtrack ['saʊnd,træk] *n* ശബ്ദരേഖ
soup [suːp] *n* സൂപ്പ്
sour ['saʊə] *adj* പുളിപ്പുള്ള
south [saʊθ] *adj* തെക്കുള്ള ▷ *adv* തെക്കോട്ട് ▷ *n* തെക്ക്
South Africa [saʊθ 'æfrɪkə] *n* ദക്ഷിണാഫ്രിക്ക
South African [saʊθ 'æfrɪkən] *adj* ദക്ഷിണാഫ്രിക്കയെ സംബന്ധിച്ച ▷ *n* ദക്ഷിണാഫ്രിക്കക്കാരൻ
South America [saʊθ ə'mɛrɪkə] *n* ദക്ഷിണ അമേരിക്ക
South American [saʊθ ə'merɪkən] *adj* ദക്ഷിണ അമേരിക്കയെ സംബന്ധിച്ച ▷ *n* ദക്ഷിണ അമേരിക്കക്കാരൻ
southbound ['saʊθ,baʊnd] *adj* തെക്കോട്ടുള്ള
southeast [,saʊθ'iːst] *n* തെക്കുകിഴക്ക്
southern ['sʌðən] *adj* തെക്കൻ
South Korea [saʊθ kə'riːə] *n* ദക്ഷിണ കൊറിയ
South Pole [saʊθ pəʊl] *n* ദക്ഷിണ ധ്രുവം
southwest [,saʊθ'wɛst] *n* തെക്കുപടിഞ്ഞാറ്
souvenir [,suːvə'nɪə] *n* സുവനീർ, സ്മരണിക
soya ['sɔɪə] *n* സോയ
soy sauce [sɔɪ sɔːs] *n* സോയ സോസ്
spa [spɑː] *n* ധാതുജല ഉറവ
space [speɪs] *n (empty area)* ഇടം; *(where the planets are)* ബഹിരാകാശം
spacecraft ['speɪs,krɑːft] *n* ബഹിരാകാശപേടകം
spade [speɪd] *n* തൂമ്പ
spaghetti [spə'gɛtɪ] *n* ഇറ്റാലിയൻ സേമിയ
Spain [speɪn] *n* സ്പെയിൻ
spam [spæm] *n* അനാവശ്യ മെയിൽ
Spaniard ['spænjəd] *n* സ്പെയിൻകാരൻ
spaniel ['spænjəl] *n* വലിയ ചെവികളുള്ള ഒരു തരം നായ
Spanish ['spænɪʃ] *adj* സ്പെയിനിനെ സംബന്ധിച്ച ▷ *n* സ്പാനിഷ് ഭാഷ
spank [spæŋk] *vt* അടിക്കുക

spanner ['spænə] *n* സ്പാനർ

spare [speə] *adj* അധിക ആവശ്യത്തിനു കരുതി വയ്ക്കുന്ന ▷ *vi* ആവശ്യത്തിലധികം ഉണ്ടാവുക

spare part [speə pɑːt] *n* സ്പെയർ പാർട്സ്

spare room [speə ruːm; rʊm] *n* സ്പെയർ റൂം

spare time [speə taɪm] *n* ഒഴിവു സമയം

spare tyre [speə 'taɪə] *n* പകരം ഉപയോഗിക്കാൻ വച്ചിരിക്കുന്ന ടയർ

spare wheel [speə wiːl] *n* പകരം ഉപയോഗിക്കാൻ വച്ചിരിക്കുന്ന ടയർ

spark [spɑːk] *n* തീപ്പൊരി

sparkling water ['spɑːklɪŋ 'wɔːtə] *n* പതയുന്ന വെള്ളം

spark plug [spɑːk plʌg] *n* സ്പാർക്ക് പ്ലഗ്

sparrow ['spærəʊ] *n* കുരുവി

spasm ['spæzəm] *n* ഉളുക്ക്

spatula ['spætjʊlə] *n* ചട്ടുകം

speak [spiːk] *v* സംസാരിക്കുക

speaker ['spiːkə] *n* പ്രഭാഷകൻ

speak up [spiːk ʌp] *v* ഉച്ചത്തിൽ സംസാരിക്കുക

special ['spɛʃəl] *adj* പ്രത്യേകമായ

specialist ['spɛʃəlɪst] *n* വിദഗ്ദ്ധന്

speciality [,spɛʃɪ'ælɪtɪ] *n* വിദ്ഗ്ദ്ധ വിഷയം

specialize ['spɛʃə,laɪz] *vi* വൈദഗ്ദ്ധ്യം നേടുക

specially ['spɛʃəlɪ] *adv* പ്രത്യേകിച്ചും

special offer ['spɛʃəl 'ɒfə] *n* സവിശേഷ ഓഫർ

species ['spiːʃiːz] *n* ജീവിവർഗങ്ങൾ

specific [spɪ'sɪfɪk] *adj* നിർദ്ദിഷ്ട

specifically [spɪ'sɪfɪklɪ] *adv* നിർദ്ദിഷ്ടമായി

specify ['spɛsɪ,faɪ] *vt* വ്യക്തമാക്കുക

spectacles ['spɛktəklz] *npl* *(formal)* കണ്ണടകൾ

spectacular [spɛk'tækjʊlə] *adj* കമനീയമായ

spectator [spɛk'teɪtə] *n* കാണി

speculate ['spɛkjʊ,leɪt] *v* ഊഹിക്കുക

speech [spiːtʃ] *n* സംസാരം

speechless ['spiːtʃlɪs] *adj* നിശബ്ദനായ

speed [spiːd] *n* വേഗത

speedboat ['spiːd,bəʊt] *n* സ്പീഡ്ബോട്ട്

speeding ['spiːdɪŋ] *n* അമിതവേഗത

speed limit [spiːd 'lɪmɪt] *n* വേഗതാപരിധി
speedometer [spɪ'dɒmɪtə] *n* സ്പീഡോമീറ്റർ
speed up [spiːd ʌp] *v* വേഗത കൂട്ടുക
spell [spɛl] *n (period)* കാലയളവ്; *(magic)* മായാജാലം ▷ *vt* അക്ഷരങ്ങൾ പിരിച്ചെഴുതുക
spellchecker ['spɛl,tʃɛkə] *n* അക്ഷരത്തെറ്റ് പരിശോധന
spelling ['spɛlɪŋ] *n* സ്പെല്ലിങ്ങ്
spend [spɛnd] *vt (money)* ചെലവഴിക്കുക; *(time)* ചെലവിടുക
sperm [spɜːm] *n* ബീജം
spice [spaɪs] *n* സുഗന്ധവ്യഞ്ജനം
spicy ['spaɪsɪ] *adj* മസാലചേർത്ത
spider ['spaɪdə] *n* ചിലന്തി
spill [spɪl] *v* തൂവിപ്പോവുക
spinach ['spɪnɪdʒ] *n* ചീര
spinal cord ['spaɪnəl kɔːd] *n* സുക്ഷുമ്നാ നാഡി
spin drier [spɪn 'draɪə] *n* സ്പിൻ ഡ്രൈയർ
spine [spaɪn] *n* നട്ടെല്ല്
spinster ['spɪnstə] *n (old-fashioned)* അവിവാഹിതയായ പ്രായം ചെന്ന സ്ത്രീ
spire [spaɪə] *n* ഗോപുരത്തിന്റേയും മറ്റും കൂർത്ത ശിഖരം
spirit ['spɪrɪt] *n* ചുറുചുറുക്ക്
spirits ['spɪrɪts] *npl* ഉത്സാഹം
spiritual ['spɪrɪtjʊəl] *adj* ആത്മീയമായ
spit [spɪt] *n* തുപ്പൽ ▷ *v* തുപ്പുക
spite [spaɪt] *n* വിദ്വേഷം ▷ *vt* പ്രതികാരം ചെയ്യുക
spiteful ['spaɪtfʊl] *adj* വിദ്വേഷമുള്ള
splash [splæʃ] *vi* വെള്ളംതെറിപ്പിക്കുക
splendid ['splɛndɪd] *adj* വളരെ നല്ല
splint [splɪnt] *n* ലോഹ/മരത്താങ്ങ്
splinter ['splɪntə] *n* മരച്ചീള്
split [splɪt] *v* പിളരുക
split up [splɪt ʌp] *v* വേർപിരിയുക
spoil [spɔɪl] *vt (ruin)* നശിപ്പിക്കുക; *(child)* വഷളാക്കുക
spoilsport ['spɔɪl,spɔːt] *n (informal)* രസംകൊല്ലി
spoilt [spɔɪlt] *adj* കൊഞ്ചിച്ചുവഷളാക്കിയ
spoke [spəʊk] *n* ആരക്കാൽ
spokesman ['spəʊksmən] *n* വക്താവ്

S

spokesperson ['spəuks,pɜːsən] *n* വക്താവ്
spokeswoman ['spəuks,wumən] *n* വക്താവ്
sponge [spʌndʒ] *n* *(for washing)* സ്പോഞ്ച്; *(cake)* സ്പോഞ്ച്
sponge bag [spʌndʒ bæg] *n* സ്പോഞ്ച് ബാഗ്
sponsor ['spɒnsə] *n* സ്പോൺസർ ▷ *vt* സ്പോൺസർ
sponsorship ['spɒnsəʃɪp] *n* സ്പോൺസർഷിപ്പ്
spontaneous [spɒn'teɪnɪəs] *adj* സ്വാഭാവികമായി സംഭവിക്കുന്ന
spooky ['spuːkɪ] *adj* *(informal)* ഭയാനകം
spoon [spuːn] *n* സ്പൂൺ, കരണ്ടി
spoonful ['spuːn,fʊl] *n* സ്പൂൺ നിറയെ
sport [spɔːt] *n* കളി
sportsman ['spɔːtsmən] *n* കായികതാരം
sportswear ['spɔːts,wɛə] *n* സ്പോർട്ട് വെയർ
sportswoman ['spɔːts,wumən] *n* വനിതാ കായിക താരം
sporty ['spɔːtɪ] *adj* സ്പോർട്ടി
spot [spɒt] *n* *(round mark)* പുള്ളി; *(place)* സ്ഥലം ▷ *vt* കണ്ടെത്തുക
spotless ['spɒtlɪs] *adj* വൃത്തിയുള്ള
spotlight ['spɒt,laɪt] *n* സ്പോട്ട് ലൈറ്റ്
spotty ['spɒtɪ] *adj* മുഖത്ത് പാടുകളുള്ള
spouse [spaʊs] *n* പ്രതിശ്രുത വരൻ / വധു
sprain [spreɪn] *n* ഉളുക്ക് ▷ *vt* ഉളുക്കുക
spray [spreɪ] *n* നേരിയ ജലകണങ്ങൾ ▷ *v* തളിക്കുക
spread [sprɛd] *n* ബ്രഡിന്റെ മുകളിൽ പുരട്ടുന്ന ആഹാരപദാർഥം ▷ *vt* *(open out)* വിരിക്കുക, വിടർത്തുക; *(butter, jam)* പടർത്തുക ▷ *vi* *(reach a larger area)* പരക്കുക, വ്യാപിക്കുക
spread out [sprɛd aʊt] *v* പലരായി തിരിയുക
spreadsheet ['sprɛd,ʃiːt] *n* സ്പ്രെഡ്ഷീറ്റ്
spring [sprɪŋ] *n* *(season)* വസന്തം; *(coil)* സ്പ്രിംഗ്
spring-cleaning ['sprɪŋ,kliːnɪŋ] *n* നന്നായി വൃത്തിയാക്കുക
spring onion [sprɪŋ 'ʌnjən] *n* ഇലയോടുകൂടിയ ചെറിയ ഉള്ളി

springtime ['sprɪŋ,taɪm] *n* വസന്തകാലം
sprinkler ['sprɪŋklə] *n* വെള്ളം തളിക്കാനുള്ള ഉപകരണം
sprint [sprɪnt] *n* ഓട്ടമത്സരം ▷ *vi* ചെറിയ ദൂരം അതിവേഗത്തിൽ ഓടുക
sprinter ['sprɪntə] *n* ഓട്ടക്കാരൻ
sprouts [sprauts] *npl* കാബേജ് പോലുള്ള ഒരു തരം പച്ചക്കറി
spy [spaɪ] *n* ചാരൻ ▷ *vi* ചാരവൃത്തി ചെയ്യുക
spying ['spaɪɪŋ] *n* ചാരവൃത്തി
squabble ['skwɒbl] *vi* തല്ലുകൂടുക
squander ['skwɒndə] *vt* ദുർവ്യയം ചെയ്യുക
square [skwɛə] *adj* ചതുരാകൃതിയിലുള്ള ▷ *n* ചതുരം
squash [skwɒʃ] *n* സ്ക്വാഷ് കളി ▷ *vt* ചതയുക
squeak [skwiːk] *vi* ശബ്ദമുണ്ടാക്കുക
squeeze [skwiːz] *vt* അമർത്തുക
squeeze in [skwiːz ɪn] *v* ഞെങ്ങിഞെരുങ്ങുക
squid [skwɪd] *n* കണവ
squint [skwɪnt] *vi* കണ്ണു പാതിയടച്ചു നോക്കുക
squirrel ['skwɪrəl] *n* അണ്ണാൻ
Sri Lanka [,sriː 'læŋkə] *n* ശ്രീലങ്ക
stab [stæb] *vt* കുത്തുക
stability [stə'bɪlɪtɪ] *n* സ്ഥിരത
stable ['steɪbl] *adj* സ്ഥിരതയുള്ള ▷ *n* കുതിരലായം
stack [stæk] *n* അടുക്ക്, അട്ടി
stadium ['steɪdɪəm] *n* സ്റ്റേഡിയം
staff [stɑːf] *npl (personnel)* ജീവനക്കാർ ▷ *n (stick)* കുറുവടി
staffroom ['stɑːf,ruːm] *n* സ്റ്റാഫ് റൂം
stage [steɪdʒ] *n* ഘട്ടം
stagger ['stægə] *vi* വേച്ചുവേച്ചു നടക്കുക
stag night [stæg naɪt] *n* ബാച്ചിലർ പാർട്ടി
stain [steɪn] *n* കറ ▷ *vt* കറയുണ്ടാക്കുക
stained glass [steɪnd glɑːs] *n* ചായം കലർത്തി നിർമ്മിച്ച കണ്ണാടിച്ചില്ല്
stainless steel ['steɪnlɪs stiːl] *n* സ്റ്റെയിൻലസ് സ്റ്റീൽ
stain remover [steɪn rɪ'muːvə] *n* കറ നാശിനി
staircase ['stɛə,keɪs] *n* ഏണിപ്പടി
stairs [stɛəz] *npl* പടവുകൾ

S

stale [steɪl] *adj* പഴകിയ
stalemate ['steɪl,meɪt] *n* സമനില
stall [stɔːl] *n* സ്റ്റാൾ
stamina ['stæmɪnə] *n* കരുത്ത്
stammer ['stæmə] *v* വിക്കുക
stamp [stæmp] *n* സ്റ്റാംപ്, തപാൽമുദ്ര ▷ *vt* മുദ്രവെക്കുക
stand [stænd] *vi* നിൽക്കുക ▷ ['stændz] *n* ഗാലറി
standard ['stændəd] *adj* സാധാരണ ▷ *n* നിലവാരം
standard of living ['stændəd ɒv; əv 'lɪvɪŋ] *n* ജീവിതനിലവാരം
stand for [stænd fɔː] *v* സൂചിപ്പിക്കുക
standing order ['stændɪŋ 'ɔːdə] *n* സ്ഥിരം ചട്ടം
stand out [stænd aʊt] *v* എടുത്തുകാണിക്കുക
standpoint ['stænd,pɔɪnt] *n* വീക്ഷണം, കാഴ്ചപ്പാട്
stand up [stænd ʌp] *v* നിൽക്കുക
staple ['steɪpl] *n (piece of bent wire)* സ്റ്റാപ്പിൾ പിൻ; *(basic food)* ദൈനംദിനഭക്ഷണം ▷ *vt* സ്റ്റാപ്പിൾ ചെയ്ത് ഒരുമിച്ച് മുറുക്കി വയ്ക്കുക
stapler ['steɪplə] *n* സ്റ്റാപ്ലർ
star [stɑː] *n (in the sky)* നക്ഷത്രം; *(celebrity)* താരം ▷ *v* അഭിനയിക്കുക ▷ *n (shape)* നക്ഷത്രം
starch [stɑːtʃ] *n* അന്നജം
stare [stɛə] *vi* തുറിച്ചുനോക്കുക
stark [stɑːk] *adj* രൂക്ഷമായ
start [stɑːt] *n* ആരംഭം ▷ *vt (to do something)* തുടങ്ങുക ▷ *v (activity, event)* ആരംഭിക്കുക, തുടങ്ങുക
starter ['stɑːtə] *n* തുടക്കത്തിൽ വിളമ്പുന്ന ഭക്ഷണം
startle ['stɑːtl] *vt* പേടിപ്പിക്കുക
start off [stɑːt ɒf] *v* തുടക്കം കുറിക്കുക
starve [stɑːv] *vi* പട്ടിണി കിടക്കുക
state [steɪt] *n* രാജ്യം ▷ *vt* പ്രസ്താവിക്കുക, ആധികാരികമായി പറയുക
stately home ['steɪtlɪ həʊm] *n* പ്രൌഢിയുള്ള പഴയ വീട്
statement ['steɪtmənt] *n* പ്രസ്താവന
station ['steɪʃən] *n* സ്റ്റേഷൻ
stationer ['steɪʃənə] *n* സ്റ്റേഷണറിക്കട
stationery ['steɪʃənərɪ] *n* പലചരക്ക്
statistics [stə'tɪstɪks] *npl* സ്ഥിതിവിവരണക്കണക്ക്

statue ['stætjuː] *n* പ്രതിമ
status quo ['steɪtəs kwəʊ] *n* അപ്പോഴത്തെസ്ഥിതി
stay [steɪ] *n* താമസം ▷ *vi (remain)* തുടരുക; *(live for a short time)* തങ്ങുക, താമസിക്കുക
stay in [steɪ ɪn] *v* പുറത്തിറങ്ങാതിരിക്കുക
stay up [steɪ ʌp] *v* നേരം വൈകിയും ഉറങ്ങാതെ ഉണർന്നിരിക്കുക
steady ['stɛdɪ] *adj* ക്രമമായ
steak [steɪk] *n* മാംസക്കഷണം
steal [stiːl] *v* മോഷ്ടിക്കുക
steam [stiːm] *n* ആവി
steel [stiːl] *n* സ്റ്റീൽ
steep [stiːp] *adj* ചെങ്കുത്തായ
steeple ['stiːpl] *n* സൂച്യഗ്രമായ ഗോപുരം
steering ['stɪərɪŋ] *n* സ്റ്റിയറിംഗ്
steering wheel ['stɪərɪŋ wiːl] *n* സ്റ്റിയറിംഗ് വീൽ
step [stɛp] *n (pace)* ചുവട്; *(stair)* പടി
stepbrother ['stɛpˌbrʌðə] *n* അർദ്ധസഹോദരൻ
stepdaughter ['stɛpˌdɔːtə] *n* വളർത്തുമകൾ
stepfather ['stɛpˌfɑːðə] *n* രണ്ടാനച്ഛൻ
stepladder ['stɛpˌlædə] *n* ചെറുഗോവണി.
stepmother ['stɛpˌmʌðə] *n* രണ്ടാനമ്മ
stepsister ['stɛpˌsɪstə] *n* അർദ്ധസഹോദരി
stepson ['stɛpˌsʌn] *n* വളർത്തുമകൻ
stereo ['stɛrɪəʊ] *n* സ്റ്റീരിയോ
stereotype ['stɛrɪəˌtaɪp] *n* സ്റ്റീരിയോടൈപ്പ്
sterile ['stɛraɪl] *adj* അണുവിമുക്തമായ
sterilize ['stɛrɪˌlaɪz] *vt* അണുവിമുക്തമാക്കുക
sterling ['stɜːlɪŋ] *n* സ്റ്റെർലിംഗ്
steroid ['stɪərɔɪd] *n* സ്റ്റീറോയ്ഡ്
stew [stjuː] *n* സ്റ്റ്യൂ
steward ['stjʊəd] *n* സ്റ്റ്യൂവാർഡ്
stick [stɪk] *n* കമ്പ്, വടി ▷ *vt* ഒട്ടിക്കുക
sticker ['stɪkə] *n* സ്റ്റിക്കർ
stick insect [stɪk'ɪnsɛkt] *n* സ്റ്റിക് ഇൻസക്റ്റ്
stick out [stɪk aʊt] *v* പുറത്തേക്ക് തള്ളുക
sticky ['stɪkɪ] *adj* ഒട്ടുന്ന
stiff [stɪf] *adj* വളയാത്ത
stifling ['staɪflɪŋ] *adj* ചുട്ടുപൊള്ളുന്ന
still [stɪl] *adj* അനങ്ങാത്ത, ചലിക്കാത്ത ▷ *adv* ഇപ്പോഴും
sting [stɪŋ] *n* കൊമ്പ് ▷ *v* കുത്തുക

stingy ['stɪndʒɪ] *adj* *(informal)* പിശുക്കനായ

stink [stɪŋk] *n* ദുർഗന്ധം, നാറ്റം ▷ *vi* നാറുക, ദുർഗന്ധം വമിക്കുക

stir [stɜː] *vt* ഇളക്കുക

stitch [stɪtʃ] *n* തുന്നൽ ▷ *vt* തുന്നുക

stock [stɒk] *n* ഓഹരി ▷ *vt* ശേഖരിക്കുക

stockbroker ['stɒk,brəʊkə] *n* ഓഹരിദല്ലാൾ

stock cube [stɒk kjuːb] *n* സ്റ്റോക്ക് ക്യൂബ്

stock exchange [stɒk ɪks'tʃeɪndʒ] *n* ഓഹരിവിപണി

stock market [stɒk 'mɑːkɪt] *n* ഓഹരിക്കമ്പോളം

stock up [stɒk ʌp] *v* ശേഖരിക്കുക

stomach ['stʌmək] *n* വയർ

stomachache ['stʌmək,eɪk] *n* വയറുവേദന

stone [stəʊn] *n* *(material)* ശില; *(piece of rock)* കല്ല്

stool [stuːl] *n* സ്റ്റൂൾ

stop [stɒp] *n* നിർത്തൽ ▷ *v* *(doing something)* നിർത്തുക ▷ *vi* *(not continue)* നിലയ്ക്കുക

stopover ['stɒp,əʊvə] *n* ഹ്രസ്വതാമസം

stopwatch ['stɒp,wɒtʃ] *n* സ്റ്റോപ്പ് വാച്ച്

storage ['stɔːrɪdʒ] *n* ശേഖരം

store [stɔː] *n* കട ▷ *vt* സൂക്ഷിക്കുക

storm [stɔːm] *n* കൊടുങ്കാറ്റ്

stormy ['stɔːmɪ] *adj* കൊടുങ്കാറ്റും മഴയുമുള്ള

story ['stɔːrɪ] *n* കഥ

stove [stəʊv] *n* സ്റ്റൌ

straight [streɪt] *adj* നേരെയുള്ള

straighteners ['streɪtnəz] *npl* മുടി നീണ്ടുനിവർന്നതാക്കാനുള്ള ഉപകരണം

straightforward [,streɪt'fɔːwəd] *adj* നേരെയുള്ള

straight on [streɪt ɒn] *adv* നേരെ

strain [streɪn] *n* ആയാസം ▷ *vt* ആയാസമുണ്ടാക്കുക

strained [streɪnd] *adj* മാനസിക സമ്മർദ്ദമുള്ള

stranded ['strændɪd] *adj* നിസ്സഹായാവസ്ഥയിലാകുക

strange [streɪndʒ] *adj* അസാധാരണമായ

stranger ['streɪndʒə] *n* അപരിചിതൻ

strangle ['stræŋgl] *vt* കഴുത്തു ഞെരിക്കുക

strap [stræp] *n* സ്ട്രാപ്പ്

strategic [strə'tiːdʒɪk] *adj* നയപരമായ

strategy ['strætɪdʒɪ] *n* നയം

straw [strɔː] *n* *(dried stalks of crops)* വയ്ക്കോൽ; *(for drinking through)* സ്ട്രോ
strawberry ['strɔːbərɪ] *n* സ്ട്രോബെറി
stray [streɪ] *n* തെരുവു മൃഗം
stream [striːm] *n* അരുവി
street [striːt] *n* നിരത്ത്
streetlamp ['striːt,læmp] *n* തെരുവ് വിളക്ക്
street map [striːt mæp] *n* റോഡ് മാപ്പ്
streetwise ['striːt,waɪz] *adj* *(informal)* തിണ്ണമിടുക്കുള്ള
strength [strɛŋθ] *n* ശക്തി
strengthen ['strɛŋθən] *vt* ശക്തികൂട്ടുക
stress [strɛs] *n* ഊന്നൽ കൊടുക്കൽ ▷ *vt* ഊന്നിപ്പറയുക
stressed [strɛst] *adj* സമ്മർദ്ദത്തിലാഴ്ന്ന
stressful ['strɛsfʊl] *adj* സമ്മർദ്ദം നിറഞ്ഞ
stretch [strɛtʃ] *vi* *(extend)* പരന്നുകിടക്കുക; *(with your body)* നീണ്ടുനിവരുക
stretcher ['strɛtʃə] *n* സ്ട്രെച്ചർ
stretchy ['strɛtʃɪ] *adj* വലിച്ചു നീട്ടാൻ കഴിയുന്ന
strict [strɪkt] *adj* കർശനമായ
strictly ['strɪktlɪ] *adv* കർശനമായി
strike [straɪk] *n* സമരം, പണിമുടക്ക് ▷ *vt* അടിക്കുക ▷ *vi* സമരം ചെയ്യുക ▷ *v* *(hit)* ആക്രമിക്കുക
striker ['straɪkə] *n* പണിമുടക്കുന്ന ആൾ
striking ['straɪkɪŋ] *adj* അസാധാരണമായ
string [strɪŋ] *n* *(for parcel)* ചരട്; *(musical instrument)* വാദ്യോപകരണത്തിന്റെ തന്തു അഥവാ തന്ത്രി
strip [strɪp] *n* സ്ട്രിപ്പ് ▷ *v* ഉടുതുണി അഴിക്കുക
stripe [straɪp] *n* വര
striped [straɪpt] *adj* വരകളുള്ള
stripy ['straɪpɪ] *adj* *(informal)* വരകളുള്ള
stroke [strəʊk] *n* പക്ഷാഘാതം ▷ *vt* തടവുക
stroll [strəʊl] *n* ഉലാത്തുക
strong [strɒŋ] *adj* *(person)* ശക്തിയുള്ള, കരുത്തുള്ള; *(object)* ബലമുള്ള
strongly ['strɒŋlɪ] *adv* ശക്തമായി
structure ['strʌktʃə] *n* ഘടന
struggle ['strʌgl] *n* പോരാട്ടം ▷ *v* പോരാടുക, കഠിനമായി യത്നിക്കുക
stub [stʌb] *n* കുറ്റി
stubborn ['stʌbn] *adj* പിടിവാശിയുള്ള

S

stub out [stʌb aʊt] *v* കുത്തിക്കെടുത്തുക

stuck [stʌk] *adj (unable to move)* ഉറച്ചുപോയ; *(stumped)* മുന്നോട്ടു പോകാൻ കഴിയാത്ത

stuck-up ['stʌk'ʌp] *adj (informal)* തലക്കനമുള്ള, തണ്ടനായ

stud [stʌd] *n* അലങ്കാര ബട്ടൺ

student ['stjuːdnt] *n* വിദ്യാർത്ഥി

student discount ['stjuːdnt 'dɪskaʊnt] *n* വിദ്യാർത്ഥികൾക്കുള്ള വിലക്കിഴിവ്

studio ['stjuːdɪ,əʊ] *n* സ്റ്റുഡിയോ

studio flat ['stjuːdɪəʊ flæt] *n* സ്റ്റുഡിയോ ഫ്ലാറ്റ്

study ['stʌdɪ] *v* പഠിക്കുക

stuff [stʌf] *n (informal)* കാര്യം

stuffy ['stʌfɪ] *adj* ഔപചാരികത കാട്ടുന്ന, പഴഞ്ചനായ

stumble ['stʌmbl] *vi* കാലുതട്ടി വീഴാൻ പോവുക

stunned [stʌnd] *adj* അമ്പരപ്പിക്കുന്ന

stunning ['stʌnɪŋ] *adj* ഉജ്ജ്വലമായ

stunt [stʌnt] *n* സ്റ്റണ്ട്

stuntman ['stʌntmən] *n* സ്റ്റണ്ട്മാൻ

stupid ['stjuːpɪd] *adj* വിവരംകെട്ട, വിഡ്ഢിയായ

stutter ['stʌtə] *vi* വിക്കുക

style [staɪl] *n* ശൈലി

stylist ['staɪlɪst] *n* സ്റ്റൈലിസ്റ്റ്

subject ['sʌbdʒɪkt] *n* വിഷയം

submarine ['sʌbmə,riːn] *n* അന്തർവാഹിനി

subscription [səb'skrɪpʃən] *n* വരിസംഖ്യ

subsidiary [səb'sɪdɪərɪ] *n* അനുബന്ധസ്ഥാപനം

subsidize ['sʌbsɪ,daɪz] *vt* ധനസഹായം നൽകുക

subsidy ['sʌbsɪdɪ] *n* ധനസഹായം

substance ['sʌbstəns] *n* വസ്തു, പദാർത്ഥം

substitute ['sʌbstɪ,tjuːt] *n* പകരം ▷ *v* പകരം നിൽക്കുക

subtitled ['sʌb,taɪtld] *adj* ഉപശീർഷകങ്ങളുള്ള

subtitles ['sʌb,taɪtlz] *npl* ഉപശീർഷകങ്ങൾ

subtle ['sʌtl] *adj* സൂക്ഷ്മമായ

subtract [səb'trækt] *vt* കുറയ്ക്കുക, വ്യവകലനം ചെയ്യുക

suburb ['sʌbɜːb] *n* നഗരപ്രാന്തം

suburban [sə'bɜːbn] *adj* നഗരപ്രാന്തത്തിലുള്ള

subway ['sʌb,weɪ] *n* തുരങ്കം

succeed [sək'siːd] *vi* വിജയിക്കുക
success [sək'sɛs] *n* വിജയം
successful [sək'sɛsfʊl] *adj* വിജയകരമായ
successfully [sək'sɛsfʊlɪ] *adv* വിജയകരമായി
successive [sək'sɛsɪv] *adj* തുടർച്ചയായുള്ള
successor [sək'sɛsə] *n* പിന്തുടർച്ചക്കാരൻ
such [sʌtʃ] *det (like the one previously mentioned)* അത്തരം; *(intensifying an adjective)* അത്രയ്ക്ക്; *(like that)* അത്തരം; *(followed by `a' or `an')* ഇത്രത്തോളം
suck [sʌk] *v* വലിച്ചു കുടിക്കുക, ഉറുഞ്ചുക
Sudan [suː'dɑːn] *n* സുഡാൻ
Sudanese [ˌsuːd'niːz] *adj* സുഡാനെ സംബന്ധിച്ച ▷ *npl* സുഡാനീസ്
sudden ['sʌdn] *adj* പെട്ടെന്നുള്ള
suddenly ['sʌdnlɪ] *adv* പെട്ടെന്ന്
sue [sjuː] *v* കേസ് കൊടുക്കുക
suede [sweɪd] *n* മൃദുവായ തോൽ
suffer ['sʌfə] *v* കഷ്ടപ്പെടുക
suffocate ['sʌfəˌkeɪt] *vi* ശ്വാസം മുട്ടുക
sugar ['ʃʊgə] *n* പഞ്ചസാര
sugar-free ['ʃʊgəfriː] *adj* പഞ്ചാര അടങ്ങാത്തത്
suggest [sə'dʒɛst] *vt* നിർദ്ദേശിക്കുക
suggestion [sə'dʒɛstʃən] *n* നിർദ്ദേശം
suicide ['suːɪˌsaɪd] *n* ആത്മഹത്യ
suicide bomber ['suɪsaɪd 'bɔmə] *n* ആത്മഹത്യാ ബോംബർ
suit [suːt] *n* സ്യൂട്ട് ▷ *vt* ചേരുന്ന, ഇണങ്ങുന്ന
suitable ['suːtəbl] *adj* അനുയോജ്യമായ
suitcase ['suːtˌkeɪs] *n* സ്യൂട്ട് കേസ്
suite [swiːt] *n* സ്യൂട്ട്
sulk [sʌlk] *vi* മുഖം വീർപ്പിക്കുക
sulky ['sʌlkɪ] *adj* ശുണ്ഠിക്കാരനായ
sultana [sʌl'tɑːnə] *n* ചെറിയ ഒരു തരം ഉണങ്ങിയ മുന്തിരിങ്ങ
sum [sʌm] *n (amount)* തുക; *(in maths)* സങ്കലനം
summarize ['sʌməˌraɪz] *v* സംഗ്രഹിക്കുക
summary ['sʌmərɪ] *n* സംഗ്രഹം
summer ['sʌmə] *n* വേനൽ
summer holidays ['sʌmə 'hɒlədeɪz] *npl* വേനലവധി
summertime ['sʌməˌtaɪm] *n* വേനൽക്കാലം

S

summit ['sʌmɪt] *n* ഉച്ചകോടി
sum up [sʌm ʌp] *v* സംക്ഷേപിക്കുക
sun [sʌn] *n* സൂര്യൻ
sunbathe ['sʌn,beɪð] *vi* സൂര്യസ്നാനം ചെയ്യുക
sunbed ['sʌn,bɛd] *n* സൺബെഡ്
sunblock ['sʌn,blɒk] *n* സൂര്യരശ്മികളിൽ നിന്നും തൊലിയെ പൂർണമായും സംരക്ഷിക്കുന്ന ക്രീം
sunburn ['sʌn,bɜːn] *n* വെയിലുകൊണ്ടുള്ള കരുവാളിപ്പ്
sunburnt ['sʌn,bɜːnt] *adj* വെയിലുകൊണ്ടു കരുവാളിച്ച
suncream ['sʌn,kriːm] *n* ചൂടുകാലാവസ്ഥയിൽ സൂര്യരശ്മികളിൽ നിന്നും തൊലിയെ സംരക്ഷിക്കുന്ന ക്രീം
Sunday ['sʌndɪ] *n* ഞായറാഴ്ച
sunflower ['sʌn,flauə] *n* സൂര്യകാന്തി
sunglasses ['sʌn,glɑːsɪz] *npl* സൂര്യപ്രകാശത്തിൽ നിന്നും കണ്ണുകളെ രക്ഷിക്കുന്ന ഇരുണ്ട ചില്ലുള്ള കണ്ണട
sunlight ['sʌnlaɪt] *n* സൂര്യപ്രകാശം
sunny ['sʌnɪ] *adj* തെളിഞ്ഞ, സൂര്യപ്രകാശമുള്ള
sunrise ['sʌn,raɪz] *n* സൂര്യോദയം
sunroof ['sʌn,ruːf] *n* കാറിനുള്ളിൽ സൂര്യപ്രകാശവും വായുവും കടത്തിവിടാനുതകുന്ന മേൽഭാഗത്തെ ഒരു പാളി
sunscreen ['sʌn,skriːn] *n* സൂര്യരശ്മികളിൽ നിന്നും തൊലിയെ സംരക്ഷിക്കുന്ന ക്രീം
sunset ['sʌn,sɛt] *n* സൂര്യാസ്തമയം
sunshine ['sʌn,ʃaɪn] *n* സൂര്യപ്രകാശം
sunstroke ['sʌn,strəʊk] *n* സൂര്യാഘാതം
suntan ['sʌn,tæn] *n* സൂര്യപ്രകാശമേറ്റ് തൊലി കറുക്കൽ
suntan lotion ['sʌntæn 'ləʊʃən] *n* സൺടാൻ ലോഷൻ
suntan oil ['sʌntæn ɔɪl] *n* സൺടാൻ ഓയിൽ
super ['suːpə] *adj (informal, old-fashioned)* മികച്ച
superb [sʊ'pɜːb] *adj* മികവുറ്റ, മഹത്തായ
superficial [,suːpə'fɪʃəl] *adj* ബാഹ്യമായ
superior [suː'pɪərɪə] *adj* മെച്ചമായ, മുന്തിയ ▷ *n* മേലധികാരി

supermarket ['suːpəˌmɑːkɪt] *n* സൂപ്പർമാർക്കറ്റ്
supernatural [ˌsuːpə'nætʃrəl] *adj* പ്രകൃത്യതീതമായ
superstitious [ˌsuːpə'stɪʃəs] *adj* അന്ധവിശ്വാസമുള്ള
supervise ['suːpəˌvaɪz] *vt* മേൽനോട്ടം വഹിക്കുക
supervisor ['suːpəˌvaɪzə] *n* സൂപ്പർ വൈസർ
supper ['sʌpə] *n* അത്താഴം
supplement ['sʌplɪmənt] *n* അനുബന്ധം
supplier [sə'plaɪə] *n* വിതരണക്കാരൻ
supplies [sə'plaɪz] *npl* വിതരണം
supply [sə'plaɪ] *n* ലഭ്യത ▷ *vt* വിതരണംചെയ്യുക
supply teacher [sə'plaɪ 'tiːtʃə] *n* സപ്ലൈ ടീച്ചർ
support [sə'pɔːt] *n* പിന്തുണ ▷ *vt* പിന്തുണ നൽകുക
supporter [sə'pɔːtə] *n* അനുയായി, പിന്തുണയ്ക്കുന്നവർ
suppose [sə'pəʊz] *vt* കരുതുക
supposedly [sə'pəʊzɪdlɪ] *adv* കരുതിയിരുന്ന, വിചാരിച്ചിരുന്ന
supposing [sə'pəʊzɪŋ] *conj* എങ്കിൽ, എന്നുവരികിൽ
surcharge ['sɜːˌtʃɑːdʒ] *n* അധികതീരുവ
sure [ʃʊə] *adj* ഉറപ്പായ, നിശ്ചയമുള്ള
surely ['ʃʊəlɪ] *adv* തീർച്ചയായും, നിശ്ചയമായും
surf [sɜːf] *n* നുരയോടു കൂടിയ ഉഗ്രൻതിര ▷ *vi* കൂറ്റൻ തിരമാലകളേറി പൊങ്ങുതടിയിൽ തെന്നിനീങ്ങുക
surface ['sɜːfɪs] *n* പ്രതലം
surfboard ['sɜːfˌbɔːd] *n* സർഫ് ബോർഡ്
surfer ['sɜːfə] *n* കൂറ്റൻ തിരമാലകളേറി പൊങ്ങുതടിയിൽ തെന്നിനീങ്ങുന്ന ആൾ
surfing ['sɜːfɪŋ] *n* സർഫിങ്ങ്
surge [sɜːdʒ] *n* കുതിച്ചു കയറ്റം
surgeon ['sɜːdʒən] *n* ശസ്ത്രക്രിയാവിദഗ്ദ്ധൻ
surgery ['sɜːdʒərɪ] *n (medical treatment)* ശസ്ത്രക്രിയ; *(place)* രോഗികളെ കാണുന്ന മുറി
surname ['sɜːˌneɪm] *n* കുടുംബപ്പേര്
surplus ['sɜːpləs] *adj* അധികമുള്ള ▷ *n* അധികം
surprise [sə'praɪz] *n* അതിശയം, അത്ഭുതം

surprised [sə'praɪzd] *adj* അതിശയം തോന്നുന്ന, അത്ഭുതം തോന്നുന്ന

surprising [sə'praɪzɪŋ] *adj* അതിശയിപ്പിക്കുന്ന, അത്ഭുതകരമായ

surprisingly [sə'praɪzɪŋlɪ] *adv* അതിശയകരമായി, അത്ഭുതകരമായി

surrender [sə'rɛndə] *vi* കീഴടങ്ങുക

surrogate mother ['sʌrəgɪt 'mʌðə] *n* വാടക അമ്മ

surround [sə'raʊnd] *vt* വലയം ചെയ്യുക

surroundings [sə'raʊndɪŋz] *npl* ചുറ്റുപാട്

survey ['sɜːveɪ] *n* സർവേ

surveyor [sɜː'veɪə] *n* സർവേയർ

survival [sə'vaɪvl] *n* അതിജീവനം

survive [sə'vaɪv] *v* അതിജീവിക്കുക

survivor [sə'vaɪvə] *n* അതിജീവിച്ചവർ

suspect ['sʌspekt] *n* സംശയിക്കപ്പെടുന്ന വ്യക്തി ▷ [sə'spɛkt] *vt* സംശയിക്കുക

suspend [sə'spɛnd] *vt* താത്ക്കാലികമായി നിർത്തിവയ്ക്കുക

suspense [sə'spɛns] *n* ഉത്കണ്ഠ,

suspension [sə'spɛnʃən] *n* താത്ക്കാലികമായ നിർത്തിവയ്ക്കൽ

suspension bridge [səs'pɛnʃən brɪdʒ] *n* തൂക്കുപാലം

suspicious [sə'spɪʃəs] *adj* സംശയാസ്പദമായ

swallow ['swɒləʊ] *n* വിഴുങ്ങൽ ▷ *vt* വിഴുങ്ങുക ▷ *vi* വിഴുങ്ങുക

swamp [swɒmp] *n* ചതുപ്പുനിലം

swan [swɒn] *n* അരയന്നം

swap [swɒp] *v* പരസ്പരം കൈമാറുക, വച്ചുമാറുക

swat [swɒt] *vt* ഏതെങ്കിലും പ്രാണിയെ അടിക്കുക

sway [sweɪ] *vi* ഇരുവശത്തേയ്ക്കും ആടുക

Swaziland ['swɑːzɪ,lænd] *n* സ്വാസിലാന്റ്

swear [swɛə] *vi* ശപിക്കുക, ചീത്തപറയുക

swearword ['swɛə,wɜːd] *n* ശാപവാക്കുകൾ,തെറി

sweat [swɛt] *n* വിയർപ്പ് ▷ *vi* വിയർക്കുക

sweater ['swɛtə] *n* സ്വറ്റർ

sweatshirt ['swɛt,ʃɜːt] *n* അയഞ്ഞ ഷർട്ട്

sweaty ['swɛtɪ] *adj* വിയർപ്പിൽ കുതിർന്ന
Swede [swiːd] *n* സ്വീഡൻകാരൻ, സ്വീഡൻ നിവാസി
swede [swiːd] *n* ഒരു തരം മലക്കറി
Sweden ['swiːdn] *n* സ്വീഡൻ
Swedish ['swiːdɪʃ] *adj* സ്വീഡനെ സംബന്ധിച്ച ▷ *n* സ്വീഡിഷ്
sweep [swiːp] *vt* അടിച്ചുവാരുക
sweet [swiːt] *adj* *(food, drink)* മധുരമുള്ള; *(enjoyable)* പ്രിയപ്പെട്ട, മധുരകരമായ ▷ *n* മധുരം
sweetcorn ['swiːt,kɔːn] *n* മധുരമുള്ള ചോളമലർ
sweetener ['swiːtnə] *n* സ്വീറ്റ്നർ
sweets ['swiːtz] *npl* മധുരപലഹാരം
sweltering ['swɛltərɪŋ] *adj* ചുട്ടുപൊള്ളുന്ന, കൊടുംചൂടുള്ള
swerve [swɜːv] *v* വെട്ടിത്തിരിക്കുക
swim [swɪm] *vi* നീന്തുക
swimmer ['swɪmə] *n* നീന്തൽക്കാരൻ
swimming ['swɪmɪŋ] *n* നീന്തുക
swimming costume ['swɪmɪŋ 'kɒstjuːm] *n* നീന്തൽ വസ്ത്രം
swimming pool ['swɪmɪŋ puːl] *n* നീന്തൽകുളം
swimming trunks ['swɪmɪŋ trʌŋks] *npl* പുരുഷൻമാരുടെ നീന്തൽ വസ്ത്രം
swimsuit ['swɪm,suːt] *n* സ്ത്രീകളും കുട്ടികളും ധരിക്കുന്ന നീന്തൽ വസ്ത്രം
swing [swɪŋ] *n* ആട്ടം ▷ *v* ആടുക
Swiss [swɪs] *adj* സ്വിറ്റ്സർലാന്റിനെ സംബന്ധിച്ച ▷ *npl* സ്വിറ്റ്സർലാന്റുകാർ
switch [swɪtʃ] *n* സ്വിച്ച് ▷ *vi* ഒന്നിൽ നിന്ന് മറ്റൊന്നിലേക്ക് മാറുക
switchboard ['swɪtʃ,bɔːd] *n* സ്വിച്ച് ബോർഡ്
switch off [swɪtʃ ɒf] *v* ഓഫ് ചെയ്യുക
switch on [swɪtʃ ɒn] *v* ഓൺ ചെയ്യുക
Switzerland ['swɪtsələnd] *n* സ്വിറ്റ്സർലാന്റ്
swollen ['swəʊlən] *adj* വീർത്ത
sword [sɔːd] *n* വാൾ
swordfish ['sɔːd,fɪʃ] *n* കൊമ്പൻസ്രാവ്, വാൾമീൻ

swot [swɒt] *vi (informal)* ക്ലേശിച്ചു പഠിക്കുക
syllable ['sɪləbl] *n* ഒരു വർണ്ണധ്വനി, ഒരു സ്വരം മാത്രമുള്ള ഉച്ചാരണം
syllabus ['sɪləbəs] *n* പാഠ്യപദ്ധതി, പാഠ്യക്രമം
symbol ['sɪmbl] *n* പ്രതീകം, ചിഹ്നം
symmetrical [sɪ'mɛtrɪkl] *adj* പ്രതിസമമായ
sympathetic [ˌsɪmpə'θɛtɪk] *adj* അനുകമ്പയുള്ള
sympathize ['sɪmpəˌθaɪz] *vi* അനുകമ്പകാണിക്കുക
sympathy ['sɪmpəθɪ] *n* അനുകമ്പ
symphony ['sɪmfənɪ] *n* സിംഫണി
symptom ['sɪmptəm] *n* ലക്ഷണം
synagogue ['sɪnəˌgɒg] *n* ജൂതപ്പള്ളി
Syria ['sɪrɪə] *n* സിറിയ
Syrian ['sɪrɪən] *adj* സിറിയയെ സംബന്ധിച്ച ▷ *n* സിറിയൻ
syringe ['sɪrɪndʒ] *n* സിറിഞ്ച്
syrup ['sɪrəp] *n* സിറപ്പ്
system ['sɪstəm] *n* സംവിധാനം
systematic [ˌsɪstɪ'mætɪk] *adj* ചിട്ടയോടെ
systems analyst ['sɪstəms 'ænəlɪst] *n* സിസ്റ്റം അനലിസ്റ്റ്

t

table ['teɪbl] *n (piece of furniture)* മേശ; *(chart)* പട്ടിക
tablecloth ['teɪblˌklɒθ] *n* മേശവിരി
tablespoon ['teɪblˌspuːn] *n* ടേബിൾസ്പൂൺ
tablet ['tæblɪt] *n* ഗുളിക
table tennis ['teɪbl 'tɛnɪs] *n* ടേബിൾ ടെന്നീസ്
table wine ['teɪbl waɪn] *n* ടേബിൾ വൈൻ
taboo [tə'buː] *adj* പതിവിനുവിപരീതമായ ▷ *n* ആചാരവിരുദ്ധം
tackle ['tækl] *n* കയ്യടക്കം ▷ *vt* കൈകാര്യം ചെയ്യുക
tact [tækt] *n* നയം
tactful ['tæktfʊl] *adj* നയപരമായ
tactics ['tæktɪks] *npl* തന്ത്രം
tactless ['tæktlɪs] *adj* നയപരതയില്ലാത്ത
tadpole ['tædˌpəʊl] *n* കൂത്താടി
tag [tæg] *n* ടാഗ്
Tahiti [tə'hiːtɪ] *n* തഹീതി
tail [teɪl] *n* വാൽ
tailor ['teɪlə] *n* തയ്യൽകാരൻ

Taiwan ['taɪ'wɑːn] *n* തായ്‌വാൻ
Taiwanese [ˌtaɪwɑː'niːz] *adj* തായ്‌വാനീസ് ▷ *n* തായ്‌വാനീസ്
Tajikistan [tɑːˌdʒɪkɪ'stɑːn] *n* തജികിസ്താൻ
taka ['tɑːkɑː] *n* ടാക്ക
take [teɪk] *vt (travel in)* വാഹനം പിടിക്കുക; *(carry)* എടുക്കുക; *(steal)* കൈവശപ്പെടുത്തുക, കൈക്കലാക്കുക
take after [teɪk 'ɑːftə] *v* പാരമ്പര്യസ്വഭാവം കാണിക്കുക
take apart [teɪk ə'pɑːt] *v* അഴിച്ചെടുക്കുക
take away [teɪk ə'weɪ] *v* എടുത്തുമാറ്റുക
takeaway ['teɪkəˌweɪ] *n* ടേക്ക്എവേ
take back [teɪk bæk] *v* തിരിച്ചെടുക്കുക
take off [teɪk ɒf] *v* ടേക്ക് ഓഫ് ചെയ്യുക
takeoff ['teɪkˌɒf] *n* ടേക്ക് ഓഫ്
take over [teɪk 'əʊvə] *v* ഏറ്റെടുക്കുക
takeover ['teɪkˌəʊvə] *n* ഏറ്റെടുക്കുക
takings ['teɪkɪŋz] *npl* വരുമാനം
talcum powder ['tælkəm 'paʊdə] *n* ടാൽക്കം പൌഡർ
tale [teɪl] *n* കഥ
talent ['tælənt] *n* പ്രതിഭ
talented ['tæləntɪd] *adj* പ്രതിഭാശാലിയായ
talk [tɔːk] *n* സംസാരം ▷ *vi* സംസാരിക്കുക
talkative ['tɔːkətɪv] *adj* വായാടിയായ
talk to [tɔːk tʊ; tuː; tə] *v* സംസാരിക്കുക
tall [tɔːl] *adj* ഉയരം കൂടിയ
tame [teɪm] *adj* മെരുങ്ങുക/മെരുക്കുക
tampon ['tæmpɒn] *n* ആർത്തവത്തുണി
tan [tæn] *n* കരുവാളിപ്പ്
tandem ['tændəm] *n* ടാൻഡം
tangerine [ˌtændʒə'riːn] *n* മധുരനാരങ്ങ
tank [tæŋk] *n (container)* ടാങ്ക്; *(vehicle)* ടാങ്ക്
tanker ['tæŋkə] *n* ടാങ്കർ
tanned [tænd] *adj* ഇരുണ്ട നിറമുള്ള
tantrum ['tæntrəm] *n* ദുശ്ശാഠ്യം
Tanzania [ˌtænzə'nɪə] *n* ടാൻസാനിയ
Tanzanian [ˌtænzə'nɪən] *adj* ടാൻസാനിയൻ ▷ *n* ടാൻസാനിയൻ
tap [tæp] *n* ടാപ്പ്
tap-dancing ['tæpˌdɑːnsɪŋ] *n* ടാപ് ഡാൻസിംഗ്

tape [teɪp] *n* ടേപ്പ് ▷ *vt* റെക്കോർഡ് ചെയ്യുക
tape measure [teɪp 'mɛʒə] *n* ടേപ്പ്
tape recorder [teɪp rɪ'kɔːdə] *n* ടേപ്പ് റെക്കോർഡർ
target ['tɑːgɪt] *n* ലക്ഷ്യം
tariff ['tærɪf] *n* നികുതി/താരിഫ്
tarmac ['tɑːmæk] *n* ടാർമാക്
tarpaulin [tɑː'pɔːlɪn] *n* ടാർപോളിൻ
tarragon ['tærəgən] *n* ടറാഗോൺ
tart [tɑːt] *n* ടാർട്ട്/ഒരിനം മധുര പലഹാരം
tartan ['tɑːtn] *adj* ടാർട്ടാൻ
task [tɑːsk] *n* ദൌത്യം
Tasmania [tæz'meɪnɪə] *n* ടാസ്മാനിയ
taste [teɪst] *n* രുചി ▷ *vi* രുചിയുള്ളതായി തോന്നുക
tasteful ['teɪstfʊl] *adj* രുചികരമായ
tasteless ['teɪstlɪs] *adj* രുചിയില്ലാത്ത
tasty ['teɪstɪ] *adj* രുചികരമായ
tattoo [tæ'tuː] *n* ടാറ്റൂ/പച്ചകുത്തൽ
Taurus ['tɔːrəs] *n* ടോറസ്/വൃഷഭരാശി
tax [tæks] *n* നികുതി
taxi ['tæksɪ] *n* ടാക്സി
taxi driver ['tæksɪ 'draɪvə] *n* ടാക്സി ഡ്രൈവർ
taxpayer ['tæks,peɪə] *n* നികുതിദാതാവ്
tax return [tæks rɪ'tɜːn] *n* നികുതി റിട്ടേൺ
TB [tiː biː] *n* ക്ഷയം
tea [tiː] *n* *(drink)* ചായ; *(meal)* ലഘുഭക്ഷണം
tea bag [tiː bæg] *n* തേയില ബാഗ്
teach [tiːtʃ] *vt* പഠിപ്പിക്കുക
teacher ['tiːtʃə] *n* അധ്യാപകൻ
teaching ['tiːtʃɪŋ] *n* പഠിപ്പിക്കൽ/അധ്യയനം
teacup ['tiː,kʌp] *n* ചായക്കപ്പ്
team [tiːm] *n* സംഘം/ടീം
teapot ['tiː,pɒt] *n* ടീപോട്ട്
tear [tɪə] *n* *(from eye)* കണ്ണീർ; [tɛə] *n* *(rip)* കീറൽ ▷ *vt* കീറുക
tear gas [tɪə gæs] *n* കണ്ണീർ വാതകം
tear up [tɛə ʌp] *v* നുറുക്കുക
tease [tiːz] *vt* കളിയാക്കുക
teaspoon ['tiː,spuːn] *n* ടീസ്പൂൺ
teatime ['tiː,taɪm] *n* ടീ ടൈം
tea towel [tiː 'taʊəl] *n* തേയില ടവൽ
technical ['tɛknɪkl] *adj* സാങ്കേതികമായ
technician [tɛk'nɪʃən] *n* ടെക്നിഷ്യൻ

technique [tɛk'niːk] *n* സമ്പ്രദായം/ടെക്നിക്ക്
techno ['tɛknəʊ] *n* ടെക്നോ
technological [tɛknə'lɒdʒɪkl] *adj* സാങ്കേതികവിദ്യാപരമായ
technology [tɛk'nɒlədʒɪ] *n* സാങ്കേതികവിദ്യ
teddy bear ['tɛdɪ bɛə] *n* ടെഡ്ഡി ബിയർ
tee [tiː] *n* ടീ
teenager ['tiːnˌeɪdʒə] *n* കൗമാരപ്രായക്കാരൻ/ കൗമാരപ്രായക്കാരി
teens [tiːnz] *npl* കൗമാരപ്രായക്കാർ
tee-shirt ['tiːˌʃɜːt] *n* ടീ ഷർട്ട്
teethe [tiːð] *vi* പാൽപ്പല്ല് പറിക്കുക
teetotal [tiː'təʊtl] *adj* മദ്യപിക്കാത്തവർ
telecommunications [ˌtɛlɪkəˌmjuːnɪ'keɪʃənz] *npl* ടെലിക്കമ്യൂണിക്കേഷൻസ്
telegram ['tɛlɪˌgræm] *n* ടെലഗ്രാം
telephone ['tɛlɪˌfəʊn] *n* ടെലിഫോൺ
telephone directory ['tɛlɪfəʊn dɪ'rɛktərɪ; -trɪ; daɪ-] *n* ടെലിഫോൺ ഡയറക്ടറി
telesales ['tɛlɪˌseɪlz] *n* ടെലിസെയിൽസ്
telescope ['tɛlɪˌskəʊp] *n* ടെലിസ്കോപ്പ്
television ['tɛlɪˌvɪʒən] *n* ടെലിവിഷൻ
tell [tɛl] *vt (inform)* പറയുക; *(order)* പറയുക; *(sense)* അറിയിക്കുക
teller ['tɛlə] *n* ടെല്ലർ
tell off [tɛl ɒf] *v* വഴക്കു പറയുക
telly ['tɛlɪ] *n (informal)* ടെല്ലി
temp [tɛmp] *n* താൽക്കാലികം
temper ['tɛmpə] *n* കോപം
temperature ['tɛmprɪtʃə] *n* താപനില
temple ['tɛmpl] *n* അമ്പലം
temporary ['tɛmpərərɪ] *adj* താൽക്കാലികമായ
tempt [tɛmpt] *v* പ്രലോഭിപ്പിക്കപ്പെടുക
temptation [tɛmp'teɪʃən] *n* പ്രലോഭനം
tempting ['tɛmptɪŋ] *adj* പ്രലോഭിപ്പിക്കുന്ന
ten [tɛn] *num* പത്ത്
tenant ['tɛnənt] *n* വാടകക്കാരൻ
tend [tɛnd] *vi* ചെയ്യാൻ സാധ്യതയുണ്ടാവുക
tendency ['tɛndənsɪ] *n* പ്രവണത
tender ['tɛndə] *adj* ദുർബലമായ
tendon ['tɛndən] *n* ചലനഞരമ്പ്/ടെൻഡോൺ
tennis ['tɛnɪs] *n* ടെന്നീസ്

tennis court ['tɛnɪs kɔːt] *n* ടെന്നീസ് കോർട്ട്
tennis player ['tɛnɪs 'pleɪə] *n* ടെന്നീസ് കളിക്കുന്നയാൾ
tennis racket ['tɛnɪs 'rækɪt] *n* ടെന്നീസ് റാക്കറ്റ്
tenor ['tɛnə] *n* ഉച്ചസ്ഥായിയിൽ പാടുന്നയാൾ
tenpin bowling ['tɛnpɪn 'bəʊlɪŋ] *n* ടെൻപിൻ ബൌളിംഗ്
tense [tɛns] *adj* പിരിമുറുക്കമുള്ള ▷ *n* പിരിമുറുക്കം
tension ['tɛnʃən] *n* മാനസിക പിരിമുറുക്കം
tent [tɛnt] *n* ടെന്റ്
tenth [tɛnθ] *adj* പത്താമത് ▷ *n* പത്തിലൊന്ന്
term [tɜːm] *n (expression)* പദം; *(school, college, university)* ടേം
terminal ['tɜːmɪnl] *adj* മാറാത്ത ▷ *n* ടെർമിനൽ
terminally ['tɜːmɪnlɪ] *adv* അതീവഗുരുതരമായി
terrace ['tɛrəs] *n* ടെറസ്സ്
terraced ['tɛrəst] *adj* മലവാരത്തിലുള്ള
terrible ['tɛrəbl] *adj* ഭയാനകമായ
terribly ['tɛrəblɪ] *adv* ഭീകരമായി
terrier ['tɛrɪə] *n* ടെറിയർ
terrific [tə'rɪfɪk] *adj (informal)* ഭയാനകമായ
terrified ['tɛrɪ,faɪd] *adj* ഭയന്ന
terrify ['tɛrɪ,faɪ] *vt* ഭയം ഉളവാക്കുക
territory ['tɛrɪtərɪ] *n* പ്രദേശം
terrorism ['tɛrə,rɪzəm] *n* ഭീകരവാദം
terrorist ['tɛrərɪst] *n* ഭീകരൻ
terrorist attack ['tɛrərɪst ə'tæk] *n* ഭീകരാക്രമണം
test [tɛst] *n (experiment)* പരീക്ഷണം ▷ *vt* പരിശോധിക്കുക ▷ *n (person, knowledge)* പരീക്ഷ
testicle ['tɛstɪkl] *n* വൃഷണങ്ങൾ
test tube [tɛst tjuːb] *n* ടെസ്റ്റ് ട്യൂബ്
tetanus ['tɛtənəs] *n* ടെറ്റനസ്
text [tɛkst] *n* ടെക്സ്റ്റ് ▷ *vt* സന്ദേശമയയ്ക്കുക
textbook ['tɛkst,bʊk] *n* പാഠപുസ്തകം
textile ['tɛkstaɪl] *n* തുണി
text message [tɛkst 'mɛsɪdʒ] *n* ടെക്സ്റ്റ് സന്ദേശം
Thai [taɪ] *adj* തായ് ▷ *n (person)* തായ്; *(language)* തായ്
Thailand ['taɪ,lænd] *n* തായ്‌ലാന്റ്

than [ðæn] *prep* എന്നതിനേക്കാൾ
thank [θæŋk] *vt* നന്ദി പറയുക
thanks! ['θæŋks] *excl* നന്ദി!
that [ðæt] *det (denoting something previously mentioned)* അത് ▷ *conj (joining clauses)* ഒരു സംയോജക പദം ▷ *pron (denoting something previously mentioned)* അത് ▷ *det (referring to a person or thing a distance away)* അത്, ▷ *pron (referring to a person or thing a distance away)* അത്;; *(who or which)* അത്
thatched [θætʃt] *adj* മേഞ്ഞ
the [ðə] *det (referring to a specific person or thing)* ....; *(with singular noun referring to things of that type generally)* ആ
theatre ['θɪətə] *n* തീയേറ്റർ
theft [θɛft] *n* മോഷണം
their [ðɛə] *det* അവരുടെ
theirs [ðɛəz] *pron* അവരുടെ
them [ðɛm] *pron* അവർ
theme [θiːm] *n* വിഷയം
theme park [θiːm pɑːk] *n* തീം പാർക്ക്
themselves [ðəm'sɛlvz] *pron* അവർ തന്നെ
then [ðɛn] *adv* അപ്പോൾ ▷ *conj (informal)* തുടർന്ന്
theology [θɪ'ɒlədʒɪ] *n* ദൈവശാസ്ത്രം
theory ['θɪərɪ] *n* സിദ്ധാന്തം
therapy ['θɛrəpɪ] *n* ചികിത്സ
there [ðɛə] *adv* അവിടം ▷ *pron* അവിടെ
therefore ['ðɛəˌfɔː] *adv* അതുകൊണ്ട്
thermometer [θə'mɒmɪtə] *n* തെർമോമീറ്റർ
Thermos® ['θɜːməs] *n* തെർമോസ്®
thermostat ['θɜːməˌstæt] *n* തെർമോസ്റ്റാറ്റ്
these [ðiːz] *det (referring to people or things previously mentioned)* ഇവ ▷ *pron* ഈ ▷ *det* ഈ; *(referring to people or things you are going to talk about)* ഈ
they [ðeɪ] *pron* അവർ
thick [θɪk] *adj (measuring a lot from one side to the other)* തടിച്ച; *(liquid)* കൊഴുത്ത, കട്ടിയുള്ള
thickness ['θɪknɪs] *n* കനം
thief [θiːf] *n* കള്ളൻ
thigh [θaɪ] *n* തുട
thin [θɪn] *adj (not measuring much from one side to the other)* നേർത്ത, കട്ടികുറഞ്ഞ; *(slim)* മെലിഞ്ഞ
thing [θɪŋ] *n* സാധനം/വസ്തു

t

think [θɪŋk] *v* *(believe)* കരുതുക ▷ *vi* *(use your mind)* ചിന്തിക്കുക
third [θɜːd] *adj* മൂന്നാമത് ▷ *n* മൂന്നിലൊന്ന്
thirdly ['θɜːdlɪ] *adv* മൂന്നാമതായി
third-party insurance ['θɜːd'pɑːtɪ ɪn'ʃʊərəns; -'ʃɔː-] *n* മൂന്നാം കക്ഷി ഇൻഷുറൻസ്
thirst [θɜːst] *n* ദാഹം
thirsty ['θɜːstɪ] *adj* ദാഹിക്കുന്ന
thirteen ['θɜː'tiːn] *num* പതിമൂന്ന്
thirteenth ['θɜː'tiːnθ] *adj* പതിമൂന്നാമത്
thirty ['θɜːtɪ] *num* മുപ്പത്
this [ðɪs] *det* *(referring to a person or thing previously mentioned)* ഇത് ▷ *pron* *(person or thing near you)* ഇത് ▷ *det* *(referring to a person or thing near you)* ഇത് ▷ *pron* *(referring to a person or thing you are going to talk about)* ഇത്
thistle ['θɪsl] *n* തിസിൽ
thorn [θɔːn] *n* മുള്ള്
thorough ['θʌrə] *adj* വിശദമായ
thoroughly ['θʌrəlɪ] *adv* വിശദമായി
those [ðəʊz] *det* *(referring to people or things previously mentioned)* അവ ▷ *pron* അവ ▷ *det* അവ
though [ðəʊ] *adv* എന്നാലും ▷ *conj* *(even although)* എങ്കിലും; *(in contrast)* എന്നാലും
thought [θɔːt] *n* ചിന്ത
thoughtful ['θɔːtfʊl] *adj* ചിന്താവിഷ്ടനായ/ചിന്താവിഷ്ടയായ
thoughtless ['θɔːtlɪs] *adj* ചിന്തയില്ലാത്ത
thousand ['θaʊzənd] *num* ആയിരം
thousandth ['θaʊzənθ] *adj* ആയിരാമത്തെ ▷ *n* ആയിരാമത്തെ
thread [θrɛd] *n* നൂല്
threat [θrɛt] *n* ഭീഷണി
threaten ['θrɛtn] *vt* ഭീഷണിപ്പെടുത്തുക
threatening ['θrɛtnɪŋ] *adj* ഭീഷണിപ്പെടുത്തുന്ന
three [θriː] *num* മൂന്ന്
three-dimensional [ˌθriːdɪ'mɛnʃənl] *adj* ത്രിമാന
thrifty ['θrɪftɪ] *adj* മിതവ്യയശീലമുള്ള
thrill [θrɪl] *n* ആവേശം
thrilled [θrɪld] *adj* ആവേശഭരിതമായ
thriller ['θrɪlə] *n* ത്രില്ലർ
thrilling ['θrɪlɪŋ] *adj* ത്രസിപ്പിക്കുന്ന

throat [θrəut] *n (back of mouth)* കണ്ഠനാളം; *(front of neck)* തൊണ്ട, കണ്ഠം
throb [θrɒb] *vi* മിടിക്കുക
throne [θrəʊn] *n* സിംഹാസനം
through [θruː] *prep (from one side to the other of)* ഉള്ളിലൂടെ
throughout [θruː'aʊt] *prep* മുഴുവൻ
throw [θrəʊ] *vt* എറിയുക
throw away [θrəʊ ə'weɪ] *v* കളയുക
throw out [θrəʊ aʊt] *v* പുറത്ത് കളയുക
throw up [θrəʊ ʌp] *v (informal)* ഛർദ്ദിക്കുക
thrush [θrʌʃ] *n* ത്രഷ്/ പാടുന്ന ഒരുതരം പക്ഷിവർഗം
thug [θʌg] *n* കള്ളൻ
thumb [θʌm] *n* തള്ളവിരൽ
thumbtack ['θʌm,tæk] *n (US)* തംബ്ടാക്ക്
thump [θʌmp] *v* ഇടിക്കുക
thunder ['θʌndə] *n* ഇടി
thunderstorm ['θʌndə,stɔːm] *n* ഇടിമിന്നൽ
thundery ['θʌndərɪ] *adj* ഇടിമിന്നലോടു കൂടിയ
Thursday ['θɜːzdɪ] *n* വ്യാഴാഴ്ച
thyme [taɪm] *n* തൈം
Tibet [tɪ'bɛt] *n* ടിബറ്റ്
Tibetan [tɪ'bɛtn] *adj* ടിബറ്റൻ ▷ *n (person)* ടിബറ്റൻ; *(language)* ടിബറ്റൻ
tick [tɪk] *n* ശരിയടയാളം ▷ *vt* ശരിയടയാളമിടുക
ticket ['tɪkɪt] *n* ടിക്കറ്റ്
ticket machine ['tɪkɪt mə'ʃiːn] *n* ടിക്കറ്റ് മെഷീൻ
ticket office ['tɪkɪt 'ɒfɪs] *n* ടിക്കറ്റ് കൌണ്ടർ
tickle ['tɪkl] *vt* ഇക്കിളിയിടുക
ticklish ['tɪklɪʃ] *adj* ഇക്കിളിയുളവാക്കുന്ന
tick off [tɪk ɒf] *v* തിരഞ്ഞെടുക്കുക
tide [taɪd] *n* വേലിയേറ്റം
tidy ['taɪdɪ] *adj* വൃത്തിയുള്ള ▷ *vt* വൃത്തിയാക്കുക
tidy up ['taɪdɪ ʌp] *v* വൃത്തിയാക്കി വയ്ക്കുക
tie [taɪ] *n (necktie)* ടൈ ▷ *vt* കെട്ടുക
tie up [taɪ ʌp] *v* കെട്ടിയിടുക
tiger ['taɪgə] *n* കടുവ
tight [taɪt] *adj (clothes)* ഇറുകിയ; *(knot)* മുറുക്കിയ
tighten ['taɪtn] *v* മുറുക്കുക
tights [taɪts] *npl* മുറുക്കമുള്ള വസ്ത്രം
tile [taɪl] *n* തറയോട്
tiled ['taɪld] *adj* തറയോട് പാകിയ

till [tɪl] *conj (informal)* അതു വരെ ▷ *n* കാഷ് കൌണ്ടർ ▷ *prep (informal, until but not later than)* വരെ; *(informal, before)* അതുവരെ

timber ['tɪmbə] *n* തടി

time [taɪm] *n (how long something takes to happen)* കാലം; *(current)* സമയം

time bomb [taɪm bɒm] *n* ടൈം ബോംബ്

time off [taɪm ɒf] *n* അവധി

timer ['taɪmə] *n* ടൈമർ

timetable ['taɪm,teɪbl] *n* ടൈംടേബിൾ

time zone [taɪm zəʊn] *n* സമയമേഖല

tin [tɪn] *n (metal)* തകരം; *(can)* തകരപ്പാത്രം

tinfoil ['tɪn,fɔɪl] *n* ടിൻഫോയിൽ

tinned [tɪnd] *adj* ടിന്നിലടച്ച

tin opener [tɪn 'əʊpnə] *n* ടിൻ ഓപ്പണർ

tinsel ['tɪnsəl] *n* ടിൻസെൽ

tinted ['tɪntɪd] *adj* അഴുക്കായ

tiny ['taɪnɪ] *adj* ചെറിയ

tip [tɪp] *n (end)* അഗ്രം; *(gratuity)* ടിപ്പ്; *(hint)* നിർദ്ദേശം ▷ *v (incline)* ഉയർത്തുക ▷ *vt (give money to)* ടിപ്പ്

tipsy ['tɪpsɪ] *adj* മയക്കമുള്ള

tired ['taɪəd] *adj* ക്ഷീണിച്ച

tiring ['taɪərɪŋ] *adj* ക്ഷീണിപ്പിക്കുന്ന

tissue ['tɪsjuː] *n* ശരീരകല

title ['taɪtl] *n* തലക്കെട്ട്

to [tuː] *prep* ൽ/ലേക്ക് ▷ *part* ഇന്

toad [təʊd] *n* വാൽമാക്രി

toadstool ['təʊd,stuːl] *n* ടോഡ്സ്റ്റൂൾ

toast [təʊst] *n (bread)* ടോസ്റ്റ്; *(drink)* ടോസ്റ്റ്

toaster ['təʊstə] *n* ടോസ്റ്റർ

tobacco [tə'bækəʊ] *n* പുകയില

tobacconist [tə'bækənɪst] *n* മുറുക്കാൻ കട

toboggan [tə'bɒgən] *n* ടോബോഗാൻ

tobogganing [tə'bɒgənɪŋ] *n* ടോബാഗാനിംഗ്

today [tə'deɪ] *adv* ഇന്ന്

toddler ['tɒdlə] *n* ശിശു

toe [təʊ] *n* കാൽവിരൽ

toffee ['tɒfɪ] *n* മിഠായി

together [tə'gɛðə] *adv* ഒരുമിച്ച

Togo ['təʊgəʊ] *n* ടോഗോ

toilet ['tɔɪlɪt] *n* ശൌചാലയം

toilet bag ['tɔɪlɪt bæg] *n* ടൊയിലറ്റ് ബാഗ്

toilet paper ['tɔɪlɪt 'peɪpə] *n* ടൊയിലറ്റ് പേപ്പർ

toiletries ['tɔɪlɪtriːz] *npl* ടൊയിലറ്റ് അനുബന്ധങ്ങൾ

toilet roll ['tɔɪlɪt rəʊl] *n* ടൊയിലറ്റ് റോൾ
token ['təʊkən] *n* ടോക്കൺ
tolerant ['tɒlərənt] *adj* സഹനക്ഷമതയുള്ള
toll [təʊl] *n* ചുങ്കം
tomato [tə'mɑːtəʊ] *n* തക്കാളി
tomato sauce [tə'mɑːtəʊ sɔːs] *n* തക്കാളി സോസ്
tomb [tuːm] *n* ശവകുടീരം
tomboy ['tɒm,bɔɪ] *n* മരംകേറി
tomorrow [tə'mɒrəʊ] *adv* നാളെ
ton [tʌn] *n* ടൺ
tongue [tʌŋ] *n* നാക്ക്
tonic ['tɒnɪk] *n* ടോണിക്ക്
tonight [tə'naɪt] *adv* ഇന്നു രാത്രി
tonsillitis [,tɒnsɪ'laɪtɪs] *n* ടോൺസിലൈറ്റിസ്
tonsils ['tɒnsəlz] *npl* ടോൺസിൽസ്
too [tuː] *adv (also)* കൂടി; *(excessively)* വളരെയധികം
tool [tuːl] *n* ഉപകരണം
tooth [tuːθ] *n (in your mouth)* പല്ല്; *(comb, zip, saw)* ചീപ്പിന്റെയോ അരിവാളിന്റെയോ പല്ല്
toothache ['tuːθ,eɪk] *n* പല്ലുവേദന
toothbrush ['tuːθ,brʌʃ] *n* ടൂത്ത് ബ്രഷ്
toothpaste ['tuːθ,peɪst] *n* ടൂത്ത് പേസ്റ്റ്
toothpick ['tuːθ,pɪk] *n* ടൂത്ത് പിക്ക്
top [tɒp] *n* ഉയർന്ന; *(highest part)* മുകൾഭാഗം; *(lid)* അടപ്പ്
topic ['tɒpɪk] *n* വിഷയം
topical ['tɒpɪkl] *adj* വിഷയബന്ധമുള്ള
top-secret ['tɒp'siːkrɪt] *adj* അതീവരഹസ്യമായ
top-up card ['tɒpʌp kɑːd] *n* ടോപ്പ് അപ്പ് കാർഡ്
torch [tɔːtʃ] *n* ടോർച്ച്
tornado [tɔː'neɪdəʊ] *n* കൊടുങ്കാറ്റ്
tortoise ['tɔːtəs] *n* ആമ
torture ['tɔːtʃə] *n* പീഡനം ▷ *vt* പീഡിപ്പിക്കുക
toss [tɒs] *vt* ടോസ്സ്
total ['təʊtl] *adj* ആകെയുള്ള ▷ *n* ആകെ
totally ['təʊtlɪ] *adv* മൊത്തം
touch [tʌtʃ] *vt (with your fingers)* തൊടുക ▷ *v (come into contact with)* തൊട്ടിരിക്കുക
touchdown ['tʌtʃ,daʊn] *n* ലാൻഡിംഗ്
touched [tʌtʃt] *adj* മനസ്സിൽ തട്ടുന്ന
touching ['tʌtʃɪŋ] *adj* ഹൃദയസ്പർശിയായ
touchline ['tʌtʃ,laɪn] *n* ടച്ച് ലൈൻ

touch pad [tʌtʃ pæd] *n* ടച്ച് പാഡ്
touchy ['tʌtʃɪ] *adj* വികാരവായ്പുള്ള
tough [tʌf] *adj* കഠിനമായ
toupee ['tu:peɪ] *n* തിരുപ്പൻ
tour [tʊə] *n* യാത്ര ▷ *v* യാത്ര ചെയ്യുക
tour guide [tʊə gaɪd] *n* യാത്രാ സഹായി
tourism ['tʊərɪzəm] *n* വിനോദസഞ്ചാരം
tourist ['tʊərɪst] *n* വിനോദസഞ്ചാരി
tourist office ['tʊərɪst 'ɒfɪs] *n* ടൂറിസ്റ്റ് ഓഫീസ്
tournament ['tʊənəmənt] *n* ടൂർണമെന്റ്
towards [tə'wɔːdz] *prep* അവിടേക്ക്
tow away [təʊ ə'weɪ] *v* കെട്ടിവലിക്കുക
towel ['taʊəl] *n* ടവൽ
tower ['taʊə] *n* ഗോപുരം
town [taʊn] *n* നഗരം
town centre [taʊn 'sɛntə] *n* നഗരഹൃദയം
town hall [taʊn hɔːl] *n* ടൌൺ ഹാൾ
town planning [taʊn 'plænɪŋ] *n* നഗരാസൂത്രണം
toxic ['tɒksɪk] *adj* വിഷമുള്ള
toy [tɔɪ] *n* കളിപ്പാട്ടം
trace [treɪs] *n* ലാഞ്ഛന
tracing paper ['treɪsɪŋ 'peɪpə] *n* ഒപ്പു കടലാസ്
track [træk] *n* വഴി
track down [træk daʊn] *v* കണ്ടെത്തുക
tracksuit ['træk,su:t] *n* ട്രാക്ക് സ്യൂട്ട്
tractor ['træktə] *n* ട്രാക്ടർ
trade [treɪd] *n* വ്യാപാരം
trademark ['treɪd,mɑːk] *n* ട്രേഡ് മാർക്ക്
trade union [treɪd 'ju:njən] *n* തൊഴിലാളി യൂണിയൻ
trade unionist [treɪd 'ju:njənɪst] *n* തൊഴിലാളി യൂണിയൻ അംഗം
tradition [trə'dɪʃən] *n* പാരമ്പര്യം
traditional [trə'dɪʃənl] *adj* പരമ്പരാഗത
traffic ['træfɪk] *n* ഗതാഗതത്തിരക്ക്
traffic jam ['træfɪk dʒæm] *n* ഗതാഗതക്കുരുക്ക്
traffic lights ['træfɪk laɪts] *npl* ട്രാഫിക് ലൈറ്റ്
traffic warden ['træfɪk 'wɔːdn] *n* ട്രാഫിക്ക് വാർഡൺ
tragedy ['trædʒɪdɪ] *n* ദുരന്തം
tragic ['trædʒɪk] *adj* പരിതാപകരമായ
trailer ['treɪlə] *n* ട്രെയിലർ
train [treɪn] *n* തീവണ്ടി ▷ *vt* പരിശീലിപ്പിക്കുക

trained [treɪnd] *adj* പരിശീലനം ലഭിച്ച
trainee [treɪ'niː] *n* ട്രെയിനി/ പരിശീലനം നേടുന്നയാൾ
trainer ['treɪnə] *n* പരിശീലകൻ
trainers ['treɪnəz] *npl* പരിശീലകർ
training ['treɪnɪŋ] *n* പരിശീലനം
training course ['treɪnɪŋ kɔːs] *n* പരിശീലന കോഴ്സ്
tram [træm] *n* ട്രാം
tramp [træmp] *n (vagabond)* തെണ്ടി; *(walk)* കാൽനട
trampoline ['træmpəlɪn] *n* ട്രാംപോലൈൻ
tranquillizer ['træŋkwɪˌlaɪzə] *n* മയക്കുമരുന്ന്
transaction [træn'zækʃən] *n (formal)* ഇടപാട്
transcript ['trænskrɪpt] *n* ശബ്ദപരിഭാഷ
transfer ['trænsfɜː] *n* സ്ഥലംമാറ്റം
transform [træns'fɔːm] *vt* രൂപാന്തരം പ്രാപിക്കുക
transfusion [træns'fjuːʒən] *n* പകർച്ച
transistor [træn'zɪstə] *n* ട്രാൻസിസ്റ്റർ
transit ['trænsɪt] *n* ട്രാൻസിറ്റ്
transition [træn'zɪʃən] *n* പരിവർത്തനം
translate [træns'leɪt] *vt* പരിഭാഷപ്പെടുത്തുക
translation [træns'leɪʃən] *n* പരിഭാഷ
translator [træns'leɪtə; trænz-] *n* പരിഭാഷകൻ
transparent [træns'pærənt] *adj* സുതാര്യമായ
transplant ['trænsˌplɑːnt] *n* മാറ്റിവയ്ക്കൽ
transport ['trænspɔːt] *n* ഗതാഗതം ▷ [træns'pɔːt] *vt* യാത്ര ചെയ്യുക
transvestite [trænz'vɛstaɪt] *n* എതിർലിംഗത്തിന്റെ വസ്ത്രം ധരിക്കുന്നയാൾ
trap [træp] *n* കെണി
traumatic [trɔː'mætɪk] *adj* ദുരന്തമായ
travel ['trævl] *n* യാത്ര ▷ *vi* യാത്ര ചെയ്യുക
travel agency ['trævl 'eɪdʒənsɪ] *n* ട്രാവൽ ഏജൻസി
travel agent ['trævl 'eɪdʒənt] *n (person)* ട്രാവൽ ഏജന്റ്സ്
travel insurance ['trævl ɪn'ʃʊərəns; -'ʃɔː-] *n* ട്രാവൽ ഇൻഷുറൻസ്
traveller ['trævələ] *n* യാത്രികൻ
traveller's cheque ['trævləz tʃɛk] *n* ട്രാവലേഴ്സ് ചെക്ക്
travelling ['trævlɪŋ] *n* യാത്ര ചെയ്യുക

t

tray [treɪ] *n* ട്രേ
treacle ['triːkl] *n* ട്രീക്കിൾ
tread [trɛd] *vi* മെതിക്കുക
treasure ['trɛʒə] *n (literary)* നിധി
treasurer ['trɛʒərə] *n* ഖജാൻജി
treat [triːt] *n* വിരുന്ന് ▷ *vt* പെരുമാറുക
treatment ['triːtmənt] *n* ചികിത്സ
treaty ['triːtɪ] *n* ഉടമ്പടി
treble ['trɛbl] *v* മൂന്നിരട്ടിയാകുക
tree [triː] *n* മരം
trek [trɛk] *n* കാൽനട ▷ *vi* നടക്കുക
tremble ['trɛmbl] *vi* വിറയ്ക്കുക
tremendous [trɪ'mɛndəs] *adj* ഭയങ്കരമായ
trench [trɛntʃ] *n* കുഴി
trend [trɛnd] *n* പ്രവണത
trendy ['trɛndɪ] *adj (informal)* പുതുപ്രവണതയിലുള്ള
trial ['traɪəl] *n* പരീക്ഷണം
trial period ['traɪəl 'pɪərɪəd] *n* പരീക്ഷണ കാലയളവ്
triangle ['traɪ,æŋgl] *n (shape)* ത്രികോണം; *(musical instrument)* ഒരു സംഗീതോപകരണം
tribe [traɪb] *n* ഗോത്രം
tribunal [traɪ'bjuːnl] *n* ട്രിബ്യൂണൽ
trick [trɪk] *n* തന്ത്രം ▷ *vt* കളിപ്പിക്കുക
tricky ['trɪkɪ] *adj* ശ്രമകരമായ
tricycle ['traɪsɪkl] *n* മൂന്നു ചക്ര സൈക്കിൾ
trifle ['traɪfl] *n* നിസ്സാരകാര്യം
trim [trɪm] *vt* ചെറുതാക്കുക
Trinidad and Tobago ['trɪnɪ,dæd ænd tə'beɪgəʊ] *n* ട്രിനിഡാഡ് ആൻഡ് ടൊബാഗോ
trip [trɪp] *n* യാത്ര ▷ *vi* വീഴുക
triple ['trɪpl] *adj* മൂന്ന്
triplets ['trɪplɪts] *npl* ട്രിപ്ലറ്റ്
triumph ['traɪəmf] *n* നേട്ടം ▷ *vi* മേൽക്കൈ നേടുക
trivial ['trɪvɪəl] *adj* നിസ്സാര
trolley ['trɒlɪ] *n* ട്രോളി
trombone [trɒm'bəʊn] *n* ട്രോംബോൺ
troops ['truːps] *npl* ട്രൂപ്പുകൾ
trophy ['trəʊfɪ] *n* ട്രോഫി
tropical ['trɒpɪkl] *adj* ഉഷ്ണമേഖലാ
trot [trɒt] *vi* തിരക്കുപിടിച്ചു നടക്കുക
trouble ['trʌbl] *n* പ്രശ്നം
troublemaker ['trʌbl,meɪkə] *n* പ്രശ്നകാരി
trough [trɒf] *n* തൊട്ടി
trousers ['traʊzəz] *npl* ട്രൌസർ
trout [traʊt] *n* ട്രൌട്ട്/ ഒരുതരം മത്സ്യം

trowel ['traʊəl] *n* കുമ്മായക്കരണ്ടി
truce [tru:s] *n* വെടിനിർത്തൽ
truck [trʌk] *n (US)* ലോറി
truck driver [trʌk 'draɪvə] *n (US)* ലോറി ഡ്രൈവർ
true [tru:] *adj (factual)* യഥാർത്ഥമായ; *(correct)* ശരിയായ
truly ['tru:lɪ] *adv* ശരിക്കും
trumpet ['trʌmpɪt] *n* ട്രംപറ്റ്
trunk [trʌŋk] *n (tree)* തായ്ത്തടി; *(elephant)* തുമ്പിക്കൈ; *(box)* ഇരുമ്പുപെട്ടി
trunks [trʌŋks] *npl* ജട്ടി
trust [trʌst] *n* വിശ്വാസം ▷ *vt* വിശ്വസിക്കുക
trusting ['trʌstɪŋ] *adj* വിശ്വസിക്കുന്ന
truth [tru:θ] *n* സത്യം
truthful ['tru:θfʊl] *adj* സത്യസന്ധമായ
try [traɪ] *n* ശ്രമം ▷ *vi (attempt)* ശ്രമിക്കുക ▷ *vt (test)* പരീക്ഷിച്ചുനോക്കുക
try on [traɪ ɒn] *v* ഇട്ടു നോക്കുക
try out [traɪ aʊt] *v* പരീക്ഷിക്കുക
T-shirt ['ti:,ʃɜ:t] *n* ടി–ഷർട്ട്
tsunami [tsʊ'næmɪ] *n* സുനാമി
tube [tju:b] *n (long hollow object)* കുഴൽ; *(container)* ട്യൂബ്
tuberculosis [tjʊ,bɜ:kjʊ'ləʊsɪs] *n* ക്ഷയം
Tuesday ['tju:zdɪ] *n* ചൊവ്വ
tug-of-war ['tʌgɒv'wɔ:] *n* വടംവലി
tuition [tju:'ɪʃən] *n* ട്യൂഷൻ
tuition fees [tju:'ɪʃən fi:z] *npl* ട്യൂഷൻ ഫീസ്
tulip ['tju:lɪp] *n* ടുലിപ്
tumble dryer ['tʌmbl 'draɪə] *n* ടംബിൾ ഡ്രയർ
tummy ['tʌmɪ] *n* ഉദരം
tumour ['tju:mə] *n* മുഴ
tuna ['tju:nə] *n* ട്യൂണ
tune [tju:n] *n* ഈണം
Tunisia [tju:'nɪzɪə] *n* ടുണീഷ്യ
Tunisian [tju:'nɪzɪən] *adj* ടുണീഷ്യൻ ▷ *n* ടുണീഷ്യൻ
tunnel ['tʌnl] *n* തുരങ്കം
turbulence ['tɜ:bjʊləns] *n* ആശയക്കുഴപ്പം
Turk [tɜ:k] *n* ടർക്കിക്കാരൻ
Turkey ['tɜ:kɪ] *n* ടർക്കി
turkey ['tɜ:kɪ] *n* ടർക്കി
Turkish ['tɜ:kɪʃ] *adj* ടർക്കിഷ് ▷ *n* ടർക്കിഷ്
turn [tɜ:n] *n* തിരിവ് ▷ *v (move in a different direction)* തിരിയുക; *(move round in a circle)* തിരിയുക ▷ *vi (change)* പരിണമിക്കുക
turn around [tɜ:n ə'raʊnd] *v* തിരിയുക

t

turn back [tɜːn bæk] *v* പുറകിലേക്ക് തിരിയുക
turn down [tɜːn daʊn] *v* നിരസിക്കുക
turning ['tɜːnɪŋ] *n* തിരിവ്
turnip ['tɜːnɪp] *n* ടുണിപ്
turn off [tɜːn ɒf] *v* വഴിമാറുക
turn on [tɜːn ɒn] *v* ഓൺ ചെയ്യുക
turn out [tɜːn aʊt] *v* സംഭവിക്കുക
turnover ['tɜːn,əʊvə] *n* വിറ്റുവരവ്
turn up [tɜːn ʌp] *v* എത്തിച്ചേരാതിരിക്കുക
turquoise ['tɜːkwɔɪz] *adj* പച്ചയും നീലയും കലർന്ന നിറത്തിലുള്ള
turtle ['tɜːtl] *n* ആമ
tutor ['tjuːtə] *n* ട്യൂട്ടർ
tutorial [tjuː'tɔːrɪəl] *n* ട്യൂട്ടോറിയൽ
tuxedo [tʌk'siːdəʊ] *n* ട്യൂക്സെഡോ
TV [tiː viː] *n* ടിവി
tweezers ['twiːzəz] *npl* ടീസേഴ്സ്
twelfth [twɛlfθ] *adj* പന്ത്രണ്ടാമത്
twelve [twɛlv] *num* പന്ത്രണ്ട്
twentieth ['twɛntɪɪθ] *adj* ഇരുപതാമത്
twenty ['twɛntɪ] *num* ഇരുപത്
twice [twaɪs] *adv* രണ്ടു തവണ
twin [twɪn] *n* ഇരട്ട
twin beds [twɪn bɛdz] *npl* ഇരട്ടക്കട്ടിൽ
twinned [twɪnd] *adj* ബന്ധമുള്ള
twist [twɪst] *vt* തിരിക്കുക
twit [twɪt] *n (informal)* വിഡ്ഢി
two [tuː] *num* രണ്ട്
type [taɪp] *n* ഇനം, തരം ▷ *v* ടൈപ്പ് ചെയ്യുക
typewriter ['taɪp,raɪtə] *n* ടൈപ്പ് റൈറ്റർ
typhoid ['taɪfɔɪd] *n* ടൈഫോയ്ഡ്
typical ['tɪpɪkl] *adj* മാതൃകയായ
typist ['taɪpɪst] *n* ടൈപ്പിസ്റ്റ്
tyre ['taɪə] *n* ടയർ

U

UFO ['juːfəʊ] *abbr* യുഎഫ്ഓ
Uganda [juː'gændə] *n* ഉഗാണ്ട
Ugandan [juː'gændən] *adj* ഉഗാണ്ടൻ ▷ *n* ഉഗാണ്ടൻ

ugh! [ʌh] *excl* ഓ!
ugly ['ʌglɪ] *adj* വൃത്തികെട്ട
UHT milk [juː eɪtʃ tiː mɪlk] *n* യുഎച്ച്ടി പാല്
UK [juː keɪ] *n* യുകെ
Ukraine [juː'kreɪn] *n* ഉക്രേനിയൻ
Ukrainian [juː'kreɪnɪən] *adj* ഉക്രേനിയൻ ▷ *n (person)* ഉക്രേനിയൻ; *(language)* ഉക്രേനിയൻ
ulcer ['ʌlsə] *n* അൾസർ/പുണ്ണ്
Ulster ['ʌlstə] *n* ഉൾസ്റ്റർ
ultimate ['ʌltɪmɪt] *adj* അന്തിമ
ultimately ['ʌltɪmɪtlɪ] *adv* അന്തിമമായി
ultimatum [ˌʌltɪ'meɪtəm] *n* അന്ത്യശാസനം
ultrasound ['ʌltrəˌsaʊnd] *n* അൾട്രാസൌണ്ട്
umbrella [ʌm'brɛlə] *n* കുട
umpire ['ʌmpaɪə] *n* അമ്പയർ
UN [juː ɛn] *abbr* ഐക്യരാഷ്ട്രസഭ
unable [ʌn'eɪbl] *adj* അസാധ്യമായ
unacceptable [ˌʌnək'sɛptəbl] *adj* സ്വീകാര്യമല്ലാത്ത
unanimous [juː'nænɪməs] *adj* ഏകകണ്ഠമായ
unattended [ˌʌnə'tɛndɪd] *adj* പങ്കെടുക്കാത്ത
unavoidable [ˌʌnə'vɔɪdəbl] *adj* ഒഴിവാക്കാനാവാത്ത
unbearable [ʌn'bɛərəbl] *adj* സഹിക്കാനാവാത്ത
unbeatable [ʌn'biːtəbl] *adj* തോൽപ്പിക്കാൻ സാധിക്കാത്ത
unbelievable [ˌʌnbɪ'liːvəbl] *adj* അവിശ്വസനീയമായ
unbreakable [ʌn'breɪkəbl] *adj* പൊട്ടിക്കാനാകാത്ത
uncanny [ʌn'kænɪ] *adj* വിവരിക്കാനാവാത്ത
uncertain [ʌn'sɜːtn] *adj* അനിശ്ചിതമായ
uncertainty [ʌn'sɜːtntɪ] *n* അനിശ്ചിതത്വം
unchanged [ʌn'tʃeɪndʒd] *adj* വ്യത്യാസമില്ലാത്ത
uncivilized [ʌn'sɪvɪˌlaɪzd] *adj* സംസ്കാരമില്ലാത്ത
uncle ['ʌŋkl] *n* അമ്മാവൻ
unclear [ʌn'klɪə] *adj* അവ്യക്തം
uncomfortable [ʌn'kʌmftəbl] *adj* അസൌകര്യം
unconditional [ˌʌnkən'dɪʃənl] *adj* ഉപാധികളില്ലാത്ത
unconscious [ʌn'kɒnʃəs] *adj* അബോധ
uncontrollable [ˌʌnkən'trəʊləbl] *adj* അനിയന്ത്രിതമായ

unconventional [ˌʌnkən'vɛnʃənl] *adj* പാരമ്പര്യവിരുദ്ധമായ
undecided [ˌʌndɪ'saɪdɪd] *adj* തീരുമാനിക്കാത്ത
undeniable [ˌʌndɪ'naɪəbl] *adj* നിഷേധിക്കാനാവാത്ത
under ['ʌndə] *prep* കീഴിൽ
underage [ˌʌndər'eɪdʒ] *adj* പ്രായപൂർത്തിയാവാത്ത
underestimate [ˌʌndər'ɛstɪmeɪt] *vt* വിലകുറച്ച് കാണുക
undergo [ˌʌndə'gəʊ] *vt* കടന്നു പോകുക
undergraduate [ˌʌndə'grædjʊɪt] *n* പ്രീഡിഗ്രി
underground [ˌʌndə'graʊnd] *adv* ഭൂഗർഭം ▷ ['ʌndəgraʊnd] *n* ഭൂഗർഭം
underground station ['ʌndəgraʊnd 'steɪʃən] *n* ട്യൂബ്
underline [ˌʌndə'laɪn] *vt* അടിവരയിടുക
underneath [ˌʌndə'niːθ] *adv* അടിയിൽ ▷ *prep* അടിയിൽ
underpaid [ˌʌndə'peɪd] *adj* കമ്മി വേതനം ലഭിക്കുന്ന
underpants ['ʌndəˌpænts] *npl* ജട്ടി
underpass ['ʌndəˌpɑːs] *n* സബ്‌വേ
underskirt ['ʌndəˌskɜːt] *n* അടിപ്പാവാട
understand [ˌʌndə'stænd] *vt* മനസ്സിലാക്കുക
understandable [ˌʌndə'stændəbl] *adj* മനസ്സിലാക്കാവുന്ന
understanding [ˌʌndə'stændɪŋ] *adj* മനസ്സിലാക്കുന്ന
undertaker ['ʌndəˌteɪkə] *n* കാര്യസ്ഥൻ
underwater ['ʌndə'wɔːtə] *adv* വെള്ളത്തിനടിയിൽ
underwear ['ʌndəˌwɛə] *n* അടിവസ്ത്രം
undisputed [ˌʌndɪ'spjuːtɪd] *adj* തർക്കമില്ലാത്ത
undo [ʌn'duː] *vt* പുനസ്ഥാപിക്കുക
undoubtedly [ʌn'daʊtɪdlɪ] *adv* സംശയമില്ലാതെ
undress [ʌn'drɛs] *v* വസ്ത്രമഴിക്കുക
unemployed [ˌʌnɪm'plɔɪd] *adj* തൊഴിലില്ലാത്ത
unemployment [ˌʌnɪm'plɔɪmənt] *n* തൊഴിലില്ലായ്മ
unexpected [ˌʌnɪk'spɛktɪd] *adj* അപ്രതീക്ഷിത
unexpectedly [ˌʌnɪk'spɛktɪdlɪ] *adv* അപ്രതീക്ഷിതമായി
unfair [ʌn'fɛə] *adj* നീതിയുക്തമല്ലാത്ത

unfaithful [ʌn'feɪθfʊl] *adj* വിശ്വാസരാഹിത്യം കാണിക്കുന്ന

unfamiliar [ˌʌnfə'mɪljə] *adj* പരിചയമില്ലാത്ത

unfashionable [ʌn'fæʃənəbl] *adj* ഫാഷൻ ഭ്രമമില്ലാത്ത

unfavourable [ʌn'feɪvərəbl] *adj* പ്രതികൂലമായ

unfit [ʌn'fɪt] *adj* അനുയോജ്യനല്ലാത്ത

unforgettable [ˌʌnfə'gɛtəbl] *adj* മറക്കാനാവാത്ത

unfortunately [ʌn'fɔːtʃənɪtlɪ] *adv* നിർഭാഗ്യവശാൽ

unfriendly [ʌn'frɛndlɪ] *adj* ശത്രുതാമനോഭാവം

ungrateful [ʌn'greɪtfʊl] *adj* നന്ദിയില്ലാത്ത

unhappy [ʌn'hæpɪ] *adj* അസന്തുഷ്ടൻ

unhealthy [ʌn'hɛlθɪ] *adj* അനാരോഗ്യമുള്ള

unhelpful [ʌn'hɛlpfʊl] *adj* സഹായിക്കാത്ത

uni ['juːnɪ] *n (informal)* സർവ്വകലാശാല

unidentified [ˌʌnaɪ'dɛntɪˌfaɪd] *adj* തിരിച്ചറിയാനാകാത്ത

uniform ['juːnɪˌfɔːm] *n* യൂണിഫോം

unimportant [ˌʌnɪm'pɔːtnt] *adj* അപ്രധാന

uninhabited [ˌʌnɪn'hæbɪtɪd] *adj* ആൾത്താമസമില്ലാത്ത

unintentional [ˌʌnɪn'tɛnʃənl] *adj* മനഃപൂർവ്വമല്ലാത്ത

union ['juːnjən] *n* യൂണിയൻ

unique [juː'niːk] *adj* തനതായ

unit ['juːnɪt] *n* യൂണിറ്റ്

unite [juː'naɪt] *v* കൂടിച്ചേരുക

United Arab Emirates [juː'naɪtɪd 'ærəb e'mɪərɪts] *npl* യുണൈറ്റഡ് അറബ് എമിറേറ്റ്സ്

United Kingdom [juː'naɪtɪd 'kɪŋdəm] *n* യുണൈറ്റഡ് കിംഗ്ഡം

United Nations [juː'naɪtɪd 'neɪʃənz] *n* ഐക്യരാഷ്ട്രസഭ

United States of America [juː'naɪtɪd steɪts ɒv ə'mɛrɪkə] *n* യുണൈറ്റഡ് സ്റ്റേറ്റ്സ്

universe ['juːnɪˌvɜːs] *n* പ്രപഞ്ചം

university [ˌjuːnɪ'vɜːsɪtɪ] *n* സർവ്വകലാശാല

unknown [ʌn'nəʊn] *adj* അജ്ഞാത

unleaded [ʌn'lɛdɪd] *n* ലെഡ് രഹിതം

U

unleaded petrol [ʌn'lɛdɪd 'pɛtrəl] *n* ലെഡ് രഹിത പെട്രോൾ
unless [ʌn'lɛs] *conj* അല്ലെങ്കിൽ
unlike [ʌn'laɪk] *prep* വിപരീതമായി
unlikely [ʌn'laɪklɪ] *adj* സാധ്യതയില്ലാത്ത
unlisted [ʌn'lɪstɪd] *adj* പട്ടികയിൽ പെടുത്താത്ത
unload [ʌn'ləʊd] *vt* ഭാരമിറക്കുക
unlock [ʌn'lɒk] *vt* തുറക്കുക
unlucky [ʌn'lʌkɪ] *adj* ഭാഗ്യമില്ലാത്ത
unmarried [ʌn'mærɪd] *adj* വിവാഹം കഴിക്കാത്ത
unnecessary [ʌn'nɛsɪsərɪ] *adj* അനാവശ്യ
unofficial [ˌʌnə'fɪʃəl] *adj* അനൗദ്യോഗിക
unpack [ʌn'pæk] *v* കെട്ടഴിക്കുക
unpaid [ʌn'peɪd] *adj* പണം നൽകാത്ത
unpleasant [ʌn'plɛznt] *adj* സന്തോഷമില്ലാത്ത
unplug [ʌn'plʌg] *vt* പ്ലഗ്ഗ് വേർപെടുത്തുക
unpopular [ʌn'pɒpjʊlə] *adj* പ്രചാരമില്ലാത്ത
unprecedented [ʌn'prɛsɪˌdɛntɪd] *adj* അപ്രതീക്ഷിത
unpredictable [ˌʌnprɪ'dɪktəbl] *adj* പ്രവചിക്കാനാവാത്ത
unreal [ʌn'rɪəl] *adj* അയഥാർത്ഥ
unrealistic [ˌʌnrɪə'lɪstɪk] *adj* യാഥാർത്ഥ്യബോധമില്ലാത്ത
unreasonable [ʌn'riːznəbl] *adj* യുക്തിക്കുനിരക്കാത്ത
unreliable [ˌʌnrɪ'laɪəbl] *adj* വിശ്വസിക്കാനാകാത്ത
unroll [ʌn'rəʊl] *v* അഴിക്കുക
unsatisfactory [ˌʌnsætɪs'fæktərɪ] *adj* അസംതൃപ്തികരമായ
unscrew [ʌn'skruː] *v* അയയ്ക്കുക
unshaven [ʌn'ʃeɪvn] *adj* ഷേവ് ചെയ്യാത്ത
unskilled [ʌn'skɪld] *adj* കഴിവില്ലാത്ത
unstable [ʌn'steɪbl] *adj* അസ്ഥിരമായ
unsteady [ʌn'stɛdɪ] *adj* നേരെനിൽക്കാത്ത
unsuccessful [ˌʌnsək'sɛsfʊl] *adj* പരാജയപ്പെട്ട
unsuitable [ʌn'suːtəbl] *adj* അനുയോജ്യമല്ലാത്ത
unsure [ʌn'ʃʊə] *adj* ഉറപ്പില്ലാത്ത
untidy [ʌn'taɪdɪ] *adj* വൃത്തിയില്ലാത്ത
untie [ʌn'taɪ] *vt* കെട്ടഴിക്കുക

until [ʌn'tɪl] *conj* അതുവരെ ▷ *prep* അതുവരെ
unusual [ʌn'juːʒʊəl] *adj* അസാധാരണമായ
unwell [ʌn'wɛl] *adj* അസുഖമുള്ള
unwind [ʌn'waɪnd] *vi* റിലാക്സ് ചെയ്യുക
unwise [ʌn'waɪz] *adj* മണ്ടത്തരം
unwrap [ʌn'ræp] *vt* അഴിക്കുക
unzip [ʌn'zɪp] *vt* സിപ്പ് അഴിക്കുക
up [ʌp] *adv* മുകളിൽ
upbringing ['ʌp,brɪŋɪŋ] *n* വളർത്തൽ
update [ʌp'deɪt] *vt* വിവരം പുതുക്കുക
uphill ['ʌp'hɪl] *adv* കുന്നിനു മുകളിൽ
upon [ə'pɒn] *prep* മുകളിൽ
upper ['ʌpə] *adj* മുകൾഭാഗത്തെ
upright ['ʌp,raɪt] *adv* നേരെ
upset [ʌp'sɛt] *adj* അസ്വസ്ഥമായ ▷ [ʌp'set] *vt* അസ്വസ്ഥമാക്കുക
upside down ['ʌp,saɪd daʊn] *adv* തലകീഴായി ▷ *adj* തലതിരിഞ്ഞ്, കീഴ്മേൽമറിഞ്ഞ്
upstairs ['ʌp'stɛəz] *adv* മുകളിൽ
uptight [ʌp'taɪt] *adj* *(informal)* മാനസികസമ്മർദ്ദം അനുഭവപ്പെടുന്ന
up-to-date [,ʌptʊ'deɪt] *adj* ഏറ്റവും പുതിയ
upwards ['ʌpwədz] *adv* മുകളിലേക്ക്
uranium [jʊ'reɪnɪəm] *n* യുറേനിയം
urgency ['ɜːdʒənsɪ] *n* അത്യാവശ്യം
urgent ['ɜːdʒənt] *adj* അത്യാവശ്യം
urine ['jʊərɪn] *n* മൂത്രം
URL [juː ɑː ɛl] *n* യുആർഎൽ
Uruguay ['jʊərə,gwaɪ] *n* ഉറുഗ്വേ
Uruguayan [,jʊərə'gwaɪən] *adj* ഉറുഗ്വായൻ ▷ *n* ഉറുഗ്വായൻ
US [juː ɛs] *n* അമേരിക്ക
us [ʌs] *pron* നമ്മൾ
USA [juː ɛs eɪ] *n* അമേരിക്ക
use [juːs] *n* ഉപയോഗം ▷ [juːz] *vt* ഉപയോഗിക്കുക
used [juːzd] *adj* ഉപയോഗിച്ച ▷ *v* ഉപയോഗിച്ചിരുന്നു, ചെയ്തിരുന്നു
useful ['juːsfʊl] *adj* ഉപയോഗപ്രദമായ
useless ['juːslɪs] *adj* ഉപയോഗമില്ലാത്ത
user ['juːzə] *n* ഉപയോക്താവ്

user-friendly ['ju:zə,frɛndlɪ] *adj* ഉപയോഗിക്കാൻ എളുപ്പമുള്ള
use up [ju:z ʌp] *v* ഉപയോഗിച്ചു തീർക്കുക
usual ['ju:ʒuəl] *adj* സാധാരണ
usually ['ju:ʒuəlɪ] *adv* സാധാരണയായി
utility room [ju:'tɪlɪtɪ rum] *n* വർക്ക് ഏരിയ
U-turn ['ju:,tɜ:n] *n* യു-ടേൺ
Uzbekistan [,ʌzbɛkɪ'stɑ:n] *n* ഉസ്ബക്കിസ്ഥാൻ

vacancy ['veɪkənsɪ] *n* ഒഴിവ്
vacant ['veɪkənt] *adj* കാലിയായ
vacate [və'keɪt] *vt (formal)* സ്ഥലമൊഴിയുക
vaccinate ['væksɪ,neɪt] *vt* വാക്സിൻ നൽകുക
vaccination [,væksɪ'neɪʃən] *n* വാസ്കിനേഷൻ
vacuum ['vækjuəm] *v* വാക്വം
vacuum cleaner ['vækjuəm 'kli:nə] *n* വാക്വം ക്ലീനർ
vague [veɪg] *adj* അവ്യക്തമായ
vain [veɪn] *adj* പാഴായ
Valentine's Day ['væləntaɪnz deɪ] *n* പ്രണയ ദിനം
valid ['vælɪd] *adj* സാധുതയുള്ള
valley ['vælɪ] *n* താഴ്വര
valuable ['væljuəbl] *adj* വിലപിടിച്ച
valuables ['væljuəblz] *npl* വിലപിടിച്ച സാധനങ്ങൾ
value ['vælju:] *n* മൂല്യം
vampire ['væmpaɪə] *n* യക്ഷി
van [væn] *n* വാൻ
vandal ['vændl] *n* അക്രമം
vandalism ['vændə,lɪzəm] *n* അക്രമം
vandalize ['vændə,laɪz] *v* ആക്രമിച്ച് നശിപ്പിക്കുക
vanilla [və'nɪlə] *n* വാനില
vanish ['vænɪʃ] *vi* അപ്രത്യക്ഷമാകുക
variable ['vɛərɪəbl] *adj* മാറാവുന്ന
varied ['vɛərɪd] *adj* വ്യത്യസ്തമായ
variety [və'raɪɪtɪ] *n* വ്യത്യസ്തത
various ['vɛərɪəs] *adj* നിരവധി
varnish ['vɑ:nɪʃ] *n* വാർണിഷ് ▷ *vt* വാർണിഷ് പുരട്ടുക
vary ['vɛərɪ] *vi* വ്യത്യസ്തമാകുക

vase [vɑːz] *n* കൂല
VAT [væt] *abbr* വാറ്റ്
Vatican ['vætɪkən] *n* വത്തിക്കാൻ
veal [viːl] *n* വീൽ
vegan ['viːgən] *n* വെഗാൻ
vegetable ['vɛdʒtəbl] *n* പച്ചക്കറി
vegetarian [ˌvɛdʒɪ'tɛərɪən] *adj* സസ്യാഹാരി ▷ *n* സസ്യാഹാരം
vegetation [ˌvɛdʒɪ'teɪʃən] *n* *(formal)* സസ്യജാലം
vehicle ['viːɪkl] *n* വാഹനം
veil [veɪl] *n* മൂടുപടം
vein [veɪn] *n* ഞരമ്പ്
Velcro® ['vɛlkrəʊ] *n* വെൽക്രോ®
velvet ['vɛlvɪt] *n* വെൽവെറ്റ്
vending machine ['vɛndɪŋ məˈʃiːn] *n* വെൻഡിംഗ് മെഷീൻ
vendor ['vɛndɔː] *n* വെണ്ടർ
Venetian blind [vɪ'niːʃən blaɪnd] *n* വെനീഷ്യൻ ബ്ലൈൻഡ്
Venezuela [ˌvɛnɪ'zweɪlə] *n* വെനസ്വേല
Venezuelan [ˌvɛnɪ'zweɪlən] *adj* വെനസ്വേലൻ ▷ *n* വെനസ്വേലൻ
venison ['vɛnɪzn] *n* മാനിറച്ചി
venom ['vɛnəm] *n* വിഷം
ventilation [ˌvɛntɪ'leɪʃən] *n* വെന്റിലേഷൻ
venue ['vɛnjuː] *n* വേദി
verb [vɜːb] *n* ക്രിയ
verdict ['vɜːdɪkt] *n* വിധി
versatile ['vɜːsəˌtaɪl] *adj* ബഹുമുഖ പ്രതിഭയായ
version ['vɜːʃən] *n* പതിപ്പ്
versus ['vɜːsəs] *prep* എതിരായി
vertical ['vɜːtɪkl] *adj* ലംബം
vertigo ['vɜːtɪˌgəʊ] *n* വെർട്ടിഗോ
very ['vɛrɪ] *adv* വളരെ
vest [vɛst] *n* വെസ്റ്റ്
vet [vɛt] *n* മൃഗഡോക്ടർ
veteran ['vɛtərən] *adj* മുതിർന്ന ▷ *n* നായകൻ
veto ['viːtəʊ] *n* വീറ്റോ
via ['vaɪə] *prep* വഴി
vice [vaɪs] *n* ദൌർബല്യം
vice versa ['vaɪsɪ 'vɜːsə] *adv* തിരിച്ചും
vicinity [vɪ'sɪnɪtɪ] *n* *(formal)* കാഴ്ചാപരിധി
vicious ['vɪʃəs] *adj* ക്രൂരനായ
victim ['vɪktɪm] *n* ഇര
victory ['vɪktərɪ] *n* വിജയം
video ['vɪdɪˌəʊ] *n* വീഡിയോ
video camera ['vɪdɪəʊ 'kæmərə; 'kæmrə] *n* വീഡിയോ ക്യാമറ
videophone ['vɪdɪəʊˌfəʊn] *n* വീഡിയോ ഫോൺ
Vietnam [ˌvjɛt'næm] *n* വിയറ്റ്നാം

Vietnamese [,vjɛtnə'mi:z] *adj* വിയറ്റ്നാമീസ് ▷ *n* *(person)* വിയറ്റ്നാമീസ്; *(language)* വിയറ്റ്നാമീസ്
view [vju:] *n* കാഴ്ച
viewer ['vju:ə] *n* കാണി
viewpoint ['vju:,pɔɪnt] *n* വീക്ഷണം
vile [vaɪl] *adj* അസ്വസ്ഥമായ
villa ['vɪlə] *n* വില്ല
village ['vɪlɪdʒ] *n* ഗ്രാമം
villain ['vɪlən] *n* വില്ലൻ
vinaigrette [,vɪnɪ'grɛt] *n* വിനിഗ്രെറ്റെ
vine [vaɪn] *n* വൈൻ
vinegar ['vɪnɪgə] *n* വിനിഗർ
vineyard ['vɪnjəd] *n* വൈന്യാർഡ്
viola [vɪ'əʊlə] *n* വയോല
violence ['vaɪələns] *n* അക്രമം
violent ['vaɪələnt] *adj* അക്രമാസക്തനായ/ അക്രമാസക്തമായ
violin [,vaɪə'lɪn] *n* വയലിൻ
violinist [,vaɪə'lɪnɪst] *n* വയലിനിസ്റ്റ്
virgin ['vɜ:dʒɪn] *n* കന്യക
Virgo ['vɜ:gəʊ] *n* വിർഗോ
virtual ['vɜ:tʃʊəl] *adj* സാങ്കൽപ്പിക
virtual reality ['vɜ:tjʊəl ri:'ælɪtɪ] *n* സാങ്കൽപ്പിക യാഥാർത്ഥ്യം
virus ['vaɪrəs] *n* വൈറസ്
visa ['vi:zə] *n* വിസ
visibility [,vɪzɪ'bɪlɪtɪ] *n* ദൃശ്യവ്യക്തത
visible ['vɪzɪbl] *adj* വ്യക്തമായ
visit ['vɪzɪt] *n* സന്ദർശനം ▷ *vt* സന്ദർശിക്കുക
visiting hours ['vɪzɪtɪŋ aʊəz] *npl* സന്ദർശന സമയം
visitor ['vɪzɪtə] *n* സന്ദർശകൻ
visitor centre ['vɪzɪtə 'sɛntə] *n* സന്ദർശക കേന്ദ്രം
visual ['vɪʒʊəl] *adj* ദൃശ്യപരമായ
visualize ['vɪʒʊə,laɪz] *vt* മനസിൽ കാണുക
vital ['vaɪtl] *adj* നിർണായകമായ
vitamin ['vɪtəmɪn] *n* പോഷകം
vivid ['vɪvɪd] *adj* സുവ്യക്തമായ
vocabulary [və'kæbjʊlərɪ] *n* പദസമ്പത്ത്
vocational [vəʊ'keɪʃənl] *adj* തൊഴിൽപരമായ
vodka ['vɒdkə] *n* വോഡ്ക
voice [vɔɪs] *n* ശബ്ദം
voicemail ['vɔɪs,meɪl] *n* വോയ്സ് മെയിൽ
void [vɔɪd] *adj* അസാധുവായ ▷ *n* അസാധു
volcano [vɒl'keɪnəʊ] *n* അഗ്നിപർവ്വതം

volleyball ['vɒlɪ,bɔːl] *n* വോളിബോൾ
volt [vəult] *n* വോൾട്ട്
voltage ['vəultɪdʒ] *n* വോൾട്ടേജ്
volume ['vɒljuːm] *n* വോളിയം
voluntarily ['vɒləntrəlɪ] *adv* സ്വമേധയാ
voluntary ['vɒləntərɪ] *adj* സ്വന്തം ഇഷ്ടപ്രകാരം
volunteer [,vɒlən'tɪə] *n* വോളണ്ടിയർ ▷ *v* സ്വന്തം ഇഷ്ടപ്രകാരം ചെയ്യുക
vomit ['vɒmɪt] *vi* ഛർദ്ദിക്കുക
vote [vəut] *n* വോട്ട് ▷ *v* വോട്ടുചെയ്യുക
voucher ['vautʃə] *n* വൗച്ചർ
vowel ['vauəl] *n* വവ്വൽ
vulgar ['vʌlgə] *adj* ആഭാസ
vulnerable ['vʌlnərəbl] *adj* കേടുപറ്റാവുന്ന
vulture ['vʌltʃə] *n* കഴുകൻ

W

wafer ['weɪfə] *n* വേഫർ
waffle ['wɒfl] *n (informal)* കണകുണാ എഴുത്ത്/ കണകുണാ സംസാരം ▷ *vi (informal)* കണകുണാ സംസാരിക്കുക
wage [weɪdʒ] *n* വേതനം
waist [weɪst] *n* അരക്കെട്ട്
waistcoat ['weɪs,kəut] *n* വെയിസ്റ്റ് കോട്ട്
wait [weɪt] *vi (be delayed)* കാത്തിരിക്കുക
waiter ['weɪtə] *n* വെയിറ്റർ
waiting list ['weɪtɪŋ lɪst] *n* വെയ്റ്റിംഗ് ലിസ്റ്റ്
waiting room ['weɪtɪŋ rum] *n* വിശ്രമ മുറി
waitress ['weɪtrɪs] *n* വിളമ്പുകാരി, ഭൃത്യ
wait up [weɪt ʌp] *v* കാത്തിരിക്കുക
waive [weɪv] *vt* വേണ്ടെന്നു വെക്കുക
wake up [weɪk ʌp] *v* ഉണരുക
Wales [weɪlz] *n* വെയിൽസ്
walk [wɔːk] *n* നടത്തം ▷ *vi* നടക്കുക
walkie-talkie [,wɔːkɪ'tɔːkɪ] *n* വാക്കീ ടോക്കീ
walking ['wɔːkɪŋ] *n* നടത്തം
walking stick ['wɔːkɪŋ stɪk] *n* ഊന്നുവടി
walkway ['wɔːk,weɪ] *n* നടപ്പാത
wall [wɔːl] *n* ഭിത്തി
wallet ['wɒlɪt] *n* പേഴ്സ്
wallpaper ['wɔːl,peɪpə] *n* വാൾപേപ്പർ
walnut ['wɔːl,nʌt] *n* വാൾനട്ട്

walrus ['wɔːlrəs] *n* കടൽപ്പന്നി
waltz [wɔːls] *n* വാൾട്ട്സ് ▷ *vi* വാൾട്ട്സ്
wander ['wɒndə] *vi* അലഞ്ഞുതിരിയുക
want [wɒnt] *vt* ആവശ്യം
war [wɔː] *n* യുദ്ധം
ward [wɔːd] *n (hospital room)* വാർഡ്; *(district)* വാർഡ്
warden ['wɔːdn] *n* വാർഡൻ
wardrobe ['wɔːdrəʊb] *n* അലമാര
warehouse ['wɛə,haʊs] *n* ഗോഡൌൺ
warm [wɔːm] *adj* ഇളം ചൂടുള്ള
warm up [wɔːm ʌp] *v* ചൂടാക്കുക
warn [wɔːn] *v* അറിയിപ്പു നൽകുക
warning ['wɔːnɪŋ] *n* മുന്നറിയിപ്പു നൽകുക
warranty ['wɒrəntɪ] *n* വാറണ്ടി
wart [wɔːt] *n* അരിമ്പാറ
wash [wɒʃ] *vt* കഴുകുക
washbasin ['wɒʃ,beɪsn] *n* വാഷ്ബേസിൻ
washing ['wɒʃɪŋ] *n* കഴുകിയ/കഴുകാനുള്ള തുണി
washing line ['wɒʃɪŋ laɪn] *n* വാഷിംഗ് ലൈൻ
washing machine ['wɒʃɪŋ məˈʃiːn] *n* വാഷിംഗ് മെഷീൻ
washing powder ['wɒʃɪŋ 'paʊdə] *n* വാഷിംഗ് പൌഡർ
washing-up ['wɒʃɪŋʌp] *n* പാത്രം കഴുകൽ
washing-up liquid ['wɒʃɪŋ ʌp 'lɪkwɪd] *n* വാഷിംഗ് ലികിഡ്
wash up [wɒʃ ʌp] *v* കഴുകുക
wasp [wɒsp] *n* കടന്നൽ
waste [weɪst] *n* നഷ്ടം ▷ *vt* നഷ്ടമാക്കുക
wastepaper basket [,weɪst'peɪpə 'bɑːskɪt] *n* വേസ്റ്റ് പേപ്പർ ബാസ്കറ്റ്
watch [wɒtʃ] *n* വാച്ച് ▷ *v* കാണുക
watch out [wɒtʃ aʊt] *v* വീക്ഷിക്കുക
watch strap [wɒtʃ stræp] *n* വാച്ച് സ്ട്രാപ്പ്
water ['wɔːtə] *n* വെള്ളം ▷ *vt* നനയ്ക്കുക
watercolour ['wɔːtə,kʌlə] *n* വാട്ടർ കളർ
watercress ['wɔːtə,krɛs] *n* വാട്ടർക്രസ്സ്
waterfall ['wɔːtə,fɔːl] *n* വെള്ളച്ചാട്ടം
watering can ['wɔːtərɪŋ kæn] *n* വാട്ടറിംഗ് കാൻ
watermelon ['wɔːtə,mɛlən] *n* തണ്ണിമത്തൻ
waterproof ['wɔːtə,pruːf] *adj* ജലനിരോധിത

water-skiing ['wɔːtəˌskiːɪŋ] *n* വാട്ടർ സ്കീയിംഗ്
wave [weɪv] *n (greeting)* കൈവീശൽ ▷ *v (gesture)* വീശുക ▷ *n (of the sea)* തിരമാല
wavelength ['weɪvˌlɛŋθ] *n* തരംഗദൈർഘ്യം
wavy ['weɪvɪ] *adj* വളഞ്ഞുപുളഞ്ഞ
wax [wæks] *n* മെഴുക്
way [weɪ] *n (manner)* രീതി; *(route)* വഴി
way in [weɪ ɪn] *n* അകത്തേക്കുള്ള വഴി
way out [weɪ aʊt] *n* പുറത്തേക്കുള്ള വഴി
we [wiː] *pron* നമ്മൾ
weak [wiːk] *adj* ക്ഷീണിച്ച
weakness ['wiːknɪs] *n* ക്ഷീണം
wealth [wɛlθ] *n* ധനം
wealthy ['wɛlθɪ] *adj* ധനമുള്ള
weapon ['wɛpən] *n* ആയുധം
wear [wɛə] *vt* ധരിക്കുക
weasel ['wiːzl] *n* പാത്രം
weather ['wɛðə] *n* കാലാവസ്ഥ
weather forecast ['wɛðə 'fɔːkɑːst] *n* കാലാവസ്ഥാ പ്രവചനം
web [web] *n* ചിലന്തി വല
Web [web] *n* വെബ്
Web 2.0 [web tuːpɔɪnt 'zɪərəʊ] *n* വെബ് 2.0
web address [wɛb ə'drɛs] *n* വെബ് വിലാസം
web browser [wɛb 'braʊzə] *n* വെബ് ബ്രൌസർ
webcam ['wɛbˌkæm] *n* വെബ് ക്യാം
webmaster ['wɛbˌmɑːstə] *n* വെബ്മാസ്റ്റർ
website ['wɛbˌsaɪt] *n* വെബ്സൈറ്റ്
webzine ['wɛbˌziːn] *n* വെബ്സീൻ
wedding ['wɛdɪŋ] *n* വിവാഹം
wedding anniversary ['wɛdɪŋ ˌænɪ'vɜːsərɪ] *n* വിവാഹവാർഷികം
wedding dress ['wɛdɪŋ drɛs] *n* വിവാഹവസ്ത്രം
wedding ring ['wɛdɪŋ rɪŋ] *n* വിവാഹമോതിരം
Wednesday ['wɛnzdɪ] *n* ബുധനാഴ്ച
weed [wiːd] *n* കള
weedkiller ['wiːdˌkɪlə] *n* കളനാശിനി
week [wiːk] *n* ആഴ്ച
weekday ['wiːkˌdeɪ] *n* ആഴ്ചദിവസം
weekend [ˌwiːk'ɛnd] *n* വാരാന്ത്യം
weep [wiːp] *v (literary)* തേങ്ങുക

weigh [weɪ] *vt* കണക്കാക്കുക, ഭാരം ഉറപ്പാക്കുക
weight [weɪt] *n* ഭാരം
weightlifter ['weɪt,lɪftə] *n* ഭാരോദ്വാഹകൻ
weightlifting ['weɪt,lɪftɪŋ] *n* ഭാരോദ്വഹനം
weird [wɪəd] *adj (informal)* അസ്വാഭാവികമായ
welcome ['welkəm] *excl* സ്വാഗതം ▷ *n* സ്വാഗതം ▷ *vt* സ്വാഗതമോതുക
well [wɛl] *adj* സൌഖ്യമുള്ള ▷ *adv* നന്നായി ▷ *n* കിണർ
well-behaved ['wɛl'bɪ'heɪvd] *adj* നന്നായി പെരുമാറുന്ന
well done! [wɛl dʌn] *excl* നന്നായി ചെയ്തു!
wellingtons ['wɛlɪŋtənz] *npl* വെല്ലിംഗ്ടൺസ്
well-known ['wɛl'nəʊn] *adj* അറിയപ്പെടുന്ന
well-off ['wɛl'ɒf] *adj (informal)* നല്ല സ്ഥിതിയിലുള്ള
well-paid ['wɛl'peɪd] *adj* നല്ല ശമ്പളമുള്ള
Welsh [wɛlʃ] *adj* വെൽഷ് ▷ *n* വെൽഷ്
west [wɛst] *adj* പടിഞ്ഞാറുള്ള ▷ *adv* പടിഞ്ഞാറോട്ട് ▷ *n* പടിഞ്ഞാറ്
westbound ['wɛst,baʊnd] *adj* പടിഞ്ഞാറോട്ടുള്ള
western ['wɛstən] *adj* പടിഞ്ഞാറൻ ▷ *n* വെസ്റ്റേൺ
West Indian [wɛst 'ɪndɪən] *adj* വെസ്റ്റ് ഇൻഡ്യൻ ▷ *n* വെസ്റ്റ് ഇൻഡ്യൻ
West Indies [wɛst 'ɪndɪz] *npl* വെസ്റ്റ് ഇൻഡീസ്
wet [wɛt] *adj* നനഞ്ഞ
wetsuit ['wɛt,suːt] *n* വെറ്റ് സ്യൂട്ട്
whale [weɪl] *n* തിമിംഗലം
what [wɒt] *det* എന്ത് ▷ *pron* എന്ത്
whatever [wɒt'ɛvə] *conj* എന്തുതന്നെയായാലും
wheat [wiːt] *n* ഗോതമ്പ്
wheat intolerance [wiːt ɪn'tɒlərəns] *n* ഗോതമ്പ് അലർജി
wheel [wiːl] *n* ചക്രം
wheelbarrow ['wiːl,bærəʊ] *n* വീൽബാരോ
wheelchair ['wiːl,tʃɛə] *n* വീൽചെയർ
when [wɛn] *adv* എപ്പോൾ ▷ *conj* എപ്പോൾ
whenever [wɛn'ɛvə] *conj* എപ്പോഴെല്ലാം
where [wɛə] *adv* എവിടെ ▷ *conj* എവിടെ
whether ['wɛðə] *conj* എങ്കിൽ, എന്തായാലും

which [wɪtʃ] *det* ഏത് ▷ *pron* ഏത്
whichever [wɪtʃ'ɛvə] *det* ആരെങ്കിലും, ഏതെങ്കിലും
while [waɪl] *conj* അപ്പോൾ ▷ *n* നൊടിയിട
whip [wɪp] *n* ചാട്ട
whipped cream [wɪpt kriːm] *n* വിപ്പ്ഡ് ക്രീം
whisk [wɪsk] *n* വിസ്ക്/ഒരു അടുക്കള ഉപകരണം
whiskers ['wɪskəz] *npl* മീശ
whisky ['wɪskɪ] *n* വിസ്കി
whisper ['wɪspə] *v* മന്ത്രിക്കുക
whistle ['wɪsl] *n* വിസിൽ ▷ *v* വിസിലടിക്കുക
white [waɪt] *adj* വെളുത്ത
whiteboard ['waɪt,bɔːd] *n* വൈറ്റ് ബോർഡ്
whitewash ['waɪt,wɒʃ] *v* വെള്ളപൂശുക
whiting ['waɪtɪŋ] *n* വിറ്റിംഗ്/ഒരുതരം കടൽ മത്സ്യം
who [huː] *pron* ആര്
whoever [huː'ɛvə] *conj* ആരായാലും
whole *adj* മുഴുവൻ ▷ [həʊl] *n* മൊത്തം
wholefoods ['həʊl,fuːdz] *npl* കലർപ്പില്ലാത്ത ഭക്ഷണം
wholemeal ['həʊl,miːl] *adj* ധാന്യസമ്പൂർണമായ
wholesale ['həʊl,seɪl] *adj* മൊത്തവ്യാപാര ▷ *n* മൊത്തവ്യാപാരം
whom [huːm] *pron (formal)* ആരെ
whose [huːz] *det* ആരുടെ ▷ *pron* ആരുടെ
why [waɪ] *adv* എന്തുകൊണ്ട്
wicked ['wɪkɪd] *adj* ദോഷകരം
wide [waɪd] *adj* വിശാലമായ, വീതികൂടിയ ▷ *adv* വിരിച്ച്
widespread ['waɪd,sprɛd] *adj* വ്യാപകമായ
widow ['wɪdəʊ] *n* വിധവ
widower ['wɪdəʊə] *n* വിഭാര്യൻ
width [wɪdθ] *n* വീതി
wife [waɪf] *n* ഭാര്യ
Wi-Fi ['waɪfaɪ] *n* വൈഫൈ
wig [wɪg] *n* വിഗ്
wild [waɪld] *adj* കാട്ടിലുള്ള
wildlife ['waɪld,laɪf] *n* വന്യജീവികൾ
will [wɪl] *n (determination)* ഇച്ഛ; *(document)* വിൽപത്രം ▷ *v* ഭാവികാലക്രിയ
willing ['wɪlɪŋ] *adj* തയ്യാറായ
willingly ['wɪlɪŋlɪ] *adv* സ്വമനസ്സാലെ
willow ['wɪləʊ] *n* വില്ലോ
willpower ['wɪl,paʊə] *n* മനശ്ശക്തി
wilt [wɪlt] *vi* വാടുക
win [wɪn] *v* വിജയിക്കുക

W

wind [wɪnd] *n* കാറ്റ് ▷ *vt* *(cause to have difficulty breathing)* കാറ്റടിക്കുക ▷ [waɪnd] *vi* *(road, river)* വളഞ്ഞുപുളഞ്ഞു പോവുക ▷ *vt* *(wrap)* ചുറ്റിമുറുക്കുക
windmill ['wɪnd,mɪl] *n* കാറ്റാടിയന്ത്രം
window ['wɪndəʊ] *n* ജനൽ
window pane ['wɪndəʊ peɪn] *n* ജനൽ പാളി
window seat ['wɪndəʊ siːt] *n* ജനലരികിലെ സീറ്റ്
windowsill ['wɪndəʊ,sɪl] *n* ഭിത്തിയലമാര
windscreen ['wɪnd,skriːn] *n* വിൻഡ് സ്ക്രീൻ
windscreen wiper ['wɪndskriːn 'waɪpə] *n* വിൻഡ് സ്ക്രീൻ വൈപ്പർ
windsurfing ['wɪnd,sɜːfɪŋ] *n* വിൻഡ് സർഫിംഗ്
windy ['wɪndɪ] *adj* കാറ്റുള്ള
wine [waɪn] *n* വീഞ്ഞ്
wineglass ['waɪn,glɑːs] *n* വശത്തെ കണ്ണാടി
wine list [waɪn lɪst] *n* വീഞ്ഞ് ലിസ്റ്റ്
wing [wɪŋ] *n* വശം
wing mirror [wɪŋ 'mɪrə] *n* സൈഡ് മിറർ
wink [wɪŋk] *vi* കണ്ണിറുക്കുക
winner ['wɪnə] *n* വിജയി
winning ['wɪnɪŋ] *adj* വിജയിക്കുന്ന
winter ['wɪntə] *n* ശൈത്യം
winter sports ['wɪntə spɔːts] *npl* ശീതകാല കായികവിനോദം
wipe [waɪp] *vt* തുടയ്ക്കുക
wipe up [waɪp ʌp] *v* തുടച്ച് വൃത്തിയാക്കുക
wire [waɪə] *n* വയർ
wisdom ['wɪzdəm] *n* വിവേകം
wisdom tooth ['wɪzdəm tuːθ] *n* അണപ്പല്ല്
wise [waɪz] *adj* ജ്ഞാനി
wish [wɪʃ] *n* ആഗ്രഹം ▷ *vt* ആഗ്രഹിക്കുക
wit [wɪt] *n* നർമ്മോക്തി
witch [wɪtʃ] *n* ദുർമന്ത്രവാദിനി
with [wɪð] *prep* *(accompanied by)* ഒപ്പം; *(having)* ഉള്ള
withdraw [wɪð'drɔː] *vt* *(formal)* പിൻവലിക്കുക
withdrawal [wɪð'drɔːəl] *n* *(formal)* പിൻവാങ്ങൽ
within [wɪ'ðɪn] *prep* *(formal)* അകത്ത്
without [wɪ'ðaʊt] *prep* കൂടാതെ, ഇല്ലാതെ
witness ['wɪtnɪs] *n* സാക്ഷി
witty ['wɪtɪ] *adj* രസികത്തമുള്ള
wolf [wʊlf] *n* ചെന്നായ
woman ['wʊmən] *n* സ്ത്രീ
wonder ['wʌndə] *vt* അതിശയപ്പെടുക

wonderful ['wʌndəfʊl] *adj* അതിശയകരമായ
wood [wʊd] *n (material)* തടി; *(forest)* കാട്
wooden ['wʊdn] *adj* മരത്തിൽ നിർമ്മിച്ച
woodwind ['wʊd,wɪnd] *adj* വുഡ്‌വിൻഡ്
woodwork ['wʊd,wɜːk] *n* ദാരുശില്പം
wool [wʊl] *n* കമ്പിളി
woollen ['wʊlən] *adj* കമ്പിളി
woollens ['wʊlənz] *npl* കമ്പിളി വസ്ത്രങ്ങൾ
word [wɜːd] *n* വാക്ക്
work [wɜːk] *n* ജോലി ▷ *vi (toil)* ജോലിചെയ്യുക; *(machine)* പ്രവർത്തിക്കുക
worker ['wɜːkə] *n* ജോലിക്കാരൻ
work experience [wɜːk ɪk'spɪərɪəns] *n* തൊഴിൽ പരിചയം
workforce ['wɜːk,fɔːs] *n* തൊഴിൽശേഷി
working-class ['wɜːkɪŋklɑːs] *adj* തൊഴിലാളി വർഗ്ഗം
workman ['wɜːkmən] *n* തൊഴിലാളി
work of art [wɜːk ɒv; əv ɑːt] *n* കലാസൃഷ്ടി
work out [wɜːk aʊt] *v* പരിഹാരം കണ്ടെത്തുക
work permit [wɜːk 'pɜːmɪt] *n* വർക്ക് പെർമിറ്റ്
workplace ['wɜːk,pleɪs] *n* ജോലിസ്ഥലം
workshop ['wɜːk,ʃɒp] *n* വർക്ക് ഷോപ്പ്
workspace ['wɜːk,speɪs] *n* വർക്ക് സ്പേസ്
workstation ['wɜːk,steɪʃən] *n* വർക്ക് സ്റ്റേഷൻ
world [wɜːld] *n* ലോകം
World Cup [wɜːld kʌp] *n* വേൾഡ് കപ്പ്
worm [wɜːm] *n* വിര
worn [wɔːn] *adj* പഴകിക്കീറിയ
worried ['wʌrɪd] *adj* വേവലാതിപ്പെടുന്ന
worry *vi* വേവലാതി
worrying ['wʌrɪɪŋ] *adj* വേവലാതിപ്പെടുന്ന
worse [wɜːs] *adj* വളരെ മോശമായ ▷ *adv* വളരെ മോശമായി
worsen ['wɜːsn] *v* വഷളാക്കുക
worship ['wɜːʃɪp] *v* ആരാധിക്കുക
worst [wɜːst] *adj* ഏറ്റവും മോശമായ
worth [wɜːθ] *n* മൂല്യം
worthless ['wɜːθlɪs] *adj* വിലകെട്ട
would [wʊd] *v* ചെയ്യും
wound [wuːnd] *n* മുറിവ് ▷ *vt* മുറിവുപറ്റുക
wrap [ræp] *vt* പൊതിയുക

wrapping paper ['ræpɪŋ 'peɪpə] *n* പൊതിയുന്ന കടലാസ്

wrap up [ræp ʌp] *v* പൊതിഞ്ഞുവെക്കുക

wreck [rɛk] *n* കപ്പൽച്ചേരദം ▷ *vt* തകരുക

wreckage ['rɛkɪdʒ] *n* തകർച്ച

wren [rɛn] *n* റെൻ/ഒരുതരം പക്ഷി

wrench [rɛntʃ] *n* വിഷാദം ▷ *vt* പിടിച്ചുതിരിക്കുക

wrestler ['rɛslə] *n* ഗുസ്തിക്കാരൻ

wrestling ['rɛslɪŋ] *n* ഗുസ്തി

wrinkle ['rɪŋkl] *n* ചുളിവ്

wrinkled ['rɪŋkld] *adj* ചുളിഞ്ഞ

wrist [rɪst] *n* മണിബന്ധം

write [raɪt] *v* എഴുതുക

write down [raɪt daʊn] *v* എഴുതിയെടുക്കുക

writer ['raɪtə] *n* എഴുത്തുകാരൻ

writing ['raɪtɪŋ] *n* എഴുത്ത്

writing paper ['raɪtɪŋ 'peɪpə] *n* എഴുതുന്ന പേപ്പർ

wrong [rɒŋ] *adj (amiss)* തെറ്റ്; *(incorrect)* തെറ്റായ; *(morally)* ശരിയല്ലാത്ത, തെറ്റായ

wrong number [rɒŋ 'nʌmbə] *n* റോംഗ് നമ്പർ

X

Xmas ['ɛksməs] *n (informal)* ക്രിസ്തുമസ്സ്

X-ray ['ɛksreɪ] *n* എക്സ് റേ ▷ *vt* എക്സറേ പരിശോധന

xylophone ['zaɪlə,fəʊn] *n* സൈലോഫോൺ

Y

yacht [jɒt] *n* കളിവള്ളം

yard [jɑːd] *n (unit of length)* അടിഅളവ്; *(courtyard)* മുറ്റം

yawn [jɔːn] *vi* കോട്ടുവായിടുക

year [jɪə] *n* വർഷം

yearly ['jɪəlɪ] *adj* വാർഷികമായ ▷ *adv* വാർഷികമായി

yeast [jiːst] *n* യീസ്റ്റ്

yell [jɛl] *v* ആക്രോശിക്കുക

yellow ['jɛləʊ] *adj* മഞ്ഞനിറമായ